உடைபடும் மௌனங்களும் சிதறுண்ட புனிதங்களும்

மார்க்சியம் நவீனத்துவம் அமைப்பியல்
தலித்தியம் கலாச்சார அரசியல் கட்டுரைகள்

அ. மார்க்ஸ்

அடையாளம்

முதல் பதிப்பு: அடையாளம் 2019
மீளச்சு 2020

© அ. மார்க்ஸ்

வெளியீடு: அடையாளம், 1205/1 கருப்பூர் சாலை, புத்தாநத்தம் 621310, திருச்சி மாவட்டம், இந்தியா, தொலைபேசி: 04332 273444

நூல் வடிவம்: த பாபிரஸ், அச்சாக்கம்: அடையாளம் பிரஸ், இந்தியா
ISBN 978 81 7720 298 4

விலை: ₹ 450

> *Utaipatum Mounankalum Citharunta Punithankalum* is a collection of articles on literature and philosophy in Tamil by A. Marx, Published by Adaiyaalam, 1205/1 Karupur Road, Puthanatham 621310, Thiruchirappalli District, Tamilnadu, India, email: info@adaiyaalam.net

பதிப்புரை

கடந்த முப்பத்தைந்து ஆண்டுகளாக இடையறாது எழுதிக் கொண்டிருக்கும் அ. மார்க்சின் பல நூல்கள் இப்போது அச்சில் இல்லை. விடியல் பதிப்பகம் வெளியிட்ட அவருடைய இரு நூல்களுடன் (உடைபடும் மௌனங்கள், **1994**; உடைபடும் புனிதங்கள், **1996**), இதற்குச் சற்று முன்னால் பொன்னி புத்தக மையம் வெளியிட்ட இன்னொரு முக்கிய நூலையும் (மார்க்சியமும் இலக்கியத்தில் நவீனத்துவமும், **1991**) சேர்த்து ஒரே பெருந் தொகுப்பாக இந்த நூல் உருவாக்கப்பட்டுள்ளது. இந்தத் தொகுப்பில் உள்ள 32 கட்டுரைகளும் பல்வேறு பொருள்களைப் பேசுபவையாக இருந்தபோதிலும் அ. மார்க்சின் சிந்தனை வளர்ச்சிப் போக்கில் ஒரு முக்கியக் கால கட்டத்தைக் குறிப்பனவாக உள்ளன. ப்ரெக்ட், அல்துஸ்ஸர், டெர்ரி ஈகிள்டன் முதலான பிற்கால மார்க்சியர்களின் பங்களிப்புகளைக் கவனத்தில் கொண்டு மார்க்சிய இலக்கிய விமர்சனத்திற்கான புதிய பரிமாணங்களை இந்த நூல்களின் ஊடாகத் தமிழ்ச் சூழலுக்கு அவர் கொண்டுவந்தார். பின்அமைப்பியலின் சாத்தியங்களைப் பயன்படுத்தி நவீனத் தமிழ் இலக்கியத்தின் புனிதத் தொகுதியைச் சேர்ந்தவையாக அறியப்பட்ட பல நூல்களை அவர் கட்டவிழ்த்துப் பல்வேறு சர்ச்சைகளுக்குக் காரணமான கட்டுரைகளும் இந்தத் தொகுதியில் உள்ளன. சோஷலிச எதார்த்தவாதம், தலித் இலக்கியம், நாட்டுப்புறவியல், இலக்கியத்தில் நவீனத்துவம், இலக்கியத்தில் அவலச்சுவை, பாலியல் கதைகளை அணுகுதல் எனப் பல்வேறு துறைகள் மீதான இந்தக் கட்டுரைகளை ஒரே பெருந் தொகுப்பாக வெளியிடுவதில் மகிழ்ச்சி அடைகிறோம்.

பொருளடக்கம்

முன்னுரை		vii
1. மார்க்சியமும் இலக்கியத்தில் நவீனத்துவமும்		
1.1	ப்ரெக்ட்டின் இன்னொரு பரிணாமம்	3
1.2	படைப்பும் உத்தியும்	29
1.3	மார்க்சியம்-அமைப்பியல்-தமிழ்ச்சூழல்	47
1.4	பாரதிதாசன் பல்கலைக்கழகமும் பட்டுக்கோட்டைக் கலியாணசுந்தரமும்	63
1.5	நாட்டார் இலக்கியங்களில் மோதலும் சமரசமும்	78
1.6	நாட்டார் கலை இலக்கிய உற்பத்தி - ஒரு வரையறை	90
1.7	பாரதியும் விடுதலையும்	103
1.8	பாரதியின் உலகக் கண்ணோட்டம்: கவனத்தில் நிறுத்த வேண்டிய சில குறிப்புகள்	113
1.9	ஞானியின் மார்க்சியமும் தமிழ் இலக்கியமும்	123
1.10	திரிபுவாதமே ஒரு கலாச்சாரமாய் - தனுஷ்கோடி ராமசாமியின் தோழர்	131
1.11	ஒரு புள்ளியில் குவியும் சிறு இதழ்கள்	136
1.12	அவலச்சுவை குறித்த ஞானி-கேசவனின் கருத்துகள் மீது மார்க்சிய நோக்கில் சில குறிப்புகள்	142
1.13	அவலச்சுவை: கேசவனின் கருத்துகள் மீது மேலும் சில குறிப்புகள்	149
1.14	விவசாயச் சமூக உளவியலின் வெளிச்சத்தில் பழமலையின் சனங்களின் கதை	157
1.15	பின்னுரையாய்ச் சில	173

2. உடைபடும் மௌனங்கள்

2.1 மௌனியில் மௌனமாகும் எதார்த்தங்கள் 187
2.2 எம்.வி. வெங்கட்ராமின் இனி புதிதாய் 200
2.3 ஒழுங்கமைத்தல் - மீறல்: கி.ரா. தொகுத்த பாலியல் கதைகள் 213
2.4 மணிக்கொடியின் பரிணாமம் *(1933-39)* 229
2.5 எண்பதுகளில் மார்க்சிய இலக்கிய விமர்சனமும் முற்போக்கு எழுத்து முயற்சிகளும் 252
2.6 மார்க்சியமும் வாசிப்பின் அரசியலும்: கலகம் அரசியல் களத்தில் மட்டுந்தானா? 280
2.7 தகவல்தொடர்பு: தேவை ஒரு புதிய விமர்சனமுறை 298

3. உடைபடும் புனிதங்கள்

3.1 குடியேற்ற நாடுகளில் நவீனத்துவம் சில பிரச்சினைகள் 333
3.2 உடைபடும் புனிதங்கள் 346
3.3 தமிழ் நவீனமான கதை சில முன்குறிப்புகள் 358
3.4 சோஷலிச எதார்த்தவாதத்திலிருந்து தலித் இலக்கியத்தை நோக்கி 397
3.5 புதுமைப்பித்தன் எழுத்துகள்: தேவை ஒரு மறுவாசிப்பு 408
3.6 புதுமைப்பித்தன் பிரதிகளில் தலித்துகள், மறவர்கள், கிறிஸ்தவர்கள் மற்றும் இதர மாமிசபட்சிணிகள் 417
3.7 எட்வர்ட் சேத்தும் புதுமைப்பித்தனும் 426
3.8 ‘இதுதாண்டா தலித் இலக்கியம்!’ 438
3.9 பசும்பால் காபி கிளப்பும் பீஃப் பிரியாணி கடைகளும் 446
3.10 சோவுக்கு மீசை முளைச்சால் சுஜாதா 451

பின்னிணைப்புகள்

1 நாங்கள் கடந்த பாதை - பொ. வேல்சாமி 467
2 உடைபடும் மௌனங்கள் - ரவிக்குமார் கட்டுரை 473
கட்டுரை அடங்கல் 482

முன்னுரை

இந்தப் பெருந்தொகுப்பு நூலின் இறுதி மெய்ப்பைத் திருத்திக் கொண்டிருந்தபோது 'தேவை ஒரு புதிய விமர்சனமுறை' என்ற கட்டுரையின் ஒரு வரி என்னை ஒரு கணம் வியப்பிலாழ்த்தியது. இன்னும் சில நாட்களில் நாம் காரில் போய்க்கொண்டே வீட்டில் உள்ளவர்களிடம் செல்லுலர் போன்கள் மூலம் தொடர்புகொண்டு பேச முடியும், தனியார்களுக்கு அதற்கான உரிமங்கள் வழங்கத் தொடங்கியாயிற்று என்கிற பொருள்பட்ட வரிகள்தாம் அவை. அந்தக் கட்டுரை 1991இல் எழுதப்பட்டது. இடைப்பட்ட 27 ஆண்டுகளில், ஆகா எத்தனை மாற்றங்கள். இன்று செல்பேசி இல்லாமல் நாம் ஒரு நாளல்ல, ஒரு மணிநேரம்கூட வாழ இயலாது என்கிற அளவிற்கு ஆகிவிட்டோம். மூன்றாம் தலைமுறை (3ஜி), நான்காம் தலைமுறை (4ஜி), ஐந்தாம் தலைமுறை (5ஜி) என நாம் போய்க்கொண்டே இருக்கிறோம்.

வெறும் தொழில்நுட்பங்கள் மட்டுமல்ல அவற்றோடு சேர்ந்து நம் வாழ்வும் பெரிய அளவில் மாறிவிட்டது. கல்வி அமைப்பு, பணிச் சூழல், நகர வாழ்க்கை, ஏன் கிராம வாழ்க்கை எல்லாந்தான் மாறிவிட்டன. புதிய வெளிப்பாடுகள், புதிய பிரச்சினைகள், புதிய தீர்வுகள், புதிய மதிப்பீடுகள் எல்லாவற்றையும் நாம் சந்தித்துக் கொண்டிருக்கிறோம். நமது இலக்கிய விசாரங்கள், சமூக ஆய்வுகள் எல்லாமுந்தான் அதற்கேற்ப மாறியாக வேண்டும். இந்தப் பிரக்ஞை ஏற்படுத்திய அழுத்தங்களின் வெளிப்பாடாகவே இந்த 32 கட்டுரை களையும் பார்க்கிறேன். முன்சொன்ன அவ்விரு வரிகளும் இடம்பெற்ற கட்டுரையின் தலைப்புகூட 'தேவை ஒரு புதிய விமர்சனமுறை' என்பதுதான்.

மாற்றங்களைக் கணக்கில் கொண்டதன் விளைவாகவே பிரக்ஞை பூர்வமாக இப்படிச் செயலாற்ற நேர்ந்தது. அத்தகைய பிரக்ஞை

இல்லாதவர்களும், அத்தகைய பிரக்ஞைகொள்ளுதலே பாவம் எனக் கருதுபவர்களும்கூட மாற்றங்களின் அழுத்தத்தால் மாற நேர்ந்துள்ளதையும் இக்கட்டுரைகள் சுட்டிக்காட்டுகின்றன. சோஷலிச எதார்த்தவாதம் இனி கவைக்குதவாது எனத் தொ.மு.சி. ரகுநாதன் வெளிப்படையாக வாக்குமூலம் அளிக்க நேர்ந்ததும், பிரதிபலிப்பு வாதம் இனிச் செல்லுபடியாகாது எனக் கேசவனை நோக்கி கார்த்திகேசு சிவத்தம்பி உதட்டைப் பிதுக்கியதும் இந்தப் பின்னணியில்தான். உள்ளே ஏராளமான விவரங்கள் உள்ளன.

எதார்த்தத்தில் எல்லாம் நல்லபடியாய்த் தோன்றுவதற்குப் பின்னேயிருக்கிற சுரண்டல்களையும் சமூக அநீதிகளையும் தோலுரித்த முதற் பெரும் கட்டவிழ்ப்புவாதியாக நாம் கார்ல் மார்க்சைத்தான் சொல்லத் தோன்றுகிறது. அவருக்கும் முன்னதாகப் பலர் அநீதிகளை எதிர்த்திருந்த போதிலும் 'எல்லாவற்றையும் சந்தேகி' என அவர்கள் யாரும் சொல்லத் துணிந்ததில்லை. அநீதிகளை எதிர்த்தவர்கள் எல்லாங்கூடத் தங்களை நடுநிலையாளர்களாகத்தான் சொல்லிக்கொண்டார்கள். மார்க்ஸ் ஒருவர்தான் முதன்முதலாக நான் ஒருபக்கச் சார்பானவன் எனப் பிரகடனப்படுத்திக்கொண்டவர். எல்லாவற்றையும் அவர் பிரதியாகவே அணுகினார். அவற்றில் பொதிந்துள்ள பிரதியியல் வியூகங்களை அடையாளம் கண்டு மாற்று வாசிப்புகளை முன்வைத்தார். எனில் இங்குள்ள மார்க்சியர்கள் ஏன் கட்டவிழ்ப்பைக் கண்டு இத்தனை பதறவேண்டும்? மாற்றங்கள் குறித்த பிரக்ஞையற்றுப் போனதன் விளைவன்றி, பின் வேறென்ன? மார்க்சிய வட்டத்திற்குரியவராகவே அறியப்பெற்ற ப்ரெக்ட்டும்கூட இங்கு யாருடைய கண்ணிலும் தட்டுப்படாது போனதென்ன?

இப்படியான ஒரு பின்னணியில், இந்தக் கட்டுரைகள் அவை எழுதப்பட்ட காலத்தில் (1987-1996) என்ன மாதிரியான எதிர்ப்புகள், அவதூறுகளைச் சந்தித்திருக்கும் எனச் சற்று எண்ணிப்பாருங்கள். ஏதோ மார்க்சியர்கள்தாம் என்னைத் திட்டினார்கள் எனச் சொல்வதாக நினைத்துவிடாதீர்கள். சொல்லப்போனால் இடதுசாரி மனப்பாங்கு உடையோரே இவற்றை விரைவில் புரிந்துகொள்ளத் தலைப் பட்டார்கள். இன்னொரு பக்கம் அமைப்பியலை வைத்துக்கொண்டு ஆர்ப்பாட்டம் செய்தவர்களும், இலக்கியத் தூய்மை பேசியவர் களும்கூட பெரும் எரிச்சலுற்றார்கள். எனினும் வெறும் Academic Exercise ஆகப் படம் காட்டும் உங்களின் ஆய்வுகள் புதிதாய் என்ன சொல்லிவிட்டன என இக்கட்டுரைகள் எழுப்பிய கேள்விகட்கு

அமைப்பியலாளர்கள் எந்தப் பதிலையும் சொல்லவில்லை. அமைப்பியல், கட்டவிழ்ப்பு என்கிற பெயர்களின் பழைய சனாதனங் களுக்குத் துணைபோகும் முயற்சிகளையும் இக்கட்டுரைகள் சுட்டிக்காட்டின.

நவீன சிந்தனைகளைக் கண்டாலே 'அலர்ஜி' அடையும் சனாதன எழுத்தாளர்கள் பிரதியியல் ஆய்வுகள் மூலம் தம் எழுத்துகளில் பொதிந்துள்ள குரூரங்கள் வெளிப்படுவதைக் கண்டு துணுக்குற்றனர். மேனாட்டுச் சிந்தனைகளை அரைகுறையாய்ச் செரித்துக்கொண்டு வாலைத் தூக்கிக் கழியும் நாய்கள் என்பதாக இத்தகைய முயற்சிகளைக் காய்ந்தார் மறைந்த ஒரு கண்ணியவான். என்னை ஒரு இலக்கிய விரோதி எனவும் ஏகப்பட்ட இளைஞர்களைக் கெடுத்தவன் எனவும் ஆர்எஸ்எஸ் கடைகளில் புத்தகம் விற்க வெட்கப்படாத ஓர் எழுத்தாளர் புலம்பினார்.

இத்தனை எதிர்ப்புகட்கும் மத்தியில் பரவலாக வரவேற்பு இருந்ததையும் குறிப்பிட்டுச் சொல்லவேண்டும். குறிப்பாக இளைஞர்கள், மாணவர்கள் மத்தியில் இந்தக் கட்டுரைகள் முக்கிய தாக்கங்களை ஏற்படுத்தின.

சுமார் கால் நூற்றாண்டுக்குப் பிறகு வாசிக்கும்போது இன்னும் சற்று வேறு மாதிரியாக எழுதியிருக்கலாம்; வேறு சொற்களைப் பெய்திருக்கலாம் என்றெல்லாம் தோன்றுவது தவிர்க்க இயலாதது. எனினும் பெரிய மாற்றங்கள் எதையும் செய்யவில்லை. விரல்விட்டு எண்ணக்கூடிய சில சொற்கள் மட்டுமே மாற்றப்பட்டுள்ளன.

மார்க்சுக்குப் பிந்திய மார்க்சியத்தை, குறிப்பாக மார்க்சிய அமைப் பியலின் கொடைகளைப் பயன்படுத்திக்கொள்ளும் முயற்சியில் எண்பதுகளின் பிற்பாதி அமைந்தது. இலக்கிய உற்பத்தியில் கருத் தியலின் பங்கு குறித்த வளமான விவாதங்கள் நாட்டார் இலக்கிய உற்பத்தி, நாட்டார் இலக்கியங்களில் வெளிப்படும் சமரசக் கூறுகள் பாரதியின் உலகக் கண்ணோட்டம் எனப் பலவற்றையும் விளங்கிக் கொள்வதற்கும்கூடப் பயன்பட்டன. கி.ராஜநாராயணன் தொகுத்த பாலியல் கதைகள் மற்றும் எம்.வி. வெட்கட்ராம், மௌனி, புதுமைப்பித்தன், பழமலை ஆகியோரின் பிரதிகள் மீதான ஆய்வுகள் தமிழ்க் கலாச்சாரத்தின் அரசியலைப் பேசுபவையாகவும் அமைந்துள்ளன. இலக்கியத்தில் அவலச்சுவை குறித்த விவாதத்திற்காக கார்ல் மார்க்சின் எழுத்துகளைப் பயிலும் முகமாய் மண்டையை

உடைத்துக்கொண்டது நினைவுக்கு வருகிறது. மணிக்கொடி இதழ் பற்றிய கட்டுரைக்காக மதுரையில் பொதிய வெற்பனின் வீட்டில் தங்கிக்கொண்டு, ராஜு ரெட்டியார் வீட்டிற்குத் தினமும் சென்று இதழ்களைப் புரட்டியது இன்று நினைக்கும்போது நிறைவை அளிக்கும் அனுபவம். மணிக்கொடி இதழ்களை வாசிக்கும் போதுதான் தமிழ் நவீனமாகியதிலுள்ள பல சிக்கல்கள் குறித்த உணர்வு எனக்கு ஏற்பட்டது. இலக்கிய நவீனத்துவம், தலித்தியம் ஆகியவற்றிற்குச் சார்பாக நின்று பேசிய கட்டுரைகளும் முக்கிய மானவை.

தீவிரமான ஆய்வுகட்கூடாக 'polemical' ஆக எழுதிய சில கட்டுரைகளையும் இத்தொகுப்பில் காண இயலும். விவாத நோக்கில் எழுதப்பட்ட இந்தக் கட்டுரைகளின் அமைதி ஆய்வுக் கட்டுரை களிலிருந்து வேறுபட்டுள்ளதை வாசிப்பவர்கள் உணரக்கூடும்.

இப்போதுள்ளதுபோல இடைநிலை இதழ்கள் பல்கிப் பெருகி யிராத காலம் அது. மேலும், நிறப்பிரிகை முதலானவை சிற்றிதழ்கள் என்பதால் தீவிரமான விஷயங்களைப் பேசுவதற்கும், அளவில் பெரிதாகக் கட்டுரைகள் அமைவதற்கும் தடை ஏதுமிருக்கவில்லை. இடைநிலை இதழ்களில் எழுதும்போது அளவிலும், பண்பிலும் கட்டுரைகள் மாற்றமடைந்தபோதிலும் ஒப்பீட்டளவில் பரந்துபட்ட ஒரு வாசகத் தளத்திடம் நம் கருத்துகளைக்கொண்டு செல்ல முடிகிறது என்று திருப்திப்பட்டுக்கொள்ள வேண்டியதுதான்.

OMNIBUS என்கிற பெயரில் இதுபோல முழு நூற்களை 'ஆக்ஸ் போர்டு' நிறுவனம் தொகுத்து வெளியிட்டு வருகிறது. அது போன்ற முயற்சியே இது. பின்நவீனத்துவம் குறித்து எழுதப்பட்ட நூல்களின் தொகுப்பும், இந்துத்துவ ஆய்வுகளின் தொகுப்பும் விரைவில் வெளிவர உள்ளன.

இம்மூன்று நூல்களில், ஒன்றிற்கு நானே முன்னுரை எழுதி உள்ளேன். மற்ற இரண்டிற்கும் நிறப்பிரிகையின் சக ஆசிரியர்களான ரவிக்குமாரும் பொ. வேல்சாமியும் எழுதியுள்ளனர். அவை அப்படியே பின்னிணைப்பாகச் சேர்க்கப்பட்டுள்ளன. அவர்கட்கு மீண்டும் நன்றிகள்.

இம்மூன்றில் இரண்டு நூல்களை மறைந்த தோழர் சிவாவின் விடியல் பதிப்பகம் வெளியிட்டது. அவர் இன்று நம்முடன் இல்லை. அவரது நினைவுகளுக்கு என் அஞ்சலிகளையும், இந்த நூலில்

அடங்கியுள்ள முதல் தொகுப்பை வெளியிட்ட வைகறைக்கும், இப்போது இப் பெருந்தொகுப்பை அழகுற வெளியிடும் அடையாளம் பதிப்புக்குழுவினருக்கும் என் நன்றிகள். இவை மீண்டும் வர வேண்டும் எனப் பலகாலமாக வற்புறுத்தி வரும் நண்பர்கள் எல்லோரையும் நன்றியோடு நினைவு கூர்கிறேன்.

என் பெற்றோருக்கு இந்த நூலைச் சமர்ப்பித்துள்ளேன். பெற்ற கடனைத் தீர்ப்பதற்கு எனக்கு வாய்ப்பளிக்காமல் என் இளம் வயதிலேயே என்னைப் பிரிந்தவர்கள் அவர்கள். என்னால் இயன்றது இந்தச் சிறு சமர்ப்பணமே.

அ. மார்க்ஸ்

1
மார்க்சியமும் இலக்கியத்தில் நவீனத்துவமும்

1.1

ப்ரெக்டின் இன்னொரு பரிமாணம்

பெர்ட்டோல்ட் ப்ரெக்ட் குறித்துத் தமிழில் வந்துள்ள முக்கிய நூல்கள் இரண்டு. முதல்நூல் தமிழ்ப் பல்கலைக்கழகத்தின் முயற்சியான நாடகக் கலை (1985). டாக்டர் மு. இராமசாமியால் மொழிபெயர்க்கப் பட்ட இந்நூல் ப்ரெக்டின் கலைக்கோட்பாடுகள் குறித்த பல கட்டுரைகளின் தொகுப்பு. மற்றது பிரம்மராஜனால் மொழிபெயர்க்கப் பட்ட பெர்ட்டோல்ட் ப்ரெக்டின் கவிதைகள் (1987). இது அவரது கவிதைகள் சிலவற்றைத் தமிழில் அறிமுகப்படுத்துகிறது.[1] தமிழ் மக்களுக்கு முதன்முதலில் ப்ரெக்டை அறிமுகப்படுத்துகிற நூல்கள் என்கிற வகையில் இரு மொழிபெயர்ப்பாளர்களும் இரு விரிவான முன்னுரைகளை இவற்றில் வழங்கியுள்ளனர். ஆனால் ப்ரெக்டை ஒரு மகத்தான நாடகத்துறை அறிஞராகவும் கலைஞராகவும் அறிமுகப் படுத்தும் இராமசாமியும் சரி, ஒரு கவிஞராய்ப் பதிவு செய்யும் பிரம்மராஜனும் சரி அழகியல் கோட்பாடுகளில், முக்கியமாய் மார்க்சிய அழகியலில் ஒரு முக்கிய பரிணாமத்தைச் சேர்த்தவர் ப்ரெக்ட் என்கிற செய்தியைப் பதிவு செய்வதில் தவறியுள்ளனர். இரு நூல்களின் பிரதான நோக்கங்களும் இது இல்லை என்றாலும்கூட எதார்த்தவாதத்தையும் (Realism) கலை இலக்கிய நவீனத்துவத்தையும் (Aesthetic Modernism) குறித்து மற்றொரு மிக முக்கிய மார்க்சிய அறிஞராகிய ஜார்ஜ் லூகாக்சுடன் (1885-1971) ப்ரெக்ட் புரிந்த விவாதங்களைப் பற்றிச் சுருக்கமாகவேனும் விவரிப்பதே ஒரு நாடகக் கலைஞராகவும் கவிஞராகவும்கூட அவரை முழுமையாகப் புரிந்துகொள்ள உதவும். ஜான் வில்லட்டின் (JW) ஆங்கிலத் தொகுப்பிலிருந்து மொழியாக்கியுள்ள தமிழ்ப் பல்கலைக்கழகத்தினர் இந்த விவாதங்களோடு தொடர்புடையதும், ப்ரெக்டின் அழகியல் கோட்பாட்டை முழுமையாகப் புரிந்துகொள்வதற்கு ஏதுவானதுமான முக்கிய இரு கட்டுரைகளை மொழியாக்காமல் தவிர்த்துள்ளது மிக முக்கியமான கவனப் பிசகல்.[2]

தமிழ்ச்சூழலில் இன்றும்கூட மார்க்சியர்களிடையே எதார்த்தவாதம் மற்றும் நவீனத்துவம் குறித்த விவாதம் முற்றுப்பெறாத சூழலில் மார்க்சிய அழகியல் முன்னோடிகளில் தலையாயவர்களில் ஒருவராகிய ப்ரெக்ட் இது குறித்து என்ன கூறினார் என்பதை விளங்கிக்கொள்வது மிக முக்கியம். இதற்கு முதற்படியாக எதார்த்தவாதத்திற்கும் நவீனத்துவத்திற்குமிடையேயான வேறுபாடுகளைப் புரிந்து கொள்வதும் அடுத்த கட்டமாக இவை குறித்த லூகாக்சின் கருத்துகளிலிருந்து ப்ரெக்ட் எந்த அளவு மார்க்சிய அழகியல் கோட்பாட்டை வளர்த்தெடுத்தார் என்பதை அறிந்துகொள்வதும் அவசியம்.

II

மார்க்சிய இலக்கியக் கோட்பாடு குறித்துப் பேச முற்படுகிற யாரும், 'மார்க்சும் எங்கல்சும் தங்களது கலை இலக்கியப் பார்வை குறித்து ஆங்காங்கு ஏராளமான குறிப்புகளை விட்டுச் சென்றுள்ளனர் என்ற போதிலும் இது குறித்த முழுமையான கோட்பாட்டுருவாக்கம் (Theorization) செய்வதற்கு ஏராளமான பணிகளுக்கிடையே அவர் களுக்கு நேரமிருக்கவில்லை' என்று தொடங்குவது வழக்கம். நாமும்கூட அங்கிருந்தே தொடங்கலாம். மார்க்ஸ்-எங்கல்சின் இலக்கிய ஆர்வங்களைத் தொகுத்துப் பார்க்கும்போது[3] அவர்கள் காலத்திய எதார்த்த இலக்கியங்கள் மீது (எ.டு: பால்சாக்) அவர்களுக்கு மட்டற்ற ஈடுபாடு இருந்தது தெளிவாகிறது. இந்த அடிப்படையில் எதார்த்தவாதம் குறித்த அவர்களது புரிதலைப் பின்வருமாறு தொகுத்துரைப்பர்:[4]

அ. வகைமாதிரி அமைவு (Typicality): பொதுவான தன்மையைப் பிரதிநிதித்துவப்படுத்தும் வகை மாதிரியான சூழல்களையும், பாத்திரங்களையும் பருண்மையான சூழலில் பொருத்திக் காட்டுதல்.

ஆ. தனித்தன்மையைக் காத்தல் (Individuality): பாத்திரங்கள் தங்கள் காலத்தின் குரலை வெளிப்படுத்தும் அதே வேளையில் ஒரே மாதிரியான வார்ப்புகளாக அமையாமல் பன்முகப் பரிமாணங் களையுடைய வளமான இவ்வுலகில் தங்களின் தனித்தன்மை சிதையாமல் பவனிவர அனுமதித்தல்.

இ. அரசியற் கருப்பொருள் கதைப் போக்கினூடாக அதன் பிரிக்க வியலாத ஓரங்கமாய் வெளிப்படல் (Organic Plot Construction):

கதையின் அரசியற் சார்புத் தன்மை என்பது கதைச் சூழலி லிருந்தும், கதைப் போக்கிலிருந்தும் வேறுபடுத்திப் பிரித்துப் பார்க்க இயலாமல் இணைந்து வெளிப்பட வேண்டும். 'தான் படைத்துக் காட்டும் சமூக மோதல்களின் வரலாற்று ரீதியான தீர்வை வாசகன் முன் வைக்கிற கடமை எழுத்தாளனுக்கில்லை.'

ஈ. மனிதர்களை வரலாற்றின் பாடுபொருளாக மட்டுமல்ல வரலாற்றைப் படைப்பவர்களாகவும் முன்வைப்பது (Presentation of Humans Subjects as Well as Objects of history): ஒரு குறிப்பிட்ட வரலாற்றுச் சூழலின் இயக்கப் போக்கில் அடித்துச் செல்லப்படுபவர்களாக மக்களைச் சித்திரிக்காமல், பால்சாக் போல வரலாற்றை இயக்குபவர்களாக மனிதர்களைக் குறிப்பாகப் பாட்டாளி வர்க்கத்தைப் படைத்துக்காட்டுவது.

இங்கொன்றைக் குறிப்பிடுவது அவசியம். மேற்குறித்த எதார்த்தவாதக் கூறுகளைச் சுட்டிக்காட்டி பால்சாக் போன்றோரின் படைப்புகளை மார்க்சும் எங்கல்சும் விதந்தோதினர் எனினும் இவற்றை எல்லாக் காலங்களிலும் எல்லோரும் பின்பற்ற வேண்டிய பொது மாதிரியாகவும் இறுக்கமான இலக்கண வரையறையாகவும் சுட்டிக் காட்டியதில்லை. மேற்கூறியவாறு தொகுத்துரைப்பதென்பதுகூட அவர்களது கலை இலக்கியக் கருத்துகளை ஒட்டுமொத்தமாய்ப் பார்த்து அவர்களுக்குப் பின் வந்தவர்கள் பொதுக்கூறுகளை வகைப்படுத்தியதுதானேயொழிய இதுதான் எதார்த்தவாதம் என அவர்கள் மேற்கூறியவாறு பட்டியலிட்டதில்லை. அவர்களது ஈடுபாடு கதே, ஷேக்ஸ்பியர், ஷில்லர் எனப் பன்முகப்பட்டதாக இருந்தது. மேலும் அந்நியமாதல் (alienation), பண்டமாயை (Reification)[5] போன்ற அவர்களது கோட்பாடுகளும், முதலாளியச் சமூகத்தில் மையம் சிதறுண்ட மனிதன் குறித்த செறிவான உள்ளர்த்தம் மிக்கக் கருத்துகளும் பேராசான்கள் எதார்த்தவாதத்தை மட்டுமே இறுதியான ஒரே இலக்கிய வடிவமாகப் பரிந்துரைக்கவில்லை என்பதைச் சுட்டிக்காட்டும். பதினெட்டாவது புரூமெர் என்கிற நூலில் காணப்படும் பேராசான் மார்க்சின் கீழ்க்காணும் கூற்று வெளிப் படுத்தும் பன்முகப் பரிமாணங்கள் கவனத்திற்குரியன.[6]

தங்களது (பிற்போக்கான) சொந்த உள்ளடக்கங்களை மறந்து போவதற்காக பழைய புரட்சிகளுக்கு உலகின் பழைய வரலாறுகள் பற்றிய சிந்தனைகள் தேவைப்பட்டன. பத்தொன்பதாம் நூற்றாண்டுப் புரட்சியோ அதன் புதிய உள்ளடக்கங்களைப்

பெறவேண்டிப் பழைய நினைவுகளைப் புதைக்க வேண்டி யிருக்கிறது. அங்கே உண்மையான உள்ளடக்கத்தை, வெளிப் படுத்தும் வடிவங்கள் (Phrases) தாண்டிச் சென்றன. இங்கே உள்ளடக்கம், இருக்கிற வடிவங்களைத் தாண்டிச் செல்ல வேண்டியிருக்கிறது,

கட்டுரையின் மையத்தைவிட்டு விலகிச் செல்லாதிருக்கும் பொருட்டு இது குறித்த விவாதத்தை இங்கே ஒத்தி வைத்துவிட்டு இலக்கிய நவீனத்துவம் என்பதன் மூலம் எதனைப் பொருள்கொள்கிறோம் என்பதைப் பார்ப்போம்.

முதலில் நவீனத்துவம் (Modernism) என்பது வேறு, நவீனம் (Modern) அல்லது புதுமை என்பது வேறு என்பதைச் சொல்ல வேண்டியிருக்கிறது. புதிதாய்ச் செய்யப்படுகிற நவீன இலக்கிய முயற்சிகள் அனைத்தையும் நாம் 'நவீனத்துவம்' என்று சொல்லி விடுவதில்லை. 19ஆம் நூற்றாண்டின் இறுதியிலும் 20ஆம் நூற்றாண்டின் தொடக்கத்திலும் உருவான 'இம்பரஷனிசம்', 'எக்ஸ்பிரஷனிசம்', 'சிம்பாலிசம்', 'கியூபிசம்', 'சர்ரியலிசம்' போன்ற இலக்கியப் போக்குகளையே கலை இலக்கிய நவீனத்துவம் என்று சொல்கிறோம். நவீனத்துவத்திற்குள் பல்வேறு கருத்தோட்டங்களும் பார்வைகளும் செயற்பாடுகளும் அடங்கும் என்பது நாம் கருத்தில் கொள்ளவேண்டிய இன்னொரு முக்கிய விஷயம். நவீனத்துவத்தை எந்த ஒரு குறிப்பிட்ட பார்வைக்குள்ளும், இலக்கிய நடவடிக்கைக் குள்ளும் அடக்கிவிடமுடியாது. வேறுபட்ட பார்வைகளையும் நோக்குகளையும்கொண்ட இதனை நடைமுறைப்படுத்தியவர்களும் வேறுபட்ட பார்வைகளும் நோக்குகளும் உள்ளவர்களே. ஒத்த கருத்துடையவர்களல்லர். நவீனத்துவப் போக்குகளை ஏற்றுக்கொண்ட மார்க்சிய அறிஞர்களிடையேயும் (ப்ரெக்ட், பெஞ்சமின், அடர்னோ) இது குறித்து ஒத்த பார்வைகள் இருந்ததில்லை என்பதும் குறிப்பிடத் தக்கது.

எனினும் நவீனத்துவப் போக்குகளுக்கிடையே பொதுமையாய்த் தெரியும் சில பண்புகளைத் தொகுத்துக்கொள்வது நாம் மேலே செல்வதற்குத் துணைபுரியும். இவற்றைப் பின்வருமாறு தொகுப்பார் லுன்:[7]

அ. அழகியல் தன்னுணர்வு (Aesthetic Self-Conciousness and Self Reflexiveness): எடுத்துக்கொண்ட கதைப் பொருளில் ஒன்றி விடாமல் தங்களது ஊடகம் (Medium), கலை வடிவம் குறித்த

உணர்வோடு கலைப்படைப்பை உருவாக்குதல். நாவல் படைப்புபற்றிய பிரச்சினைகளை நாவலிலேயே கையாள்வதும்[8] தூரப்படுத்தல் (Estrangement), அந்நியமாதல் போன்ற விளைவுகளின் மூலமாக நாடக உருவாக்கம் பற்றிய உணர்வை நாடகப்போக்கில் கடைப்பிடித்து நடப்பது நாடகம்தான் என்கிற உணர்வை பார்வையாளரிடம் தொடர்ந்து தக்கவைப்பதும் இதற்கு எடுத்துக்காட்டுகளாகும்.[9]

ஆ. சமகாலத் தன்மை, எதிர்ப்பொருட்களை அருகருகே அமைத்தல், வெட்டித் தொகுத்தல் முதலியன (Simultaneity Juxtaposition, Montage): நேற்று, இன்று, நாளை என நேர்க்கோட்டுக் கால வளர்ச்சியில் கதையை வளர்க்காமல் முக்காலங்களையும் ஒரேகளத்தில் குவிக்கக்கூடிய உளவியல்களை வார்ப்பது[10] ஒரு பொருள் குறித்த பல்வேறு பார்வைக் கோணங்களையும் அருகருகே அமைத்துக் காட்டுவதன் மூலம் உருவாக்கப்படும் உள விளைவைக் காட்டிலும் பன் மடங்கு அதிக விளைவை ஏற்படுத்துவதோடு மட்டுமல்லாமல் புதிய பரிமாணங்களையும் எட்டுவது.

இ. முரண், இரட்டை நிலை, உறுதியின்மை முதலியன (Paradox, Ambiguity, Uncertainity): பத்தொன்பதாம் நூற்றாண்டின் இறுதியில் ஏற்பட்ட முதலாளிய நெருக்கடிகளும், உலகப்போரும், டீ ப்ராக்லி (De Broglie) எய்சன்பர்க் (Heisenberg) போன்ற இயற்பியல் அறிஞர்கள் பொருளின் தன்மை குறித்த அதுவரை நிலவிவந்த ஒற்றைப் பார்வைகளுக்கு மாறாக முன்வைத்த இரட்டைக் கோட்பாடுகளும்[11] ஏற்படுத்திய உள அதிர்ச்சி இவ்வாறு கலையில் வெளிப்பட்டது. எல்லாம் தெரிந்த நம்புதற்குரிய கதைசொல்பவர் என்கிற நிலையிலிருந்து படைப்பாளி வழுவி, குறுகிய எல்லைக்குட்பட்ட (தவறானவை உட்பட்ட) பன்முகப் பார்வைகளையும், முரண்களையும்,[12] முடிவை வாசகனுக்கு விட்டுவிடும் முடிவற்ற தன்மையையும்[13] இலக்கியப் படைப்பாக்கி அதன் மூலம் முரணற்ற சித்திரிப்புகளில் காணக் கிடைக்காத உளத்தாக்கங்களை வாசகனின் ஆழ்மனத்தில் ஏற்படுத்துவது.

ஈ. முழுமையான மனித ஆளுமையின் சிதைவு (Dehumanisation and Demise of the Integrated Individual Subject or Personality): எதார்த்தவாத இலக்கியங்களிலும் அதற்கு முற்பட்ட புனைவியல்

இலக்கியங்களிலும் (Romantic Literaturer) செய்யப்பட்டதுபோல சமூகத்துடன் ஒன்றித்துச் செயல்படுகிற, சிதறுண்டு போகாத, முழுமையான, முரணற்ற, எளிதில் வரையறுக்கத்தக்க ஒருமையான பாத்திரப் படைப்புகளை உருவாக்காமல், தீர்க்க இயலாத குழப்பம் மிக்க, உளவியல் போராட்டக்களமாய் அமைந்த பாத்திரங்களை உலவச் செய்வதன் மூலம் மையம் சிதறுண்ட இன்றைய உலகின் சரியான பிரதிநிதிகளை அடையாளங் காட்டுவது.

பத்தொன்பதாம் நூற்றாண்டின் பிற்பகுதியில் ஐரோப்பாவின் அரசியல் மற்றும் சமூக வரலாற்றை உற்று நோக்கினால் இலக்கிய நவீனத்துவத்தின் சமூகப் பின்புலத்தை உணர முடியும். பொருளாதாரத்துறையில் முதலாளிய நெருக்கடிகள், தத்துவத்தில் தாராள வாதத்தின் வீழ்ச்சி, அறிவியலில் சற்றுமுன் குறிப்பிட்டது போல நேர்க்கட்சி வாதத்தின் (Positivism) வீழ்ச்சி, மதத்துறையின் ஆதார பீடத்தைக் குலுக்கிய டார்வினியக் கோட்பாடுகளின் தோற்றம், அரசியலில் மார்க்சியம் எதிர்பார்த்தது போல மேற்கு ஐரோப்பாவில் பாட்டாளி வர்க்கப் புரட்சிகள் வெற்றி பெறாமை, வெற்றி பெற்ற ரஷ்யாவிலும் 1930களுக்குப் பின் ஏற்பட்ட நெருக்கடிகள் விளைவித்த சோர்வு மத்திய தரவர்க்கத் தீவிரவாதத்தின் வீழ்ச்சி, உலகப்போர், தொழில்நுட்பங்களில் ஒளிப்படம், திரைப்படம், பதிவு செய்யும் வசதி போன்ற வளர்ச்சியின் விளைவாகக் கலை தனது மேட்டிமைத் தன்மையையும் புனித ஒளிவட்டத்தையும் இழந்து நின்றமை என இந்தப் பின்புலத்தின் பிரதான அம்சங்களை அடுக்கிக்கொண்டே போகலாம். மையம் சிதறுண்ட அந்நியப்பட்ட மனிதனைப் பிரதிநிதித்துவப்படுத்திய இக்காலகட்டப் படைப்பாளிகள் அரசியலிலும் புரட்சிகரமாய் இருக்க முடியாமல், மதவேர்களையும் இழந்து நான் யார், எங்கிருந்து வந்தேன், எனக்கு ஏன் இந்தநிலை, இதன் முடிவென்ன என்பது போன்ற இருப்பியற் கேள்விகளில் அலைப்புண்டு விடை காண முடியாமல் தத்தளித்தனர். வளர்ந்து வந்த முதலாளியச் சிதைவுடன் இனங்காணவும் முடியாமல், இணைத்துக் கொள்வதற்குப் புரட்சிகர இயக்கங்களும் இல்லாமல், நம்பிக்கையோடு மார்க்சியக் கோட்பாட்டு ஆய்வுகளில் ஈடுபடுத்திக் கொள்ளவுமில்லாமல் இவர்கள் பல சமயங்களில் பாசிசம் உள்ளிட்ட வலது தீவிரச் சார்புடையவர்களாகவும்[14] நிற்க நேர்ந்தது. புரட்சிகர அலை ஏற்றங்கள் இல்லாத சூழல்களில் வலது தீவிர நோக்குடன், இருக்கிற ஆளுங் கருத்தியல் கேள்விக்குள்ளாகப்படுவதிலிருந்தும்

கலைப் படைப்புகள் தோன்ற முடியும் என்று டெர்ரி ஈகிள்டன்[15] (TE) போன்றோர் கூறுவதற்கிணங்க இவர்கள் அன்றைய யுகத்தின் முரண்களையும், ஓலங்களையும், உறுதியின்மையையும் கலைப் படைப்பாக்கினார்கள்.

மல்லார்மே, பாதலேர், ஜாய்ஸ், எலியட், கோன்ராட், ப்ரவ்ஸ்ட், உல்ஃப், ஃபால்க்னர், காப்கா, பெக்கெட் என்று நவீனத்துவவாதிகளின் நீண்ட பட்டியலொன்றைக் குறிப்பிட முடியும். எதார்த்தவாதப் படைப்பாளிகளாகிய டிக்கன்ஸ் போன்றோர்கூட டாம்பே அண்ட் சன் போன்ற நூற்களில் நவீனத்துவ உத்திகளைச் சார்ந்தனர் என்பது குறிப்பிடத்தக்கது.

III

நவீனத்துவத்தின் தோற்றத்தோடு கலை இலக்கிய அணுகல்முறையில் மார்க்சியர்களிடையே இரு போக்குகள் உருவாயின. சமூக மாற்றத்தில் அக்கறைகொண்ட பொதுவுடைமையாளரும்கூட நவீனத்துவத்தை உரிய மாற்றங்களோடு பயன்படுத்த முடியும் எனக் கருதிச் சாதனைகள் புரிந்த மேயர்ஹோல்ட், ஐசன்ஸடைன், ப்ரெக்ட், பிக்காசோ போன்றோர் ஒருபுறம்; முதலாளியத்தின் சிதைவைக் கூவிய நவீனத்துவம், சோஷலிச மனிதனை உருவாக்கப் பயன்படவேபடாது என்கிற நோக்கோடு, பதினெட்டாம் நூற்றாண்டின் அதாவது முதலாளியத்தின் தோற்றகாலத்திய இலக்கிய வடிவமாகிய எதார்த்த வாதத்தின் தொடர்ச்சியே முற்போக்குக் கலையாக முடியும் என்று வாதிட்ட—இன்றளவும் வாதிட்டுக்கொண்டிருக்கக்கூடியவர்கள் இன்னொரு புறம். இவர்களின் தந்தையென ஜார்ஜ் லூகாக்சைக் குறிப்பிட முடியும்.

தன்னை வர்க்க நீக்கம் செய்துகொண்டு (declass) ஹங்கேரியப் புரட்சிகர நடவடிக்கைகளில் இணைத்துக்கொண்டவரும், பாசிசத்தின் தாக்குதலுக்குள்ளாகி ஸ்டாலினிய ரஷ்யாவில் தஞ்சம் புகுந்து இறுதிவரை பாசிசத்தை எதிர்ப்பதை முதன்மைக் குறிக்கோளாய்க் கொண்டிருந்தவருமான லூகாக்ஸ், ஹங்கேரியில் பிரபுத்துவ யூதக் குடும்பமொன்றில் பிறந்தவர். மார்க்சிஸ்டாக மலருமுன் கதேயின் மனிதாபிமான இலக்கியப் பாரம்பரியத்திலும் ஹெகலியத் தத்துவப் பாரம்பரியத்திலும் திளைத்தவர். மார்க்சிஸ்டான பின்பும்கூட சோஷலிச இலக்கியம் என்பது கதேயின் மனிதாபிமானத்தையும், ஷேக்ஸ்பியர், பால்சாக் ஆகியோரின் எதார்த்தவாதத்தையும்

கலந்த கலவையாக இருக்க வேண்டுமென இறுதிவரை வலியுறுத்தி வந்தவர்.

முழுமையான மனித ஆளுமைக்கும் வேலைப் பிரிவினையின் விளைவான அந்நியமாதலால் சிதறுண்ட மனித ஆளுமைக்கும் இடையேயான மோதல்களே மனித வரலாறு என்றார் லூகாக்ஸ். இதில் முழுமையான மனித ஆளுமையைப் படம் பிடித்துக் காட்டுவதே சரியான இலக்கியப் பணியாக இருக்க முடியும். இந்த வகையில் உலக இலக்கிய வரலாற்றில் மூன்று முக்கிய கால கட்டங்களாக ஹோமர், சோபாக்ளிஸ் ஆகியோரின் பழம் கிரேக்கத்தையும் தாந்தே, ஷேக்ஸ்பியர் ஆகியோரின் மறுமலர்ச்சிக் கால ஐரோப்பாவையும் ஸ்டெந்தால், பால்சாக் ஆகியோரின் பத்தொன்பதாம் நூற்றாண்டு பிரான்சையும் அவர் பார்த்தார்.[16]

நாம் தொடக்கத்தில் சுட்டிக்காட்டிய எதார்த்தவாதக் கூறுகளை அப்படியே ஏற்றுக்கொண்ட லூகாக்ஸ் தமது ஆழமான ஆய்வுப் பார்வையோடு அவற்றை இறுதிவரை இலக்கிய விமர்சனங்களில் பிரயோகித்தும் வந்தார். தனிமனிதனின் வாழ்க்கை அன்றைய காலகட்டத்தின் மையமான வரலாற்று இயக்கத்துடன் இணைத்துக் காட்டப்பட வேண்டும். தூலமான நிகழ்வுகளின்படியாக முழுமை யான மனிதர்களைப் படைத்துக் காட்டி வரலாற்று முழுமையை நோக்கி இட்டுச்செல்ல வேண்டும்.[17] வரலாற்றிலிருந்து பிரிக்கப்பட்ட பருண்மையற்ற கருத்துருவமான மனிதர்களையும் அவர்களது உணர்வு நிலைகளையும் படைத்துக்கொண்டிருப்பது எதார்த்தவாதத்திற்குச் செய்கிற துரோகம். குறியீடுகள், உருவகங்கள் என்பன வரலாற்றுச் சாரத்தையும் மனித உணர்வுகளையும் இணைக்கும் பாலங்களாக மட்டுமே பயன்படுத்தத்தக்கன. பாத்திரங்களின் நடவடிக்கைகள் என்பன வரலாற்றுப் போக்கின் முற்போக்கான இயக்கத்தை அடையாளம் காட்டுவதோடு, கலைப் படைப்புகள் தன்னளவில் முழுமையுடையதாயும் இருக்க வேண்டும். ஒரு கலைப்படைப்பு வாழ்க்கையின் மேற்தோற்றத்தில் காணப்படும் முரண்களையும் தோற்ற மயக்கங்களையும் தாண்டி சாரத்திற்கும் தோற்றத்திற்கும் பருண்மைக்கும் நுண்மைக்கும் தனிமனிதத்திற்கும் சமூக முழுமைக்குமான முரண்பாடுகளை முற்றாகத் தனக்குள் தீர்க்க வேண்டும். எதார்த்தத்தின் வெறும் பிரதிபலிப்பாகிய கலைப்படைப்பு வரலாற்று முழுமையின் ஒரு கற்பனைத் தோற்றமே. இந்தக் கற்பனைத் தோற்றத்தில் மெய்யாக ஒன்றித் தன்னை இழந்து கரைதலே கலையை

உண்மையாக அனுபவித்தல். அத்தகைய ஒன்றுதலனுபவத்தைத் தரக்கூடியவையே உண்மைக் கலைகள். *1789-1948* காலகட்டத்தில் ஐரோப்பாவில் முதலாளி வர்க்கம் வரலாற்றுச் சிறப்புமிக்க எழுச்சிகளுக்குக் காரணமாகியது. அரசியல் எதேச்சாதிகாரத்திற்கும் பிரபுத்துவ சமூக அமைப்பிற்கும் எதிராக முதலாளி வர்க்கம் எழுச்சி கொண்ட அக்காலத்திய இலக்கிய வெளிப்பாடான எதார்த்த வாதம் மேற்குறிப்பிட்ட கூறுகளனைத்தையும் தன்னகத்தே கொண்டிருந்தது. இதன் இடையற்ற தொடர்ச்சியாகவே சோஷலிச இலக்கியக் கோட்பாடும் அமைய வேண்டும் என்கிற லூகாக்சியக் கருத்துகள் 'சோஷலிச எதார்த்தவாதக்' கோட்பாட்டின் தத்துவவார்த்தப் பின்புலமாக அமைந்தன.[18]

மாறாகப் பாரம்பரியத்திலிருந்து விலகுவது என்கிற நவீனத்துவ உத்திகள் இலக்கியப் படைப்புகளைப் புரியாமல் செய்து மக்களிட மிருந்து அந்நியமாக்கும் (Depopularise) மேட்டிமைத்தனமான இவ்வகை இலக்கியங்கள் மக்கள் தொடர்பை இழந்து பாசிசக் கருத்தாக்கங்களின் முன்னோடியாகவும் அமையும் என்றார் லூகாக்ஸ். கலை இலக்கியங்களில் திரைப்பட உத்தி, பதிவுக் கருவி போன்ற நவீன தொழில்நுட்பங்களை இடையீடு செய்வதன் விளைவாக நவீன படைப்பாளி மக்கள் தொடர்பிலிருந்து விலகுகிறான். வெட்டித் தொகுத்தல், முரண் அருகாமை முதலியன வெறும் நவீனத் தொழில்நுட்ப வடிவ வாதத்தின் (Technical Formalism) விளைவே. இவற்றால் புற உலகிற்கும் அக உலகிற்குமிடையேயான இயங்கியல் ஒருமை சிதைக்கப்படுகிறது. புற உலகிலிருந்து நீக்கப்பட்ட வெறும் அக உலகச் சித்திரிப்புகள் வரலாற்று இயக்கத்தின் வகைமாதிரிப் போக்குகளை அடையாளங் காண வாசகனுக்கு உதவா. செயலூக்க முள்ள பங்கேற்பவன் என்கிற நிலையிலிருந்து வழுவிப் படைப்பாளி வெறும் பார்வையாளனாகவே நவீனத்துவப் படைப்புகளில் பங்கேற்கிறான் என்று குற்றம் சாட்டினார் லூகாக்ஸ். முதலாளியச் சமூக இழிவின் விளைவாகத் தோற்றமெடுத்த இந்த நம்பிக்கை வறட்சி இலக்கியங்கள் அனைத்தும் சிதைவு இலக்கியங்களே (Decadent Literture).

IV

லூகாக்சின் கருத்துகளில் ஊடாடி நிற்கிற ஹெகலியக் கருத்து முதலிய கூறுகள் குறித்து முன்பே குறிப்பிட்டோம். இது அவரது இயங்கியல்

பார்வையையும் ஒரு குறிப்பிட்ட அளவிற்குப் பாதிக்கவே செய்தது. நவீனத்துவம் என்பது சிதைந்துபோன முதலாளியச் சமூகத்தின் இலக்கிய வெளிப்பாடே எனச் சரியாக இனங்கண்டு வெளிப்படுத்திய லூகாக்ஸ், இதற்கு மாற்றாக முதலாளியச் சமூகம் இழிவதற்கு முன்பிருந்த இலக்கிய வகையிலிருந்து சோஷலிச இலக்கியத்தைத் தொடங்க வேண்டும் என வலியுறுத்தியதை இயங்கியற் வகைப்பட்டக் கண்ணோட்டமாகச் சொல்ல முடியாது. நவீனத்துவத்தை இன்றைய காலகட்டத்தின் இலக்கிய வெளிப்பாடு என ஏற்றுக்கொண்டபின் அதனை முற்றாகப் புறக்கணிப்பதென்பதையும், அதனுடைய எந்தக் கூறுகளும் இந்தக் காலகட்டத்திற்குக் குறிப்பாக பாட்டாளி வர்க்கத்திற்குப் பயன்படாது என்று கூறியதையும், நவீனத் தொழில் நுட்ப உத்திகளைக் கலைப்படைப்புகளில் இடையீடு செய்வது இக்கலைகளைப் புரியாமல்செய்து மக்களிடமிருந்து அந்நியப் படுத்திவிடும் என்பதையும் கோட்பாட்டளவில் எதிர்த்ததோடன்றி இந்த எதிர்ப்பைத் தமது நாடகங்களின் மூலம் நடைமுறைப்படுத்தியும் காட்டினார் பெர்ட்டோல்ட் ப்ரெக்ட்.

V

1934 சனவரியில் சர்வதேச இலக்கியம் (Deutsche Bleitter) என்னும் ஜெர்மன் மொழிச் சஞ்சிகையில் எதார்த்தவாதம் குறித்த விவாதத்தைத் தொடங்கிவைத்தார் லூகாக்ஸ். இவ்விவாதத்தில் பங்குகொண்டு *1938* ஜூலையில் ப்ரெக்ட் எழுதிய இரு கட்டுரைகள் பல்வேறு காரணங்களால் *1954*இல் தான் வெளிவந்தன. ‘எளிமையும் எதார்த்த வாதமும்பற்றி’[19] என்னும் கட்டுரையில் எளிமை (Popular) யதார்த்த வாதம் (Realism) என்கிற சொற்களைப் பயன்படுத்த தொடங்குமுன் இரண்டையும் ‘தூய்மை’ செய்து செம்மைப்படுத்த வேண்டும் என்றார் ப்ரெக்ட். இவ்விரு கருத்தாக்கங்களும் சரியான புரிதலோடு தெளிவாகப் பயன்படுத்தப்பட்டு வருவதாகக் கருதுவது தவறு என்று கூறி இரண்டையும் மிக விரிவாக விளக்க முயன்றார்.[20]

பால்சாக் போலவும் டால்ஸ்டாய் போலவும் எழுதுவதே எதார்த்தவாதம் என்கிற கருத்தை வன்மையாகக் கண்டித்த ப்ரெக்ட் எதார்த்தப் படைப்பு என்பதை வெறும் ஓர் இலக்கிய வடிவமாக (genre) சுருக்கிவிட வேண்டாம் என எச்சரித்தார்.[21]

> எதார்த்தவாதம் என்பது ஒரு வடிவம் தொடர்பான பிரச்சினை அல்ல... இலக்கிய வடிவங்களை உண்மை (Reality) என்ற

அளவுகோலை வைத்துத்தான் அளக்க வேண்டுமேயொழிய இலக்கிய வகை என்கிற அளவுகோலை வைத்து அளந்துவிட முடியாது. எதார்த்தத்தைச் சொல்வதற்கும் மறைப்பதற்கும் எத்தனையோ வழிகள் உள்ளன.
என்றார் ப்ரெக்ட்.[22]

உண்மையைச் சொல்வதற்கு எந்த வடிவத்தைப் பயன் படுத்துவது என்கிற பிரச்சினையை வேகமாய் மாறிவரும் இவ்வுலகின் வாசகர் களைப்பற்றிய நுட்ப உணர்வுள்ள படைப்பாளியிடம் விட்டு விடுங்கள்.[23] பொருத்தமற்ற இலக்கிய மாதிரிகளைக் காட்டி அதன் இலக்கண வரையறைகளைக் கடைப்பிடித்தாக வேண்டும் எனக் கலைஞனை வற்புறுத்தாமல் அவனது கற்பனை வளத்தையும் தனித்துவத்தையும் தாராளமாகப் பயன்படுத்த அனுமதியுங்கள் என்றார் ப்ரெக்ட்.[24]

வரலாறு இயக்கப் போக்கில் இருக்கிறது. எதார்த்தம் வேகமாக மாறுகிறது. கலையின் பாடுபொருட்களும் பார்வையாளர்களும் அவர்களது பிரச்சினைகளும், படைப்பாளிக்கும் வாசகர்களுக்கும் இடையேயான உறவுகளும் மாறிக்கொண்டே இருக்கின்றன. எனில் இலக்கிய வடிவம் மட்டும் எங்ஙனம் மாறாதிருக்க முடியும்? ஒரு வரலாற்றுக் கட்டத்தின் (19ஆம் நூற்றாண்டு) அதாவது ஒரு வர்க்கப் போராட்டக் கட்டத்தின் இலக்கிய வகையை எவ்வாறு இன்னொரு கட்டத்திற்கு அப்படியே பொருத்திவிட முடியும்? 'பால்சாக் போலவே இருங்கள். ஆனால் சற்றுப் புதிதாக' என்பதென்ன நியாயம் எனக் கேலி செய்தார் ப்ரெக்ட்.[25] இன்றைய தொழில்நுட்பச் சகாப்தத்திற்கு முற்பட்டதும், தனி மனிதவாதக் கோட்பாட்டினடியாக உருவானது மான 19ஆம் நூற்றாண்டின் முதலாளியக் கலை இன்றைய சூழலுக்கும் இந்தச் சூழலிலிருந்து விடுபட முயல்பவர்களுக்கும் பொருந்தாது. இன்றைய கலை பல்வேறுவிதமானப் போராட்டப் பாரம்பரியங் களிலிருந்து தனது தொடர்ச்சியைப் பேண வேண்டியதாயிருக்கும்; வர்க்கங்களுக்கிடையேயான முரண்பாடுகளைத் தூக்கிப் பிடிப்பதாக இருக்கும். மேலோட்டமாய்ப் பார்க்கும்போது முரண்பாடுகள் மூடிமறைக்கப்பட்டதுதானே எதார்த்தம். எதார்த்த உலகை அப்படியே பிரதிபலித்தால் முரண்பாடுகளே இல்லை என்கிற மாய உலகிலிருந்து பார்வையாளனை உலுக்கி எழுப்புவது எவ்வாறு?

உள்ளே இருக்கும் முரண்பாடுகள் இவைதானென்றும், அவற்றிலிருந்து விடுபடுவது இப்படித்தானென்றும் படைப்பிலேயே சொல்லிவிட்டால் பிரச்சினை தீர்ந்துவிடாதா?

தீராது என்றார் ப்ரெக்ட். இந்த உலகின் துன்ப துயரங்களோடும், அவற்றைத் தீர்க்கிற வழிமுறைகளோடும் பார்வையாளனை உணர்வு ஒன்றவைத்து வீட்டிற்கு அனுப்பிவிடுவதால் அவன் இந்த நிலையை மாற்றுகிற மனிதனாக மாறிவிட மாட்டான். மாறாக இந்தத் துன்பங்கள், இவற்றை எதிர்ப்பதற்காகச் சிலர் என்பதாக இவ்வுலகம் இப்படியேதான் இயல்பாக இயங்கிக்கொண்டிருக்கும். துன்பப் படுபவர்களுக்கு அனுதாபப்படுவோம்; போராடுபவர்களின் வீரத்தைப் போற்றுவோம்; அவர்கள் சிந்தும் இரத்தத்திற்காக நாம் இரு சொட்டுக் கண்ணீர் வடிப்போம் என்று எழுந்து செல்வதாக இல்லாமல் அவனை அதிர்ச்சிக்குள்ளாக்க வேண்டும். இந்த உலகம் இப்படியே இயங்கிக்கொண்டிருப்பது இயல்பு இல்லை என்கிற இயல்புணர்வு நீக்கம் (Defamiliarisation) செய்ய வேண்டும். மரத்திலிருந்து விழும் ஆப்பிள் கீழே விழுவது இயல்புதானே என நினைத்திருந்தால் இயக்க விதிகளைக் கண்டுபிடித்திருப்பானா நியூட்டன்?

> நெடுங்காலமாக எது மாறாதிருக்கிறதோ அதை மாற்றுவது சாத்தியந்தான் என்பதை அவனுக்குச் சொல்ல வேண்டும். ஆடும் ஊசலைப் பார்த்த கலிலியோ அது ஆடுவது இயல்புதான் என்றில்லாமல், அப்படி ஆடுவதை எதிர்பார்க்கவில்லை என்பதைப் போலப் பார்த்ததால்தான் அது குறித்த விதிகளை அவனால் உருவாக்க முடிந்தது. இத்தகைய இயல்புணர்வு நீக்கப்பட்ட, விடுபட்ட பார்வையைத்தான் பார்வையாளனிடம் உருவாக்க வேண்டும்' என்றார் ப்ரெக்ட்.[26]

பழைய பாணி நாடகங்களின் பார்வையாளருக்கும் தமது புதிய நாடக பாணி பார்வையாளருக்குமிடையேயான வேறுபாட்டைக் கீழ்வருமாறு உணர்த்தினார் ப்ரெக்ட்.[27]

> நாடகபாணி (பழையபாணி) நாடகக் கலையில் பார்வையாளர் சொல்கிறார்: ஆமாம்! நானும்கூட அதைப்போலவே நினைத் திருக்கிறேன் — என்னைப் போலவே இது இயல்பானதுதான் இது எப்பொழுதும் மாறாது — அந்த மனிதனின் துயரங்கள் என்னைத் திகைக்க வைக்கின்றன. ஏனென்றால் அவை தப்ப முடியாதவையாய் இருக்கின்றன. அது சிறந்த கலை; இவை எல்லா உலகத்தின் மிகத் தெளிவான பொருளாகத் தென்படுகின்றன. அவர்கள் அழும்போது நான் அழுகின்றேன் - அவர்கள் சிரிக்கும்போது நான் சிரிக்கிறேன்.
>
> (ப்ரெக்டின்) காவியபாணி நாடகக் கலையின் பார்வையாளர் சொல்கிறார்: நான் இதை எப்போதுமே நினைத்திருக்கவில்லை.

அது வழிமுறையல்ல (இயல்பானதல்ல). அது அசாதாரணமானது, நம்புதற்குக் கடினமானது. இது நிறுத்தப்பட வேண்டியது. இந்த மனிதனின் துயரங்கள் என்னைத் திகைக்கவைக்கின்றன. ஏனென்றால் அவை தேவையற்றவை - அது சிறந்த கலை - வெளிப்படையானது என்பதற்கு அதில் எதுவுமில்லை - அவர்கள் அழும்போது நான் சிரிக்கின்றேன். அவர்கள் சிரிக்கும்போது நான் அழுகிறேன்.

ஜான் வில்லட் தொகுத்துள்ள நூலிலுள்ள ப்ரெக்டின் கட்டுரைகள் அனைத்தையும் கூர்ந்து வாசித்தால் அவரது அந்நியமாதல், தூரப் படுத்துதல், இயல்புணர்வு நீக்கல் போன்ற கலைக் கோட்பாடுகளின் மூலம் வாசகனைச் செயலூக்கமற்ற மந்தையின் ஓரங்கமாகப் பார்க்காமல் அவனது புத்திபூர்வமான பங்கேற்பின் மூலம் அவனை விமர்சன நோக்குடைய, உலகை மாற்றியமைக்கும் திறனுடைய செயலூக்கமுள்ள போராளியாக உருவாக்குவதில் கலை வடிவத்தின் முக்கியத்துவம் குறித்து ப்ரெக்ட் என்னவெல்லாம் சிந்தித்தார் என்பது விளங்கும். நடிப்பிலிருந்து காட்சியமைப்பு வரை ஒவ்வொன்றின் மூலமும் பார்வையாளரை நாடகத்திலிருந்து தூரப்படுத்துவதில் குறியாய் இருந்தார் ப்ரெக்ட். தமது நடிகர்களை நோக்கி, 'பாத்திர மாகவே மாறுவதாக இல்லாமல் வெறுமனே பாத்திரமாக நடியுங்கள்' என்றார். 'உங்கள் கண்ணீர் உங்கள் கண்களிலிருந்தல்ல, மூளை யிலிருந்து உதிரட்டும்.'

'கலை என்பது களிப்பூட்டுவது மட்டுமல்ல. கற்பித்தலும் அதன் பணியாகும்.' கற்றுக்கொள்வதற்கு ஒன்றுமில்லாத எதுவும் கலையாக முடியாது.²⁸ இந்த அடிப்படையில் 'போதனை இசை நாடகம்' (Lehrstruck Form) என்கிற ஒரு வடிவத்தையே உருவாக்கினார் ப்ரெக்ட். இதன் பொருள் களிப்பூட்டுவதற்கு முக்கியத்துவம் அளிப்பதல்ல என்பதோ எல்லாப் போதனைகளையும் வசனங்களாகவும் பாடல் களாகவும் வெளிப்படுத்தி விடுவதுமோ அல்ல.²⁹ மாறாக வெட்டித் தொகுத்தல், தூரப்படுத்துதல், அந்நியப்படுத்துதல், கால வளர்ச்சிப் போக்கில் கதை சொல்லாதிருத்தல், முடிந்த முடிவான கருத்துகளைத் தவிர்த்தல், நாடகத்தை முழுமையற்றதாக்குதல் என்பன போன்ற நவீனத்துவ உத்திகளின் மூலம் பார்வையாளனுக்குப் 'போதித்தார்' ப்ரெக்ட். இதன்மூலம் பார்வையாளன் உண்மைகளை அறிந்து கொண்டவனாக மட்டுமல்ல இது போன்ற இதர விஷயங்களையும் சரியாய் விமர்சன நோக்கோடு புரிந்துகொள்பவனாகவும், அவற்றை

மாற்றக் கூடியவனாகவும் வலிவு பெறுகிறான். பன்முகப்பட்ட முரண் நிறைந்த எதார்த்தத்தைப் பெயர்த்து, பகுப்பாய்வு நோக்கோடு சிதைத்து, புதிய பொருள்கள் தோன்றும்படி தொகுத்தளித்தார் ப்ரெக்ட். அமைதிப்படுத்தும் நேர்கோட்டுக் கதை அமைப்பிற்குப் பதிலாக இவரது அணுகுமுறை இந்த உலக நடவடிக்கைகளில் உடனடித் தலையீடு செய்து அதைத் திருத்தியமைக்க வேண்டும் என்கிற அவசரத்தையும் ஆவேசத்தையும் பார்வையாளனுக்கு அளித்தது. எல்லாம் தெரிந்த படைப்பாளியால் முழுமையாக்கப்பட்டு வினியோகிக்கப்படும் பொருளாகக் கலைப் படைப்பை அவர் கருதவில்லை. கலைப் படைப்புக்குள்ளேயே முரண்பாடுகளைத் தீர்த்துவிடாமல் திறந்த முடிவுடன் கூடியதாக அவரது நாடகங்கள் அமைந்து பார்வையாளரை ஊக்குவித்து அவர்களாகவே முரண்பாடு களைத் தீர்க்க முனையவைத்தன.

கலை இலக்கிய உற்பத்திமுறை குறித்து மிகவும் நவீனமாகச் சிந்தித்தார் ப்ரெக்ட். பழைய அழகியலை அழிக்க வேண்டும் என்று முழங்கிய ப்ரெக்ட்[30] தமது சகாப்தத்தின் புதிய அழகியலை உற்பத்தி அழகியல் (Production Aesthetic) என்றார்[31]. தங்களின் கீழ்ப்பட்ட நிலையை ஏற்றுக்கொள்ளும் மக்களின் மனநிலையை அழிக்கக்கூடியக் கலைப்படைப்பை உருவாக்கும் சிந்தனையை மார்க்சியம் என்கிற பொருள்முதல் அறிவியல் தரமுடியும் என நம்பினார் ப்ரெக்ட்[32]. கலைப் படைப்புகள்,

1. உணர்வுபூர்வமாக உற்பத்தி நடவடிக்கைகளில் அதாவது அடித்தளத்தின் ஓரங்கமாய் அமைந்து புறஉலகை மாற்றி யமைக்கும் பணியைச் செய்வதோடு,

2. பொதுக் கருத்தியலின் ஓரம்சமாகவும் இருந்து மேற்கட்டுமானப் பணியையும் நிறைவேற்ற முடியும்.

என்று நம்பினார்[33]. உலகை மாற்றியமைக்கும் உற்பத்திச் சக்திகளின் ஓரங்கமாகக் கலை இலக்கியங்களைப் பார்த்ததன் விளைவாகவே, உலக எதார்த்த நிகழ்வுகளிலொன்றாய் அவற்றில் இடையீடு செய்து அவற்றை நேரடியாய் மாற்றியமைக்கும் தன்மையுடையதாய் தம் நாடகங்கள் அமைய வேண்டும் எனக் கருதினார். இந்த நோக்கிலேயே நவீனத்துவ உத்திகளில் சிலவாகிய Cubsim, Constructivism போன்ற வகைகளை ஐசன்ஸ்டைன், மேயர்ஹோல்ட் ஆகியோரிடமிருந்து ஏற்றுக்கொண்டார். கலை என்பது உழைப்பின் ஓரங்கம். எனவே கலை இலக்கிய சக்திகளைப் புரட்சிகர மாற்றத்ததை நோக்கி வளர்த் தெடுப்பதும் ஒரு கலைஞனின் பணியாகும். எனவே திரைப்படம்,

வானொலி, பதிவுநாடா போன்ற புதிய தொழில் நுட்பங்களின் வளர்ச்சியைக் கண்டு திகைத்து ஒதுங்காமல் அவற்றைப் புரட்சிகர கலைவடிவங்களாக்க என்ன செய்ய வேண்டும் என்பது குறித்துத் தீவிரமாகச் சிந்தித்தார். இவற்றின் இடையீட்டை லூகாக்சைப் போல மறுத்துவிடாமல் தமது நாடகங்களில் இவற்றைத் தமது நோக்கங்களுக்காக வெற்றிகரமாய்ப் பயன்படுத்திக் காட்டினார்.

அறிவியலும் தொழில்நுட்பமும் வானொலி போன்ற ஒரு கலை ஊடகத்தைப் படைக்கும்போது அது பழைய ஊடகங்களின் ஓரங்கமாகவும், அவற்றின் பதிலியாகவுந்தான் ஏற்றுக்கொள்ளப் படுகிறதேயொழிய புதிய ஊடகத்தின் தனித்துவமான பண்புகள் மற்றும் பயன்பாடுகள் குறித்த உணர்வு பின்னரே உருவாகின்றது. தனித்துவமிக்க இந்தப் பண்புகளை நாம் சரியாகப் பயன்படுத்திக் கொள்ள வேண்டும் என்று கூறிய ப்ரெக்ட், வானொலி என்பது ஆட்சியாளர்கள் மேலிருந்து மக்களோடு தொடர்புகொள்ளும் ஒருவழிச் சாதனமாக இல்லாமல் மக்களும் தங்களது கருத்துகளை வெளிப்படுத்த இயலும் இருவழிச் சாதனமாக அமைந்தால் எப்படியிருக்கும் என வினவினார். பார்வையாளர்கள் வெறும் மாணவர்களாக மட்டும் இருந்துவிடாமல் அவர்களை ஆசிரியர்களாகவும் ஆக்குவதற்கு இம்முயற்சிகள் பயன்படும் என்றார்[34]. இது கற்பனாவாத மாய்க் கூடத் தோன்றலாம். ஆனால் புதிய கண்டுபிடிப்புகள் என்பன இருக்கிற கருத்தியல் சமூக ஒழுங்குகளைக் காக்கும் அடிப்படைகளைச் சிதைப்பதாக இருக்கட்டும் என்றார் ப்ரெக்ட்[35].

'நவீன கலைகள் நம்பிக்கை வறட்சியைத்தானே வெளிப்படுத்துகின்றன?' எனக் கேட்டவர்களை நோக்கி, வேறெப்படி இருக்க முடியும் என்று திருப்பி வினவினார் ப்ரெக்ட். 'பின்னால் செல்வதற்கு வழியில்லை (மனசுக்குப் பிடித்த) நல்ல பழைமையை நோக்கிச் செல்கிற பிரச்சினை அல்ல இது; (மனசுக்குப் பிடிக்காத) கெட்ட புதியதிலிருந்துதான் தொடங்கியாக வேண்டும்'[36] வரலாறு தானாகவே முன்னோக்கிச் செல்லும் என்கிற சூத்திர வகைப்பட்ட நம்பிக்கை வாதத்தைக் காட்டிலும் இன்றைய இழிநிலையைச் சுட்டுவதன் மூலம் எதிர்காலப் பொன்னுலகை நினைக்க வைக்கும் நம்பிக்கை வறட்சி மேலானது, மாறாக மானுட வெற்றியை நோக்கி மக்களை ஈர்க்கிறேன் என்ற பெயரில் நமது நல்விருப்பங்களினடியிலான தீர்வுகளை முன்வைப்பது வெற்றிக்கான நடைமுறைகளைத் துரிதப்படுத்துவதற்குப் பதிலாக அவசரம் காட்டாத உளநிலையை உருவாக்கும்

அல்லவா? மனித முயற்சிகள் மூலமாக மாற்றியமைக்கப்படுவதே வரலாறு என்கிற எண்ணத்தை விளைவிப்பதாகக் கலைப் படைப்புகள் அமைய வேண்டும்; பாயர்பாக்பற்றிய மார்க்சின் விமர்சன உரைகளின் அடிப்படையில் வெறும் பொருளாதார உறவுகளின் பிரதிபலிப்பாகக் கலையைக் கருதாமல் சமூக மயமான தனிமனிதன் உற்பத்தி நடவடிக்கையின் மூலம் எதார்த்தத்தைக் கட்டியமைக்கும் நடவடிக்கையாக அதனைப் பார்த்தார் ப்ரெக்ட்[37]. கலை வாழ்க்கையை எதிரொளிக்கிறது என்றால் இந்தக் கண்ணாடி உள்ளதை உள்ளபடியே எதிரொளிக்கும் சாதாரணக் கண்ணாடி அல்ல[38].

எனினும் எதார்த்தவாதத்திற்கு எதிராகச் சகட்டுமேனிக்கு எல்லா நவீனத்துவ முயற்சிகளையும் பாராட்டி ஏற்க வேண்டும் என்கிற நிலைப்பாட்டை ப்ரெக்ட் மேற்கொள்ளவில்லை என்பதும் குறிப்பிடத் தக்கது. 'சிம்பாலிசம்' 'எக்ஸ்பிரஷனிசம்' போன்ற நவீனத்துவ 'மரபு'களிலிருந்து தமது கலை இலக்கியக் கோட்பாட்டைத் தொடங்காமல் ஐசன்ஸ்டைன், மேயர்ஹோல்ட் ஆகியோரைப் பின்பற்றி 'கியூபிசம்' 'கன்ஸ்ட்ரக்ட்டிவிசம்' போன்ற நவீனத்துவப் பார்வைகளிலிருந்து தமது அழகியற் பார்வையைத் துவங்கியவர் ப்ரெக்ட் என்பது நினைவிலிருத்தற்குரியது. உருவகங்களிலும் உணர்வுச் செறிவுமிக்கச் சொற்பிரயோகங்களிலும் சமூக எதார்த்தங் களைக் கரைத்துவிடும் 'சிம்பாலிச' அழகியலுக்கு ப்ரெக்ட் எதிராகவே இருந்தார்[39]. தமது முன்னோடிகளான புச்னர், வேட்கைன்ட் ஆகியோரது 'எக்ஸ்ப்ரஷனிசம்' ரொம்பவும் உணர்ச்சிமயமானதாயும் தன்வயப் பட்டதாயும் (Egoisitic) மனிதச் செயற்பாடுகளின் களமாக உலகைக் காட்டத் தவறியதாகவும் உள்ளதெனக் கூறினார் ப்ரெக்ட். மிகவும் புறவய எதார்த்த நவீனத்துவரான காப்காகூட தமது மிகை நம்பிக்கை வறட்சி தொனிக்கும் பார்வையின் விளைவாகப் பல சமயங்களில் மர்மப் பண்பாளராகத் தோற்றமளிப்பதாய்க் கருதினார் ப்ரெக்ட்.[40]

VI

சோஷலிச எதார்த்தவாதம், ஸ்டாலினிய அதிகாரத்துவப் போக்கு ஆகியவை குறித்து மாறுபட்ட கருத்துகள் ப்ரெக்ட்டுக்கு இருந்தன. எனினும் பாசிச எதிர்ப்புக் காலகட்டத்தில் இவை குறித்து அவர் வெளிப்படையாய் எதையும் சொல்லவில்லை. மாறாக பாசிச எதிர்ப்பு எழுத்தாளர் குழு ஒன்றின்முன் பேசும்போது (1934) சோவியத் அரசின் கொள்கையை வெளிப்படையாகவே ஆதரித்துப் பேசினார்.[41] எனினும்

வால்ட்டர் பெஞ்சமின் போன்றோருடன் நடத்திய தனி உரையாடல்களில் (1938) ரஷ்ய உள்நாட்டுக் கொள்கைகள் குறித்த தமது எதிர்ப்புக் கருத்துகளைத் தெரிவிக்க அவர் தயங்கவில்லை[42]. தமது எதிர்ப்புக் குரலைப் பகிரங்கப்படுத்துவது பாசிச எதிர்ப்பைப் பலவீனப்படுத்தும் என்று கருதினார் ப்ரெக்ட். தமது அகதி வாழ்க்கையின்போது டென்மார்க், ஸ்வீடன், பின்லாந்து, அமெரிக்கா என்றெல்லாம் அலைந்து திரிந்த ப்ரெக்ட் இறுதிவரை ஸ்டாலினிய ரஷ்யாவுக்குள் அடியெடுத்து வைக்காததும் குறிப்பிடத்தக்கது. ரஷ்யப் பிரச்சினை குறித்து விஞ்ஞானபூர்வமான ஓர் அணுகல் முறையையே ப்ரெக்ட் விரும்பினார். தமது ஆசானாகிய கார்ல் கோர்ஷ்க்கு எழுதிய கடிதங்களில் (1939-1941) சோவியத் பொருளாதாரக் கட்டமைவு குறித்து இயங்கியல்பூர்வமான ஆய்வுகளை மேற்கொள்ள வேண்டுமென அன்றே அவர் எழுதியது குறிப்பிடத்தக்கது.[43]

தமது இறுதிக்காலத்தைக் கிழக்கு ஜெர்மனியில் கழித்த ப்ரெக்ட் அவ்வளவு மகிழ்ச்சியாக இல்லையென்றும் குறிப்பிடப்படுகிறது. ப்ரெக்ட் ஆவணக் காப்பகத்திலுள்ள அவரது கையெழுத்துப் படிகளில் சோஷலிச எதார்த்தவாதம் குறித்துச் சில குறிப்புகள் உள்ளன.[44] சோஷலிச எதார்த்தவாதத்தை அப்படியே ஏற்றுக்கொள்ளவுமில்லாமல் முற்றாகப் புறக்கணிக்கவுமில்லாமல் விமர்சன நோக்கோடு அணுகி யிருப்பதை ஜான் வில்லட்டின் தொகுப்பைக் கவனமாகப் படிப்போர் புரிந்துகொள்ள முடியும். கட்சி அதிகாரத்துவம் காட்டும் திசைவழி யிலேயே எழுத்தாளர்கள் இலக்கியம் படைக்க வேண்டும் என்கிற ஸ்தானோவிய கோட்பாட்டை மறுப்பதில் உறுதியாக இருந்தார் ப்ரெக்ட்.

> அரசியலில் சிறப்புத் திறனுடைய ஆனால் கலைத்துறையில் திறனற்ற ஓர் அதிகாரியின் தீர்ப்பை எண்ணி நடுங்கும் கையோடு ஒருவர் அழகிய ஓவியமொன்றை வரைந்துவிட முடியாது... மார்க்சிய - லெனினியக் கட்சி என்பது மனிதகுல வளர்ச்சிபற்றிய கவலையோடு நிறுத்திக்கொள்ளட்டும். கவிதை வளர்ச்சி குறித்து அது கவலைகொள்ளத் தேவையில்லை. கவிதை மீது அது உற்பத்தி அடிப்படையிலான செல்வாக்கு கொண்டிருக்க வேண்டுமே ஒழிய, வெறும் நிர்வாகச் செல்வாக்குத் தேவையில்லை

என்று குறிப்பிட்டுள்ளார்.[45]

கிழக்கு ஜெர்மனி அரசின் கலாச்சார கொள்கைகள் குறித்த கட்டுரையொன்றில் ப்ரெக்ட் கூறியுள்ள கருத்துகள் முக்கியமானவை.[46]

ஒரு கலைஞன் வெறுமனே முற்போக்காளனாய் இருந்து விடுவதாலேயே அவனது கலைப்படைப்புகள் சிறப்பாக இருந்து விடுமென்பதில்லை. அரசியல் தலைமை என்பது தனது சர்வாதிகாரத் தன்மை பொருந்திய கருத்தாதிக்கப் பின்னணியில் அழகியல் சாராத நிர்வாக நடவடிக்கைகள், மலினப்படுத்தப்பட்ட மார்க்சிய முழக்கங்கள் ஆகியவற்றின் மூலமாகக் கலைஞர்களை அந்நியப்படுத்திவிடுகிறது. நிர்வாக நோக்கத்திற்காகச் சில திட்டவட்டமான உரு வரையறைகளைச் செய்து கொடுத்துக், கலைஞர்கள் தங்கள் சிந்தனைகளை அப்படியே அந்த உரு வரைக்குள் நிரப்பினால் எல்லாம் சரியாய்ப் போகும் என்றெல்லாம் சொல்வது எளிதுதான். ஆனால் அவ்வாறு நிரப்பப்படுகிற சிந்தனைகள் சவப்பெட்டியை நிரப்புகிற சவங்களுக்குச் சமமாகவே இருக்கும். கலை தனக்கே உரிய விதிகளைக் கொண்டுள்ளது. சோஷலிச நோக்கிலான எதார்த்தவாதம் ஒரு மாபெரும் பொருள் செறிவுமிக்கக் கோட்பாடு. படைப்பாளியின் தனித்துவமிக்க பார்வையும் நடையும் அதனை வளப்படுத்துமேயொழிய அதனோடு முரண்படாது. நமது அரசும் சிறந்த படைப்பாளிகளும் பாட்டாளி வர்க்கத்தின் நலனை முதன்மையாகக் கொண்டிருக் கிறார்கள் என்பதில் ஐயமில்லை. அதே சமயம் இதர வர்க்கங்களின் தேவைகளையும் நலன்களையும் மறந்துவிடலாகாது. மிகவும் தரம் வாய்ந்த பன்முகப்பட்ட வளமான கலையே இத்தேவைகள் அனைத்தையும் பூர்த்திசெய்ய முடியும். ஓர் உண்மையான சோஷலிச கலை என்பதில் தரம்பற்றிய பிரச்சினை அரசியல் ரீதியாகத் தீர்மானகரமானதாகும். சோஷலிச எதார்த்தவாதம் என்கிற மாபெரும் கோட்பாடு நிர்வாகத் தளைகளிலிருந்து விடுபட்ட தென்றால் அது புரட்சிகரப் பாட்டாளி வர்க்கத்திற்கான மிகச் சிறந்த பரிசாக நமது படைப்பாளிகளால் விரும்பி வரவேற்கப்படும்.

என்பன இக்கட்டுரையின் முக்கியக் கருத்துகள்.

VII

கட்சியின் நிர்வாகத் தளைகளற்ற, படைப்பாளியின் சுதந்திரம் முழுமையாக அனுமதிக்கப்பட்ட, பாட்டாளிவர்க்க நோக்கில் செயலுக்கு ஆற்றுப்படுத்துகிற, பார்வையாளனின் புத்திபூர்வமான பங்கேற்பைக் கோருகிற அழகியலே ப்ரெக்ட்டின் அடிப்படையான கலை இலக்கியக் கோட்பாடு எனலாம். ப்ரெக்ட்டின் கோட்பாடுகள்

அனைத்தும் முற்றிலும் சரியானது என்பதல்ல நமது வாதம். குறிப்பாக ப்ரெக்டின் உற்பத்தி சக்திகள் கோட்பாட்டை அப்படியே ஏற்றுக் கொள்வதில் பல சிரமங்கள் உள்ளன. பெஞ்சமின், அடர்னோ போன்றோர் ப்ரெக்டை விமர்சிப்பதன் மூலம் மேலும் அவரது கோட்பாடுகளை வளப்படுத்தியுள்ளனர். லூகாக்சுடன் ஒப்பிடும்போது மார்க்சிய நோக்கிலான அழகியற் பார்வையை விசாலப்படுத்தியவர் ப்ரெக்ட். எதார்த்தவாதம் மட்டுமே பாட்டாளிவர்க்கத்திற்குச் சேவை செய்யும் என்கிற கருத்தை நொறுக்கி நவீனத்துவத்தையும் பாட்டாளி வர்க்க நோக்கில் பயன்படுத்த முடியும் என நிறுவியவர் ப்ரெக்ட்.

VIII

ப்ரெக்டுக்கும் லூகாக்சுக்குமிடையில் இருபதாம் நூற்றாண்டின் முதற்பாதியில் நடந்த இவ்விவாதம் இந்த நூற்றாண்டின் இறுதியிலும் தமிழ்ச் சூழலுக்குப் பொருத்தமுடையதாக இருப்பதாலேயே இன்று இது குறித்துப் பேச வேண்டியவர்களாக இருக்கிறோம்.

தமிழ்ச் சூழலில் மார்க்சிய இலக்கியக் கோட்பாடுகளை அறிமுகப் படுத்திய அறிஞர் நா. வானமாமலை தொடங்கி சமீபத்தில் இது குறித்து ஒரு விரிவான பாடநூலை எழுதியுள்ள டாக்டர் கோ. கேசவன் வரை லூகாக்சைப் பின்பற்றி இலக்கியத்தில் நவீனத்துவத்தை எதிர்த்து வந்துள்ளது குறிப்பிடத்தக்கது.[47] சோக ஓலங்கள் எனவும், நம்பிக்கை வறட்சி எனவும், தனி மனிதப் புலம்பல்கள் எனவும் இவை முற்றாகப் புறக்கணிக்கப்பட்டு வந்துள்ளன. தவிரவும் மார்க்சிய நோக்கில் இலக்கிய விமர்சனம் என்பது இலக்கியப் படைப்புகளில் பொதிந்து கிடக்கும் கருத்தியற் சார்பை வெளிப்படுத்துவதுதான் என்கிற கருத்தே இங்கு பாராளுமன்றப் பொதுவுடைமை பேசுகிற இ.எம்.எஸ். நம்பூதிரிபாட் முதல் பண்டைய தமிழ் இலக்கியங்களின் சமூக வேர்களை அடையாளம் காட்டுவதில் முக்கிய சாதனைகள் பல புரிந்துள்ள தோழர் கேசவன் வரை ஊடாடி நிற்கின்றது.[48] வடிவம் குறித்த விஞ்ஞானபூர்வமான மார்க்சிய அணுகல்முறை இன்னும் முழுமையாகத் தமிழில் அறிமுகம் செய்யப்படவில்லை என்றே சொல்ல வேண்டும். நவீனத்துவ வடிவங்களைப் புறக்கணிக்கிற தவறைச் செய்யாத ஞானி போன்றோர்கூட வடிவம் குறித்த விரிவான அழகியலாய்வுகளைத் தமிழிலக்கியப் பின்புலத்தில் செய்யவில்லை என்பதே உண்மை. எனினும் நவீனப் பார்வைகளைத் தமிழில் அறிமுகப்படுத்துகிற பணியைத் தொடர்ந்து ஞானி, எஸ்.வி.ஆர்,

தமிழவன் போன்றோர் செய்துவந்துள்ளது குறிப்பிடத்தக்கது.[49] எனினும் தமிழில் வெளிவந்துள்ள நவீனத்துவ இலக்கிய வடிவங்களைப் பாட்டாளிவர்க்க நோக்கில் தரம் பிரித்துப் பார்ப்பதில் இவர்கள் ப்ரெக்டைப்போல் எந்த அளவிற்குக் கூர்மையாகச் செயற்பட்டு வந்திருக்கின்றனர் என்பது விரிவான ஆய்வுக்குரியது.

தமிழ்ச் சூழலில் மார்க்சிய நோக்கிலான விமர்சனத்தளத்தில் இயங்கிக்கொண்டிருப்போரை மதிப்பிடவும் ப்ரெக்டின் கலை இலக்கியச் சிந்தனைகள் குறித்த அறிமுகம் உதவும் என நம்பலாம். புதிய முற்போக்கு அழகியலைப் படைக்க வேண்டிய அவசியத்தை வலியுறுத்திய அறிஞர் கைலாசபதியும் அதனை மேற்கோள் காட்டி விதந்தோதும் கேசவனும்,[50] நவீனத்துவ முயற்சிகளைப் பாராட்டி வரவேற்ற ஞானியும்கூட ப்ரெக்டின் அழகியற் கோட்பாடுகளை அறிமுகப்படுத்த முனையாததும் ஆய்வுக்கு எடுத்துக்கொள்ளாததும் வியப்பிற்குரியதே.

அரசியல் தளத்தில் திரிபுவாதத்தை எதிர்த்த மார்க்சிய லெனினிய இயக்கத்தினர் இதர தத்துவார்த்த, அழகியல் துறைகளில் திரிபு வாதத்திற்கு எதிரான முயற்சிகளில் நாட்டம் செலுத்துவதற்கு முன்னுரிமை கொடுத்ததில்லை. அதற்கான அவகாசம் இருந்ததில்லையே என்பதெல்லாம் சரியான சமாதானமாகாது. இதர தத்துவார்த்தத் தளங்களில் திரிபுவாதத்திற்கெதிரான போராட்டமின்மை அரசியல் தளத்திலான புரட்சிகரப் பார்வையையும்கூடப் பாதித்து விடும் என்பதை நாம் மறந்துவிடலாகாது. மேலும் சரியான தத்துவார்த்த, அழகியற் கோட்பாடுகளை முன்னெடுத்துச் செல்வோர் அமைப்புகளுக்கு அப்பாற்பட்டு நிற்க நேர்ந்துவிட்டதற்கான காரணங்களை இரு சாராரும் சுய விமர்சனங்களோடு ஆராய்தலும் அவசியமாகும்.

குறிப்புகள்

1 இவை தவிர நல்லவர் ஒருவர் (*The Good man of Sechwan*) என்னும் ஒரு நாடகம் மு. பாவாணன் என்பவரால் மொழியாக்கப் பட்டுள்ளது (1978).

2 'The Popular and the Realistic'; 'Cultural Policy and the Academy of Arts' என்பன அவ்விரு கட்டுரைகள். ப்ரெக்டின் அழகியல் குறித்த ஆதாரமான அம்சம் பிடிபடவில்லை என்பது மொழி யாக்கத்திலும் வெளிப்படுகிறது. எடுத்துக்காட்டாகத் தமது காவிய

நாடகக் கலையை (Epic Theatre) பழைய நாடகக்கலையிலிருந்து (Dramatic Theatre) வேறுபடுத்தும் அம்சங்களைப் பட்டியலிடும் போது தம்முடையது பார்வையாளரைச் செயலுக்குத் தூண்டுவது என்றும் பழைய பாணி செயலூக்கமற்றதாக்குவது என்றும் பொருள்பட ப்ரெக்ட் கூறியுள்ளதில் செயல் என்பதைக் குறிக்கும் action என்கிற சொல் நாடக நிகழ்வுப்போக்கு என இந்நூலில் மொழியாக்கப்பட்டுள்ளது.

3. பார்க்க: S.S. Prawar மார்க்ஸ்-எங்கல்சின் கலை இலக்கிய மேற்கோள்கள் அனைத்தையும் விரிவாய்த் தொகுத்து ஆய்வுக்கு உட்படுத்தும் மிகச் சிறந்த நூல்.

4. Eugene Lunn *(EL),* பக். 26.

5. முதலாளியத்தில் அனைத்து மனித உறவுகளும் பண்டங்களுக்கிடையேயான உறவானதாக மாறிப்போனதைக் குறித்தல். அந்நியமாதலை விளங்கிக்கொள்ள எஸ்.வி. இராஜதுரையின் *அந்நியமாதல்* (க்ரியா) நூலையோ, எரிதழலின் *பண்பாடும் புரட்சியும்* (சிலிக்குயில்) என்னும் நூலிலுள்ள மதம் பற்றிய கட்டுரையையோ காண்க.

6. பாட்டாளிவர்க்கப் புரட்சிக்கு முந்திய புரட்சிகள் தங்களின் பிற்போக்கான உள்ளடக்கங்களை மறைத்துக்கொள்ள வேண்டிப் பழைய வரலாற்றின் முற்போக்கான உள்ளடக்கங்களை உரிமையாக்கிக்கொண்டன. பாட்டாளிவர்க்கப் புரட்சியோ தனது உண்மையான புரட்சிகர உள்ளடக்கத்தின் விளைவாகப் பழைய முழக்கங்களிலிருந்து (வடிவங்கள்) விடுபட வேண்டியிருக்கிறது என்பது பொருள். உள்ளடக்கத்தில் மட்டுமல்ல வடிவத்திலும் நாம் மாற்றங்கள் செய்யவேண்டியுள்ளதை மார்க்ஸ் வலியுறுத்துவதைக் கவனிக்க.

7. Eugene Lunn.

8. எடு: ஜாய்சின் உலிசிஸ்.

9. ப்ரெக்டின் காவிய நாடகக் கலை இதற்கு ஒரு சிறந்த எடுத்துக்காட்டு. நாடகக்கலை நூலின் முன்னுரையில் இதனை டாக்டர் மு. இராமசாமி சிறப்பாக விளக்குகிறார். தேர்ச்சிமிக்க கலைஞருமாகிய இவர் நமது தெருக்கூத்தில் இந்தக் கூறுகளை அடையாளங் காண்பது அறியத்தக்கது.

10 எ.டு: ஜாய்ஸ், உல்ஃப், ப்ரவ்ஸ்ட்.

11 'Theories of Dual Nature of Matter and Uncertainity Principle' ஆற்றல் துகள் வடிவில் பரவுகிறதா இல்லை அலை வடிவில் பரவுகிறதா என்கிற கேள்விக்கு ஒரே சமயத்தில் இரண்டு வடிவங்களிலும் பரவுகிறது என விடையளித்தார் டீ ப்ராக்லி. அணுத்துகள்களின் வேகம் அல்லது நிலை (Position) ஆகிய இரண்டில் ஏதேனும் ஒன்றை மட்டுமே ஒரு சமயத்தில் உறுதியாய்ச் சொல்லமுடியும். இரண்டையும் சொல்லமுடியாது என்கிறது எய்சன்பர்கின் உறுதியின்மைக் கொள்கை.

12 எ.டு: காஃப்கா.

13 எ.டு: ப்ரெக்ட்.

14 எ.டு: எஸ்ரா பவுண்ட், ஏட்ஸ்.

15 *Criticism and Idealogy.*

16 லூகாக்ஸ் குறித்த இப்பகுதியை எழுதுவதற்குப் பயன்பட்ட நூல்கள்: G.Luckacks, *The History of Novel,* TE, *Marxism and Literary Criticism,* TE, *Criticism and Idealogy, EL.*

17 *Typicality, Totality, World Historical* என்கிற ஹெகலிய கருத்தாக்கங்கள் லூகாக்சில் அடிக்கடி சுட்டப்படுவதும் இவற்றின் உள்ளார்ந்த கருத்து முதலிய பண்புகளும் கவனிக்கத்தக்கன.

18 பின்னாளில் (1960களில்) ஸ்டாலின் சகாப்தமும் ஸ்தானோவிய இலக்கியக் கோட்பாடுகளும் விமர்சனத்திற்கு உள்ளாக்கப் பட்டபோது, தாம் முப்பதாண்டுகட்கு முன்னரே சோஷலிச எதார்த்தவாதத்தின் எந்திரகதியான அணுகல்முறைக்கு எதிராக நின்றதாகவும் பால்சாக், டால்ஸ்டாய், கதே ஆகியோரின் செவ்வியல் மனித / எதார்த்தவாதப் படைப்புகளின் சிறப்புகளைச் சுட்டிக்காட்டியதன்மூலம் வெறும் பிரச்சார வகைப்பட்ட சோஷலிச எதார்த்தவாத படைப்புகளை எதிர்த்ததாகவும் குறிப்பிட்டார். லூகாக்ஸ் *Writer and Critic*, pp. 7.

19 'The Popular and the Realistic' என்பது கட்டுரைத் தலைப்பு 'Popularity' என்ற சொல்லுக்குப் 'பொதுமக்களிடையே நன்மதிப்பைப்' பெறுதல் என்பதே சரியான மொழியாக்கம் என்றாலும் இங்கே 'எளிமையாய் மக்களுக்குப் புரிதல்' என்கிற

பொருளிலேயே பயன்படுத்தப்படுவதால் 'எளிமையாய் புரிகிற கலை' என்கிறவாறு பயன்படுத்தியுள்ளேன்.

20. JW, pp. 113-114.
21. JW, pp. 109.
22. EL, pp. 86. உண்மையைச் சொல்ல வேண்டும் என்பதுதான் முக்கியமேயொழிய அதை எந்த வடிவத்தில் சொல்வது என்பது முக்கியமல்ல. உண்மையைச் சொல்வதற்கு வடிவம் ஒரு தடையாக இருக்க முடியாது என்பதே இதன்பொருள்.
23. EL, pp. 87.
24. JW, pp. 109
25. 'Bw like Balzac - only up to date' மேற்கோள் TE, *Marxism and Literary Criticism*, pp. 71.
26. JW, pp. 192. (நேரடி மொழியாக்கமல்ல)
27. பெர்ட்டோல்ட் ப்ரெக்ட், நாடகக்கலை, பக். 119. (மொழியாக்கம்: மு. இராமசாமி)
28. JW, pp. 31
29. இன்னொரு சிறந்த நாடக மேதையாகிய எட்வின் பிஸ்கேட்டருடன் இணைந்து கற்றுக்கொண்டவர்தான் ப்ரெக்ட். எனினும் பிஸ்கேட்டரின் தினசரிச் செய்திகளை நேரடியாகப் பயன்படுத்தும் செய்தித் தொகுப்பிணைப்பு (Documentary Montage) முறையை ரொம்பவும் வளமற்ற நேரடியான பிரச்சாரமுறை என ஒதுக்கினார் ப்ரெக்ட்.
30. JW, pp. 22
31. EL
32. *Saint Joan of Stockyards* என்கிற நாடகத்திற்காகப் பங்குச் சந்தை வணிகத்தின் இயக்கத்தைப் புரிந்துகொள்ள வேண்டி மார்க்சின் மூலதனத்தைப் படித்தார் ப்ரெக்ட் (EL, pp. 113). மூலதனத்தைப் படித்த அனுபவம் குறித்து அவர் கூறியது: 'மார்க்சின் மூலதனத்தைப் படித்தபோதுதான் நான் என் நாடகங்களைப் புரிந்துகொண்டேன். இந்த நூல் பரவலாய்ப் படிக்கப்பட வேண்டிய ஒன்று என நான் விரும்புவது இயல்புதான். இந்த உணர்வின்றியே

மார்க்சிய நாடகங்கள் பலவற்றை நான் எழுதிவிட்டேன் என்பதில்லை. ஆனால் நான் இதுவரை சந்தித்தவர்களில் எனது நாடகங்களுக்கான ஒரே பார்வையாளர் மார்க்ஸ்தான்.' (JW, pp. 23-24)

33 EL, pp. 24

34 JW, pp. 52

35 'So: for Innovations, against Renovation, (JW, pp. 53)'

36 EL, pp. 145

37 EL, pp. 20

38 JW, pp. 204

39 EL, pp. 121

40 EL, pp. 121

41 EL, pp. 132-136

42 Benjamin, W, *Understanding Brecht,* pp. 117 Quoted in EL, pp. 121 'ரஷ்யா தனிமனித சர்வாதிகாரத்தின் கீழ் உள்ளது என்பதை மரமண்டைகள் மட்டுமே மறுக்கும்' —ப்ரெக்ட்.

43 EL,

44 JW, pp. 269

45 மனித வளர்ச்சி குறித்த கவலையைக் கட்சி மேற்கொண்டால் கவிதை வளர்ச்சி தானாகவே ஏற்படும். *Part is to have a productive influence on poetry and not just an administrative one* என்கிற சொற்றொடரின் செறிவான பொருள் கவனிக்கத் தக்கது. JW, pp. 266-270. அடித்தளம் மாறினால் மேற்கட்டுமானம் தானாகவே மாறிவிடும் என்கிற எந்திரவியல் நோக்குடையவரல்ல ப்ரெக்ட் என்பது நாம் அறிந்த ஒன்று. எனவே அந்த நோக்கத்தில் இதற்குப் பொருள்கொள்ள வேண்டும்.

46 JW. pp. 266-270

47 'இவர்களது சோக ஓலங்களும் நம்பிக்கை வறட்சி ஒப்பாரிகளும் சாவுக் காதல் கீதங்களும் வாழ்க்கை மறுப்புப் பாடல்களும் நல்வாழ்வுக்காக நம்பிக்கையோடு போராடும் மக்களுக்குச்

சிறிதும் தேவையற்றவை... வாழ்க்கையின் மீது அருவருப்பும் அச்சமும் ஏற்படும்படி வாழ்க்கையைக் கோரமாகச் சித்திரித்துக் காட்டி, மனிதனது வாழ்க்கையைப் பற்றியும், வருங்காலத்தில் நம்பிக்கையையும் வறண்டுபோகச் செய்கின்றனர்' — நா. வானமாமலை, பக். 9, 44.

முதலாளியச் சமூகத்தின் கலை இலக்கியங்களை மூன்றாகப் பிரித்து அதிலொன்றைப் பற்றிக் கேசவன் சொல்வது: 'வணிக மயத்தை எதிர்க்கும் போக்குடன் ஆயின் சந்தையை முற்றிலும் மறந்துவிடுவதால் கலை சமூக உறவுகள் கெட்டுப்போய் தனிமனிதப் புலம்பல்களின் கலை வெளிப்பாடாகிய வணிகமயத்தை எதிர்க்கும் தனிமனிதக் கலைகள்' - கோ. கேசவன், பக். 169-170

48 இ.எம்.எஸ்: 'எனவே விமர்சகனின் பணியானது குறிப்பிட்ட கலைஞர்கள் மற்றும் அவர்களது படைப்புகள் ஆகியவற்றின் உருவாக்கம்பற்றியும் குணங்கள்பற்றியுமான சமூகவியல் வேர்கள் என்பதைக் கண்டறிதலாகும்' - பார்க்க கோ. கேசவன் பக். 102.

கோ. கேசவன்: 'ஒரு விமர்சகனின் பணியானது கலையின் சமூகவியல் வேர்கள் எங்குள்ளன என்பதைக் கண்டுபிடிப்ப தாகும். வர்க்கங் கடந்தவை என்கிற மாயையை உருவாக்குவது அல்ல.' —மேற்படி நூல், பக். 101, 102 மேற்குறித்த இரு மேற்கோள்களிலும் இலக்கிய வடிவம் குறித்து விமர்சகன் பேச வேண்டியதில்லை என எங்கும் குறிப்பிடவில்லையே, அதனையும் உள்ளடக்கியதாகவே இக்கூற்றுகளை எடுத்துக் கொள்ளலாமல்லவா என்கிற கேள்வி எழலாம். இரு நூற்களிலும் இரு ஆசிரியர்களும் தொடர்ந்து எழுதுவதையும், இவர்களது விமர்சன முயற்சிகளையும் உற்று நோக்கினால் இவர்கள் உள்ளடக்கத்தின் சமூக வேர்களை மட்டுமே மனங்கொண்டு உள்ளனர் என்பது புரியும். வேறு பல மார்க்சிய விமர்சகர்களும் கூட இத்தவறுக்கு ஆளாகியுள்ளனர். நானும் இந்தத் தவறுக்கு ஆளாகியதுண்டு.

49 மற்ற இருவரிடமிருந்தும் தமிழவன் பல அம்சங்களில் வேறுபட்டு நிற்கிறார். தமிழில் ப்ரெக்டைப் பற்றிய ஒரு நல்ல அறிமுகத்தையும் அவரே தமது ஸ்ட்ரக்சுரலிசம் நூலில் செய்துள்ளார்.

50 கோ. கேசவன், பக். 184.

மேற்கோள் நூல்கள்

John Willet, *Brecht on Theatre: The Development of an Aesthetic,* Radha Krisha, 1979 (JW).

பிரம்மராஜன் பெர்ட்டோல்ட் ப்ரெக்டின் கவிதைகள், தன்யா அண்டு பிரம்மா வெளியீடு, 1987.

பெர்ட்டோல்ட் ப்ரெக்ட், நாடகக்கலை (தமிழில்) மு. இராமசாமி, தமிழ்ப் பல்கலைக்கழகம், 1985.

பெர்ட்டோல்ட், நல்லவர் ஒருவர் (தமிழில் மு. பாவாணன்) தமிழ்ப் புத்தகாலயம், 1978.

Eugine Lunn (EL). *Marxism and Modernism,* Verso, 1985.

Terry Eagleton, *Marxism and Literary Criticism*, Matheun, 1983 (TE).

Terry Eagleton, *Criticism and Ideology,* Verso 1986 (TE).

George Luckacsk, *The History of Novel,* Beaeon Press, 1962.

George Luckacks, *Writer and Critic and other Essays* (Edited by Arthur Khan) Universal Library, 1971, S.S. Prawar, Marx and World Literature, Oxford, 1976.

K. Marx, *The Eighteenth Brumaire of Louis Bonaparte,* Progress.

எஸ்.வி. இராஜதுரை, அந்நியமாதல், க்ரியா.

எரிதழல், பண்பாடும் புரட்சியும், சிலிக்குயில் 1987.

நா. வானமாலை புதுக்கவிதை முற்போக்கும் பிற்போக்கும் மக்கள் வெளியீடு, 1975.

கோ. கேசவன், இலக்கிய விமர்சனம் ஒரு மார்க்சியப் பார்வை, அன்னம், 1984.

(இந்தக் கட்டுரை சற்றே சுருக்கப்பட்டும் சில பகுதிகள் நீக்கப்பட்டும், 'மனஓசை' ஜூன் 89 இதழ் தொடங்கி மூன்று இதழ்களில் பகுதி பகுதியாய் வெளிவந்தது. இடையில் சில கருத்து விளக்கங்களைக் கோரி ஒரு இதழில் கட்டுரை பகுதி வெளியிடப்படாமல் நிறுத்தப்பட்டது.)

1.2

படைப்பும் உத்தியும்

இலக்கிய வகை (genre), வடிவம் (form), உத்தி (technique), நடை (style) ஆகியவற்றுக்கிடையேயான வேறுபாடுகள் துல்லியமானவை. இவை அனைத்துமே ஒரு புதிய உத்தியாகத்தான் படைப்பாளியின் கையில் தோற்றம் பெறுகின்றன. இவற்றில் சில அக் குறிப்பிட்ட படைப்போடேயே மடிந்துவிடுகின்றன. இன்னும் சில இறுக்கம் அடைந்து புதிய வகையாகவும் வடிவமாகவும் தோற்றம் பெறுகின்றன. ஓர் இலக்கிய அனுபவத்தை உரைநடையாக வெளிப்படுத்துவது என்பதுகூட முதன்முதலில் ஓர் உத்தியாகத்தான் தோன்றுகிறது. பின்னர் அதுவே புனைகதையின் (Fiction) வெளிப்பாட்டு வடிவமாக ஆகிறது. பின் இப்புனைகதை வடிவிற்குள் ஒரு முழுமையான மனிதனைப் படைத்துக்காட்டும் முயற்சியில் 'நாவல்' என்னும் உத்தியும், வாழ்வின் பல்வேறுபட்ட பரிமாணங்களையும் ஓர் அனுபவத்தின் மூலம் வெளிப்படுத்தும் முயற்சியில் 'சிறுகதை' என்னும் உத்தியும் கையாளப்பட்டுப் பிறகு அவை எதார்த்தவாத சகாப்தத்தின் இரு முக்கிய இலக்கிய வடிவங்களாக இறுகிப்போயின. எனினும் இவற்றுக்குள்ளும்கூட புனைவியல், இன்பியல், துன்பியல், மர்மம், துப்பறிதல், வரலாற்றுப் படைப்புகள், அறிவியற் படைப்புகள், நனவோடை, அங்கதம், parody, pastoral, picaresque என்பன போன்ற உத்திகள் எல்லாம் முயற்சிக்கப்பட்டுப் பின் அவையே சில முக்கிய வகைகளாகவும், உப வகைகளாகவும் (Subgenres) இறுகிப் போயின.

ஓர் உத்தி வடிவமாக அல்லது வகையாக இறுகுவதற்கான காரணம் என்ன என்பதை யோசிக்கும் முன்பாக இலக்கியத்தில் புதுமை நாட்டம் குறித்துக் கொஞ்சம் சிந்திக்கத் தோன்றுகிறது.

இலக்கியம் மட்டுமல்ல மொழி, நடை, உடை, மதம், கருவி இப்படி மனித எத்தனங்கள் அனைத்துமே ஒரு தலைமுறையிலும் அடுத்த தலைமுறையிலும் ஒரே மாதிரியாக இருப்பதில்லை. ஆனால் அதே

சமயத்தில் இரு தலைமுறைகளுக்கிடையே அவற்றில் ஒரு தொடர்ச்சி இருப்பதையும் நாம் மறந்துவிடலாகாது. மொழியை எடுத்துக் கொள்வோமே. இலக்கண விதிகளிலும் சொல் வளத்திலும் இரு தலைமுறைகளுக்கிடையே அதிக வேறுபாடுகள் இல்லாவிட்டாலும் இரண்டாம் தலைமுறையினர் முந்திய தலைமுறையின் மொழியைப் பேசுவதில்லை. சில கூடுதல்கள், சில கழித்தல்கள், சில மாற்றங்கள் என்பதாக இம்மாறுதல்கள் உருப்பெறுகின்றன. இம் மாறுதல்களில் விருப்பபூர்வமான தேர்வுகள் (deliberate choices) ஒரு பங்கு வகித்தாலும் பொதுப்படையான மாற்றம் என்கிற பின்னணியிலேயே இத்தேர்வுகள் நிகழ்கின்றன. கொஞ்சம் முயன்றால் இந்தப் பொதுப்படையான மாற்றங்களினூடாகக் குறிப்பிட்ட தேர்வுகள் என்னென்னவாக அமைந்திருந்தன என்பதைத் தருவித்துவிட முடியும். இத்தகைய மாற்றங்கள் இதர நடை, உடை, கட்டிடக்கலை, தத்துவம், அறிவியல் கோட்பாடு, தொழில்நுட்பம், பொருளாதார அமைப்பு, அரசியல் ஆகிய பல தளங்களிலும் ஏற்பட்டுள்ளதைப் பார்க்கும் போதுதான் இவற்றுக்கிடையேயான பொதுப்படையான உறவு களையும் இவை ஒன்றையொன்று பாதித்து மாற்றங்கள் விளைவிப்பதையும், இவற்றுக்கிடையேயான படிநிலை ஒழுங் கமைப்பையும், இவற்றில் ஒன்று மற்றவற்றின் மீது செல்வாக்குச் செலுத்துவதையும், இவை அனைத்தும் சேர்ந்தே முழுமையைக் கட்டமைப்பதையும் இவற்றில் முக்கியமற்ற ஒன்றை விட்டு விட்டாலும் அம்முழுமை மூளியடைவதையும் நாம் உணர்ந்து கொள்கிறோம்.

இலக்கியத்தைப் பொறுத்தமட்டில் அதில் தோன்றுகின்ற மாற்றங்களுக்கும் பின்னணியாய் இதர தளங்களில் ஏற்படும் மாற்றங்களுக்குமிடையேயான உறவு ஒப்பீட்டு ரீதியில் மிகவும் வெளிப்படையாகத் தெரிகின்றது. இதர தளங்களைக் காட்டிலும் இலக்கியம் சமூக அனுபவத்தின் நேரடியான வெளிப்பாடாக அமைவது இதன் காரணங்களில் ஒன்று. இரண்டாவதாக, இலக்கியம் ஒட்டு மொத்தமான சமூகத்தின் வெளிப்பாடாக இருந்த போதிலும் ஒரு குறிப்பிட்ட படைப்பின் ஆக்கத்தில் அந்தக் குறிப்பிட்ட படைப்பாளியின் ஆளுமை மிக முக்கியப் பங்கு வகிக்கிறது. எனவே விருப்பபூர்வமான தேர்வை ஆளுமைமிக்க படைப்பாளி மேற் கொள்கிறான். இதர தளங்களில் ஏற்படும் மாற்றங்களின் தொனியைச் சரியாய் மீட்டிப் பார்த்து அத்துடன் ஒத்திசைந்த ஓர் உத்தியைத் தனது அனுபவத்தை வெளிப்படுத்துவதற்கு அவன் தேர்வுசெய்து

விட்டால் அந்த உத்தி முன்னோடிச் சக்திகளை அதிர அடிக்கிறது. பின் அது சகல தரப்பின் கவனங்களையும் ஈர்க்கிறது. மாற்றம் விரும்பி, சக்திகளால் முன்மொழியப்பட்ட இந்த உத்தி கொஞ்சம் கொஞ்சமாகத் தக்கவைக்கும் சக்திகளால் (Conservative forces) கைப்பற்றப்பட்டு இறுக்கப்படுகிறது; அதாவது வடிவமாக்கப் படுகிறது. தொடக்கத்தில் இப்புதிய உத்தி ஒரு கலகமாய் வடிவெடுத்த போது அதைக் கண்டுகொள்ளாமல் அலட்சியப்படுத்தியும், முடிந்த போது கேலி செய்தும், சமயம் வாய்த்தபோது தாக்கியும் வந்த இந்தத் தக்கவைக்கும் சக்திகளே பின்னாளில் இதனைக் கையகப் படுத்தி வரையறைகளை உருவாக்கி வடிவமாக இறுக்குகின்றன என்பது கவனிக்கத்தக்கது.[1]

ஒழுங்கு, அமைதி, இலக்கணம், வரையறை, மதிப்பீடுகள் தரம் எனப் பல சொல்லி, தக்கவைக்கும் சக்திகள் இறுகிய வடிவத்தை மாற்றமின்றி நிலைநிறுத்த முயல்கின்றன. இங்குப் பெரிதாய் எந்த முரண்பாடுகளும் இல்லை. எல்லாம் ஒழுங்காக இருக்கின்றன. இந்த நிலை தொடர்வதே அமைதிக்கு வழி என்கிற நிலையை வலியுறுத்துகின்றன. இச் சக்திகளுக்கு இத்தகைய வடிவப் பரிச்சயம் (Familiarity in form) இலக்கியத்தில் அவசியமாகிறது, ஆனால் முரண்பாடுகளின் ஒருமையே பிரபஞ்ச லீலையாக இருக்கிறது. பரிச்சயமான, ஒத்திசைவுடன் வெளிப்படும் அனுபவங்களைத் தோலுரித்து அதனைப் பரிச்சய நீக்கம் (defamiliarse) செய்து முரண்பாடுகளை வெளிக்கொணர்வது மாற்றம் விரும்பிக் கலகக்காரர் களின் முக்கிய நோக்காகிறது. இந்தப் பணியை ஒரு கலைப் படைப்பின் மூலமாகச் செய்வதற்கும் ஓர் அறிவு போதனை மூலமாகச் செய்வதற்குமிடையே முக்கியமான வேறுபாடொன்றுண்டு. இரண்டுமே தர்க்கபூர்வமான நடைமுறைகள்தான் என்றாலும் அறிவியற் போதனையில் அறிவியற்தர்க்கம் முதன்மையடைகிறது. கலைப் படைப்பு உணர்வையும் மீட்டுகிறது. எனவே உணர்வு மீட்டலின் மூலம் பரிச்சய நீக்கம் செய்வதென்பதில் வடிவ தர்க்கம் முக்கிய பங்கு வகிக்கிறது. எனவே ஒரு கலைப் படைப்பு வன்மையாக இப்பரிச்சய நீக்கப் பணியைச் செய்ய வேண்டுமெனில் ஒவ்வொரு முறையும் பழைய வடிவில் புதுமைகள் செய்வது மிகமிக அவசிய மாகிறது. எனவே அறிவியல் தர்க்க நடவடிக்கைகளில் உள்ளடக்கத்தில் மட்டும் புதுமைகள் செய்தால் நோக்கம் நிறைவேறுவது போல, கலை இலக்கிய நடவடிக்கைகளில் நோக்கம் நிறைவேறி விடுவதில்லை. இங்கு வடிவப் புதுமை, மாற்றம், செம்மை ஆகியவை முக்கியமாகின்றன. இவற்றிற்குப் புரட்சிக்கு பிந்திய ரஷ்யாவில்

தோற்றம்கொண்ட வடிவவியலாளர்களும் (Formalists), அதன் பின் ஒரு புதிய பொருள் முதலிய அழகியலுக்கு அறைகூவல் விடுத்த ப்ரெக்ட் போன்றோரும் கொடுத்த முக்கியத்துவத்தை இங்கு நமது முற்போக்குப் படைப்பாளிகளும் திறனாய்வாளர்களும் அறியா திருந்தனர். லூகாச்சிய எதார்த்த வாதத்தையும் ஸ்டாலினிய சோஷலிச எதார்த்தவாதத்தையும் தாண்டி இவர்கள் செல்லவில்லை. வடிவத் திற்கும் முக்கியத்துவம் கொடுக்க வேண்டும் என்றெல்லாம் சொல்லியதனைத்தும் ஒப்புக்குத்தானே (Tokenism)யொழிய அதன் உண்மையான நோக்கை இவர்கள் பொருள் கொண்டதில்லை.

இது ஒரு புறமிருக்க, பண்பு ரீதியாய்ப் புதிய பரிமாணத்தை எட்டிய மிகச் சிறந்த படைப்பாளிகள் அனைவருமே இப்படிப் புதியதாய்ச் செய்வதில் துடியாய் இருந்தனர் என்பது குறிப்பிடத்தக்கது. ‘வடிவத்தில் தேர்ச்சிகொள்’, ‘உத்தியில் புதுமை செய்’ என்பன இவர்களின் ஆத்திசூடியாகவே இருந்தது. இதற்கு முற்போக்குப் படைப்பாளிகளும் விதிவிலக்கல்ல என்பதற்குச் சில எடுத்துக் காட்டுகள் குறிப்பிடுவது அவசியம். பழைய விதிமுறைகளைப் பின்பற்றுவது குறித்து பாலே நடனத்தைத் தோற்றுவித்த ஜீன் ஜார்ஜ் நோவில் கூறுவார்:

> விதிகள் ஒரு எல்லை வரைக்குந்தான். ஒரு படைப்பாளி அதனைப் பின்பற்றவும் வேண்டும்; புறக்கணிக்கவும் வேண்டும்; மீண்டும் எடுத்துக்கொள்ளவும் வேண்டும். தனது படைப்பின் குறுகிய விதிமுறைக்குள் தொங்கிக்கொண்டிருக்கும் செயலூக்கமற்ற படைப்பாளி செத்தொழியட்டும்.

இதுபோல இன்னும் பல எடுத்துக்காட்டுகளை அடுக்கலாம். பீத்தோவனின் படைப்புகள் அன்றைய ஏற்றுக்கொள்ளப்பட்ட படித்தரங்களைப் பெருமளவில் மீறி இருந்தன. சமகாலத்து இசை விற்பன்னர்களால் பைத்தியம் என ஒதுக்கப்படும் அளவிற்கு அவரது உத்திகள் புதுமையானவையாயிருந்தன.

சோஷலிச எதார்த்தவாத சிமிழுக்குள் இங்குள்ள முற்போக்குத் திறனாய்வாளர்களால் மூடி மறைக்கப்பட்டுள்ள மேதை மார்க்சிம் கார்க்கி பற்றிய சில வியத்தகு செய்திகளை நான் இங்கு வலியுறுத்த விரும்புகிறேன். இன்று நவீனத்துவம் (Modernism) என முற்போக்குத் திறனாய்வாளர்களால் ஒதுக்கப்பட்ட பல்வேறு உத்திகளைக் கார்க்கி தனது ‘அர்த்தமானேவ்களி’லும், ‘கிளிம்சாம்கினி’ லும் கையாண்டு

உள்ளார் என்பதோடு இவற்றைப் படைத்துக் கொண்டிருந்த போது ஹென்ரி பார்ப்யூஸ், ரோமன் ரோலந்த் ரோகர் மார்ட்டின்ட் கார்ட், ஜான்கேல்ஸ்வொத்தி, மார்சல் பிரவ்ஸ்ட், ஜேம்ஸ் ஜாய்ஸ், ஜுலா ரொமெய்ன்ஸ், டி.எச். லாரன்ஸ், அல்டாஸ் ஹக்ஸ்லி போன்ற நவீனத்துவப் படைப்பாளிகளை ஆழ்ந்து படித்து அடிக்கோடிட்டு உள்ளார் என்பதை அன்று ஆய்வாளர்கள் வெளிப்படுத்தியுள்ளனர்.[2]

1916 முதல் சுமார் ஆறு ஆண்டுகள் எழுதாமலே இருந்து பல்வேறு நூற்களையும் படித்துத் தன்னைப் பண்படுத்திக்கொண்ட கார்க்கி. அதற்குப்பின் வெளியிட்ட சிறுகதைத் தொகுதி (Stories 1922-24) பற்றி 1928இல் எழுதிய கடிதமொன்றில்,

> கரடுமுரடான சில கார்க்கியப் பண்புகளிலிருந்து கழற்றிக் கொள்ளும் என் முயற்சியே இத்தொகுதி. அதே சமயத்தில், மிகவும் கடினமானதும் கவனம் நிறைந்த படைப்புமாகிய கிளிம் சாம்கினுக்காக ஒரு வித்தியாசமான வடிவத்தையும் தொனியையும் கண்டு தெளிவதற்கான தொடர்ச்சியான தேடலின் ஓரங்கமாகவும் இம்முயற்சி அமைந்தது. என்னைப் பொறுத்தமட்டில் இந்தத் தேடல்களை மிக்க பயனுடையதாகவே கருதுகிறேன். 1916-22 காலகட்டத்தில் நான் ஒரு வரிகூட எழுதவில்லை என்பதை நினைவில் வைத்திருப்பவர்களுக்கு இது புரியும்

என்று எழுதிய கார்க்கி, கரப்பான் பூச்சிகள் என்கிற தனது கதையின் கையெழுத்துப்படியைக் கான்ஸ்டான்டின் பெர்டினுக்கு அனுப்பி எழுதுவார்:

> நீங்களும் குருஸ்த்தேவும் இக்கதையை எவ்வாறு மதிப்பிடுகிறீர்கள்? கார்க்கித்தனம் போய்விட்டதற்கான ஒரு சிறிய அடையாளமேனும் அதில் வெளிப்படுகிறதா என அறிந்துகொள்வதில் நான் ஆர்வமாய் இருக்கிறேன். தெரிந்துகொள்வது எனக்குப் பயனுடையதாகவும் இருக்கும். எனக்கு மிகவும் முக்கியமான விஷயம் இது.

கார்க்கித்தனம் முற்றிலும் போய்விட்டது என வாசகர்கள் கருதுகின்றார்களா என்று சோதித்தறியும் நோக்கோடு தனது கதையொன்றை (Story About the Novel) வசீலி சிசோவ் என்கிற புனை பெயரில் வெளியிட்டார். கார்க்கிதான் என வாசகர்களால் கண்டுபிடிக்க இயலாத அளவிற்கு அது அமைந்தது.

கார்க்கிக்கு ஏன் இத்தனை பாடு? 'கார்க்கிபற்றி ஒரு புதிய பார்வை' (A New Look At Gorky) என்கிற கட்டுரையொன்றில் (1968)

செக்கோஸ்லாவிய எழுத்தாளர் மோஜ்மிர் பொதுரா கூறுவார்:

> புதிய சூழலில் பழைய மாதிரி எழுதுவதென்பது சாத்தியமே இல்லாமல் இருந்தது. இருபதுகளின் முதற்பகுதியில் எழுதப்பட்ட கார்க்கியின் உரைநடை அவரது இரண்டாவது எழுத்திற்கான சோதனையாக அமைந்தது. அவரது மகத்தான வரலாற்றுப் படைப்புகளாகிய 'அர்த்தமனோவ்கள்', 'கிளிம்சாம்கினின் வாழ்க்கை' ஆகியவற்றிற்கான தயாரிப்புக் களமாகவே அது அமைந்தது.

இளம் எழுத்தாளர்களுக்குக் கடிதங்கள் எழுதும்போதும் கார்க்கி, புதிய உத்திகள் வடிவங்கள் குறித்த முக்கியத்துவத்தை வலியுறுத்தி வந்துள்ளார். டி. அகும்யான் என்பவருக்கு எழுதிய கடிதத்தில் (1916), 'இதற்குமுன் பயன்படுத்தப்பட்டேயிராத புதிய ஒன்றை, ஒரு புதிய மரபுத்தொடர் (idiom), லயம், கற்பனை, ஒரு புதிய வெளிப்பாடு - நாம் தேட வேண்டும்' என்று வற்புறுத்திய கார்க்கி புதிய சகாப்தத்தின் குரலாய் ஒலிக்க வேண்டிய ஒரு கலைப் படைப்பு எதார்த்தவாதக் கட்டுக்கோப்பைத் தகர்த்தெறிய வேண்டும் எனக் கூறவும் தயங்க வில்லை. 1932இல் எழுதிய கட்டுரையொன்றில் ('Apptopos a Discussion'),

> நமது காலத்தில் நாயகனை அவனுக்குரிய தகுதியோடு படைத்துக் காட்டுவதற்கு எதார்த்தவாத இலக்கியக் கருவிகள் உங்களுக்குத் தடையாக இருந்தால் புதிய கருவிகளைத் தேடுங்கள், பயன் படுத்துங்கள்

என்று கூறியுள்ளது மிகவும் சிந்திக்கத்தக்கது. 'நவீனத்துவ' வகைப்பட்ட நாவல்கள் குறித்து ரோமன் ரோலந்துக்கு எழுதிய கடிதமொன்றில் (1932),

> இலக்கியத்தில் புதுமை என்பது அவ்வளவு வெளிப்படையாகத் தெரிவதில்லை. ஆனால் புதிய வடிவங்களுக்கும் புதிய உத்தி களுக்குமான ஒரு தொடர்ச்சியான தேடல் இருந்தே வந்திருக்கிறது. நவீன கவிதையை எதிரொலிக்க எதார்த்தவாதம் தகுதியற்றுவிட்டது என்றும் ஷில்லர், ஹ்யூகோ மாதிரியான புனைவியலும் இந்தத் தேவைகளைப் பூர்த்தி செய்துவிட முடியாது என்றும் பிரகடனம் செய்கிற இளைஞர்களின் குரல் அடிக்கடி ஒலிக்கத் தொடங்கி விட்டது. ரொம்பவும் சுவையான சில புத்தகங்கள் வந்துள்ளன. அவற்றை நாவல்கள் என அதன் ஆசிரியர்கள் குறிப்பிடுகின்றனர். ஆனால் நாவலை அடையாளப்படுத்தும் மையப்பொருள் (theme)

ஓரமாகப் புறக்கணிக்கப்பட்டு அந்த இடம் நாவலிலிருந்து ரொம்பவும் விலகியுள்ள சில அம்சங்களால் நிரப்பப்பட்டுள்ளன. விரைவில் இத்தகைய நாவல்கள் மிகவும் சாதாரணமாகிவிடும் எனத் தோன்றுகிறது. நமது சிந்தனைகளை மிக வேகமாக வளப்படுத்துகிற நவீன எதார்த்தத்தைச் சித்திரிக்கும் புதிய வழிகளை இவ்வகை முயற்சிகளை மேற்கொண்டு வரும் இளைஞர்கள் கண்டுபிடிப்பார்கள்

என்று குறிப்பிடுவார்.

வறட்டுத்தனமான இலக்கிய அளவுகோல்களை வைத்துக்கொண்டு படைப்புகளை அளந்து விமர்சிப்பவர்களைப் புறக்கணியுங்கள் என இளம் எழுத்தாளர்களுக்கு அறைகூவல் விடுத்த கார்க்கி இலக்கியக் கருத்துகள், வடிவங்கள் மரபுகள், போக்குகள் என்பன படைப் பாளிகளால் உருவாக்கப்படுகிறதேயொழியப் பண்டிதர்களாலல்ல என்றார். வோல்னோவ் என்ற இளம் எழுத்தாளருக்கு எழுதிய கடிதமொன்றில் சமகால விமர்சனப் பண்டிதர்களை நம்பவேண்டாம் எனவும் குறிப்பிட்டார்.

அலெக்சி டால்ஸ்டாய், பர்மனோவ், கிளாப்கோவ் போலவே கார்க்கியும் புராலிட்கல்ட், லெஃப் போன்ற இலக்கிய அமைப்பு களையும்கூடப் புறக்கணித்தார். அன்று செல்வாக்குடனிருந்த வடிவவியல் வாதத்துடன் (Fomalism) கார்க்கி தன்னை அடையாளம் கண்டுகொள்ளவில்லையாயினும் அதன் தாக்கத்திலிருந்து முற்றாக அவர் விடுபடவில்லை என்பது புரிகிறது. ஒரு சிறந்த இலக்கியப் படைப்பு அதனுடைய காலகட்டத்தில் ஏற்றுக்கொள்ளப்பட்ட செவ்வியல் இலக்கிய மரபைப் புரட்சிகரமாய்த் தகர்த்து மீறியதாகத் தான் அமைய வேண்டும் என்பதைத் தனது இலக்கியக் கோட்பாடாக வடிவவியல்வாதம் அறிவித்திருந்ததை நாம் மறந்து விடலாகாது. சொற்களைப் பயன்படுத்தும் விதத்திலாவது ஒரு குறிப்பிட்ட பாடுபொருளை வழக்கமாகப் பார்க்கும் விதத்திலாவது மரபைத் தகர்த்தெறிவதாலேயே ஒரு படைப்பு இலக்கியமாகிறது என்கிற வடிவவியல்வாதத்தின் புதுமை அழுத்தம் கவனிக்கத்தக்கது.

இருண்மை என்றும் நம்பிக்கை வறட்சி என்றும் நவீனத்துவத்தை முற்றாகப் புறக்கணிப்பதே மார்க்சிய மரபு என்கிற கருத்தாக்கம் தவறானது என்பதை வலியுறுத்தவே நாம் கார்க்கி குறித்து இங்கு சற்று அதிகமாய்ப் பேச நேர்ந்துவிட்டது. கார்க்கி, ஐசன்ஸ்டைன், எட்வின் பிஸ்கேட்டர், மேயர்ஹோல்ட், ப்ரெக்ட் போன்றவர்களால்

பல்வேறு அம்சங்களில் ஏற்றுக்கொள்ளப்பட்டதும் Impressionism, Expressionism, Cubism, Naturalism, Symbolism என்றெல்லாம் வகைப்படுத்தப்பட்டதுமான நவீனத்துவ உத்திகளின் பொதுப்படையான அம்சங்களை நாம் அறிவோம்.³ இந்த உத்திகளோடு இதர தளங்களில் தோற்றம்கொண்ட மாற்றங்களை மட்டும் இங்கே தொகுத்துக் கொள்வோம். அவை:

i டார்வினியக் கோட்பாடு உள்ளிட்ட அறிவியல் வளர்ச்சியின் விளைவாக 19ஆம் நூற்றாண்டின் பிற்பகுதியில் இறை நம்பிக்கைக்கு விழுந்த அடி. இதன் விளைவாகப் பொதுக் கருத்தியலில் இருப்பியற் கேள்விகள் முதன்மை பெறல் (நான் யார், ஏன் பிறந்தேன், இந்த வாழ்வின் முடிவென்ன?)

ii இயற்கை விஞ்ஞானத்திலும், சமூக சிந்தனைகளிலும் நேர்க்காட்சி வாதத்திற்கும் (Positivism) எதிரான சிந்தனைகளைத் தோற்றுவிப்பதற்கு அடிப்படையான எய்சன் பர்க்கின் உறுதியின்மைக் கொள்கை, குவாண்டம் கொள்கை, பொருளின் இரட்டைப் பண்புபற்றிய கொள்கை ஆகியவற்றின் கண்டுபிடிப்புகள்.

iii புகைப்படம், நாடாப்பதிவு போன்ற பதிவு செய்யும் தொழில் நுட்பங்களும், தரவு சேகரித்தல், சமூக ஆய்வு போன்றவையும் வளர்தல்.

iv தாராளவாதத்திற்கு (Liberalism) தத்துவார்த்த மட்டத்திலும் அரசியல் மட்டத்திலும் ஏற்பட்ட நெருக்கடி.

v தொடர்ச்சியாக ஏற்பட்ட முதலாளியப் பொருளாதார நெருக்கடி; எல்லாம் சரியாகத் தோன்றும் எதார்த்தத்தின் உள்ளார்ந்த முரண்பாடுகள் வெளிப்பட்டமை.

vi மத்தியதர வர்க்கத் தீவிரவாதத்தின் வீழ்ச்சி.

மேற்கண்ட புறவய எதார்த்தங்கள் படைப்பாளியினூடாக இடையீடு (Mediate) செய்யப்பட்டு நவீனத்துவ உத்திகளாக வெளிப் போந்தன. எலியட், ஜாய்ஸ் எஸ்ரா பவுண்ட் போன்றோரின் கரங்களில் நம்பிக்கை வறட்சியாய் வெளிப்பட்ட இவ்வுத்திகள் ஐஸன்ஸ்டைன், மேயர் ஹோல்ட், எமிலிசோலா போன்றோரிடம் சமூக மாற்றம் பற்றிய நம்பிக்கையூட்டும் சாதனமாகவும் வெளிப்பட்டன. ஒரே மாதிரியான இவ்வுத்திகள் இவ்வாறு வேறுபட்ட உலக நோக்குடைய படைப்பாளிகளின் கைகளால் வனையப்பட்டபோது உத்திகளுக்குள் புதிய உத்திகள் கிளர்ந்தன. Cubism என்பது Constructivism ஆகவும்,

இருமை (ambiguity) என்பது ஒட்டிணைப்பு (montage) ஆகவும் ஐஸன்ஸ்டைன் போன்றோரின் கைகளில் புதிய உத்திகளாயின.

1930களுக்குப்பின் தமிழ்ச் சிறுகதைகளிலும் புதுக்கவிதைகளிலும் இறக்குமதி செய்யப்பட்ட இவ்வுத்திகளைப் பரிசீலிக்கும்போது கீழ்க்காணும் அம்சங்களை நினைவிற்கொள்வது அவசியம்:

i ஐரோப்பாவில் ஓவியம் போன்ற இதர கலைத்துறைகளில் உருப்பெற்று ஒரு தத்துவமாய்ப் பரிணமித்துப் பின் இலக்கியத்தில் இவை பரிமாற்றம் செய்யப்பட்டன. இங்கே அப்படி நிகழ வில்லை.

ii. ஐரோப்பாவில் தன்னெழுச்சியாய்ப் படைப்பாளிகளால் தோற்றுவிக்கப்பட்ட இவ்வுத்திகள் கிட்டத்தட்ட வடிவமாய் உருமாறிய பின் அவைபற்றிய அறிதல் உள்ளவர்களால் இங்கு அறிமுகப்படுத்தப்பட்டன. எனவே சமூக மாற்றங்களோடு இணைந்த கலகக் குரலாய் இங்கு இவை வெளிப்படவில்லை. இலக்கியப் பண்டிதத்தனத்திற்கு எதிரான கலகக்குரலாக இவை ஒலித்ததெனினும் சமூக மாற்றத்திற்கு எதிரானவர்களும் சனாதனிகளும் ஒழுக்கவாத அடிப்படைவாதிகளும், தக்க வைக்கும் சக்திகளும்கூட இவற்றில் தஞ்சமடைந்தன.

iii இயல்பான தத்துவ வளர்ச்சியோடு கலகக் குரலாய் இத்தகைய உத்திகள் தன்னெழுச்சியாக இங்கு தோன்றாத போதிலும் காலனிய உற்பத்திமுறை, அதைத் தொடர்ந்து வந்த கலாச்சார இறக்குமதி, கலை இலக்கியத் தொழில்நுட்பங்களின் பரவல் ஆகியவற்றின் விளைவாக இவ்வுத்திகள் இங்கே நிலைகொள்ளத் தொடங்கின.

iv ரஷ்ய திரிபுவாத அரசியல் தலைமையை ஏற்றுக்கொண்ட தமிழக முற்போக்குக் கலை இலக்கியவாதிகள் நவீனத்துவத்தை முற்றாகப் புறக்கணித்த சோஷலிசவாதச் சிமிழுக்குள் அடைபட்டு இவ்வகை உத்திகளின் பயன்பாட்டை முற்றாக மறுத்தனர். அரசியலில் திரிபுவாதப் பிடியிலிருந்து விலகிவந்த புரட்சியாளர்களும் இதற்கு விதிவிலக்காய் அமையவில்லை. மார்க்சிய திறனாய்வு என்பது மிகவும் எளிமையான உள்ளடக்கம்/கருத்தியல் திறனாய்வாக மலினப்படுத்தப்பட்டது.

v நவீனத்துவத்தை ஏற்றுக்கொண்ட முற்போக்காளர்கள் இதற்கு

நேரெதிரேயான ஒரு நிலைப்பாட்டை மேற்கொண்டனர். நவீனத்துவப் படைப்புகள் அனைத்தையும் தரம் பிரித்துப் பார்க்காமல் மக்களுக்கு மிகவும் எதிரானவையாக அவை இருந்தபோதிலும் அதனைப் புகழ்ந்து ஏற்றுக்கொண்டனர். படைப்பாளியின் கருத்தியல் பிற்போக்காய் இருப்பது எவ்வாறு அவர்களது வடிவத்தையே பாதிக்க நேர்கிறது என்பதைச் சுட்டிக்காட்ட இயலாததாகவே இவர்களது வடிவ பாராட்டுத் திறனாய்வுகள் அமைந்தன.

இதுவரை கூறப்பட்டவற்றின் பின்னணியில் தமிழ்ச் சிறுகதைகளில் உத்திகள் கையாளப்பட்ட விதங்களின் சில பொதுப் போக்குகளை இனி காணலாம்.

தமிழ்ச் சிறுகதைகளின் வெளியீடு இரண்டே முறைகளில் நடைபெறுகின்றது. சனரஞ்சக இதழ்கள் மூலமாக முதல் வகை. சிறு இதழ்கள் மூலமாகவும், கதைத் தொகுதிகளாகவும் இரண்டாவது வகை. தரத்திலும் கருத்தியலிலும் நுண்மையான பல வேறுபாடுகள் உடையவர்களாயினும் இரண்டாம் வகை வாசகர்கள் சனரஞ்சகப் போக்கில் சலிப்புற்றவர்கள். புதுமைப்பித்தன், கு.ப.ரா, மௌனி, தி. ஜானகிராமன் தொடங்கி லா.ச, ரா, சுந்தரராமசாமி, கி.ரா. செயப்பிரகாசம், பூமணி, பிரபஞ்சன், வண்ணதாசன், பாவண்ணன், கோணங்கி, கோபிகிருஷ்ணன், சாருநிவேதிதா, சில்வியா வரை இவர்களை நோக்கியே எழுதுகின்றனர்.[4]

ஆதிக்கம் செலுத்துகிற இலக்கிய உற்பத்தி முறையை இவர்கள் சார்ந்திருப்பதில்லை. சந்தைத் தேவையைப் பூர்த்தி செய்யும் சனரஞ்சக நோக்குடன் இவர்கள் எழுதுவதில்லை என்பதால் தரம்பற்றிய உணர்வுடன் புதிய சோதனை முயற்சிகளை இவர்கள் ஆர்வமுடன் மேற்கொள்ளத் தயங்குவதில்லை.

ஒரே வகையான பொது உற்பத்தி முறையும் பொதுக் கருத்தியலும் நிலவுகிற ஒரே சமுதாயத்திற்குள் நின்றுகொண்டு ஒரே மாதிரியான சிறு இதழ் உற்பத்தி முறையில் இவர்கள் தங்கள் இலக்கியப் படைப்புகளை நிகழ்த்தினாலும் இவர்களது உலகக் கண்ணோட்டங் களிலும் அழகியல் கண்ணோட்டங்களிலும் (படைப்பாளியின் கருத்தியலிலும், படைப்புக் கருத்தியலிலும்) துல்லியமான வேறு பாடுகள் உண்டு. அந்த வகையில் மௌனி/லா.ச.ரா. போன்றோ ரிடமிருந்தும் செயப்பிரகாசம்/பூமணி ஆகியோரும் இவர்கள் இருசாராரிடமிருந்தும் சாருநிவேதிதா/சில்வியா போன்றோரும்

வேறுபட்டு நிற்கின்றனர், வாசகத் தரத்திலும்கூட இந்த வேறு பாடுகளை அடையாளம் காணமுடியும். செயப்பிரகாசம்/பூமணி போன்றோரின் வாசகர்களில் ஒரு பகுதியினர் சமூகமாற்றத்தை நேசிக்கும் அடித்தட்டு வர்க்கத்தினர்.

பல்வேறு இலக்கிய சோதனைகட்கும் களமாய் இருந்த மணிக்கொடி இதழ் மூலம் வெளிப்பட்ட புதுமைப்பித்தன், கு.ப.ரா., மௌனி போன்றோர் ஐரோப்பிய இலக்கியப் பரிச்சயமும் அங்கே உத்திகளில் நிகழும் சோதனைகள்பற்றிய அறிவுமுடையவர்கள். இவர்களில் பலர் இந்து சனாதனக் கண்ணோட்டமுடையவர்கள்தாம் என்றாலும், பாரதிபோல எல்லாம் புரக்கும் இறை நமையும் காக்குமென்ற நம்பிக்கை வயப்பட்டு அமைதியடைந்து விடவுமில்லை. அன்றைய இயக்க நடவடிக்கைகளோடு இணைந்த பாரதியின் நடைமுறை அவருக்கு இத்தகைய நம்பிக்கைமிக்க உலகக் கண்ணோட்டம் உருப் பெறக் காரணமாயிற்று. அன்றைய விடுதலை இயக்க நடவடிக்கை களிலிருந்து ஒதுங்கி நின்ற உண்மை தவிர, மௌனி போன்றோரது வாழ்க்கையையும் அவர்கள் குறித்த பேட்டிக் கட்டுரைகளையும் வாசிக்கும்போது அவர்கள் எந்த அளவிற்குக் குறுக்கப்பட்ட நடைமுறைகளில் சிறையுண்டு கிடந்தார்கள் என்பதும் சம காலத்திய இதர துறை அனுபவங்களிலும் எந்த அளவிற்கு அறிவுக் குறைபாடு உடையவர்களாக இருந்தார்கள் என்பதும் நமக்குப் புலனாகிறது.[5]

மௌனி/லா.ச.ரா. போன்றோரது படைப்புகள் புற உலக எதார்த்த நிகழ்வுகளிலிருந்து விலகி அவற்றினடிமையான மனித மன அவசங்களைக் களமாகக் கொண்டவை. புதுமைப்பித்தனில் காண்பது போல பன்முகப்பட்ட களங்களையும் மனிதர்களையும் மௌனியில் காணமுடியாது. மையப்படுத்தப்படும் அனுபவங்கள்கூடக் கிட்டத் தட்ட ஒரே மாதிரியானவையே. இருப்பியற் கேள்விகளில் அலைப்புண்டு 'ஏன், ஏன் என்று மனதில் கேட்டுக் கேட்டுக் களைப்படைந்து பிரக்ஞையை இழப்பவர்களை' ('ஏன்') மௌனியில் நாம் ஏராளமாகச் சந்திக்க முடியும். இத்தகைய மனிதர்களையும், இவர்களது மன அவசங்களையும் படைப்பாக்கிய மௌனி வழக்கமான எதார்த்தவாத வடிவங்களைப் புறக்கணித்ததில் வியப்பில்லை. இருப்பியற் கேள்விகளில் விடைகாண முடியாத குழப்பம் மிக்க மனநிலையை வெளிப்படுத்தும் மௌனியின் வாக்கிய அமைப்புகளும் குழப்பமாகவே அமைந்தன.

'இரவான இரவே நீயா வரும் சுவடற்று' ('நினைவுச் சுழல்')

'உன்னால் முடியாது கடந்து தாண்டி அறிய' ('நினைவுச் சுழல்') என்பன போன்ற நிரடலான வாக்கியப் பிரயோகங்களை மௌனியில் நாம் காண முடியும். பதனீர் விற்பவன், பார வண்டியோட்டி போன்ற புற உலகக் காட்சிச் சிதறல்கள் சில கதைப்போக்கினூடே ஆங்காங்கு விதைக்கப்பட்டிருந்தாலும் அவற்றில் ஒன்றி கதை பிரதானப்படுத்தும் மனச்சிக்கலை வாசகன் தவறவிட்டு விடாமல் தடுப்பதற்கும் இந்த நிரடலான நடை மௌனிக்குக் கை கொடுத்தது. பெரும்பாலும் குடும்பத்திலிருந்தும் வாழ்விலிருந்தும் அந்நியப்பட்டுப் போன பார்ப்பன மரபுக் கருத்தியலுக்கு ஆட்பட்ட மேல்தட்டினரின் மனச் சிக்கல்களை, ஒரு பிறழ்வுபட்டக் கண்ணாடியில் தோன்றும் பிம்பங்களைப்போலச் சில அம்சங்களைப் பெரிதுபடுத்தியும் காட்சிகளையும் அவற்றினடியான சிந்தனைச் சூழலையும் பிரிக்க இயலாதவாறு ஒன்றிணைத்தும் புதிய ஆழங்களை வாசகனுக்குக் காட்டுவதில் அவர் வெற்றி பெறுகிறார்.

வடிவத்தில் எண்ணற்ற பல மாற்றங்களைக் கையாண்ட புதுமைப் பித்தன் மேற்கூறிய இருவரிடமிருந்தும் வேறுபட்டு நிற்கிறார். மரணத்தைத் தழுவும் பரமசிவம்பிள்ளையின் ('கயிற்றரவு') மனச் சூழலில் வாழ்க்கையின் நிலையாமைபற்றிய தத்துவ விசாரம் செய்யப்படுவதைச் சித்திரிக்க நனவோடை உத்தியை லாவகமாகப் பயன்படுத்தும் பித்தன், காட்சிகளையும், காட்சிகள் மயங்கி நனவு நிலையில் சிந்தனைகள் தோற்றம் எடுப்பதையும் நடையில் ஓர் அமைதி யுடனும் தெளிவுடனும் வெளிப்படுத்துகிறார்.

குடும்பத்தையும் வாழ்வையும் நேசித்த ஒரு மிகச் சாதாரணமான தென்பாண்டி நாட்டுச் சைவவேளாளரின் வாழ்க்கைபற்றிய தத்துவ விசாரத்தின் குழப்பமின்மை இந்த நனவோடை உத்தியிலும் வெளிப்படுகிறது. மரபு இலக்கியப் பயிற்சி, சைவ மரபு, ஒரு வகையான உதிரி வாழ்வனுபவம் ஆகிய பின்னணியில் தனது ஆளுமையை உருவாக்கிக்கொண்ட புதுமைப்பித்தனிடம் இருப்பியற் கேள்விகள் சில சமயங்களில் தலைதூக்கியதெனினும் அதிலேயே ஆழ்ந்து விடைகள் கண்டுபிடிக்க முடியாமல் அவர் தத்தளித்ததில்லை.

பல்வேறு வகை உத்திகளை அவர் கையாண்டபோதும் அவை அனைத்தும் எதார்த்தவாத சட்டத்தை முழுமையாக உடைத்தெறிந்த தில்லை. எனினும் மிக நவீனமான (Non Linear) எழுத்துகள் உட்பட பல்வேறு வகையான வேறுபட்ட எழுத்து முறைகளின் மாதிரிகள் எனச் சொல்லத்தக்க பல எழுத்துகளை அவரிடம் காண முடியும்.

செயப்பிரகாசம், பூமணி போன்றோரது படைப்புகள் புற உலக அனுபவங்களினடியாக வாசக மனத்தில் தாக்கத்தை விளைவிக்கும் நோக்கில் எழுதப்பட்டவை. ரத்தமும் சதையுமாய் எதார்த்த உலகைப் படைத்துவிட முயல்பவை. எதார்த்த உலகின் அநீதிகளைப் பிரதிபலிப்பவை. மன உலக சஞ்சாரிகள் யாரையும் இவற்றில் சந்திக்க முடியாது. காட்சித் தொகுப்பு, Flash Back போன்ற சினிமா உத்திகளைச் செயப்பிரகாசம் போன்றோர் சிரத்தையோடு நுணுக்கமாகக் கையாண்டுள்ளபோதும் இவர்கள் யாரும் நேர்க்கோட்டுக் கதை வளர்ச்சி, எதார்த்தவாத வடிவம் ஆகியவற்றைத் தாண்டியதில்லை. இவர்கள் நம்பிய சோஷலிச எதார்த்தவாதம் இவற்றைத் தாண்ட வேண்டும் என்கிற எண்ணத்தை இவர்களுக்குத் தந்ததுமில்லை.

எண்பதுகளின் பிற்பகுதியில் சாருநிவேதிதா, சில்வியா போன்றோரால் இங்கே அறிமுகப்படுத்தப்பட்டு, விமர்சகர்களின் புறக்கணிப்பிற்கும் இளைய தலைமுறையின் வரவேற்பிற்கும் ஆளாகி யுள்ள ஒரு புதிய இலக்கியப் போக்குபற்றி இங்கு சுட்டிக்காட்டுவது அவசியம். எதார்த்தவாதப் புனைவுகளின் சில அடிப்படையான வடிவக் கூறுகளான கால வரிசையில் கதை சொல்லல், தர்க்கபூர்வமான நேர்க்கோட்டுக் கதைப் பின்னலை அமைத்தல், தூலமான எதார்த்தத்தையும் அதன் தர்க்கபூர்வமான விவரணையையும் களமாகக்கொள்ளல் என்பனவற்றையெல்லாம் அடித்து நொறுக்கி, எள்ளி நகையாடி, ஒழுக்கவாதிகளையும் சனாதனிகளையும் அதிர்ச்சிக்குள்ளாக்கி தமிழ்ச் சூழலில் தடம் பதிந்துள்ளன இவர்களின் புனைவுகள். தமிழ்ச் சூழலுக்கு அமைப்பியலை அறிமுகப் படுத்தியவர்கள்[6] இத்தகைய முயற்சிகளில் முன்னோடியாக நிற்பது குறிப்பிடத்தக்கது. முந்தைய தலைமுறையில் நவீனத்துவ உத்திகளை தமிழில் இறக்குமதி செய்தவர்களிடமிருந்து இவர்கள் மிகப்பல அம்சங்களில் வேறுபட்டபோதிலும் ஓர் அம்சத்தில் ஒப்புமை காணமுடியும். இவர்கள் இன்று அறிமுகப்படுத்துகிற போக்குகள் சுமார் இருபது ஆண்டுகளாக அமெரிக்கா, லத்தீன் அமெரிக்கா போன்ற பகுதிகளில் தோன்றிய இலக்கியப் போக்கின் தாக்கத்தால் விளைந்தவைதான். டொனால்ட் பார்த்தல்மே, பர்ரோஸ், மார்க்யூஸ், ஜூலியா கோர்ட்டெஸ்ஸா போன்ற பெயர்களை இவர்கள் அடிக்கடி உச்சரிப்பது கவனிக்கத்தக்கது. எனவே இவர்களை அணுகுவதற்கு முன்னதாக மேலைச் சூழலில் தோற்றமெடுத்த இப்போக்குகளை நாம் அறிமுகம் செய்துகொள்வது அவசியம்.

மனிதன் தன்னைச் சுற்றிய எதார்த்தத்தையும் நிகழும் அனுபவங்களையும் புனைவுகளின் (Fiction) மூலமாகவே புரிந்துகொள்கிறான். தொன்மங்கள், புராணங்கள், தேவதைக் கதைகள், வரலாறுகள் என்று எத்தனையோ புனைவுகளின் மூலமாகவே நாம் நமது நிறுவனங்களையும், சூழல்களையும் விளங்கிக் கொண்டிருக்கிறோம். ஆனால் நிரந்தரத்தன்மை, ஒழுங்கு ஆகியவை குறித்த நமது அக விருப்பின் விளைவாக நமது அமைப்பின் புனைவுத் தன்மையை நாம் மறந்து விடுகிறோம். இயற்கையின் மர்மங்களை இந்தப் புனைவுகளின் வழியாகவே நாம் முழுமையாகவும் சார்பின்றியும் (absolute) புரிந்துகொள்ள முடியும் என நம்புகிறோம். இந்த நம்பிக்கையின் அடிப்படையே எதார்த்தவாதம். ஒரு பிரச்சினையை, அந்தப் பிரச்சினை குறித்த (புனைவுகளின் வழியாக) நமது ஆய்வு, கிடைத்தத் தடயங்களின் வழியாகப் பிரச்சினைக்கு ஒரு தீர்வு என்பதாகவே எதார்த்தவாத படைப்புகள் அனைத்தும் அமைந்தன. இந்த வகையில் பார்க்கும்போது அனைத்து எதார்த்தவாத படைப்புகளையும் துப்பறியும் படைப்புகளாகவே கருதிவிட முடியும். ஹெகல், மில் போன்றோரின் தத்துவமும், ரான்கே, காம்டே போன்றோரின் வரலாற்றியலும், ஹம்போல்ட்டின் மொழியியலும், பிராய்டின் உளப் பகுப்பாய்வும், ஸ்டெந்தால், ஜோலா, எலியட், டால்ஸ்டாய் போன்றோரின் நாவல்களும் இத்தகைய அடிப்படையான உலகப் பார்வையைக் கொண்டிருந்தன. இதற்கு மாற்றாக உருவான நவீனத்துவமும் புதிய புனைவுகளையே உருவாக்கியது. மிகச் சிரமப்பட்டு ஜாய்ஸ் போன்றோர் பழைய தொன்மங்களுக்கு இணையான புதிய தொன்மங்களைப் படைத்தது குறிப்பிடத்தக்கது.

ஆனால் கடந்த இருபது ஆண்டுகளில் உலகில் ஏற்பட்டுள்ள பல்வேறு மாற்றங்கள் இந்தப் புனைவுகள்பற்றிய ஒரு தன்னுணர்வை மனிதனுக்கு ஏற்படுத்தியுள்ளன. எதார்த்தம், உண்மை என்பன வெல்லாம் எத்தனை போலியானவை என்பதை அன்றாட நிகழ்வுகள் அவனுக்குத் திரும்பத் திரும்ப உணர்த்துகின்றன. தடயங்கள், தரவுகள், துப்புகள் முதலியன எளிதில் சேகரிக்கப்படக் கூடியவையாகவே அமைந்துள்ளன. நவீன அறிவியலும் தொழில்நுட்பமும் இதற்கு ஏராளமாக வாய்ப்பளித்துள்ளன. எனினும் சரியான இறுதித் தீர்வுகளைத்தான் சொல்லிவிட முடியவில்லை. சகலவிதமான அதிகாரங்களுக்கும் எதிரான அறிவியல்பூர்வமான முடிவுகளைச் சொல்ல வந்தவர்களே இன்னும் கொடிய அதிகார அமைப்பின் காவலர்களாக மாறிப்போனதையெல்லாம் நாம் கண்ணெதிரே

பார்த்துவிட்டோம் 'ஆழமான' பகுப்பாய்வு என நாம் முயன்ற தெல்லாம் கேலிக்குரியனவாகவே போய் முடிந்தன. சொற்கள் தங்களின் அர்த்தங்களை இழந்து போலிகளாயின. புதிய மொழியைப் படைக்கும் முயற்சிகள் தோற்றுப் போயின. தொலைக்காட்சி, திரைப்படம், இதழ்கள், சந்தை நவீனங்கள் போன்றவை உருவாக்கிய உயிரிழந்த அச்சுப் பதிவுகள் சலிப்பைத் தந்தன. அனைத்தும் குப்பையாய்ப் பொய்யாய்ச் சவசவத்துப் போன இந்தச் சூழலில் இதற்கு இணையான இன்னொரு அச்சுப் பதிவை உருவாக்குவதோ, இல்லை விரக்தியுற்றுச் சோம்புவதோ விடிவாக இருக்க முடியாது. இந்த யுகத்தின் கலைப் படைப்பு இந்தக் குப்பைகளையே கச்சாப் பொருளாகக்கொண்டு கட்டமைக்கப்பட்டாக வேண்டும். புதிய புனைவுகளை உருவாக்கிவிடாமல் நாம் வாழ்வது புனைவுகளின் மத்தியில்தான் என்கிற உணர்தலை வாசகர்களுக்கு உருவாக்கிட வேண்டும் என்கிற புரிதலோடு மேலைச் சூழலில் உருவான இப்புதுப் போக்கு 'நவீனத்திற்குப் பிந்திய புனைகதை', 'சமகாலத்திற்குப் பிந்திய புனைகதை,' Super Fiction, Parafiction, Surfiction, Fabulation என்றெல்லாம் குறிப்பிடப்பட்டது. கணிதத்தில் காஸ், ரெய்மான் போன்றோரின் கண்டுபிடிப்புகளும், இயற்பியலில் மைக்கல்சன் மார்லே, ஐன்ஸ்டின் போன்றோரின் முடிவுகளும் இவ்வுலகை நிலையானதாக, எந்திரகதியானதாக இல்லாமல் சார்புத்தன்மையில் வைத்துப் பார்த்தாக வேண்டும் என்கிற கருத்துக்கு வலுசேர்த்தன. காலம் என்பது நிகழ்காலமாய்ச் சுருக்கி உணரப்பட்டது. கால வரிசை தேவையற்றதாகியது. தொடர்ச்சி, இடைநிலை, இறுதி என்கிற நேர்க்கோட்டு (liner movement) இயக்கம் எல்லாம் இன்றைய கொடூரமான பொய்யை, ஏமாற்றை, ஏற்றத்தாழ்வை, அதிகாரத்துவத்தை அர்த்தமுள்ளவையாகவும், ஒரு ஒழுங்குக்கு உட்பட்டவையாகவும் காட்ட மட்டுமே பயன்படும்.

இன்றைய இலக்கியம் என்பது நமது புனைவுகளைத் தோலுரித்துக் காட்ட வேண்டும். மேற்தோற்றத்தில் வெளிப்படும் ஒழுங்கமைவு களின் ஒழுங்கின்மையை உணர்த்தியாக வேண்டும். எனவே எதார்த்த வாதத்தின் அனைத்து அம்சங்களிலிருந்தும், உத்திகளிலிருந்தும் இன்றைய இலக்கியம் தப்பித்தாக வேண்டும் என்கிற நோக்கில் பல்வேறுபட்ட உத்திகள் பல்வேறு தளங்களில் கையாளப்பட்டன.

- பன்முகமான ஒன்றுக்கொன்று முரண்பாடான பார்வைக் கோணங்களை ஒரே சமயத்தில் பயன்படுத்துதல்,

- நம்முன் குவிந்து கிடக்கும் மலினப்பட்டுப்போன பல்வேறு குப்பைகளை வெட்டி ஒட்டுதல்,
- பல்வேறு வடிவ எழுத்துகளை அச்சில் பயன்படுத்துதல், இடைவெளிவிட்டு அச்சிடுதல்

உண்மைகளையும் புனைவுகளையும் திட்டமிட்டுக் குழப்புதல் என இவ்வுத்திகள் பன்முகப்பட்டவையாக அமைந்தன. 'படைப்பாளி' என்கிற ஒரு தெய்வீகமான மர்மப்படுத்தப்பட்ட பீடத்தைத் தாங்களே கவிழ்த்துக்கொள்வதும், விளையாட்டுத்தனமும் இவர்களுக்கு வாடிக்கையாயின. இதன்மூலம் அவர்களின் படைப்புச் சுதந்திரம் எல்லை கடந்ததாகியது. நிறுவப்பட்ட எல்லாவிதமான சிந்தனை முறை வார்ப்புகளையும், பண்பாட்டுச் சமிக்ஞைகளையும், அதிகாரத் துவத்தின் மூடுதிரையான சகல விதமான ஒழுக்க மதிப்பீடுகளையும் விமர்சனபூர்வமாக அணுகப் பழக்கும் உத்திகளில் ஒன்றாக அவர்கள் இந்த விளையாட்டுத் தனத்தைத் திட்டமிட்டே பயன்படுத்துகின்றனர். தொலைக்காட்சி விளம்பர வடிவம், சனரஞ்சகமான துப்பறியும் கதை, கீழ்த்தரமான சிரிப்புத் துணுக்குகள், திரைப்பட வசனம், காத்திரமான ஆய்வுக் கட்டுரை வாசகம், பாடப்புத்தக வரிகள், செக்ஸ் புத்தகம் என எதிர்ப்படுகின்ற ஒவ்வொன்றும் இவர்களின் கச்சாப் பொருளாயின. இவற்றை எதிர்கொள்ளும்போது பரிச்சயப்பட்ட வாசகனில் தோன்றும் எதிர்பார்ப்புகள் அதிர்ச்சிக்குள்ளாகின்றன. இந்த அதிர்ச்சியே இவற்றின் பிடியிலிருந்து விடுபடுவதற்கான முதற்படி. 'ஆழமாக' உன்னைச் சிந்திக்க வைப்பதாகச் சொல்லும் அதிகாரத்துவ முயற்சிகள் அனைத்தின் போலித் தன்மையைக் கேலிசெய்யும் நோக்கில் எந்தவிதமான ஆழமான பொருள்களையும் உள்ளர்த் தங்களையும் படைப்புகளிலும் இல்லாமல் செய்து வாசகனின் கவனத்தை மேற்பரப்பிலேயே குவிய வைக்கவும் இந்த உத்திகள் பயன்பட்டன.

இந்தப் புரிதலின் பின்னணியோடு சாருநிவேதிதா (முனியாண்டி) சில்வியா போன்றோரை நாம் விளங்கிக்கொள்ள வேண்டும். சமகாலத்தில் உத்தியில் புதுமைகள் செய்யும் கோணங்கி, கோபி கிருஷ்ணன் போன்றோருக்கும் இவர்களுக்குமிடையேயான வேறுபாடு களையும் துல்லியப்படுத்த வேண்டும். இத்தகைய முயற்சிகள் தமிழ்ச் சூழலில் இதுவரை தோன்றவில்லை என்பதே உண்மை.

முடிக்குமுன் இரண்டு விஷயங்களைச் சுட்டிக்காட்டுவது அவசியம் எனத் தோன்றுகிறது. எதிர்கொள்ளும் சகலவிதமான 'குப்பை'களையும்

கச்சாப் பொருளாக உபயோகிக்கும்போது அந்தக் குப்பைகள் ஏற்கனவே வாசகனுக்குப் பரிச்சயப்பட்டு சலிப்பு ஏற்படுத்தியதாக இருந்தால் மட்டுமே விரும்பிய விளைவு ஏற்படும். இந்தச் சூழலுக்குச் சற்றும் பரிச்சயமற்றவற்றைக் கச்சாப் பொருளாகப் பயன்படுத்தும் போது ஏற்படும் விளைவு முற்றிலும் மாறுபட்டதாக இருக்கும். எடுத்துக்காட்டாக 'செந்தில்-கவுண்டமணி' திரைப்பட நகைச் சுவையைக் கச்சாப் பொருளாகப் பயன்படுத்துகிறோம் என்று வைத்துக்கொள்ளுங்கள். இந்த நகைச்சுவையைப் பரிச்சயமற்ற ஒருவன் எதிர்கொள்ளும்போது ஒரு திரைப்பட நகைச்சுவையை உணர்கின்ற அனுபவத்தை மட்டுமே அடைகிறானேயொழிய நாம் திட்டமிட்ட அதிர்ச்சியும் விளைவும் வாசகனிடம் ஏற்படுவதில்லை. ஹென்றி மில்லரின் நாவலில் ஒரு பகுதியைச் சில்வியா 'மர்ம நாவல்' என்னும் கதையில் உத்தியாகப் பயன்படுத்தப்போக அதைப் பிரமிள் குழுவினர் அப்பட்டமான திருட்டாகப் படம்பிடித்துக் காட்டியது (திசை நான்கு - 1) நினைவிருக்கலாம்.

மற்றது, இறுதி உண்மை அறியவொண்ணாதது என்பது போன்ற காண்டியவாதப் பின்னணி சூன்யவாதத்திற்கு இட்டுச் சென்று விடாமலிருப்பதில் இத்தகைய உத்திகளைப் பயன்படுத்துவோர் கவனமாய் இருத்தல் வேண்டும்.

(வேர்கள் கலை அமைப்பு சென்னையில் நடத்திய (1988) சிறுகதைப்பட்டறையில் வாசிக்கப்பட்ட கட்டுரை. இறுதிப் பகுதி பின்னர் சேர்க்கப்பட்டது. இந்தப் பகுதியை எழுதுவதற்கு உதவிய நூல்:
Lorry Mc Coffery, *The Metafictional Muse,*
University of Pitsburgh press, 1982.)

குறிப்புகள்

1 பழைய வடிவங்களை எவ்வித மாற்றத்திற்கும் உட்படுத்தாமல் காப்பாற்றவும் பழமையின் பெயரில் புதிய வடிவங்களைப் புறக்கணிக்கவும் முயற்சிகள் மேற்கொள்ளப்படும்போது பழைய வடிவங்கள் புதிய சூழலுக்குப் பொருத்தமற்றதாகிவிடுகின்றன. இதன் பின் என்ன நடக்குமெனில் புதிய வடிவங்கள் சமூக வளர்ச்சியில் ஆர்வமற்றவர்களின் கைகளில்போய்ச் சேர்ந்து விடுகின்றன. இவர்கள் (புதுமை குறித்து) அனுபவமின்மையை ஒரு வாய்ப்பாகவும், (இதனால் விளையும்) குழப்பத்தை ஒரு

வரப்பிரசாதமாகவும் எடுத்துக்கொள்வர் - Raymond Williams, *Communications*, Penguin, 1982.

2. கார்க்கி குறித்த இக்கட்டுரையில் காணப்படும் செய்திகளில் பல பின்வரும் நூலிலிருந்து எடுக்கப்பட்டது:

Alexander Ovchrenko, Maxim Gorky and the Literary Quests of 20th century, Raduga Publishers. 1985 தனது இறுதிக்காலத்தில் உருவாக்கப்பட்ட சோஷலிச எதார்த்தவாதக் கோட்பாடுகட்கும் படைப்பாளிகளின் மீதான அதிகார வர்க்க நடைமுறைகட்கும் எதிரான குரலை கார்க்கி ஒலித்துவிடவில்லை என்பதும் குறிப்பிடத்தக்கதாகும். புரட்சிக்குப் பிந்திய ரஷ்யாவில் கார்க்கி அதிகாரத்துவமிக்கப் பதவி ஒன்றுடன் தன்னை அடையாளம் கண்டுகொண்டிருந்தது இதற்கு ஒரு காரணமாக இருக்கலாம்.

3. 'ப்ரெக்ட்டின் இன்னொரு பரிமாணம்' என்னும் தலைப்பில் இந்நூலிலுள்ள கட்டுரை.

4. பிரபஞ்சன் போன்ற ஓரிருவரே ஒரே சமயத்தில் சனரஞ்சகத் தளத்திலும் சிறுபத்திரிகை தளத்திலும் கால் பதித்து நிற்போர்.

5. பார்க்க: மௌனிபற்றிய நுஃமானின் பேட்டிக் கட்டுரை

6. தமிழவன், நாகார்ஜுனன் போன்றோரும் இத்தகைய கதைகளை முயன்றுள்ளது கவனிக்கத்தக்கது.

- மேலும், பிப்ரவரி, 1991

1.3

மார்க்சியம்-அமைப்பியல்-தமிழ்ச்சூழல்

மார்க்சியமும் கட்டவிழ்ப்பும் என்கிற நூலை எழுதிய மிகைல் ரையான் சொன்னார்: 'கட்டவிழ்ப்பு என்கிற சிக்கலும் செறிவும் நிறைந்த தத்துவத்தைச் சிலர் பழைய மாதிரி திறனாய்வின் புதிய வடிவமாய் ஆக்கிவிட்டனர். முன்னேற்றம் எதையும் காட்டாத இவர்கள் போடுகிற கூச்சல் அதிகம்.' அமைப்பியலும் பிற்கால அமைப்பியலும் ஒரு கவர்ச்சி மிகு அணுகல்முறை என்கிற நிலையை மேலை நாடுகளில் இழக்கத் தொடங்கி மேலும் புதிய சிந்தனைகள் பல உருவாகியுள்ள ஒரு காலகட்டத்தில் இங்கே அமைப்பியலுக்கு ஏற்பட்டுள்ள 'கிராக்கி'யைப் பற்றிச் சிந்திக்கும்போது ரையானின் எச்சரிக்கை நமக்கு நினைவுக்கு வருகிறது. தமிழ்ச்சூழலுக்கு அமைப்பியலை அறிமுகப்படுத்தியவர்களுள் தமிழவன் தவிர வேறு யாரும் மார்க்சியத்திற்கும் அமைப்பியலுக்குமிடையேயான விவாதங் களையும் பரஸ்பரமாய் அவை பெற்ற பயன்களையும், இரண்டிற்கும் இடையே எழுப்பப்பட்டு பதில் அளிக்கப்படாத கேள்விகளையும் அறிமுகப்படுத்துவதில் ஆர்வங்காட்டாத சூழலில் நாம் இதனைச் செய்ய வேண்டியிருக்கிறது. ஒரு பத்திரிகைக் கட்டுரை என்கிற எல்லைக்குள் நின்று இம்முயற்சி இங்கு மேற்கொள்ளப்படும் போது முதற்கட்டமாக அமைப்பியல், மேலை மார்க்சியம் ஆகியவற்றின் கடந்தகால வரலாற்றை மிகச் சுருக்கமாகவேனும் பார்க்கவேண்டி இருக்கிறது.

II

அமைப்பியலை அறிமுகப்படுத்துபவர்களும் அதன் வரலாற்றை எழுதுபவர்களும் சசூரில் தொடங்கி லெவிஸ்ட்ராஸ், பார்த்ஸ், அல்தூஸ்ஸர், தெரிதா, லக்கான் பூக்கோ என்றும் குறி, மொழி, பேச்சு, எனத் தொடங்கி அதிகாரம், கட்டவிழ்ப்பு என்றும் முடிவது வழக்கம்.

அமைப்பியலை அறிமுகப்படுத்தும் முறைகளில் இது ஒன்று. ஆனால் மேலைத்தத்துவச் சூழலின் எத்தகைய வேர்களிலிருந்து முதற்கட்ட அமைப்பியற் சிந்தனையாளர்களும் தெரிதா, பூக்கோ போன்ற இரண்டாம் கட்டச் சிந்தனையாளர்களும் தங்கள் கருத்தாடலைத் தொடங்குகின்றனர் என்கிற தத்துவ நோக்கிலான வரலாற்றைப் புறக்கணிப்பது கட்டவிழ்ப்பு போன்ற செறிவுமிக்க தத்துவக் கருத்தாக்கங்களை வெறும் உடைப்பு இலக்கிய விமர்சனமாக மலினப்படுத்தி விளங்கிக்கொள்ளும் தவறுக்கு இட்டுச் செல்லும். அமெரிக்கப் பல்கலைக்கழகங்கள் சார்ந்த கட்டவிழ்ப்பு விமர்சனத்தின் கதை இப்படித்தான் முடிந்திருக்கிறது. அமைப்பியலை விளங்கிக் கொள்வதை வெறும் மொழியியற் கோட்பாடுகளின் அளவில் மட்டுமே தொடங்கிச் செய்யாமல் ஜெர்மனியில் வளர்ந்திருந்த ஹுஸ்ரல், அவரது மாணவர் ஹெய்டெக்கர் ஆகியோரின் (Phenomenology) மற்றும் கெஸ்டால்ட் உளவியல், நீட்ஷேயின் சிந்தனைகள் போன்றவற்றிற்கும் அமைப்பியல், பிற்கால அமைப்பியல் ஆகிய வற்றிற்கும் உள்ள உறவின் வழியாக அமைப்பியலைப் புரிந்து கொள்வது அவசியம் என்கிற குறிப்போடு மேலே செல்வோம்.

மார்க்ஸ், எங்கல்ஸ், மெஹ்ரிங், காவுட்ஸ்கி, பிளக்கனாவ், லெனின், லக்ஸ்ம்பர்க், ஹில்பர்டிங், டிராட்ஸ்கி, பாயர், புகாரின் போன்றவர்களை முதற்கட்ட மார்க்சியச் செவ்வியற் சிந்தனையாளர் எனலாம் (Classical Marxist Theoreticians). நடைமுறையிலிருந்து பிரிந்து நின்று மார்க்சியத்தை வளர்க்க முயன்று மேலை, மார்க்சியம் என்கிற கருத்தாக்கத்திற்குக் காரணமான லூகாக்ஸ், கோர்ஸ், கிராம்சி, பெஞ்சமின், டெல்லா வோல்ப், மார்க்யூஸ், அடார்னோ, சார்த்தர், கோல்ட்மான், அல்தூஸ்ஸர், கொல்லெட்டி போன்ற இரண்டாம்கட்ட மார்க்சியச் சிந்தனையாளர்களின் தோற்றத்தின் வரலாற்றுப் பின்னணி எனப் பெரி ஆண்டர்சன் கீழ்க்காணுபவற்றைச் சொல்வார்:

1. செவ்வியல் மார்க்சியம் எதிர்பார்த்ததுபோல வளர்ச்சியடைந்த ஐரோப்பிய நாடுகளில் புரட்சி வெற்றி பெறாததோடு பாசிசம் வளர்ந்தமை.

2. சோவியத் ரஷ்யா தோற்றுவித்த நம்பிக்கையை ஸ்டாலினியம் முறியடித்தமை.

கிட்டத்தட்ட இதே பின்னணியில்தான் முதற்கட்ட அமைப்பியல் சகல துறைகளும் தழுவிய அணுகல் முறையாக ஐரோப்பாவை ஆக்ரமித்தது. அமைப்பியற் சிந்தனைகளை உள்வாங்கிக்கொண்டு அல்தூஸ்ஸர்,

கார்ல் மார்க்சை மேலும் கறாராக வாசிக்க முனைந்ததையும் முரண்பாடுகளின் பன்முகத்தன்மை, ஒப்பளவில் சுதந்திரம், மேல் நிர்ணயம், கருத்தியல் போன்ற கருத்தாக்கங்கள் மூலமான அவரது பங்களிப்புகளையும் தமிழவன் தனது நூலில் (ஸ்ட்ரக்சுரலிசம், 1982) ஓரளவு நன்றாகவே தொகுத்துள்ளார். டெர்ரி ஈகிள்டன், பியர் மாசெறி போன்றோர் அல்தூஸரியக் கோட்பாடுகளை இலக்கிய ஆய்விலும் நிகோஸ் பௌலன்ட்சாஸ், எர்னஸ்டோ லக்லோ, ரால்ப் மிலிபான்ட் போன்றோர் அரசியல் துறையிலும் வளர்த்தெடுத்தனர்.

நடைமுறையிலிருந்து பிரிந்துபோய் பல்கலைக்கழகங்களில் முடங்கிப்போன மேலை மார்க்சியத்தின் குறைபாடுகளாக ஆண்டர்சன் குறிப்பிடும் செறிவுமிக்க சிந்தனைகளை வேறொரு சந்தர்ப்பத்திற்கு ஒதுக்கிவைத்துவிட்டு ஐரோப்பிய மார்க்சியம் மற்றும் அமைப்பியலின் தொடர்ச்சியான வரலாற்றைப் பார்ப்போம். பிரெஞ்சு மாணவர் கிளர்ச்சியைத் (மே, 1968) தொடர்ந்து கிட்டத்தட்ட ஐரோப்பா முழுமையும் ஏற்பட்ட தொழிலாளர் போராட்டங்களும் மக்கள் எழுச்சிகளும் மார்க்சியர்களுக்கு மீண்டும் உற்சாகத்தை ஊட்டின. உலக அளவில் மார்க்சியத்தை நெருக்கடிக்குள்ளாக்கிய ஸ்டாலினியத்திலிருந்து மீள ரஷ்யாவில் குருஷ்சேவும், சீனத்தில் மாவோவும் மேற்கொண்ட முயற்சிகள் அல்தூஸ்ஸரின் மாணவர் ஆந்த்ரே கிளக்ஸ்மான் மற்றும் பிற்கால அமைப்பியற் சிந்தனையாளர்களாகக் கருதப்படும் பூக்கோ, ஜூலியா கிறிஸ்தவா போன்றோரை ஈர்த்தன. இவர்கள் மாவோயிசச் சிந்தனைகளாலும் கலாச்சாரப் புரட்சியாலும் ஈர்க்கப்பட்டிருந்தது குறிப்பிடத்தக்கது. ஆனால் விரைவில்,

1. ஐரோப்பியக் கம்யூனிஸ்ட் கட்சிகள் தங்களின் தவறான அணுகல் முறைகளின் விளைவாக மேற்குறிப்பிட்ட எழுச்சிகளைப் புரட்சியாய் சாத்தியப்படுத்த இயலாதவையாயின. பாராளுமன்ற முதலாளியத்திற்கு ஈடு கொடுக்கவல்ல புரட்சிகரப் போர்வழியை (Strategy) உருவாக்க முடியாமற் போயின.
2. ஹங்கேரி நடவடிக்கையோடு குருஷ்சேவின் மூக்கு வெளுத்ததோடன்றி விரைவில் ரஷ்யாவில் பிரஷ்னேவ் தலைமையிலான இன்னும் இறுக்கமான ஆட்சிமுறை உருவாகியது. மிகவும் நம்பிக்கையூட்டும் கலாச்சாரப் புரட்சியும் நினைத்த வெற்றிகளைச் சாதிக்க இயலாமற்போனதோடு மாவோ ஊக்குவித்த தனிநபர் வழிபாட்டுத் தன்மை முதலியனவும் அம்பலமாயிற்று.

இந்தப் பின்னடைவுகள் அமைப்பியலையும் மார்க்சியத்தையும்

ஒரு சேர பாதித்தன. புரட்சிகர நடைமுறையின் தத்துவமான மார்க்சியம் பெரும் நெருக்கடியைச் சந்தித்தது. மார்க்சியச் சிந்தனையின் வளர்ச்சி இதுநாள்வரை அதன் மையமாக விளங்கிய பிரான்சு, இத்தாலி, ஜெர்மனி போன்ற லத்தீன் ஐரோப்பிய பகுதிகளிலிருந்து இங்கிலாந்து, அமெரிக்கா போன்ற பகுதிகளுக்கு இடம்பெயர்ந்தது. மேற்கு ஐரோப்பிய பகுதியைப் பொறுத்தமட்டில் தன்னைப் பிற்கால அமைப்பியலாகப் புதுப்பித்துக்கொண்ட அமைப்பியல், மார்க்சியத்தின் இடத்தைப் பிடித்துக்கொண்டது. கொல்லெட்டி, கிளக்ஸ்மான், சார்த்தர், பௌலன்ட்சாஸ் போன்றோர் மார்க்சியத்தின் புரட்சிகரக் கருத்தாக்கங்களிலிருந்தும் வரலாற்றுப் பொருளியல் சிந்தனையிலிருந்தும் விலகி மெய்யியற் (Metaphysical) சிந்தனை வயப்பட நேர்ந்தது என்கிறார் ஆண்டர்சன். இடம்பெயர்ந்த மார்க்சியம் வரவேற்கத்தக்க வகையில் அரசியல்/பொருளாதாரத் துறைகளில் முக்கியப் பங்களித்து வளர்ந்த போதிலும் புரட்சிகரப் போர்வழி மற்றும் அது குறித்த ஆய்வுகளைப் பொறுத்தமட்டில் ரொம்பவும் பின்தங்கியே நிற்க நேர்ந்தது. 'போர்வழி வறுமை' யொன்று மார்க்சியத்திற்குள் இன்றுவரை நிலவவே செய்கிறது.

பிரான்சை 'தலைநகராக'க்கொண்டு வளரத் தொடங்கிய பிற்கால அமைப்பியல் அடுத்த பத்தாண்டுகளில் ஐரோப்பிய, அமெரிக்கக் கண்டங்களில் பெரும் செல்வாக்குள்ள தத்துவமாய் வளர்ந்தது. நூற்றுக்கணக்கான இளைஞர்கள் மார்க்சியச் சிந்தனைப் பாதையிலிருந்து விலகி தெரிதா, பூக்கோ போன்றோரின் சிந்தனைகட்கு ஈர்க்கப்பட்டனர்.

கடந்த சில பத்தாண்டுகளின் மார்க்சியம் மற்றும் அமைப்பியல் வளர்ச்சியின் மிக மேலோட்டமான வரலாற்றை இத்தோடு நிறுத்திக் கொண்டு பிற்கால அமைப்பியல் சிந்தனையின் இந்த மின்னல் வேக வளர்ச்சியை மார்க்சியம் எதிர்கொண்ட தன்மையைப் பார்ப்போம். செயலூக்கத்துடன் கோட்பாட்டு நடைமுறையை மேற்கொண்டிருந்த மார்க்சியர்களை மூன்று பிரிவுக்குள் அடக்கலாம் எனத் தோன்றுகிறது அவை:

1. பிற்கால அமைப்பியலின் பங்களிப்பை முற்றாக எதிர்மறையாகப் பார்ப்போர்: பெர்ரி ஆண்டர்சன் போன்ற ஆழ்ந்த சிந்தனைத் திறனுடைய மரபுவழி மார்க்சியர்கள் இதில் அடங்குவர். வரலாற்று மாற்றத்தின் மையப் புள்ளியாக இருப்பது உற்பத்தி சக்திகளுக்கும் உற்பத்தி உறவுகட்குமிடையேயான முரண்பாடா?

இல்லை வர்க்கப் போராட்டமா? அதாவது மாற்றம் என்பது அமைப்பின் (Structure) அடிப்படையிலானதா? இல்லை சமூக வடிவங்களின் மீதும் வரலாற்று நிகழ்வுகளின் மீதும் ஆதிக்கம் செலுத்த முயலும் போட்டியிடும் சக்திகளின் (Subjects) போராட்டத்தின் அடிப்படையிலானதா?[1] இந்தக் கேள்விக்கு அதாவது Structure, Subjects ஆகியவற்றிற்கிடையேயான உறவுகள்பற்றிய பிரச்சினைக்கு செவ்வியல் மார்க்சியத்தால் சரியாகப் பதிலளிக்க முடியவில்லை எனத் தொடங்குகிறார் ஆண்டர்சன். அல்தூஸ்ஸரின் மார்க்சியம்கூடப் போதுமான கோட்பாட்டு அடித்தளம் கொண்டிராததால் 1968 எழுச்சியை விளக்க இயலாமற் போய்க் கொஞ்சம் கொஞ்சமாக 1970களின் மத்தியில் சிந்தனைக் களத்தில் தன் செல்வாக்கை முற்றிலுமாய் இழந்தது. இந்தப் பிரச்சினையைக் கையிலெடுத்துக்கொண்ட அமைப்பியலின் மூன்று முக்கியக் கோட்பாட்டுச் செயல்முறை களாகப் பின்வருவனவற்றைக் குறிப்பிடுவார் ஆண்டர்சன்:

அ. மொழியின் வரம்பு மீறல் (Exorbitaion of Language) இரத்த உறவு, பொருளாதாரம், பண்பாடு எனச் சமூகத்தின் சகல முக்கிய அமைப்புகளையும் மொழியியல் ஆய்வுமுறையின் ஆதிக்கத் திற்குள் கொண்டுவருதல். இதன் உச்சகட்டமாகத் தெரிதாவின் 'பிரதிக்கு அப்பால் எதுவுமே இல்லை' என்கிற முழக்கத்தைச் சொல்லலாம்.

ஆ. உண்மையின் முடக்கம் (Attenuation of Truth): அமைப்பியல் என்பது மொழியின் இடுகுறித் தன்மையில் தொடங்குகிறது: குறிப்பான் (Signifier), குறிப்பீடு (Signified) ஆகியவற்றின் ஒருமையே குறி. இதில் குறிப்பீட்டிற்குள்ள முக்கியத்துவத்தைப் பேரதிகமாக்கி அது சுட்டும் பொருளின் (Referent) பங்கை மறுப்பதன் விளைவாக இறுதி உண்மையின் சாத்தியம் குறித்த நீட்ஷேயிய அவநம்பிக்கைக்கு அமைப்பியல் இட்டுச் செல்கிறது. இதன்மூலம் பகுத்தறிவு சார்ந்த செயல்பாட்டின் ஆதாரமே ஆட்டம் காண்கிறது.

இ. வரலாற்றைக் காரண காரியத் தொடர்பற்றதாக விளக்குதல் (Randomization of History): மேற்கூறிய இரண்டு பண்புகளின் விளைவான வரலாற்று வளர்ச்சியைக் குருட்டாம் போக்கானதாக அமைப்பியல் காண்கிறது. மார்க்சியம் சந்தித்த வறட்டுப் பொருளாதார வாதம்போல வரலாற்றைப் பொறுத்தமட்டில்

அமைப்பியல் வறட்டு வரலாற்றுவாதத்தை முன் வைத்தது. காலப் பரிணாமத்தையும் காரணகாரியத் தொடர்பையும் முற்றாகத் தவிர்த்து வரலாறு என்பது தள இணைவுகளின் (Synchronic Combinations) குருட்டாம்போக்கான வெளிப்பாடே என்கிறது அமைப்பியல். எந்த மொழியும் அமைப்பு ரீதியில் முன் தீர்மானிக்கப்பட்டது எனவும் தனிநபரின் பேச்சு என்பது காரணகாரிய தர்க்கத்திற்கு அப்பாற்பட்டது எனவும் கூறும் சசூரியக் கோட்பாட்டிற்கு இயைபுடையதே இது.[2]

ஆக, ஆண்டர்சனைப் பொறுத்தமட்டில் பிற்கால அமைப்பியல் அர்த்தங்களின் (Meanings) மீது தாக்குதலைத் தொடுத்தது; உண்மையை நிராகரித்தது; அறிவியலை மட்டுமின்றி அரசியலையும் முக்கியமற்றதாக்கியது; வரலாற்றைப் புறக்கணித்தது. மேற்கண்ட போக்கினூடாக தெரிதாவை மட்டுமன்றி ஒரு காலகட்டத்தின் அறிவுக் குவியம் (Episteme) அடுத்த கட்டத்தில் வேறொன்றாக மாறுவதை விளக்க இயலாத பூக்கோவையும், நனவிலி மனம் வாக்கிய அமைப்பிற்கு அப்பாற்பட்டது என்கிற பிராய்டின் கூற்றுடன் முரண்படுகிறது என்கிற அடிப்படையில் 'நனவிலி மனம் மொழியைப் போல அமைப்பாக்கப்பட்டுள்ளது' என்று சொன்ன லக்கானையும், ஒட்டுமொத்தமாய் மனிதனின் இறுதியைப் பிரகடனப் படுத்திய தற்காக பிற்கால அமைப்பியலையும் கூர்மையான விவாதங்களின் அடிப்படையில் நிர்துளி செய்து ஒன்றுமில்லா மலாக்குகிறார் ஆண்டர்சன். அமைப்பும் Subject-உம் ஒன்றை ஒன்று சார்ந்துள்ளது. Subject-இலிருந்து அமைப்பைத் துண்டிக்கும்போது அதனை அமைப்பாக வரையறை செய்யும் காரணியை அது இழந்து போகிறது. முற்றாக Subject-ஐ மறுப்பதென்பது காலப்போக்கில் அமைப்பையும் மறுப்பதில் கொண்டுவிடும். டெல்யூசும் கட்டாரியும், உள அமைப்புகளைப் புறக்கணிப்பது இப்படித்தான் நேர்ந்தது என்றெல்லாம் சொல்லும் ஆண்டர்சன் எந்தப் பிரச்சினையை மார்க்சியம் தீர்க்கவில்லை என்று அமைப்பியல் கிளப்பியதோ அந்த முயற்சியில் அதுவும் தோற்றதெனச் சொல்லி சரியான திசையில் வளர்த்தெடுக்கப்படும் இயங்கியலே அதனைச் சாத்தியமாக்க முடியும் என்று முடிக்கிறார்.[3]

அமைப்பியலை நிராகரிக்கும் ஆண்டர்சனையும் தமிழக மார்க்சியர் களையும் இந்த இடத்தில் வேறுபடுத்திக் காட்டுவது முக்கியம். தமிழக மார்க்சியர்களைப்போல அமைப்பியலைப் படிக்காமலும், சரியான

வாதங்களை முன்வைக்காமலும் அமைப்பியலை ஆண்டர்சன் நிராகரிக்கவில்லை. எல்லாப் பிரச்சினைகட்கும் விடை செவ்வியல் மார்க்சியத்திலேயே இருக்கிறது. எனவே அமைப்பியல் தேவை யில்லை எனவும் ஆண்டர்சன் மறுக்கவில்லை. மாறாக மார்க்சியம் தீர்க்க வேண்டிய பிரச்சினைகள் இருக்கின்றன என ஏற்றுக்கொள்ளும் ஆண்டர்சன் அவற்றைச் சுட்டிக்காட்டிக் கேள்விகளை எழுப்புவதற்கு தனது நூலின் அடுத்த இரண்டு அத்தியாயங்களை ஒதுக்குகிறார். அவர் சொல்வதெல்லாம் இந்தப் பிரச்சினைகளை அமைப்பியலும் முற்றாகத் தீர்க்கவில்லை என்பதுதான்.

2. அமைப்பியலின் பங்களிப்பை முற்றாக நிராகரிக்காமல் விமர் சனத்தோடு அணுகி உள்வாங்குபவர்கள்: டெர்ரி ஈகிள்டன், பீட்டர் டியூஸ் போன்றோர் இவ்வகையில் அடங்குவர். அல்தூஸரியக் கோட்பாடுகளை உள்வாங்கி மார்க்சிய இலக்கிய விமர்சனத்தை ஈகிள்டன் வளமாக்கியதை முன்பே குறிப்பிட்டோம். பிற்கால அமைப்பியலை ஆண்டர்சன் ரொம்பவும் எதிர் மறையாகப் பார்ப்பதாகக் கூறும் ஈகிள்டன், இருந்தாலும் ஆண்டர்சன் எழுப்புகிற கேள்விகள் முக்கியமானவையே என்கிறார். இப்படி எதிர்மறையாகப் பார்த்ததன் விளைவாக அமைப்பியலின் உள்ளார்ந்த முரண்பாட்டை ஆண்டர்சன் கவனிக்க தவறிவிட்டார் என்கிறார். தனது விஞ்ஞானவாதம் (Scientism), தளப்பார்வை, கருத்து முதலிய கூறுகள் போன்ற வற்றின் அடிப்படையில் பிற்காலத்திய முதலாளியக் கருத்திய லுடன் இயைந்துபோன தொடக்ககால அமைப்பியல் அதன் மரபுவழிப்பட்ட தத்துவப் பார்வை, மனிதாயத் தன்னிலை/ வரலாற்றுவாதம் ஆகியவற்றின் மீதான வெறுப்பு ஆகியவற்றின் அடிப்படையில் முதலாளியக் கருத்தியலுக்கு எதிராகவும் இருந்தது என்கிறார். எல்லாவிதமான கோட்பாட்டுருவாக்கங்களையும் (theorizations) அமைப்பியல் தூக்கி எறிவதென்பது நிச்சயமாக மார்க்சியத்தின் மீதான ஒரு தாக்குதல்தான் என்றாலும் வேறுபாடுகள், முரண்கள், தனித்துவங்கள் ஆகியவற்றைப் புறக்கணித்த எல்லாவற்றிற்குமான ஏக தத்துவ (சில வகையான மார்க்சியம் உட்பட்ட) போக்குகளைச் சரியான முறையில் அமைப்பியல் கட்டவிழ்க்கவும் செய்தது. பூக்கோவின் நுண் அரசியலானது (Micro Politics), மரபுவழி மார்க்சிய அரசியல், அமைப்புபற்றிய கருத்தாக்கங்களைத் தூக்கி எறிந்தாலும் மரபு மார்க்சியம் முற்றாகப் புறக்கணித்த சில விளிம்புப் பகுதிகளில் அரசியல் அமைப்புகளை உருவாக்குவதன் முக்கியத்துவத்தை சரியான முறையில் வலியுறுத்தவே செய்தது.

'உண்மையின் முடக்கம்' என்பது பிற்கால அமைப்பியலின் பொறுப்பற்ற சிந்தனை வெளிப்பாடுதான். ஆனால் இந்த அம்சத்தில் தெரிதாவை ஆண்டர்சன் அணுகும் முறை மிகவும் பக்கச் சார்பானது. 'மொழிக்கு அப்பாற்பட்ட குறிப்பீடு, பொருளுடன் எந்தத் தீர்மான கரமான உறவுமில்லாத மிதக்கும் குறிப்பான்கள்' பற்றிய தெரிதாவின் கருத்தாகக் கூறப்படுவது அவரது திறமை குறைந்த சீடப் பிள்ளை களின் மலினப்படுத்தப்பட்ட கருத்தாக்கமே. கருத்தாடலில் படைப்பாளியின் கருத்திற்கும் அர்த்த உருவாக்கத்தில் வரலாற்றுக் காரணிகளின் பங்கிற்கும் தெரிதா முக்கியத்துவம் கொடுத்து வலியுறுத்துவதைச் சுட்டிக்காட்டும் ஈகிள்டன், 'பிரதிக்கு அப்பால் எதுவுமே இல்லை' என்கிற பிரகடனம் கருத்தாடலுக்கும் அதற்கு வெளியே இருக்கும் 'முரட்டுத்தனமான' எதார்த்தத்திற்கும் இடையேயான வலிந்து கோடப்பட்ட அனுபவவாத எதிர்நிலையைக் கட்டவிழ்க்கும் முகமாகவே செய்யப்பட்டது எனவும், இதற்கு தெரிதா இல்லாமலேயே தெரிதாவின் பிரதிகள் உருவாகிவிட்டதாகப் பொருளில்லை எனவும் வாதிடுகிறார். கட்டவிழ்ப்பு என்பது வெறும் பிரதி சம்பந்தமான விஷயமல்ல, அது அரசியல் தன்மை வாய்ந்தது எனத் தெரிதாவே பிற்காலத்தில் வலியுறுத்த நேர்ந்ததோடு வெறுமனே கருத்தாடல் மட்டத்தில் நின்றுவிடாமல் தூலமான அமைப்புகளையும் நிறுவனங்களையும் அணுகுவதன் மூலமே கட்டவிழ்ப்பு என்பது வெறும் விமர்சனம் என்கிற தளத்தை மீறும் எனவும் பிரகடனம் செய்தார். வெறும் சொல் விளையாடல்களுக்கும், பிரதி விவரணை கட்கும் பயன்படுத்தப்படும் வலதுசாரிக் கட்டவிழ்ப்பிற்கும் (Right deconstruction), அரசியல் சாத்தியங்களுக்காகப் பயன்படுத்தப்படும் இடதுசாரிக் கட்டவிழ்ப்பிற்கும் (left de construction) வேறுபாடு காண வேண்டும். மரபு மார்க்சியத்திற்கும் ஒரு சவாலாய் வந்து இளைஞர் களைத் தன்பக்கம் ஈர்த்துக்கொண்ட பூக்கோவின் சிந்தனைகள் முதலானவற்றை அவ்வளவு எளிதாகப் புறக்கணித்துவிட முடியாது.

எல்லாவற்றையும் விமர்சித்த ஆண்டர்சன் மொழியைக் 'கிடங்கு' எனவும் 'பேச்சு' எனவும் பிரித்துக் கிடங்கிற்கு முக்கியத்துவம் கொடுத்துப் பேச்சைப் புறக்கணிக்கும் சசூரியக் கோட்பாட்டை விமர்சிக்காமல் விட்டதைச் சுட்டிக்காட்டும் ஈகிள்டன், பேச்சின் சமூக அடிப்படைக்கு முக்கியத்துவம் தந்து மார்க்சியமும் மொழித் தத்துவமும் என்கிற மிகச்சிறந்த நூலின் மூலம் அமைப்பியலின் அடிநாதமான கோட்பாடுகளைப் பல பத்தாண்டுகட்கு முன்பே கேள்விக்குள்ளாக்கிய ஓலாஷினோவ், பாக்தின்[4] போன்றோரின்

கேள்விகட்கு அமைப்பியல் இன்றளவும் பதில் சொன்னதில்லை என்பதைச் சுட்டிக்காட்டுகிறார்.

மொத்தத்தில் ஆண்டர்சனின் பல கேள்விகள் புறக்கணிக்கத்தக்கவை. ஆனாலும் அவர் எழுப்பும் பல பிரச்சினைகள் காத்திரமானவை, அமைப்பியலால் பதிலளிக்க இயலாதவை.

ஆண்டர்சனைப் போலன்றி பிற்கால அமைப்பியலை மேலும் ஆழமான தத்துவ விசாரணை நோக்குடனும் அனுதாபத்துடனும் அணுகும் பீட்டர் டியூசின் கருத்துகளை இன்னொரு சந்தர்ப்பத்தில் விரிவாகப் பார்ப்போம். மலினப்படுத்தப்பட்ட கட்டவிழ்ப்பு குறித்த தெரிதாவின் எச்சரிக்கையை ஈகிள்டன் போலவே சுட்டிக்காட்டும் டியூஸ், மார்க்சியத்தின்பால் தெரிதாவிற்கு இருந்த மரியாதையையும் குறிப்பிடுகிறார். எனினும் தனது கட்டவிழ்ப்பைத் தூலமான அரசியல் செயற்பாட்டிற்குப் பயன்படுத்துவதில் தெரிதா குறிப்பிடத்தக்க சாதனை எதையும் செய்யவில்லை என்கிறார். மேற்கத்திய சிந்தனையின் அடிப்படை எடுகோள்களுக்கும் மேற்கத்திய வரலாற்றில் கலந்து நிற்கும் வன்முறைக்குமிடையேயான இயைபைத் தொடர்ந்து தெரிதா வற்புறுத்தி வந்தபோதிலும் இந்த இயைபின் தன்மையையும் காரணங்களையும் அவர் எங்கும் விளக்கவில்லை. தெரிதா கருதுவது போல பிரதிகளையும் நிறுவனங்களையும் நேரடியாக ஒப்பிட்டுவிட முடியாது என்கிற உண்மை இதற்குக் காரணமாக இருக்கலாம். கட்டவிழ்ப்பு பிரதிக்குள் அமைந்துள்ள தர்க்க முரண்பாட்டின் அடிப்படையிலானது. அரசியல் மோதல்களைத் தர்க்க முரண்பாடு களாகச் சுருக்கிவிட முடியுமா? 1980க்குப்பின் சமூகக் கலாச்சார விமர் சனங்கள் சிலவற்றை தெரிதா மேற்கொண்டாலும் தொழில்நுட்ப அதிகாரத்துவம் ஆகியவற்றின் ஆபத்து குறித்த (அவராலேயே முன் நிராகரிக்கப்பட்ட) மரபுவழிப்பட்ட இருத்தலியற் கருத்துகளின் எதிரொலியாகவே அவை அமைந்தன. மெய்ப்பொருளியற் (Metaphysical) சிந்தனையைத் தாண்டியதாகத் தோன்றும் கட்டவிழ்ப்பு, இன்னொரு வகையில் நிலவும் நிறுவனங்களுக்கு அறிவுபூர்வமான எதிர்ப்பைத் தெரிவிக்கும் சாத்தியக்கூற்றை மறுக்கிறது. எனவே மறைமுகமாகவேனும் இது இருக்கும் நிலையை ஆதரிப்பதில் (Status Quo) போய் முடியாதா?

3. பிற்கால அமைப்பியலை முற்றாக ஏற்றுக்கொண்டு அதன் அடிப்படையில் மார்க்சியத்தைப் புதுப்பிக்க முனைவோர்: டோனி பென்னட், காயத்ரிஸ்வபிக், மிகைல் ரையான், சாமுவேல் வெபர்

ஆகியோர் இவ்வகையில் அடங்குவர். மார்க்சியத்திற்கும் பிற்கால அமைப்பியலுக்கும், குறிப்பாகக் கட்டவிழ்ப்பிற்குமுள்ள ஒற்றுமைகளை இவர்கள் வலியுறுத்துகின்றனர். கருத்து முதலிய பார்வையினடியாக இதுவரை பார்க்கப் பழக்கப்பட்டு வந்த பல்வேறு வாழ்வியல் அம்சங்களை வேறுபட்ட உறவுகள், நிறுவனங்கள், மரபுகள், வரலாறுகள் ஆகியவற்றில் பொருத்திப் பார்த்து உள்ளார்ந்து இருக்கும் முரண்பாடுகளை வெளிப் படுத்தும் கட்டவிழ்ப்புமுறை உண்மையில் பொருள்முதலிய தன்மையிலானது. உண்மை, இருப்பு, அர்த்தம் என்பதெல்லாம் எண்ணற்ற வரலாறுகள், நிறுவனங்கள் ஆகியவற்றின் பதிவுகட்கு ஆளானவை. முற்றிலும் கருத்து சார்ந்த பிரக்ஞை மூலமாக இந்தப் பதிவுகளை நீக்கிப் பார்ப்பது இயலாது என்கிற அமைப்பியல் சிந்தனையும் அடிப்படையில் பொருள் முதலியதுமானதுதான். உழைப்பு மூலதனம், அரசு, பண்டம் ஆகியன குறித்த முதலாளியக் கருத்தாக்கங்களைத் தோலுரித்து அவற்றிற்குப் புதிய அர்த்தங் களை வழங்கியது மார்க்சியம் மேற்கொண்ட கட்டவிழ்ப்பு அல்லவா? எனவே கட்டவிழ்ப்பு என்பது புதிய அர்த்தங்களில் பிரதியை வைப்பது, புதிய பதிவுகளை உருவாக்குவது. இதனை நமக்கான அரசியல் நோக்கில் நாம் செய்யும்போது நமக்கான அரசியல் செயல்பாடாகிறது. இத்தகைய புதிய பிரதிகளை அரசியல் நோக்கில் உற்பத்தி செய்து பழைய கருத்தியலில் குறுக்கீடு செய்வதே மார்க்சிய இலக்கிய விமர்சனமாகவும் இருக்க முடியும். மார்க்சியத்தை அதனுடன் சேர்த்துவிட்ட பொருளா தாரவாதம், வரலாற்றுவாதம், விஞ்ஞானவாதம், சாராம்சவாதம், ஆகியவற்றிலிருந்து விடுவிக்க வேண்டும். இத்தகைய அரசியல் பூர்வமான குறுக்கீட்டின் விளைவாகப் பழைய கருத்தாடலின் 'தான்'களைப் (subject) புதிய கருத்தாடலின் 'தான்'களாகப் படைக்க முடியும் என்றெல்லாம் வாதிடும் இவர்கள் இந்த அடிப்படையில் மார்க்சியத்தின் அடிப்படையிலேயே மாற்றம் செய்யத்தான் வேண்டுமென்றால் அதில் தயக்கமென்ன என்கின்றனர்.

ரையான், காயத்ரி போன்றோரின் கட்டவிழ்க்கப்பட்ட மார்க்சியம் எதார்த்தத்தின் உருப்பெற்றுக் கொண்டிருக்கும் தன்மைக்கு (Process) அழுத்தம் கொடுத்தல், சார்புத் தன்மையை (relative) வலியுறுத்தல் போன்றவற்றினால் ரொம்பவும் ஹெகலிய தன்மையுடையதாய் இருக்கிறது என்பது ஈகிள்டன் போன்றோரின் விமர்சனம். போர்க்

குணமிக்க பாட்டாளி வர்க்க இயக்கம் இல்லாத அமெரிக்கா போன்ற நாடுகளில் இத்தகைய தாராளவாத ஹெகலிய கோட்பாடு புத்துயிர்ப் பெறுவது சகஜந்தான். மார்க்சியத்தின் பிரதான அம்சம் முரண்பாடு களின் ஒருமையை வலியுறுத்துவதில் இல்லை. மார்க்சியத்திற்கு முற்பட்ட பல பொருள்முதலிய தத்துவங்களிலே இக்கூறு வலியுறுத்தப் பட்டுள்ளது. சமூக இருப்பின் இறுதிக் காரணியாகப் பொருளாதார உற்பத்தியை வைப்பது, வரலாற்று வளர்ச்சியை வர்க்கப் போராட்ட மாகப் பார்ப்பது, அரசியல் அதிகாரத்திற்கான வன்முறை எழுச்சிக்கு முக்கியத்துவம் அளிப்பது என்பனவற்றில் அடங்கியுள்ளது. மார்க்சியத்தின் பிரதான அம்சங்கள் இந்த அடிப்படையில் பொருளாதாரத்திற்கு இறுதித் தீர்மான பங்கை அளிக்கிறது. ஹெகலியத்திலிருந்து மார்க்சியம் இங்குதான் வேறுபடுகிறது. எனவே அரசியல், பொருளாதாரம், இலக்கியம் எல்லாவற்றையும் ஒரே சமமாக வைத்துப் பார்க்கிற கட்டவிழ்ப்பு சமத்துவ மாண்பை மார்க்சியம் பெற்றிருக்கவில்லைதான். இத்தகைய சமத்துவ மாண்பைப் பாராட்டலாம். ஆனால் அது மார்க்சியமல்ல. ஒரு வகையில் பார்த்தால் ட்ராட்ஸ்கி சொன்னதுபோல மார்க்சியர்கள் மரபுவாதிகள்தான். செவ்வியல் மார்க்சியக் கோட்பாடுகள் என்பன வெறும் கருத்துத் தொகுப்பல்ல. வரலாற்றின் வாழும் பதிவுகள் அவை. எல்லையற்ற போராட்டங்கள், அனுபவங்களினடியாய்ச் சேகரித்த கூட்டு அறிவு. மரபு மாற்றப்படக்கூடியதுதான்; சமயத்தில் தூக்கி எறியப்பட வேண்டியதுதான். ஆனால் இதனை மார்க்சியர் கொஞ்சம் எச்சரிக்கை யாகவே செய்வர்.

அரசியலதிகாரத்திற்கான வன்முறை என்பதுகூட ஏதோ பல வழிமுறைகளில் ஒன்று என்று தேர்ந்தெடுக்கப்பட்டதல்ல. முதலாளிய அரசின் வன்முறையைச் சந்திக்க நம்மீது திணிக்கப்படும் ஒரே வழிமுறை அது. பல்கலைக்கழக நாற்காலிகளில் உட்கார்ந்துகொண்டு வியட்னாமிலும் கவுதமாலாவிலும் போராடிக்கொண்டிருப்பவர் களிடம் 'புரட்சி அமைப்புகள் உள்ளிட்ட எல்லாவிதமான அமைப்பு வடிவங்களிலுமான அதிகாரம், ஆதிக்கம் ஆகியவற்றை எதிர்ப்பது' பற்றிப் போதனை செய்துகொண்டிருக்க முடியாது.

கோட்பாட்டை நடைமுறையில் கரைக்கும் அமைப்பியல் அணுகல் முறை ஹெகலிய மார்க்சியத்தின் இன்னொரு வெளிப்பாடே. பன்முகப்பட்ட சூழல்களையும் வேறுபாடுகளையும் கணக்கில் எடுத்துக்கொள்ளல், ஒற்றைப் பரிமாணத் திட்டமாக அமையாமல்

பன்முக முரண்பாடுகளுக்கும் வடிவு கொடுக்கும் பன்முகப் போராட்டங்களை உள்ளடக்குவது என்பதெல்லாம் மிகவும் நல்ல விஷயம்தான். தெரிதாவின் பெயரை இதுவரை கேள்விப்படாத ஒரு மார்க்சிஸ்டுகூட ஏற்றுக்கொள்ளக் கூடியதுதான். இந்த அடிப்படையில் எத்தகைய வித்தியாசமான அரசியல் நடைமுறையை நீங்கள் முன்மொழிகிறீர்கள் என்பதுதான் கேள்வி. அத்தகைய 'கட்டவிழ்ப்பு அரசியல்', 'கட்டவிழ்க்கப்பட்ட கட்சி', என்றெல்லாம் இதுவரை நீங்கள் எதையும் முன்வைத்துவிடவில்லை. கட்டவிழ்ப்பு என்கிற பெயரில் அமைதி வழியிலான சோஷலிச மாற்றத்திற்கான பழைய சமூக ஜனநாயகத் திட்டத்தை மறுபடியும் முன்வைத்துவிடாதீர்கள். ஈகிள்டனின் வேண்டுகோளின் சாராம்சம் இது.

முடிவாக ஒன்று: அரசியற் செயற்பாட்டைப் புறக்கணித்து வெறும் இலக்கிய விமர்சனமாகக் கட்டவிழ்ப்பைப் பார்க்கும் வலதுசாரிகளிடமிருந்து, அதாவது தூய பிற்கால அமைப்பியலாளர்களிடமிருந்து பிரித்தறியப்பட வேண்டியவர்கள் இம் மூன்றாம் வகையினர் என்பது மீண்டும் நினைவூட்டிக் கொள்ளத்தக்கது.

III

இறுதியாய்த் தமிழ்ச்சூழலுக்கு வருவோம். தமிழவனின் புத்தகம் 1982இல் வந்தது. அடுத்த ஐந்தாண்டுகளில் அந்நூல் தமிழ்ச் சிந்தனைச் சூழலில் எந்தத் தாக்கத்தையும் ஏற்படுத்தவில்லை. கடந்த இரண்டு ஆண்டுகளில் அமைப்பியல், பிற்கால அமைப்பியல் ஆகியவை இதுவரை இல்லாத தாக்கத்தை ஏற்படுத்தியுள்ளதை உணர முடிகிறது. பிற்கால அமைப்பியல் பற்றிய முத்துக்குமாரசாமியின் நூல், அமைப்பியல் விமர்சனத்திற்காகவே ஓர் இதழ், அமைப்பியல்பற்றி நிறையக் கருத்தரங்குகள், பட்டறைகள், இலக்கிய விமர்சனம் செய்வோர் தாங்கள் பின்தங்கிவிடக்கூடாதே என்ற அச்சத்தோடு அமைப்பியல் நூற்களைத் தேடிப் பிடித்தல் இப்படி நிறையச் சொல்லலாம். தமிழவனின் நூலுக்கும் இன்றைய சூழலுக்கும் இடைப்பட்ட வரலாற்றுப் பின்னணியை மிகச் சுருக்கமாக இப்படிச் சொல்லலாம்:

1. தமிழகத்தில் மறுஎழுச்சி பெற்ற மார்க்சிய-லெனினியப் புரட்சிகர இயக்கங்கள், தமிழகத்தைக் குலுக்கிய ஈழப் போராட்டம் ஆகியவற்றின் எழுச்சி படிப்படியாகத் தேய்ந்துபோனது.

2. ரஷ்ய, சீனப் பிரச்சினைகள் மார்க்சியத்திற்கு ஏற்படுத்தியுள்ள நெருக்கடிகள்.

3. மார்க்சியத்தின் இன்றைய வளர்ச்சிகள் எதையும் உள்வாங்காது ரஷ்யபாணி வறட்டுக் கோட்பாடுகளிலேயே தேங்கி நின்ற தமிழ் மார்க்சிய இலக்கிய விமர்சனத்தின் மலட்டுத்தனம்.

இந்தப் பின்னணியில் தகுதிக்கதிகமான கூச்சலுடனும் ஆர்ப் பாட்டத்துடனும் அறிமுகப்படுத்தப்படுகிற அமைப்பியல், இளைஞர் மத்தியில் ஏற்படுத்தியிருக்கிற தாக்கத்தைப் புரிந்துகொள்ள முடிகிறது. தமிழ்ச் சூழலில் செயற்படும் அமைப்பியலாளர்களின் முயற்சிகள் பாராட்டப்பட வேண்டியவையே எனினும் இந்த இரண்டாண்டுகளில் அவர்கள் குறிப்பிடத்தக்க சாதனைகளாக எதையும் செய்துவிட வில்லை. அறிமுகமாக எழுந்த நூல்களும் கட்டுரைகளும் முழுமையான தத்துவார்த்தப் புரிதலுடன் வெளிப்படவில்லை என்பதோடு அமைப்பியலோடு தொடர்புடைய முக்கியமான விவாதங்கள் எதையும் முன்வைக்கவில்லை. மார்க்சியத்திற்கும் அமைப்பியலுக்குமிடையேயான விவாதங்கள் தவிர மார்க்சியர் அல்லாத டெல்யூஸ், கட்டாரி போன்றோர் கட்டவிழ்ப்பிற்கு எதிராக வைத்த விமர்சனங்கள்கூட இங்கு அறிமுகப்படுத்தப்படவில்லை. விமர்சன ரீதியாய் இவர்கள் செய்துள்ள முயற்சிகளைப் பார்க்கும் போது திருப்பாவை (மேலும் - 1), மெய்ப்பாட்டியல் உரை (மேலும்-1), புறநானூறு (மேலும்-2) போன்றவற்றின்மேல் செய்துள்ள குறுக்கீடுகள் மிகச் சாதாரணமானவை. அமைப்பியல், கட்டவிழ்ப்பு போன்ற நுணுக்கமான கருவிகள் இன்றி மேலோட்டமான பார்வையிலேயே செய்யத்தக்கவை. நாகார்ஜுனனின் அக்னி பற்றிய கட்டுரை (புறப்பாடு 24) சற்றே விதிவிலக்காய் அமைந்தாலும், பிரம்மராஜன் கவிதைகள் (ஞாபகச் சிற்பம், 1988) பற்றிய அவரது கட்டவிழ்ப்பு புதிய கோனார் உரையாகவே வெளிப்பட்டுள்ளது. ஆனால் செய்யப்பட்டுள்ள ஆர்ப்பாட்டங்கள் அதிகம். நிலவுகிற அமைப்பிற்கு ஏற்புடையதாய் அங்கீகரிக்கப்பட்ட விளக்கத்திற்கு எதிரான குறுக்கீடு என்கிற வகையில் பார்த்தால் இத்தகைய ஆர்ப்பாட்டங்களின்றி இங்கே ஜீவா, ரகுநாதன், தி.க.சி. கைலாசபதி, சிவத்தம்பி, ஞானி, கோ. கேசவன் போன்ற மார்க்சியர்கள் இவற்றைக் காட்டிலும் வன்மையான குறுக்கீடுகளைத் தமிழ் இலக்கியத்தில் செய்துள்ளனர். சங்க இலக்கியம் பற்றின கேசவன், கைலாசபதி போன்றோர் குறுக்கீடும் அரசியல் குறுக்கீடுகளே. முற்றிலும் இவர்கள் செய்ததெல்லாம் சரி என

வாதிடுவது என் நோக்கமில்லையாயினும் இவர்களது நடைமுறை களில் பல மார்க்சியர்களிடம் எதிர்பார்க்கக்கூடிய அரசியல் நடை முறைகளே.[5]

பின் இவர்களிடமுள்ள பிரச்சினைதான் என்ன? இவர்கள் விட்ட பிழை கோட்பாட்டளவிலானது எனத் தோன்றுகிறது. இத்தகைய குறுக்கீடுகள் மூலம் நாம் உற்பத்தி செய்கிற பிரதி என்பது இன்னொரு மாற்றுப் பிரதி மட்டுமே. விளைவின் அடிப்படையிலேயே நமது நடைமுறையைச் சிறந்தது எனச் சொல்லுகிறோம். மற்றபடி நாம் உருவாக்கிய பிரதிதான் உண்மையானது; சரியான சாராம்சத்தைக் கண்டுபிடிக்கும் கருவி மார்க்சியமே என்றெல்லாம் கருதுவது, இலக்கியத்தை வரலாற்றினூடாகவும் நிறுவனங்களினூடாகவும் பார்க்காமல் அவற்றின் தோற்ற (Original) உற்பத்தி நிலையில் வைத்து நோக்குவது, ஒரு வரலாற்றுக் கட்டத்தின் சாராம்சமாகப் பிரதி வெளிப்படுகிறது எனப் பார்ப்பது என்பன போன்ற பொருளாதார வாத, வரலாற்றுவாத, சாராம்சவாத, அழகியல்வாதப் பிடிகளில் இவர்களில் பலர் வெவ்வேறு வகைகளில் சிக்கியிருந்தனர் என்பதே இவர்களின் மீதான விமர்சனம். இது குறித்து ஆழமாய்ப் பேசுவதற்கு இது தருணமன்று.

சுருக்கமாய் இப்படிச் சொல்லலாம்: இதுவரை அமைப்பியல்வாத அடிப்படையிலான தமிழ் விமர்சனம் குறிப்பிடும்படியாக எதையும் சாதிக்கவில்லை என்பது எத்தனை உண்மையோ அத்தனை உண்மை மார்க்சியர்களின் பணி புறக்கணிக்கக் கூடியதல்ல என்பதும்.

இன்றைய நிலையை மார்க்சியர்கள் ரொம்பவும் எச்சரிக்கையோடு எதிர்கொள்ள வேண்டியிருக்கிறது. அமைப்பியலும் பிற்கால அமைப்பியலும் அளித்த கொடைகளை முற்றாகப் புறக்கணிப்பது அறிவீனம். சரியான தத்துவப் பின்னணியோடு அவற்றைக் கற்றுச் செரித்து இன்றைய சூழலை எதிர்கொள்ளுவதற்கான கோட்பாடுகளை உருவாக்கிக்கொள்ள வேண்டும். கண்ணெதிரே ரஷ்யாவும் சீனமும் இதர கிழக்கு ஐரோப்பிய நாடுகளும் மார்க்சியத்திற்கு ஏற்படுத்தியுள்ள நெருக்கடிகளின் மத்தியில் நம்முடைய பணி கடினமானது. ஆழ்ந்த உழைப்பைக் கோருவது. திறந்த மனத்தோடு பிரச்சினைகளை அணுக வேண்டியிருக்கிறது. ஆயிரக்கணக்கானோர் போராடிய அனுபவத்தின் மீது உருவான மரபு என்பதால் அவற்றை மாற்றிக்கொள்வதில் எச்சரிக்கை உணர்வு தேவை என்பது எவ்வளவு உண்மையோ அதேபோல முற்றிலும் வேறுபட்ட இன்றைய சூழலில்

வளமான மரபு என்பதற்காக ஒன்றைப் பிடித்துக்கொண்டு தொங்க வேண்டியதும் இல்லை.

அமைப்பியல், பிற்கால அமைப்பியல் போன்றவை பாய்ச்சிய வெளிச்சத்தில் நாம் புதிய அடிகளை எடுத்து வைக்கும்போது அது எந்த அளவிற்குப் பழைய மரபு, செவ்வியல் கோட்பாடுகள் போன்ற வற்றிற்கு உண்மையாக இருக்கிறது அல்லது விலகிச் செல்கிறது என்கிற அளவுகோலை வைத்துப் பார்க்காமல் இவை எத்தகைய புதிய சாத்தியக் கூறுகளை முன்வைத்துள்ளன, செயல்திறனை எந்த அளவிற்கு முடுக்கியுள்ளன, எத்தகைய புதிய செயல் வடிவங்களைத் தோற்றுவித்துள்ளன என்கிற கேள்விகளை முன்வைத்து நாம் மாற்றங்களை உரசிப்பார்க்க வேண்டும்.

அவ்வாறின்றி எல்லாக் கேள்விகளுக்கும் செவ்வியல் மார்க்சியத் திலேயே விடை இருக்கிறது, இலக்கியத் திறனாய்வுகட்கும் அரசியல் நடைமுறைகட்கும் அமைப்பியல் போன்றவை எந்தப் பங்களிப்பையும் செய்துவிட முடியாது, பழைய அணுகல்முறைகளே நமக்குப் போதுமானது எனக் கருதிச் செயற்பட்டோமானால் உடனடி எதிர் காலத்தில் மார்க்சியம் புறக்கணிக்கப்படும். ஓர் இளைய தலை முறையை நாம் இழக்க நேரிடும். கேசவனின் மார்க்சிய இலக்கிய விமர்சனம் குறித்த நூல் சமகால இளைஞர்களால் நிராகரிக்கப்பட்டது இதற்கொரு சான்று.

குறிப்புகள்

முடிந்தவரை எளிமையாக எழுதப்பட்டுள்ளது. கட்டுரையின் நடுப் பகுதி கொஞ்சம் அமைப்பியல் குறித்த முன்னறிவைக் கோரும். சிறிய கட்டுரை என்பதால் அதிகம் விளக்க முடியவில்லை. அமைப்பியல் குறித்த ஏதேனும் அறிமுக நூலைப் புரட்டிப் பார்ப்பது உதவிகரமாக இருக்கும். மேல் விவரங்களுக்கு பின்வரும் நூல்களைப் படிக்கலாம்:

Peter Dews, *Logics of Disintegration*, Verso, 1988.

Terry Eagleton, (a) *Function of Criticism*, Verso, 1984.
b) *Against the Grain*, Verso, 1986.

Tony Bennet, *Texts in History, Post Structuralism and the Question of History,* OUP, 1987

Perry Anderson, (a) *Considerations of Western Marxis*, Verso, 1976

b) *In the Track of Historical Materialism,* Verso, 1984

Michael Ryan, *Marxism and Deconstruction,* Baltimore, 1982.

மேற்கோள் குறிப்புகள்

1. Subjects என்பதற்குத் 'தன்னிலை' என்னும் மொழியாக்கம் இங்கு அப்படியே பொருந்தாது என நினைக்கிறேன். அரசு அல்லது அமைப்பிற்குட்பட்ட குடிமக்களையும் Subjects என்கிறோம். அந்த அமைப்பைத் தூக்கி எறிந்து புதிய வரலாற்றைப் படைப்பவர்களையும் Subjects of Historical என்றுதான் சொல்கிறோம்.
2. இங்கு பேசப்படுவது உள்ளுறையின் தாக்கமல்ல.
3. *Anti Oedipus* என்னும் மிக முக்கியமான நூலை எழுதியோர்.
4. இருவரும் ஒருவரே என்பதும் உண்டு.
5. இவர்களில் பலர் நவீனத்துவத்தை எதிர்கொண்டமையை நாம் ஏற்க இயலாது.

- கல்குதிரை, டிச. 1989, ஜன-பிப்., 1990

1.4

பாரதிதாசன் பல்கலைக்கழகமும் பட்டுக்கோட்டை கலியாணசுந்தரமும்

வழக்கமாகத் தமிழ்ச் செய்யுள் பாடநூற்கள் என்றால் 'சங்க இலக்கியம், நீதி நூற்கள், காப்பியங்கள், கம்பராமாயணம், பெரிய புராணம், சிற்றிலக்கியங்கள், பாரதி' என்றவாறு எல்லாவற்றிலும் கொஞ்சம் கொஞ்சம் எடுத்துத் தொகுக்கப்பட்டிருக்கும். இந்த ஆண்டின் (1988-89) பாரதிதாசன் பல்கலைக்கழக இளங்கலை இளம் அறிவியல் பட்டப்படிப்பிற்கான செய்யுள் திரட்டு மிகவும் வித்தியாசமாகத் தொகுக்கப்பட்டுள்ளது. மூல பாடல்களும் குறிப்புகளும் சேர்ந்து 130 பக்கங்களுள்ள இந்நூலில் முக்கால்வாசி (முதல் 83 பக்கங்கள்) சுந்தரம்பிள்ளை, பாரதி, பாரதிதாசன், சுரதா, பட்டுக்கோட்டை கலியாணசுந்தரம் (பத்துப் பக்கங்கள்!), தேசிக வினாயகம் பிள்ளை, பிச்சமூர்த்தி, அப்துல் ரகுமான், தமிழன்பன் ஆகியோருக்கு ஒதுக்கப்பட்டள்ளது. மீதியுள்ள பகுதியில் கொஞ்சம் 'தேவாரம்' திருவாசகம், திவ்வியப் பிரபந்தம், வீரமாமுனிவரின் கலம்பகம், மஸ்தான் சாகிபின் பராபரக் கண்ணி, நால்வர் நான்மணிமாலை, மீனாட்சி சுந்தரம்பிள்ளையின் சேக்கிழார் பிள்ளைத் தமிழ் ஆகியவை இடம்பெற்றுள்ளன. 'சங்க இலக்கியம், காப்பியங்கள், கம்பன், பெரியபுராணம்' ஆகியவை முற்றாகப் புறக்கணிக்கப்பட்டுள்ளன. முறைப்படுத்தப்பட்டத் தமிழ்க்கல்வி வரலாற்றில் இது ஒரு புதிய அத்தியாயத்தின் தொடக்கம் எனலாம். இதன் அடிப்படையில் நம்முன் எழும் கேள்விகள்:

1. பொதுவுடைமைக் கட்சிக்காரர்களால் 'தங்கள்' கவிஞராக உரிமை கொண்டாடப்படுகிற பட்டுக்கோட்டை கலியாணசுந்தரம் உட்பட நவ கவிஞர்களுக்கு இத்தனை முக்கியத்துவம் திடீரென ஏன்?

2. தமிழ்க் கவிதைப் பாரம்பரியம் என்றால் சங்க இலக்கியம் தொடங்கி பாரதிவரை என்கிற வரையறையை இன்று கல்வி நிறுவனங்கள் மறுபரிசீலனை செய்வதேன்?

இவற்றிற்கான பதில்களைப் பெறுவதற்கு இலக்கியப் பிரதி[1], வரலாற்றில் மொழியின் செயல்பாடு ஆகியவை குறித்த எடீனி பாலீபர், பியர் மாசறி, டெர்ரி ஈகிள்டன், டோனி பென்னட் ஆகிய மார்க்சிய அமைப்பியலாளர் மற்றும் பார்த்ஸ், தெரிதா[2] போன்ற பிற்கால அமைப்பியற் சிந்தனையாளர் ஆகியோரின் கருத்துகளைத் தொகுத்துக்கொள்வது பயன்படும்.

II

எந்த ஒரு சமூகத்திற்கும் ஆதார அம்சமாக விளங்குகிற மொழியானது அச்சமூகத்தின் கூட்டுப் பிரக்ஞையின் வடிவமாகும். பிரதானமாய் மொழியின் மூலமே அச்சமூகம் தன்னை அடையாளம் காண்கிறது. எனினும் முதலாளியத்திற்கு முற்பட்ட சமூகங்களில் அச்சமூகம் முழுமைக்கும் மொழி ஒரே பொதுவான வடிவத்தில் இருந்ததில்லை. பிரதேச, இன, சாதி, வர்க்க வேறுபாடுகள் மொழிக்குள்ளும் வெளிப்படுவதை எவரும் ஏற்றுக்கொள்வர். வேறுபாடுகள் மட்டுமல்ல இந்த அடிப்படையிலான முரண்பாடுகளும் மொழிக் களத்தில் வெளிப்படுகின்றன. முதலாளியச் சமூக உருவாக்கத்தின் போதும் காலனிய ஆதிக்கத்தின்போதும், இது வெளிப்படையாகவே தெரிகிறது. தனது ஆதிக்கத்தை நிலைநிறுத்த முயலும் எந்த ஓர் இனமும் வர்க்கமும் நாடும், புவியியல்/அரசியல்/பொருளாதார ரீதிகளில் மட்டுமல்லாது இவற்றிற்குச் சமமாக, சமயங்களில் கூடுதல் முக்கியத்துவத்துடன் மொழிக்களத்திலும் தம் ஆதிக்கத்தை நிலைநிறுத்த முயல்கின்றன. ஆதிக்கச் சக்திகளுக்குத் தம் மேலாண்மையை நிறுவப் பயன்படும் மொழி - அதேசமயத்தில் அடிமைப்படுத்தப்பட்ட அரசு, வர்க்கம்/ பிராந்தியம்/ சாதி ஆகியவற்றைப் பொறுத்தமட்டில் அரசியற்களத்தில் இழந்துபோன தம் வரலாற்று அடையாளத்தைக் கருத்தியல் மட்டத்தில் காப்பாற்றிக்கொள்ளும் கருவியாகவும் விளங்குகிறது.

முதலாளியச் சமூக உருவாக்கத்தின்போது, பண்டங்களின் தடையற்ற சுழற்சிக்கான முன் நிபந்தனைகளில் ஒன்றாகவும் முதலாளிய வர்க்க மேலாண்மையை உறுதிசெய்யும் மையப்படுத்தப் பட்ட அரசு கருவிக்குத் தேவையான ஒருமைப்படுத்தப்பட்ட தொடர்புச் சாதனமாகவும் ஒரே சீரான 'பொது மொழி' உருவாக்கப்படும் தேவை ஏற்படுகிறது. இந்நிலையில் ஒவ்வொரு சமூகத்திலும் ஆதிக்கம் செலுத்தும் பகுதியின் மொழியே பொது மொழியாக அங்கீகரிக்கப்

படுகிறது. இதற்கு உலகெங்கிலும் வரலாற்று ஆதாரங்கள் உண்டு. பிரெஞ்சுப் புரட்சிக்குப் பின் தல மொழிகள் புறக்கணிக்கப்பட்டு சீரான இலக்கண விதிகளுக்குட்பட்ட புதிய பிரெஞ்சு மொழி அரசுமொழியாக உருப்பெற்றது. இங்கிலாந்தின் அரசியல் கருத்தியல் அதிகார மையங்களான லண்டன், ஆக்ஸ்போர்டு, காம்ப்ரிட்ஜ் மையங்களில் வழக்கிலிருந்த கீழ்மத்திய வழக்கு மொழி (East Midland Dialect), பொது மொழியான இன்றைய ஆங்கிலமாக 1362இல் சட்ட ஏற்புப் பெற்றது. ஏகாதிபத்தியமாகப் பரிணமித்த அரசுகள் தங்கள் காலனிகளில் மேற்கொண்ட மொழி ரீதியான ஏகாதிபத்தியச் செயற்பாடுகள் குறிப்பிடத்தக்கன. 1872இல் உருவான ஸ்காட்லாந்து கல்விச்சட்டம் பிள்ளைகள் பள்ளிகளில் தங்களின் கேலிக் (Gaclic) மொழியில் பேசுவதைத் தடை செய்தது. 'வேல்' சில் 'வெல்ஷ்' மொழி இவ்வாறு புறக்கணிக்கப்பட்டது. கென்யாவில் கிகுயூ (Gikuyu) மொழி தடைசெய்யப்பட்டது. கிகுயூ மொழியில் நூல் எழுதியதற்காக கென்ய எழுத்தாளர் ககாரா வா வாஞ்சு ஆங்கில அரசால் 1952இல் பத்தாண்டுகள் சிறைவிதிக்கப்பட்டார்.[2a]

முதலாளியத்தில் பொருளாதாரச் சமத்துவம் எப்படி வெறும் தோற்றச் சமத்துவமாக மட்டுமே இருக்கிறதோ அதே போலத்தான் பொது மொழிக்குள்ளும் 'சமத்துவம்' நிலவுகிறது. எந்த வழக்குமொழி பொதுமொழியாக ஆக்கப்படுகிறதோ அதுவே அரச கரும மொழியாகச் செயற்படுவது மட்டுமின்றி அம்மொழியில் உருவான புனை வடிவங்கள் (Fictions) 'இலக்கியங்களாக' ஏற்கப்பட்டுப் பாடங் களாக்கப்படுகின்றன. அதற்குரிய இலக்கணம் பொது இலக்கண மாகிறது. இம்மொழியை வழக்கில் பேசுகிற இனம் அல்லது வர்க்கம் அல்லது சாதி அம்மொழியைத் தன்னுடையதாக உணர்கிறது. அதனைக் கையாள்வதில் இயல்பை அனுபவிக்கிறது. தம் மொழியை இழந்த அடிமைப்பட்டோர் 'உயர்ந்த' இலக்கிய மொழியிலிருந்து தாங்கள் விலக்கப்பட்டதாக உணர்கின்றனர். மொழி மீதான தங்கள் உரிமை கைநழுவிப் போனதை அறிகின்றனர். மொழிக் களத்தில் ஏற்படும் இத்தகைய அடிமைத்தனம் பொருளாதாரத்திலும் அரசியலிலும் ஏற்படுகிற அடிமைத்தனத்தை உறுதி செய்கிறது.

இத்தகைய 'மொழி அரசியலி'ன் ஓரங்கமாக அன்றைய இலக்கியப் பிரதிகளின் உற்பத்தி வரலாற்றில் நிகழ்கிறது. கவனியுங்கள். இலக்கியத்தின் உற்பத்தியைப் பற்றி நாம் இங்கே பேசவில்லை. 'பிரதி'யின் உற்பத்திபற்றிப் பேசுகிறோம். இதன் பொருளென்ன?

ஒரே 'பாடம்' வெவ்வேறு வரலாற்றுக் கட்டங்களிலும் சூழல்களிலும் வெவ்வேறு பிரதியாக உற்பத்தி செய்யப்படுகிறது. கம்பராமாயணங் களுள் வைணவப் பாரம்பரியத்தில் பயிலப்படுவதும், அண்ணா விளக்கம் சொன்னதும், ஞானி/ஜீவா போன்ற பொதுவுடைமை யாளர்கள் அறிமுகம் செய்ததும் வேறு வேறு என்பதைக் கருத்தில் கொண்டால் இந்த உண்மையை விளங்கிக்கொள்வது எளிது. ஆக பிரதியின் இறுதி உண்மை, எல்லாக் காலத்திற்குமான கருத்துரை என்பதெல்லாம் வெறும் மாயையே. செயல்பாட்டிலிருந்தும் பயன்பாட்டிலிருந்தும் பிரித்து நுண்மையாக்கப்பட்ட (Abstract) ஆதாரப் பிரதி (Original Text) என்று ஒன்றுமில்லை. ஒரு பொருளின் 'உற்பத்தி' அதன் 'நுகர்'வில்தான் பூர்த்தியாகிறது என்பார் பேராசான் மார்க்ஸ்.

வரலாறுதோறும் நுகரப்படும் இலக்கியப் பிரதிகளைப் பொறுத்த மட்டில் 'இறுதி உற்பத்தி' நடைபெறுவதே இல்லை எனலாம். வரலாற்றினூடே வெவ்வேறுவிதமான வரலாற்றுத் தனித்துவமிக்க விளைவுகளை உண்டுபண்ணும் நிர்ணயங்களால் (Determinants) மறுஉருவாக்கம் செய்யப்பட்டே ஒரு பிரதி வாசகனுக்குக் கிடைக்கிறது. இந்த நிர்ணயங்களுள் அது பயன்படுத்தப்படும் விதம், பாடமாய்ப் பயிலப்படும் பிரதியும் அரசியல் நோக்கில் மக்களைத் திரட்ட மேடையில் முழங்கப்படும் பிரதியும் வேறு வேறு. அதனுடன் இணைக்கப்பட்ட மேற்கோள்கள், ஆசிரியர் முன்னுரை, சுருக்கப் பொழிவு, தலைப்புகள், விமர்சனக் குறிப்புகள், அட்டை வடிவம் ஆகிய அனைத்துமே அடங்கும்.

தவிரவும் பிரதிகளை வாசகரிடமிருந்தும் தனித்துப் பார்க்க முடியாது. வாசகரின் அனுபவம், கல்வி, பால், சமகால இதரப் பிரதி களுடனான அவரது உறவு ஆகியவையும் அவருக்கான பிரதியை நிர்ணயிக்கின்றன. எனவே பிரதிகளை இதர பிரதிகளுடனான உறவுகளிலும் (Inter Textual) வைத்துப் பார்க்கவேண்டியிருக்கிறது. இத்தகைய நிர்ணயங்களின் செயல்பாட்டில் குறிப்பிட்ட விளைவுகளை ஏற்படுத்தும் குறிப்பிட்ட வகையான பிரதிகளுக்கான வாசிக்கும் 'தான்' (Subjects)களாக வாசகர்களும் குறிப்பிட்ட வாசகர்களும் வாசிக்கும் பொருள்களாகப் (Reading objects) பிரதியும் ஒரு தனித்துவமிக்க உறவில் பிணைவதை 'வாசிப்பு' (Reading) எனலாம். வெவ்வேறு விதமான வாசிப்புகள் அவற்றுக்கேயான வாசகர்களையும் பிரதி களையும் சூழல்களையும் உருவாக்குகின்றன.

வெவ்வேறு வாசிப்புகளின்போது வெவ்வேறு பிரதிகள் உருவாவதை மொழியின் இடுகுறித் தன்மையில் வைத்து அமைப்பியல் விளக்குகிறது. மொழி எதார்த்தத்தைப் பிரதிநிதித்துவப்படுத்துவதில்லை, மாறாகக் குறியீடு செய்கிறது. எனவே யதார்த்தத்திலிருந்து மொழி மிகவும் சுதந்திரமாய்ச் செயல்படுகிறது. படைப்பாளியின் முழு ஆளுகைக்கும் மொழி வயப்படுவதில்லை. படைப்பாளிக்கு மொழி தொல்லை கொடுக்கிறது. சமயங்களில் துரோகமும் செய்கிறது. அவனுக்குத் தெரியாமலே அவன் நினைக்காத பொருள்களைப் படைப்புக்குள் வைத்துவிடும் வல்லமை வாய்ந்தது மொழி. எங்கே பிரதியின் மீதுள்ள கட்டுப்பாட்டைப் படைப்பாளி இழக்கின்றான், எங்கே மேல் தோற்ற தர்க்கமும் ஒருமையும் (apparant logic and coherance) தோல்வி யுறுகின்றன என்பதையும் அம்பலப்படுத்துவதே கட்டவிழ்ப்பு விமர்சனம்.

III

மேற்கூறப்பட்ட கருத்துகளின் வெளிச்சத்தில் தொடக்கத்தில் நாம் எழுப்பிய கேள்விகளுக்குப் பதில் காண முயல்வோம். முதலில் பாரதிதாசன் பல்கலைக்கழகத்தைச் சேர்ந்த கல்லூரி வகுப்பறைகளில் வாசிக்கப்படும் செய்யுள் திரட்டுப் பிரதியின் மீது செயற்படும் நிர்ணயங்களில் சிலவற்றைத் தொகுத்துக்கொள்வோம்.

1. வாசிக்கப்படும் சூழல்

பல்கலைக்கழகங்களும் அவை அறிமுகப்படுத்தும் திறனாய்வு முறைகளும் 'இலக்கியங்கள்'பற்றிய வரையறையை மக்கள் மத்தியில் உருவாக்குவதில் வகிக்கும் செல்வாக்கு முக்கியமானது. அதிகார பூர்வமான நிறுவனங்களாக நின்று, 'இவையே இலக்கியம், இவற்றை இப்படித்தான் அணுக வேண்டும்' எனக் கருத்தாடல் புரியும் அதிகார மையங்களாக அவை செயல்படுகின்றன. மேலும் இன்று ஆசிரியர் மாணவர் உறவு என்பது இணைந்து அறிவைத் தேடும் ஜனநாயக உறவாக இல்லை. எல்லாம் தெரிந்த ஆசிரியர், சொல்வதை அப்படியே ஏற்றுக்கொள்ளும் மாணவர் என்னும் கொடுக்கல் - வாங்கல் உறவின் அடிப்படையில் பிரதி இங்கு போதிக்கப்படுகிறது. பிரதியினூடாக வகுப்பறையில் எழுப்பப்படும் குரல் அதிகாரபூர்வமான இறுதிக் குரலாக மாணவர் மனத்தில் ஒலிக்கிறது.

எனவே கற்றறிந்த பேராசிரியரிடம் கற்றுத்தேரும் நோக்குடன் வந்து வகுப்பறையில் காத்திருந்து, எழுந்து நின்று, சொன்னபின் அமர்ந்து மரியாதையுடன் வாசிக்கப்படும் இப்பாட நூலில் உள்ள பாரதி பாடற் பிரதியும், ஏகாதிபத்திய அரசால் பொதுக்கூட்டங்கள் தடை செய்யப் பட்ட ஊர்களில் மக்களை எழுச்சியூட்டி, தடையை மீறிக் குவியச் செய்யப் பயன்பட்டதாக வை.மு. கோதை நாயகி,[3] நாரண துரைக் கண்ணன் போன்றோரால் நினைவுகூரப்படும் பாரதி பாடற்பிரதியும் வேறு வேறு என்பது நினைவிற்குரியது.

2. பாடல்களுக்கு இடப்பட்டுள்ள தலைப்புகள்

நூலிலுள்ள பாடல்கள் அனைத்தும் ஏராளமான துணைத் தலைப்பு களுடன் அறிமுகப்படுத்தப்பட்டுள்ளன. இத்தலைப்புகள் அனைத்தும் தொகுப்பாளர்களால் கொடுக்கப்பட்டது. வெவ்வேறு அரசியல் கருத்தாடல்களினூடாக ஒரு குறிப்பிட்ட கிளர்ச்சி நோக்குடன் (agitational value) இதுவரை அறிமுகமாயிருந்த பல பாடல்கள் அவற்றிற்கு நேரெதிரான விளைவுகளை ஏற்படுத்துவனவாகவும், இருக்கிற நிலையைத் தக்கவைக்கும் அதிகாரக் கருத்தாடலின் ஓரங்கமாக விளங்குவதாகவும் புதிய தலைப்புகள் அமைந்திருப்பது நோக்கத்தக்கது. சில எடுத்துக்காட்டுகள்:

அ. சுந்தரம்பிள்ளையின் 'மனோன்மணீயத்தில்' உள்ள தமிழ்த் தெய்வ வணக்கப் பாடல் திராவிடக் கருத்தியலின் எழுச்சிக் கட்டத்திய கருத்தாடலின் பின்னணியில் உருவாகி அதே நோக்கில் பயன்பட்டுவந்த ஒன்று. வடமொழியைக் காட்டிலும் தமிழுக்குள்ள முக்கியத்துவத்தையும் வடநாட்டைக்காட்டிலும், தமிழகத்தின் சிறப்பையும் முன்னிலைப்படுத்தும் நோக்கில் எழுந்த இப்பாடலில்,

'(ஆரியம் போல்) உலகவழக்கழிந்தொழிந்து, சிதையா உன் சீரிளமைத் திறம்வியந்து செயல் மறந்து வாழ்த்துதுமே' என்கிற வரிகளில் அடைப்புக் குறிக்குள் உள்ள பகுதி நீக்கப்பட்டு பழைய கருத்தாடலுக்குச் சற்றும் பொருந்தாத 'பரம்பொருளுக்கு ஒப்பானது' என்கிற தலைப்பிடப்பட்டுள்ளது (பக். 2). தமிழக அரசு தமிழ்த்தாய் வாழ்த்தாக ஏற்றுக்கொண்டுள்ள வடிவத்தில் இங்கு அச்சிடப்பட்டுள்ளது எனலாம். அரசு ஏற்றுக்கொண்ட வடிவத்தில்தான் பாடநூலில் இடம்பெற வேண்டுமென்பதில்லை என்பது ஒரு புறமிருக்க தமிழக அரசே எப்படி ஒரு புதிய பிரதியை

இன்றைய அரசியல் நோக்கில் உற்பத்தி செய்துள்ளது என்பதும் அதன் அரசியல் பின்னணியும் சிந்திக்கத்தக்கன. இதேபோல் 'சதுர் மறை ஆரியம் வருமுன்...' எனத் தொடங்கும் வரிகள் ஆரியத்தோடு ஒப்பிட்டு அதன் ஆக்கிரமிப்பிற்கு முன் நாடெங்கும் பரவியிருந்த மொழி தமிழ் என்கிற கருத்தில் இதுவரை வழங்கப்பட்டிருந்ததற்கு மாறாக வெறுமனே 'காலத்தால் முந்தியது' எனத் தலைப்பிடப்பட்டுள்ளது (பக். 2).

ஆ. பாரதியின் 'புதுமைப்பெண்' பாடல்கள் அனைத்துமே இதுவரை பயன்படுத்தப்பட்டு வந்த கிளர்ச்சி மதிப்பீடுகட்கு முற்றிலும் மாறான புதிய தலைப்புகளுடன் வழங்கப்பட்டுள்ளன. 'நாணமும் அச்சமும் நாய்கட்கு வேண்டுமாம்'[4] என்கிற வரிகள் அமைந்த பத்தியின் தலைப்பு 'எல்லோரும் சமமென்பது உறுதி' மாதர்க்குண்டு சுதந்திரம்... எனத் தொடங்கும் பத்திக்கு 'இசையின்மை' 'விடுதலைக்கு மகளிர்...' எனத் தொடங்கும் பத்திக்கு 'ஒருமைப்பாட்டுக்கு உறுதிமொழி.' 'அற விழுந்தது பண்டை வழக்கம், ஆணுக்குப் பெண் விலங்கெனும் அஃதே' என முடியும் பத்தியின் தலைப்பு 'திறமைக்கு முன்னுரிமை.'

எடுத்துக்காட்டில் கடைசியாக உள்ள இரு தலைப்புகளும் வெறும் அலட்சியம் அல்லது அறியாமையின்[5] விளைவு என ஒதுக்கிவிட முடியாது. தமிழ்த் தேசியத் தனித்துவம் என்பதைக் காட்டிலும் இந்திய தேசிய ஒருமை என்கிற கருத்தாடலின் வெளிப்பாடாக உருவாகியுள்ள இந்தப் பிரதியில் இவை இரண்டும், மத்திய அரசின் சமீபத்திய புதிய கொள்கைகளின் முழக்கம் என்பதும், 'திறமைக்கு முன்னுரிமை' என்பது இங்கு மேல்சாதிக் கருத்தியல் வெளிப்பாடாய் விளங்கி வருவதும் குறிப்பிடத்தக்கன.

3. முன்னுரைகள், கருத்துப் பொழிவுகள் முதலியன

ஒரு படைப்புக்குச் சாரமாக ஒரு கருத்து உண்டு என்றும் சாராம்ச வாதத்தை (Essentialism) மறுக்கும் அமைப்பியல், பிரதியுடன் இணைத்து வழங்கப்படும் முன்னுரைகள், கருத்துச் சுருக்கங்கள் போன்றவை அப்பிரதியின் சாரத்தைச் சுருக்கித் தருவன என்பதற்குப் பதிலாக அப்பிரதியோடு இணையும் கூடுதல் பிரதிக் கூறுகளாகச் (additional Textual Elements) செயற்படுகின்றன எனக் கூறும். இந்த வகையில் சில எடுத்துக்காட்டுகள்:

அ. பாரதி பற்றிய முன்னுரையில் பாரதி பாடல்களின் அரசியல் முக்கியத்துவம் எங்கும் வலியுறுத்தப்படவில்லை. எழுதிய நூல் வரிசையில்கூட 'தேச பக்திப் பாடல்கள்' பத்தோடு பதினொன் றாகவே குறிப்பிடப்பட்டுள்ளன. பாரதியின் சிறப்புகளாகக் குறிப்பிடப்பட்டுள்ளவற்றில் சில: 'வாழ்ந்துகொண்டிருந்த காலத்திலேயே உ.வே.சாவுக்கு ஒரு வாழ்த்துக் கவிதை பாடியவர்; இந்திய நாட்டின் குடியாட்சித் தலைவர் மேதகு ராமசாமி வெங்கட்ராமன் அவர்கள் பதவி ஏற்றபோது பாரதியின் 'தண்ணீர் விட்டோ வளர்த்தோம் பாடலை மேற்கோள்காட்டி நா தழுதழுக்கப் பேசினார்.'

எத்தகைய அனல் வீசும் எழுத்துகளுக்காக ஏகாதிபத்தியம் பாரதியைக் கைதுசெய்ய முயன்றதோ அதனைப் பற்றிய குறிப்பு: 'இந்தியா பத்திரிகையில் தொடர்ந்து கட்டுரைகள் எழுதினார்.'

பிராமண சாதியில் பிறந்தாலும் பூணூலை அறுத்தெறிந்துவிட்டுச் 'சாதிகள் இல்லையடி பாப்பா' என முழங்கிய பாரதியின் சாதி எதிர்ப்புக் கருத்துகள் எங்கும் குறிப்பிடப்படவில்லை. 'புதுவையில் உள்ள கனகலிங்கத்துக்குப் பூணூல் அணிவித்து, 'மனிதகுலம்தான் என்னுடைய சமூகம். அன்புதான் என்னுடைய மதம்' என்றார்' என்பதாகக் குறிப்பிடப்பட்டுள்ளது. கனகலிங்கம் தாழ்த்தப்பட்டவர் என்கிற பிரதானமான செய்தி மறைக்கப் பட்டுள்ளது (பக். 5, 6).

ஆ. முப்பெரும் கவிஞர்களுள் ஒருவர் எனவும் 'மக்கள் கவிஞர்' எனவும் தமிழக, இடது, வலது பொதுவுடைமைக் கட்சியினரால் பொதுவுடைமைக் கவிஞராக அறிமுகப்படுத்தப்பட்டு வருபவர் பட்டுக்கோட்டை கலியாணசுந்தரம். அவரது சிறப்பாக நூலில் கூறப்படுவது: 'சித்தர்களை அடியொற்றி, பாரதி பாரதிதாசன் வழி வந்து, கார்ல் மார்க்ஸ் தத்துவத்தில் நிலைகொண்டு மக்களின் இயக்கத்தைத் தமது பாட்டுத் திறத்தாலே பாலித்தவர்.' நிபந்தனை களின்றி சித்தர் முதல் மார்க்ஸ் வரை ஒரே வரிசையில் நிறுத்தப் படுவது கவனிக்கத்தக்கது (பக். 55)

'ரத்த வியர்வைகள் சொட்ட உழைத்தவன் நெற்றி சுருங்கிடுதே' என்கிற வரிகளில் உள்ள 'ரத்த வியர்வைகள்' என்னும் சொற்றொடருக்குப் பாடநூல் அளிக்கும் விளக்கம்: 'தொண்டர் களின் கால்களால் மிதிக்கப்பட்ட சேற்றினைத் தன்னுடைய

நெற்றிக்குத் திருமண்ணாக இட்டுக்கொள்வேன் என்றார் குலசேகரர். உழைப்பையே கடவுளாக மதிக்கும் பொதுவுடைமைக் கோட்பாட்டாளர்களுக்குத் தொழிலாளியின் நெற்றியிலிருந்து அரும்பும் வியர்வை, கோயில் திருமஞ்சன நீரைப்போல உயர்ந்ததாகும். கடின உழைப்பினால் வரும் வியர்வையைக் கவிஞர் ரத்த வியர்வை என்றார்.' (பக். 62)

இ. மனோன்மணீயப் பாடல் வழங்கிவந்த கருத்தியல் பின்னணியை முன்பே குறிப்பிட்டோம். ஏதோ இந்திய தேசிய ஒருமைப் பாட்டை வலியுறுத்துவதற்கான பாடல்போல, இறுதியில் உருவகம்பற்றிய சுருக்கப் பொழிவு கொடுக்கப்பட்டுள்ளது. அது: 'கடலால் சூழப்பட்ட உலகம். தாய் பரத கண்டம். அத்தாயின் திருமுகம் தென்னிந்தியா. அத்திருமுகத்தில் அழகுற அமைந்துள்ள நெற்றி தமிழ்த்திரு நாடு. அந்நெற்றியில் உள்ள பொட்டு தமிழ்மொழி. அப்பொட்டில் இருந்து வரும் புது மணம் என்று முதற்பாடலில் ஆசிரியர் உருவகம் செய்துள்ளார்.' (பக். .4)

ஈ. இப்படி நிறைய எடுத்துக்காட்டுகளை அடுக்கிக்கொண்டே போகலாம். கார்ல் மார்க்ஸ் பற்றிய குறிப்பு: 'டாஸ் கேபிடல் என்கிற பொருளாதாரத் தத்துவ நூலை எழுதியவர். ஜெர்மனி நாட்டைச் சேர்ந்தவர்... பெர்லினில் மாணவனாகப் பயின்ற காலத்தில் கவிதை, கதைபொதி பாட்டு, மற்றும் மெல்லிசைப் பாடல்கள் எழுதியிருக்கிறார்.' (பக். 83)

3. மேற்கோள்கள்

பிரதி இதர சமகாலப் பிரதிகளுடன்கொள்ளும் உறவின் முக்கியத்துவம் பற்றிக் குறிப்பிட்டிருந்தோம். இதனை விளங்கிக்கொள்ள பிரதியை அதன் கருத்தாடல் களத்தில் வைத்துப் பார்ப்பதும் பிரதிக்குள் வெளிப்படும் மேற்கோள்களையும் மறைமுகமாக ஒலிக்கும் இதர பிரதிக் குரல்களையும் கவனிப்பது முக்கியம்.

நிலவுகிற ஆதிக்கக் கருத்தியலின் நாயகர்களோடு பாடல்கள் அனைத்தும் இணைக்கப்பட்டிருப்பது குறிப்பிடத்தக்கது. இன்றைய குடியாட்சித் தலைவர் வாயிலாக பாரதி அங்கீகாரம் பெறுவதை முன்பே பார்த்தோம். இதுவரை அறிமுகமாயிருந்த சூழல்களிலிருந்து பாடல்களைப் பிரித்துப் புதிய சூழலில் பொருத்தி வழங்கும் நோக்குடன் நேரு, அண்ணா, உ.வே.சா, குலசேகர ஆழ்வார், இன்னும்

பல 'ஆபத்தற்ற' மேல்நாட்டு அறிஞர்கள் ஆகியோரின் கருத்து விரிப்பில் பாடல்கள் சிதற வைக்கப்பட்டுள்ளன. சமூக மாற்றத்தை மையமாகக்கொண்ட எழுச்சிமிகு பாடல்களாக நாம் இதுவரை கருதிக் கொண்டிருந்தவையெல்லாம் 'status quo'வின் குறியீடுகளோடு இணைக்கப்பட்டு இன்றைய ஆதிக்கக் கருத்தாடலின் எல்லைக்குள் கொண்டுவரப்பட்டுள்ளது குறிப்பிடத்தக்கது.

இதுவும் ஒரு வகையான குறுக்கீடே (intervention). நாம் வலியுறுத்துகிற அரசியல் நோக்குடைய குறுக்கீடுகளைப் போலவே இதுவும் வேறொருவிதமான அரசியல் குறுக்கீடுதான். இதற்குரிய வாய்ப்புகளாகவும் களங்களாகவும் இப்பிரதியில் காணப்படும் பாடல்கள் அமைந்துள்ளன என்பதும் கவனிக்கத்தக்கது. இதன் பொருள், பழைய கருத்தாடல் பின்னணியோடு இதுவரை முன் வைக்கப்பட்ட பிரதிகளே உண்மையானது, இது பொய்யானது அல்லது மாற்றியமைக்கப்பட்டது என்பதல்ல. இரண்டுமே இரு வேறு தூலமான வடிவங்களில் உருவாக்கப்பட்டுள்ள பிரதிகள். எந்த வகையிலும் கிளர்ச்சி மதிப்பீடுகளையும், புரட்சிகர உணர்வையும் எழுப்புவதற்கு உதவாத இப்பிரதி இருக்கிற அமைப்பைத் தக்கவைக்கும் ஆதிக்கக் கருத்தாடலின் அங்கமாகவே கருதத்தக்கது. எம்ஜிஆர் திரைப்படப் பாடல்களாக அறிமுகமாகியுள்ள பட்டுக் கோட்டை கலியாணசுந்தரத்தின் பாடல்கள் மீதான, இன்றைய தேர்தல் சார்ந்த அரசியலின் அங்கமாக விளங்கும் இடது, வலது பொது வுடைமைக் கட்சியினரின் குறுக்கீடுகள் அத்துணை வலிமையானதும் ஆபத்தானதுமல்ல என status quo கருதுவதும் தெளிவாகிறது.

IV

இறுதியாகச் சங்கப் பாடல்கள் முதலியன நீக்கப்பட்டு மேற்குறித்த நவீனப் பாடல்கள் அதிக அளவில் இடம்பெற்றுள்ளதன் பின்னணியை ஆராய்வோம். ஆங்கிலக் கல்விமுறை புகுத்தப் படுவதற்கு முன்னதான, பெரும்பாலோர் எழுதப்படிக்கவே தெரியாதிருந்த நிலையில், 'இலக்கியம்' என்கிற வரையறையிலிருந்து சாதாரண மக்கள் மொழி பேசுவோர் அந்நியப்படுத்தப்பட்டிருந்தது புரிகிறது. ஆங்கில ஆட்சியோடு இங்கு புகுத்தப்பட்ட முறைப் படுத்தப்பட்ட கல்வியில் தமிழ்க்கவிதை என்பது சங்க இலக்கியத்தில் தொடங்க நேர்ந்ததற்கான பின்னணிக் காரணங்களாகக் கீழ்க் காணுபவற்றைக் குறிப்பிடலாம்:

1. ஆப்பிரிக்க நாடுகளைப் போலன்றி சிறந்த பழைய இலக்கிய மரபிருந்த இந்தியச் சூழலில் உள்நாட்டு மொழிகளை (ஆப்பிரிக்காவில் செய்ததுபோல) முற்றாகத் தடை செய்ய முடியவில்லை. எனவே உள்நாட்டு மொழிகளை உள்ளடக்கிய ஆங்கிலமொழிக் கல்விக்கு முன்னுரிமை அளிக்கப்பட்டு அரச கரும மொழியாகவும் ஆக்கப்பட்டது.

2. பிரித்தாளும் தந்திரம் தேவையான சூழலில் வடமொழிக்கு எதிரான திராவிடக் கருத்தியல், தனித்தமிழ் முயற்சி ஆகியவற்றை ஏகாதிபத்தியம் ஊக்குவித்தது. சிந்துவெளி அகழ்வு, சங்க இலக்கியங்கள் அச்சேறுதல் முதலிய வரலாற்று நிகழ்வுகள் இதற்குத் துணைபுரிந்தன.

3. பிராமண எதிர்ப்பு. இந்திமொழி மற்றும் வடமாநில ஆதிக்க எதிர்ப்பு என்கிற வகையில் இங்கு உருவான தமிழ்த்தேசிய உருவாக்கத்தினூடாக ஆதிக்கத்திலிருந்தோர் தமிழ் இலக்கியமாக முதன்மை கொடுத்து அறிமுகப்படுத்தியவை அதிக ஆரியக் கலப்பில்லாத சங்க இலக்கியங்கள். தமிழ்த் தேசியத்தின் பொது மொழியாக அவர்கள் அறிமுகப்படுத்த முயன்றது 'தனித்தமிழ்'. அதே சமயத்தில் சமூக ஆதிக்கம் பெற்றிருந்த பிராமணர் தமது சாதி வழக்கைத் தங்கள் செல்வாக்கிலிருந்த ஆனந்த விகடன், கல்கி போன்ற இதழ்களின் மூலமாகவும், இதர தொடர்புச்சாதனங்கள் மூலமாகவும் மேலாண்மையில் வைக்க முயன்றது கவனிக்கத் தக்கது. இந்நிலை மொழிக்களத்தில் நடந்த வர்க்கப் போராட்டமாகவே காணப்பட வேண்டியதாகும். இந்த இரு மொழிகளிலிருந்தும் சாதாரண மக்கள் அந்நியப்பட்டிருந்தது கவனிக்கத்தக்கது.

ஆனாலும் தமிழ்த் தேசிய ஆதிக்க சக்திகள் முன்னிறுத்திய தனித் தமிழானது தமிழகத்தில் - இங்கிலாந்தில் ஆங்கிலம் ஆனதுபோல - பொதுமொழியாக உருப்பெறாமற் போனதற்கான காரணங்களாகப் பின்வருவனவற்றைக் குறிப்பிடலாம்:

அ. தனித்தமிழ் என்பது தமிழ்த் தேசிய ஆதிக்க சக்திகளின் குறியீடாகவும் வடமொழி எதிர்ப்பின் குறியீடாகவும் இருந்த அந்தச் சமயத்தில் எந்த ஒரு வர்க்கம்/ இனம்/ பிராந்தியம் ஆகியவற்றின் பேச்சு வழக்குமொழியாகவும் இருந்ததில்லை. இன்னொரு வகையில் இது ஆரியம்போல வழக்கொழிந்த மொழியாகவே அமைந்துபோனது.

ஆ. இங்கே தேசியத் தன்மையிலான முதலாளிய உருவாக்கம் ஏற்படவேயில்லை. சாதி, பிராந்திய வேறுபாடுகள் நீடிக்கவே செய்தன. சாதி, பிராந்திய அடிப்படையிலேயே மக்கள் தம்மை அடையாளம் காண்பதும் தொடர்ந்தது. தனித்தமிழை முன்னிறுத்திய தொடக்ககால சக்திகள் காலப்போக்கில் மேலும் மேலும் தரகுத் தன்மையுடையதாய் மாறின. தேசிய இன உணர்வை மூலதனமாகக்கொண்டு வளர்ந்த திராவிட இயக்கம் இந்திய அரசின் மேலாண்மையை ஏற்றுக்கொண்டு திராவிடம், தனித்தமிழ் போன்றவற்றைச் சிறிது சிறிதாய்க் கைவிட்டது. அரசியல் களத்தில் இதன் வெளிப்பாடாக அதிமுகவின் தோற்றத்தையும் கருணாநிதி கால திமுகவையும் காண முடியும்.

இன்று தனித்தமிழ், வடவர் ஆதிக்கம், ஆரிய எதிர்ப்பு போன்ற முழக்கங்கள் காலாவதியாகிவிட்டன. அந்த இடத்தைத் தேர்தல் அரசியலும், 'பாப்புலிச' நடவடிக்கைகளும் பிடித்துக் கொண்டுள்ளன. இத்தகைய பாப்புலிச அரசியலின் கலாச்சார வெளிப்பாடாகவே பாரதிராஜா, இளையராஜா ஆகியோரையும் கிராமியக் கலைகளுக்குச் சமீபமாய்க் கிடைத்துவரும் அங்கீகாரம் ஆகியவற்றையும் காண வேண்டும். இத்தகைய 'பாப்புலிச' அரசியல் நோக்கில் தமிழ் இலக்கியப் பாரம்பரியத்தையும், இன்றைய இலக்கியத்தையும் மறு வரையறை செய்வது இன்றைய சமூக அமைப்பின் தேவையாகிறது. எந்தச் சமூகத்திலும் இலக்கிய மரபு வரிசை என்பது தானாகவே அச்சமூகத்தில் கையளிக்கப்பட்டு வருவதல்ல. எந்த மரபும் ஒரு திட்டமிட்ட அரசியல் செயற்பாட்டினடியான தேர்வின் விளைவே. தமிழகத்தில் சைவர்களும் வைணவர்களும் சமணர்களும் தனித் தனியான தமிழ் இலக்கிய மரபைக் கொண்டிருந்தனர் என்பதைச் சென்ற நூற்றாண்டு வரலாற்றைப் படிக்கும்போது உணரமுடியும்.

இன்றைய அரசியல் நோக்கங்கள் எதையும் பூர்த்தி செய்ய இயலாத இலக்கியங்களைப் புறக்கணித்துவிட்டு அந்த இடத்தில் புதிய இலக்கிய மரபுவரிசை ஒன்றை வரையறுப்பதன் பின்னணி இதுதான், இதன்மூலம் மக்கள் மத்தியில் புழக்கத்தில் இருக்கும் மொழியையும் இலக்கியங்களையும் அமைப்பிற்குள் கொண்டு வந்து குடியரசுத் தலைவர் அல்லது குலசேகர ஆழ்வார் வாயிலாக அங்கீகரிப்பதும் அவற்றைத் தனது நிறுவன அறிவின் எல்லைக்குட்பட்டதாக ஆக்குவதும் இன்றைய அதிகார மையங்களுக்கு அவசியமாயிருக்கிறது. இதன் விளைவே சங்க இலக்கியத்தின் இடத்தில் பட்டுக்கோட்டை

கலியாணசுந்தரமும் அப்துல்ரகுமானும் இடம்பெறுவது. இதனை விளங்கிக்கொள்ளாமல் மக்கள் இலக்கியங்கள் நிறுவன அரியணை களில் அமர்ந்துவிட்டதாக மமதைகொள்வது அறியாமையேயாகும்.

பாடத்திட்டக்குழு அல்லது அதிலுள்ள ஒரு தனிநபரின் 'பிழை'யாக இவற்றைப் பார்த்துவிட முடியாது. சுமார் முப்பதாண்டுகட்கு முன்பு தவறிக்கூட இப்படி ஒரு 'பிழை' ஏற்பட்டிருக்க முடியாது என்பதை நினைத்துப்பார்க்க வேண்டும். சங்க இலக்கியங்கள் மீண்டும் பாடத்திட்டத்தில் சேர்க்கப்பட வேண்டும் எனப் பழமையின் எச்ச சொச்சங்களாக சில குரல்கள் ஆங்காங்கு ஒலிக்கலாம். தற்காலிகமாக அக்கருத்துகள் ஏற்கப்படலாம்[6]. ஆனால் அவை தேயும் குரல்கள். போகப்போகப் புதுக்கவிதைகளும் நாட்டுப் பாடல்களும் இடம் பெறுவது அதிகரிப்பதும் மரபு இலக்கியங்கள் புறக்கணிக்கப்படுவதும் எதிர்கால வரலாறாக இருக்கும்.

V

இந்த நிலை வருந்தற்குரிய ஒன்று என்றோ, புதிய இலக்கியங்களை நீக்கிவிட்டு மீண்டும் மரபு இலக்கியங்களைப் பாடமாக்க வேண்டும் என்றோ வற்புறுத்துவதல்ல நமது நோக்கம். மாறாக இன்றைய நடவடிக்கை ஆதிக்கக் கருத்தியலின் அதிகார நடவடிக்கையான ஒன்றே தவிர 'மக்கள் இலக்கியத்திற்குக் கிடைத்த வெற்றியாக இதனைக் கருத முடியாது' என்பதைப் பதிய வைப்பதே நமது நோக்கம். சமூக மாற்றம் கருதி புரட்சிகர அரசியல் நோக்குடன் ஒரு படைப்பை நமக்குரிய பிரதியாக நாம் உற்பத்தி செய்து மக்கள்முன் வைக்கும் அதே வேளையில், அதே படைப்பு ஆதிக்க சக்திகளால் முற்றிலும் எதிர்நிலையிலான பிரதியாக (Counter Text) பயன்படுத்தப் படுவதையும் அதன் கருத்தியல் விளைவுகளையும் கணக்கிலெடுத்துக் கொண்டு அதற்கெதிரான விளைவுடன் நமது குறுக்கீடு சாத்தியம்தானா என்கிற பிரக்ஞையோடு நாம் அதனைச் செய்ய வேண்டும். பாரதி சொன்னதுபோல அப்பன் வெட்டிய கிணறு என உப்புத் தண்ணீரைக் குடிக்காமல், ஒரு பிரதிக்குள் ஒலிக்கும் பல குரல்களையும் கணக்கில்கொண்டு ஆதிக்கக் குரல் மிகுந்து ஒலிக்கும் பிரதிகளைத் தூக்கி எறிய வேண்டும். சற்றும் அதிகாரக் குரல் ஒலிக்காத புதிய பிரதிகளை நாட வேண்டும், உருவாக்க வேண்டும்[7].

குறிப்புகள்

1. அமைப்பியலாளர்கள் பயன்படுத்தும் (Text) என்னும் கருத்தாக்கத் திற்கு இணையாகப் 'பிரதி' என்கிற சொல் இங்கு பயன்படுத்தப் பட்டுள்ளது. 'தமிழவன்' இதனை 'மூலப் பிரதி' என்பார் ('ஸ்ட்ரக்சுரலிசம்'). Text-Book என்பதற்குப் பாடநூல் எனக் கட்டுரை முழுமையும் பயன்படுத்தப்படுகிறது.

2. மாசெறி, லாபோர்ட், பாலிபர் ஆகியோரின் கருத்துகளை 'டோனி பென்னட்'டின் Formalism and Marxism (Metheum, London, 1979) நூலில் காணலாம். ஈகிள்டனின் கருத்துகள் Criticism and Ideology (Verso, London, 1986) நூலிலும் தெரிதாவின் கருத்துகள் Of Grammatology (JHU Pen, Baltimore, 1976) லும் பார்த்தின் கருத்துகள் s/z (Jonathan Cape 1975) காணலாம். தவிர பிரதிபற்றிய தெரிதா, பார்த்ஸ் ஆகியோரின் கருத்துகள் இவர்கள் பற்றின எந்த ஒரு அறிமுக நூலிலும் கிடைக்கும். Derek Attridge etal தொகுத்துள்ள Post Structuralism and the Question of History என்னும் நூலிலுள்ள Tono Bennet, Willian Pidtz ஆகியோரின் கட்டுரைகளும் கவனிக்கத்தக்கன.

2a Keith Buchanan, 'The Gun and the School' *Race and class,* Oct-Dec., 1988.

3. கா. சிவத்தம்பி, அ. மார்க்ஸ், பாரதி மறைவு முதல் மகாகவி வரை, (என்சிபிஎச், 1984), 1920-1950 காலகட்டத்தில் பாரதி பாடற் பிரதியின் பல்வேறு பயன்பாடுகள் இந்நூலில் விரிவாய் ஆராயப் பட்டுள்ளன.

4. 'நானும் அச்சமும் நாய்கட்கு வேண்டும்' எனப் பாடநூலில் (பக். 8) அச்சிடப்பட்டுள்ளது. (அழுத்தம் நம்முடையது). இது அச்சுப் பிழைதான் என்றாலும் என்ன பொருத்தமான பிழை பாருங்கள்.

5. நிலவுகிற பொருள் குறித்த அறியாமை என்ற பொருளிலேயே குறித்துள்ளேன். பிரதியின் 'உண்மைப் பொருள்' குறித்த அறியாமையாகக் கருதவேண்டாம்.

6. தமிழாசிரியர்களின் கண்டனத்திற்குப் பிறகு நான்காவது பருவத்தில் (Fourth Semester) கொஞ்சம் சங்க இலக்கியம் முதலியன சேர்த்துக்கொள்ளப்படும் என அறிவிக்கப்பட்டுள்ளதாகத்

தெரிகிறது. பல்கலைக்கழகம் வெளியிட்டுள்ள இரண்டாம் பருவத்திற்கான உரைநடை திரட்டில் இளம்பூரணார் தொடங்கிய இன்றைய உரைநடைவரை தொகுக்கப்பட்டுள்ளது.

7 புரட்சிகர நோக்கில் நூல் வெளியிடும் தோழர்கள் அவற்றின் முன்னுரை, மேற்கோள்கள், அட்டை வடிவம், இணைக்கப்படும் விமர்சனம், குறிப்பு ஆகியவை குறித்த பிரக்ஞையோடு செயல்பட வேண்டிய அவசியத்தையும் சிந்திக்க வேண்டும்.

-மேலும், டிசம்பர்-ஏப்ரல் 1989, 90

1.5

நாட்டார் இலக்கியங்களில் மோதலும் சமரசமும்

நாட்டார் இலக்கியம் பற்றிச் சமீப காலத்தில் நிறையவே ஆய்வுகள் வெளிவந்துள்ளன. எனினும் இத்துறையில் குறிப்பிடத்தக்க சாதனைகள் புரிந்த பேராசிரியர் நா. வானமாமலை அவர்கள் விட்டுச் சென்ற பணியை அதன் இயல்பான வளர்ச்சிப் போக்கில் முன்னெடுத்துச் செல்கின்ற ஆய்வுப் பணிகள் அவருக்குப் பின் அதிகம் நடைபெறவில்லை என்றே சொல்ல வேண்டும். பேராசிரியர் நா.வா. அவர்கள் நாட்டார் ஆய்வில் பலமான அடித்தளங்களை இட்டுச் சென்றார் என்றால் அவற்றின் இன்றைய இயல்பான வளர்ச்சிக் கட்டம் எவ்வாறு இருக்க வேண்டும் என்கிற கேள்விக்குப் பதில் காண்பதன் மூலமே நாம் இதனை விளங்கிக்கொள்ள முடியும். இதற்கான பதிலை மறைந்த பேராசிரியர் கைலாசபதி அவர்கள் தனது இறுதிக்காலக் கட்டுரையொன்றில் குறிப்பிட்டுள்ளார். யாழ்ப்பாணப் பல்கலைக் கழகம் வெளியிட்டுள்ள (1980) இலங்கைத் தமிழ் நாட்டார் வழக்கியல் என்கிற நகலச்சு நூலில்,

நாட்டார் ஆய்வு வெறும் ஏட்டுச் சுரைக்காய் அல்ல. ஏகாதி பத்தியத்திற்கெதிரான உலகளாவிய போராட்டத்தின் அங்கமாகத் திகழ வேண்டும்

என்பார் பேராசிரியர். அதே நூலிலுள்ள இன்னொரு கட்டுரையில்,

மூன்றாம் உலக நாடுகளில் சமூக உளவியல் அடித்தளத்தை அறிந்துகொள்வதற்கு நாட்டார் வழக்கு அத்தியாவசியமானவை

என்கிற பேராசிரியர் சிவத்தம்பியின் கூற்றும் நம் கவனத்திற்குரியது.

தொகுத்துப் பார்க்கும்போது நாட்டார் இலக்கிய ஆய்வென்பது ஏகாதிபத்தியத்திற்கு எதிரான போராட்டத்தின் ஓரங்கமாகத் திகழ வேண்டுமென்பதோடு, ஏகாதிபத்தியங்களின் கொள்ளைக்காடாக

விளங்குகிற மூன்றாம் உலக நாட்டு மக்களின் சமூக உளவியல் அடித்தளத்தைப் புரிந்துகொள்ளும் கருவியாகவும் அமைய வேண்டும் என்பது தெளிவாகிறது.

சமூகவியல் நோக்கில் செய்யப்படுகிற இலக்கிய ஆய்வுகளில் வரலாற்றுப் பின்னணிக்குத் தேவைக்கதிகமான முக்கியத்துவம் தரப்படுகின்றது என்கிற முணுமுணுப்புக்கள் நமது காதுகளில் விழாமலில்லை. ஒவ்வொரு காலகட்டத்தின் வரலாறும் அவ்வக் காலகட்டத்தின் வர்க்கப் போராட்டங்களின் வரலாறாகவே இருந்து வந்துள்ளன. இந்த வர்க்கப் போராட்டங்களில் பங்கு பெறுகின்ற குறிப்பிட்ட வர்க்கங்களின் கருத்து நிலையுடன் (ideology) மிகவும் சிக்கலான உறவுகளை அவ்வக்கால இலக்கியப் படைப்புகள் பிரதிபலிக்கின்றன என்கிற வகையில் வரலாற்றுப் பின்னணியைப் புறக்கணித்துவிட்டு இலக்கிய ஆய்வுகள் சாத்தியமில்லை. வரலாற்று உணர்வே இல்லாமல் பிதுக்கித் தள்ளப்படும் ஏராளமான ஆராய்ச்சிக் குப்பைகள் மத்தியில் இலக்கியப் படைப்புகளை உண்மையிலேயே விளங்கிக்கொள்வதற்கும் விளக்குவதற்கும் வரலாற்றுப் பின்னணிக்குச் சற்று அதிக அழுத்தம் கொடுத்துச் சொல்லத்தான் வேண்டியிருக்கிறது. பேராசான் எங்கெல்ஸ் ஒருமுறை சொல்லவில்லையா - பொருளாதார விதிகளின் முக்கியத்துவத்தை மறுத்த எங்கள் எதிரிகளுக்கெதிராக அதனை நாங்கள் அதிகமாக வற்புறுத்த நேர்ந்ததென்று - அப்படித்தான் இதுவும்.

எனினும் பொருளாதார அடித்தளம், அதனைப் புரிந்துகொள்ள உதவும் வரலாற்றுப் பின்னணி ஆகியவற்றிற்கும் இலக்கியப் படைப்பிற்குமிடையேயான சிக்கலான உறவுகளையும் இடை நிலையாகச் செயல்படுகிற பல்வேறு மேற்கட்டுமான அம்சங்களையும் கணக்கிலெடுத்துக்கொள்ள வேண்டியது அவசியமாகின்றது. எப்படிப் பொருளாதார அடித்தளத்தை முற்றாகப் புறக்கணித்துவிட்ட ஆய்வுகள் விளக்க முடியாமல் திக்கித் திணறுகின்ற விஷயங்களையெல்லாம் அடித்தளத்தைக் கணக்கிலெடுத்துக்கொண்டு செய்கிற ஆய்வுகள் கூடுதல் தெளிவுடன் விளக்கிவிடுகின்றனவோ அதேபோலப் பொருளாதார அடித்தளத்துடன் நேரடியாகப் பொருத்திப் பார்க்கிற போது விளங்குவதில் நிரடுகிற அம்சங்கள், இத்தகைய இடைநிலை அம்சங்களையும் அன்றைய சமூகக் கருத்துநிலைக் கட்டுமானத்தில் அவ்விலக்கியப் படைப்பு பெறும் பங்கையும் கணக்கிலெடுத்துக் கொள்ளும்போது தெளிவாகின்றன.

இந்த வகையில் நாட்டார் கதைப் பாடல்களைப் பயிலும்போது நாம் சந்திக்கும் பல்வேறு நெருடல்கள் நாட்டார் கருத்து நிலை (Folk ideology) பற்றிய சிந்தனைக்கு நம்மை இட்டுச்செல்கின்றன. ஒரு கருத்து நிலையைப் புரிந்துகொள்வதற்கு சமூகத்தில் இடம்பெறுகின்ற வெவ்வேறு வர்க்கங்களுக்கிடையேயான சரியான உறவுகளைப் பகுத்தாய்வு செய்தல் வேண்டும். இத்தகைய பகுத்தாய்வு என்பது உற்பத்தி முறையில் இந்த வர்க்கங்கள் எங்கெங்கே நிற்கின்றன என்பதைத் துல்லியமாகப் புரிந்துகொள்வதுதான் என்பர்.

கருத்துநிலை என்பதை வெறும் கருத்துகளின் தொகுதியாகக் காணக்கூடாது என்றும், மக்களை அவர்களது சமூக நடவடிக்கைகளுடன் இணைக்கும் கருத்துகள், விழுமியங்கள், படிமங்கள், ஆகியவற்றின் முழுமையான தொகுதியாகவே கருத்து நிலையைக் காண வேண்டும் என்றும் கூறுவர். இதனைச் சரியாக விளங்கிக் கொள்வதற்கான அடிப்படை அம்சங்களை இவ்வாய்வு நூல் மிகச்சரியாகவே வெளிக்கொணர்கிறது என்பதில் ஐயமில்லை. நாட்டார் உயர்த்திப்பிடிக்கும் கருத்துகள், விழுமியங்கள் ஆகியனபற்றிப் பேராசிரியர் நா.வா. போன்றோர் பல்வேறு கட்டுரைகளில் ஆய்ந்துள்ளனர் (Interaction of Tamil folk Creations, D.L.A., Trivandrum). மேலாதிக்க எதிர்ப்பு, ஏகாதிபத்திய எதிர்ப்பு, நிலப்பிரபுத்துவ எதிர்ப்பு, சுரண்டல் எதிர்ப்பு போன்ற கிளர்ச்சி மதிப்பீடுகள் நாட்டார் இலக்கியங்களில் உன்னதப்படுத்தப்படுவதை நா.வா. அவர்களும் அவர் வழியில் வந்த இதரர்களும் தமது கட்டுரைகளில் தெளிவுபடுத்தி யுள்ளனர். எளிய மக்கள் மொழியில் ஆளும் வர்க்க இலக்கிய மரபுகளையெல்லாம் தகர்த்தெறிந்து அடிப்படை வர்க்க மதிப்பீடுகள் உயர்த்திப் பிடிக்கப்படுவதையும் அதிக முக்கியத்துவம் கொடுத்துக் கூறியுள்ளனர்.

ஆனால் கதைப் பாடல்களை ஊன்றிப் படிக்கும்போது மேற் குறிப்பிட்டவைக்கு முரண்பாடான அம்சங்கள் அவற்றில் விரவிக் கிடப்பதையும், சில சொல்லப்பட வேண்டியவை சொல்லப்படாமல் விடப்பட்டிருப்பதையும் நாம் காணலாம். நாட்டார் கருத்துநிலையைத் தீர்மானிக்க இத்தகைய முரண்பாடான அம்சங்களையும், தவிர்க்கப் பட்ட விஷயங்களையும் நாம் கணக்கிலெடுத்துக்கொள்ள வேண்டியது அவசியமாகின்றது.

கட்டபொம்மு, கான்சாகிபு, முத்துப்பட்டன், காத்தவராயன், குலசேகர பாண்டியன் போன்றோர் மேலாதிக்கத்தை எதிர்த்து

முரண்பட்டு மடிந்து நாட்டார் மனத்தில் இடம்பெற்றுவிட்ட வீரத்தியாகிகள் ஆவர். கட்டபொம்முவும் கான்சாகிபும் வெள்ளை மேலாதிக்கத்தையும் பட்டனும் காத்தவராயனும் நிலப் பிரபுத்துவத்தை யும், குலசேகரன் கன்னடிய மேலாதிக்கத்தையும் எதிர்த்து மடிந்தார்கள். இவர்களது வீரத்தையும் தியாகத்தையும் வெகுவாகப் புகழ்கிற கதைப்பாடல்கள், இவர்கள் எதிர்த்து நின்ற மேலாதிக்கங்களைக் கடுமையாகச் சாடாதது குறிப்பிடத்தக்கது. சொல்லப்போனால் சில தருணங்களில் இவ்வீரர்களுக்குச் சமமாக இந்த மேலாதிக்கங்களும் புகழப்பட்டிருக்கின்றன என்பதே உண்மை. கண்டவர் நெஞ்சு திடுக்கிடும் தோக்கலவார் குலப் பார்த்திபனாகிய கட்டபொம்முவின் வீரத்தைப் போற்றும் கதைப்பாடல்தான் சென்னையிலுள்ள மேலான துரைமார்களையும் பணிவுடன் புகழ்கிறது. கட்டபொம்முவின் கதையைச் சொல்லுகிற கதைப்பாடல்கள் எதுவுமே வெள்ளையர்களின் கொடுமையான சுரண்டலை எங்குமே சுட்டிக்காட்டவில்லை. விரிவாக்க நோக்கத்துடன் கட்டபொம்முவின் பாளையத்தின்மீது ஆங்கிலேயர்கள் படை எடுத்ததாகவும் கூறவில்லை.

மாறாக, கவர்மெண்டாருக்கும் நாட்டுக்குமொப்பாத காரியங் களைக் கட்டபொம்மு செய்வதைப் பொறாது இதர பாளையக்காரர்கள் சென்னைக்குக் கடிதம் எழுதியதனாலேயே வலு இங்கிலீசுத் துரையாகிய மேஜர் சாக்கீசன் அவர்கள் நடவடிக்கை மேற்கொண்ட தாகக் கூறுகின்றனர். இறுதிக் கட்டத்தில்கூட கட்டபொம்முவின் வீரத்தைக் கேள்விப்பட்டு மகாராணியவர்கள் சுத்தவீரனைக் கொல்லாமல் சின்ன நவாபு பட்டம் கொடுக்கச் சொல்லிக் கோவில் பட்டித் துரைத்தனத்திற்குக் கடிதம் எழுதியதாகவும் கூத்துப்பாட்டு கூறுகிறது. தூக்கிலேறும்போதுகூட கட்டபொம்மு அன்பான துரைமார்கள் மீட்டிங்கு செல்லாததை நினைந்தழுததாகக் கூறியுள்ளது வியப்பாக உள்ளது. தம்பி ஊமைத்துரை மீண்டும் கோட்டை கட்டி ஏழு ஆண்டுகள் ஆண்ட பின்னும் விரோதமான காரியங்களை நிறுத்தாததால் மேன்மேலும் கோளான காகிதங்கள் சென்னைக்குப் போனதனாலேயே ‘இரக்கமுள்ள துரைத்தனத்தார்’ நடவடிக்கை மேற்கொண்டதாக அறியும்போது நம் புருவங்கள் நெரிகின்றன. ஊமையன் தூக்கிலேற்றப்பட்டவுடன், அவன் மனைவியையும் குழந்தையையும் வெள்ளை அதிகாரிகள் போற்றிப் பாதுகாத்ததாகக் கட்டபொம்மன் வரலாறு (கீழ்த்திசைச் சுவடிகள் நூலக வெளியீடு) கூறுகிறது.

கூத்துப்பாட்டு முடியும்போது கூறப்படும் வாழ்த்துப்பாட்டில்,

தெய்வீகக் கட்டபொம்மு தீரம் வாழி
ஏர்வாய்ந்த ஆங்கிலேய அரசும் வாழி
எமது குல வேளாள முதலியாரும் வாழி

எனப் புகழ்வது அரசு கெடுபிடிகளிலிருந்து தப்பிப்பதற்கு மட்டுந்தான் எனப் பேரா. நா.வா. அவர்கள் கூறுவது திருப்திகரமாக இல்லை. இந்தக் கருத்தைச் சரி என ஏற்றுக்கொண்டாலும் இத்தகைய சமரச மனப்பான்மையும் நாட்டாரிடம் இருந்தது என்பதையும் நாம் கவனத்தில் எடுத்துக்கொள்ள வேண்டும். கட்டபொம்முவின் தீரத்தையும் ஆங்கிலேய அரசையும் வாழ்த்தும் அதே நேரத்தில் உள்ளூர் நிலப்பிரபுத்துவத்தையும் புகழ்வது கதைப் பாடல்களின் உற்பத்தி முறையைப்பற்றி விளங்கிக்கொள்ள நமக்கு உதவும். இதனைப் பின்னர் பார்ப்போம்.

இதர கதைப் பாடல்களிலும் இத்தகைய சமரசப் போக்குகளையும், முரண்பாடான அம்சங்களை ஒரே சமயத்தில் சமமாகப் புகழ்கிற தன்மையையும் நாம் காணலாம். கான்சாகிபு சண்டையில் தீன் தீனென்று சொல்லி நாலு திசையும் பட்டாவை வீசிச் சிப்பாய்களின் தலைகளைப் பனங்காய்களைப்போல உருட்டிய திரை மதுரைக் கானனும், மற நாட்டோலையில் கானைத் தூக்காமல் விடமாட்டேன் எனச் சபதமிட்ட சிவகங்கைத் தளவாய் தாண்டவராய முதலியாரும் சமமாகவே புகழப்படுகின்றனர். மேலாதிக்கப் பிரதிநிதிகளாகிய, காலைச் செவ்வானம் எழுந்தாற் போலக் கொலுவிருந்த ஆற்காட்டு நவாப் முகமதலியும் அஞ்சாத பிரட்டன்துரையுங்கூட வணக்கத்துடன் அறிமுகப்படுத்தப்படுகின்றனர். இதேபோல மேலாதிக்கப் பிரதி நிதியாக விளங்கிய இராமப்பையனும் அவனை எதிர்த்து நின்ற ராமனாதபுரம் வன்னியன், இரவிக்குட்டிப்பிள்ளை ஆகியோரும் ‘இராமப்பையன் அம்மானை’ ‘இரவிக்குட்டிப் பிள்ளைப் போர்’ போன்ற கதைப்பாடல்களில் சமமாகப் புகழப்படுகின்றனர். ‘ஐவர் ராசாக்கள் கதை’யில் மேலாதிக்கப் பிரதிநிதியாக வரும் கன்னடிய மன்னன் ஒரு பாசமுள்ள தந்தையாகவும் மகளின் மேலுள்ள பாசத்தின் விளைவாகவே படை எடுத்தாகவும் சித்திரிக்கப்படுகிறது.

சமூகக் கதைப் பாடல்களில் வெளிப்படுகிற சமரசப் போக்குகளையும் நாம் இதேபோல சரியான கோணத்தில் பரிசீலிக்க வேண்டும். கள்ளவிழி மாலையினால் கழுவேற நேர்ந்த காத்தவராயனும், பட்டனை மணந்துகொண்ட சக்கிலியப் பெண்களும், சக்கிலியத் தளபதி

மதுரை வீரனும் உயர்குடியில் பிறந்தவர்கள் என விருத்தாந்தங்கள் கூறுவது ஆளும் வர்க்கத்தைத் திருப்திபடுத்தத்தான் என்றாலும் இந்த அம்சம் கதைப்பாடல்களின் முக்கிய நுகர்வோர்கள் யார், பாடலாசிரியரின் வர்க்கம் என்ன, பாடலாசிரியருக்கும் நுகர்வோருக்கு இடையேயான உறவுகள் எத்தன்மையன போன்ற கேள்விகளை எழுப்புகின்றது. இறுதியாக இந்தக் கேள்விகள் கதைப் பாடல்களின் உற்பத்தி, விநியோகம் போன்ற பிரச்சினைகளுக்கு இட்டுச் செல்கின்றன.

காத்தவராயன் பாடல் முதலானவற்றில் நிலப்பிரபுத்துவ எதிர்ப்புப் பண்புகளைக் காட்டிலும் நிலப்பிரபுத்துவத்துடனும் பிரபுத்துவ மதிப்பீடுகளுடனும் முழுக்க முழுக்கச் சமரசம் செய்துகொள்ளுகிற அம்சங்களே முக்கியத்துவம் பெறுகின்றன. புத்தூர் சோமாசி பட்டர் பெற்ற மடமயில் மாது தன்னைச் சிறையெடுத்தோடிய மைந்தனைப் பிடித்துவந்து கழுவேற்றாவிட்டால் உன்னையே கழுவேற்ற நேரிடும் எனக் காத்தனின் தந்தை சேப் பிள்ளையானிடம் கறார் பேசும் ஆரியப்பூராசனிடம் சேப்பிள்ளையான்கொண்ட மூட விசுவாசம் என்னமாய்ப் போற்றப்படுகின்றது.

நீர்க்குமிழி ஏது நிலைத்த காயமேது
பார்மேல் பிறந்தவர்கள் பரலோகம் சேர்வதல்லால்

என ஆளும் வர்க்க வேதாந்தங்கள் உயர்த்திப் பிடிக்கப்படுவதும், 'சிறந்த கழுவேறி நம்மிடத்தில் வாருமென்று' சிவபெருமான் நவின்ற கதையை வித்தாரமாக விவரித்து விதிவாதத்தைப் போற்றுவதும் குறிப்பிடத்தக்கன.

ஆளும் வர்க்கத்தின் கற்புபற்றிய கோட்பாடுகளும், உடன்கட்டை ஏறுகிற பழக்கமும் பெண்ணடிமைத்தனத்தின் உச்சம் எனலாம். ஆளும் வர்க்கத்துடன் ஒப்பிடும்போது அடிப்படை வர்க்கத்திடம் பெண்ணடிமைத்தனம் குறைவு. கற்பு போன்ற ஆளும் வர்க்கக் கோட்பாடுகள் அடிப்படை வர்க்கத்தால் அதிக முக்கியத்துவம் கொடுத்து வற்புறுத்தப்படுவதில்லை. இயல்பாக எழுந்த மனிதநேய உறவுகளில் ஒன்றாகவே கற்பு அடிப்படை வர்க்கத்தால் அங்கீகரிக்கப் படுகிறது. அறுத்துக் கட்டுதல் போன்றவை அடிப்படை வர்க்கச் சாதிகளில் இன்னுங்கூட இயல்பாகக் கடைப்பிடிக்கப்படுவதைக் காணலாம். உடன்கட்டை ஏறுதல் என்கிற அடிப்படை மனித நேயத்திற்கு விரோதமான மிருகத்தனமான விழுமியங்களை அடிப்படை வர்க்கம் எந்நாளுமே கடைப்பிடித்ததில்லை. பார்ப்பனக்

குருமார்களின் அறிவுறுத்தலோடு ஆளும் வர்க்கம் மட்டுமே அதனைக் கடைப்பிடித்து வந்தது. கதைப் பாடல்களின் காலகட்டத்தில் ராமநாதபுரம் சேதுபதி மன்னனின் உடலோடு 42 மனைவியரும் (கி.பி.1710), தஞ்சாவூர் அமர்சிங்கின் உடலோடு அவன் இரு மனைவியரும் (கி.பி.1802) உடன்கட்டை ஏற்றப்பட்டனர் என அறிகிறோம். எல்லாக் கதைப் பாடல்களும் பார்ப்பனர்களிடம் முரண்பாடில்லாமல் வெறுப்பை உமிழ்ந்தாலும் உடன்கட்டை ஏறுகிற நிலப்பிரபுத்துவ மதிப்பீடு எள்ளளவும் கேள்விக்குள்ளாக்கப்படாமல் உன்னதப்படுத்தப்படுகின்றது. கதைப் பாடல்கள் பெரும்பான்மை யிலும் நாயக வீரர்கள் இறந்தவுடன் அவர்களின் மனைவியர் உடன்கட்டை ஏறுகின்றனர். கான்சாகிபின் ஐரோப்பிய மனைவி மாஷா மட்டும் இதற்கோர் விதிவிலக்கு. 'ஐவர் ராசாக்கள் கதை'யில் குலசேகரனை நேரில் பார்த்தறியாத வடுகதேச இளவரசி அவன் உடலோடு உடன்கட்டை ஏறுகிறாள்.

இதேபோல தலைவனை இறைவனாக மதிப்பிடும் பிரபுத்துவ மதிப்பீடுகள், தலைவனுக்குத் தெய்வப் பாரம்பரியம் கூறுவது (ஐவர் ராசாக்கள் கதை), மன்னர்கள் அனைவரையும் நல்லவர்களாகக் காணுதல் (கட்டபொம்மன் கதைப்பாடல்), கதைத் தலைவர்களை மக்களிடமிருந்து வேறுபட்ட வீரர்களாகவும் அழகர்களாகவும் (வெள்ளைக்காரன் கதைப்பாடல்) சித்திரிக்கும் பாங்கு ஆகியவை நாட்டார் இலக்கியக் கோட்பாடுகளுடன் எந்த அளவிற்குப் பொருந்தும் என்பதும் கேள்விக்குரியதே.

எளிய மக்கள் மொழியில் அமைந்திருந்தாலும் கதைப்பாடலின் வடிவங்களும் இத்தகைய பிரபுத்துவ மதிப்பீடுகளை உயர்த்திப் பிடிக்கத் தக்கனவாகவே அமைந்துள்ளன. கருத்துநிலைக்கும் வடிவத் திற்குமுள்ள உறவுகள்பற்றிய பிரச்சினையை விளங்கிக் கொள்ளக்கூட நாம் கதைப்பாடல்களைப் பயன்படுத்தலாம். 'ஐவர் ராசாக்கள் கதை' முழுக்க முழுக்கக் காவியப் பண்புடன் விளங்குகிறது. படையெடுப்பின் வரலாற்றுக் காரணம் புறக்கணிக்கப்பட்டு முற்றிலும் காவியத் தன்மையிலான காரணம் ஒன்று முன்னிலைப் படுத்தப்படுகிறது. இரண்டு மூன்று கிளைக் கதைகள் இணைக்கப் பட்டுள்ளன. 'பாடும் பரசி கதை' முற்றிலுமாகக் காவிய ரசனைப் பண்புடன் கூடியதாகவே அமைந்துள்ளது. சில கதைப் பாடல்களில் காவிய மரபில் நகர்வளம் போன்றவை குறிக்கப்படுவது குறிப்பிடத்தக்கது.

ஒரே நிகழ்வை அல்லது வரலாற்றைச் சித்திரிக்கும் வெவ்வேறு கதைப் பாடல்களை ஒப்பிட்டுப் பார்க்கும்போது சில வேளைகளில் அவற்றில் ஒருமை இல்லாததையும் காண முடிகிறது. ராமப்பய்யன் வரலாற்றைச் சொல்லும் இரண்டு கதைப் பாடல் வடிவங்களிலும் ராமப்பய்யன், வன்னியன் ஆகியோரின் பாத்திரங்கள் இரண்டு விதமாகச் சித்திரிக்கப்பட்டிருப்பதையும் 'பூலித்தேவன் சிந்து', 'கான் சாகிபு சண்டை' ஆகிய இரு கதைப் பாடல்களிலும் பூலித்தேவன் பாத்திரப் படைப்பு எதிரெதிராகச் சித்திரிக்கப்பட்டிருப்பதையும் பேரா. நா.வா. சுட்டிக் காட்டியுள்ளார்.

இவ்வளவையும் சொல்லுவதால் நாட்டார் கதைப்பாடல்களில் ஆதிக்க எதிர்ப்பு, சாதி எதிர்ப்பு ஆகியவை முக்கியப்படுத்தப் படவில்லை என்றோ, அவற்றிற்காகப் போரிட்டு மடிவது உன்னத மானது என்கிற விழுமியங்கள் உயர்த்திப் பிடிக்கப்படவில்லை என்றோ பொருள் கொள்ளக்கூடாது. ஆளும்வர்க்க இலக்கியங்களில் காணக் கிடைக்காத மோதல்களைச் (Conflicts) சித்திரிக்கும் அதே நேரத்தில் நாம் மேற்குறிப்பிட்ட சமரசங்களும் (Compromises) கதைப் பாடல்களில் விரவிக் கிடக்கின்றன என்பதையும் கணக்கி லெடுத்துக்கொள்ள வேண்டும் என்பதுதான்.

ஆனால் நாட்டார் இலக்கிய வகையில் கதைப் பாடல்கள் தவிர ஏனைய தனிப் பாடல்களிலும் தொழிற்பாடல்களிலும் வேதனைக் குரல்களும் சமரசமில்லாத ஆதிக்க எதிர்ப்புக் குரல்களும் நிறையவே காணக்கிடைக்கின்றன. நூலாசிரியர் சுட்டிக்காட்டியுள்ள 'சட்டசபை மட்டசபை' போன்ற பாடல்களும், புகழ்பெற்ற, 'ஊரான் ஊரான் தோட்டத்திலே' போன்ற பாடல்களும் இதற்குச் சான்றுகளாகும். தொழிற்பாடல்களிலும் தனிப்பாடல்களிலும் இப்படித் தெளிவாக ஆதிக்க எதிர்ப்புக் கருத்துகள் வலியுறுத்தப்படுவதையும், கதைப் பாடல்களில் மோதலும் சமரசமும் இணைந்து காணப்படுவதையும் விளங்கிக்கொள்ள இரண்டின் இலக்கிய உற்பத்திமுறைகளிலுமுள்ள (Literary Mode of Production) வேறுபாட்டை உற்றுநோக்குதல் அவசியமாகின்றது.

தனிப்பாடல்களும் தொழிற்பாடல்களும் நிகழ்த்துகிற (Perform) நோக்கத்துடன் உற்பத்தி செய்யப்பட்டவையல்ல. தங்களது அவலத்தையும் மகிழ்ச்சியையும் வெளிக்காட்டும்போதோ அல்லது தங்களின் உழைப்பு நடவடிக்கையின்போதோ உற்பத்தி செய்யப் படுகிற இப்பாடல்களில் தானும், தன்னைச் சுற்றியுள்ள தன்னைப்

போன்றவர்களும் சக உழைப்பாளிகளும் மட்டுமே முதன்மை நுகர்வோர்களாக உள்ளனர். உற்பத்தியாளனுக்கும் நுகர்வோனுக்குமிடையே எந்தவிதமான கடப்பாட்டு உறவுகளும் (Obligatory Relationships) கிடையாது. யாரையும் திருப்தி செய்யும் நோக்கத்திற்காகவோ, யாரும் அறிந்தால் ஆபத்து வந்துவிடும் என்ற அச்சத்துடனோ இவை உற்பத்தி செய்யப்படுவதில்லை.

ஆனால் கதைப்பாடல்கள் நிகழ்த்துகிற நோக்கத்துடன் ஒரு குறிப்பிட்ட நுகர்வோரைக் கணக்கிலெடுத்துக்கொண்டு எழுதப்படுகின்றன. இவற்றை உற்பத்தி செய்கிறவர்கள் இயல்பான நாட்டு மக்களிடையே கல்வியாலும் புலமையாலும் சற்றே உயர்ந்தவர்கள். வெள்ளைக்காரன் கதைப்பாடலில் டோவர் துறைமுகத்திலிருந்து தவிட்டுத் துறை வரையிலான கடல்வழி வியக்கத்தக்க நுண்மையுடன் விவரிக்கப்பட்டிருப்பது இதற்கோர் சான்று. முறையான கல்வியற்ற நாட்டுப்புற மக்கள் உற்பத்தி செய்ததாக இதனைக் கருத முடியாது.

கதைப்பாடல்கள் நிகழ்த்தும் நோக்குடன் இயற்றப்பட்டவை என்றோம். ஏட்டில் எழுதப்பட்டுப் புலமை வழிப்பட்ட நுகர்வோரைக் கருதி எழுதப்படும் மேல்தட்டு இலக்கியங்களிலிருந்து கதைப்பாடல்கள் இந்த அம்சத்தில் வேறுபடுகின்றன. முக்கிய கதை நிகழ்வு கூடியவரை உரையாடல் (dialogue) மூலமாக நடத்திச் செல்லப்படுவதும், கதைப்போக்கு தனிமுறைச் சார்பற்று (impersonal) இருப்பதும் நிகழ்த்தும் நோக்கில் உற்பத்தி செய்யப்பட்டுள்ளதால்தான். நிகழ்த்துக் கலைகளில் நிகழ்த்துவோருக்கும் நுகர்வோருக்குமிடையே ஓர் இயங்கியல் தொடர்பு நிலவும். பரஸ்பர பாதிப்புகள் தொழிற்படும். உற்பத்தி செய்யும்போதே இதன் நுகர்வோர் யார் என்கிற கேள்வியை உற்பத்தியாளன் எழுப்பிக்கொள்கிறான்.

இக்கதைப்பாடல்கள் கிராமப்புற விவசாய மக்கள் மத்தியில் நிகழ்த்தப்படும். இதன் நுகர்வோர்கள் வர்க்க ரீதியாக முற்றிலும் ஒரு படித்தானவர்களாக (Homogenius) இருப்பதில்லை. இது பாடல் உற்பத்தியை இரு விதங்களில் பாதிக்கின்றது.
1. பெரும்பான்மையாக உள்ள விவசாய அடித்தட்டு மக்களைக் கணக்கிலெடுத்துக்கொள்வதன் விளைவாக அவர்களுக்கிடையே செல்வாக்குள்ள கதைகள், மதிப்பீடுகள் முதலியவை படைப்பின் ஆதார அம்சங்களாகிவிடுகின்றன. இந்த வகையில் கதைப்பாடல்கள் மேல்தட்டு இலக்கியங்களிலிருந்து வேறுபடுகின்றன. மோதல்கள் இங்கு முக்கியத்துவம் பெறுகின்றன.

2. நுகர்வோரிடையே கிராமப்புறத்திலுள்ள ஆளும் வர்க்கமும் அதிகார வர்க்கத்தினுடைய பிரதிநிதிகளும் கலந்தே இருப்பர். இதன் விளைவாக மோதலை மழுங்கடிக்கும் சமரசப் போக்குகள் படைப்பில் தாராளமாக அனுமதிக்கப்படுகின்றன. மேல்தட்டு இலக்கிய பாணியைப் பின்பற்றும் நோக்கமும் பாடலாசிரியருக்கு உருவாகிறது. இந்த அம்சத்தில் கதைப்பாடல்கள் இதர நாட்டார் இலக்கிய வகையிலிருந்து வேறுபடுகின்றன.

இந்த இரண்டாவது அம்சம் கதைப்பாடல்களினூடே விரவிக் கிடப்பதால்தான் இந்து சாம்ராஜ்யத்தை நிறுவ முயன்ற சிவாஜியும், பாசிச சாம்ராஜ்யத்தை உருவாக்க நினைத்த இட்லரும் தேசிய வெறியை ஊட்டுவதற்குக் கதைப்பாடல்களைத் தயக்கமின்றிப் பயன்படுத்த முடிந்தது.

மேலும் இந்த இரண்டாவது அம்சம் நாட்டார் கருத்து நிலை யிலிருந்து எழுந்ததில்லையாயினும் இது நாட்டார் கருத்து நிலை உருவாக்கத்தில் ஒரு முக்கிய பங்கு வகிப்பதை மறுக்க இயலாது. திரும்பித் திரும்பி அவர்கள் முன் நிகழ்த்தப்படுவதாலும், அவர்கள் மூலமாகப் பரப்பப்படுவதாலும் நாட்டார் உள்ளத்தில் ஆளும் வர்க்க மதிப்பீடுகள் ஊடுருவுகின்றன. எதிரிகள்பற்றிய தெளிவின்மையும், பிரபுத்துவ மதிப்பீடுகட்கும் தங்களது வாழ்க்கைமுறைக்கும் இடையிலான வேறுபாடுகளினடியாக எழுந்த தாழ்வு மனப் பான்மையும், சமரசங்கள் மூலமாக மோதல் மழுங்கடிக்கப்படுவதும் நாட்டார் கருத்து நிலை உருவாக்கத்தில் பெரும் பங்கு வகிக்கின்றன. ஆளும் வர்க்கத்தின் ஆதிக்கத்தை நியாயப்படுத்தி ஆளும் வர்க்கக் கருத்து நிலையை அடித்தட்டு மக்கள் மேலாகத் திணிக்கும் கருவி யாகவும் கதைப்பாடல்கள் விளங்குகின்றன.

கதைப் பாடல்களின் காலகட்டத்தில் ஆளும் வர்க்கம் பின்பற்றிய கல்விமுறை (ஆத்திசூடி, நல்வழி, நிகண்டு, நன்னூல்), அச்சிட்டு வெளியிட்ட நூல்கள் (பஞ்ச தந்திரக் கதைகள், கிளைவ் சரித்திரம், பரமார்த்த குரு கதை), உற்பத்தி செய்யப்பட்ட இலக்கிய உருவாக்கங்கள் (இலக்கண நூல்கள், தல புராணங்கள், சைவ சித்தாந்த விளக்கங்கள்), கிறிஸ்துவ, இஸ்லாமிய மதப் பிரச்சாரகர்களின் கும்மி, நொண்டி நாடகம் முதலிய நாட்டுக்கலை வடிவங்கள் ஆகியவற்றையெல்லாம் கணக்கிலெடுத்துக்கொண்டு விரிவாக ஆராய்ந்தோமானால் அன்றைய பொதுக்கருத்துநிலைக் கட்டுமானத்தில் நாட்டுப்பாடல்களின் இடம் தெளிவாகும். சுருக்கங் கருதி அதனை இங்கு விடுத்தல் அவசியமாகிறது.

மொத்தத்தில் சமூக முரண்பாடுகளினடியாக எழும் வேதனை, அதற்கு எதிரான எதிர்ப்புக் குரல், விடுபடும் ஆர்வம், நாட்டார் விழுமியங்கள், வரலாற்று ரீதியான அவசியமான எடுகோள் (Historically Necessary Postulate) பற்றிய தெளிவின்மை, ஆளும் வர்க்க மதிப்பீடுகளின் ஊடுருவல், விசுவாசம், சமரசம் ஆகிய அனைத்துப் பண்புகளையும் கணக்கிலெடுத்துக்கொண்டே நாம் நாட்டார் கருத்துநிலையைப் புரிந்துகொள்ள வேண்டும். சுருக்கிச் சொல்வ தானால் மோதல், சமரசம் ஆகிய இரண்டு அம்சங்களையும் தன்னுள் கொண்டிருப்பதாகவே நாட்டார் கருத்துநிலை அமைந்துள்ளது. டால்ஸ்டாய்பற்றிய லெனினின் புகழ்பெற்ற கட்டுரைகளில் அவர் விவசாய வர்க்கத்தின் உளவியலை இத்தகைய கண்ணோட்டத் துடனேயே அணுகியிருப்பது குறிப்பிடத்தக்கது.

கிராம மக்களிடையே இயக்கப் பணிபுரிவோர் அவர்களது உளவியலைப் புரிந்துகொள்வதற்கு இந்த இரண்டு அம்சங்களையும் கணக்கிலெடுத்துக்கொள்ள வேண்டியது அவசியம். ஊக்குவிக்க வேண்டியவற்றை ஊக்குவித்துப் புறந்தள்ள வேண்டியவற்றைக் கண்டறிந்து அதற்கெதிரான போராட்டங்களை அதற்குரித்தான மட்டங்களில் நடத்த வேண்டியது முக்கியம். இரண்டில் மோதலை மட்டுமே கணக்கிலெடுத்துக்கொள்வது பின்னடைவுக்கும் சமரசத்தை மட்டுமே கணக்கிலெடுத்துக்கொள்வது விரக்திக்கும் இட்டுச் செல்லும்.

நிலப்பிரபுத்துவத்திற்கு எதிராகப் பாரம்பரியமாக ஆயுதப் போராட்டங்களை நடத்தி வரும் தெலுங்கானா போன்ற பகுதிகளில் நாட்டார் மத்தியில் பயிலப்படும் இசை வடிவ (Tunes) அளவிற்குத் தஞ்சை போன்ற பகுதிகளில் விவசாய மக்கள் மத்தியில் பயிலப்படும் கிராமிய இசை வடிவங்கள் போர்க் குணம் மிக்கதாய் இல்லை என விவசாய மக்கள் மத்தியில் இயக்கப் பணிபுரியும் தோழர் குணாளன் சில நாட்களுக்கு முன்பு ஒரு விவாதத்தின்போது குறிப்பிட்டது நினைவிற்கு வருகிறது. இரு வேறு பகுதியிலுள்ள விவசாய மக்களின் உளவியலுக்குமுள்ள வேறுபாட்டையும் கருத்து நிலைக் கட்டுமானங்களுக்கும் உள்ள வேறுபாட்டையும் அதற்கான காரணங்களையும் இயக்கப் பணிபுரிவோர் கணக்கிலெடுத்துக்கொள்ள வேண்டியது அவசியமல்லவா?

நாட்டார் இலக்கிய/ வழக்கியல் ஆய்வாளர்கள் கிராம மக்களின் உளவியல், கருத்தியல் கட்டுமானம் ஆகியவற்றை வெளிக் கொணர்வது அவசியம். வரலாற்றுப் பின்னணி, பொருளாதார அடித்தளம்,

படைப்புகளில் காணப்படும் முரண்பாடுகள், வெளிப்படும் மௌனங்கள், குறிப்பிட்ட காலகட்டத்துக் கருத்துநிலை, கட்டு மானத்தில் பெறும் இடம் முதலியவற்றைக் கணக்கிலெடுத்துக் கொள்வதும் வெளிக்கொணர்வதும் முக்கியம். நாட்டார் கலை செயலூக்கத்துடன் பயிலப்படும் பகுதிகள்பற்றிய வரைபடம் (folk art map) ஒன்றும் உருவாக்கப்பட வேண்டும்.

இத்தகைய உருப்படியான ஆய்வுகளைக் கேசவன் போன்றோர் செய்து வருகின்றனர். புரட்சிகரமான ஆய்வு முடிவுகளை மனித குலத்திற்கு வழங்கிய டார்வின், ஈன்ஸ்டின் போன்ற அறிஞர்கள் அனைவருமே சமூகப் பொறுப்புடையவர்களாகவும் தளைகளற்ற சிந்தனையுடையவர்களாகவும் விளங்கியுள்ளதை அவர்கள் வாழ்க்கையைப் பயிலும்போது நாம் உணர முடியும்.

ஆனால் நமது பல்கலைக்கழகப் பண்டிதர்களனைவரும் எள்ளளவும் சமூகப் பொறுப்பற்றவர்களாகவும் தமது சகப் பணியாளர்கள் பாதிக்கப்படும்போது உரக்க முணுமுணுக்கக்கூடச் சக்தியற்றவர் களாகவும் இருப்பதை நாம் நடைமுறையில் காண்கிறோம். சமூக அவசியங்கள்பற்றிய பிரக்ஞை அடைவதே விடுதலை என்பர். சமூகப் பொறுப்புடன் கூடிய நடவடிக்கைகள் மூலமாகவே இத்தகைய விடுதலையை அடைய முடியும். மனத்தளவில் விடுதலை இருந்தால் தான் தளைகளற்ற சிந்தனை வளமிருக்கும். தளைகளற்ற சிந்தனை யுடையோரின் ஆய்வுகளே பண்பியல் மாற்றங்களுடன் கூடியதாக அமையும். மற்றவை வெறும் எண்ணியல் பெருக்கங்களாகவே இருக்கும். இன்றைய பல்கலைக்கழக ஆய்வுகள் பெரும்பான்மையும் இப்படித்தான் உள்ளன. எதிர்காலத்தில் இத்தகைய ஆய்வுகளைக் கேவலம் கம்ப்யூட்டர்களே செய்துவிடும் என்பதை இவர்கள் உணர வேண்டும்.

குறிப்பு

கோ. கேசவன் அவர்களின் கதைப் பாடல்களும் சமூகமும் என்கிற நூலுக்கு (தோழமை வெளியீடு, 1985) எழுதப்பட்ட முன்னுரையின் முக்கிய பகுதிகள் இங்கே தொகுக்கப்படுகின்றன. ஏப்ரல் 1985இல் எழுதப்பட்டது.

1.6

நாட்டார் கலை இலக்கிய உற்பத்தி - ஒரு வரையறை

1947க்குப்பின் தோன்றி, மதுரை இராமநாதபுரம் பகுதிகளில் உயிருடன் இருந்து வரும் இந்நாட்டுப்புறப் பாடல்களுக்கு 'நகர்சார் நாட்டுப்புறக் கதைப் பாடல்கள்' எனத் தலைப்பிட்டுள்ளார் குணசேகரன்* நகரம் - நாட்டுப்புறம் என்னும் இரு எதிரெதிரான சொற்களையும் ஒன்றாகக் கொண்டுவருவதன் மூலம் சில அடிப்படையான கோட்பாட்டுப் பிரச்சினைகளையும் இதன் மூலம் அவர் எழுப்பியுள்ளார். Urban Folklore என ஆங்கிலத்தில் சொல்லும்போது இந்தப் பிரச்சினைகள் எழுவதில்லை 'நகர்ப்புற மக்கள் வழக்காறு' என்பதுபோல இதனை மொழிபெயர்த்தால் நமக்கும் பிரச்சினை இல்லை, ஆனால் நாம் Folklore என்பதற்கு நாட்டார் வழக்காறு, நாட்டுப் பாடல்கள் என்பது போன்ற சொற்கோவைகளையே பயன்படுத்தி வருகிறோம். சமீபகாலமாக நாட்டுப்புறவியல் ஆய்வாளர்களிடையே மேற்குறித்த சொற்கோவை களைப் பயன்படுத்துவது குறித்து விவாதங்கள் நடைபெற்று வருகின்றன. மக்கள் வழக்காறு என்பது போன்ற சொற்கோவைகளைப் பயன்படுத்தலாம் என்பது போன்ற கருத்துகளும் தெரிவிக்கப் பட்டுள்ளன (*பார்க்க: நாட்டுப்புறவியல் ஆய்வுமுறைகள் — கருத்தரங்கக் கட்டுரைகள் மே 21, 22, 1986 தமிழ்ப் பல்கலைக்கழகம், தஞ்சை*).

யோசித்துப் பார்க்கும்போது, 'நாட்டுப்புறவியல்', 'நாட்டுப் பாடல்கள்' போன்ற சொற்கோவைகளைத் தொடக்ககாலச் சேகரிப்பாளர்களும் ஆய்வாளர்களும் பயன்படுத்தியது பொருத்த மானவை படுகின்றது. நாட்டுப்புற மக்கள் மத்தியில் செயலூக்கத்துடன் பயிலப்படுபவை என்பது மட்டுமின்றி இத்தகைய வழக்காறுகள்

இயல்பாகவே நாட்டுப்புறத் தன்மையுடையனவாய் உள்ளன என்பதனாலேயே தொடக்ககால முன்னோடிகள் நாட்டுப்புறம் என்கிற கருத்துச் சார்ந்த சொற்கோவைகளைப் பயன்படுத்தியுள்ளனர்.

மேனாடுகளில் நாட்டுப்புறம் என்கிற சொல்லை நேரடியாகப் பயன்படுத்தாவிட்டாலுங்கூட உள்ளுறையாக இந்தப் பொருள் தொக்கி நிற்பதைச் சற்றுச் சிந்திக்கும்போது உணர்ந்துகொள்ள முடியும். எடுத்துக்காட்டாக நகர்சார்ந்த மக்கள் மத்தியில் நவீன காலத்தில் தோன்றியுள்ள வழக்காறுகள் Urban Folklore என்று மேனாட்டு அறிஞர்களால் வகைப்படுத்தப்படுகின்றன என்கிறார் குணசேகரன். இதற்கு எதிராக Rural Folk Lore என்று எதனையும் வகைப்படுத்த வில்லை என்பது கவனிக்கத்தக்கது. Urban Folklore அல்லாத அனைத்தும் Folklore என்றே அழைக்கப்படுகின்றன என்பதைச் சிந்திக்கும்போது Folklore என்பது நாட்டுப்புறத் தன்மை சார்ந்தது என்கிற பொருளுடனேயே அங்கும் வழங்கப்படுகிறது என்பது தெளிவாகிறது.

மேலும் *1846*இல் முதன் முதலாக Folklore என்கிற பதத்தைக் கையாண்ட W.J. தாமஸ், Folk என்பதன் மூலம் அப்பதம் சுட்டும் அகராதிப் பொருளைக் காட்டிலும் எழுத்தறியாத விவசாயிகளையே கருத்திற் கொண்டார் என்கிறது பிரிட்டானிக்கா கலைக்களஞ்சியம். கிராமப்புறங்களைச் சேர்ந்த மிகவும் பிற்பட்ட மக்களையே Folk பொருள் கொள்கிறது என்றும் கூறுகிறது கலைக்களஞ்சியம். ஃபங்க் - வாக்னல்ஸ் ஆகியோரின் நாட்டார் வழக்காற்றியல் அகராதியும் Folk Lore என்பதற்குக் குறிப்பிடும் இருபது பொருள்களில் விவசாயிகளின் மானுடவியல் என்கிற பொருளும் ஒன்று.

பொதுவாக மேலை அறிஞர்களால் ஏற்றுக்கொள்ளப்பட்டுள்ள இக்கருத்தை முதன் முதலில் மறுத்தவர் ஆலன்டண்டிஸ். ஏதேனும் ஓரம்சத்தில் ஒன்றுபடுகிற எந்தக் குழுவையும் Folk எனலாம் என்றார் அவர். Folk என்போரை விவசாயச் சமூகம், நாட்டுப்புறம் ஆகிய வற்றுடன் இணைத்துப் பார்ப்பதென்றால் நகர மக்கள் என்போர் Folk அல்ல என்றும் அவர்கள் மத்தியில் Folklore தோன்றாது என்றுமல்லவா ஆகிவிடும் என்று கேட்டார் டண்டிஸ். இது குறித்துக் கருத்து கூறவந்த தமிழக நாட்டுப்புறவியல் மூதறிஞர் நா.வா. அவர்கள், நிலப் பிரபுத்துவச் சமூக அமைப்பில்லாமல் தங்கள் வரலாற்றைத் தொடங்கிய தொழில்மயமாக்கப்பட்ட அமெரிக்கச் சமுதாயத்தில் விவசாயிகளும் கிராமப்புற மக்களும் இல்லாமல்போனதன்

விளைவாகவே டண்டிஸ் இப்படிக்கூற நேர்ந்தது என்றார். எனினும் இவ்வாதத்தைத் தொட்டுச்சென்ற பேராசிரியர் தனது கருத்தென்று எதையும் இறுதியாகக் கூறாதது குறிப்பிடத் தக்கது. பழைய மாதிரியான விவசாயச் சமுதாயங்கள் பழங்கதையாய்ப் போய் விட்டாலும் Folk பாரம்பரியங்கள் மறைந்துவிடவில்லை என்பதை மறந்துவிடலாகாது என்பதோடு நிறுத்திக் கொண்டார் அவர். எனவே நாட்டுப்புறவியல், Folklore என்றெல்லாம் சொல்லும்போது அது பயிலப்படக்கூடிய களங்கள் எத்தன்மையது, பயிலுகிற மக்கள் யார் என்பனபோன்ற அம்சங்களைக் காட்டிலும் இவ்வழக்காறுகள் தம் இயல்பான தன்மையைப் பொறுத்தே இப்பெயர் பெறுகின்றன என்கிற கருத்தையே நாம் இங்கும் வந்தடைகிறோம்.

இப்போது நாட்டுப்புற வழக்காறுகளின் இந்த அடிப்படையான தன்மை என்ன என்கிற கேள்விக்குள் நுழையலாம். FolkLore என்பதற்கு நாட்டார் வழக்காற்றியல், நாட்டுப்புறவியல் போன்ற சொற்கோவைகள் பொருந்தாது என வாதிடும் டாக்டர் இராமநாதன், Lore என்றால் என்ன என வரையறுக்க முற்படும்போது இதன் அம்சங்களாக,

கூட்டுப் படைப்பாக அமைந்தது,
வழி வழியாகக் கையளிக்கப்படுவது,
எழுதப்படாதது,
இலக்கண வரையறைக்குட்படாதது.
அச்சிடப்படாதது,
பேச்சு வழக்கிலானது,
செவ்விசையற்றது.
வாய்மொழியாய் வழங்கப்பட்டுப் பரப்பப்படுவது,
படைத்தவர் பெயரில்லாதது

என்பன போன்றவற்றைக் குறிப்பிடுகிறார். பின் அவரே மேற்குறித்த நிபந்தனைகள் பூர்த்தி செய்யப்படாமலுங்கூட நாட்டுப்புற வழக்காறுகள் இருக்க முடியும் என்று கூறி இறுதியாக,

> வழங்கப்படும் சமூகச் சூழல், பாடம், அதன் அமைப்பு முதலியவற்றைக் கொண்டுதான் நாம் Lore எது என்பதை நிர்ணயிக்க முடியும்.

என்று முடிப்பது கவனத்திற்குரியது. மேலும் ரிச்சர்ட் டார்சன்,

> நாட்டுப்புறக் கவிதைகள் என்பனவற்றை அதன் வடிவத்தைக் கொண்டு மட்டும் வரையறுத்துவிட முடியாது. எவ்வாறு அது

பரப்பப்படுகிறது என்பதும் முக்கியம்... முதன்முதலில் அது எவ்வாறு எழுதப்பட்டது, எழுதப்பட்டிருந்தால் பாடுபவருக்கு அது எப்படிக் கிடைத்தது, மற்ற வடிவங்களில் கிடைக்கிறதா என்பன போன்ற அதன் வரலாறு குறித்தும் ஒருவர் அறிந்திருக்க வேண்டும். இந்தச் செய்திகள் இல்லாமல் ஒன்றை நாட்டுப்பாடல் என்று சொல்வது சாத்தியமல்ல. ஏனெனில் தேர்ச்சி பெற்ற கவிஞன் (Sophioicated Poet) ஒருவன்கூட நாட்டுப் பாடலின் பண்புகளோடு ஒன்றை வெற்றிகரமாக இயற்றிவிட முடியும்

என்று குறிப்பிடுகிறார்.

நாட்டுப்புறவியல் குறித்து மிகவும் ஆழமாகவும் அதிகமாகவும் சிந்திக்கிற இவர்கள் எல்லோருமே இலக்கண வரையறையற்றது, அச்சிடப்படாதது, வாய்மொழியாகப் பரப்பப்படுவது, பேச்சு வழக்கிலானது போன்ற அம்சங்களைக் காட்டிலும் வழங்கப்படும் சூழல், வரலாறு, பயிலப்படும் முறை ஆகிய விவரங்களில்லாமல் நாட்டுப்புற வழக்காறுகளை வரையறுத்துவிட முடியாது என்கிற முடிவுக்கு வருகின்றனர். நாட்டுப்புற வழக்காறுகளின் சாராம்சமான தன்மை என்ன என்கிற கேள்விக்கான பதிலின் மையம் இங்கேயே தங்கியுள்ளது. வழங்கப்படும் சூழல், வரலாறு, பயிலப்படும் முறை, பரப்பப்படும் முறை ஆகிய இந்த அம்சங்கள் அனைத்தையும் ஒன்றிணைத்து ஓர் இறுக்கமான வரையறையை நாட்டுப்புற வழக்காறுகளுக்கு நாம் கொடுக்க வேண்டுமானால் நாட்டுப்புற வழக்காறுகளின் உற்பத்திமுறைபற்றிக் கொஞ்சம் நாம் ஆய்வு செய்ய வேண்டியது அவசியமாகிறது.

ஒரு சமூக அமைப்பு பொருளுற்பத்தி இல்லாமல் இருப்பது எவ்வாறு சாத்தியமில்லையோ அதேபோல கலை இலக்கிய உற்பத்தி இல்லாமலும் இருக்க முடியாது. இந்த இலக்கிய உற்பத்தி பொருளுற் பத்தியின் ஓரங்கமாக நிலவுகிறது. இதனை இலக்கிய வழி உற்பத்தி (Literary Production) என்பர். இலக்கிய உற்பத்தி பொருளுற்பத்தியின் ஓரங்கமாய், உட்கூறாய் எவ்வாறு திகழ்கிறது என முதலாளிய உற்பத்தி முறையில் வெளிப்படையாகவே தெரியும். படைப்பாளி, வெளியீட்டாளர், அச்சுத் தொழிலாளி போன்ற உற்பத்தி சக்திகள் இணைந்து செயல்படுவதன் மூலமாக முதலாளிய சமூகத்தின் முதன்மையான இலக்கிய உற்பத்தி நிகழ்கிறது. இதன் மூலம் படைப்பாளி, அச்சுத் தொழிலாளி போன்றோரின் உபரி உழைப்பு இலாபமாய் முதலாளியின் கையில் சேர்கிறது. முதலாளிய விநியோக

முறையின் மூலமாகவே இது நுகர்வோர்களையும் சென்றடைகிறது. ஆக இலக்கிய வழி உற்பத்திமுறை என்பது ஆதிக்கம் செலுத்துகிற பொருளுற்பத்தி முறையின் ஓரங்கமாய் நிலவுகிறது. எப்படி பொருளுற்பத்தியில் நிலவுகிற உற்பத்தி சக்திகட்கும் உற்பத்தி உறவுகட்குமிடையேயான ஒருமையே (Unity) பொருளுற்பத்தி முறை என்றழைக்கப்படுகிறதோ அவ்வாறே இலக்கிய உற்பத்தியிலும் நிலவுகிற உற்பத்தி சக்திகட்கும் (படைப்பாளி, வெளியீட்டாளர்...) அவர்களுக்கிடையேயான உறவுகட்குமிடையேயான ஒருமையே இலக்கிய வழி உற்பத்தி முறை (Literary Mode of Production) எனப்படும். (பார்க்க Terry Eagleton, Criticism and ideology)

ஒரு சமூக உருவாக்கத்தில் பல பொருளுற்பத்தி முறைகள் ஒரே சமயத்தில் விளங்கினாலும் அவற்றில் ஏதேனும் ஒன்று எவ்வாறு ஆதிக்கம் செலுத்துகிறதோ (எ.டு: முதலாளியச் சமூகத்தில் சிறுவீத உற்பத்தி, நிலப்பிரபுத்துவ உற்பத்தி முதலியவை இருந்தாலுங்கூட அவற்றின்மீது முதலாளிய உற்பத்தி முறை ஆதிக்கம் செலுத்துவது போல) அதேபோல இலக்கிய உற்பத்தியிலும், ஒரு சமூக உருவாக்கத்தில் பல்வேறு இலக்கிய வழி உற்பத்தி முறைகள் (இ.உ.மு.) இருந்தாலும் ஏதேனும் ஒன்று ஆதிக்கம் செலுத்தும்.

எடுத்துக்காட்டாக இன்றைய தமிழ்ச் சமூக உருவாக்கத்தில் பெரும் வெளியீட்டாளர்கள், பல்லாயிரக்கணக்கில் விற்பனையாகும் இதழ்கள் ஆகியவற்றின் மூலம் உற்பத்தி செய்து வினியோகிக்கப்படும் 'இலக்கிய' உற்பத்தி ஆதிக்கம் செலுத்தும் உற்பத்தி எனலாம். சிறு பத்திரிகைகள், முற்போக்குப் பத்திரிகைகள், சாதிமதப் பத்திரிகைகள், இவை சார்ந்த வெளியீடுகள் இவற்றுக்குக் கட்டுப்பட்டவையேயாகும். சிறு பத்திரிகைகள் முதலியவை ஆதிக்க இலக்கிய உற்பத்திமுறையின் உற்பத்தி சக்திகள், உற்பத்திக் கருவிகள் ஆகியவற்றைப் பயன்படுத்தினாலும் இவற்றிற்கும் ஆதிக்க இலக்கிய உற்பத்தி முறைக்கும் இடையேயான உறவு என்பது பொதுக்கருத்தியல், படைப்பாளியின் கருத்தியல், கலை இலக்கியக் கருத்தியல் போன்ற கருத்தியற் காரணிகளால் நிர்ணயிக்கப்படுகின்றன.

இலக்கிய உற்பத்தி எனக் குறுக்கிக்கொள்ளாமல், கலை இலக்கிய உற்பத்தி என விரிவாக எடுத்துக்கொண்டோமானால் சினிமா, வீடியோ, சபா நாடகங்கள், தொலைக்காட்சி போன்றவற்றை ஆதிக்கக் கலை இலக்கிய வழி உற்பத்தி முறையின் வெளிப்பாடுகளாய்க் காணலாம். கலைப்படங்கள் சோதனை நாடகங்கள் இவற்றிற்கு

உட்பட்டனவேயாகும். நாட்டார் கலை இலக்கிய உற்பத்தி என்பது இந்தப் பெருவீத உற்பத்தி முறையிலிருந்து முற்றிலும் வேறுபட்ட சிறுவீத உற்பத்தி முறையாகும். (நாட்டார் வழக்காறுகளில் அடங்கிய சடங்குகள், நம்பிக்கைகள் ஆகியவற்றின் உற்பத்தி குறித்த விவாதத்தை நாம் இங்கு எடுத்துக்கொள்ள வேண்டாம். சடங்கு, நம்பிக்கைகள் ஆகியவற்றின் தோற்றத்தை மத உணர்வின் தோற்றத்தோடு இணைத்துப் பார்க்க வேண்டும்.) இது பெருவீத உற்பத்தி முறையின் உற்பத்தி சக்திகளையோ, உற்பத்திக் கருவிகளையோ வினியோகக் கருவிகளையோ பயன்படுத்துவதில்லை. நாட்டார் கலை இலக்கிய உற்பத்தி முறையில் உற்பத்தி சக்திகள் எனப்படுவோர் முழுமையாக சாதாரண மக்களேயாவார். செவ்வியல் கலை இலக்கிய உற்பத்தி முறையில் சாதாரண மக்கள் செல்வாக்கைச் செலுத்துவது அரிது. ஆனால் நாட்டார் கலை இலக்கிய உற்பத்தியில் சாதாரண மக்கள் தங்கள் செல்வாக்கைச் செலுத்த முடியும். சாதாரண மக்களின் செல்வாக்கு எப்போது இலக்கிய உற்பத்தியில் செயல்பட இயலாமற் போகிறதோ அப்போது அவை தம் நாட்டார் தன்மையை இழக்கத் தொடங்கிவிடுகின்றன.

எனவே பெருவீத கலை இலக்கிய உற்பத்தி முறையின் உற்பத்தி மற்றும் வினியோகக் கருவிகளை முற்றிலும் பயன்படுத்தாததும் சாதாரண எளிய மக்களின் செல்வாக்கிற்குட்பட்டதுமான கலை இலக்கிய உற்பத்தி முறையை நாட்டார் கலை இலக்கிய உற்பத்தி முறை எனலாம்.

பெரும்பான்மையான எளிய மக்கள் கிராமப்புறம் சார்ந்த விவசாய மக்களாகவே இருப்பதாலும் நகர்ப்புறத்திலுள்ள சாதாரண மக்களும் விவசாய உளப்பாங்கு அல்லது உதிரி வர்க்க உளப்பாங்கு உடையவர்களாகவே இருப்பதாலும் இவ்வுற்பத்தி முறையை நாட்டார் கலை இலக்கிய உற்பத்தி முறை என்று அழைப்பது பெரிய தவறாகிவிடாது. வழக்கமாக ஏற்றுக்கொள்ளப்பட்ட சொல்லாட்சி என்கிற வகையில் இந்தச் சிறுவீத உற்பத்திமுறையின் விளை பொருளாகிய வழக்காறுகளை நாட்டார் வழக்காறுகள், நாட்டுப்புறப் பாடல்கள் என்பன போன்றும் இவை பற்றிய கல்வியை நாட்டுப்புறவியல் என்றும் அழைப்பதில் தவறில்லை என்றே தோன்றுகிறது.

இங்கு ஒன்றை நாம் நினைவுபடுத்திக்கொள்ள வேண்டும். பெருவீத இலக்கிய உற்பத்திமுறையிலிருந்து முற்றிலும் வேறுபட்ட

இவ்விலக்கிய உற்பத்தி முறையானது பெருவீத உற்பத்தி முறையின் செல்வாக்கிலிருந்து விடுபட்டதல்ல என்பதே அது. இதனை விளங்கிக்கொள்வதற்கு ஒரு கலை இலக்கிய உற்பத்தி எத்தகைய காரணிகளால் இணைந்து உருவாக்கப்படுகிறது (articulate) என்கிற கேள்வியை நாம் மீண்டும் கொஞ்சம் விளக்கமாய்ப் பார்க்க வேண்டும்.

பொருளுற்பத்தி முறைக்கும் அதன் ஓரங்கமான கலை இலக்கிய வழி உற்பத்தி முறைக்குமிடையே இயங்கியல் உறவு நிலவுகிறது. அதாவது இவை இரண்டும் ஒன்றில் ஒன்று பரஸ்பர தாக்கங்களையும் பாதிப்புகளையும் ஏற்படுத்திக்கொள்கின்றன. ஒரு வளர்ச்சியடைந்த முதலாளியச் சமூக உருவாக்கத்தில் இலக்கிய வழி உற்பத்தி முறையின் பணி பொருள் உற்பத்தி முறையை மறு உற்பத்தி செய்வதும் வளர்ப்பதுந்தான். ஒவ்வொரு சமூகத்தில் நிலவும் பொருள் உற்பத்தி முறையும் ஒரு பொது கருத்தியல் அச்சமூகத்தில் நிலவச் செய்கிறது. இந்தப் பொதுக் கருத்தியல் அச்சமூகத்திலுள்ள சராசரி மனிதனுக்கு அந்தச் சமூக அமைப்பை நியாயப்படுத்தி மறு உற்பத்தி செய்கிற மன நிலையை உருவாக்கி அளிக்கிறது. கலாச்சாரம், அரசியல், மொழியியல் கோட்பாடுகள் போன்ற அம்சங்களின் மூலமாகப் பொதுக் கருத்தியல் தன்னை வெளிப்படுத்திக்கொள்கிறது. இவை தனித் தனியாகவோ, ஒட்டுமொத்தமாகவோ அவ்வக்காலக் கலை இலக்கியப் படைப்புகள்மீது செல்வாக்கு வகிக்கின்றன. தஞ்சைப்பகுதியில் வாழ்ந்த தியாகையர் தெலுங்கில் கீர்த்தனைகள் படைத்தது பொதுக் கருத்தியலின் மொழியியல் கோட்பாட்டு அம்சத்தின் தாக்கமே எனலாம். இங்கொன்றைச் சொல்வது அவசியம். பொதுக் கருத்தியல் என்பது அச்சமூக அமைப்பில் பொதுவாக ஏற்றுக்கொள்ளப்பட்ட கருத்தியல் ஆகும். இதன் பொருள் இந்தச் சமூகத்தின் ஒவ்வொரு உறுப்பினரும் அக்கருத்தியலை அப்படியே ஏற்றுக்கொண்டவர் அல்லர். எனவே பொதுக்கருத்தியலின் செல்வாக்கிற்கு அச்சமூகத்தில் வாழ்கிற அனைத்து உறுப்பினர்களும் கட்டுப்பட்டவர்களாகவே இருந்தாலும் எந்த ஒரு உறுப்பினரின் கலை இலக்கிய உற்பத்தியும் பொதுக் கருத்தியலின் செல்வாக்கால் நேரடியாகத் தீர்மானிக்கப் படுவதில்லை. இடைநிலையாகப் படைப்பாளியின் கருத்தியலும் படைப்புக் கருத்தியலும் செயல்படுகின்றன. படைப்பாளியின் கருத்தியல் என்பது அவனது சாதி, மதம், மொழி, இனம், பால், வயது, அரசியல் ஈடுபாடு ஆகியவற்றைப் பொறுத்தது. ஒரு படைப்பாளியின் அரசியல் ஈடுபாடு பொதுக்கருத்தியலுக்கு முற்றிலும் எதிரானதாகவும், பொதுக் கருத்தியலைத் தகர்ப்பதே அவனது அரசியற் குறிக்கோளாக

இருக்கிறது என்னும்போதும் (எ.டு: புரட்சிகரப் படைப்பாளி) அவன் முற்றிலுமாகப் பொதுக்கருத்தியலிலிருந்து விடுபட்டு நிற்கிறான். மற்றவர்கள் பல்வேறு மட்டங்களில் பொதுக்கருத்தியலுக்கு உட்பட்டும் விடுபட்டும் நிற்கிறார்கள். நாட்டார் படைப்பாளிகளைப் பொறுத்தமட்டில் அவர்கள் பொதுக்கருத்தியலுக்கு உட்பட்டவர்களே. ஆனால் பொதுக்கருத்தியலால் முழுமையாகப் பொருளுற்பத்தியைச் சேர்ந்த ஆதிக்க சக்திகளல்லர். மாறாகப் பொது உற்பத்திமுறையால் சுரண்டப்பட்டவர்கள் என்கிற வகையில் அவர்களது கருத்தியல் பொதுக்கருத்தியலுக்கு உட்பட்டும், விடுபட்டும் நிற்கின்றன.

படைப்புக் கருத்தியல் என்பது நிலவுகிற கலை இலக்கிய வடிவங்கள், பாரம்பரியங்கள், இலக்கியக் கோட்பாடுகள், விமர்சன முறைகள், வினியோக முறைகள், சராசரி வாழ்க்கை முறைகள் ஆகிய பல்வேறு அம்சங்களால் தீர்மானிக்கப்படுகின்றது. சிறுகதை, நாவல், புதுக்கவிதை போன்ற இலக்கிய வடிவங்களும். மசாலா சினிமா, இருபொருள் சினிமாப்பாடல்கள், ஃபார்முலா மாத நாவல்கள் போன்ற போக்குகளும் (trends) இன்றைய சகாப்தத்தின் ஆதிக்கம் செலுத்தும் வடிவங்களாகவும் போக்குகளாகவும் இருக்கின்றன எனில் அது இன்றைய படைப்புக்கருத்தியல், பொதுக்கருத்தியல் பொது உற்பத்திமுறை ஆகியவற்றின் ஒட்டுமொத்தமான கூட்டிணைப்பின் (articulation) விளைவே. இரவு முழுவதும் நிகழ்த்தப்பெறும் நாட்டார் கதைப் பாடல்களானது, இந்நூலில் உள்ளவை போன்று மூன்று முதல் ஐந்து நிமிடங்களுக்குள் நிகழ்த்தி முடிக்கப் பெறத்தக்கனவாய் இன்று குறுகிப் போயுள்ளனவெனில் அதற்கான காரணங்களை இன்றைய படைப்புக்கருத்தியல், அதனைத் தீர்மானிக்கும் பொருளுற்பத்தி முறை, வாழ்க்கை முறை ஆகியவற்றிலேயே தேடிப் பார்க்க வேண்டும்.

ஆக ஒரு கலை இலக்கியப் படைப்பு என்பது பொருள் உற்பத்தி முறை/ இ.உ.மு./ பொதுக் கருத்தியல்/ படைப்பாளியின் கருத்தியல்/ படைப்புக் கருத்தியல் ஆகியவற்றின் செயலூக்கமுள்ள கூட்டிணைவின் விளைவேயாகும். நாட்டார் இலக்கிய உற்பத்திமுறை என்பது முன்குறிப்பிட்டவாறு ஆதிக்க இலக்கிய உற்பத்தி முறையிலிருந்து முற்றிலும் விடுபட்டிருந்தாலும் பொதுக்கருத்தியல், படைப்புக் கருத்தியல், படைப்பாளியின் கருத்தியல் ஆகியவற்றின் ஊடாக பொது உற்பத்திமுறை, ஆதிக்க இலக்கிய உற்பத்திமுறை ஆகியவற்றின் செல்வாக்கிற்குட்பட்டதேயாகும். இதன் விளைவே இவற்றில்

காணப்படும் சமரசப் போக்குகள், அடிமை மனவெளிப்பாடுகள், சினிமா ஆபாசத்தாக்கங்கள் ஆகியன.

இங்கொன்றைச் சிந்திப்பது முக்கியம். இவ்வாறு உற்பத்தி செய்யப்படும் நாட்டார் பாடல்கள் அச்சிடப்பட்டு வினியோகிக்கப் படும்போது பொது உற்பத்தி முறையில் நேரடியாகப் பங்குபெறு கின்றன. அப்போது அவை நாட்டார் வழக்காறுகளின் பதிவுகளாகத் தான் விளங்குகின்றனவேயொழிய அவையே நாட்டார் வழக்காறு களாவதில்லை. நாட்டார் இசையை இளையராஜா சினிமாவில் அடக்குவதற்கும் இது பொருந்தும். இந்தக் கலைஞர்களை மட்டுமே பயன்படுத்தினாலும் இன்றைய பெருவீத உற்பத்தியின் வினியோகச் சாதனங்களைப் பயன்படுத்தும்போது இவை அவற்றின் சுயத் தன்மையை இழந்துவிடுவதையும் திருத்தங்களுக்கு உள்ளாவதையும் குணசேகரனின் இசை நிகழ்ச்சிகளிலும்கூடக் காணலாம்.

இனி இந்த அடிப்படையில் குணசேகரன் தொகுத்துள்ள நகர்சார் நாட்டுப்புறக் கதைப் பாடல்களை விளங்கிக்கொள்ள முயலலாம்.

மதுரை, (பழைய) இராமநாதபுரம் மாவட்டங்களில் நாட்டுப் புறக் கலைநிகழ்ச்சிகளில் பயிலப்படுகிற பதினொரு பாடல்கள் இந்தத் தொகுதியில் உள்ளன. இவற்றில் இரண்டு மதுரைப் பகுதியைக் கலக்கி, இறுதியில் கொல்லப்பட்ட கேடிகளின் கதைகள். ஒன்று கலப்புத் திருமணத்திற்கு இணங்க மறுத்த தாழ்ந்த சாதிப் பெண்ணைக் கொன்றுவிட்டுச் சிறைக்குப் போனவனின் கதை. ஒன்று முக்குலத்தோரின் தலைவராய் இருந்து மரணமுற்ற பசும்பொன் முத்துராமலிங்கத் தேவரின் மரண அவலப்பாடல். இவர்கள் அனைவரும் சமீபகாலத்தில் வாழ்ந்தவர்கள். அடுத்த ஐந்து பாடல்கள் விபத்தாலும் புயலாலும் ஏற்பட்ட துயரை விளக்கும் பாடல்கள். இவையும் சமீப கால உண்மை நிகழ்ச்சிகளே. கடைசி இரண்டும் கோனார் இன மக்கள் மற்றும் பஞ்சு மில் தொழிலாளிகள் ஆகியோரின் அவல வாழ்க்கையைப் படம்பிடிப்பவை (இவற்றையும் கதைப்பாடல் வகைக்குள் அடக்குவது பொருத்தம்தானா?)

இவற்றில் மைக்கேலம்மா கதைப்பாடல் மட்டுமே படைப்பாளியின் பெயர் தெரியாமல் தோற்றுவிக்கப்பட்டு வழங்கப்படுவது. மணிக் குறவன் பாடல் யார் எழுதியது எனப் பாடலிலும் முன்னுரையிலும் விவரமில்லை. மற்றவை அனைத்தும் தொழிற் கலைஞர்களுக்காக வழக்கமாய்ப் பாடல் எழுதிக்கொடுக்கும் வாத்தியார்களால் எழுதப்பட்டவை.

இவை அனைத்துமே குறவன் குறத்தி ஆட்டம், கரக ஆட்டம் என்று எளிய மக்கள் மத்தியில் நிகழ்த்தப்பட்டுக்கொண்டிருப்பவை. பஞ்சு மில் பாடல் மில்தொழிலாளிகளால் தொழில் இடை நேரங்களில் பயிலப்படுவதா என்பது குறித்துத் தகவல் ஏதுமில்லை. மற்றவை போலவே மக்கள் மத்தியில் நிகழ்த்தப்படுவதாகவே தெரிகிறது. இந்தப் படைப்பாளிகளுஞ் சரி, நிகழ்த்துகிற கலைஞர்களுஞ் சரி, சமூகப் பொருளுற்பத்தி முறையில் அடித்தட்டில் இருப்பவர்களே. இந்தப் பாடல்களின் உற்பத்தி, வினியோகம் ஆகியவற்றில் ஆதிக்க இலக்கிய உற்பத்தி முறையின் சாதனங்கள் எதுவும் பயன்படுத்தப்படுவதில்லை. அதேசமயத்தில் பொருளுற்பத்தி முறையின் ஆதிக்க சக்திகள் முன்னின்று நடத்துகிற திருவிழாக்கள் போன்ற நிகழ்ச்சிகளிலேயே இவை நிகழ்த்தப்படுகின்றன என்பதையும், இதன் படைப்பாளிகளும் நிகழ்த்துக் கலைஞர்களும், பொதுக்கருத்தியலிலிருந்து விடுபட்ட புரட்சியாளர்கள் அல்ல, மாறாக சாதாரண விவசாய நாட்டுப்புற மக்கள் உளவியலின் பிரதிநிதிகளே என்பதையும் நாம் மறந்துவிடலாகாது.

இதன் விளைவுகளை நாம் இந்தப் பாடல்களுக்குள் காண முடியும். தேவரைப் புகழும் முறை, அவர் மரணத்திற்கு வந்தவர்களைப் பட்டியலிடுவது, தனுஷ்கோடி விபத்தைப் பார்க்கத் தலைவர்கள் வந்ததைச் சொல்வது, சரோஜாதேவி, எம்ஜிஆர் ஆகியோர் நன்கொடைகள் அளித்ததை விவரிப்பது. கோனார்கள் வறுமையைப் பற்றிக் கூறி வருகையில்,

பூட்டி வைக்கப் பொட்டியில்லாமப்
போனதில்லை காசு - நாங்கப்
புத்தியில்லாமப்போனதனால்
பொழப்பு இப்படி ஆச்சு

என்று அவலப்படுவது.

வண்டியூறு ஒண்ணு சேர்ந்து ராசாக்கா - எம்ஜிஆருக்கு
மனுக்கொடுத்துப் பேசவேணும் அய்யாக்கா

என்று கூறுவது, ஸ்கைலாப் வதந்தி மற்றும் அழிவுத் துயரச்சம் ஆகிய வற்றைப் பாமரத்தனத்தோடு ஏற்றுக்கொள்வது என்பது போன்ற எளிய விவசாய மனப்பாங்குகள் பொதுக் கருத்தியலின் செல்வாக்கிற்குக் கட்டுப்பட்டவைதான் என்றாலும், பொதுக் கருத்தியலுக்கு முழுமை யாகக் கட்டுப்பட்ட ஆதிக்க இலக்கிய உற்பத்திமுறை தொட அஞ்சுகிற அம்சங்களையெல்லாம் இவை தொட்டிருப்பதையும் நாம் மறந்து விடலாகாது.

நவரசங்களையும் அற்புதமாக வெளிப்படுத்தும் உன்னதச் செவ்வியற்கலை எனப் போற்றப்படும் பரத நாட்டியக்கலையைப் பயில்கிற நாட்டிய மணிகள் யாரும் ஆயிரக்கணக்கில் மக்கள் மடிவதற்குக் காரணமான தனுஷ்கோடி அழிந்த கதையையோ, அரியலூர் இரயில் விபத்தையோ தங்கள் கருப்பொருளாக எடுத்துக் கொள்வார்களா? வெள்ளத் துயர் அவலச் சுவையையோ, பள்ளி இடிபாடுகளுக்கிடையே ஓடி நசுங்கிய குழந்தைகள் பட்டபாட்டையோ பத்மா சுப்ரமணியம் அபிநயிப்பாரா? அழிவுத் துயரச் சோகங்களைப் பால முரளிகிருஷ்ணா முகாரியில் ஆலாபிப்பாரா? மாட்டார்கள். ஏனெனில் நேரடியாகக் காரணங்கள் சுட்டப்படா விட்டாலும், இந்த அரசமைப்பு, அதிகார வர்க்க அமைப்பு, ஆதிக்கச் சக்திகளின் பொறுப்பின்மை ஆகியவை இப்பாடல்களின் மையப் பொருளாகும் போது இவ்வமைப்பைச் சார்ந்து பலன்பெறும் இவர்கள் இவற்றைக் கையிலெடுக்க மாட்டார்கள். ஆதிக்க இலக்கியவழி உற்பத்திமுறை இதனை அனுமதிக்காது.

இரயிலில் பயணம் சென்றுகொண்டிருந்த பக்தர்களும் சேர்ந்து பரலோகம் போனதை,

ராமேசுவரம் பக்தி - அவுக
நடு வழியில் பல்டி

என்றும், தென் திருக்கோடியின் புனிதத் தலங்களில் ஒன்றாகிய தனுஷ்கோடி அழிந்ததை,

கடவுளது
சக்தியுள்ள ஸ்தலமென்று தரணி எல்லாம் புகழும்
தனுஷ்கோடியழிஞ்சு போச்சு - தரணி புகழ்
தனுஷ்கோடியழிஞ்சு போச்சு

என்று நகைப்பதும், அழிவுத் துயர்களினூடே வள்ளன்மையைக் காட்டி ஏய்க்கும் தலைவர்களை அங்கீகரித்துக் கூறிவரும்போதே,

எவரெவரோ
என்னதந்து என்ன பயன் இரண்டாயிரம் சனங்கள்
இவ்வுலகை விட்டு மறைந்தார் - நிமிசத்திலே
இவ்வுலகை விட்டு மறைந்தார்,

என்று முத்தாய்ப்பதும் அடித்தட்டு வர்க்கங்கள் செல்வாக்கு வகிக்கிறதும், பெருவீதக்கலை இலக்கிய உற்பத்திக் கருவிகளைப் பயன்படுத்தாததுமான இலக்கிய வழி உற்பத்தி முறையில் மட்டுமே சாத்தியம்.

திருடுதல், கொள்ளையடித்தல் போன்றவற்றைத் தூலமாகப் பார்க்காமல், சூக்குமப்படுத்தி சர்வ வியாபகமானத் தீமைகளாகக் சுட்டிக்காட்டி, திருடாதே, பொய் சொல்லாதே, கொல்லாதே என எதிர்மறைபோதம் செய்யும் ஆளும்வர்க்க அறவியற் கோட்பாட்டிற்கு நேரெதிரான அறவியற் கோட்பாடுகளைக் கொண்டுள்ள அடிப்படை வர்க்கத்தின் உளவியல் வெளிப்பாடாகத்தான் கருவாயன், மணிக்குறவன் போன்ற திருடர்களும் விவசாய மக்கள் மத்தியில் செல்வாக்குடன் போற்றப்படுவதையும் நாம் காண வேண்டும்.

இறுதியாக ஒன்றைச் சொல்லுதல் அவசியம். விவசாயச் சமூகம், விவசாய உளவியலின் பிரதிநிதி என்றெல்லாம் கூறும்போது இவை 'நகர்சார்...' என்கிற கருத்தாக்கத்துடன் முரண்படுகிறதே என்கிற கேள்வி எழுகின்றது. நாகரிகம் / நவீனமயம் போன்ற கருத்தாக்கங்கள் மேலை நாடுகளில் முதலாளிய வளர்ச்சியுடன் பிணைந்திருப்பது போல இந்தியாவில் இல்லை. நவீனமயமாதலின் அடையாளமாய் டேனியல் வெர்னர் போன்றோர் பின்வருவனவற்றைச் சுட்டிக் காட்டுவர்:

தொடர்புச் சாதனங்களில் புரட்சி,
பெரும்பான்மையான மக்களைத் தொடர்புச் சாதனங்களின் செல்வாக்கிற்குட்படுத்துவது,
கல்வியறிவு வளர்ச்சி,
அதிகமான பொருளாதாரப் பங்கேற்பு (சராசரி வருமான அதிகரிப்பு),
அதிகமான அரசியற் பங்கேற்பு,
பகுத்தறிவு சார்ந்த உலகக் கண்ணோட்ட வளர்ச்சி,
சமூக ஏற்றத்தாழ்வுகள் என்பன மாற்றப்படக்கூடியவையே என்கிற மன நம்பிக்கை அதிகரிப்பு,
சமூக அசைவியக்க அதிகரிப்பு.

மேற்குறிப்பிட்டவற்றை நன்கு ஆராயும்போது நடை, உடை, வாழ்க்கைமுறை ஆகியவற்றில் ஏற்படுகிற மாற்றங்களைக் காட்டிலும் மக்களின் மனோபாவங்களில் ஏற்படுகிற மாற்றங்களே பிரதானம் என்பது புலப்படும்.

'இயந்திர மயங்களின் வருகை, மின்சாரம், பஸ், சினிமா என வந்த நவீனங்களின் தாக்கம்' ஆகியவற்றைக் கண்டு மகிழ்ச்சியடைகிறார் குணசேகரன், நவீனமயமாதலின் பிரதானமான அம்சங்கள் இவை மட்டுமே அல்ல என்பதை நாம் மறந்துவிடலாகாது. நமது நாட்டில் இன்றும் எழுபது சதம் மக்கள் எழுதப் படிக்கத் தெரியாதவர்கள்தாம். பஞ்சுமில் தொழிலாளிகளான பின்னும்கூட சராசரி வருமானம்

மார்க்சியமும் இலக்கியத்தில் நவீனத்துவமும் ❖ 101

அதிகரிக்கவில்லை. அரசியற் பங்கேற்பிலும் எளிய மக்கள் அந்நியப் பட்டே உள்ளனர் என்பது உள்ளே உள்ள பாடல்களில் அரசியற் தலைவர்களை அணுகியிருக்கும் முறையிலிருந்து விளங்கிக்கொள்ள முடியும். உலகக் கண்ணோட்டம் பகுத்தறிவுடையதாய் வளரவில்லை என்பதை ஸ்கைலாப் பாடல் போன்றவை தெளிவாக்கும். பூனா நகரை ஆய்வு செய்த காட்கில், சென்னை நகரை ஆய்வு செய்த மில்டன் சிங்கர் ஆகியோர் இந்தியாவில் நகர்மயமாதல் பாரம்பரியத்தை மறு உறுதி செய்வதாகவே அமைந்துள்ளது எனக் கூறியுள்ளதும், யோகேந்திர சர்மா போன்ற சமூகவியலாளர்கள் இந்தியாவில் நகர் மயமாதல் என்பது லத்தீன் அமெரிக்கா போன்று பாரம்பரியங்கள் சிதைக்கப்படாமலே உருவாகியுள்ளது என்று கூறுவதையும் நாம் இணைத்துப் பார்க்கவேண்டும்.

அதனால்தான் குணசேகரனின் சொந்தக் கிராமமான மாரந்தைக்குள்/ பேருந்தும் / மின்சாரமும் நுழைந்துங்கூட நாட்டுப்புறக் கலைஞர்கள் செருப்புக்காலுடன் நுழைய முடியவில்லை.

இவற்றையெல்லாம் கணக்கிலெடுத்துக்கொண்டு பார்க்கும் போதுதான் இப்பாடல்களில் நாட்டுப்புற விவசாய உளப்பாங்கே பிரதானமாய் வெளிப்படுவது விளங்கும்: கோர்ட்டு, ராக்கெட்டு, மாலைமுரசு, மெயில், எக்ஸ்பிரஸ் போன்ற நவீனங்களெல்லாம் பாடல் களில் வெளிப்பட்டாலும் அடிநாதமான மனோபாவத்தில் இதற்கு முற்பட்ட நாட்டார் பாடல்களுக்கும் இவற்றிற்கும் அதிக வேறுபாடு இல்லை. அவ்வகையில் இவற்றை 'நகர்சார் நாட்டுப்புறப் பாடல்கள்' என்பதைக் காட்டிலும் 'தற்கால நாட்டுப் பாடல்கள்' அல்லது 'இன்றைய நாட்டுப் பாடல்கள்' என்று அழைக்கலாமோ எனவும் தோன்றுகிறது.

முதலாளித்துவ நாடுகளில் கடந்த நாற்பதாண்டுகளில் தோன்றி யுள்ள நாட்டார் இலக்கியங்களையும் இதேகாலத்தில் இங்கு தோன்றி யுள்ளவற்றையும் ஒப்பிட்டுப் பார்க்கும்போது இது மேலும் விளக்கமுறும்.

— மே, 1987

குறிப்பு

டாக்டர் கே.ஏ. குணசேகரனின் நகர்சார் நாட்டுப்புறப் பாடல்கள் என்ற நூலுக்கு (அன்னம், 1988) எழுதப்பட்ட முன்னுரையின் முக்கிய பகுதிகள் மட்டும் இங்கே தொகுக்கப்படுகிறது. மே, 1987இல் எழுதப் பட்டது.

1.7

பாரதியும் விடுதலையும்

ஜெர்மானியத் தத்துவ ஆசிரியர் ஹெர்ரிங் இயக்கவியற் தந்தை ஹெகல் ஆகியோரை அடியொற்றிப் பொருள்முதல்வாத இயக்கவியற் பேராசான் எங்கெல்ஸ் 'அவசியங்கள்பற்றிய உணர்வுநிலை அடைதலே விடுதலை' (Freedom in the Consious of necessity) என்றார்.[1] மார்க்சியச் சிந்தனையாளர்களான பிளாக்கானவ் கிறிஸ்டபர் காட்வெல் போன்றோர் இதனை விரிவுபடுத்தி விளக்கியுள்ளனர்.[2] அவற்றின் பிரதான அம்சங்களைக் கீழ்வருமாறு சுருக்கலாம்:

அ   விடுதலைக்குத் தடையாக உள்ள எதார்த்த நிலைகளுக்கு (இயற்கைத் தடைகள், சமூகத் தடைகள் முதலியன) எதிரான செயலூக்கமுள்ள நடவடிக்கைகளின் விளைவாகவே இந்த அவசியங்கள் பற்றிய உணர்வுநிலையை மனிதன் அடைகிறான்.

ஆ   சமூக உறவுகள் என்பன விருப்பபூர்வமாக இல்லாமல் கட்டாயத் தன்மையுடையதாக (Corcive relations) மாறிவிட்ட வர்க்கச் சமூதாயத்தில் சமூகத் தளைகளே விடுதலைக்குப் பிரதான தடைகளாகிவிடுகின்றன.

இ   சமூகத் தளைகளுக்கெதிரான விடுதலை நடவடிக்கைகளிலும் விடுதலையின் உயர் வடிவத்தையும் தாழ்வடிவத்தையும்[3] பிரித்தறிந்து அவற்றுள் உயர்வடிவ விடுதலையை நோக்கிய நடவடிக்கைகளோடு மற்றவற்றை செயலூக்கத்துடன் ஒன்றிணைக்க (ariticulate) வேண்டும்.[4] (பெண்விடுதலை, சாதி விடுதலை போன்றவையெல்லாம் காலனிய ஆட்சிக்கு எதிரான போராட்டங்களிலிருந்து விலகி நிற்காமலும் அரசியல் விடுதலைக்கான போராட்டம் பெண் விடுதலை, சாதி விடுதலை போன்ற வற்றை உள்ளடக்கியும் இருத்தல் அவசியம் என்பதாக நாம் இதனைப் புரிந்துகொள்வது நல்லது.)

ஈ முதலாளியத் தத்துவவியலாளர்களது விடுதலை பற்றிய பார்வை இவற்றிற்கு நேரெதிராகவும் இயங்காவியல் அடிப்படையிலும் அமைந்தது. 'அவசியங்கள்பற்றிய உணர்வு நிலை அடையாதிருத்தலே விடுதலை' என்பது அவர்களது கண்ணோட்டமாய் இருந்தது.[5] மனிதனின் அகத்தூண்டல்கள் (instincts) சுதந்திரமாக உள்ளன என்றும் சமூகமே அதற்குத் தளையிடுகின்றன எனவும் அவர்கள் கருதினர்.

உ மார்க்சியம் இதனை மறுக்கிறது. விலங்குகளைப்போல மனிதன் அகத்தூண்டல்களால் உந்தப்பட்டுச் செயல்படுவோன் அல்ல.[6] விடுதலையை நோக்கிய செயலூக்கமுள்ள நடவடிக்கைகளின் விளைவாகவே மனிதனது அகத் தூண்டல்கள் இத்தகைய செயற்பாடுகளை நோக்கி இயைபுபடுத்தப்படுகின்றன. எனவே மார்க்சியப் பார்வையில் செயற்பாடு (Practice) விடுதலையின் முன்நிபந்தனையாகிறது. எனவே இயற்கையில் மனித அகத் தூண்டல்கள் சுதந்திரமாக இல்லை என்பதே உண்மை.

ஊ எதார்த்த அவசியங்கள்பற்றிய உணர்வுநிலை அடையாதபோது அதாவது தேவைக்கேற்றவாறு இயைபுபடுத்தப்படாத, சுதந்திர மற்ற, கட்டுப்படுத்தப்பட்ட அகத்தூண்டல்கள் உடையவனாக மனிதன் இருக்கும்போது தனது செயற்பாடுகளின் நோக்கம் பற்றிய தெளிவு அவனுக்கிருக்காது. காரணமறியாத குருட்டுத் தனமானவையாக அவை அமையும் என்பார் காட்வெல்.[7]

இதனை இன்னொரு மாதிரியும் சொல்லலாம். அவசியங்கள்பற்றிய உணர்வுநிலை அடையாதபோது எதிர்கொள்ளும் எதார்த்தம் பற்றிய அறிவு இல்லை என்பது பொருளாகிறது. ஒன்றைப் பற்றிய அறிவு இல்லாத இடத்தில் அதனைப்பற்றிய ஐயம் விளங்கும். ஐயத்தின் விளைவு அச்சம். அச்சமும் கவலையும் இரட்டைக் குழந்தைகள். இவற்றின் இறுதி விளைவு துயர். துயருள்ள மனத்திற்கு விடுதலை கிடையாது. ஆக ஐயமும் அச்சமும் கவலையும் துயரும் விடுதலை யற்றிருப்பதன் அடையாளங்கள். விடுதலையற்ற மனத்திற்குக் கவிதை இல்லை; இலக்கியம் இல்லை; ஆக்கம் இல்லை.

இதனை மகாகவி பாரதி மிகச் சரியாகவே உணர்ந்திருந்தார்.[8]

ஐயம், அச்சம், விடுதலை ஆகியவற்றை ஒன்றோடொன்று தொடர்புபடுத்தி பாரதி பாடுவதைக் காண்க. வீடு, முக்தி, விடுதலை போன்றவை ஒரே பொருளில் பயன்படுத்தப்பட்டுள்ளன. (பாரதி

பாடிய காலவரிசையில் அவரது விடுதலைபற்றிய கருத்துகளின் வளர்ச்சி இக்கட்டுரையில் ஆராயப்படவில்லை).

விடுதலையடைந்த நிலைக்கு எடுத்துக்காட்டாகப் பறவைகளை, குறிப்பாகச் சிட்டுக்குருவியைச் சுட்டுவது பாரதியின் வழக்கம்.

'விட்டு விடுதலையாகி நிற்பாயிந்தச் சிட்டுக்குருவியைப் போலே' (விடுதலை சிட்டுக்குருவி) என்பன பாரதியின் புகழ்பெற்ற வரிகள். 'பெண் விடுதலை' என்ற கட்டுரையில் விடுதலைபெற்ற வேதவல்லி யைப்பற்றிக் குறிப்பிடுவதிலிருந்தும் பிறிதோரிடத்தில்' 'வானத்துப் பறவைகள்போல விடுதலைகொண்டு திரிய இடங் கொடுக்க வேண்டும்' என்று கூறும்போதும் ('மாதர் நிலை பற்றி ஸ்வாமி விவேகானந்தரின் அபிப்பிராயம்') பறவைகள் போலக் கட்டற்றுத் திரிவதைச் சுதந்திரத்தின் குறியீடாகப் பாரதி பார்ப்பது விளங்குகிறது. 'ஜகத்சித்திரம்' என்கிற நாடகத்தின் மூன்றாம் காட்சியில் பறவை களுக்குள்ள அளவிற்கு மிருகங்களுக்கும் மானுடர்க்கும் விடுதலை இல்லாததை ஆராய்கிறார். மனிதர்களையும் மிருகங்களையும் காட்டிலும் பறவைகள் இயற்கையோடு இயைந்து வாழ்வதனாலேயே அவை சந்தோஷமும், ஜீவ ஆரவாரமும் ஆட்ட ஓட்டமும் பெற்றன என்றும் கூறுவார்.

அகத்தூண்டல்களின் அடிப்படையில் இயற்கை அவசியங்கள் குறித்த உணர்வு நிலையைப் பறவைகள் சில விஷயங்களில் பெற்றிருந்தாலும்[9] மனிதர்களைக் காட்டிலும் பறவைகள் இயற்கை அவசியங்களில் விடுதலையடைந்துவிட்டதாய்ச் சொல்லமுடியாது. எனில் எந்தப் புரிதலின் அடிப்படையில் பாரதி இப்படிக் கூற நேர்ந்தது? மனிதர்களுக்கிடையேயான உறவுகளின் கட்டாயத் தன்மையின் விளைவாக வேண்டும்போது விடுதலைகொண்டு வானத்துப் பறவைகள்போல அவர்கள் திரிய இயலாது என்கிற அடிப்படையிலேயே பாரதி இப்படிக் கூறுகிறார் என்பது பிறிதோரிடத்தில் வெளிப்படுகிறது. பாரதியின் சின்னஞ்சிறு குருவி மனிதர்களைப் பார்த்துச் சொல்கிறது:

> கேளடா மானிடவா, எம்மில் கீழோர் மேலோர் இல்லை, மீளா அடிமையில்லை - எல்லோரும் வேந்தரெனத் திரிவோம். உணவுக்குக் கவலையில்லை. எங்கும் உணவு கிடைக்குமடா. பணமும் காசுமில்லை எங்கு பார்க்கினும் உணவேயடா. சிறிய தோர் வயிற்றினுக்காய் - நாங்கள் ஜன்மமெல்லாம் வீணாய் மறிகள் இருப்பது போல் பிறர் வசந்தனில் உழல்வதில்லை. (குருவிப் பாட்டு)

வர்க்க வேறுபாடுகளும் சுரண்டலும் அவற்றின் விளைவான சமூகக் கட்டுகளும் இவற்றை நிலைநிறுத்தும் பொய்மைக் கருத்துகளும் இல்லை. இதை பின்வருமாறு கூறுவார்:

கட்டுக்கள் ஒன்றுமில்லை - பொய்க் கறைகளும் ஒன்றுமில்லை,
திட்டுக்கள் தீதங்கள் - முதற் சிறுமைகள் ஒன்றுமில்லை,
குடும்பக் கவலையில்லை சிறு கும்பியத் துயருமில்லை
(குருவிப் பாட்டு)

பாரதி காலத்தில் விடுதலைக்கு எதிரான தளைகளெல்லாம் பிரதான மானதாகத் தொழிற்பட்டது காலனி ஆதிக்கத்தளையே. வாழ்நாள் முழுமையும் 'திண்ணம் விடுதலை திண்ணம்' (பாரத மாதா - நவரத்ன மாலை) என்றிசைத்துத் திரிந்த பாரதி காலனி ஆதிக்கத்திற்கு எதிராகத் தொடக்க காலங்களில் மேற்கொண்ட செயற்பாடுகளும் அதன் விளைவாக ஏகாதிபத்தியம் அவர்மீது கொண்ட காழ்ப்பும் அதனால் அவர் வாழ்வில் ஏற்பட்ட மாற்றங்களும் அனைவரும் அறிந்த ஒன்று. 'மண்ணிலின்பங்களை விரும்பிச் சுதந்திரத்தின் மாண்பினை யிழப்பாரோ?' என அவர் வினவும் போதும் (சுதந்திரப் பெருமை), சுதந்திர தேவியை நோக்கி,

நின்னருள் பெற்றிலாதோர் நிகரிலாச் செல்வரேனும்
பன்னருங் கல்வி கேள்வி படைத்துயர்ந் திட்டாரேனும்,
பின்னரும் எண்ணிலாத பெருமையிற் சிறந்தாரேனும்,
அன்னவர் வாழ்க்கை பாழாம்,
அணிகள்வேய் பிணத்தோ டொப்பர்   (சுதந்திரதேவியின் துதி)

என்னும்போது விடுதலையின் உயர் வடிவு குறித்த அவர் உணர்வு நமக்குப் புரிகிறது.

எனினும் பாரதியின் வாழ்க்கையைக் கூர்ந்து கவனிக்கும்போது 1907-08களில் பாரதி மேற்கொண்டிருந்த நாட்டு விடுதலையை நோக்கிய செயற்பாடுகள் அவரது இறுதிக்காலத்தில் (1918-21) மிகவும் குறைவுபட்டிருந்தது தெரிகிறது. நிவேதிதை, அரவிந்தர், வ.வே.சு. போன்றோரின் தொடர்பும் பாண்டிச்சேரி வாழ்க்கையும் பாரதியில் மாற்றங்களை ஏற்படுத்தின. பாண்டிச்சேரியைவிட்டு வெளியேறுமுன் ஏகாதிபத்தியத்துடன் அவர் செய்துகொண்ட ஒப்பந்தப்படி அதன்பின் இறுதிவரை அவர் ஏகாதிபத்திய எதிர்ப்பில் முனைப்புக் காட்ட வில்லை என்பதை அவரது இறுதிக்கால வாழ்வும் இறுதிக் கட்டத்தில் அவர் சுதேசமித்தரனில் எழுதிய கட்டுரைகளும் புலப்படுத்துகின்றன.

ஜாலியன் வாலாபாக் படுகொலைபற்றிப் பாரதி வாய்திறக்காத வரலாற்றுண்மையும் இந்நிலைக்குப் பொருந்தியே வருகிறது.

பாரதியின் இந்தப் பிற்கால வாழ்முறை அவரது தத்துவார்த்தக் கண்ணோட்டங்களிலும் தாக்கத்தை ஏற்படுத்தியது. இது அவரது விடுதலைபற்றிய கண்ணோட்டத்திலும் எதிரொலித்தது. எதார்த்தத்தை மாற்றி அமைக்கிற செயலூக்கமுள்ள நடவடிக்கைகளை மையமாகக் கொண்ட இயங்கியற் கண்ணோட்டத்திற்கு எதிரான முதலாளிய விடுதலைக் கண்ணோட்டம் அவரது பாடல்களில் எதிரொலித்தது. இந்தப் பிறவியில் விடுதலையுண்டு என்று நம்பிய பாரதி அதற்குக் கூறிய வழி பக்தியாக அமைந்தது.[10] விடுதலையற்றிருப்பதன் அடையாளமாகிய ஐயத்தையும் அச்சத்தையும் கவலையையும் துயரையும் பக்தியினால் போக்கிவிட முடியும் எனப் பன்னிப் பன்னி உரைக்கத் தொடங்கினார்.[11] விடுதலைக்குப் பக்தியே வழி என நேரடியாகவும் வலியுறுத்தினார்.[12]

விடுதலையின் ஒரே வழியாகப் பக்தி மார்க்கத்தைச் சிபாரிசு செய்வதன் தர்க்கபூர்வமான விளைவு எதார்த்தத்தை விட்டொதுங்கும் செயலூக்கமற்ற நிலையே. விடுதலை என்கிற இயங்காவியற் பார்வையில் சரணடைவதுதான். பாரதிக்கும் இதுதான் நிகழ்ந்தது. துன்பத்தையும் துயரத்தையும் கண்டு கலங்காதீர். கவலைப்படுதல் கருநரகு. தெய்வத்தின் மீது எல்லா பாரத்தையும் போட்டுவிட்டு எது நிகழ்ந்தாலும் எள்ளளவும் கவலையற்றிருங்கள். அதுவே விடுதலை என அறிவுறுத்தலானார்.[13]

இவ்வுலகத் துன்பங்களுக்கும் துயர்களுக்கும் அடிப்படையாகிய பொருளாயத உறவுகளிலிருந்து விலகி மனத்தைக் காரணமாக்கும் அகவயமான இயங்காவியல் கருத்து முதல் வாதப்பார்வைக்குள் பாரதி வீழ்ந்த கதையிதுதான். இதன் விளைவாகவே, மண்ணுலகத்து மானுடனைக் கட்டிய தளைக்கெல்லாம் காரணம் சமூக உறவுகளின் கட்டாயத் தன்மையே எனக் கூறிய அதே பாரதி, தளைகளுக்குக் காரணமாக விசுவாமித்திரனும் காசிபனும் வசிட்டனும் செய்த வேதஞ் செத்து வெறுங்கதை மலிந்ததுதான் எனப் பின் சொல்லவும் நேர்ந்தது (விடுதலை - நாடகம்).

இதன் அடுத்த கட்டமாய் விடுதலைக்கெதிரான நடைமுறைகளின் மூலமாகவே துன்பங்கள் அழியும் என்கிற உண்மையிலிருந்து வழுவி, எல்லாம் புரக்கும் இறைநமையுங் காக்குமென்ற சொல்லால் அழியும் துயர் (மகாசக்தி வெண்பா)

எனச் செயலைக் காட்டிலும் சொல்லை முதன்மையாக்கினார். இதன் உச்சகட்டமாய் சோம்பற் மிகக் கெடுதி எனப் பச்சைக் குழந்தையை உச்சி மோந்து சொன்ன அதே பாரதியே, கடமை வேண்டாம், உழைப்பு வேண்டாம், பாடுபடல் வேண்டாம் என்றெல்லாம் உழைப்பு மறுப்பு வேதாந்தம் பேச நேர்ந்தது.[14] அன்பு செய்து எளிய வாழ்க்கை வாழ்வதன் மேன்மையைச் சுட்டிக்காட்டுவதற்காக மிகவும் தத்துவார்த்தமாய்ச் சொன்னவற்றிற்கு எளிய பொருளெடுத்து வறட்டு வாதம் செய்வதாய்க் கருதவேண்டாம். பாரதியின் இதரக் கருத்து களோடு இணைத்து வாசிக்க நேரும் ஒருவருக்கு என்ன பொருள் கிடைக்கும்? தவிரவும் இன்னொன்றையும் இங்கு சிந்திக்க வேண்டி யிருக்கிறது. எளிமையாக இருத்தல், அன்பு செய்தல், அகிம்சை வழி நடத்தல், இவை மூலம் ஆன்மிக மேன்மையடைதல் என்பவை எல்லாம் பாடுபடல் வேண்டாத, ஊனுடலை வருத்தாத உல்லாச வர்க்கத்திற்குப் பொருந்தும். அடுத்தவேளைச் சோற்றுக்கு வக்கற்றோர் மலிந்துள்ள ஒரு நாட்டில் இந்தப் போதங்களைப் பிரதானப்படுத்தல் என்பது விடுதலைக்கு எதிரானதாகவே அமையும். இந்த நிலையின் உச்சகட்டமாகப் புரட்சிகர மாற்றங்களை முற்றிலும் மறுத்த பரிணாமவாதியான பத்தொன்பதாம் நூற்றாண்டு ஐரோப்பிய முதலாளியச் சமூகவியலாளரான ஹெர்பர்ட் ஸ்பென்சர் போன்றோரின் எதிர்மறைக் கோட்பாட்டிற்குள் பாரதி சரண்புக நேர்ந்தது.*

> விடுதலையாவது யாது...? இதற்கு மறுமொழி சொல்லுதல் வெகு சுலபம். பிறர்க்குக் காயம் படாமலும் பிறரை அடிக்காமலும் வையாமலும் கொல்லாமலும், அவர்களுடைய உழைப்பின் பயனைத் திருடாமலும், மற்றபடி ஏறக்குறைய நான் எது பிரியமானாலும் செய்யலாம் என்ற நிலையில் இருந்தால் மாத்திரமே என்னை விடுதலையுள்ள மனிதனாகக் கணக்கிடத் தகும். 'பிறருக்குத் தீங்கில்லாமல் அவனவன் தன் இஷ்டமான தெல்லாம் செய்யலாம் என்பதே விடுதலை' என்று ஹெர்பர்ட் ஸ்பென்சர் சொல்லுகிறார்.

என்பது விடுதலைபற்றிய பாரதியின் உரைநடை வாக்குமூலம் (பெண்விடுதலை - கட்டுரை). கவிதைக் கூற்றுகளுக்கும் இதற்கும் அதிகம்

* பாரதியில் அவ்வப்போது தெறித்து வெளிப்படும் 'அனார்ச்சிச'க் கூறுகளின் ஓரங்கமாகவும் 'கடமை அறியோம்...' முதலானவற்றைக் காணமுடியும். எனினும் அவரது இதர பக்தி, வேதாந்தக் கருத்துகளுடன் இணைத்து வாசிக்கும் போது பொருள் வேறு படுகிறது. இன்னொரு பக்கம் இத்தகைய அராஜகச் சிந்தனைகளின் ஊடாட்டத்தில் அவரது கவித்துவம் மேலும் சிறக்கிறது.

இடைவெளியில்லை. இந்தக் கூற்று, அதாவது ஸ்பென்சரின் விடுதலை பற்றிய கோட்பாடு எதிர்மறையாக முழுமையுடைய கோட்பாடு எனலாம். காயம்படாமல், அடிக்காமல், வையாமல், கொல்லாமல், சுரண்டாமல் நமது செயல்கள் அமைய வேண்டும் என்கிற கருத்து முழுவதிலும் செய்யாதே, போகாதே, வராதே என எதிர்மறையான போதங்கள் அடங்கியுள்ளதே ஒழிய விடுதலையற்ற பெரும் பான்மையான உழைக்கும் மக்கள் விடுதலையடைவதற்கு எதைச் செய்யவேண்டும் என்கிற நேர்மறையான - உடன்பாடான - போதம் இல்லை. இஷ்டமானதெல்லாம் செய்யலாமென்பது விடுதலை யற்றோருக்குச் சாத்தியமில்லை. விடுதலையற்றிருக்கும் பெரும் பான்மையான சுரண்டப்படும் வர்க்கத்திடம் போய்ச் சுரண்டாதே, வையாதே, அடிக்காதே, இஷ்டமானதெல்லாம் செய்வதே விடுதலை என்பதையெல்லாம் ஆன்மிகத்துடன் இணைத்துப் போதங்கள் செய்வது ஒருவகையில் ஆளும்வர்க்க அடாவடித்தனமாகும். இவை அடித்தட்டு மக்களின் விடுதலைக்கான வழி அல்ல. மாறாக தொடர்ந்து இவர்கள் விடுதலையற்றிருப்பதால் பயனடையும் ஆளும்வர்க்கத் திற்குச் சாதகமான போதமேயாகும்.

இயற்கையான சுதந்திரத்தை ஆன்மிக விடுதலையாகக் காட்டுவது என்பது இருக்கிற நிலையைத் தக்க வைக்க முயலும் அரசின் பணி என்கிற கருத்துப்பட மொழிவார் பேராசான் மார்க்ஸ்.[15] பாரதியின் உலகப் பார்வையில் விஞ்சி நின்ற கருத்து முதலிய கண்ணோட்டமும் இயங்காவியற் தன்மையும், அவரது அரசியல் வாழ்வில் இரண்டாம் கட்டத்து நடைமுறைகளின் குறைபாடுகளுமே இத்தகைய விடுதலைக் கண்ணோட்டத்தைப் பாரதிக்குத் தந்தது.

தனது காலத்திய இலக்கியச் செயற்பாடுகளிலும், சமூக நட வடிக்கைகளிலும் முற்போக்கான அம்சங்களை உள்வாங்கிக் கொண்டதையும், அரசியல் நடவடிக்கைகளில் முழுமையான ஏகாதிபத்திய எதிர்ப்பாளனாகத் தொடங்கியதையும் கண்டு மயங்கி பாரதியை முழுமையான இயங்கியலாளனாகக் காண்கிற போக்கு தமிழக முற்போக்காளரிடையே இருந்துவந்துள்ளது. பாரதி ஆய்வில் மிக முக்கியமான பங்களிப்பைச் செய்திருக்கிற அறிஞர் கைலாசபதி போன்றோர்கூட இதற்கு விதிவிலக்கல்ல.[16] பாரதியின் கருத்துமுதல் பார்வையை அவரது மிகத் தீவிரமான ஆதரவாளர்கள் கூட மறுத்துவிட முடியாது. அதில் சர்ச்சைக்கிடமில்லை. ஆனால் கருத்து முதல்வாதியான போதிலும் அணுகுமுறையில் இயங்கியலைப்

பயன்படுத்தியவர் என்பதாலேயே ஹெகலைப் போற்றி அவ்வணுகல் முறையை ஏற்றுக்கொண்டார் மார்க்ஸ்.[17] அதுபோல பாரதியை எற்றுக் கொள்ள முடியுமா என்பதே கேள்வி. இன்றைய அமைப்பைத் தக்கவைப்பதில் ஆர்வமுள்ளவர்களும் அடிப்படைவாதிகளும் பாரதியைத் தயங்காமல் உரிமை கொண்டாடுவதை நாம் கவனத்தில் நிறுத்திக்கொள்ள வேண்டும்.

பாரதி நம் காலத்து நாயகர். தமிழ் மறுமலர்ச்சியின் உயிர்க் குரலை ஒலித்தவர். தன் காலத்திய சமூக அறிவுத் துறைகள் அனைத்திலும் சுவடு பதித்தவர். அவரைப் பாட்டாளி வர்க்கத்திற்கும் புரட்சிக்கும் எதிரிடையாகப் பார்ப்பது எத்தனை தவறோ அத்தனை தவறு அவரை முழுமையான இயங்கியலாளராக ஏற்றுக்கொள்ளுவதும்.

குறிப்புகள்

1 Engels, F., *Anti Duhring,* Progress. 1978, pp. 140-141 அவசியங்கள் என்பதை 'விதிகள்' என்பதுபோலப் புரிந்துகொள்க. அந்தரத்தில் விடப்படும் பொருளனைத்தும் கீழே விழும் என்பது ஓர் இயற்கை அவசியம். இது பற்றிய உணர்வுநிலை அடையும் போதே ஈர்ப்பு விசையோடு இணைந்தும் போராடியும் அதனை வெற்றி கொள்வது. அதாவது அதிலிருந்து விடுதலையடைவது சாத்தியமாகிறது.

2 Plekhanv. G., *Selected Philosophical Works,* Vol. 1, FLPH, 1961, P.P. 476-477

3-5 Caudwell, C., *Illusion and Reality*, PPH, 1956, P. 53.

6 தேனீ கூடு கட்டுவது ஓர் அறிவுபூர்வமான செயலல்ல. அது ஒரு பருவ நடவடிக்கை. குறிப்பிட்ட வளர்ச்சிப் பருவத்தில் தனது அகத் தூண்டல்களால் உந்தப்பட்டுக் கூடு கட்டுகிறது தேனீ.

7 Caudwell, C., *op. cit*, P. 58

8 பாரதி வாக்குகள் சில:

'ஐயம் தீர்ந்துவிடல் வேண்டும் - புலை அச்சம் போயொழிதல் வேண்டும்' *(யோகசக்தி)*

'ஐயமுந் திகைப்புந் தொலைந்தன;
ஆங்கே அச்சமும் தொலைந்தது *(மஹாசக்தி பஞ்சகம்)*

'அச்சமில்லை அமுங்குதலில்லை... வஞ்சகக் கவலைக்கிடங்கொடேல்' *(வினாயகர் நான்மணிமாலை)*

'கவலை துறந்திங்கு வாழ்வது வீடென்று காட்டும் மறைகளெலாம்' *(அறிவே தெய்வம்)*

'கவலைப்படுதலே கருநரகம்மா! கவலையற்றிருத்தலே முக்தி' *(வினாயகர் நான்மணிமாலை)*

'மேவி மேவித் துயரில் வீழ்வாய், எத்தனை கூறியும் விடுதலைக்கு இசையாய், பாவி நெஞ்சே!' *(வினாயகர் நான்மணிமாலை)*

9 எ.டு: பருவ இடப்பெயர்வு (Migration)

10 ' ஐயமுண்டு பயமில்லை மனமே! - இந்த
ஜன்மத்திலே விடுதலையுண்டு நிலையுண்டு
பயனுண்டு பக்தியினாலே.' *(ஐயம் உண்டு)*

11 'மகாசக்தியிடம் வரம் கேட்டுப் பாடியது.
ஐயம் தீர்ந்துவிடல் வேண்டும் - புலை அச்சம்
போயொழிதல் வேண்டும்' *(யோக சக்தி)*

12 'பொறிசிந்தும் வெங்கனல்போற் பொய்தீர்ந்து தெய்வ
வெறிகொண்டால் ஆங்கதுவே வீடாம்' *(விடுதலை வெண்பா)*

'வேலைப் பணிந்தால் விடுதலையாம்' *(விடுதலை வெண்பா)*

'அகத்தினிலே அவன்பாத மலரைப் பூண்டேன்;

அன்றேயப் போதேவீ டதுவே வீடு' *(சுயசரிதை).*

13 '......... மனமே! கேள்
விண்ணின் இடிமுன் விழுந்தாலும்,
பான்மை தவறி நடுங்காதே
பயந்தால் ஏதும் பயனில்லை;
.... கோடிமுறை சொல்வேன்
ஆன்மா வான கணபதியின்
அருளுண்டு அச்சம் இல்லையே' *(விநாயகர் நான்மணிமாலை)*

'மேவி மேவித் துயரில் வீழ்வாய்,
எத்தனை கூறியும் விடுதலைக் கிசையாய்,
....
தலையிலிடி விழுந்தால் சஞ்சலப்படாதே;

ஏது நிகழினும் 'நமக்கேன்?' என்றிரு;
பராசக்தி யுளத்தின் படியுலகம் நிகழும்' (விநா. நான்மணிமாலை)

'மன்னுமொரு தெய்வத்தின் சக்தியாலே
வையகத்தில் பொருளெல்லாம் சலித்தல் கண்டாய்
பின்னையொரு கவலையுமிங்கில்லை நாளும்
பிரியாதே விடுதலையைப் பிடித்துக் கொள்வாய்!' (பேதை நெஞ்சே!)

14 'கடமை யறியோம் தொழிலறியோம்
கட்டென் பதனை வெட்டென் போம்;
மடமை, சிறுமை, துன்பம், பொய்,
வருத்தம், நோவு மற்றிவை போல்
கடமை நினைவுந் தொலைத் திங்கு
களியுற் றென்றும் வாழ்குவமே' (கடமை)

மதுவுண்ட மலர்மாலை இராமன் தாளை மனதில் நினைத்து,
'நேராக மானுடர்தம் பிறரைக் கொல்ல
நினையாமல் வாழ்ந்திட்டால் உழுதல் வேண்டா;
காரான நிலத்தைப் போய்த் திருத்த வேண்டா' (சுயசரிதை)

'யானெதற்கும் அஞ்சுகிலேன் மானுடரே, நீவிர்
என்மனத்தைக் கைக் கொண்மின்; பாடுபடல் வேண்டா;
ஊனுடலை வருத்தாதீர்; உணவியற்கை கொடுக்கும்,
உங்களுக்குத் தொழிலிங்கே அன்புசெய்தல் கண்டீர்! (அன்பு
செய்தல்)

'மகாசக்தியைச் சரணடைந்தால் கிடைக்கும்
பலன்களாகப் பாரதி மகிழ்வது;
'ஐயமும் திகைப்பும் தொலைந்தன; ஆங்கே அச்சமும்
தொலைந்தது' (மகாசக்தி பஞ்சகம்)

15 Marx, K. Engels, F. *Collected works*, Vol. III. Progress, 1975, pp. 193.

16 கைலாசபதி, க. பாரதி ஆய்வுகள், என்சிபிஎச், 1984, pp. 269-278.

17 Marx, K., *Preface to the second Edition of Capital*.

(1985 வாக்கில் எழுதப்பட்டு சென்னைப் பல்கலைக்கழகத் தமிழ் இலக்கியத்துறையினர் ஏப்ரல் 15-16, 1987 தேதிகளில் நடத்திய பாரதியார் அறக்கட்டளை முதல் ஆய்வரங்கில் வாசிக்கப்பட்டது.)

1.8

பாரதியின் உலகக் கண்ணோட்டம்: கவனத்தில் நிறுத்தவேண்டிய சில குறிப்புகள்

ஒரு சமூக மனிதன் தினந்தோறும் எண்ணற்ற பிரச்சினைகளை எதிர்கொள்கிறான். அவனது சமூக அனுபவம் அவன்முன் பல கேள்விகளை எழுப்புகின்றது; நான் யார்? மரணத்திற்குப் பின் என் நிலை என்ன? எனக்கு ஏன் இந்தத் துயரங்கள்? எனது பொருளாதாரப் பிரச்சினைகட்கு விடிவு உண்டா? என் நாடு ஏன் இத்துணை வறுமையில் உழல்கிறது? எனது ஆட்சியாளர்கள் யாருக்குச் சார்பானவர்கள்? இந்நிலையிலிருந்து நானும் இச்சமூகமும் விடுபடுவது சாத்தியமா? சாத்தியம் என்றால் எப்படிச் சாத்தியமாக்குவது? - இப்படி எத்தனையோ கேள்விகள். இவை அனைத்தையும் ஓர் அகன்ற நோக்கில் பின்வரும் பிரிவுகளுக்குள் அடக்கலாம்.

1. இருப்பியற் கேள்விகள் (existential questions)
2. பொருளாயதக் கேள்விகள் (material questions)
   அ. சமூக பொருளாதாரக் கேள்விகள்
   ஆ. அரசியற் கேள்விகள்

இந்தக் கேள்விகள் அனைத்திற்கும் அந்தச் சமூகம் சில பதில்களை முன் வைக்கின்றது. அந்தச் சமூகம் முழுமையும் சராசரியாய் இந்தப் பதில்களை ஏற்றுக்கொள்கின்றது. ஏற்றுக்கொண்டுதான் ஆக வேண்டும். அப்போதுதான் அந்தச் சமூகம் நிலையாய் இருக்கும். தன்னைத்தானே மறு உற்பத்தி செய்துகொள்ளும். அதாவது தனக்குள் இருக்கும் ஏற்றத்தாழ்வுகளையும் படிநிலை வேறுபாடுகளையும் தக்க வைத்துக்கொள்ளும்.

சமூகத்தின் உலகக் கண்ணோட்டமாய் விளங்கும் இந்தப் பதில்களின் தொகுதியைத்தான் நாம் பொதுக்கருத்தியல் (பொ.க General Ideology) என்கிறோம்.

சமூக அமைப்பின் ஏற்றத்தாழ்வுகளால் பயன்பெறுபவர்கள் அந்தச் சமூக அமைப்பின் ஆதிக்க சக்திகளான ஆளும் வர்க்கமாகத்தான் இருப்பர் என்பதில் ஐயமில்லை. எனவே பொ.கவும் அவர்களுக்குச் சாதகமாகவே அமையும். அப்படியானால் பொ.க. என்பது ஆளும் வர்க்கத்தால் உற்பத்தி செய்யப்பட்டதா? திட்டமிட்டுச் சதி நோக்குடன் உருவாக்கப்பட்டதா? இல்லை. அப்படிச் சொல்ல முடியாது. அந்தச் சமூகத்தின் ஒட்டு மொத்தமான விளைபொருளாய்த்தான் பொ.க. உற்பத்தியாகிறது. சிந்தனை நடவடிக்கைகளில் ஆளும் வர்க்கத்தின் பங்கு அதிகம் என்கிற வகையில் பொ.க. உருவாக்கத்திலும் அதன் பங்கு அதிகந்தான். ஆனால், ஆளப்படும் வர்க்கத்திற்குக்கூட பொ.க. உருவாக்கத்தில் ஒரு பங்கு இருக்கத்தான் செய்கிறது. அதெப்படி? தனது இழிவுகளுக்கெல்லாம் காரணமான படிநிலை அமைப்பைத் தக்கவைப்பதற்குச் சாதகமான பொ.க. உருவாக்கத்தில் ஆளப்படும் வர்க்கத்திற்குப் பங்குண்டென்பது எப்படி? இதனை விளங்கிக் கொள்ள சிந்தனை, உணர்வு, கருத்தியல் ஆகியவற்றின் உருவாக்கம் பற்றிய அடிப்படையான இயங்கியற் கண்ணோட்டங்களை நாம் புரிந்துகொள்வது அவசியம்.

வாழ்நிலையே, அதாவது எதார்த்தமே மனித உணர்வுகளைத் தீர்மானிக்கிறது. கொச்சைப் பொருள்முதல் வாதத்திலிருந்து, தான் வேறுபடுகிற இடத்தை நுண்மையாய்ச் சுட்டிக்காட்டும் பேராசான் மார்க்ஸ் 'எதார்த்தம்' என்பதை மறுவரையறை செய்கிறார். எதார்த்தம் என்பது நிலையாய் இயங்கிக்கொண்டிருப்பது. எதார்த்தத்தைத் தொடர்ந்து மாற்றியமைக்கும் பணியில் மனிதன் ஈடுபட்டிருக்கிறான். எனவே எதார்த்தம் என்பது மனிதனின் செயலூக்கமுள்ள நடைமுறை ஆகும். மனித விடுதலையை நோக்கி உலகை மாற்றியமைக்கும் இந்தச் செயலூக்கமுள்ள நடைமுறையின் மூலமாகவே மனிதன் தனது உணர்வு, அறிவு, கருத்தியல் ஆகியவற்றை அடைகிறான். எனவே, நிலையான எதார்த்தத்திலிருந்து எந்திரகதியில் சிந்தனை ஊறுகிறது என்பதாய் அறிவுத் தோற்றத்தைப் பார்ப்பது இயக்க மறுப்பியலாக முடியும்.

ஆனால், ஒரு வர்க்க சமுதாயத்தில் இந்த நடைமுறை எவ்வாறு அமைகிறது என்பது சிந்தனைக்குரியது. அது முழுமையான மனித குல விடுதலைக்கான நடைமுறையாக இருக்க முடியாது. எனவேதான், இதனை மார்க்ஸ் குறுக்கப்பட்ட நடைமுறை (Limited Practice) என்கிற பொருள்படக் குறிப்பிடுவார். நாம் வாழ்கிற எதார்த்தம்

அதாவது மனித நடைமுறை (Human Practice) முழுமையானதல்ல. அது குறைபாடுடைய எதார்த்தம் (deficient reality).

நிலவுகிற பொருளாயதச் சூழலும் சமூக உறவுகளும் மனித நடைமுறையால் உருவாக்கப்பட்டவைதாம் என்றாலும் அவை, அவற்றை உற்பத்தி செய்த மனிதர்களிடமிருந்து விலகி அவர்கள் மீதே ஆதிக்கம் செலுத்துகின்றன. இதனையே அந்நியமாதல் என்கிறோம். இதன் விளைவே மனிதனின் எதார்த்தம் முழுமையற்றிருப்பது. எதார்த்தமே உணர்வையும் கருத்தியலையும் தீர்மானிக்கிறது என்கிறபோது குறைபாடுடைய எதார்த்தம் குறைபாடுடைய உணர்வையும் கருத்தியலையும் உருவாக்குகிறது. 'எனவே கருத்தியலின் குறைபாடுகள் எதார்த்தத்தின் குறைபாடுகளின் விளைவேயொழிய எதார்த்தத்தை அறிதலிலுள்ள குறைபாடுகளின் விளைவு அல்ல.' இந்தக் குறைபாடுடைய எதார்த்தத்தில் வாழும் - அதாவது அந்நியப்பட்ட நடைமுறையில் ஈடுபடும் - எல்லா வர்க்கங்களுமே பொ.க. உருவாக்கத்திற்குக் காரணமாகின்றன. அதனால்தான் பொ.க.வை ஆளும் வர்க்கத்தின் சதிச் செயலல்ல என்றோம். ஆளும் வர்க்கத்திற்குச் சாதகமான கருத்துகள் ஆளப்படும் வர்க்கத்திடமே நிலவுவதற்கும் இதுவே காரணமாகும். பொ.க. தனக்குச் சாதகமாய் உள்ளதை உணர்ந்த ஆளும் வர்க்கம் அதனைப் பரப்புதற்குரிய நடவடிக்கைகளை ஊக்குவிக்கும்.

ஒரு சமூகத்தில், சராசரியாய் ஏற்றுக்கொள்ளப்பட்ட ஒரு பொதுக் கருத்தியல் நிலவினாலும், இந்தச் சமூகத்தின் ஒவ்வொரு உறுப்பினரும் இதனை அப்படியே ஏற்றுக்கொள்வதில்லை. எதிரான கருத்தியலையும் கருத்துகளையும் நாம் பார்க்கிறோம். இது எப்படி?

ஒரு சமூகத்தில் இருவிதமான நடைமுறைகள் சாத்தியம்: ஒன்று நாம் மேற்குறிப்பிட்டது பொ.க.விற்குக் காரணமாவது. மற்றது புரட்சிகர நடைமுறை. இது நிலவுகிற எதார்த்தத்தைப் புரட்சிகரமாய் மாற்றியமைப்பது. எனவே ஆளப்படும் வர்க்கத்திற்குச் சாதகமானது. இதிலிருந்தே புரட்சிகரக் கருத்துகள் உருவாகின்றன. முன்னது குறுக்கப்பட்ட நடைமுறை எனினும் ஆளும் வர்க்கத்தின் இடமும் அதனுள் ஆளப்படும் வர்க்கத்தின் இடமும் நேரெதிரானது என்பதால் பொ.க.வை மீறி ஆளப்படும் வர்க்கத்திடம் புரட்சிக் கருத்தியல் தோன்றிப்பரவச் சாத்தியம் அதிகம். இந்தப் புரட்சிகரமான கருத்துகளைக் கற்பதும் பரப்புவதும், அதன்மூலம் பொ.க.விலிருந்து விடுபடுவதும், விடுபட வைப்பதும் விடுபட்டவர்களைத் திரட்டி

எதார்த்தத்தை மாற்றியமைக்கும் பணியில் ஈடுபடுத்துவதும் புரட்சிகர நடைமுறையாகும். இதன்மூலமே ஒருவன் பொ.க.விலிருந்து முற்றாக விடுபடவும் முடியும்.

புரட்சிகரக் கருத்தியல், இருக்கிற முரண்பாடுகளை வெளிச்சம் போட்டுக் காட்டி விசிறி கனியவைத்துப் புரட்சிக்கு இட்டுச் செல்கிறது. இருக்கிற சமூக முரண்பாடுகளைத் திரித்துக் காட்டும் பொ.க. முரண்பாடுகள் குறித்த முழுமையற்ற குறைபாடுடைய காட்சியையே மனிதனுக்கு அளிக்கிறது. முரண்பாடுகளே இல்லை என்பது போன்ற மேல்தோற்றத்தை உருவாக்குகிறது.

எதார்த்தத்தில் நிலவுகிற முரண்பாடுகளைத் தனது குறுக்கப்பட்ட நடைமுறையின் மூலம் தீர்க்க முடியாத அவலத்திற்குள்ளாகும் மனிதன் அதனைத் தனது உணர்வு மட்டத்தில் தீர்த்துக்கொள்ள முயல்கிறான். நிலவுகிற பொ.க. இதில் அவனுக்குப் பெரிதும் உதவுகிறது. எனவே பொ.க.வை இப்படியும் வரையறுக்கலாம். 'நடைமுறையில் தீர்க்க முடியாத முரண்பாடுகளுக்குச் சமூகப் பிரக்ஞை மட்டத்தில் அளிக்கப்படும் தீர்வே பொதுக் கருத்தியல்.' எதார்த்தத்தின் குறைபாடு பிரக்ஞை மட்டத்தில் ஈடுசெய்யப்படுகிறது. பொ.க.வின் வெளிப்பாடுகளில் ஒன்றாகிய மதம் உண்மையான உலகிற்கு அப்பால் ஒரு கோர்வையான தீர்வை முன்வைப்பதன் விளைவாகவே மனிதர்க்கு ஆறுதல் அளிக்கிறது. 'இதயமற்ற உலகின் இதயம்' எனவும் 'ஒடுக்கப்பட்ட மக்களின் பெருமூச்சு' எனவும் 'கவலையை மறக்கடிக்கும் அபின்' எனவும் அழைக்கப்படுவதற்குக் காரணமாகிறது.

பொ.க.விற்கும் அதற்கெதிரான கருத்தியல் அல்லது கருத்துகளுக்கும் இடையேயான உறவுகளில் பின்வரும் அம்சங்கள் கவனத்திற்குரியவை:

1. ஒரு வர்க்கத்தின் கருத்துகள் எப்போது பொதுக் கருத்தியலாக மாறுகிறதோ அப்போது அந்த வர்க்கம் ஆளும் வர்க்கமாய் மாறுகிறது.

இதற்குரிய வகையில் ஏற்கனவே எதார்த்தம் மாறியிராவிட்டால் மாற்றியமைக்கப்படுகிறது. அதாவது ஒரு வர்க்கத்தின் கருத்தியல் பொ.க. ஆகும்போது அந்த வர்க்கத்திற்கான நடைமுறை பொது நடைமுறையாகிறது. பிரெஞ்சுப் புரட்சிக்குக் காரணமான முதலாளிய ஜனநாயகக் கருத்துகளும், ரஷ்யப் புரட்சிக்கு உந்து சக்தியாய் இருந்த

மார்க்சியக் கருத்துகளும் புரட்சிக்கு முன் அவ்வச் சமூகங்களில் பொ.க. ஆக இல்லை. புரட்சிக்குப் பின்னும் ரஷ்யாவில் சோஷலிச உறவுகள் நிறுவப்படவில்லை யெனில் அங்கே பாட்டாளி வர்க்கம் உண்மையில் ஆளும்வர்க்கம் ஆகவில்லை எனப்பொருள். அதாவது அங்கே பொ.க. ஆக மாறியது உண்மையில் சரியான பாட்டாளி வர்க்கக் கருத்தியலல்ல.

2. பொ.க.விலிருந்து விடுதலையடைந்தவர்களே புரட்சிகர நடைமுறையில் உள்ளவர்கள் என்றாலும் சமூகமாற்ற நோக்குடன் செயல்படுகிற அனைவரும் இந்தப் பதில்கள் அனைத்திலிருந்தும் விடுபட்டுவிட்டார்கள் என்பதில்லை.

சமூகப் பிரச்சினைகளில் பொ.க.விலிருந்து விடுபட்ட ஒருவர் பொருளாதார அரசியற் பிரச்சினை தொடர்பான பதில்களில் விடுபடாமலிருக்கலாம். மேற்குறிப்பிட்ட இரண்டிலும் விடுபட்ட ஒருவர் இருப்பியற் கேள்விகளில் பொ.க. ஆதிக்கத்திற்குட்பட்டவராக இருக்கலாம். ஆனால் ஒன்றிலிருந்து ஒன்று முற்றாக விலக்கப்பட்ட தல்ல. ஒன்றின் தவறு மற்றதைப் பாதிக்கும். அதே போல் ஒன்றின் சரியான நடைமுறை மற்றதில் பொ.க. விலிருந்து விடுபடவும் உதவும். எடுத்துக்காட்டாக, சமூகப் பொருளாதாரப் பார்வையிலுள்ள தவறுகள் அரசியல் நடவடிக்கைகளில் பொ.க. ஆதிக்கத்திற்கு வழி வகுக்கும். சரியான அரசியல் நடைமுறை இருப்பியற் கேள்விகளில் சனாதனமான பதில்களில் திருப்தியுறாமற் செய்யலாம்.

3. எந்த ஒரு சமூக உறுப்பினனின் கலை இலக்கிய உற்பத்தியும் பொ.க.வால் நேரடியாகத் தீர்மானிக்கப்படுவதில்லை.

இடைநிலையாகப் படைப்பாளியின் கருத்தியலும் (Authorial Ideology), படைப்புக் கருத்தியலும் (Aesthetic Ideology) செயல்படுகின்றன. படைப்பாளியின் கருத்தியல் என்பது, அவனது சாதி, மதம், மொழி, இனம், வயது, பால், அரசியல் ஈடுபாடு, நடைமுறை போன்றவற்றைப் பொறுத்தது. படைப்புக் கருத்தியல் என்பது, கலை இலக்கியம் குறித்து நிலவுகிற கருத்துகளின் தொகுதியாகும். நிலவுகிற வடிவங்கள், பாரம்பரியங்கள், இலக்கியக் கோட்பாடுகள், விமர்சன முறைகள், படைப்பின் செய்தி, சராசரி வாழ்க்கை முறைகள் ஆகிய பல்வேறு அம்சங்களால் அது தீர்மானிக்கப்படுகிறது. நிலவுகிற படைப்புக் கருத்தியலை ஒரு படைப்பாளி அப்படியே ஏற்றுக் கொள்ளத்தான் வேண்டும் என்பதில்லை.

மேற்கூறியவற்றின் அடிப்படையில் இனி நாம் பாரதி காலத்திய பொதுக்கருத்தியலுக்கும், பாரதியின் கருத்துகளுக்கும் இடையேயான உறவுகளைப் பார்ப்போம்.

பாரதி ஒரு கருத்து முதல்வாதி. கருத்து முதல்வாதியாயினும் இயங்கியல் பார்வை இருந்ததாலேயே ஹெகலை மார்க்சியர்கள் தம் ஆசான்களில் ஒருவராக ஏற்றுக்கொள்கின்றனர். பாரதியிடம் இயங்கியல் பார்வை இருந்ததாய் அறிஞர் கைலாசபதி போன்றோர் குறிப்பிட்டுச் சென்றுள்ளனர். பாரதியிடம் காணுகிற புரட்சிக் கருத்துகளை முன்னிலைப்படுத்தி எழுதியும் பேசியும் வந்த/வருகிற ஜீவா, ரகுநாதன் போன்றோர் பாரதியைக் கிட்டத்தட்ட பொது வுடைமைக் கவிஞர் என்கிற அளவிற்கு ஏற்றியுள்ளனர். இன்னொரு பக்கம் பாரதியை வருணாசிரமத்திற்கு வக்காலத்து வாங்கிய வெறும் பார்ப்பனக் கவிஞர் என்பாரும் மொத்தத்தில் அவர் ஒரு முரண்பாடு களின் மூட்டை என ஒதுக்குவாருமுண்டு.

ஆனால் பாரதியின் கருத்துகள் அனைத்தையும் ஒட்டுமொத்தமாய்த் தொகுத்துக் கற்றால் அவற்றிற்கிடையேயான முரண்களைக் காட்டிலும் முரண்களின் ஒருமை முன்னிற்பது புலப்படும். இன்னொரு பக்கம் பாரதியில் அடிக்கடி காணப்படும் சில தனிப்பட்ட கருத்தாக்கங்களைத் (எடுத்துக்காட்டு: வன்முறை, விடுதலை) தொகுத்துப் பார்த்தால் அதில் முரண்களைக் காட்டிலும் தொடர்ச்சியே (consistency) முன்னிற்பதை அதிகம் காணமுடியும். வன்முறையைப் பருண்மையாகப் (concrete) பாராமல் அதனைப் பொதுமைப்படுத்திப் (abstract) பார்த்து எல்லா வன்முறைகளையும் எல்லாக் காலங்களிலும் எதிர்க்கிற இயக்க மறுப்புப் பார்வை அவரிடம் மிகுந்திருந்தது. அதேபோல விடுதலை பற்றிய அவரது கோட்பாட்டிலும் தொடர்ச்சியிருந்ததெனினும் அது புரட்சிகரமானது என்பதைக் காட்டிலும் முதலாளியச் சனநாயகத் தன்மை வாய்ந்ததாக இருந்தது.

அதே சமயத்தில் அரசியற் சிந்தனைகளிலும் நடவடிக்கைகளிலும் பாரதி, தனது காலத்திய முரண்பாடுகளின் மூலாதாரமாகிய ஏகாதிபத்தியச் சுரண்டலுக்குக் கடும் எதிர்ப்பாளராக இருந்தார் என்பதில் ஐயமில்லை. இதன் விளைவாகவே அரசியற் பொருளா தாரப் பிரச்சினைகளில் நிலவிய பொ.க.விலிருந்து அவர் பெரும்பாலும் விடுதலையடைந்திருந்தார். சாதி ஏற்றத்தாழ்வுகளில் வெறுப்பு, பெண்விடுதலையில் நாட்டம் போன்ற அம்சங்களில் சமூகப் பிரச்சினைகளிலுங்கூடப் பாரதி அன்றைய பொ.க.விலிருந்து

விடுதலை பெற்றிருந்தாலும் இதில் அவர் முழுமையாய் விடுபட வில்லை. அடிப்படையில் வருணக் கோட்பாட்டை ஏற்றுக்கொண்ட தன்மையிலும், ஆதி வேத வாழ்க்கையில் அவர் கொண்டிருந்த நாட்டத்திலும் இது வெளிப்படுகிறது. பாரதியின் சனாதன வாழ்க்கைச் சூழல் இதில் உறுதியாய் ஒரு பங்கு வகித்திருக்கும். ஆனாலும், தம் காலத்திய வருணாசிரம தரும இயக்கம் போன்றவற்றிலிருந்து அவர் விலகி நின்றதுமன்றி அவற்றைக் கடுமையாய்ச் சாடினார் என்பதையும் மறந்துவிடலாகாது.

ரஷ்யப்புரட்சி, பொதுவுடைமைக் கோட்பாடு ஆகியவை குறித்த அவரது கருத்துகளிலும் இத்தகைய ஒரு நிலையைக் காண முடியும். ரஷ்யப்புரட்சிபற்றிய பாரதியின் பாடல் பிப்ரவரி புரட்சி பற்றியதா இல்லை நவம்பர் புரட்சி பற்றியதா என்று இன்று ஆய்வாளர் களிடையே சர்ச்சைகள் உள்ளன. இரு சாரருமே தத்தம் நிலையை உறுதியாக்க மறுக்க இயலாத இறுதிச் சான்றாதாரங்கள் எதையும் தந்துவிடவில்லை என்பது குறிப்பிடத்தக்கது. பிப்ரவரிப் புரட்சியையே அவர் பாடினார் எனினும்— நவம்பர் புரட்சியின் சில கூறுகளை அவர் எதிர்த்துள்ள போதிலும் — லெனின்மீதும் நவம்பர் புரட்சியின் வெற்றியின் மீதும் அவர் பரிவு கொண்டிருந்தார் என்பதையும், நவம்பர் புரட்சிக்கு எதிரான கருத்துகளுக்கு எதிராக இருந்திருக்கிறார் என்பதையும் முன்முடிவுகளின்றி அவரது எழுத்துகளைக் கற்போர் உணர முடியும்.

புருதோனைப் படித்திருக்கிற பாரதி மார்க்சைப் படித்திருப்பதாகக் கருதச் சான்றுகளில்லை. எனினும் பாரதி வாழ்ந்த காலத்தில் இந்திய அளவிலும் தமிழகத்திலும் பொதுவுடைமைக் கருத்துகள் அறிமுக மாகத் தொடங்கியிருந்தன. மேலும், ரஷ்யப் புரட்சியைத் தொடர்ந்து அதனை எதிர்த்தும் வரவேற்றும் ஏராளமான வாதங்கள் உலகெங்கும் நடைபெற்றுக்கொண்டிருந்த காலத்தில் வாழ்ந்த பத்திரிகையாளர் பாரதி. சோஷலிச நிர்மாணத்திற்கான மூன்று அவசிய நிபந்தனை களாகிய உற்பத்திச் சாதனங்களில் சொத்துடைமையை ஒழித்தல், தொழிலுற்பத்தியில் மூலதனப் போட்டியை இல்லாமலாக்குதல், தொழிலாளரை ஆளும் வர்க்கமாக்குதல் ஆகியவை குறித்தும் பாரதி வியக்கத்தக்க அளவிற்கு அறிதல் கொண்டிருந்தார் என்பதையும் அவரது இறுதிக்கால எழுத்துகளைப் படிப்போர் உணர முடியும்.

எனினும், நிலத்திலும் இதர உற்பத்திச் சாதனங்களிலும் தனி உடைமையை ஒழிப்பதற்கு எதிராகவும், புராதன ஆசிய நில

உடைமையை ஒத்த ஒருவகை தருமகர்த்தா முறையை வலியுறுத்தியவ ராகவும் நாம் பாரதியைக் காணமுடிகிறது. உடைமைகளைப் பறித்தலுக்கு எதிராகக் கடுமையான சொற்களை அவர் உதிர்த் திருப்பதையும் நாம் பார்க்கிறோம், எனினும் இந்தப் பூமியை எல்லோருக்கும் பொதுவாக்கிவிட்டு அதில் அனைவரும் சக தொழிலாளர்களாகவும் சக பங்குதாரர்களாகவும் வாழ்வதுதான் கிருதயுகம் என்று கூறும் பாரதி, '....நிலமும் நீரும் எல்லா மனிதர்களுக்கும் பொதுவாகப் போகாத வரையில் எப்படியாயினும் பொருளாதார உறவுகளில் மனிதர்கள் மிருகங்களைக் காட்டிலும் மோசமாகத்தான் நடந்துகொள்வார்கள்...' என்று முத்தாய்ப்பதையும் காண்கிறோம். ரஷ்யப் புரட்சியைக் கிருதயுகத்தின் தோற்றமாய்ப் பாரதி பாடியதையும் நாம் இந்தப் பின்னணியில் பார்க்க வேண்டி யிருக்கிறது.

சமூகப் பொருளாதாரப் பிரச்சினைகளில் பாரதி இப்படியொரு இரட்டை நிலையைக் கொண்டிருந்ததன் அடிப்படையை இருப்பியற் கேள்விகளில் அவர் கொண்டிருந்த நிலைப்பாட்டிலும் அவரது ஏகாதிபத்திய எதிர்ப்பு அரசியல் நடைமுறைகளின் குறைபாடுகளிலுந் தேட வேண்டும். இருப்பியற் பதில்களில் அவர் பெரும்பாலும் பொ.க. வைச் சார்ந்திருந்தார். சமூக அரசியற் துறைகளில் மேற்கொண்ட விடுதலை நடவடிக்கைகளில் விளைந்த துன்பங்களின்போதுகூட அவர் கருத்தியல் ரீதியாய் ஆறுதலடைய முடிந்தது. தண்ணீர் விட்டோ வளர்த்தோம் சர்வேசா எனக் கதற முடிந்தது. ரஷ்யப் புரட்சியை மாகாளியின் கடைக்கண் வினையாகப் புரிந்து சொல்ல நேர்ந்தது.

ஏகாதிபத்திய எதிர்ப்பு அரசியலிலும்கூட அவரது நடைமுறைகள் முழுமையாய்/ குறுக்கப்படாததாய் (அதாவது புரட்சிகரமானதாய்) இருந்திருந்தால் அது அவரது இருப்பியற் பார்வையையும்கூடப் பாதித்து அதிலிருந்து அவரை விடுதலையடைய வைத்திருக்கும். ஆனால் துரதிர்ஷ்டவசமாய் அப்படி அமையவில்லை. அதற்குப் பாரதியின்மீது குற்றம் சொல்லிப் பயனில்லை. தேசியப் பொருளாதாரம் வளர்ச்சியடையாத நிலை; ஐரோப்பியமயமாக்கும் நோக்கோடு சுதேசியக் கலாச்சார நீக்கம் மேற்கொள்ளப்பட்ட சூழல்; இந்நிலையில் நிலப்பிரபுத்துவ அடிப்படையிலான தேசிய கலாச்சார நோக்கின் பாற்பட்ட அன்றைய 'விடுதலை' இயக்கம் அப்படிப்பட்ட சக்திகளால் தலைமை தாங்கப்பட்டது. மேலும், அன்றைய விடுதலை இயக்கம் அமைப்பு ரீதியாய் இறுக்கமாயும் இல்லை. இருந்த அமைப்பில் பாரதி

எந்த அளவிற்குத் தன்னைப் பிணைத்துக்கொண்டார் என்பதும் தெரியவில்லை.

அதோடு பாரதியின் அரசியல் வாழ்வின் முதற் கட்டத்திற்கும் (இந்தியா இதழ்வரை), இரண்டாம் கட்டத்திற்கும் (புதுவை வாழ்க்கை), மூன்றாம் கட்டத்திற்கும் (மீண்டும் பிரிட்டிஷ் இந்தியா வாழ்க்கை) வேறுபாடுகள் நிறைய இருந்தன. இரண்டாம் கட்டத்தில் அவரது விடுதலை நடவடிக்கைகள் மிகவும் குறுக்கப்பட்டே இருந்தன. தத்துவ விசாரங்கள் அதிகமாயின. அரவிந்தர் போன்றோரின் தொடர்புகள் இதற்கு உரமூட்டின. இதன் உச்சக்கட்டமாய் அவர் அரசுடன் ஒப்பந்தம் செய்துகொண்டு தமிழகத்தில் நுழைந்தார். மூன்றாம் கட்டத்தில் ஏகாதிபத்தியத்திற்கெதிரான தீவிர நடவடிக்கை களிலோ கருத்துப் பிரச்சாரத்திலோ பாரதி ஈடுபடவில்லை. பொது வுடைமை மற்றும் ரஷ்யப் புரட்சி குறித்து அவரது கருத்துகளெல்லாம் இப்போது எழுதப்பட்டவைதாம்.

குறைபாடுடையதாயினும் அரசியல் துறையில் அவரது பிரமிக்கத் தக்க தியாக உணர்வுடன் கூடிய முதற்கட்ட ஏகாதிபத்திய எதிர்ப்பு இருப்பியற் பார்வையிலும் அவர் முழுமையாய்ச் சனாதனத்தில் சரணடைய விடாமற் செய்தது. எனினும் இருப்பியற் பிரச்சினைகளில் அவர் பெரும்பாலும் பொ.க. விலிருந்து விடுபடாமல் இருந்து சமூக அரசியற்துறைகளில் ஒரு விஞ்ஞானபூர்வமான புரட்சிகர நடை முறையை எட்டாமற் போனதற்குக் காரணமாய் அமைந்தது என்றும் கூறலாம்.

பாரதியின் மகத்தான கலா வெற்றியின் இரகசியத்தை ஒரு படைப்பாளி என்கிற முறையில் அவரது கருத்தியல் பொ.க. உடனான முரண்கொண்ட உறவில் தேடுவதற்கு வாய்ப்பிருக்கிறது.

இதுகாறும் குறிப்பிட்டவாறு பல்வேறு தளங்களிலான பல்வேறு முரண்கொண்ட கூறுகளின் இயங்கியல் ஒருமையாய்ப் பார்ப்பதன் மூலமே பாரதியின் உலகக் கண்ணோட்டத்தை விளங்கிக்கொள்ள முடியும். இந்த முரண்களுக்கான மூலாதாரங்களை அன்றைய குறைபாடுடைய எதார்த்தத்துடன் பல்வேறு தளங்களில் அவர் கொண்ட உறவுகளில் தேட வேண்டும். மாறாக, இந்தக் கூறுகளில் ஒன்றை இறுதியாய்க்கொண்டு அவரைப் பொதுவுடைமைவாதியாய்ச் சித்திரிப்பது எத்தனை தவறோ அத்தனை தவறு அவரைப் பொது வுடைமைக் கருத்துகளை முற்றாகப் புறந்தள்ளியவராய்ப் பார்ப்பதும்.

வேதாந்தமோ புரட்சியோ ஏதேனும் ஒரு சிமிழில் அடைத்து, இருக்கிற முத்திரைகளில் ஒன்றைக் குத்தி பொதுவுடைமைக் கருத்துகளையோ இல்லை ரஷ்யப் புரட்சியையோ அவர் முற்றாக ஏற்றுக்கொண்டார் அல்லது புறக்கணித்தார் என்று தீர்மானிப்பது சாத்தியமில்லை என்பது மட்டுமல்ல, சரியுமன்று. லெனின் டால்ஸ்டாய்க்கு அப்படி முத்திரை ஏதும் குத்தவில்லை.

குறிப்பு: 1986இல் சிதம்பரத்தில் தமிழ்நாடு கலை இலக்கியப் பேரவையில் பேசுவதற்காக எழுதப்பட்ட கட்டுரை. இதழில் வந்தபோது திருத்தி வெளியிடப்பட்டது.

நிகழ், ஜனவரி 1989

1.9

ஞானியின் மார்க்சியமும் தமிழ் இலக்கியமும்

மரபு மார்க்சியர்களால் விலக்கப்பட்ட கனியாகிய ஞானி, 1973இலிருந்து 1987வரை தமிழ் இலக்கியக்களத்தில் தீவிரமாய் இயங்கியுள்ளதற்கான பதிவாய் அமைந்துள்ள இத்தொகுப்பு தமிழில் வந்துள்ள மார்க்சிய இலக்கிய அணுகுமுறை குறித்த முக்கிய நூல்களில் ஒன்று. நெருடலற்ற கவிதைபோன்ற ஞானியின் எழுத்துமுறை குறித்து முன்னுரை யாளர்களும் இதர விமர்சகர்களும் சொல்லியிருப்பதெல்லாம் மிகையன்று. பதினான்கு ஆண்டுகள் என்பன ஓர் இலக்கியவாதியின் வாழ்வில் நீண்டகால கட்டம்தான். ஆனால் இத்தொகுப்பு ஒருசேர உட்கார்ந்து எழுதியதைப் போன்று குறிப்பிடத்தக்க கருத்து/ நடைமாற்றங்களின்றி வந்திருப்பது வியப்பாக இருக்கிறது. ஓரளவு முதிர்ச்சியடைந்த பிறகு — சுமார் 38/40 வயதிற்குப் பிறகு —எழுதப் பட்டவை என்பதால் இப்படி அமைந்திருக்கலாம். இதற்கு முந்திய இவரது எழுத்துகள் எத்தன்மையாய் இருந்தன? அவை என்ன வாயிற்று? ஞானியே அவற்றையெல்லாம் புறக்கணித்துவிட்டாரா? இலக்கியம் தவிர அவற்றில் அரசியல் / நிறுவனங்கள் குறித்த விமர்சனங்கள் இருந்தனவா? இவை குறித்து, தொகுப்புரையில் ஏதேனும் சொல்லியிருக்கலாம்.

இந்தியாவிற்கு மார்க்சியம் ரஷ்யா வழியாகவே அறிமுகமானது. இரண்டாம் அகிலத்தின் பொருளாதாரவாத அரசியல் அணுகல் முறைகளும், சோஷலிச எதார்த்தவாதம், பிரதிபலிப்புக் கோட்பாடு, ஸ்தானோவியம் என்பதான இலக்கிய அணுகல்முறைகளும் இதன் பிரதான அம்சங்கள். தொடக்ககால மார்க்சிய விமர்சகர்களாகிய ஜீவா, ரகுநாதன், தி.க.சி., ஆர்.கே.கண்ணன் போன்ற இயக்கம் சார்ந்த தோழர்களும் மார்க்சிய விமர்சனத்தை அடுத்த கட்டத்திற்கு

வளர்த்தெடுத்த பேராசிரியர்கள் நா. வானமாமலை, கைலாசபதி, சிவத்தம்பி, தோத்தாத்ரி, கேசவன் போன்றோரும் சோஷலிச எதார்த்தவாதம், பிரதிபலிப்புக் கோட்பாடு ஆகியவற்றை அடிப்படை யாகக்கொண்ட வகையில் அதிக வேறுபட்டவர்கள் அல்லர். எனினும் இருசாராருக்குமிடையே சில குறிப்பிடத்தக்க வேறுபாடுகளும் உண்டு. முதலாமவர்கள் மணிக்கொடி வழியிலான தமிழ் ரசனை மரபின் தாக்கத்தோடு வந்து மார்க்சிய நோக்கில் அவற்றில் குறுக்கீடு செய்தார்கள். விமர்சனம் தவிர குறிப்பிட்ட அளவிற்குப் படைப்புத் துறையிலும் இயங்கியவர்கள். இரண்டாமவர்களோ சற்றுக் கறாரான ஆய்வுமுறையை மேற்கொண்ட கல்வியாளர்கள். பெரும்பாலும் கல்வி நிறுவனங்களோடு தொடர்புடையவர்கள். இலக்கியத்தின் சமூகவியலில் ஆர்வம் காட்டியவர்கள்.

சோஷலிச எதார்த்தவாதம், பிரதிபலிப்புக் கோட்பாடு போன்ற அம்சங்களில் துண்டித்துக்கொண்ட வகையிலும், அக்னிபுத்திரன் குறிப்பிடுவதுபோல எஸ்.என். நாகராசனால் அறிமுகமான 'அந்நிய மாதல்' கோட்பாட்டினடியாகத் தங்கள் உலகப் பார்வையையும் இலக்கிய அணுகல்முறையையும் வளர்த்துக் கொண்டவர்கள் என்கிற வகையிலும் எஸ்.வி. இராஜதுரை, ஞானி போன்றோர் இந்தப் பாரம்பரியங்களிலிருந்து வேறுபட்டு நிற்கின்றனர். தமிழ் இலக்கிய மரபின் 'மக்கட் சார்பிற்கு' முக்கியத்துவம் அளிப்பது, செவ்வியல் மனிதாயப் (Classical Humanism) பார்வையோடு பாரம்பரியத்தைப் பார்ப்பது, திராவிட தேசியத்தைக் காட்டிலும் இந்திய தேசியத்திற்கு அதிக அழுத்தம் கொடுப்பது, படைப்புத் துறையிலும் இயங்குவது என்கிற அம்சங்களில் ஞானியை ஜீவா, ரகுநாதன் மரபில் காண்பதற்குச் சில நியாயங்கள் உண்டு.

மேற்சொன்ன அடிப்படையில் நின்று, தொடர்ந்து இரசியப் பாணியிலான வறட்டு அணுகல்முறைகளை எதிர்த்து ஒரு போரை ஞானி நடத்த வேண்டியிருந்தது என்பதற்கு இந்நூல் சாட்சியம் பகர்கிறது. கட்சி நிறுவனப் பின்னணியோடு தன்னை எதிர்த்து நின்ற இதர மார்க்சியர்களின் தாக்குதலைத் தன்னந்தனியாக எதிர்கொண்ட நிலையில், சமயங்களில் மார்க்சியத்தின் எதிரிகளாகத் தம்மைப் பிரகடனப்படுத்திக் கொண்டவர்களோடு ஞானி உறவாடவும் வேண்டியிருந்திருக்கிறது. 'புதிய இடது' 'மேலை மார்க்சியச் சிந்தனை'க் கூறுகளுடன் எழுதுபவர், மார்க்சிய எதிர்ப்பாளர் என்றெல்லாம் ஞானியைக் கட்சி அணியினர் சொல்லக் கேட்டிருக்கிறேன். உண்டு.

ஞானியிடம் கலந்துள்ள மேலை மார்க்சியச் சிந்தனைக் கூறுகளை ஆராய்வதற்கு அவரது தத்துவ எழுத்துகளையும் சேர்த்துப் பார்க்க வேண்டும். ஞானியைப் போலவே பெரும்பாலும் கட்சி அமைப்பு களிலிருந்து விலக நேர்ந்து மார்க்சிய ஆய்வுகளை மேற்கொண்ட மேலை மார்க்சியரின் சிந்தனைகள்பற்றி விரிவான ஆய்வுசெய்த பெர்ரி ஆண்டர்சன் அவற்றின் பண்புகளாகக் குறிப்பிட்ட அம்சங்கள் சில வற்றின் மீது இப்போது உங்கள் கவனத்தைத் திருப்ப விரும்பு கின்றேன். செவ்வியல் மார்க்சியம் எதிர்பார்த்ததுபோல வளர்ச்சி யடைந்த ஐரோப்பிய நாடுகளில் புரட்சி வராமை, ஸ்டாலினியம் மார்க்சியத்திற்கு ஏற்படுத்திய நெருக்கடிகள், 1932இல் முதன்முதலில் வெளியான கார்ல் மார்க்சின் '1844 கையெழுத்துப்படிகள்' மூலம் அறிமுகமான அந்நியமாதல் சிந்தனை ஏற்படுத்திய உற்சாகம் ஆகியவற்றின் பின்னணியில் உருவான மேலை மார்க்சியம், (அ) நடைமுறையிலிருந்து பிரிந்து கோட்பாடு என்கிற அளவில் தேங்கிப் போயிற்று. (ஆ) பொருளாதாரம் போன்ற சமூக அடித்தளம் குறித்த துறைகளிலிருந்து கவனத்தைத் திருப்பித் தத்துவம் போன்று மேற்கட்டுமானத்துறைகளிலேயே தனது கவனத்தைச் செலுத்தியது. (இ) மேற்கட்டுமானத்திலும்கூட அடித்தளத்திற்கு நெருக்கமாக உள்ள அரசியல் / அரசு நிறுவனம் போன்றவற்றில் கவனம் செலுத்தாமல் அடித்தளத்திலிருந்து ஒப்பீட்டளவில் தூரத்தில் உள்ள இலக்கியம், கருத்தியல், ஆய்வு முறை (Method) சார்ந்த துறைகளிலேயே ஆர்வம் காட்டியது. (ஈ) தொழில்நுட்பம் / விஞ்ஞானம் குறித்துச் சற்று எதிர் மறையான அணுகல்முறை (சிலரிடமேனும்) கொண்டிருந்தது. (உ) தனது மார்க்சிய சிந்தனை வேர்களை மார்க்சியத்திற்கு முந்திய/ பிந்திய சில முதலாளியச் சிந்தனைகளில் பதித்திருந்தது — என்றெல்லாம் ஆண்டர்சன் குறிப்பிடுவார்.

மேலை மார்க்சியத்திற்கு ஒரு வரலாற்றுப் பின்னணி இருந்தது போலவே ஞானியின் தோற்றத்திற்கும் ஒரு பின்னணி இருக்கத்தான் செய்தது. அவற்றை இப்படிச் சுருக்கலாம்:

1. பொதுவுடைமை இயக்கங்களைத்தாண்டி வளர்ச்சிபெற்ற திராவிட இயக்கங்கள் தமிழ்இலக்கியப் பாரம்பரியம், பண்டைப் பெருமை ஆகியவை குறித்து வைத்த சிந்தனைகளின் விளைவாக மதிப்பீடுகளில் ஏற்பட்ட மாற்றங்கள்

2. அரசியற்களத்தில் திரிபுவாதத்தைத் தோலுரித்து எழுச்சிபெற்ற மார்க்சிய-லெனிய புரட்சிகர இயக்கத்தின் தேக்கம். அமைப்பு,

இலக்கியம் கலாச்சாரம் ஆகிய துறைகளில் திரிபுவாதக் கட்சிகளைப் போலவே புரட்சிகர இயக்கங்களும் அணுகல் முறைகளைக் கொண்டிருந்தமை.

3. 1930களின் பிற்பகுதியில் அறிமுகமாகி மேலைநாடுகளின் மார்க்சிய சிந்தனைப் போக்கில் மாற்றங்களை விளைவித்த 'அந்நியமாதல்' இங்கு 1965 வாக்கில் அறிமுகமானது.

இந்தப் பின்னணியில்தான் ஞானியின் தேடல் தொடங்கிற்று. 'சுரண்டல் சமூக நிலையில் மனிதன் இயற்கையிலிருந்தும், சமூகத்தி லிருந்தும், இறுதியாய்த் தன்னிலிருந்தும் அந்நியப்பட்ட சூழலில்' இவற்றைத் தாண்டிய மனிதனைத் தேடும், அந்தத் தேடுதலுக்குரிய இலக்கியங்களை அடையாளம் காணும் ஞானியின் முயற்சி தொடர்கிறது. பக்தி இலக்கியங்கள் தொடங்கி ஞானக்கூத்தன்வரை அந்நியமாதலின் அடிப்படையிலேயே ஞானி அணுகுகிறார் என்பதற்கு இந்நூலிலிருந்து ஏராளமான காட்டுகளைக் கூற முடியும். உன்னத மனிதர்களைக் கண்டறிந்து தருவதனாலேயே ஓர் இலக்கியம் உன்னதமாகிறது என்னும் ஞானி, கலைக்குச் செய்யும் சேவை மனிதர்க்குச் செய்யும் சேவை என்கிறார். சரியான படைப்பு பாமரனைப் பாமரத்தனத்திலிருந்து உய்விக்க வேண்டும், கலைஞர்கள் எப்போதுமே அநீதியை எதிர்த்த கலகக்காரர்கள், கலைஞர்கள் இல்லாவிட்டால் தத்துவங்கள் இல்லை என்றெல்லாம் கற்பனாவாதம் கலந்த ஒருவகைக் கலை முதல்வாதத்தை அந்நியமாதலினடியாய் முன்வைக்கும் ஞானி, உச்சகட்டமாய் 'கலை ஒன்றே மனிதனின் செயல் வடிவம்' எனக் கூறும்போது மாத்யூ ஆர்னால்டு நினைவுக்கு வருவது தவிர்க்க இயலாததாகிறது.

தனது பார்வையை வர்க்கப் பார்வை எனப் பிரகடனப்படுத்தும் ஞானி எந்த இடத்திலும் தன்னுடையதை வரலாற்றுப் பொருள் முதல் பார்வை எனச் சொல்லிக்கொண்டதாகத் தெரியவில்லை. மாறாக தத்துவத்தைப் பொருள் முதல்வாதமாகச் சுருக்கியமைக்காக இதர மார்க்சியர்களைக் கடியவும் செய்கிறார். ஞானியின் அந்நியமாதல் ஈடுபாட்டுடன் இது இணைத்துப் பார்க்கத்தக்கதாகவே எனக்குத் தோன்றுகிறது. மார்க்சியச் சிந்தனையில் வேரோடியிருந்த ஹெகலிய கருத்துமுதல் கூறுகளைக் கில்லி எறிந்த அல்தூஸ்ஸர் 'அந்நியமாதலை' விஞ்ஞானபூர்வமற்றது எனவும் பொருள்முதல் சிந்தனைக்கு மாறுபட்டது எனவும் நிராகரிப்பது குறிப்பிடத்தக்கது. கலை முதல் பார்வை தவிர மனிதாபிமானம், உன்னத மனிதனை நோக்கிய தேடல்

ஆகியவற்றின் அடிப்படையிலும் ஞானியின் பார்வை விஞ்ஞானக் கறாறற்றதாகவே விளங்குகிறது.

நவீனத்துவ முயற்சிகளை இதர தமிழ் மார்க்சியர்களைப்போல நம்பிக்கை வறட்சி எனப் புறக்கணிக்கிற தவறைச் செய்யவிடாமல் ஞானியை அந்நியமாதல் கோட்பாடு தடுத்ததெனினும் இறுதி ஆய்வில் ஞானியின் பார்வை ஹெகலிய தாக்கமுடைய லூகாக்சிய எதார்த்த வாதத்தை மீறியதென்று சொல்லிவிட முடியாது. நம் காலத்தின் இலக்கிய நெறி நடப்பியலே எனப் பிரகடனப்படுத்தியது மட்டுமன்றி நடப்பியல் சார்ந்த இலக்கியங்களில் மெய்மறக்கும் ஞானி, இலக்கியத்தை அது தோன்றிய காலகட்டத்தின் சாராம்சத்தின் வெளிப்பாடாகவே பார்க்கிறார். வறட்டு மார்க்சியத்திற்கு எதிராகக் காலமெல்லாம் குரல்கொடுத்த ஞானி இந்த அடிப்படையில், அரசர்களைக் காட்டிலும் அதிகாரிகள் வலுப்பெற்ற காலகட்டத்தின் வெளிப்பாடே பெருங்கதையும் சிந்தாமணியும் எனக் கூறி இன்னொரு வகையான வறட்டுத் தனத்திற்குப் (Reductionism) பலியாகிறார். சனாதன இந்துத் தத்துவத்திலிருந்து வேறுபட்ட தத்துவார்த்தப் பின்னணியுடைய இந்த இலக்கியங்களை மக்கள் சார்பற்றது என நிராகரிக்கவும் செய்கிறார். இதுபோலவே அற இலக்கியங்கள் குறித்தும், அவலச் சுவை குறித்தும் எழுகிற ஞானியின் கருத்துகள் வரலாற்றுப் பொருள் முதல் நோக்கில் குறைபாடுடையவை என நிறுவ இயலும்.

அந்நியமாதல் தவிர இதர மேலை மார்க்சியச் சிந்தனைக் கொடைகள் அனைத்தையுமோ, இல்லை ஞானி தீவிரமாய் இயங்கிய காலத்தில் மேற்கில் அலையென எழுந்து ஆக்கிரமித்த அமைப்பியற் சிந்தனைகளையோ ஞானி கற்று உள்வாங்கியதற்கான தடயங்கள் இந்நூலில் எங்கும் காணப்படவில்லை. 1982இல் தமிழவனின் நூல் வருகிறது. 1983க்குப் பிந்திய ஞானியின் எழுத்துகளில் வாசகனின் முக்கியத்துவம், வாசகனுக்கான பிரதி போன்றவை குறித்துப் பேசப்பட்டாலும் வரலாற்றினூடாக இலக்கியப் பிரதி மாறிவரும் தன்மையையும், பிரதியின்மீது செயற்பட்டுப் புதிய பிரதியாக அது உற்பத்தியாவதற்குக் காரணமாகும் நிர்ணயங்களையும் ஞானி கருத்திற் கொண்டதாய்த் தெரியவில்லை. இதன் விளைவாகவே தமிழ் இலக்கியம் முழுமையும் முற்போக்காளரின் நோக்கில் மட்டுமே இன்று பயன்பட முடியும் எனவும், ஆர்எஸ்எஸ், திக போன்ற இயக்கங்களின் பிற்போக்கான வறட்டுவாத நோக்கங்களுக்கு அவை

பயன்படாது எனவும், தமிழர் நெறி சோஷலிசம் நோக்கிய நெறியே எனவும் சொல்ல நேர்கிறது. நிலவி வரும் அங்கீகரிக்கப்பட்ட அர்த்தத் தளங்களினூடாக முற்றிலும் புதிதான, நமக்குச் சார்பான அரசியல் நோக்குடன் குறுக்கீடு செய்ய வேண்டும் என்கிற அளவில் ஞானியின் கருத்தும் செயல்பாடும் சரியானதுதான் என்றாலும் இவ்வாறு உற்பத்தி செய்யப்படும் பிரதி இன்னொரு பிரதிதானேயொழிய இதுவே இறுதி உண்மைப் பிரதியாகிவிடாது என்பதை ஞானி தவறவிட்டு விடுகிறார். ராமாயணம் குறித்த தனது வாசிப்பே உண்மையானது என நம்பும் ஞானி ராமகாதையின் மீது படிந்துள்ள நிறுவனப் பதிவுகள், நிலவுகிற ஆதிக்கக் கருத்தாடலில் ராமாயணத்தின் பங்கு (தொலைக்காட்சியிலும் சிறுவர் பத்திரிகைகள் மூலமாகவும் இன்று ராமாயணம் எவ்வாறு பயன்படுத்தப்படுகிறது என்பதை யோசித்துப் பாருங்கள்) போன்ற வற்றை மறந்துவிடுகிறார். மார்க்ஸ் லெனின் போன்றோரைக் கிருஷ்ணன் அவதாரம் என்று சொல்வதெல்லாம் இத்தகைய ஆபத்திலேயே கொண்டுவிடும். இத்தகைய கற்பனாவாதத் தன்மை யான பாரம்பரியப்பற்றின் விளைவாக 'ஆத்திரம் இருந்த அளவிற்கு அறிவு இல்லை' எனப் பெரியாரைத் தூக்கி எறியும் ஞானி, ஞானத்தைத் தவிர எதையும் தேடாத பிராமணன்பற்றியும், ஆதிவேத வாழ்க்கைபற்றியும் பேசுகிற ஜெயகாந்தனைச் சிலாகித்தும் பேசுகிறார். இந்துமதத்தின் மூலம் அதிகாரத்தை விமர்சனம் செய்யமுடியும் என்றெல்லாம் நம்புகிறார். அதிகாரச் செயல்பாடுகளில் சமூக நுண் நிறுவனங்களின் பங்கைத் தவறவிடும் ஞானி குடும்பம்போன்ற நிறுவனங்கள் இருக்கிற அமைப்புக்கேற்ற மனித மந்தைகளை உருவாக்குவதில் வகிக்கும் பங்கை அதற்குரிய முக்கியத்துவத்துடன் காண மறுக்கிறார். பழமலை கவிதைகளில் ஞானி மயங்கிக் கிடப்பதற்கும் இதுவே காரணமாகிறது. மொத்தத்தில் நிறுவனங்கள் பற்றின விமர்சனமே ஞானியிடம் குறைவாக இருப்பதோடு நிறுவனங்களை விமர்சிக்கும் முகமாய் எழுந்த இலக்கியங்கள் தரம் தாழ்ந்தவை என்கிற முடிவிற்கும் (பசுவய்யா கவிதைகள்) வருகிறார்.

வெறும் அமைப்புபற்றிய ஆய்வாக இருந்த அமைப்பியல் விமர்சனம், அல்தூஸ்ஸர், ஈகிள்டன் மாசெறி போன்ற மார்க்சியர்களின் வருகைக்குப் பின்னரே தரமிக்க இலக்கிய விமர்சனங்களையும் விஞ்ஞானபூர்வமான இலக்கியக் கோட்பாடுகளையும் தர முடிந்தது. கருத்தியல் என்ற அல்தூஸரியக் கோட்பாட்டின்மூலம் இலக்கியத் திற்கும் வரலாற்றிற்கும் இலக்கியத்திற்கும் சமூகத்திற்கும்

இடையேயான இடைத் தொடர்புகள் விளக்கப்பட்டன. சமூகப் பிரச்சினைகட்கும் கலைப் படைப்பிற்கும் இடையேயான தொடர்பு களின் கண்ணிகள் பற்றிப் பேசும் ஞானி, அக்கண்ணிகளை விளக்க இயலாமற் போனதற்கு மார்க்சிய அமைப்பியலின் கொடைகளை நிராகரித்ததே காரணம். இப்படிச் சொல்வது இந்த இடைத் தொடர்புகளை வலியுறுத்தியதன் மூலம் இதர மார்க்சியர்களிடமிருந்து ஞானி உயர்ந்து நின்றதைக் குறைத்து மதிப்பிடுவதாகாது. எனவே இலக்கியம் என்றால் என்ன? எது முற்போக்கான இலக்கியம்? என்பன போன்ற அழகியல் குறித்த மரபுவழிப்பட்ட கேள்விகட்கு முதலாளியக் கலை விமர்சகர்களிடமிருந்தும் வறட்டு மார்க்சிய விமர்சகர்களிட மிருந்தும் வேறுபட்ட இன்னொரு பதிலைச் சொன்ன ஞானி, மார்க்சிஸ்டுகளின் உண்மையான பணியாகிய கேள்விகளையே மாற்றிப்போட்டு அதனடிப்படையில் புதிய சிந்தனைகளை எட்ட இயலாமற் போயிற்று. அரசியலிலும் பொருளாதாரத்திலும் மார்க்சியம் இந்தப் பணிகளைச் செய்து அரசு, பண்டம், லாபம் போன்ற கருத்தாக்கங்களையே மாற்றி அமைத்தது குறிப்பிடத்தக்கது.

ஞானியினுடைய நூலினூடாக விவாதிக்கப்படக்கூடிய எண்ணற்ற அம்சங்களில் ஒன்றிரண்டை மட்டுமே இங்குச் சுட்டிக் காட்டியுள்ளேன். மார்க்சிய இலக்கிய விமர்சனத்திற்கு ஞானியின் பங்களிப்பையோ வறட்டு மார்க்சியத்திற்கு எதிரான அவரது ஓய்வற்ற போராட்டத்தையோ குறைத்து மதிப்பிடுவது என் நோக்கமன்று. வரையறைகளில் முடங்குவது சித்தாந்தம், அந்த வரையறைகளின் எல்லைகளை உடைத்துப் பிரச்சினைகளை நெகிழ்ச்சியுடன் அணுகும் தத்துவப் பார்வையே தன்னுடையது எனப் பிரகடனப்படுத்தும் ஞானி, அந்நியமாதல் என்கிற ஹெகலியதாக்கமுடைய சித்தாந்தச் சுழலி லிருந்து மீள முடியாமற்போய் சாராம்சவாத, மனிதாபிமான, லூகாக்சிய எதார்த்தவாதச் சிந்தனைகளைத் தாண்ட இயலாதவராக இருந்தார். (கேசவன், கைலாசபதி போலவே ஞானியும் எங்கும் ப்ரெக்டைப் பற்றிப் பேசாதது குறிப்பிடத்தக்கது.) இவ்வாறு விஞ்ஞானக் கறார்த்தன்மை குறைந்து காணப்பட்டதன் விளைவே பண்டைய இலக்கியங்களுக்கும் மரபுகளுக்கும் கருத்து முதற்சிந்தனைகட்கும், எளிய வாழ்க்கைக்குத் திரும்புதல் போன்றவைகட்கும் தகுதி மீறிய முக்கியத்துவம் கொடுக்கும் தவறுக்கு இட்டுச்சென்றது. கற்பனாவாத மிக்க பண்டைய வாழ்க்கை நெறிக்கு இத்தனை மதிப்பளிப்பதெல்லாம் நிரம்பப் பாராட்டுக்குரியது என்றாலும் அவை மார்க்சியமாகுமா என்பதே கேள்வி. எலியட்டைப் பற்றி ஞானி, கூறுவதைப்போல

ஞானியின் நூலினூடாக மேற்கண்ட விவாதங்களை எழுப்பி அவற்றிற்கு மேற்பட்ட உண்மைகளைக் கண்டறிவது என்பது ஞானிக்கு இழுக்கு அல்ல, மாறாக அதுவே ஞானியின் பெருமை என்பதை ஏற்றுக்கொள்ளப் பக்குவமுடையவர் ஞானி என்பதற்கும் இந்த நூல் ஒரு சான்றாக விளங்குகிறது.

(1998இல் வெளிவந்த ஞாநியின் 'மார்க்சியமும் தமிழ் இலக்கியமும்' என்னும் நூலுக்கு எழுதப்பட்ட விமர்சனம்.)

1.10

திரிபுவாதமே ஒரு கலாச்சாரமாய்
தனுஷ்கோடி ராமசாமியின் தோழர்

தெலுங்கானா போராட்டத்தைக் கைவிட்டதோடு பாராளுமன்றப் பாதையைத் தேர்ந்தெடுத்து அரசியற்களத்தில் தூலமாகத் தன்னை வெளிப்படுத்திக்கொண்ட பாராளுமன்ற இடதுசாரிகள், கலாச்சாரத் தளத்தில் அவ்வளவு தூலமாக உடனடியாகத் தம்மை வெளிப்படுத்திக்கொள்ளவில்லை. எனினும் அரசியற்தளத்தில் மேற்கொள்ளப்பட்ட சமரசப் போக்குகளின் விளைவாகப் பல படைப்பாளிகள் 'முற்போக்குக்' கலாச்சாரத் தளத்தைவிட்டு வெளியேறிப் பொதுவுடைமை எதிர்ப்பாளராக மாறினர். இன்னும் சிலர் உள்ளேயே இருந்துகொண்டு நீர்த்துப்போயினர். இவர்கள் சமரசப் போக்குகளுடன் தங்களைத் தகவமைத்துக்கொண்டனர். தங்களது கலாச்சார நடவடிக்கைக்குப் பல காலமாகவே சோவியத் கலைஞர்களை, குறிப்பாகத் தாய் நாவலை ஒரு மாதிரியாக முற்போக்கு எழுத்தாளர்கள் அனைவரும் கொண்டிருந்தது எல்லோருக்கும் தெரியும்.

திரிபுவாதத்துடன் சமரசம் செய்துகொண்ட பின் இந்த 'முற்போக்கு' எழுத்தாளர்கள் தொடர்ந்து தாய் போன்ற நாவல்களையே மாதிரியாகக் கொண்டாலும் இவர்களுக்கும், இவர்கள் சார்ந்த இயக்கத்திற்கும் புரட்சிகர நடைமுறை இல்லாமற் போனதாலும், திரிபுவாதத்தின் விளைவாக இவர்களது மனசாட்சி பிளவுண்டு போனதாலும், இவர்கள் படைத்த 'சோஷலிச எதார்த்தவாத ஃபார்முலா' நாவல்கள் (பஞ்சும் பசியும், மலரும் சருகும், தாகம்) உயிரற்றுச் செத்தே பிறந்தன. புரட்சிகர எழுத்துகள் மார்க்சிய எதிரிகளால் தூற்றப்படுவதற்கும் இவை உதவிபுரிந்தன.

எனினும் இவற்றிற்கு சோஷலிச எதார்த்தவாத முத்திரை குத்துவதற்குத் திரிபுவாத முகாமிலேயே தோத்தாத்ரி, தி.சு. நடராசன் போன்ற முற்போக்குத் திறனாய்வாளர்களும் உருவாகினர். க.நா.சு. போன்ற மார்க்சிய எதிரிகளைக் கலை இலக்கியத் துறையில் முகத்திரை கிழிக்க முற்பட்ட பேராசிரியர் கைலாசபதி போன்றோரும் சற்றே தாராளவாதத்துடன் முற்போக்கு இலக்கியங்களைப் பட்டியல் போடும்போது மேற்குறிப்பிட்டவை போன்ற பார்முலா படைப்பு களை வரிசையிடுவது வழக்கமாயிற்று. இவ்வாறு இலக்கிய அந்தஸ்து பெற்ற இவர்கள் தொடர்ந்து இதே போன்ற படைப்புகளைப் படைக்கவும் சந்தைத் தந்திரோபாயங்கள் எல்லாவற்றையும் பயன்படுத்தி அவற்றைப் பிரசுரிக்கவும், விற்பனை செய்யவும், பரிசுகள் பெறவும் முற்பட்டனர். எனினும் இவர்களது பார்முலாக்கள் தாய் மாதிரிப் படைப்புகளாகவே இருந்தன;

அரசியற்தளத்தில் படிப்படியாய் வளர்ந்த சமரசப் போக்கு இன்று கொஞ்சங்கூட வர்க்கப் போராட்டங்கள் எதையும் தலைமை ஏற்று நடத்தாத சமரசப் போக்கு இலைமறை காய்மறையாய்க்கூட இல்லாமல் வெளிப்படையாகக் காட்டிக்கொள்ளும் பாராளுமன்றவாத அமைப்புகளாகச் சீரழிந்துள்ளன.

எந்த விதமான ‘ரிஸ்க்’கும் இல்லாமல், அறையில் மார்க்ஸ்-லெனின் படத்தை மாட்டிக்கொண்டு கட்சிப் பத்திரிகைகளைச் சந்தா கொடுத்து வாங்கிக்கொண்டு, மாதா மாதம் ஏதோ கொஞ்சம் கட்சிக்குக் கொடுத்துவிட்டு, வரதட்சிணை வாங்கிச் சாதிப் பெண்ணைத் திருமணம் செய்துகொண்டு, ‘லோன்’ போட்டு வீடு கட்டிக்கொண்டு, பிள்ளைகளை ஆங்கில வழிக் கான்வென்ட்களில் சேர்த்துக்கொண்டு, எங்காவது நடக்கும் உண்ணாவிரதப் போராட்டங்களில் வாழ்த்துரை வழங்குவது ஒன்றையே புரட்சிகரப் பணியாகச் செய்து தானும் ஒரு புரட்சியாளன் என்கிற ஆத்ம திருப்தியுடன் ஒரு மத்தியதர வர்க்கக் கலாச்சாரம் இன்று திரிபுவாத அமைப்புகளுக்குள் உருவாகியுள்ளது.

இந்தக் கலாச்சாரத்தின் தூல வெளிப்பாடாக இன்று வெளிப் பட்டுள்ளது தோழர். தாய் மாதிரி சோஷலிச எதார்த்தவாத பார்முலாக்களையும் தூக்கி எறிந்துவிட்டு, அரசியல் களத்தில் கிஞ்சித்தும் வெட்கமே இல்லாமல் திரிபுவாதத்தைக் கிரீடமாய்ச் சூட்டிக்கொண்டதைப்போல இதோ கலாச்சாரக் களத்திலும் திரிபுவாதம் தயக்கமற்று வெளிப்படத் தொடங்கியுள்ளது.

இதை எழுதியுள்ள ராமசாமி, நாரணம்மா போன்ற இன்று படித்தாலும் கண்கள் பனிக்கிற அற்புத படைப்புகள் சிலவற்றைப் படைத்தவர். ஓரளவு நியாயமான சமூகக் கோபம்கொண்ட இளைஞராய்ச் சில ஆண்டுகளுக்கு முன்பு நான் இவரைத் தஞ்சையில் சந்தித்தபோது திரிபுவாதமுகாமில் இவர் தொடர்ந்தால் இவரது முடிவு இப்படித்தான் ஆகும் என அப்போதே நினைத்தேன். அதுவே நடந்து முடிந்திருக்கிறது.

எழுத்தாளரே நாவலின் கதாநாயகர் எனப் பதிப்பாளரால் பூரிப்புடன் அறிமுகப்படுத்தப்படும் இந்நாவலின் கதையைச் சுருக்கமாய்ச் சொல்வது அவசியம். தென் மாவட்ட கிராமம் ஒன்றில் மருத்துவமனை கட்டுவதற்காக ஐரோப்பியப் பரோபகாரிகளிடமிருந்து திரட்டிய நன்கொடையுடன் வந்து அந்தக் கிராமத்திலேயே தங்கி பணியைத் தொடர்கிறது கிறிஸ்துவப் பாதிரியாரின் தலைமையிலான ஐரோப்பியக் குழு ஒன்று. ஷபினா என்கிற பிரெஞ்சுக் கோடீசுவரப் பெண் ஒருத்தியின் மூலமாக இந்த நாவலின் கதாநாயகனுக்கு அந்தக் குழுவுடன் பரிச்சயம் ஏற்படுகிறது. இவன் ஒரு பள்ளி ஆசிரியன். கலை இலக்கியப் பெருமன்றத்து உறுப்பினன். தன்னை ஒரு மாபெரும் புரட்சியாளனாக நினைத்துக்கொண்டிருப்பவன். அவ்வாறே அந்த ஐரோப்பியக் குழுவுக்கும் தன்னை அறிமுகம் செய்துகொள்கிறான். கம்யூனிச வெறுப்பாளராகிய அந்தச் சமூக சேவகர்களுடன் இவனுக்கு அடிக்கடி விவாதம் ஏற்படுகிறது. இந்த நாவல் பூராவும் கதாநாயகன் சளசளவென்று அவர்களுடன் விவாதம் செய்துகொண்டே இருக்கின்றான்.

'அன்பு என்பதா, பாசம் என்பதா, காதல் என்பதா' எனப் பதிப்பாளருக்குத் தடுமாற்றம் வருகிற மாதிரியான ஒரு 'இது' ஏற்படுகிறது ஷபினா மேல் கதாநாயகனுக்கு. ஷபினாவைப் பார்ப்பதற்காகவே அடிக்கடி அவர்களிடம் போகும்போதுதான் 'சைடில்' இந்த விவாதங்களும். இந்த விவாதங்களின்போது இவன் 'தோழர்' என்று அழைப்பதை அந்தக் கம்யூனிச வெறுப்பாளர்கள் கடுமையாக எதிர்க்கின்றனர்.

சுமார் இரண்டு மாத காலம் இந்தப் பரிச்சயம் தொடர்கிறது. பிறகு அந்தக் குழு நாடு திரும்ப முனைகிறது. ஷபினா போகப்போகிறாள். கடைசி நாள் கதாநாயகன் கனத்த மனத்தோடு பிரியாவிடை கொடுக்க வருகிறான். இடையே எத்தனை தடங்கலென்கிறீர்கள். ஒரு சாமியார் பிடித்துக்கொண்டு அறுத்துத் தள்ளி விடுகின்றார். அவரைச் சமாளித்து

விட்டு ஓடினால் அறுந்த செருப்பு காலைக் கடிக்கிறது. ஷபினாவின் அன்பு கொடுத்த உந்துதலில் எல்லா இடையூறுகளையும் மீறி ஓடினால் ஷபினா பஸ்ஸில் ஏறிவிடுகிறாள். பஸ் புறப்பட்டுவிடுகிறது. துடித்துப் போய் இவன் நிற்கையில் நகராட்சி டிக்கட் வசூலுக்காக பஸ் நிற்கிறது. மீண்டும் உயிர்பெற்று ஓடி 'ஷபினா' என்று கத்திவிடுகிறான். அவள் இவனைப் பார்த்துவிடுகிறாள். எழுந்து நின்று இவனை நோக்கி,

'கா... ம்... ரே... ட்'

நாவல் முடிந்துவிடுகிறது. புரட்சிகர உணர்ச்சி தாங்க முடியாமல் நமது மயிர்கள் குத்தி நின்றுவிடுகின்றன.

'நாடு, மொழி, மதம், இனம் என்ற சுவர்களை எல்லாம் இடித்துத் தள்ளி சர்வதேச எல்லையைத் தொடும் புரட்சி இலக்கியம்' என்று பதிப்பாளரால் அறிமுகப்படுத்தப்படும் தோழரின் கதை இதுதான்.

இந்த இரண்டு மாத காலத்திலும் நமது புரட்சி நாயகன் என்னவெல் லாம் செய்கிறான் தெரியுமா? தினமும் இவர்களுடன் வந்து அரட்டை. குழுவிலுள்ள பெண்களின் வளமான மார்பகங்களோடு சேர்ந்து மண்வெட்டிப்போடும் தியாகம். வங்கி ஊழியர்கள் நடத்தும் உண்ணாவிரதம் ஒன்றில் ஒரு மணிநேரம் 'பர்மிஷன்' போட்டுவிட்டு வந்து வாழ்த்துரை வழங்குதல். மாணவக் கூட்டமொன்றில் இலக்கிய உரையாற்றுதல். ஒரு தர்ணாவின்போது நடக்கும் துப்பாக்கிச் சூட்டை ஆவேசம் பொங்க வேடிக்கை பார்த்துவிட்டு வீட்டுக்குத் திரும்புதல். இவற்றையே மகத்தான புரட்சிகரக் கடமைகளாக மனதார நம்புகிறான்.

ராமசாமியைச் சொல்லிக் குற்றமில்லை. இன்றைய திரிபுவாதத் தலைமை புரட்சிபற்றி இப்படித்தான் அணிகளுக்குப் போதிக்கிறது. அவர்களை இப்படித்தான் எதிர்பார்க்கிறது. இதற்கு மேல் அவர்கள் அதிகம் மார்க்சியம் படித்தாலோ, கேள்விகள் கேட்டாலோ, புரட்சிகரப் பணிகளை மேற்கொள்ள முயன்றாலோ 'நக்சலைட்' பட்டம் சூட்டி ஒதுக்க முனைகிறது. இந்தச் சூழலின் அற்புதமான வெளிப்பாடுதான் தோழர்.

மனித மன ஆழங்களில் முக்குளித்து முத்தெடுக்கும்போது மகத்தான எதார்த்தவாதப் படைப்புகள் உருவாகின்றன. எளிதில் காணக் கிடைக்காத மனித ஆழங்களைப் புரிந்துகொண்டு முக்குளிக்க அரசியற் பின்னணி பயன்படும்போதும், அரசியற் போராட்டத்திற்குப்

படிக்கும் வாசகனை உணர்வு ரீதியாய் இயைபுபடுத்தி உந்தும்போதும் அரசியல் நாவல் என்ற சொற்றொடர் அர்த்தம் பெறுகிறது. நினைவுகள் அழிவதில்லையும் புதியதோர் உலகமும், தாயும் புரட்சிகர அரசியல் நாவல்களாக நிற்பது இப்படித்தான். கட்டுரையில் எழுத வேண்டிய வற்றையெல்லாம் கதை உரையாடல்களாக்கியும், 'போலீஸ் போனபின்பு கூடிக்கூடிப் பேசித்திரியும் கிராமமக்கள்போல வான் பறவைகள் உல்லாசமாகப் பறந்து கொண்டிருந்தன' எனப் 'புரட்சிகர' உவமைகளை ஆங்காங்கே விதைத்தும் எழுதுவதுதான் புரட்சிகர நாவல் என 'அன்னம்'காரர்கள் நினைத்துக்கொள்ளட்டும். ராமசாமியும் அப்படி நினைத்துச் சுய இன்பக் களிப்பில் மிதந்தால் பின்னால் அவர் வருத்தப்பட நேரிடும். இலக்கிய வரலாற்றில் சிவசங்கரிக்கும் ராமசாமிக்கும் ஒரே இடம்தான் கிடைக்கும்.

அசட்டுப் புரட்சி உணர்ச்சி தனுஷ்கோடியாருக்கு ரொம்பத்தான் தலைக்கேறிக்கிடக்கிறது. பிரஞ்சு கோஷ்டியுடன் கதாநாயகன் மழையில் நனைந்துகொண்டு வருவதைப் பின்வருமாறு வர்ணிக்கிறார்.

சாலையில் அந்த அந்தி நேரத்தில் மழையில் நனைந்துகொண்டு ஓடுகிற அனுபவம் மிகச் சுகமானதாக இருந்தது. ஆணும் பெண்ணும் இப்படி மழையில் நனைவது என்பது எவ்வளவு இனிமையான அனுபவமாக இருக்கிறது. சோஷலிச இலட்சியத் திற்காக இப்படி நாடு, மொழி, இனம் கடந்து அறிவாளிகளும் தொழிலாளிகளும் இணைந்து போரிட வேண்டும்

நல்லவேளை இணைந்து மழையில் நனைய வேண்டும் என்று எழுதாமல் போனாரே. இதென்ன குடிகாரனின் உளறல் போலிருக் கிறதே என்கிறீர்களா? இதுவும் ஒரு போதைதான். திரிபுவாதப் போதை. சுய விமர்சனப் பார்வையுடன் தனுஷ்கோடி ராமசாமி தன்னைத்தானே பார்த்துக்கொள்ள வேண்டிய தருணம் இது. மாறாக புரட்சிகர நாவல் எழுதிவிட்டதாக மீசையை விடைத்துக்கொண்டு திரிய முற்பட்டால் நாம் ஒரே ஒரு வார்த்தைதான் சொல்ல விரும்புகின்றோம்.

அசடு.

1.11

ஒரு புள்ளியில் குவியும் சிறு இதழ்கள்

லயம், மீட்சி, தீஷண்யம், யாத்ரா, கொல்லிப் பாவை, ஞானரதம் - இவை எல்லாம் ஏதோ மலையாள சினிமாப் பெயர்கள் என நினைத்து விடாதீர்கள். தமிழில் வெளிவரும் சில சிறு பத்திரிகைகளின் பெயர்கள்தான்.

இலட்சக் கணக்கில் விற்பனையாகும் குமுதம் வகையறா இதழ்கள் தமிழ்மக்களின் கருத்துருவாக்கத்தில் வகிக்கும் பங்குடன் ஒப்பிடும் போது சுமார் 500லிருந்து 1000 பிரதிகள் வரை அச்சாகும் இவை ஒன்றும் பெரிதாய்க் கிழித்துவிடுவதில்லை என்றாலும் இவை செயற்படும் தளம் முக்கியமானது. ஒரு சமூகத்தின் கருத்தியல் உருவாக்கத்தில் முக்கியப்பங்கு வகிக்கும் மத்தியதர வர்க்கப் படிப்பாளிகளின் மத்தியில் கருத்துருவாக்கும் பணியை இவை செய்கின்றன. பாசிச உருவாக்கத்தில் மத்தியதர வர்க்கத்தின் முக்கியப் பங்கை அறிஞர்கள் சுட்டிக்காட்டியுள்ளனர். எனவே பாசிசம்பற்றி அக்கறையுள்ள யாவரும் இச்சிறு இதழ்களின் போக்கை அக்கறையோடு கவனிக்க வேண்டியது அவசியமாகிறது.

சிறு இதழ்களின் பண்புகளுடனும் உயர்தர அச்சு, அழகிய படங்கள் ஆகியவற்றுடனும் இன்னும் கொஞ்சம் பலமான பின்னணியோடு வெளிவரும் புதுயுகம், இனி இன்று போன்ற இதழ்களும், அப்பட்டமான இந்து சனாதனக் கருத்துகளைத் தாங்கிவரும் கணையாழியும் இன்னும் அதிகமாய் மத்திய தர வர்க்கத்திடம் போய்ச்சேருகின்றன. இவற்றையும் சிறு இதழ்களோடு வைத்துப் பரிசீலிப்பதே பொருத்தம்.

இந்தச் சிறு இதழ்கள் ஒவ்வொன்றும் இன்று தமிழ்ச் சூழலில் செயலூக்கத்துடன் இயங்கும் ஏதேனும் ஒரு எழுத்தாளரை மையமாக வைத்து இயங்குகின்றன. இந்த நூற்றாண்டின் இணையற்ற அவதாரப் புருஷராகவும், அறிவுக் கொழுந்தாகவும், அவரை 'பீட்' பண்ணக்கூடிய

சிந்தனாவாதிகள் தமிழகத்திலேயே இல்லை என்கிற மாதிரியாக இவை தத்தம் கதாநாயகரை முன்னிறுத்தும்.

கொல்லிப் பாவையின் தெய்வம் சுந்தரராமசாமி.

யாத்ரா வின் அவதார புருஷர் வெங்கட்சாமிநாதன்.

லயம் — தர்மோ ஜீவராம் பிரமிளின் அடிப்பொடிகளால் நடத்தப் படுகிறது.

ஞானரதம் அப்பாஸ் இப்ராகிம் என்னும் தொழிலதிபரால் க.நா.சு.வுக்காக நடத்தப்படுகிறது.

குமுதம் போன்றவை முன்னிறுத்தும் வெகுசனக் கலாச்சாரம் ஆபாசமாய் இருப்பதாய்ப் புலம்பும் இவை ஒவ்வொன்றும், தத்தம் கதாநாயகர்களை முன்னிறுத்தும் முயற்சியில் மற்றவற்றைத் திட்டித் தீர்ப்பதில் எத்தகைய அடிப்படை நாகரிகத்தையும் கடைப் பிடிப்பதில்லை. நீ பெரியவனா, இல்லை நான் பெரியவனா என்கிற தனிநபர்க் காழ்ப்புணர்வின் பின்னணியில் இவற்றின் நாய்ச் சண்டைகட்கு அப்பால் இவை ஒரே அரசியல் நோக்கை ஈடேற்ற முயற்சிக்கின்றன என்பதையும், அந்த அரசியல் நோக்கு குமுதம், விகடன் போன்ற பெரிய இதழ்களின் அரசியல் நோக்கிலிருந்து அதிகம் வேறுபட்டதில்லை என்பதையும் கொஞ்சம் ஊன்றிப்பார்த்தால் விளங்கிக்கொள்ள முடியும்.

இவர்கள் தூக்கிப்பிடிக்கும் அரசியலின் முதன்மையான அம்சம் முற்போக்கு எதிர்ப்பு. காலத்தால் பழசாகிப்போன, ஏற்கனவே எங்கெல்ஸ் காலத்திலிருந்து பதில் சொல்லித் தீர்த்துவிட்ட மார்க்சிய எதிர்ப்புக் கருத்துகளையும், அறிவியல் விரோதச் செய்திகளையும் ஊதிப் பெருக்கிப் பூதாகரமாய் வெளியிடுவதன் மூலமும், நேரடியாக மார்க்சியத்தையும், பொதுவுடைமை இயக்கங்களையும் எதிர்ப்பதன் மூலமும் இவர்கள் இதனை நிறைவேற்றிக்கொள்கின்றனர். பொத்தம் பொதுவான மார்க்சிய எதிர்ப்பு என்கிற நிலையைத் தாண்டி இவர்கள் இப்போது நக்சல்பாரி இயக்கங்களைக் குறிவைத்துத் தாக்குவது என்கிற அடுத்த நிலையைச் சமீபகாலமாய் எடுக்கத் தொடங்கி உள்ளனர்.

ஆர்ப்பாட்டமான விளம்பரத்துடனும் மிக உயர்ந்த அச்சு நேர்த்தியுடனும் வெளிவந்துள்ள விடுதலைப் புலிகளின் புதுயுகம் முதல் இதழில் ஜே. கிருஷ்ணமூர்த்தி என்கிற அப்பட்டமான நவீன

கருத்து முதல்வாதியை விடுதலைப் புலிகளின் 'மூளை' எனக் கடந்த சில ஆண்டுகளாய் தமிழ்மக்கள் மத்தியில் பிரபலப்படுத்தப்பட்டுள்ள அடேல் பாலசிங்கம் மெய்சிலிர்க்க அறிமுகம் செய்கிறார். கருத்தை மாற்றினால் போதும் உலகத்தை மாற்றிவிடலாம் என்கிற சாராம்ச மான கருத்து முதல் வாதத்தைத் தூக்கிப்பிடிக்கும் பாலசிங்கத்தைச் சிலர் டிராட்ஸ்கியவாதி என்பது வியப்பிற்குரியது. டிராட்ஸ்கி எந்நாளும் கருத்துமுதல்வாதியாய் இருந்ததில்லை.

இதே இதழில் 'புலன் கடந்த உளவியல்' என்று விஞ்ஞானத்தால் விளக்க முடியாத சக்திகள் பல உலகில் இருப்பதாக ஒரு கட்டுரை. இந்தத் துறையில் நடைபெற்றுள்ள மோசடிகள்பற்றி ஏற்கனவே டாக்டர் கோவூர் போன்ற விஞ்ஞானிகள் கூறியுள்ளதைச் சுட்டிக் காட்டிவிட்டு 'எந்தத் துறையில்தான் மோசடிகள் இல்லை?' என்று கேட்கிறது புதுயுகம். இவைபற்றி இயங்கியல் விஞ்ஞானம் என்ன சொல்கிறது என்பதை இன்னொரு சந்தர்ப்பத்தில் பார்ப்போம். புதுயுகம் போன்றவற்றின் அடிப்படையான போக்கை அடையாளம் காட்டுவதோடு இப்போதைக்கு நிறுத்திக்கொள்வோம்.

விடுதலைப் புலிகளால் நடத்தப்படும் புதுயுகம், விடுதலைப் புலிகளுக்கோ, ஈழமக்களின் போராட்டத்திற்கோ ஆதரவு தேடித் தொடங்கப்பட்டதில்லை. இதற்கு அவர்கள் வேறு இதழ்கள் வைத்துள்ளனர். தமிழ்நாட்டுப் படிப்பாளிகள் மத்தியில் மார்க்சிய விரோத, விஞ்ஞான விரோதக் கருத்துகளைப் பரப்புவதற்கே இவை பயன்படும் என்பதையும் சுந்தரராமசாமி போன்ற நவ பார்ப்பனியக் கருத்தியலாளர்களுக்கு தாங்கள் முக்கியத்துவம் கொடுப்பது குறித்தும் விடுதலைப் புலிகள் சிந்திக்க வேண்டும்.

ஞானரதம் டிசம்பர் 86 இதழில் துக்ளக் கும்பலைச் சேர்ந்த வண்ண நிலவன் ஒரு கதைமூலமும், மீட்சி 24வது இதழில் கணையாழி கும்பலைச் சேர்ந்த விமலாதித்ய மாமல்லன் ஒரு சிறுபிள்ளைத்தனமான கட்டுரை மூலமும் இதே பணியைச் செய்துள்ளனர். முற்போக்கு அது, இது என்று பொத்தாம் பொதுவில் ஆரம்பித்து நேரடியாக நக்சல் பாரிகளைக் காய்ந்துள்ளனர். ஏறி மிதித்துப் பதில் சொல்லித் துவைத்த பழைய வாதங்களை எல்லாம் புதிதாய்க் கற்றுக்கொண்ட சிறுபிள்ளைத் தனமான ஆர்வத்துடன் கொட்டித் தீர்க்கும் விமலாதித்தன், 'நக்சலைட் இயக்கம் ஏதேனும் ஓர் இடத்தில் சற்றே ஒரு சக்தியாகத் திரண்டு காரியத்தில் இறங்கினால் முளையிலேயே தீய்க்கப்பட்டு விடுகிறது. உதாரணமாக திருப்பத்தூர்' என்று தனது அற்ப மகிழ்ச்சியை

வெளிப்படுத்தும்போதும், இன்றைய சாதி இயக்கங்களுக்கெல்லாம் மூலகாரணமே பெரியாரின் பிராமண எதிர்ப்பு இயக்கந்தான் என்று துள்ளிக் குதிக்கும்போதும், அவர் போட்டிருக்கும் டெரிகாட்டன் சட்டையையும் தாண்டி, அவரது மனசுக்குள் நெளிகிற பூணூல் துருத்திக்கொண்டு வெளிவந்து விடுகின்றது.

இதே இதழில் 'காந்தி இன்று' என்றொரு கட்டுரையைச் சுந்தர ராமசாமி எழுதியுள்ளார். காந்தியை விமர்சிப்பதாகப் 'பாவ்லா' காட்டும் கட்டுரை அது. பொதுவாகக் காந்தியை விமர்சிப்பவர் அவரிடம் காணக் கிடைக்கும் சில வர்ணாசிரம ஆதரவுக் கருத்துகளைச் சுட்டிக்காட்டுவது வழக்கம். ராமசாமி அவற்றை விட்டுவிட்டு வேறொரு பிரச்சினைக்குத் தாவுகிறார். காந்தியின் மதுவிலக்கைச் சுந்தரராமசாமி மறுப்பது வேடிக்கையானது. விசேஷ சந்தர்ப்பங்களில் சும்மா ஜாலியாய்க் கொஞ்சம் தண்ணிபோட்டால் என்ன தப்பாம்? - என்கிற இவரின் கேள்வியில் அடிநாதமாய் ஒலிக்கும் மத்தியதர வர்க்க உளவியற்கூறு கவனிக்கத்தக்கது.

இந்தப் பத்திரிகைகள் அனைத்தும் ஒன்றிணைந்து பிராமண சனாதனக் கருத்துகளை மத்தியதர வர்க்கக் கருத்தியலாக மாற்ற முயலும் போக்கைத் தனியே விரிவாய் இன்னொருமுறை பார்ப்போம்.

ஒன்றை மட்டும் இங்கு குறிப்பிடுவது முக்கியம். வெளிப்படையாய் ஆர்எஸ்எஸ் குரலை, ஒலிக்கத் தயங்காத கணையாழி போன்ற இதழ்கள் அமைப்பு ரீதியாகவும் மத்தியதர வர்க்கப் படிப்பாளிகளை இணைக்கத் தொடங்கிவிட்டன.

கணையாழி தமிழகமெங்கும் அமைத்து வருகின்ற 'ஸ்வச்சித்' என்கிற அமைப்பு இப்படிப்பட்டதுதான். பெரிய தொழிலதிபர்கள், பணக்காரர்கள் எல்லாம் சர்வதேச வங்கியுடன் சேர்ந்து ஆளுக்கொரு கிராமத்தைத் தத்து எடுத்துக்கொண்டு வளர்ப்பதன் மூலமும் கிராமப்புற வறுமையை ஒழித்துவிடலாம் என்கிற 'பாரத் நிர்மாண்' எனப்படும் அரசு திட்டத்தை ஜனவரி மாத 'ஸ்வச்சித்' சிந்தனையாக அறிமுகப்படுத்துகிறது கணையாழி. இருக்கிற அமைப்பை மாற்றி விடாமலேயே ஏகாதிபத்தியங்களின் உதவியோடு வறுமையை ஒழித்துவிடலாம் என்பதே 'ஸ்வச்சித்' சொல்லும் சேதி. இந்த இதழிலும் நவோதயா பள்ளியையும் இந்தித் திணிப்பையும் ஆதரித்து ஒரு கடிதம். 'மத உணர்வைக் கணக்கிலெடுத்துக்கொண்டே சமுதாய மாற்றத்திட்டங்களை வரைய வேண்டும்' என்கிற அப்பட்டமான ஆர்எஸ்எஸ் பிரசாரம் வேறு.

இந்தக் கும்பலிலிருந்து கொஞ்சம் வேறுபட்டவர் தர்மோஜி வராம் பிருமீள் (இவரது லேட்டஸ்ட் பெயர் இது. கட்டுரை வெளியாகும் போது இவர் வேறு பெயர் வைத்துக்கொண்டால் அதற்கு நாங்கள் பொறுப்பில்லை). சுந்தரராமசாமி, வெங்கட்சாமிநாதன் போன்ற நவபிராமணியக் கருத்தியலாளர்களின் வருணாசிரமப் பின்புலத்தைத் தொடர்ந்து வெளிப்படுத்தி வருவதும், 'கிரியா' போன்ற இதே நோக்கத்தை அடிப்படையாகக்கொண்ட நிறுவனங்கள் இவரை அங்கீகரிப்பதில்லை என்பதும் இவரது 'பாசிட்டிவ்' அம்சங்கள். சனாதனக் கருத்தியலாளர்களால் தூக்கி நிறுத்தப்படும் ஜே.ஜே. சில குறிப்புகள் நாவலின் பாமர ரசனை அம்சங்களையும், சனாதனப் பின்புலத்தையும் தோலுரித்துக் காட்டியுள்ள இவரது விமர்சனம் குறிப்பிடத்தக்கது.

விடுதலைப் புலிகளின் புதுயுகத்தில் சுந்தரராமசாமி கும்பலின் ஆதிக்கத்தைக் கண்டு புலம்பி லயம் எட்டாவது இதழில் ஒரு அழுகுணிக் கட்டுரையையும், பிரபாகரனுக்கு ஓர் பகிரங்கக் கடிதத்தையும் (26-11-86) இவர் எழுதியுள்ளார். புலிகள் அமைப்பு இன்றளவிற்குத் தன்னை ஸ்திரமாக ஆக்கிக்கொள்ளாத ஒரு சூழலில், ஈழப்போராட்டம் குறித்து சுந்தரராமசாமி போன்றோர் வாய்திறக்காத ஒரு சந்தர்ப்பத்தில், புலிகள் அமைப்புடன் தன்னை இணைத்துக் கொண்டு அறிவார்ந்த தளத்தில் உதவிகள் செய்துள்ள பிருமீள் இன்று புதுயுகத்தில் புகுந்துகொண்டுள்ள நவ பிராமணியக் கருத்தியலாளர் களை இனம் காட்டுவது நாம் ஏற்றுக்கொள்ளத்தக்கதே. ஆனால் அடிப்படையாக இவரிடமுள்ள மார்க்சிய எதிர்ப்பும், கருத்துமுதல் வாதமும் இறுதியில் இவரையும் இந்த வர்ணாசிரமக் கும்பலுடனேயே ஐக்கியப்படுத்துகிறது என்பதை நாம் சுட்டிக்காட்டியாக வேண்டும்.

புலிகளைப் பார்த்து இவர் ஓலமிடுவதெல்லாம் இவருக்குப் பதிலாக சுந்தர ராமசாமி கும்பலிடம் புதுயுகத்தைக் கையளித்து விட்டதற்காகத்தான். மற்றபடி 'புலிகள் இயக்கம் இந்து மதத்தின் சாபக்கேடான வர்ணாசிரமத்திலிருந்து பிறந்த ஜாதீயத்தை செயல் முறையில் நிராகரிக்கிறது' என்றும் 'ஜாதீயத்தையும் வர்க்கத்தையும் வேரறுக்கப் பாடுபடும் புலிகள் அமைப்பு' என்றும் இவரும் இவரது அடிப்பொடிகளும் வாக்குமூலம் பகர்கின்றனர். இது எப்படி என்பதை பிருமீள் விளக்கவில்லை. புலிகள் அமைப்பின் விமர்சிக்கப்பட வேண்டிய போக்குகள் எதையும் கண்டிக்கவுமில்லை. இந்நிலையில் தனக்கு இடம் கொடுக்காமல் சுந்தர ராமசாமியைச் சேர்த்துக்

கொண்டதற்காக மட்டும் பிரபாகரனைச் சாடி இதற்கு அடிப்படையாய் அமைந்துள்ள புலிகள் அமைப்பின் கருத்தியலடிப்படையை இவர் புறக்கணிப்பது இவரது நேர்மையைச் சந்தேகிப்பதற்குக் காரணமாக அமைவதோடல்லாமல் இவரின் எதிரிகள் இவரைக் 'கிறுக்கு' என்று சொல்வதற்கு நிரூபணமாகவும் அமைந்துவிடுகின்றது.

இதற்கெல்லாம் அடிப்படை இவரது கருத்துமுதல் வாதமே. தொடர்ந்து இவர் மார்க்சிய எதிர்ப்பாளராகவே இருந்து வந்துள்ளார். தீஷண்யம் முதலிதழில் 'சீரடி சாயிபாபா, இராம கிருஷ்ணர், விவேகானந்தர், இவர்கள் யாவரையும் மிஞ்சும் ஜே. கிருஷ்ணமூர்த்தி' ஆகிய மகான்களைப்பற்றிப் பரவசப்படுவதன் மூலம் கருத்தியல் அடிப்படையில் தான் ஒன்றும் சுந்தர ராமசாமி போன்ற நவசனாதனி களுக்குச் சளைத்தவனில்லை என்பதை நிலைநாட்டியுள்ளார்.

இறுதியாய் ஒன்று. புரட்சிகர அமைப்புகளைச் சேர்ந்தவர்களிட மிருந்து வெளிப்படும் இலக்கிய சாதனைகளையெல்லாம் புறக்கணிக்கும் இவர்கள் வாஞ்சிநாதன்பற்றி முற்போக்கு அணியி லிருந்து ஒரு புத்தகம் வந்தால் அதை மட்டும் பாராட்டுவார்கள். வாஞ்சிநாதன், சிவம், பாரதி போன்றோரைத் தூக்கிப் பிடிக்கும் நவபிராமணிய நடவடிக்கையோடு இணைத்துப் பார்த்தால் இதன் உள்நோக்கம் புரியும்.

மார்க்சியச் சிந்தனைகட்கும் புரட்சிகர இயக்கங்கட்கு எதிரான ஒட்டுமொத்தமான இந்தத் தாக்குதல் குறித்தும் நவ-சனாதனக் கருத்துகளை மத்தியதரவர்க்கக் கருத்தியலாக்க முயலும் இந்த வலிமை வாய்ந்த முயற்சிகள் குறித்தும் நாம் கவனம்கொள்ள வேண்டும். குமுதம் போன்ற சனரஞ்சகப் பத்திரிகைகள் ஒரு தளத்தில் செய்து வருகிற அதே வேலையை இந்தச் சிறு இதழ்கள் இன்னொரு தளத்தில் செய்துவருகின்றன என்கிற கருத்தை மீண்டும் வலியுறுத்துவது அவசியம்.

(1986-87 காலகட்டத்தில் வெளியான சிற்றிதழ்களின் அடிப்படையில் எழுதப்பட்டது. இடதுசாரிச் சிந்தனையாளர்களால் நடத்தப்படுகிற 'இனி' இதழை இந்த அம்சங்களில் அவற்றுடன் இணைத்துப் பார்க்க முடியாது. இன்று இதழைக்கூடச் சற்று வேறுபடுத்தியே பார்க்க வேண்டும்.)

-மனஓசை, மார்ச் 1987

1.12

அவலச்சுவை குறித்த ஞானி-கேசவன் கருத்துகள் மீது மார்க்சிய நோக்கில் சில குறிப்புகள்

மனிதன் தோன்றிய நாளிலிருந்து அவனது கலை ரசனையில் துன்பியலுக்கும் அவலச் சுவைக்கும் முக்கியப் பங்கிருந்து வந்திருக்கிறது. பிளேட்டோ, அரிஸ்டாட்டில் தொடங்கி ஹெகல், மார்க்ஸ்வரை இலக்கியத்தில் அவலம் குறித்து ஆழ்ந்த தத்துவச் சிந்தனைகளை வழங்கியுள்ளனர். அவலச் சுவை குறித்த இவ்வழகியற் கோட்பாடு களுள் மார்க்சிய வரலாற்று நோக்கில் பொருத்தமானதாக இருக்கிறது. வரலாற்றிலும் இலக்கியத்திலும் எல்லா வீழ்ச்சிகளும் மரணங்களும் துன்பியலாவதில்லை. துப்பறியும் நாவல்களில் இடம்பெறும் கொலைகள் அச்சமூட்டக்கூடியதாக அமையலாம். ஆனால் அவை அவலத்துக்குரியனவாக இருப்பதில்லை. அதேபோல வரலாற்றில் எத்தனையோ மன்னர்கள் போரிட்டு மடிந்திருக்கலாம். ஆனால் கட்டபொம்மனும் கான் சாகிபும் மட்டுமே நாட்டார் வழக்கில் துன்பியல் நாயகர்களாக இடம்பெற முடிந்தது. எனவே வரலாற்றுக்கும் துன்பியலுக்கும் ஒரு தொடர்பு இருப்பது தெளிவு. இந்தத் தொடர்பை மார்க்சியம் மட்டுமே தொட்டுக்காட்ட முடியும் என்பதால்தான் மார்க்சிய அணுகல்முறையே மற்றெல்லாவற்றையும் விஞ்சி நிற்கிறது.

வரலாற்றின் வளர்ச்சிப் போக்கில் வளர்ந்துவரும் புதிய சமூக சக்திகள், நிலவுகிற சமூக மதிப்புகள், விழுமியங்கள், ஒழுங்குகள் ஆகியவற்றோடு முரண்படுகின்றன. வரலாற்றின் நெருக்கடியான புள்ளிகளில் நிலவுகிற சமூக மதிப்பீடுகளும் புதிய சக்திகள் நடவடிக் கைகளும் எதிர் எதிராகின்றன. புதிய மதிப்பீடுகளின் தேவையை உணர்கிற புதிய சக்திகள் அவற்றை அன்றாட சமூக நடவடிக்கையோடு இணைக்க முயலும்போது, நிலவுகிற அமைப்புடன் மோத

நேரிடுகின்றது. இந்த மோதலின் முடிவு, ஒன்று நிலவுகிற அமைப்பிற்குச் சாதகமாக அமையும் அல்லது புதிய சக்திகளுக்கு வெற்றியாக முடியும். வரலாற்றின் இந்த நெருக்கடியான புள்ளியே அவலச் சுவையின் களனாகிறது. இதையே பேராசான் எங்கெல்ஸ், 'வரலாற்று ரீதியான அவசியமான எடுகோளுக்கும் (தேவைக்கும்) அதனை நடைமுறைப்படுத்துவதிலுள்ள சாத்தியமின்மைக்குமுள்ள மோதலே துன்பியல்' என்று ரத்தினச் சுருக்கமாக்குவார் (*தேர்ந்தெடுக்கப்பட்ட கடிதங்கள், முன்னேற்றப் பதிப்பகம், 1975, பக். 112*).

ஜெர்மானிய சோஷலிஸ்டும் நாடகாசிரியருமான பெர்டினான்டு லாசால்லி எழுதிய ஃப்ரான்ஸ் வான் சிக்கின்ஜன் என்கிற புதிய நாடகம் குறித்து அவருக்கு எங்கெல்ஸ் எழுதிய கடிதத்தில் இவ்வரிகள் இடம்பெறுகின்றன. இதே நாடகம் குறித்து லாசால்லிக்கு மார்க்சும் ஒரு கடிதம் எழுதுகின்றார். அவலச் சுவை குறித்த மார்க்சியப் பார்வையின் திறவுகோல்களாக இவ்விரு கடிதங்களும் அமைகின்றன. தவிர 'மதம் மக்களின் அபின்' என்கிற கருத்தைக் கூறும் மார்க்சின் புகழ்பெற்ற கட்டுரையினூடேயும் துன்பியல் குறித்த ஒரு குறிப்பு வருகிறது. அவலச் சுவை குறித்த ஞானி-கேசவன் ஆகியோரின் கருத்துகள் மீது ஒரு முடிவுக்கு வருவதற்கு மேற்குறித்தவற்றைத் தோழர்கள் தேடிப்பயில்வது நலம். தமிழில் ஞானியின் கட்டுரை தவிர பேராசிரியர் நா. வானமாமலை அவர்கள் ஆராய்ச்சி இதழில் (தேதி நினைவில்லை) ஒரு கட்டுரையும் அ. மார்க்ஸ் சுயம்வரம் என்னும் தொகுப்பில் (அன்னம். 1986) ஒரு கட்டுரையும், எழுதியுள்ளனர். இன்றைய விவாத நோக்கில் இவையும் படிக்கத்தக்கன.

ஞானியின் கருத்துகளை கேசவன் தனது கட்டுரையில் (*மனஓசை, டிசம்பர், 1989*) தொகுத்துள்ளார். கேசவனின் கருத்துகளை இங்கே தொகுப்போம்.

1. தற்போதைய இருப்பை மாற்ற இயலாதென்று எண்ணி ஆதிக்க சக்திகளின் கொடூரத்தால் துன்பப்படும் மக்களின் தோல்விகள், துயரங்கள், வாழ்க்கை மறுப்பு, இன்ன பிறவற்றின் சித்திரிப்புகள் ஒருவித அவலம் ஆகும். (*பக். 17*)

2. இருப்பை மாற்றினால்தான் விடிவுகிடைக்கும் என்றெண்ணி பழமைச் சக்திகளுடன் ஆற்றும் போராட்டத்தில் வீழ்ந்துவரும் மக்களின் துயரங்களும் தோல்விகளும் இன்னொரு வித அவலம் ஆகும். இது உன்னத அவலம் என்பதில் ஐயமில்லை. இந்த

அவலத்தை முதன்மைப்படுத்தும் படைப்புகளே முதல் தரமானவையா என்பதே கேள்வி. (பக். 17)

3. உன்னத அவலத்தைப் பின்னணியாகக்கொண்டு எதிர்காலத்தில் நல்ல சக்தி வெல்லும் என்ற நம்பிக்கையையும் உறுதியையும் முதன்மையாகக்கொண்ட படைப்பிலக்கியங்கள் முதல் தர மானவை என்று சொல்வதே பொருத்தமாகும். (பக். 17)

4. தீய சக்திகளும் சமூக மேன்மைக்கே இருப்பதாக நம்புகின்றன என்று கூறும் ஞானி தீய சக்தியின் தோல்வியிலும் அவலத்தைக் காண்கிறார். இங்குக் கருத்துப் பலவீனமே மிஞ்சுகிறது. (பக்கம்.16)

நான்காவது கருத்தின் அடிப்படையில் ஞானியை எள்ளி நகையாடும் கேசவன், தீய சக்தியின் தோல்வியில் அவலத்தைக் காண்பது தவறு என்கிறார். இதனை எழுதுமுன் நாம் மேற்குறித்த கட்டுரைகளைக் கேசவன் ஒருமுறை படித்திருந்தாரானால் இந்த முடிவுக்கு வந்திருக்க முடியாது. சிக்கின்ஜன் நாடகம் குறித்த பேராசான்களின் கருத்தைத் தொகுத்துப் பார்த்தால் இது விளங்கும். கி.பி. 1525இல் ஜெர்மானிய அரசை எதிர்த்துப் போராடி மடிந்த பிரபுக்குல வீரனாக சிக்கின்ஜனை லாசால்லி படைக்கிறார். அவலத்துக்குரிய கதைக்கருதான் இது என ஏற்றுக்கொள்ளும் மார்க்சும் எங்கல்சும், எனினும் இந்த அவலம் முழுமையடையாமற் போனதற்குக் காரணங்களாக,

அ. சிக்கின்ஜன் பிரபுக் குலத்தின் பிரதிநிதியாக நின்றுகொண்டு தன்னைப் புரட்சிக்காரனாகப் பாவித்துக்கொள்வதையும்,

ஆ. தேசியப் புரட்சியை வெற்றிகரமாக்குவதற்கு அதை விவசாயி களைப் போராட்டத்துடன் ஒன்றிணைப்பதன் அவசியத்தை உணராமற் போனதையும்

சுட்டிக் காட்டுவார்கள். பிரபுக்களின் தலைமையிலான தேசியப் புரட்சி விவசாயி வர்க்கத்தின் விடுதலைநோக்கோடும், விவசாயி வர்க்கத்தை ஒன்றிணைத்துக்கொண்டும் நடத்தப்பட வேண்டும் என்பது அன்றைய வரலாற்றுத் தேவை. இந்தத் தேவையை நடைமுறைச் சாத்தியமாக்க இயலாமற் போனதே அன்றைய துன்பியல். இது சரியாகச் சித்திரிக்கப்படாமையினாலேயே சிக்கின்ஜன் நாடகம் முழுமையான துன்பியல் காவியமாக வெற்றிபெற இயலவில்லை.

அப்படியானால் சிக்கின்ஜன் பிரபுக்குல மகனாகச் சித்திரிக்கப் பட்டிருப்பதால்தான் அவனது வீழ்ச்சி அவலமாகவில்லையா? விவசாய வர்க்கத்தினனாக அவனைச் சித்திரித்திருந்தால் நாடகம்

முழுமையான துன்பியலாகப் பரிணமித்திருக்கும் என்பதா மார்க்ஸ் - எங்கல்ஸ் கருத்து? இல்லை. அவர்கள் அப்படிச் சொல்லவில்லை. புகழ்பெற்ற கவிஞர் கதேயின் கோட்ஸ்வான் பெர்லி சிங்கன் என்கிற நாடகத்தோடு சிக்கின்ஜனை ஒப்பிட்டு இதனை விளக்குகிறார் மார்க்ஸ். தன்னைப் புரட்சிக்காரனாக பாவித்துக்கொண்ட பிரபுக் குலத்தைச் சேர்ந்தவனான சிக்கின்ஜன், விவசாய வர்க்கத்தை ஒன்றிணைக்காமல் போனதே துன்பியல் முழு வெற்றி பெறாமைக்கான அடிப்படை என்று கூறும் மார்க்ஸ், 'கோட்ஸ்' ஒரு பிரபுக் குலத்தவனாகவே பிரக்ஞைபூர்வமாக நின்று அதனைக் காக்கவே அரசை எதிர்த்துப் போராடி வீழ்ந்தபோதும் வளர்ந்துவரும் புதிய சக்திகளை எதிர்த்து நின்று தோல்வியுறும் பழமையின் பிரதிநிதியாகச் சித்திரிக்கப்படும் 'கோட்ஸி'ன் அவலமும் சிக்கின்ஜனைவிடச் சிறந்த துன்பியலாக முடியும் என்கிறார் (தேர்ந்தெடுக்கப்பட்ட கடிதங்கள், பக்கம். 109).

மார்க்சின் படைப்புகளில் காணப்படும் இலக்கிய மேற்கோள்களை எல்லாம் தொகுத்து ஆய்வு செய்து கார்ல் மார்க்சும் உலக இலக்கியங் களும் என்கிற புகழ்பெற்ற நூலை எழுதிய அறிஞர் எஸ்.எஸ். பிராவர்,

> தனது உரிமைகள் நசுக்கப்படும் ஒடுக்கப்பட்ட வர்க்கத்தின் பிரதிநிதியே துன்பியலின் பாடுபொருளாக இருக்க முடியும் என மார்க்ஸ் சொல்லவில்லை. மாறாகக் கதே, 'கோட்சை' துன்பியல் நாயகனாக்கியதைச் சரி எனத் தெளிவாக அங்கீகரித்து ஏற்கிறார்... புதிய சமூக அமைப்பிற்கு எதிராக நின்று தோல்வியுறும் பழைய அமைப்பின் பிரதிநிதியின் அவலத்தைத் துன்பியலாக ஹெகல், ஹெப்பல் போலவே மார்க்சும் ஏற்கிறார்... கடந்து செல்லும் பழைய சமூக அமைப்பைக் காக்கும் முயற்சியில் வீழ்ச்சியுறும் மனிதனின் போராட்டம் துன்பியல் மோதலாக அமைய முடியும் என்கிற ஹெகலின் கருத்தை மார்க்ஸ் மறுக்க வில்லை என ஜார்ஜ் லூகாக்ஸ் சொல்வது சரிதான்.

என்று குறிப்பிடுவது (மேற்படி நூல் பக். 221, 222) கவனத்திற்குரியது.

ஆக 'மனித வாழ்க்கையைத் தற்போதைய இருப்பில் வைத்திருக்கும் சக்திகளின்' தோல்வி அவலமாக முடியாது என்கிற கேசவனின் கருத்து கார்ல் மார்க்சின் கருத்திற்கு முரணானது என்பது தெளிவாகிறது. ஞானியைக் கேசவன் முற்றுமுழுதாய் எடுத்தெறிந்து பேசுவதிலும் அர்த்தமில்லை. துன்பியல் குறித்த மார்க்ஸ் - எங்கல்சின் ஆழமான தத்துவப் பார்வையின் பின்னணியில் பார்க்கும்போது ஆதிக்கச்

சக்தியின் கொடூரத்தால் துன்பப்பட்டு வாளாவிருக்கும் மக்களின் துயரங்களை வெறுமனே பதிவு செய்வதும் ஒருவித அவலம் ஆகும் என்பது போன்ற கேசவனின் கருத்துகளும் ஆழமானவையல்ல என்பது புலனாகும். அதேபோல எதிர்காலத்தில் நல்ல சக்திகள் வெல்லும் என்று முடிவதுதான் முதல் தரமான இலக்கியங்கள் என்கிற கருத்திற்கும் துன்பியல் குறித்த மார்க்ஸ்-எங்கெல்ஸ் எழுத்துகளில் ஆதாரம் தேட முடியாதென்பதும் விளங்கும். எங்கெல்சின் காலத்தி லேயே ஆழமாக விவாதிக்கப்பட்டுவிட்ட இக்கருத்தினை விடுத்து, தீய சக்திகளின் தோல்வி அவலமானது குறித்த ஞானியின் கருத்தைப் பரிசீலிப்போம்.

இருக்கிற அமைப்பைக் காப்பாற்றும் பழைமைச் சக்திகளைத் தீய சக்திகள் என்னும் ஞானி, (*மார்க்சியமும் தமிழ் இலக்கியமும்*, பக்கம். 250, 251) அவற்றை நெருக்கமாகப் பார்த்தால் அவை சமுதாயத்தின் நன்மைக்காகவே நிற்பதாக நம்புகின்றன எனவும் ஒரு வகையில் அது உண்மையே எனவும் கூறுகிறார். ஆக தீய சக்திகள் அனைத்தும் தாம் சமுதாயத்தின் நன்மைக்காகவே நிற்கிறோம் என்கிற நியாய உணர்வுடன் இருப்பதாக ஞானி நம்புகிறார், வலியுறுத்துகிறார். இது சரியான மார்க்சியப் பார்வையாக இருக்க முடியாது. இருப்பைக் காப்பாற்ற முயலும் பழைய சக்திகளின் தோல்வி அவலமாக முடியும் என்று கூறும்போதுகூட மார்க்ஸ் பழைய சக்திகளை நிபந்தனையோடு வரையறுப்பது குறிப்பிடத்தக்கது.

> பழைய ஆட்சியானது உலகின் ஆதிக்கச் சக்தியாக இருந்த வரை... அதாவது பழைய ஆட்சி தன்னை நியாயப்படுத்துவதில் நம்பிக்கை கொண்டிருந்தவரை, மேலும் அத்தகைய நம்பிக்கை கொண்டிருக்க வேண்டியிருந்தவரை அதன் வரலாறு துன்பியலானதுதான். நிலவும் அமைப்பு என்கிற வகையில் பழைய ஆட்சி புதிதாய்த் தோன்றி வரும் அமைப்பிற்கு எதிராகப் போராடுகிறது. இந்த நடவடிக்கை யில் ஒரு வரலாற்றுப் பிழை இருந்தது. தனி மனிதம் சார்ந்த பிழை அல்ல இது. எனவேதான் அதன் வீழ்ச்சி துன்பியலாகிறது

என்கிற கருத்துப்பட ஹெகலின் சட்டம் பற்றிய சிந்தனைகளின் மீது விமர்சனம் செய்கிறபோது (1844) குறிப்பிடுவார் மார்க்ஸ் (நூல் திரட்டு பாகம் 3, பக்கம் 178). தனது இருப்பு நியாயமானதுதான், சமூக நன்மைக்கானதுதான் என்று நம்பிப் போராட்டத்தில் ஈடுபடும் வரைதான் பழைய சக்தியின் தோல்வி துன்பியலாக முடியும் என்பதே அவர் கருத்து. இந்த அடிப்படையிலேயே 'கோட்ஸ் வான்

பெர்லிசிங்கனை'யும் அவர் சுட்டிக்காட்டுகிறார். ஷேக்ஸ்பியரின் லியர் மன்னன், கார்க்கியின் அர்த்தமனோவ்கள் ஆகியோரும் இதற்கு நல்ல எடுத்துக்காட்டுகள். ஞானியோ, இத்தகைய நிபந்தனைகள், வரையறைகள் எதுவும் இல்லாமல் எல்லாப் பழைய சக்திகளுமே சமுதாயத்தின் நன்மைக்காகவே நிற்பதாகக் குறிப்பிட்டு அவற்றின் வீழ்ச்சியைத் துன்பியலாக ஏற்றுக்கொள்கிறார்.

லாசாலிக்கு எழுதிய கடிதத்தின் பின்னணியில் மார்க்சின் துன்பியல் கோட்பாட்டை ஆராயும்போது அவரது சிந்தனைகள் ஹெகலின் கருத்துகளிலிருந்து மாறுபடவில்லை எனப் பிராவர் குறிப்பிட்டதைப் பார்த்தோம். அந்தக் கடிதமும் சரி, சற்றுமுன் குறிப்பிட்ட மேற்கோளும் சரி மார்க்சிடம் ஹெகலிய கருத்துகள் அதிகம் ஆளுமை செய்து கொண்டிருந்த காலகட்டத்தின் முடிவில் எழுதப்பட்டவை என்பதை நாம் மறந்துவிடலாகாது. லாசாலி எழுதிய பதிலிலும் இக்கருத்து முன்வைக்கப்படுகிறது. லூகாக்சும் இதனைச் சுட்டிக்காட்டியுள்ளார் என்பதையும் பார்த்தோம். ஹெகலிய தாக்கமுடைய அந்நியமாதல் போன்ற மார்க்சியச் சிந்தனைகளை மையமாக வைத்துச் சிந்திக்கும் பழக்கமுடைய ஞானி - அத்தகைய சிந்தனைக்கே உரிய மனிதாபிமான அடிப்படையில் - பழைய சக்திகளின் வீழ்ச்சியை அணுகும்போது மார்க்சின் எச்சரிக்கை உணர்வையும்கூட நழுவ விட்டுவிடுவது கவனிக்கத்தக்கது.

இறுதியாக ஒன்றைக் குறிப்பிடுவது அவசியம். தீயசக்தி X நல்லசக்தி என்று பார்ப்பதைக் காட்டிலும் பழைய சக்தி X புதிய சக்தி அல்லது புரட்சிகர சக்தி என்று பார்ப்பதே பொருத்தமாக இருக்க முடியும். இந்தப் பிழையை ஞானி, கேசவன் இருவருமே மேற்கொள்வது குறிப்பிடத்தக்கது. பேராசான்கள் இப்படி வகைப்படுத்தவில்லை. சொல்லப்போனால் தீய சக்தி X நல்ல சக்தி அல்லது பழைய சக்தி X புதிய சக்தி ஆகியவற்றுக்கிடையேயான மோதலின் அடிப்படையில் துன்பியலை வரையறுப்பதைக் காட்டிலும் எங்கல்சின் 'வரலாற்று ரீதியான அவசியமான எடுகோளுக்கும் அதனை நடைமுறைப் படுத்துவதிலுள்ள சாத்தியமின்மைக்குமுள்ள மோதலே துன்பியல்' என்கிற வரையறையே இறுக்கமான விஞ்ஞானபூர்வமானது எனலாம். இப்படிப் பார்க்கும்போது எது நல்ல சக்தி, எது தீய சக்தி என்பது போன்ற தேவையற்ற விவாதங்களையும் நாம் தவிர்க்க முடியும். நல்லவை, தீயவை என்பவையெல்லாம் ஒப்பீட்டு ரீதியானவைதான். தூலமாக மட்டுமே இவற்றைப் பார்க்க வேண்டும். எல்லாக்

காலத்திற்குமான நல்லவை, எல்லாக் காலத்திற்குமான தீயவை என்றெல்லாம் ஒன்றுமில்லை.

பயன்பட்ட கட்டுரைகளும் நூல்களும்

1. ஞானி, மார்க்சியமும் தமிழ் இலக்கியமும், பரிமாணம், *1988*.
2. கோ. கேசவன், படைப்பிலக்கியத்தில் அவலம் குறித்த ஞானியின் கருத்துகள், மனஓசை டிச, *1989*.
3. அ. மார்க்ஸ், கதைப்பாடல்களும் துன்பியலும், சுயம்வரம், அன்னம். *1986*.
4. Marx & Engels, Selected Correspondence, Progress Publishers, 1975.
5. Marx & Engels, Collected Works, Vol. 3, Progress Publishers, 1975.
6. S.S. Prawer, Karl Marx and World Literature, Oxford, 1978.

- மனஓசை, ஜனவரி *1990*

1.13

அவலச்சுவை: கேசவன் கருத்துகள் மீது மேலும் சில குறிப்புகள்

தனது கருத்துகள் மீதான எனது விமர்சனம் குறித்துத் திரு. கேசவன் எழுதியுள்ள நீண்ட கட்டுரையில் (மனஓசை, மார்ச் 1990) எழுப்பப் பட்டுள்ள பிரச்சினைகளில் முக்கியமானவை குறித்த எனது கருத்துகள் சுருக்கமாகக் கீழே தரப்படுகின்றன. வாசகத் தோழர்கள் நிதானமாக இரு கட்டுரைகளையும் படித்து, மூல நூற்களுடன் ஒப்பிட்டுச் சிந்தித்து முடிவிற்குவர வேண்டுகிறேன்.

1. மார்க்சின் கருத்துகள் முற்று முழுதாய் ஹெகலிய தாக்கம் உடையவை என்பதோ மார்க்சின் இலக்கிய கோட்பாடுகட்கும் ஹெகலின் கோட்பாடுகட்கும் வேறுபாடுகளே இல்லை என்பதோ என் கருத்தல்ல. மார்க்ஸ்-எங்கல்சின் தொடக்ககால எழுத்துகள்—குறிப்பாக 1844 கையெழுத்துப்படிகள் போன்றவை முற்றிலும் அவர்கள் ஹெகலிய சிந்தனையிலிருந்து விடுபடாத காலகட்டத்தில் எழுதப்பட்டவை என்றும் தாங்கள் வாழ்ந்த காலத்தில் பிரசுரிப்பதில் ஆர்வம் காட்டாத இவற்றை விமர்சன நோக்குடன் பயில வேண்டும் என்றும் மார்க்சின் முக்கிய படைப்பாகிய மூலதனத்தின் வெளிச்சத்தில் இதர படைப்புகளை பார்க்க வேண்டும் எனவும் அல்தூஸ்ஸர் போன்ற மார்க்சிய அறிஞர்கள் வலியுறுத்தியுள்ளனர். இவற்றில் எனக்கு உடன்பாடு உண்டு. 1917க்குப் பிறகு மார்க்சியத்தில் வறட்டுத்தனமான பொருளாதாரவாதம் மேலோங்கிய சில காலகட்டங்களில் இதற்கு எதிராக ஹெகலிய தாக்கமுடைய பல சிந்தனைக் கீற்றுகள் மார்க்சியத்தில் முன்னுக்கு வந்தன. இவற்றின் விளைவாக, நிலவுகிற மார்க்சியத்தில் ஹெகலிய தாக்கமுடைய, விஞ்ஞானக் கறாரற்ற, மனிதாபிமானவாத, வரலாற்றுவாதச் சிந்தனைகள் ஊடாடி நிற்கின்றன என்றும் மார்க்சைக் கறாராக வாசிப்பதன்மூலம் அவற்றைக் கில்லி எறிய வேண்டுமெனவும் அல்தூஸ்ஸர் அவரது

புகழ்மிக்க இரு நூல்களில் (For Marx, Reading Capital) வாதிடுகிறார். தமிழில் தமிழவன் அவர்களால் இவ்விவாதம் மேலோட்டமாக அறிமுகப்படுத்தப்பட்டுள்ளது. இந்தக் கருத்துகளோடு உடன்படாமற் போவது திருவாளர்கள் கேசவன், ஞானி ஆகியோரின் சுய உரிமை. ஆனால் இக்கருத்துகள் - அதாவது அந்நியமாதல் போன்ற கருத்தாக்கங்கள் மற்றும் அதனடியான மனிதாபிமானம், உன்னத மனிதனைக் குறித்த தேட்டம் முதலியவை கறாரான வரலாற்றுப் பொருள்முதல்வாதப் பார்வையாக இருக்க முடியாது. மார்க்சின் எழுத்துகளை இளமைக்கால எழுத்துகள் எனவும் பிற்கால எழுத்துகள் எனவும் பிரிக்கமுடியாது. மார்க்சின் தொடக்ககால எழுத்துகளில் கிஞ்சித்தும் ஹெகலிய கூறுகளைப் பார்க்க முடியாது - போன்ற வற்றைக் கேசவன் போன்றோர் மறுக்க வரும்போது அம்மறுப்பு தர்க்க வகைப்பட்டதாக இருக்க வேண்டும். மார்க்சின் ஆரம்பகால எழுத்துகளில் ஹெகலிய கூறு கிடையாது என நிறுவுவதற்கு மார்க்சிய அறிஞர் பிளக்கானவ்வைக் கேசவன் துணைக்கு அழைப்பது நகைப்பிற்குரியது. விவாதத்திற்குரிய 1844 கையெழுத்துப் படிகள் போன்றவை பிளக்கானவ் உயிருடன் இருந்த காலத்தில் வெளிவந்த தில்லை. அடுத்து, பேராசான்கள் ஹெகலிய தாக்கத்திலிருந்து முற்றாக விடுபட்டுவிட்டனர் என்பதற்கு அவர்களின் சுயவாக்குமூலங்களைச் சான்றாகக் காட்டுவதும் போதாது. அவர்கள் அவ்வாறு நம்பிய போதிலும்கூட தொடக்ககாலத்தில் அவர்கள் முற்றாக ஹெகலியத் திலிருந்து விடுபடவில்லை என்பதுதான் விமர்சனமே. இதன் பொருள் தொடக்ககாலத்தில் மார்க்சின் சிந்தனைகள் வரலாற்றுப் பொருள் முதல்வாத நோக்கில் முன்னோக்கிய பாய்ச்சலில் இருந்தன என்பதை மறுப்பதுமாகாது. மேற்குறித்த இரு தர்க்கபூர்வமற்ற வாதங்களையும் முன்வைப்பதற்கு எடுத்துக்கொண்ட நேரத்தைக் கேசவன் பயனுடைய தாகச் செலவிட்டிருக்கலாம்.

2. துன்பியல் குறித்த மார்க்சின் கருத்துகள் ஹெகலிய கருத்துகளி லிருந்து வேறுபடுகின்றன என நிறுவுவதற்காகக் கேசவன் பிரம்மப் பிரயத்தனம் ஏதும் செய்துவிடவில்லை. ஆவ்னர் சிஸ் என்கிற ரசிய அழகியல்வாதியின் நூலில் ஐந்து பக்கங்களைச் (பொன்னீலன் மொழிபெயர்ப்பு, பக். 270-275) சுருக்கித் தந்துள்ளார். நல்லது. ஆனால், 'சுயநியாயத்தை மட்டுமே நம்பியுள்ள பழைய சக்திகளின் தோல்வி துன்பியலாக முடியும் என மார்க்ஸ் சொல்லவில்லை' என்கிற தனது கருத்தை நிறுவுவதற்கு அவர் அடிப்படையாகப் பயன்படுத்துகிற அந்நூலில் வரும் ஒரு மேற்கோளையும் மொழியாக்கத்தையும்

சூழலிலிருந்து விலக்கிப் புரிந்துகொள்வதில் வழக்கம்போலக் கோட்டை விட்டுவிடுகிறார். எனவே இந்த அடிப்படையில் கட்டப்பட்ட அவரது விவாதங்கள் அனைத்தும் பொடிப்பொடியாகி விடுகின்றன. நாம் கட்டுரைகளில் காட்டுகிற மேற்கோள்களை இரு வகைகளில் கண்டடைகிறோம். ஒரு நூலை அல்லது கட்டுரையை முழுமையாகப் படிக்கும்போது நமக்குத் தேவையான சில பகுதி களைக் குறித்துக்கொண்டு பின்னர் தேவைக்கேற்றவாறு மறுபடி பயன்படுத்துகிறோம். அவலச்சுவை குறித்த விவாதத்தில் பயன்ப டுத்தப்பட்டவை போன்ற புகழ்பெற்ற மேற்கோள்களை நாம் பிற புத்தகங்களில் மேற்கோள்களாகவே சந்திக்கிறோம். ஆனால் அவற்றைப் பயன்படுத்தும்போது அவை மூலநூற்களில் எந்தச் சூழலில் பயன்படுத்தப்பட்டுள்ளன, முன்னும் பின்னும் தொடர்ந்து வரும் சேதிகள், வரலாற்றுச் செய்தியாக இருந்தால் அதன் பின்னணி, விவாதமாக இருந்தால் எதிராளியின் எந்தக் கருத்துக்கு இது பதிலாக வந்தது என்பது, மொழியாக்கமாக இருந்தால் அதன் தரம் ஆகிய அனைத்தையும் மிகக் கவனமாகப் பரிசீலிக்க வேண்டும். கூடியவரை நான் இந்த முறைகளைக் கையாள்வது வழக்கம். நமது கருத்துக்குச் சான்றாக அது குறித்த இதர ஆய்வு முடிவை மேற்கோள்காட்டும் ஆய்வு முறையியலுக்கு ஏற்ப பிராவரின் கருத்தை (விவாதத்திற்குரிய 'பழைய ஆட்சி' குறித்த மேற்கோள் பிராவரில் இல்லை என்பதைக்கூடக் கேசவன் கவனிக்கச் சிரத்தை காட்டவில்லை என்பது வேறு) மேற்கோள் காட்டியிருப்பதற்காக நான் பிராவரின் மூலம் மார்க்சியத்தைக் கற்கிறேன் எனக் குற்றம் சாட்டும் கேசவன், ஆவ்னர் சிஸ் மூலம் கண்டடைந்த மேற்கோளைக் கலைஇலக்கியம் பற்றிய தொகுதியிலும் வெறும் மேற்கோளாகவே பார்த்துவிட்டுப் பயன்படுத்தும் முயற்சியில் எவ்வாறு கழனிப் பானைக்குள் விழுகிறார் என்பதைச் சற்று விரிவாகப் பார்ப்போம்.

'ஹெகலின் சட்டம்பற்றிய தத்துவம் குறித்த விமர்சனத்திற்கான ஓர் பங்களிப்பு-முன்னுரை' என்கிற மார்க்சின் கட்டுரையை— குறிப்பாகப் பழைய ஆட்சிபற்றிப் பேசுகிற பின்வரும் பகுதியை— ஒருமுறை கவன மாகப் படிக்க வேண்டுமெனத் தோழர்களை வேண்டிக்கொள்கிறேன் *(மா-எ திரட்டப்பட்ட படைப்புகள் பாகம் 3, பக். 178, 179)*

The struggle against the Germen Political present is the struggle against the past of the modern nations. and they are still troubled by reminders of the past. It is instructive for them to see the **ancien**

regime, which has been through its **tragedy** with them playing its **comedy** as a German ghost. **Tragic** indeed was the history of the **ancien regime** so long as it was the pre-existing power of the world, and freedom, on the other hand, was a personal notion, ie., as long as their regime believed and had to believe its own justification. As long as the **ancien regime,** as an existing world order, struggled against a world that was only coming into being, there was on its side a historical error, not a personal one. That is why its downfall was tragic.

On the other hand, the present German regime, and anachronism, a flagrant contradition of generally recognised axioms, the nothingness of the **ancien regime** exhibited to the world, only imagines that it believes in itself and demands that the world should imagine the same thing.

இந்தப் பகுதியைப் புரிந்துகொள்ள நாம் பின்வரும் செய்திகளைக் கவனத்தில் பதித்துக்கொள்ள வேண்டும். இதனை மார்க்ஸ் எழுதிய காலத்தில் *(1843)* ஜெர்மனியைத் தவிர இதர மேற்கு ஐரோப்பிய நாடுகளில் பிற்போக்கான நிலப்பிரபுத்துவ ஆட்சிமுறை தூக்கி எறியப்பட்டு நவீன தேசிய அரசுகள் உருவாகியிருந்தன. ஜெர்மனியில் மட்டும் புதிய வடிவில் மிகவும் தந்திரமாகப் பழைய கொடூரமான ஆட்சியமைப்பே தன்னை நிலைநிறுத்திக்கொண்டிருந்தது. எனவே தான் ஜெர்மனியின் அன்றைய ஆட்சியை *(1843)* எதிர்ப்பது இதர நவீன அரசுகளின் தூக்கியெறியப்பட வேண்டிய எச்ச சொச்சங்களை எதிர்ப்பதற்குச் சமம் எனத் தொடங்குகிறார் மார்க்ஸ். இதர நாடுகளில் தூக்கி எறியப்பட்டு வீழ்ந்துபோன பழைய ஆட்சிகளைப் (ancien regime) பற்றிச் சொல்லவரும்போது அவை ஆட்சியிலிருந்த காலத்தில் அவற்றின் விடுதலைபற்றிய பார்வை சுயம் சார்ந்தது (personal notion) என்கிறார் மார்க்ஸ். புறவயமான வரலாற்றுத் தேவைகளைப் பற்றிய அறிதலே விடுதலை. ஆனால் தனது வரலாற்று நியாயத்தை இழந்துபோன ஓர் ஆட்சி அவ்வாறு இழந்துபோனதைப் பூர்ணமாக அறிந்துகொள்ளாமல் தனது நீடிப்பிற்கு நியாயமுள்ளதாக நம்பியுள்ள போது அதன் விடுதலை குறித்த பார்வை வரலாற்றுத் தேவைகளைப் பற்றிய அறிதலாக இல்லாமற் போய்விடுகிறது. அதாவது புறவயமான வரலாற்று நியாயத்துடன் இயையாமல் சுயம் சார்ந்ததாகி விடுகிறது. இவ்வாறு வரலாற்று நியாயமின்றி சுய நியாயத்தை மட்டுமே நம்பி

நிற்கவேண்டிய நிலையில் வரலாற்று நியாயத்தோடு எழுந்துவரும் புதிய சக்தியை அது எதிர்ப்பது வரலாற்றுரீதியான பிழையாகி விடுகிறது. அதாவது சுய நியாயத்தை மட்டுமே நம்பித் தீர்க்க வேண்டிய பழைய ஆட்சியின் பிழை வரலாற்று ரீதியானது; சுயம் சார்ந்ததல்ல. எனவே அதன் வீழ்ச்சி துன்பியலாகிறது.

சுருங்கச் சொன்னால், வரலாற்று நியாயம் இல்லாததால் சுய நியாயத்தை மட்டுமே மனப்பூர்வமாக நம்பி நிற்கக்கூடிய பழைய ஆட்சியின் தோல்வியும் அவலமாக முடியும் என்பதே மார்க்சின் கருத்து. இதனை நேரெதிராகப் புரிந்துகொண்டு 'வரலாற்று ரீதியில் நியாயப்படுத்த முடியாத எந்தவொரு தீய சக்தியின் அழிவிலும் அவலத்தைக் காண முடியாது' என முற்றிலும் மார்க்சின் கருத்துக்கு எதிரான ஒரு நிலைப்பாட்டை வந்தடைகிறார் கேசவன். 'அத்தகைய (சுய) நம்பிக்கைகொள்ள வேண்டிய நிலை இருந்தவரையிலும்' எனப் பொன்னீலனின் மொழியாக்கத்தைத் தனக்குச் சாதகமாக அடிக்கோடிட்டுப் பயன்படுத்திய கேசவன், 'அது நம்புகின்ற காலம் வரையிலும் தனது சொந்த நியாயத்தையே நம்பித் தீர்க்க வேண்டி யிருந்தது' என்கிற ரகுநாதனின் மொழிபெயர்ப்பையாவது (மா-எ, மதம்பற்றி, என்.சி.பி.எச் 1963) ஒருமுறை பார்த்திருந்தால் இந்தத் தவறு நேர்ந்திருக்காது.

ஆனால் சுய நியாயம் பேசுகிற எல்லாப் பழைய சக்திகளையும் மார்க்ஸ் ஒரே நிரையில் பார்க்கவில்லை என்பதை மேற்கோள் பகுதியில் அடுத்த வரியைக் கவனமாகப் படிக்கும்போது உணர முடியும். ஜெர்மனியின் அன்றைய ஆட்சியைப் பற்றிச் சொல்ல வருகையில் அது பழைய ஆட்சியின் சூன்யத் தன்மைகளை உள்ளடக்கியது எனவும், ஏற்றுக்கொள்ளப்பட்ட எல்லாவிதமான நியாயங்களுக்கும் அப்பாற்பட்டது எனவும், கால முரணானது எனவும் தனது சுய நியாயத்தை நம்புவதாக அது கற்பனை செய்துகொள்வதோடு உலகமும் அதே மாதிரி நம்ப வேண்டும் எனக் கோருகிறது எனவும் குறிப்பிடுவார். எனவே அதன் வீழ்ச்சி வரலாற்றுப் பிழையின் பாற்பட்டதல்ல; அது சுயம் சார்ந்தது. அது துன்பியலாக முடியாது. எனவே எந்தப் பழைய சக்திதான் தன் ஆதிக்கத்திற்குச் சுய நியாயம் கற்பிக்காது எனக் கேசவன் வினவுவது அவர் நினைப்பதுபோலக் கெட்டிக்காரத்தனமில்லை. சுயநியாயம் பேசுகிற சக்தியையே, உண்மையிலேயே சுயநியாயம் உள்ளதாக நம்புபவை எனவும், சுய நியாயத்தை நம்புவதாகக் கற்பனை செய்துகொள்பவை எனவும்,

இரண்டாகப் பிரித்து முன்னதன் வீழ்ச்சியை அவலமாக ஏற்றுக் கொள்ளும் நாம் பின்னதன் வீழ்ச்சியை அவ்வாறு ஏற்க முடியாது எனப் பிரித்தறிய வேண்டும். நெருக்கடிநிலைக்குப் பிந்திய இந்திராவின் வீழ்ச்சியை நாம் அவலமாகக் கொள்ள முடியாது. ஆனால் லியர் மன்னனையும் அர்த்தமனோவ்களையும் அவல நாயகர்களாக ஏற்க முடியும்.

3. இவ்வாறு சுய நியாயம் பேசும் சக்திகளைத் துல்லியமாகப் பிரித்துச் சொல்வதில் ஞானி போதிய கவனம் செலுத்தவில்லை என்பது மட்டுமே நான் அவர் மீது வைத்த விமர்சனம். நான் ஞானியை வாசிக்கவில்லை என அவரது வரிகள் சிலவற்றை மேற்கோள் காட்டி ஞானிக்கு வக்காலத்து வாங்கும் கேசவன் எனது கட்டுரையை ஆழமாகக்கூட அல்ல, சாதாரணமாகப் படித்திருந்தாலே அதே பகுதியை நானும் எனது கட்டுரையில் சுட்டிக் காட்டியிருந்ததைப் பார்த்திருக்க முடியும். பழைய சக்திகளின் தோல்வியிலும் அவலத்தைக் காண்பதில் மார்க்சுக்கு மிக நெருக்கமாக வரும் ஞானி இந்த அம்சத்தில் மட்டும் மார்க்சிடமிருந்து மாறுபடுகிறார். ஆனால் கேசவனின் கருத்து முற்றிலுமாய் மார்க்சின் கருத்திற்கு முரணானது என்பது கவனத்திற்கு உரியது.

4. சிக்கின்ஜென் குறித்த கேசவனின் கருத்துகளை மதிப்பிடுவதற்கும் கூட லாசால்லிக்கு மார்க்ஸ், எங்கெல்ஸ் இருவரும் எழுதியுள்ள கடிதங்களை முழுமையாகப் படிப்பது தவிர அதில் குறிப்பிடப்படும் வரலாற்று மாந்தர், சம்பவங்கள் குறித்து விரிவாக விவாதிக்கப்படும் எங்கெல்சின் ஜெர்மனியில் விவசாயக் கலகங்கள் என்கிற நூலையும் ஏன் லாசல்லிக்கும் மார்க்சுக்கும் இடையேயான உறவையும், லாசால்லியின் நாடகம்பற்றி மட்டுமல்லாது அவரது துன்பியல் குறித்த கட்டுரை ஒன்றையும் மனத்திற் கொண்டுதான் மார்க்ஸ்-எங்கெல்ஸ் அந்தக் கடிதங்களை எழுதினர் என்கிற உண்மையையும் கவனத்தில் கொள்வதும் அவசியம். லாசால்லியுடன் கடுமையாகக் கருத்து வேறுபட்ட மார்க்ஸ், அதே சமயத்தில் நேரடியாகத் தாக்கி விமர்சிக்காமல் நுணுக்கமாக ஆனால் கறாராகத் தன் கருத்துகளை முன்வைக்கிறார்.

கோட்சையும் சிக்கின்ஜெனையும் முற்றிலுமாய் வரலாற்று ரீதியில் நியாயப்படுத்தப்பட்ட மாந்தர்களாகவும், விடுதலைக்கான கலகக் காரர்களாகவும், ஆதிக்க எதிர்ப்பு சக்திகளாகவும், வரலாற்று ரீதியான முற்போக்கான பங்கை நிறைவேற்றியவர்களாகவும் எனினும்

விமர்சனபூர்வமாகப் பார்க்கப்பட வேண்டியவர்களாகவும் மார்க்ஸ் - எங்கெல்ஸ் சித்திரித்துள்ளதாகத் தொகுத்தளிக்கிறார் கேசவன். வரலாற்றுரீதியாய் நியாயப்படுத்தப்பட்ட மாந்தன் என சிக்கின் ஜெனை மார்க்ஸ் குறிப்பிடுவதாக அடிக்கோடிட்டுக் கூறுகிறார். மார்க்ஸ் அப்படிச் சொல்லவில்லை. மாறாக 'வரலாற்று ரீதியாய் நியாயப்படுத்தப்பட்ட டான்குயிக்சாட் ஆன போதிலும் அவன் (சிக்கின்ஜென்) வெறும் டான்குயிக்சாட்தான்' என்பதே மார்க்சின் வாசகம். இரண்டிற்குமிடையே பெரிய அளவில் பொருள் வேறுபடுவதைத் தோழர்கள் கவனிக்க வேண்டும். 1848-49ஆம் ஆண்டின் புரட்சிகர எழுச்சியின் வீழ்ச்சியோடு 15ஆம் நூற்றாண்டில் சிக்கின்ஜென் வீழ்ந்ததை ஒப்பிடும் மார்க்ஸ், அதே கடிதத்தில் அது குறித்த ஐயங்களை எழுப்புவதோடு, 1830ஆம் ஆண்டில் ரஷ்ய ஜாருக்கு எதிராகக் கிளர்ந்த பிற்போக்கான போலந்து நிலப்பிரபுத்துவ எழுச்சியுடன் (விவசாயிகளுக்கு எதிரானது) சிக்கின்ஜெனின் போராட்டத்தையும் வீழ்ச்சியையும் ஒப்பிடுவது மிகமிக முக்கியமான ஒன்று. புரட்சியாளர்களாகத் தங்களைக் கற்பனை செய்துகொண்ட போதிலும் சிக்கின்ஜெனும் ஹட்டனும் போலந்து நிலப்பிரபுக் களைப்போல பிற்போக்கான வர்க்க நலன்களைப் பிரதிநிதித்துவப் படுத்தியவர்களே என்கிறார் மார்க்ஸ். தவிரவும் கோட்சைப்பற்றியும் நாம் ஒருண்மையைப் புரிந்துகொள்ள வேண்டும். 1525ஆம் ஆண்டின் விவசாயக் கிளர்ச்சியைத் தனது சுய லாபத்திற்காகப் பயன்படுத்திக் கொண்டு நெருக்கடியான தருணத்தில் அதைக் காட்டிக்கொடுத்தவன் கோட்ஸ் (ஜெர்மனியில் விவசாயக் கலகம். பக். 105). தவிரவும் கடிதத்ினூடே லூத்தரிய - பிரபுத்துவப் போராட்டத்தைக் காட்டிலும் முன் செரிய - விவசாயக் கலகத்தையல்லவா நீங்கள் முன்னிலைப் படுத்தியிருக்க வேண்டும் என லாசல்லியை மார்க்ஸ் நாசூக்காகக் கடிவதையும் கேசவன் கவனிக்காமற் போனபோதிலும் தோழர்கள் கவனிக்க வேண்டும். எனவே சிக்கின்ஜெனையும், கோட்சையும் முற்றிலும் வரலாற்றுரீதியாய் நியாயப்படுத்தப்பட்ட சக்திகளாய் மார்க்ஸ் கருதவில்லை என்பதையும், இருந்தபோதிலும் அவர்களின் வீழ்ச்சியையும் அவர் துன்பியலாகவே ஏற்றுக்கொண்டார் என்பதையும் கவனத்திலிருத்திக்கொள்ள வேண்டும்.

5. நன்மை தீமை, நல்லொழுக்கம் தீயொழுக்கம், வன்முறை அகிம்சை போன்ற அறவியற் இரட்டைகளைப் பருண்மை அற்றதாகவும், எல்லாக் காலங்களுக்குமான பொது நியதிகளாகவும் பார்ப்பது இயங்காவியற் பார்வை. ஒரு காலத்திலும் சூழலிலும்

நன்மையாகவும் நல்லொழுக்கமாகவும் அகிம்சையாகவும் இருந்தது, இன்னொரு காலத்திலும் சூழலிலும் அப்படியே இருக்க வேண்டும் என்பதில்லை. அப்படி இருக்க வேண்டும் என்பதே கருத்து முதல்வாதம். மாறாக நாம் வன்முறையைப் புரட்சிகர வன் முறையாகவும் ஆளும் வர்க்க வன்முறையாகவும் பிரித்துப் பார்க்கக் கூடியவர்கள். எனவே இவற்றை பருண்மையாகவும், ஒப்பீட்டு ரீதியிலும் பார்ப்பதே இயங்கியல். எனவே துன்பியல் போன்ற வரலாறு சார்ந்த கோட்பாடுகளை நாம் தூலமாகப் பார்க்காமல் நன்மை தீமை எனப் பார்த்தால் அன்றைக்கு நன்மையானது இன்றைக்குத் தீமையாயும் தோன்றலாம். எனவேதான் துன்பியல் வரையறைகளில் மார்க்ஸ்-எங்கெல்சை ஒட்டி 'வரலாற்று ரீதியான அவசியமான எடுகோளுக்கும் அதனை நடைமுறைப்படுத்துவதிலுள்ள சாத்திய மின்மைக்குமுள்ள மோதலே துன்பியல்' என்பதே கறாரான வரையறை எனக் குறிப்பிட்டேன். இதுவே சரியான நிலைப்பாடு என்று இப்போதும் கருதுகிறேன்.

6. எதிர்காலப் பற்றுறுதி, நம்பிக்கை, செயலாக்கம், வாழ்வார்வம் ஆகியவற்றைக் கிளறிவிடும் வகையில் எதிர்காலத்தில் நல்ல சக்தி வெல்லும் என்று முடியும் இலக்கியங்கள் பல முதல்தரமான இலக்கியங்களாக இருந்திருக்கக் கூடும். ஆனால் நல்ல சக்திகள் வெல்லும் என்று முடிவது மட்டுமே முதல்தரமான இலக்கியம் என்பதுதான் மார்க்சியம் என்பதை நான் மறுக்கிறேன். 'சமூக மோதல்கள் குறித்த எதிர்கால வரலாற்றுத் தீர்வுகளைப் படைப்பாளி வாசகரிடம் தட்டில் வைத்து நீட்ட வேண்டியதில்லை; சூழல்களிலும் நடவடிக்கைகளிலும் அது தானாக வெளிப்பட வேண்டும்' என்கிற கருத்துப்பட எங்கெல்ஸ், மின்னா காவுத்ஸ்கிக்கு (தேர்ந்தெடுக்கப்பட்ட கடிதங்கள், பக். 368) எழுதிய குறிப்பைக்காட்டிலும் இதற்கு விளக்கம் வேறு தேவையில்லை. கேசவன் மேற்கோள் காட்டும் எரிதழலின் குறிப்பும் இப்படி நல்ல சக்தி மட்டும் வெல்லும் என்றுதான் படைப்பை முடிக்க வேண்டும் என்று குறிப்பிடவில்லை.

இறுதியாக: குருச்சேவ் - பிரஷ்னேவ் காலத்திய ரஷ்யப் புத்தகங் களின் வாயிலாக மார்க்சியத்தைப் புரிந்துகொள்பவர் என்பதும் மொழிபெயர்த்துப் புரிந்துகொள்வதில் தவறிழைப்பவர் என்பதும் திரு. கேசவன் மீது வைக்கப்படும் முக்கிய விமர்சனங்களில் சில. இவற்றை இன்றுவரை கேசவன் கணக்கிலெடுத்துக் கொண்டதாகத் தெரியவில்லை.

மனஓசை, ஜூன் 1990

1.14

விவசாயச் சமூக உளவியலின் வெளிச்சத்தில் பழமலையின் சனங்களின் கதை

கவிதைபற்றிய ரொம்பவும் மேட்டிமைத் தன்மைமிக்க வரையறைகள் உருவாக்கப்பட்டுக்கொண்டிருந்த தமிழ்ச்சூழலில் சனங்களின் கதையின் வருகை அம்முயற்சிகளையெல்லாம் பொக்கென ஒரு கணத்தே போட்டுடைத்துவிட்டது. நாங்கள்தான் கவிதைக்கு 'அத்தாரிடி' என்று சொல்லி இறுமாந்து கிடந்தவர்களெல்லாம் ஓராண்டுக்கு முன் இந்நிலையை எதிர்பார்த்திருக்க மாட்டார்கள். கவிதைகள்பற்றி இவர்கள் அளவு படித்திராத இந்தக் கிராமத்துச் சாதாரணனின் பட்டிக்காட்டு எளிய சனங்கள் பற்றிய இக்கவிதைகளை ஒருகாலத்தில் கண்டுகொள்ளாமலிருந்த இவர்கள், இவை குலுக்கிய குலுக்கலில் அதிர்ந்துபோய், தாங்கள் பெரும்பான்மையான ஆர்வலர்களிடமிருந்து அந்நியப்பட்டுப் போகவில்லை என்பதை நிரூபித்தற்காகவாவது இன்று சனங்களின் கதையை அங்கீகரிக்க வேண்டிய அவசியத்திற்குள்ளாகி இருப்பதையும் நாம் பார்க்க முடிகிறது. 'பழமலை அலை' என்று சொல்லும் அளவிற்கு இன்று பழமலைப் பாணிக் கவிதைகள் சிற்றிதழ்களை அலங்கரிக்கத் தொடங்கிவிட்டன.

பொதியவெற்பன் முதல் கி.ரா. வரை, ஞானி முதல் சுஜாதா வரை மயங்கிக்கிறங்கி நிற்கும் இக்கவிதைகள் பழமலையின் இருபதாண்டுக் கால உழைப்பின் விளைபொருள். பிள்ளைப் பிராயத்து நினைவுகளை அசைபோட்டு அசைபோட்டுப் பல்வேறு வடிவங்களில் எழுதி, அறிவும் அனுபவமும் வளர வளர அவற்றை மேலும் செழுமைப் படுத்தி, செறிவாக்கி, அவரறிந்த நண்பர்கள், கவிஞர்கள் அனைவரிடமும் கொடுத்துக் கருத்துக்கேட்டு, திருத்தங்கள் மேற் கொண்டு உருவானது சனங்களின் கதை. பழமலை கவிதைகளின் மூன்று வடிவங்களை ஒப்பிட்டுப் பார்க்கும்போது இந்த உழைப்பு

வீண்போகவில்லை என்பது தெரிகிறது. வடிவச் செழுமையும் சொற்சொட்டும் பழமலையிடம் எப்படிக்கூடி வந்திருக்கின்றன என்கிற வியப்பு தவிர்க்க இயலாது. இத்தனை நீண்ட காலம் தனது படைப்புகளை வேறு எந்தப் படைப்பாளியாவது அடைகாத்துச் செழுமைப்படுத்திப்பின் வெளியிட்டிருக்கிறாரா என்றெனக்குத் தெரியவில்லை. ஆக உணர்ச்சி வேகத்தில் படைக்கப்பட்டவை அல்ல இந்தக் கவிதைகள்; நின்று நிதானித்து எழுதப்பட்டவை. பழமலையின் ஒழுங்கும் நேர்த்தியும் அவரது கையெழுத்துப் பிரதிகளிலுங்கூட வெளிப்படும். நான் பார்த்த மூன்று படிகளையும் அவர் அழகுற எழுதி, கோப்பில் பொதிந்து, முதல் பக்கத்திலிருந்து இறுதிப்பக்கம் வரை என்னவெல்லாம் அமைய வேண்டும் என்பதற்கு மீளதிகச் சிரத்தை காட்டி... முதலிரண்டு பிரதிகளிலும் பழமலையின் சுருக்கமான வாழ்க்கைக் குறிப்பு வேறு. அச்சில் ஏனோ அதைச் சேர்க்கவில்லை.

இரு வேறு காலகட்டங்களில் எழுதப்பட்ட சனங்களின் கதையின் இரு படிகளை வரிக்கு வரி ஒப்பிட்டு ரசித்துப் படித்துப் பார்த்தேன். வடமொழிச் சொற்களைப் பயன்படுத்துவதில் இறுக்கம் தளர்ந் திருப்பது, மேலும் மேலும் சிக்கனமாய்ச் சொற்களைக் கையாள்வது என எவ்வளவோ மாற்றங்கள் இருந்தாலும் அடிப்படையான உலகப்பார்வையில் எந்தச் சிறிய மாற்றமும் இல்லாமல் பார்த்துக் கொண்டிருக்கிறார் பழமலை. படிப்பு, அனுபவம், வல்லுநர்களின் ஆலோசனைகள் போன்ற எந்த ஆடுகளும் இந்த அடிப்படைப் பார்வையை மேய்ந்துவிடாமல் ரொம்பவும் கெட்டிக்காரத்தனமாக அவர் இருந்திருப்பது எனக்குப் பெரிய அளவில் வியப்பாக இல்லை. என்னைப் பொறுத்தமட்டில் பழமலை எனக்கொரு எழுத்தாள நண்பர் மட்டுமல்லவே. என்னுடைய அன்பிற்கும், மரியாதைக்கும், பாசத்திற்குமுரிய இயக்கத் தோழருமில்லையா? சுமார் ஐந்தாண்டு காலமாக நான் அவருடன் நெருங்கிப் பழகியிருக்கிறேன் அல்லவா?

சுமார் மூன்றாண்டுகள் இருக்கலாம். ஒரு பஞ்சாயத்துக்காக அவரிடம் வந்திருந்தேன். சமூக அங்கீகாரம் பெற்ற இரண்டாம் மனைவி, குடும்பம் ஆகியவற்றின் லயிப்பில் முதல் தொடர்பைப் புறக்கணிக்கத் தொடங்கிய ஒருவர் குறித்து அந்த முதல் மனைவியின் சார்பாக நான் பழமலையை அணுகினேன். இந்தப் பிரச்சினையில் அவர் கொண்டிருந்த கருத்து என்னை அதிர்ச்சிக்குள்ளாக்கியது. பழமலை என்கிற நானறிந்த புரட்சி இயக்க முன்னோடியின் உள்ளே ஒளிந்திருந்த தந்தைவழிச் சமூக பாலியல் ஒழுக்கவாதியின்

(Patriarchal Sexual Moralist) குரல் என்னை ரொம்பத்தான் உலுக்கி விட்டது. கொஞ்சம் யோசித்துப் பார்த்தபோது பழமலையின் பார்வை தந்தைவழிச் சமூக விவசாய வர்க்கத்தினுடையதுதான் என்பது புரிந்தது. நம்மில் பலரிடமும் இப்படிப் பல பார்வைகள் அடிமனத்தில் ஆழப் புதைந்து கிடக்கின்றன. நமது நகர வாழ்க்கை அனுபவங்களோ, ஏன் புரட்சிகர இயக்கச் செயற்பாடுகளோகூட இவற்றை மேய்ந்துவிட நாம் அனுமதிப்பதில்லை. வர்க்க நீக்கம் செய்துகொள்வது குறித்து ரொம்பவும் கொச்சையான பார்வையே நம்மிடம் மிகுந்திருக்கிறது. சாப்பிட்ட தட்டை நாம் கழுவிவிட்டால், தீபாவளிப் பண்டிகை கொண்டாடாவிட்டால், மனைவியின் தாலியைக் கழற்றிவிட்டால் வர்க்க நீக்கம் செய்துகொண்டாகிவிட்டது என்று நம்புகிறோம். அடியாழத்தில் கொழுத்துத் திரியும் பன்றிக்குட்டிகளைப் படிப்பு, அனுபவம் போன்ற ஆடுகள் ஒன்றும் செய்ய முடிவதில்லை. (பார்க்க: 'இந்திரன்' முன்னுரை.) இந்தப் பன்றிக்குட்டிகள் இயக்கச் செயற்பாடு களையும் பார்வையையும் எந்த அளவிற்கு பாதித்துவிடுகின்றன என்பது வேறு கதை. அவற்றைக் கொஞ்சம் ஒதுக்கி வைத்துவிட்டு மீண்டும் பழமலை கவிதைகளுக்குள் நுழைவோம்.

நான் சொல்ல வருவது இதுதான். சனங்களின் கதையின் 'பழமலை அமைதி'யினூடாக துருத்திக்கொண்டு தனியே நிற்கக் கூடிய - 'கொடுவாள் பேசுவது' போன்ற - மிகச் சில பகுதிகளும், 'ஓசை இல்லாத இடி', 'நெருக்கடி', 'முடிச்சை வெட்டு', 'பதினாறு பவுன் சங்கிலி' போன்ற சில கவிதைகளும் தவிர பிற அனைத்தும் ஒரு தந்தைவழி விவசாயச் சமூகத்தின் கூட்டுக் குரலாகவே வெளிப் பட்டிருக்கிறது. இந்த உருவாக்கத்தில் பழமலை என்கிற மனிதரின் பங்கு மிகக் குறைவானதே. மேலே செல்லுமுன் இத்தகைய விவசாயச் சமூகத்தின் சமூக உளவியல் குறித்து மார்க்சியத் தத்துவ முன்னோடி களில் ஒருவராகிய பிளக்கனாவ், உளப்பகுப்பாய்வு அறிஞர்களாகிய வில்ஹெல்ம் ரீச், எரிக் ஃப்ரம், இந்தியச் சமூகவியல் அறிஞராகிய யோகேந்திர சிங் ஆகியோர் கூறியுள்ள கருத்துகளை மிகச் சுருக்கமாக வேனும் தொகுத்துக்கொள்வோம்.

நிலத்தோடு கட்டப்பட்டவர்கள் இந்த மக்கள். இயற்கையையும், இயற்கை நிகழ்வுகளையும் சார்ந்து வாழ்வை அமைத்துக் கொண்டவர்கள். நிலம், இயற்கை ஆகியவற்றின் ஆற்றலையும் அதிகாரத்தையும் மனப்பூர்வமாக ஏற்றுக்கொண்டவர்கள். கிராமமும் உறவினரும் மாடும் கன்றுகளும் மட்டுமல்ல இந்த நிலம், தோட்டம்

அதில் வளரும் வேம்பு, முருங்கை ஆகியவற்றோடும் இரத்தமும் சதையுமாய் ஆகிப்போனவர்கள். இவர்களின் குடும்பம் ஒரு சிறிய அளவிலான பொருளாதார உற்பத்தி அலகு. பழமலையின் 'மாமா'வையும் 'அப்பா'வையும் போன்ற ஒரு வலிமைவாய்ந்த குடும்பத் தலைவனின் கீழ் இந்தக் குடும்ப உறுப்பினர் அனைவரும் இணைந்து உற்பத்தியில் ஈடுபடுகின்றனர். மேலிருந்து கீழான ஒரு அதிகார உறவுமுறை இதில் தவிர்க்க இயலாது. குடும்பத் தலைவனுக்கும் இதர பெண்டுபிள்ளைகளுக்குமுள்ள உறவு அடிமைத்தன்மையாய் அமைந்திருக்கும். இவர்களின் உற்பத்திமுறை ஒரு இறுக்கமான குடும்பக் கட்டைக் கோருகிறது. இந்தக் குடும்பக் கட்டு பெண்டு பிள்ளைகள் மீதான பாலியல் ஒடுக்குமுறையைக் கோருகிறது. இந்த அடிப்படையிலேயே ஆணாதிக்கத் தன்மையிலான பாலியல் ஒழுக்கக் கோட்பாடுகள் இந்தச் சமூகத்தில் உருவாகின்றன. தன்னோடு கொல்லைக்கு வந்து, இருட்டியபின் திரும்பிச் சமைக்கும் மனைவியின் சமையலில் தலைவன் குறை காண்பான். மனைவி இதை மட்டுமல்ல அவனது கம்மாவரத்து நாயகியையும், 'அக்கா'வாக ஏற்றுச் சகித்துக்கொள்ள வேண்டும். அவ்வப்போது இட்டிலி, பணியாரம், மீன்பொடி சகிதமாய் வந்து தலைவனைத் தரிசித்து மகிழ்ச்சியில் ஆழ்த்திவிட்டுப் போகும் உரிமை மட்டுமே கம்மாவரத் தாளுக்கு உண்டு.

ஒரே விவசாயச் சமூகத்திற்குள் உள்ள பொருளாதார ஏற்றத் தாழ்வுகளால் ஏற்பட்ட இடைவெளிகளை நிரப்பும் பாலமாகவும் இந்தப் பொதுவான ஒழுக்கவியல் உணர்வுகள் விளங்குகின்றன என்பர். இந்த ஒடுக்குமுறை, வேலையைத் தவிர வேறெதையும் தெரியாத விரக்தியுற்றவர்களாகப் பெண்களையும், தந்தையின் அதிகாரத்தில் அடையாளம் காண்பவராக (ஆண்) பிள்ளைகளையும் மாற்றியமைக்கும். குடும்பத்திற்குள் தந்தைக்கும் குடும்பத்திற்கு வெளியே அரசுக்கும் அடிபணிந்து நடக்கும் இயல்பினராக இதர உறுப்பினர்கள் உருவாவார்கள். இந்த அதிகாரமும் அதிகாரத்தின் கீழான பாதுகாப்பும் எப்போதும் இவர்களுக்குத் தேவையாயிருக்கும். தன்னை அதிகாரத்தோடு இனங்காணும் தலைவர்களோ அந்தச் சுகத்தில் அதிகாரத்தை ஏற்றுக்கொண்டவர்களாக இருப்பர்.

மூடப்பட்ட இவர்களது உற்பத்திமுறை வெளியிலிருந்து அறிவு வரத்திற்கு அதிக வாய்ப்பளிக்காது. கதைகள், பழமொழிகள் ஆகியவற்றின் வாயிலான வாய்வழி அறிவுப் பரவலே இவர்கள்

அதிகம் அறிந்தது. காலையில் கொல்லைக்குச் சென்று, இருட்டிய பின் திரும்பி, நெருப்பு கேட்டு அடுப்பு ஊதும் இவர்களுக்கும் இவர்கள் மீது அதிகாரம் செலுத்துகிற குடும்பத் தலைவர்களுக்கும் தங்கள் உரிமைகள்பற்றியோ, அனுபவிக்கும் துன்ப துயரங்களின் பின்னணி பற்றியோ, அதிகாரத்தின் செயற்பாடுபற்றியோ ஒன்றும் தெரியாது. துன்ப துயரங்கள்பற்றிய பிரக்ஞை இருக்கும். கஞ்சி குடிப்பதற்கிராது. ஆனால் அதற்கான காரணங்கள் இன்னதென்கிற அறிவுமிராது. நேரடியான நிலப்பிரபுத்துவக் கொடுமை இல்லாத குமூமூர் போன்ற தென்னாற்காட்டு வன்னியக் கிராமங்களில் வர்க்க எதிரியை அடையாளம் காண்கிற வாய்ப்புக்குறைவு. இவர்கள் கண்ட மிகப்பெரிய எதிரி வெல்லம் வாங்க வரும் வியாபாரிதான். விருத்தாசலம் கோவிலில் பிச்சை எடுக்கும் நிலைக்குச் சீரழிந்த போதுங்கூட கீழாய்க் கெடந்ததுகள் கின்னாரம் பாடுவதுதான் பெரியதாய்த் தெரியுமேயொழிய தாங்கள் கஞ்சிக்கில்லாமல் போனதற்கான காரணங்கள் இவர்கள் கண்ணில் படுவதில்லை. தரகு முதலாளிகளா இல்லை தேசிய முதலாளிகளா என்பதெல்லாம் இவர்களுக்கு ரொம்பவும் அந்நியமான விஷயங்கள். தூரத்தில் இருக்கும் அரசையும் அதிகார வர்க்கத்தையும் இவர்கள் எதிரிகளாய்ப் பார்ப்பதில்லை. கேசவன் நமக்குப் பணிகிறான். கேசவனை நாம் பாதுகாக்கிறோம். அது போலதான் நாம் அரசுக்குப் பணிவது. அரசு நம்மைப் பாதுகாக்கிறது. வரிகளை நாம் ஒழுங்காகக் கட்ட வேண்டும். வரிகள் இல்லாவிட்டால் அரசு எப்படி இயங்கும்?

சிறு விவசாயி தன்னை எப்போதும் ஒரு நில உடைமையாள னாகவே அடையாளம் காண்கிறான். தன் துன்பதுயரங்களுக்கு அவன் நொந்துகொள்வது, 'தரித்திரன் நான் ஆனேனே' என்று விதியைத்தான். கஷ்டங்களோடு அவன் சமரசமாகிவிடுகிறான். எதார்த்த வாழ்விற்கும் அது குறித்த உலகப் பார்வைக்கும் விவசாய சமூகத்திற்குள் முழுமையான ஒத்திசைவு விளங்குகிறது. இந்த ஒத்திசைவு தகரும் போது மட்டுமே அங்கே எதிர்ப்பும் கலகமும் பிறக்க வழி தோன்றும்.

அரசையும் அதிகாரத்தையும் அது அளிக்கும் பாதுகாப்பிற்காக நம்பி அண்டியிருக்கும் இவர்கள் எந்தப் பிரச்சினை குறித்தும் தங்கள் மண்டையை உடைத்துக்கொள்வதில்லை. அதெல்லாம் 'மேலே இருப்பவர்கள்' பாடு. இம்மனநிலை ஒருவிதமான சுதந்திரம் குறித்த அச்சத்தையே (Fear of Freedom) அவர்களிடம் ஏற்படுத்திவிடுகிறது.

விவசாயி தன்னைக் கும்பலில் ஒருவனாகவே அறிந்துகொள்கிறான். கும்பலில் அவன் ஒரு சல்லி. குடும்பத் தலைவர்கள் அதீத சுயம் (ego) உடையவர்களாக இருப்பதென்பது இன்னொரு பக்கம். தன்னையும் தன் குடும்பத்தையும்பற்றிக் கவிதைகள் எழுதிக்கொள்வதெல்லாம் இந்தத் தந்தைவழிச் சுயத்தின் வெளிப்பாடுதான். இந்தப் பண்புகளின் மறுதலையாய் அவன் ரொம்பவும் இரக்கமற்ற குரூரமானவனாகி விடுகிறான். இந்த மக்களிடம் அகப்பட்ட திருடனின் கதையை நாம் கோபல்ல கிராமத்தில் பார்த்தோம். பாலியல் ஒழுக்க விதிகளை மீறிய இளம் பெண்கள் அவர்களது பெற்றோர்களாலேயே வெட்டிக் கொல்லப்பட்ட சேதிகள் எங்கள் கிராமத்தில் ஏராளம்.

உலகெங்கிலுமுள்ள விவசாயச் சமூகங்கள் கூட்டுக் குடும்ப வடிவிலானதே என்பர். பொருளாதார, கலாச்சார, மதம் மற்றும் அரசியல் நடவடிக்கைகளின் அடிப்படை அலகாக கூட்டுக் குடும்பமே விளங்குகிறது. குழந்தைகளின் வளர்ச்சிப் பருவத்தில் கூட்டுக் குடும்பம் ஏற்படுத்தும் தாக்கம் அதிகம். கூட்டுக் குடும்பத்தில் வாழ்வது குழந்தைகளுக்கு எப்போதுமே ஒரு இனிய அனுபவந்தான். உறவினர்கள் வருவதும், ஏதோ ஒரு சுவையான நிகழ்ச்சி நடை பெறுவதும் தொடர்கின்றன. நெருங்கிய உறவினரால் பாதுகாக்கப் பட்டுப் பொத்தி வளர்க்கப்படும் கூட்டுக் குடும்பக் குழந்தை எப்போதும் ஒருவரைச் சார்ந்திருக்கும், பாதுகாப்பிற்காக ஏங்கியிருக்கும் இயல்புடையதாகி விடுகிறது. இளமைக்காலம் இத்தகைய குடும்பச் சூழலில் அமைந்து போனவர்கள் இந்தப் பாதுகாப்பு நாட்டத்தையும் - இதன் மறுதலையான அதிகாரத்திற்கு அடங்கிப் போதலையும் - எச்சசொச்சமான பண்பு நலனாக இறுதி வரை பெற்றிருப்பர். அதிகம் அந்நியமாதலுக்கு ஆட்படாமல் உணர்வுமயமான உலகில் இயங்குவர். உறவினர்மீதும், மூத்தவர்கள் மீதும் அதிக ஒட்டுதலும், ஈடுபாடும் உணர்ச்சிமயமான பிணைப்பும் கொண்டிருப்பர். பெண்களை அடிமைகளாகவே நடத்துவர். அதிகாரம் செலுத்துவதில் மட்டுமல்ல அதிகாரத்திற்குக் கட்டுப்படுவதிலும் பிரியமுடையவர்களாக இருப்பர். கஷ்டங்களைத் தங்கள் விதியாக மட்டுமல்ல, குற்றத் தண்டனை களாகவும் ஏற்றுக்கொள்வர். மகிழ்ச்சியடையும் திறனே பழுதுபட்டவர் களாக இருப்பர். மாற்றங்களுக்கும் நவீனமயமாதலுக்கும் புதிய சிந்தனைகளுக்கும் எதிராக இருப்பர். பழைமைக்கு ஏங்கும் இயல்புடையவராக இருப்பர். கருக் குடும்பத்தில் வளர்ந்தோருக்கு இவற்றிற்கு மாறான பண்புகள் இருக்கும் என்பர்.

இந்தியக் குடும்பங்களில் - அவை நகரத்தில் இருக்கும் மத்தியதர வர்க்கக் கருக் குடும்பங்களாக இருந்தபோதிலும் — கூட்டுக் குடும்ப உளவியலே விளங்குகிறது என்று சமூகவியலாளர்கள் குறிப்பிடு கின்றனர். இளம் வயதில் இத்தகைய விவசாயக் குடும்பத்தில் பயிற்சிபெற்ற ஒருவன், விவசாயச் சமூகத்தைவிட்டு விலகி மத்தியதர வர்க்கமாக மாறினாலுங்கூட தனது தந்தைவழி விவசாயச் சமூக உளவியல், பாலியல் ஒழுக்கப் பார்வை முதலியவற்றை அப்படியே மத்தியதர வர்க்கத்துக்கேற்றதாய் சிதைத்து மாற்றிக் (mutate) கொள்கிறான். கிராமப்புறங்களிலுங்கூட இடைநிலை மற்றும் தாழ்ந்த சாதியினர் மத்தியில் நிலமின்மை, பற்றாக்குறை போன்ற எதிர்மறைக் காரணங்களின் விளைவாகக் கூட்டுக்குடும்ப அமைப்பிற்குப் பதிலாகக் கருக் குடும்பங்கள் அதிகமாக இருந்தாலும் - பழமலை காட்டும் குடும்பங்கள்போல - கூட்டுக் குடும்ப உளவியலே இவற்றுக்கும் நிலவுகிறது என்று யோகேந்திரசிங் போன்றோர் குறிப்பிடுவது இங்குக் கவனிக்கத் தக்கது.

கவிதைகளிலிருந்து விலகி தொடர்பில்லாமல் ஏதேதோ விஷயங் களைப் பேசிக்கொண்டே போகிறேனே என எண்ண வேண்டாம். பழமலை கவிதைகள் காட்டும் உலகிற்கும், மேலே குறிப்பிட்ட விவசாயச் சமூக உளவியலுக்குமுள்ள இயைபை சனங்களின் கதையை மேலோட்டமாகப் படித்தோர்கூட உணர முடியும். சுருக்கம் கருதி ஓரம்சத்தை மட்டும் இங்கே பார்ப்போம்.

சனங்களின் கதையில் விவசாயச் சமூகத்தின் கூட்டுக் குரலாக ஒலிக்கும் கவிதைகளை மட்டும் எடுத்துக்கொண்டீர்களானால் அவற்றில் பெரும்பான்மை கிட்டத்தட்ட ஒரே வடிவப் பாங்கம் உடையதாய் அமைந்திருப்பதைக் காணலாம். தொடக்கத்தில் எதார்த்த வடிவிலான ஓர் அறிமுகக் காட்சி. வாழைப்பழத்தைத் தோலோடு சாப்பிடுவதாகவோ, பேராண்டிக்குப் பேனெடுப்பதாகவோ, அம்மாயியின் சாவாகவோ இது அமையும். கவிதையின் மையப் பகுதியில் இந்த அறிமுகத்தினடியாக நடைச்சித்திரமாகப் படைக்கப் பட்ட பாத்திரத்தை முன்னணியாகக்கொண்டு அந்த விவசாயமக்களின் வறுமை அவலம் சித்திரிக்கப்படும். இந்த அவலம் வெறும் அவலமாகவே நின்றுவிடாது. இந்த அவலத்தினூடே ஓர் ஆதரவும் பாசமும் பாதுகாப்பும் ஆதூரமும் இணைந்து ஒலிக்கும். இதயத்தை வருடும் உறவின் நெருக்கமும் அரவணைப்பின் கதகதப்பும் வறுமைக் குளிருக்கு இதமளிக்கும். இந்த இதமும் சுகமும் வறுமைத் துயரைப்

பின்னுக்குத் தள்ளும். நிலவும் மயான அமைதியின் லயத்திற்கு வாசகனின் இதயம் மீட்டப்படும். பழத்தோலையும் விட்டுவிட இயலாத அம்மா உறங்கும் மகனுக்கு முந்தானை சார்த்துவாள். மகனது கொள்ளிக்கு யாசிப்பாள். கிளியப்பட்டியிலிருந்து நடந்து வரும் கிழவி அப்பாவுக்கு மொச்சையும் முருங்கைக்காயும் கொண்டுவருவாள். தாத்தா பொரியும் பொட்டுக்கடலையும் மட்டும் கொண்டு வருவதில்லை. மகனை வெளிச்சத்திலேயே வீட்டிற்குத் திரும்ப அறிவுரையும் சொல்வார். தடியூன்றிவரும் செவிட்டுக் கிழவி பள்ளி இடைவேளையில் பேரனைக் கண்டு தின்பண்டம் ஊட்டுவாள். இப்படி வறுமைத்துயர் x உறவுப்பாதுகாப்பு என்கிற எதிர்வு சனங்களின் கதை முழுவதும் ஊடாடி நிற்பதைக் காணலாம். இந்த முரண்கூறுகளுக்கிடையேயான ஒருமை கவிதையின் அழகைச் சாத்தியப்படுத்திவிடுகிறது. இறுதியில் கவிதை முற்றிலுமாய் அறிவுத்தளத்திலிருந்து விலகி உணர்வுத்தளத்தை எட்டிச் சடக்கென முடிகிறது. ஓர் உணர்வுமயமான பழைமை ஏக்கத்தில் (emotive nostalgia) மனம் குவிகிறது. 'இந்தக் குரலை எரிப்பதற்கு நெருப்பால் முடியாது' என்பதுபோல் கவிதைகள் உச்ச இறுதி பெறுவதைப் பழமலையில் அடிக்கடி காணமுடியும்.

இங்கே ஒரு கேள்வி எழுகிறது. சனங்களின் கதை இன்றைய தமிழ்க் கிராமத்தின் அல்லது தமிழ் விவசாயச் சமூகத்தின் ஒட்டுமொத்தமான ஆன்மாவைப் படம்பிடித்துக் காட்டிவிட்டது என்று சொல்லிவிட முடியுமா? முடியாது என்றுதான் சொல்லத் தோன்றுகிறது. பழமலைக்கும் குழூமூருக்கும் ஒரு கிராமம் என்கிற அடிப்படையிலான உறவு புவியியல் ரீதியானதுதான். கிராமத்தின் அனைத்துப் பிரச்சினைகளையும், அனுபவங்களையும் பழமலை கவிதைகளில் கொண்டுவந்துவிடவில்லை. சுற்றிச்சுற்றி அவரது சுற்றம், நட்பு, பண்ணையாளோடும் அவர்களுக்கிடையேயான முரணற்ற ஒத்திசைந்த உறவனுபவங்களோடும் கவிதைகள் முடிந்துவிடுகின்றன. கேசவன், தையல் நாயகி, தில்லை, சின்னக்கண்ணு என ஒரு சிலர் தவிர மற்ற அனைவரும் அவரது சுற்றத்தினர்தான், சாதிக்காரர்தான். மற்றவர்களும் இவர்களை அண்டியவர்களாகவே படைக்கப்படுகின்றனர். பண்ணையுறவும் கடனுறவும்கூட ரொம்பவும் இணக்கமானதாகவே இருக்கின்றன. விவசாயச் சமூகத்தின் ஒத்திசைவைக் குலைக்கும் எந்த அம்சமும் அதிலில்லை. இங்கும் ஒரு பாதுகாப்பும் அரவணைப்புச் சுகமுமே மேலோங்கி நிற்கின்றன. செருப்பால் அடித்தபோதும்,

விளக்குமாற்றைத் தூக்கிய போதும் காலில் விழுகிற கேசவனின் நன்றி அந்த விவசாயச் சமூகத்திற்கு மட்டுமல்ல, எழுதிய பழமலைக்கும், படிக்கிற நமக்கும் ஒரு புளகிதத்தையே அளிக்கிறது.

ஆக சனங்களின் கதை, கிராமங்களின் கதையாகப் பரிணமிக்க வில்லை. சாதிகளாய்ப் பிளவுண்ட இந்தியக் கிராமங்களின் ஒட்டு மொத்தக் குரல் என ஒன்று ஒலிப்பது சாத்தியமில்லை. எனவே அப்படி ஒரு குரலைப் படைப்பிற்குள் கொண்டுவருவது சாத்தியமில்லைதான். இந்திய நாகரிகத்தின் அடிப்படை நுண் அலகாக இந்திய கிராமத்தைக் கருதமுடியாது என்றும் இந்தியா என்பது சமூகவியல் ரீதியில் பார்க்கும்போது கிராமங்களால் ஆனதல்ல என்றும் டூமான்ட் போன்ற சமூகவியலாளர்கள் பேசுவதின் நியாயம் புரிகிறது. இங்கே விவசாயச் சமூகமே பிளவுண்டு கிடக்கிறது. மேலைச் சமூகங்களுக்கும் நமக்குமுள்ள வேறுபாடுகளில் இது பிரதானமானது. பழமலையே சொல்வதுபோல மேல்கள், நடுகள், அடிகள் என்கிற முப்பிரிவில் நடுகளின் வாழ்க்கையும் உளவியலும் கூட்டுக்குரலும் மட்டுமே சனங்களின் கதையில் ஒலிக்கின்றன. சுந்தரராமசாமியும் ஞானக் கூத்தனும் இதையும்கூடச் செய்துவிட முடியாது என்பது எத்தனை உண்மையோ அத்தனை உண்மை பழமலையால் கேசவன்களின் குரலை ஒலித்துவிட முடியவில்லை என்பதும்.

பழமலை கவிதைகளின் வாசக ரஞ்சகமான வெற்றி இந்த உளவியலை நுண்மையாக வெளிப்படுத்தியதிலேயே அடங்கி யிருக்கிறது. இவரது படிப்பு அல்லது இயக்க அனுபவம் என்கிற ஆடு அல்லது புல்டோசர் மேய்ந்த பகுதிகளில் ஒட்டுமொத்த அமைதி யிலிருந்து கவிதை விலகிவிடுகிறது 'கொடுவாள்' தத்துவம் பேசும்போது இப்படித்தான் ஆகிவிடுகிறது. தாமஸ்கிரேயைப் படித்தறிந்த பேராசிரியர் பழமலையின் குரல் தூக்கலாய் ஒலித்துத் தத்துவ விசாரம் செய்யும் ஓசையில்லாத இடி போன்ற கவிதைகளும் விவசாய உளவியலைப் பிரதிபலிப்பதில்லை. இத்தகைய இருப்பியற் பிரச்சினைகள் அந்த மக்களின் பொதுப் பிரச்சினைகள் அல்ல. கிராம வாழ்வுடன் தொப்புள்கொடி இணைக்கப்பட்ட பேராசிரியரும் இயக்கவாதியுமான பழமலை என்கிற படைப்பாளியின் கருத்தியலின் வெளிப்பாடாகவே இத்தகைய கவிதைகளை நாம் காண வேண்டும்.

இவற்றைத் தவிர்த்துப் பார்த்தோமானால் சனங்களின் கதை**யை** ஒரு துன்பியல் இலக்கியமாக வகைப்படுத்த முடியுமா? இதர இருபத்தெட்டு பாடல்களில் ஆறு (பானைத் தாத்தா, அம்மாயி இறந்து

விட்டாள், தில்லை, சேத்தாளி, கமலி ஆச்சி, ராசா என்கிற புகழேந்தி) மரண கீதங்கள். துன்பமானாலும் இறுதியில் மறு உலகிலாவது கூடுவதாக முடியும் இலக்கிய மரபிற்கு இயைபுடையதாய் இருந்த போதும் சனங்களின் கதைப் பாடல்களில் பெரும்பான்மை அவலச் சுவைப் பாடல்களே, துன்பியற் கவிதைகளே. 'வரலாற்றுரீதியான தேவைக்கும் அதனை நடைமுறைப்படுத்தும் சாத்தியமின்மைக்கு முள்ள மோதலே துன்பியல்' என்பார் எங்கெல்ஸ். சனங்களின் கதையில் அவலப்படும் ஏழை விவசாயிகள் இயக்க ரீதியாய் ஒன்றிணைந்து போராட வேண்டும் என்பது வரலாற்றுத் தேவை. அதை நடைமுறைப் படுத்தும் சாத்தியங்கள் பழமலை காட்டும் உலகத்திற்குள் இல்லவே இல்லை என்பது மட்டுமின்றி இந்தத் தேவை குறித்த பிரக்ஞையுடைய சனங்களே எவருமில்லை. எனவே சனங்களின் கதை வெறும் அவலப் பதிவுகளாகவே நின்றுவிடுகின்றனவேயொழிய ஓர் உன்னத துன்பியற் காவியமாக உயர முடியவில்லை.

அவலச் சுவையை மனிதன் எப்போதுமே ரசித்து வந்திருக்கிறான் என்பது மட்டுமா சனங்களின் கதையின் வெற்றிக்குக் காரணம்? அதுமட்டுமல்ல. நம்முள் ஆழப் பதிந்துகிடக்கும் தந்தைவழிச் சமூக விவசாய உளவியலுடனும், அது சிதைந்து உருவான மத்தியதர வர்க்க உளப்பாங்குடனும் பழமலை கவிதைகள் ஒத்திசைகின்றன என்பதே முக்கிய காரணம். தவிரவும் நம் எல்லோரினது பழைமை ஏக்கத்திற்கும் பழமலை கவிதைகள் தீனி போடுகின்றன. சனங்களின் கதையை ஈடுபாட்டுடன் படிக்கும் யாரும் ஒரு கணம் புத்தகத்தை மடியில் வைத்துவிட்டுத் தங்களின் பழைமையை அசை போடாதிருக்க முடியாது. அந்தப் பழைமை எத்துணை சோகமானதாயினும் அதைக் கடந்துவந்து இப்போது அசைபோடும்போது சுகமாகத்தான் இருக்கிறது. பழமலையின் கிராமக் காட்சிகளும் நடைச் சித்திரங்களும் உரையாடல்களும் உணர்வெழுச்சி முத்தாய்ப்பும் ஒவ்வொருவருக்கும் ஒவ்வொரு விதமாய்ப் பழைமை ஏக்கத்தைப் பூர்த்திசெய்ய உதவுகின்றன. பழமலையின் எளிய தத்துவ விசாரங்கள் சிலருக்கு இதமளிக்கின்றன. மலச்சிக்கல்காரர்கள் 'நமது பொருளியலில்' லயித்து விடுகின்றனர்.

'நமது பொருளியலைத்' திறவுகோலாகக்கொண்டு உளப் பகுப்பாய்வு நோக்கில் சனங்களின் கதையை அணுகினால் மேலும் சில பகுதிகள் விளக்கமுறும். முழுமையாய் அப்பணியை இங்கே நிறைவேற்ற முடியாவிட்டாலும் ஒருசில குறிப்புகளைத் தர முடியும்.

மலங்கழிப்பது தொடர்பான நகைச்சுவைகளும் பழங்கதைகளும் கிராமமக்கள் மத்தியில் நிறைய வழங்குவதைக் காணலாம். ஆதிவாசிகள் மத்தியிலும் இத்தகைய புனைவுகள் உண்டு என்பர். இவற்றிற்கெல்லாம் உளவியலடிப்படையிலான விளக்கத்தை பிராய்டின் உளப் பகுப்பாய்வு அணுகல்முறை தருகிறது.

குழந்தை பிறந்தவுடனேயே பாலியல் உணர்வு கொண்டுள்ளது என்பதும் அதனை அது நிறைவேற்றிக்கொள்கிறது என்பதும் பிராய்டின் முக்கிய கண்டுபிடிப்புகளில் ஒன்று. ஆனால் குழந்தையின் இப் பாலியல் நடவடிக்கை நாம் எதிர்பார்ப்பதுபோல பிறப்புறுப்பு சார்ந்ததோ, கரு உருவாக்கத்துடன் தொடர்புடையதோ அல்ல. பாலியல் உந்துதலுக்கும் உடலின் காம உணர்வு மண்டலங்களுக்கும் (erogeneous zones) இடையே சில நெருக்கமான தொடர்புகளைப் பிராய்டு நிறுவினார். குழந்தையின் பாலியல் நடவடிக்கையின் வளர்ச்சியில் முதல்நிலை வாய் மண்டலம் (Oral zone) சார்ந்தது. இதனுடன் இணைந்த செயற்பாடுகளாகிய உறிஞ்சுதல், கடித்தல் போன்றவை இந்நிலையில் பாலியல் நடவடிக்கைகளாகின்றன. இரண்டாவது நிலை ஆசனவாய் மண்டலம் (anal zone) சார்ந்தது. பால்குடி மறப்பதிலிருந்து இது தொடங்குகிறது. மலத்தைக் கழிப்பதிலும், அடக்கி வைப்பதிலும் இக்காலகட்டத்தில் குழந்தை பாலியல் சுகத்தை அடைகிறது. மூன்று முதல் ஐந்து வயதுக்குள் பிறப்புறுப்பு சார்ந்த பாலியல் நடவடிக்கைகள் தொடங்கி வயது வரும் போது முழுமை எய்துகிறது.

இரண்டாவது நிலையை மட்டும் சிறிது விளக்குவோம். தடையற்ற மல வெளியேற்றம் என்பது குழந்தையின் ஆசனவாய்ச் சளிச்சவ்விற்கு இதமான தூண்டுதலைத் தருகிறது. வெளியேற்றப்பட்ட மலத்தின் தோற்றம், நாற்றம், ஆசனவாய்ப் பகுதியோடு அது ஏற்படுத்தும் தொடுகை, கையில் இழும்பும்போது ஏற்படும் இதம் ஆகியவை குழந்தைகளுக்குச் சுகம் அளிக்கும் நிகழ்வுகளாகின்றன. தனது மலத்தைப் பார்த்துக் குழந்தை பெருமைகொள்கிறது. தனது உற்பத்தித்திறனின் முதல் வெளிப்பாடாக அதைக் கருதி மகிழ்கிறது. வளர வளர குழந்தை அதன் விருப்பத்திற்கு மலங்கழிப்பது இயலாமற் போகிறபோது அதனை அடக்கிவைத்து வெளியேற்றுவதும் அதனோடு கூடிய நடவடிக்கை களும்கூட அதற்குச் சுகமளிப்பதாய் அமைந்து விடுகின்றன.

வளர்ந்து பெரியவரான பின்னரும் அவன்/அவளிடம் இந்தப் பண்புகள் எச்ச சொச்சமாய்த் தங்கிவிடுகின்றது என்கிறது உளப்

பகுப்பாய்வு அறிவியல். தங்கள் மலத்தைத் தாங்களே ரசிக்கும் பண்பு எல்லா மனிதர்களிடமும் ஓரளவு இருக்கவே செய்கிறது. இந்தப் பின்னணியிலேயே ஆசனவாயைத் தொடர்புபடுத்திய அவமதிப்புச் செயல்களும் நகைச்சுவைகளும் மக்கள் மத்தியில் ஆழமான உணர்வுத் தாக்கங்களை ஏற்படுத்துவதைப் பார்க்க வேண்டும் என்கிறார் இது குறித்து விரிவாய் ஆராய்ந்த கார்ல் ஆப்ரஹாம்.

ஆக வளர்ந்த பெரியவர்களிடமும்கூட இளம் வயதின் இத்தகைய வாய் மண்டலம்/ஆசனவாய் மண்டலம் சார்ந்த இயல்புகள் எஞ்சி நின்று சில பண்புநலன்களாக வெளிப்படுகின்றன. இந்த அடிப்படையில் மனிதர்களை வாய்ப்பண்புகள் (Oral traits) உடையவர்கள் எனவும், ஆசனவாய்ப் பண்புகள் (anal traits) உடையவர்கள் எனவும் உளப்பகுப்பாய்வர்கள் பிரிப்பர். மனிதர்களின் பண்புநலன்கள்பற்றிய ஓர் அறிவுத்துறையே உளப் பகுப்பாய்வு பண்பு நலத்துறை (Psychoanalyitic Charectrology) என்று உருவாகியுள்ளது.

இந்த அடிப்படையிலான ஆசனவாய்ப் பண்புநலன்களைப் பின்வருமாறு தொகுக்கின்றனர்: பெரும்பாலும் தந்தைவழிச் சமூகங்கள் ஆசனவாய்ப் பண்புகள் கொண்டதாகவே இருக்கின்றன என்பர். தனது உடைமைகளின் மீது அதீத அன்பு, கடமை உணர்வு, இப்படி அல்லது அப்படி (must/must not) என்று எல்லாவற்றையும் விதிகளாக்கி எளிமைப்படுத்தி உள்வாங்குதல்; பிடிவாதம்: குரூரம்; பிறர் மீது வெறுப்பு; ஒழுங்குகள் மீதும், தூய்மை மீதும், சிக்கனத்தின் மீதும் அளவுக்கதிகமான நாட்டம்; தன்னிலிருந்து வேறுபட்ட அனைத்தையும் அசுத்தமாய்க் காணுதல்; சிக்கனம் என்பது பொருளில் மட்டுமன்றி நேரம், ஆற்றலைச் செலவழிப்பது ஆகியவற்றிலும் நீடிப்பு; பணம் சம்பாதிப்பது; உடைமைகள் சேர்ப்பது; உருப்படி யான உற்பத்தித் திறனோடு மாற்றியமைக்காமலேயே துண்டுத் துக்காணிகளாக அறிவைச் சேகரிப்பது: ஒழுக்கவாதம் பேசுவது; பெண்களை உடைமைகளாகக் கருதுவது: கால ஒழுங்கைக் கடைப் பிடிப்பதையும் எல்லாம் சமச்சீராக இருக்க வேண்டும் என்பதையும் வலியுறுத்துவது.... இப்படிச் சொல்லிக் கொண்டே போகலாம்.

ஆசனவாய்ப் பண்புகள் மிகுந்துள்ள எல்லோரிடமும் இந்தப் பண்புகள் அப்படியே படிந்திருக்கும் என்பதில்லை. நாம் எந்த அளவிற்கு ஆசனவாய்ப் பண்புகளுக்கு ஆட்பட்டிருக்கிறோம் என்பதையும் இதர நமது செயற்பாடுகள், சூழல் அனுபவம் ஆகியவற்றின் அடிப்படையிலும் இது கூடவோ, குறையவோ

செய்யலாம். இறுதி ஆய்வில் நமது வாழ்நிலையே பண்புகளைத் தீர்மானிக்கிறது.

இந்த நோக்கில் 'நமது பொருளியல்' கவிதையை நீங்கள் மறுபடியும் படிப்பதோடு இதர கவிதைகளையும் அணுகிப் பார்க்கவும் வேண்டு கிறேன். இவற்றை எழுதிய பழமலையிடமும் ஈர்க்கப்படும் நம்மிடமும் இந்தப் பண்புகள் எந்த அளவிற்கு வேரூன்றியிருக்கிறது. 'நமது பொருளியலை' நம்மில் எத்தனை பேர் இரண்டாம் முறை படித்து ரசித்தோம் என்பதையெல்லாம் யோசித்துப் பார்க்கலாம். இந்த அடிப்படையில் நம்மிடம் கழித்துக் கட்டவேண்டிய பண்புகளை அடையாளம் காணலாம். இந்திரன் கோபித்துக்கொண்டாலும் பரவாயில்லை எனத் துணிந்து அவற்றின் மீது ஆடுகளை மேய விடலாம்.

இறுதியாய் சமூக மாற்றத்தை நோக்கிக் களத்தில் நிற்போர் இந்தக் கவிதைகள் ஏற்படுத்தியுள்ள வரவேற்பை எப்படி எதிர்கொள்வது என்கிற கேள்வி நம்முன் எழுகிறது. நம்மிடமுள்ள தந்தைவழிச் சமூக உளவியற் கூறுகள், ஒழுக்கப் பார்வைகள், கிராம வாழ்க்கையில் லயிப்பு, பழைமை ஏக்கம், குடும்பப் பாசம், ஆசனவாய்ப் பண்புகள் ஆகியவற்றோடு இக்கவிதைகளின் சுருதி ஒத்திசைவதே இத்தகைய வாசகரஞ்சக வெற்றிக்குக் காரணம் என்றோம். இதனை நமது 'முதுசொன்' எனப் பொதியவெற்பனைப் போலக் குதூகலித்துக் கும்மாளமிடுவதா? பழமலை நம்புவது போல இந்தச் சனங்கள் தங்கள் நோயை அடையாளம் காணவேண்டியதையும் போராட வேண்டிய வரலாற்றுத் தேவையையும் பழமலை நன்றாகவே வலியுறுத்திவிட்டார் எனத் திருப்திப்பட்டுக்கொள்வதா? பட்டிக் காடுகள் என உதாசீனப்படுத்தப்பட்டவர்களின் நனி சிறந்த நாகரிகங் களைப் பதிவு செய்துவிட்டதாய் இந்திரன் போலப் பெருமை கொள்வதா? சுருங்கச் சொன்னால் இக்கவிதைகள் படிப்பவர்கள் உள்ளத்தில் ஏற்படுத்தும் பதிவு மாற்றத்தை நோக்கியதா இல்லை இருப்பை உறுதி செய்வதற்கானதா? அல்லது இரண்டில் எது கூடுதலான தாக்கத்தை ஏற்படுத்துவதாய் இருக்கிறது?

இந்தக் கேள்விகளுக்கு விடை காண்பதற்கு சமூக உருவாக்கத்தில் குடும்பம் போன்ற நிறுவனங்கள், அவற்றினடியாக உருவாகும் உளவியல் ஆகியவற்றின் பங்கு குறித்த சில மார்க்சிய, உளவியற் சிந்தனைகளை நாம் தொகுத்துக்கொள்ள வேண்டியிருக்கிறது: தனிச் சொத்தின் தோற்றத்தோடு குடும்பம் என்கிற நிறுவனத்தின் பிறப்பு

குறித்த எங்கெல்சின் கருத்துகள் நாம் அறிந்ததே. ஏற்றத்தாழ்வற்ற ஆதிப்பொதுமைச் சமூகங்களில் குடும்பம் என்கிற நிறுவனம் இருந்ததில்லை. தனிச் சொத்தின் அடிப்படையில் உருவான இந் நிறுவனம் பின்னர் தனிச் சொத்தையும், அதனடிப்படையிலான ஏற்றத்தாழ்வுகள் உள்ள, மேலிருந்து கீழான அதிகாரச் செயற்பாடு களுடைய இச் சமூகத்தையும் கட்டிக்காக்கும் பிரதான கருவிகளில் ஒன்றாக மாறி இன்றுவரை செயற்பட்டு வருகிறது. இன்றைய குடும்பம் என்பது அரசு அல்லது தேசத்தின் ஒரு சிறிய அளவிலான வடிவம். அதிகாரத்திற்கு அடிபணிந்து போகும் மனநிலையின் பயிற்சிக் களன். 'தந்தை' என்கிற வடிவத்தில் ஒவ்வொரு குடும்பத்திற் குள்ளும் எதேச்சதிகாரத் தன்மையிலான அரசின் பிரதிநிதி நிலவுகிறார். இந்தத் தந்தை பின்பு நிறுவனத்தின் அதிகாரியாகவும் (boss), கட்சித் தலைவராகவும், ஆளும் (பாசிச) சர்வாதிகாரியாகவும் ஏற்றுக்கொள்ளப் படுகிறார். மகன், தந்தைக்கும் குடும்பக் கட்டிற்கும் பணிதல் என்பது பின்னாளில் இவர்களுக்குப் பணிவதற்கான பயிற்சியே. ஆக பொருளாதார/சமூக அமைப்புகளின் மறு உருவாக்கத்திற்கேற்ற உளவியல் உருவாக்கம் குடும்பத்திலும் அதன் விரிவாக்கமான விவசாய மற்றும் மத்தியவர்க்கச் சமூகத்திலும் நிகழ்கிறது. ஒரு மேலிருந்து கீழான அதிகாரத்துவமிக்க குடும்பச் சூழலில் தனது முதல் ஐந்தாண்டுகளைக் கழிக்கும் குழந்தை சகலவிதமான பிற்போக்கான சிந்தனைக்கும் களனாகிவிடுகிறது. மதரீதியான அச்சங்கள், பாலியல் ரீதியான குற்ற உணர்வுகள் என்பன பின்னாளில் இத்தகைய பிற்போக்கான சிந்தனைகளை உறுதிசெய்கின்றன.

குடும்பம் என்பது அரசுக்குப் பணியும் பயிற்சிக்களன் என்கிற கருத்தை பிளக்கனாவ் போன்ற மார்க்சிய அறிஞர்களும் ஏற்றுக் கொள்கின்றனர். தேசத்தின் மீதும், இனத்தின்மீதும், மொழியின் மீதும் வெறியூட்ட தாய்மீதுள்ள பற்றையே பாசிஸ்டுகள் பயன்படுத்து கின்றனர். 'குடும்ப அமைப்பைக் காப்போம்' என்பது இட்லர் கலாச்சாரத்துறையில் வைத்த முதல் முழக்கம். தந்தைவழி விவசாய உளவியலின் பின்னணியே தேசிய/ இன வெறிக்கும், பாசிச நடவடிக்கைக்கும் களனாக அமையும் என்பதைச் சரியாகவே கண்டுணர்ந்த இட்லர், 'விவசாயச் சமூகத்தைக் கட்டிக்காப்பது ஜெர்மானிய தேசத்தைக் கட்டிக்காப்பதே' என்கிற முழக்கத்தை முன்வைத்ததையும் நாம் கருதிப்பார்க்க வேண்டும். விவசாய வர்க்கத்தைக் காப்பதோ, குடும்பங்களைச் செழிப்பாக வைப்பதோ இட்லரின் நோக்கமன்று. மாறாக விவசாய உளவியலைத் தக்க

வைப்பதும், குடும்ப நிறுவனத்தின் மூலமாக பாசிச உளவியலை வளர்த்தெடுப்பதுமே அவனது நோக்கம்.

எனவே பொருளாதார விடுதலை அடைந்துவிட்ட சமூகங்களில் பழைய நிறுவனங்கள் தகர்த்தெறியப்படுதல் வேண்டும். உடனடியாய்த் தகர்த்தெறிய முடியாவிட்டாலும் படிப்படியாய்த் தகர்த்தெறியும் நோக்கில் சமூகம் கட்டமைக்கப்பட வேண்டும். மாற்றியமைக்கப்பட வேண்டிய நிறுவனங்களில் குடும்ப நிறுவனம், தந்தைவழிச் சமூக ஒழுக்க உளவியல் முதலியன அடங்கும் என்பதை விளக்கத் தேவையில்லை. புரட்சிக்குப் பிந்திய சமூகங்களின் சீரழிவிற்கான பல காரணங்களில் இந்தத் திசையில் கவனம் எடுத்துக்கொள்ளாததும், கவனத்தை வற்புறுத்தியவர்களை 'அராஜகவாதிகள்' என ஒதுக்கிப் புறக்கணித்ததும் ஒன்றாகும். இதன் பொருள் உடனடியாக நாம் எல்லோரும் குடும்பங்களைக் கலைத்துவிட வேண்டும் என்பதோ வரைமுறையற்ற பாலியலை ஆதரிப்பது என்பதோ அல்ல. ஒரு சரியான பொதுமைச் சமூகத்தில் இன்றைய வடிவில் குடும்பங்கள் இருக்காது, இன்றைய ஒழுக்க நியதிகளுக்கு அங்கே இடமில்லை என்கிற தொலைநோக்குடன் இன்றைய நிறுவனங்கள் அணுகப்பட வேண்டும் என்பதுதான். குடும்பக் கட்டு, பாலியல் ஒழுக்க ஒடுக்கு முறை விதிகள் ஆகியவற்றிலிருந்து விடுபட்டோர் ஒப்பீட்டளவில் மாற்றங்களை எளிதில் ஏற்றுக்கொள்ளத் தக்கவராக இருப்பர் என்கிற கருத்துகளும் அவ்வளவு எளிதில் புறக்கணிக்கத்தக்கவை அல்ல. அஸ்வகோஷ் தனது சமீபத்திய சிறகுகள் முளைத்து என்கிற நூலுக்கான பின்னுரையில் இதனைச் சுட்டிக்காட்டியிருப்பது கவனத்திற்குரியது.

இந்த நோக்கில் பார்க்கும்போதுதான் அதிகாரத்தின் களனாக விளங்கும் இத்தகைய பாசவலைகளை விரிப்பதையும், நம்மில் தீய்த்துக் கருக்கப்பட வேண்டிய சில உளவியற்கூறுகளுக்கு மறு உயிர்ப்புக் கொடுக்கும் நடவடிக்கைகளையும் நாம் எப்படிப் பார்ப்பது என்கிற கேள்விக்கு நமக்கு விடை கிடைக்கும். மனிதப்பற்று, கிராமிய மனிதர்களின் மீது மரியாதை என்பதைக் காட்டிலும் இந்தக் கவிதைகள் மூலம் அதிகாரத்திற்கு உடன்பட்டுப் போகும் உளவியல்கூறு மறுஉறுதி செய்யப்படுகிற ஆபத்து அதிகமில்லையா? போராடும் வரலாற்றுத் தேவையைப் பற்றிய பிரக்ஞை கொள்வதைக் காட்டிலும் இன்றைய எதார்த்தத்துடன் ஒத்திசையும் மனநிலையை உறுதி செய்யும் வாய்ப்பு இந்தக் கவிதைகளுக்குக் கூடுதலாக இல்லையா? விவசாயச் சமூகத்தின் ஒத்திசைவில் வியந்து மகிழ்ந்து போகிறவர்களின்

இறுதி முழக்கம் எதேச்சதிகாரம், சனாதனம், குறுகிய தேசியவாதம் என்பவையாகவே இருக்க முடியும் என்கிற அறிஞர் பிளக்கனோவின் கருத்து எளிதில் புறக்கணிக்கத்தக்கதல்ல. பாசிசத் தகவமைப்பிற்கு நாட்டுப் பாடல்களை இட்லர் வெற்றிகரமாய்ப் பயன்படுத்தினான் என்பது வரலாறு. இன்றைய இட்லர்களுக்கும்கூட சனங்களின் கதை உவப்பளிக்கும், உவப்பளிக்கிறது என்பதை நாம் மறந்துவிடலாகாது.

குறிப்புகள்

விவசாயச் சமூக உளவியல் குறித்த கருத்துகள் கீழ்க்காணும் நூற்களிலிருந்து தொகுக்கப்பட்டவை:

1. G. Plekhanov, *Selected Philosophical works*, Vol. V, Progress, 1981.
2. Wilhelm Reich, *The Mass Psychology of Fascism,* Pelican, 1983.
3. Eric Fromm, *The Crisis of Psycheanalysis*, Penguin, 1973.
4. Yogendra Singh, *Modernization of Indian Tradition,* Thomson Press, 1977.

- *பறை, 1990*

1.15

பின்னுரையாய்ச் சில

இந்நூலிலுள்ள கட்டுரைகள் அனைத்தும் நிறுவனமயப்பட்டுக் கெட்டித்தட்டிப்போன பல கருத்துகளுக்கெதிரான கலகக் குரலாய் வெளிப்பட்டிருப்பதைத் தோழர்கள் கவனித்திருக்கக் கூடும். இவை அனைத்தும் இதழ்களில் வெளிவந்த காலத்தில் மிகுந்த வரவேற்பிற்கும் கடுமையான விமர்சனங்களுக்கும் ஒரே சமயத்தில் ஆளாயின. விமர்சனமாய் வந்தவற்றைத் தொட்டுக் காட்டினால் அவற்றைத் தேடிப்பிடித்து ஒப்பு நோக்கிச் சிந்தித்துப் பார்க்க உதவியாக இருக்கும்.

1988 வாக்கில் ப்ரெக்ட், பெஞ்சமின் ஆகியோரது சிந்தனைகளைப் படித்துவிட்டு மனஓசை ஆசிரியர் குழுவைச் சேர்ந்த தோழர் சுரேஷ் உடன் விவாதித்துக் கொண்டிருந்தபோது அவரது ஆலோசனையின் பேரில் 'மனஓசை'க்காக எழுதப்பட்ட கட்டுரை 'ப்ரெக்ட்டின் இன்னொரு பரிமாணம்.' கட்டுரை சற்றுப் பெரியதாய் இருந்ததால் அடிக்குறிப்புகளையும் சில விவரணப் பகுதிகளையும் நீக்கிவிட்டுக் கட்டுரையைப் பகுதி பகுதியாய் வெளியிடுவதென ஆசிரியர் குழுவின் சார்பில் தெரிவிக்கப்பட்டது. நான் ஒப்புக்கொண்டேன். பின் கட்டுரை திடீரென நிறுத்தப்பட்டது. சில கருத்து விளக்கங்கள் கோரி எனக்கு ஆசிரியர் குழுவின் சார்பில் தோழர் சூரியதீபன் அவர்களிடமிருந்து கடிதம் வந்தது. ஸ்டாலினிய அதிகாரத்துவப் போக்கு குறித்து ப்ரெக்ட் மாறுபட்ட கருத்துகளைக் கொண்டிருந்ததுபற்றிய கட்டுரைப் பகுதியை வெளியிட அவர்கள் உடன்படவில்லை. ஸ்டாலின் பற்றிய பகிரங்க விவாதத்திற்கான தளம் மனஓசை இல்லை என அவர்கள் குறிப்பிட்டிருந்தனர். 'அவர் செய்த தவறுகள் சிறந்த கம்யூனிஸ்ட் என்ற அடிப்படையில் செய்தவை என்று பார்க்கிறோமே தவிர— சிலர் சொல்வதுபோல அவர் மாபெரும் குற்றங்கள் இழைக்கவில்லை என்று பார்க்கிறோம்.' தனது எதிர்ப்புக் குரலைப் பகிரங்கப்படுத்துவது பாசிச எதிர்ப்பைப் பலவீனப்படுத்தும் என ப்ரெக்ட் கருதுவதைச்

சுட்டிக்காட்டி, 'அவரே பகிரங்கப்படுத்தாத ஒரு கருத்தை நாம் பகிரங்கப்படுத்த வேண்டியதில்லை' என மனஓசை குறிப்பிட்டது. 'அதற்காக பகிரங்க விவாதம் வரக்கூடாது என்பதல்ல; நாம் ஒரு நிலைப்பாட்டில் நின்றுகொண்டு, நமக்கு ஒரு பார்வையைத் தீர்மானித்த பின் (விவாதத்தை) எடுப்பதுதான் எப்போதும் சரியானது' என அபிப்பிராயப்பட்டது மனஓசை.

அரசியல் தளத்தில் திரிபுவாதத்திற்கு எதிரான வன்மையான போராட்டத்தை மேற்கொண்ட நக்சல்பாரிப் புரட்சியாளர்கள் தத்துவார்த்த இலக்கியத் தளங்களில் அத்தகைய போராட்டத்திற்கு முன்னுரிமைகொடுக்க இயலாமற் போயிற்று என்கிற எனது கருத்தையும் மனஓசை ஆசிரியர் குழு ஏற்றுக்கொள்ளவில்லை. 'வர்க்கப் போராட்டத்தை முன்னெடுத்துச் செல்வது என்பதுதான் புரட்சியாளர்கள் முன் பிரதானக் கடமையாக இருந்திருக்கிறது... இடது வலது திரிபை எதிர்த்து ஐக்கியப்பட்ட ஒரு கட்சியைக் கட்டுவதற்கான போராட்டமாக அது இன்றிருக்கிறது. எனவே எந்தத் துறைப் பணியை எடுத்துக்கொள்வது என்பது வரலாற்றுத் தேவையைப் பொறுத்தது... புரட்சிகர இயக்கத்தின் வெளிச்சத்தில் சிந்தனைத் திறன்கொண்ட கலை இலக்கியவாதிகள் இத்துறையில் கவனம் செலுத்திச் செய்ய வேண்டும். செய்யும்போதுகூட, புரட்சியாளரின் முன் நிற்கிற கடமையை அங்கீகரித்துக்கொண்டே செய்ய வேண்டும்' என அறிவுரைத்த சூரியதீபன் மேற்குறித்த இரு பத்திகளையும் நீக்கிவிட்டுக் கட்டுரையை வெளியிட அனுமதி கேட்டார். ஸ்டாலின்பற்றியோ, மா.லெ புரட்சியாளர்களின் முன்னுரிமைபற்றியோ விவாதத்தை நடத்த மனஓசையைக் களமாகக்கொள்வது என் நோக்கமில்லையாகையால் தோழர்கள் உடன்படாத பகுதிகளை நீக்கிக்கொள்ள நான் ஒப்புதல் அளித்தேன். தணிக்கை செய்யப்பட்ட கட்டுரை மனஓசையில் தொடர்ந்தது.

வெகு நாட்களுக்குப் பிறகு தமிழில் மார்க்சியக் கலை இலக்கியக் கோட்பாடு குறித்த ஒரு சிறந்த கட்டுரையை வாசிக்க நேர்ந்ததாகக் கடிதம் எழுதிய தோழர் ஞானி எனது மொழிநடையை வெகுவாகக் கண்டித்திருந்தார். நல்ல தமிழில் எழுத நான் பழகிக்கொள்ள வேண்டும் எனச் சுட்டிக்காட்டிய ஞானி, ப்ரெக்ட்டுடன் ஒப்பிட்டு லூகாக்சின் ஆழமான சிந்தனைகளை அவ்வளவு எளிதாகத் தூக்கி எறிந்துவிட முடியாது என எச்சரித்திருந்தார். செவ்வியல் மனிதநேயம், அந்நியமாதலினடியாய் இலக்கியங்களை அணுகுதல், எதார்த்தவாத

இலக்கியங்களில் நாட்டம் போன்றவற்றை இலக்கிய அணுகல் முறைகளாக கொண்டுள்ள தோழர் ஞானி சுமார் ஐம்பதாண்டுகட்கு முன்னர் உலகெங்குமுள்ள மார்க்சிய சிந்தனையாளர்களை வெகுவாகப் பாதித்த அறிஞர் லுகாக்சிடம் கொண்டிருந்த மரியாதையை விளங்கிக்கொண்டேன். பல்வேறு அம்சங்களில் வேறுபட்டுத் தடம் பதித்த ஞானி இந்த அடிப்படையில் இதர தமிழ் மார்க்சியர்களுடன் கொண்டிருந்த ஒப்புமையையும் உணர்ந்தேன்.

தனது அமைப்பியல் குறித்த நூல் தமிழ்ச்சூழலில் ஏற்படுத்திய விளைவாக ப்ரெக்ட் கட்டுரையையும், இந்நூலிலுள்ள நாட்டுப் புறவியல் கட்டுரைகளையும் பார்த்த திரு. தமிழவன் நவீனத்துவத்தை வறட்டுத்தனமாய் மறுக்காமல் எதிர்கொண்டவர்களை, 'ஞானியும் அவரது நண்பர்களும்' எனப் பொத்தாம் பொதுவாய்க் குறிப்பிட்டிருந்ததை மறுத்துக் கடிதம் எழுதினார். நூலாக வரும்போது உரிய மாற்றங்கள் செய்வதாகப் பதில் எழுதினேன்.

'வேர்கள்' சிறுகதைப் பட்டறையில் வாசிக்கப்பட்டுப் பெரும் வரவேற்புக்குள்ளான 'படைப்பும் உத்தியும்' கட்டுரையில் கோணங்கி, சில்வியா, முனியாண்டி போன்றோரது படைப்புகளைக் கணக்கிலெடுத்துக்கொள்ளாததைக் கடுமையாய் விமர்சித்தார் தோழர் ரவிக்குமார். இவ்வகை இலக்கியங்கள் தொடர்பான சில ஆங்கில நூற்களையும் சிரமப்பட்டுத் தேடித்தந்து படிக்கச் சொன்னார். வாசிக்கப்பட்ட கட்டுரையில் புதிய உத்திகள் / வடிவங்கள் குறித்த எனது பார்வைகள் சரியாய் இருந்தபோதும் அவற்றைப் பிரயோகித்து மௌனி, சூரியதீபன் ஆகியோரை நான் அணுகியிருந்த முயற்சி ஏற்றுக்கொள்ளத் தக்கதல்ல என்று அபிப்பிராயப்பட்டார் ஞானி. என்ன இருந்தாலும் கார்க்கி சோஷலிச எதார்த்தவாதத்துடன் எள்ளளவும் கருத்து மாறுபடாமல் இருந்தாரே எனச் சுட்டிக்காட்டினார் டாக்டர் கேசவன் (நேர்ப்பேச்சில்). ஞானி, ரவிக்குமார் விமர்சனங்களைக் கணக்கிலெடுத்துக்கொண்டு கட்டுரையின் பிற்பகுதியைச் சற்றே மாற்றியமைத்துள்ளேன்.

'மார்க்சியம், அமைப்பியல், தமிழ்ச்சூழல்' கட்டுரை மிகப் பரவலான பாராட்டுகளைப் பெற்றபோதும் தமிழ்ச்சூழலில் இயங்கிக்கொண்டிருக்கும் அமைப்பியலாளர்களின் எரிச்சலுக்கு அது காரணமாகியது. எனது கட்டுரையைக் கண்டு ஆத்திரமுற்ற திரு. நாகார்ஜுனன் நான் 'Originals' படித்துவிட்டு எழுத வேண்டும் எனக் கடிந்துகொண்டார். எனது கட்டுரையை வெறும் 'academic listing'

எனக் கேலி செய்த நாகார்ஜுனன் அதனால்தான் 'concrete history' பக்கம் போய்விடுவதாகச் சொன்னார். Substantiate பண்ணாமல் பொத்தாம்பொதுவாக தமிழக அமைப்பியலாளர்களின் கட்டுரையை விமர்சிப்பது நேர்மையாகாது எனச் சொன்ன நாகார்ஜுனன் இதை நான் ஒத்துக்கொள்வேன் எனத் தான் நினைப்பதாக எதிர்பார்ப்புத் தெரிவித்தார். 'ஆர்ப்பாட்டம், கூச்சல் என்று நீங்கள் வகைப்படுத்துவது எனக்கு மீண்டும் ஆச்சரியத்தையே அளிக்கிறது. புரட்சி, முற்போக்கு வாதம், ரொமாண்டிசம், திராவிடக் கட்சிகளின் வறட்டு அறிவுவாதம், பிராம்மணிய அத்வைதம் இதிலுள்ள ஆர்ப்பாட்டங்கள், சடங்குகள், கூச்சல்கள் தங்களுக்குத் தெரியாதவையா?' என வினவினார்.

'Concrete History' பக்கம் போன கட்டுரைதான் 'பாரதிதாசன் பல்கலைக்கழகமும் பட்டுக்கோட்டைக் கலியாணசுந்தரமும்.' 'பிரதி' 'கட்டுடைத்தல்' போன்ற கருத்தாக்கங்களை விளங்கிக்கொள்ளப் பெரிதும் பயன்பட்டதாக இயக்கத் தோழர்களாலும், பல்கலைக்கழகப் பேராசிரியர்களாலும் ஒருசேர வரவேற்கப்பட்ட இக்கட்டுரை இலக்கிய விமர்சனத்திற்காகச் சாகித்ய அகாதமி பரிசு பெற்றவரும், பாரதிதாசன் பல்கலைக்கழகத் தமிழ்ப்பேராசிரியருமான டாக்டர் மா. இராமலிங்கம் அவர்கள், கட்டுரையை வெளியிட்ட மேலும் ஆலோசனைக் குழுவிலிருந்து விலகிக்கொள்ள வழிவகுத்துவிட்டது.

கோ. கேசவன் நூலுக்கு முன்னுரையாய் எழுதப்பட்ட நாட்டார் இலக்கியங்களில் மோதலும் சமரசமும் என்ற கட்டுரையே தனது 'நாட்டுப்புறவியல்' நூலை எழுதுவதற்கு ஊக்கமும் உத்வேகமும் அளித்தது என்கிற கருத்தை அந்நூலின் முன்னுரையில் குறிப்பிடா விட்டாலும் கடிதம் மூலம் எழுதியிருந்தார் கேசவன். நாட்டுப்புற வியலாளர்கள், மார்க்சியர்கள் இருவரது புருவநெறிப்பிற்கும் காரணமான இவ்விரு கட்டுரைகளும் பெரியஅளவில் வேறு எந்த விவாதத்திற்கும் காரணமாகவில்லை.

சென்னைப் பல்கலைக்கழகத்தில் வாசிக்கப்பட்ட 'பாரதியும் விடுதலையும்' கட்டுரையை மறைந்த தமிழ்ப் பேராசிரியர் ந. சஞ்சீவி, இந்திரா பார்த்தசாரதி ஆகியோர் வரவேற்றார்கள் எனினும் பேராசிரியர் தோத்தாத்ரி, பெ.சு. மணி ஆகியோர் கடுமையாய் விமர்சித்தனர். அவர்கள் கூறிய கருத்துகள் இப்போது நினைவில் இல்லை.

சிதம்பரத்தில் நான் பேசியதற்கு அடிப்படையாய் இருந்த 'பாரதியின் உலகக் கண்ணோட்டத்தைக் கணிக்கும்போது கவனத்தில்

நிறுத்த வேண்டிய சில குறிப்புகள்' என்னும் கட்டுரை ரவிக்குமார், ஞானி கேட்டுக்கொண்டதற்கிணங்கத் திருத்தி எழுதப்பட்டு நிகழில் வெளியானது. என் தந்தையாலும் அவர் அறிமுகப்படுத்திய பாரதியாலும் முற்போக்குச் சிந்தனைக்கு ஈர்க்கப்பட்ட எனக்குத் தொடக்ககாலங்களில் இருந்த அளவிற்கு பாரதி பற்றிய உயர் மதிப்பீடு இப்போது இல்லையெனினும் இன்றளவும் பாரதியை சோஷலிசக் கருத்துகளுக்கு முற்றிலும் எதிரானவராக ஏற்றுக்கொள்ள இயல வில்லை. கருத்தியல் குறித்த மார்க்சிய அமைப்பியல் சிந்தனைகளின் வெளிச்சத்தால் பாரதியை இக்கட்டுரையில் அணுகி பாரதியின் உலகக் கண்ணோட்டத்தில் விளைந்த குறைபாடுகளை விளக்க முயன்றுள்ளேன். நிகழில் இக்கட்டுரை வெளிவருவதற்குமுன் வெளிவந்த கேசவனின் பாரதியும் சோஷலிச கருத்துகளும் நூலின் இறுதி முடிவுகளுடன் எனது கட்டுரை மாறுபட்டதில் வியப்பில்லை. எனது நிகழ் கட்டுரைக்கு மறுப்பாகவும் தனது நிலைப்பாட்டை மீண்டும் உறுதிப்படுத்தியும் டாக்டர் கேசவன் எழுதிய கட்டுரை தளம் முதல் இதழில் வந்துள்ளது. தோழர்கள் இரு கட்டுரைகளையும் ஒப்பிட்டுப் படித்து முடிவுக்கு வரவேண்டுகிறேன். அதேபோல மார்க்சியமும் தமிழ் இலக்கியமும் என்கிற ஞானியின் நூலிலுள்ள அவலச்சுவை பற்றிய கட்டுரை, இவை பற்றி மனஓசை டிசம்பர் 89 இதழில் வந்த கேசவனின் கட்டுரை, இவை இரண்டையும் பற்றி மனஓசை ஜனவரி 90 இதழில் வெளிவந்த கட்டுரை, மனஓசை மார்ச் 90 இதழில் வெளிவந்த எனது கட்டுரை, கேசவனின் மார்ச் 90 மனஓசை ஜூன் 90 இதழில் வெளிவந்த கட்டுரை ஆகிய அனைத்தையும் ஒருசேர ஒப்புநோக்கிப் பயில வேண்டுமெனவும் தோழர்களை வேண்டுகிறேன். அவலச்சுவை குறித்த எனது கருத்துகளில் ஞானிக்கும் உடன்பாடு கிடையாது. 'அவலம்பற்றி ஞானி, கேசவன் தெரிவிக்கும் கருத்துகளிலுள்ள தவறுகளின் முக்கிய அம்சங்களை அ. மார்க்ஸ் சரியாகவே சுட்டிக் காட்டியுள்ளார்' என என் மையமான கருத்துகளை ஏற்றுக்கொண்ட மனஓசை ஆசிரியர் குழு, மார்க்சின் துன்பியல் குறித்த கருத்துகளில் ஹெகலின் ஆளுமை இருக்கிறது என்கிற எனது கருத்தை முற்றாக மறுத்தது (மன ஓசை, ஜூன் 90).

நிகழில் வெளிவந்த எனது ஞானி நூல்பற்றிய மதிப்புரையை கேசவன் மிகக் கடுமையாய் விமர்சித்துக் கடிதம் எழுதினார். ஞானியைப் படிக்க வேண்டாம் என யாரும் எந்தக் குழுவும் எப்போதும் சொன்னதில்லை என்று குறிப்பிட்ட கேசவன், 'எது மரபு மார்க்சியம்? இது வசதி கருதிய தொடர். எதுவரை மரபு? எதற்குப்

பின் மரபு இல்லை? எது மரபு? - விளக்கவும்' என்றார். நிறுவனம் சார்ந்த பண்புகளையே 'ஸ்தானோவியம்' என்று அழைப்பதாகக் குறிப்பிட்டு ஸ்தானோவியத்தை விளக்குமாறு கண்டித்தார். மார்க்சியத்தின் எதிரிகளுடன் ஞானி உறவாட நேர்ந்ததுபற்றி நான் கூறியுள்ளதைச் சுட்டிக்காட்டிய கேசவன் சருகைத் தூக்கி நோகாமல் மெத்தையில் வைக்காதீர்கள் என வேண்டிக் கொண்டார். ஞானியின் பார்வைக்கு விஞ்ஞானக் கறாரற்ற அந்நியமாதல் சிந்தனை அடிப்படை யாகிறது என்கிற எனது விமர்சனத்தைக் குறிப்பிட்டு 'இதைத்தானே புரட்சிப் பண்பாட்டு இயக்க நகலறிக்கையும் குறிப்பிட்டது' என வியந்தார். (அந்நியமாதல் கோட்பாட்டை) எதிர்க்கும் தாங்கள் இந்தக் கோட்பாடே நவீனத்துவ முயற்சிகளைப் புறக்கணிக்கிற தவற்றைச் செய்யாமல் (ஞானியைத்) தடுத்தது எனவும் எழுதியுள்ளீர்கள்! அதாவது அந்நியமாதல் கோட்பாட்டின் மூலம் எழுதும் ஒரு கருத்துக்கு ஆதரவும் இன்னொரு கருத்துக்கு எதிர்ப்பும் என்கிற இரட்டை நிலை சரிதானா?' என மடக்கினார். இலக்கியத்தைத் தோன்றிய காலத்திய சாராம்சத்தின் வெளிப்பாடாகப் பார்ப்பதைத் தவறென்பது மார்க்சிய அடிப்படைக் கோட்பாடுகளிலிருந்து விலகவில்லையா என வினவினார். அதிகாரச் செயற்பாடுகளில் நிறுவனங்களின் பங்கை ஞானி தவறவிடுவதற்கு அந்நியமாதலே காரணம் எனக் கண்டுபிடித்த கேசவன் சமூகப் பிரச்சினைகட்கும் கலைப்படைப்பிற்கும் உள்ள இடைத் தொடர்புகளின் கண்ணிகளை ஞானி விளக்க முடியாமற் போனமைக்குக் காரணம் மேற்கட்டுக்கும் அடித்தளத்திற்கும் இடையிலான ஒப்பளவிலான சுதந்திரம், பொருளாதார இறுதி நிர்ணயவாதம் என்பனவற்றை ஞானி மறுப்பதே என்பதைத் தாங்கள் காண இயலவில்லையா எனக் குத்திக்காட்டினார்.

மறுபடியும் மேற்குறித்த அனைத்துக் கருத்துகளையும் தொகுத்துச் சொல்லி, 'இவ்வளவும் தங்களது கருத்துரைகள் முடிவுகள். எனது மார்க்சிய இலக்கிய விமர்சனத்தில் ஞானி குறித்து எந்தக் கருத்துகளுக்கு வந்தேனோ அவற்றுக்கும் இவற்றுக்கும் என்னால் வேறுபாடு காண இயலவில்லை' என அடித்துப் பேசினார். தனது கருத்துகளையே நான் பேசுவதாகக் கூறுகிற கேசவன் அதற்காக மகிழ்ச்சியடையாமல் கோபமுற்று, 'ரசிய சீன நாடுகளைப் பற்றிக் கறாராகக் கணிக்க விரும்பும் தங்களின் ஆக்கமும் முயற்சியும் இதில் ஏன் இல்லை என சிந்திக்கவும். எனக்கும் எழுதவும்' எனக் கறார் பேசினார். அமைப்பியல் குறித்து 'படித்து எழுதுகிறேன்' என முடித்துக்கொண்டார்.

ஞானியின் நூல் குறித்து எனது விமர்சனத்தோடு எஸ்.வி.ஆர்., ஞானி ஆகியோருக்கும் உடன்பாடு கிடையாது. மார்க்சியத்தில் கலந்துபோன ஹெகலிய கூறுகளில் ஞானி மையம் கொள்கிறார். எனவே அவரது மனிதாயப் பார்வை விஞ்ஞானக் கறாரற்றது என்கிற எனது கருத்துடன் உடன்படாத ஞானி, 'தமிழவன் புத்தகத்திலிருந்தே அல்தூஸ்ஸரின் சில வளமான கொள்கைகளை அறிந்துகொள்கிறேன். அல்தூஸ்ஸர் தனக்குள் முரண்பட்டு உடைவதையும் தெரிந்து கொள்கிறேன். கறாரான விஞ்ஞானம் என்பது நவீன அறிவியலின் ஒரு தீவிரமான அம்சம். நவீன அறிவியலின் மீது எனக்கு நம்பிக்கை மிகவும் குறைந்துவிட்டது. அறிவு இன்னொன்றின் ஆதாரத்தைக் கொண்டுதான் நிற்க வேண்டியிருக்கிறது. அந்த ஆதாரம் வரலாறு, தத்துவம், அறம் என்றெல்லாம் நான் நினைக்கிறேன்' என்றார். 'நீங்களும்கூட அமைப்பியலை ஏற்றுக்கொண்டு நன்மை, தீமையை அழிப்பது தவறு' என்று கடிந்துகொண்டார். 'விலக்கப்பட்ட கனி,' 'நெருடலற்ற கவிதை போன்ற எழுத்துமுறை' போன்ற எனது கருத்துகளைக் கடுமையாய் நேரில் சாடிய சாருநிவேதிதாவின் கருத்துப்படி ஞானியின் புத்தகத்தில் ஏற்றுக்கொள்வதற்கு ஒன்று மில்லை. இக்கட்டுரை குறித்து கடுமையாய் விமர்சனம் செய்து எஸ். வி.ஆர். எழுத விரும்பியதை ஆத்திரம் அடங்கட்டும் எனத்தான் தள்ளிப்போட்டதாக ஞானி எழுதியதில் எனக்கு உடன்பாடில்லை. ஞானி அதைப் பிரசுரித்திருக்க வேண்டும். அதேபோல அமைப்பியல் குறித்த எனது கட்டுரைக்கு நாகார்ஜுனன் எழுதிய மறுப்பைக் கோணங்கி கல்குதிரையில் வெளியிட மறுத்துவிட்டதாகவும் அறிந்தேன். அதுவும் வெளியிட்டிருக்கப்பட வேண்டும். ஆரோக்கியமான விவாதங்கள் சிந்தனை உசுப்பலுக்குப் பயன்படும். விமர்சன நோக்கை வளர்க்கும்.

தனுஷ்கோடி ராமசாமி நான் நேசிக்கும் நண்பர்களில் ஒருவர், தோழர் விமர்சனத்திற்கு முதலில் அவரிடமிருந்துதான் பதில் வந்தது. எனது விமர்சனம் அவரைச் சற்றுப் புண்படுத்தியிருந்தது தெரிந்தது. 'நான் அசடாக இருக்கலாம்; ஆனால் வரதட்சணை வாங்கித் திருமணம் செய்துகொள்கிற அளவிற்கு மோசமானவனில்லை. பதிப்பாளரின் கட்டாயத்தின் பேரிலேயே இந்நூல் அச்சானது' என்கிற கருத்துப்பட அவர் கடிதம் அமைந்தது. பண்பாட்டுத் தளத்தில் திரிபுவாதப் போக்கைச் சாடுவதுதான் என் நோக்கமேயொழிய ராமசாமியைத் தனிப்பட்ட முறையில் விமர்சிப்பது என் நோக்கமில்லை. அவர் மீது எனக்கு மரியாதை உண்டு. அந்தக் கட்டுரையிலும் அவருடைய

'நாரணம்மா' போன்ற கதைகளை நான் பாராட்டியே மதிப்பிட்டு உள்ளேன்.

'ஒரு புள்ளியில் குவியும் சிறு இதழ்கள்' கட்டுரையில் ப்ரமிளின் சனாதன அடிநாதத்தை மீட்டிக்காட்டி விட்டதற்காகக் கோபம் கொண்ட அவர், 'அ. மார்க்ஸும் கோ. ராஜாராமும் ஒன்றை உணர வேண்டும். சனாதனமும் சரி, ஜே. கிருஷ்ணமூர்த்தியும் சரி, ஜாதீய, இன ரீதியான எல்லாவித வர்க்க உணர்வுகளையும் தங்களது மனோ நிலத்தினது அடிவாரத்திலேயே களைந்தெறிந்தவர்கள். உண்மையான புரட்சிக் காரர்கள். இருவருமே தோட்டிகளாகக்கூடச் செயல்பட்டவர்கள். முதலாளித்துவத்தை எதிர்க்கும் சாக்கில் தங்கள் வாழ்க்கை வசதிகளைக் காப்பாற்றிப் பெருக்கிக்கொண்டு அந்த வசதிகள் பறிமுதலாகாமல் இருப்பதற்காக மார்க்சிய ஊளையிட்டவர்களல்லர் - ராமகிருஷ்ணரும் கிருஷ்ணமூர்த்தியும்' என்று தனது ராமகிருஷ்ண மூர்த்தி பக்தியைப் பறைசாற்றிக் கொண்டார். *(திசை நான்கு, ஜுலை-செப்., 90)*

இந்நூலிலுள்ள கட்டுரைகள் தொடர்பாக வந்த எதிர்வினைகளில் விமர்சனமாய் வந்தவற்றைக்கூடியவரை இங்கே தொகுத்துள்ளேன். இந்த விமர்சனங்களின் பின்னணியில் தோழர்கள் கட்டுரைகளை மீண்டும் ஒருமுறை படித்து முடிவுக்கு வரவேண்டுகிறேன். தோழர்கள் கேசவன், நாகார்ஜுனன், சூரிய தீபன் (மன ஓசை), ஞானி ஆகியோரது கடிதங்களை முழுமையாகப் படிக்க விரும்புவோர் கடிதம் மூலம் தொடர்புகொண்டால் அவற்றை நிழலச்சு செய்து அனுப்புகிறேன். இக்கட்டுரையின் மீதான விமர்சனங்களில் பொருளுடையதாகத் தோழர்கள் கருதும்பட்சத்தில் அவற்றைச் சுட்டிக்காட்ட வேண்டு கின்றேன். அவற்றிற்கும் இனி இந்நூல் குறித்து வரப்போகும் விமர்சனங்களுக்கும் உரிய முறையில் பதிலளிப்பேன். ஏற்றுக் கொள்ளத்தக்க கருத்துகளை ஏற்றுக்கொள்ளவும் செய்வேன் என உறுதியளிக்கிறேன்.

ஐந்தாண்டுகளில் பல்வேறு சந்தர்ப்பங்களில் எழுதிய இந்தக் கட்டுரைகளை அச்சுக்குக் கொடுக்கும்போது மிகச் சில மாற்றங்கள் மட்டும் செய்துள்ளேன். காத்திரமான ஆய்வு நோக்குடன் எழுதப்பட்ட இக்கட்டுரைகளோடு இதழிய நோக்கில் சற்று வேறுபட்ட நடையோடு எழுதப்பட்ட தோழர் - மற்றும் சிற்றிதழ்கள் குறித்த விமர்சனக் கட்டுரைகளைத் தவிர்த்துவிடலாமா என முதலில் யோசித்தேன். அதில் சொல்லப்பட்டுள்ள விஷயங்களின் முக்கியத்துவம் கருதி

கர்நாடக இசைக் கச்சேரியில் கடைசியில்: 'துக்கடா' பாடுவதுபோல அவையும் இத்துடன் இருக்கட்டும் என விட்டுவிட்டேன்.

இந்தக் கட்டுரைகளை வெளியிட்ட மனஓசை, கல்குதிரை மேலும், நிகழ், தோழமை, அன்னம், செந்தாரகை ஆகிய இதழ்களின் ஆசிரியர் களுக்கும் பதிப்பகங்களின் பொறுப்பாளர்களுக்கும் என் நன்றிகள். கருத்து வேறுபாடுகள் இருந்தபோதும் எனது கட்டுரைகளைத் தொடர்ந்து வெளியிட்டு வரும் மனஓசைக்கும் தனது ஆலோசகர்களில் ஒருவர் வெளியேறிய போதும் படைப்பாளியின் கருத்துச் சுதந்திரத் திற்காக நின்ற மேலும் இதழுக்கும் குறிப்பாய் எனது நன்றிகளைச் சொல்ல விரும்புகின்றேன். கிணற்றுக்குள் போடப்பட்ட கல்லைப் போல எல்லாக் கருத்துகளும் உள்ளடக்கப்படுகிற தமிழ்ச்சூழலில் இக்கட்டுரைகளை ஒரு பொருட்டாய் மதித்து விமர்சனங்களை மேற் கொண்ட தோழர்கள் ஞானி, கேசவன், நாகார்ஜுனன், எஸ்.வி.ஆர், ரவிக்குமார், சாருநிவேதா, தனுஷ்கோடி ராமசாமி, ப்ரமிள், மனஓசை ஆசிரியர் குழுவினர் யாவருக்கும் என் நன்றிகள்.

எனது எழுத்துப் பணி அனைத்திலும் கூடவே இருந்து இணைந்து செயல்படும் தோழர் வேல்சாமி இந்நூலுக்கு முன்னுரை வழங்கி யுள்ளார். எங்களது வளர்ச்சிப் பாதை குறித்த அவரது மதிப்பீட்டை இதில் அவர் முன் வைத்துள்ளார். மரபு கருதி அவருக்கும் எனது நன்றிகள்.

இக்கட்டுரைத் தொகுப்பு அச்சில் வருவதற்குக் காரணமாய் இருந்த தோழர் பொதியவெற்பன் மற்றும் அச்சகத் தோழர்கள் அனைவருக்கும் என் நன்றிகள்.

இன்று ரஷ்யா, சீனா மற்றும் கிழக்கு ஐரோப்பிய நாடுகளில் ஏற்பட்டுப் போன சரிவுகளின் முக்கிய காரணங்களில் ஒன்று பல்வேறு தளங்களிலும் முதலாளிய வடிவங்களைத் தக்க வைத்துக்கொண்டது. உள்ளடக்கத்தை மட்டும் மாற்றினால் போதும் எனக் கருதப்பட்டது. இதன் இலக்கிய வெளிப்பாடே சோஷலிச எதார்த்தவாதம். இது குறித்த ப்ரெக்ட்டின் தீவிரமான சிந்தனைகள் இலக்கியத் தளத்தைத்தாண்டி வேறு பல தளங்களிலும் பிரயோக முக்கியத்துவம் வாய்ந்தது என எனக்குத் தோன்றுகிறது. தோழர்கள் சிந்திக்க வேண்டும்.

(நூல் பின்னுரை 12, 78 அம்மாலயம் சந்து, வடக்கு வீதி, தஞ்சாவூர்-9 என்னும் முகவரியிலிருந்து மே 1990இல் எழுதப்பட்டது.)

முக்கிய நூற்பட்டியல்

இராமசாமி, மு. நாடகக்கலை (பெர்டோல்ட் ப்ரெக்ட்), மொழியாக்கம், தமிழ்ப் பல்கலைக்கழகம், 1985.

இராஜதுரை எஸ்.வி. அந்நியமாதல், கிரியா.

எரிதழல் (அ. மார்க்ஸ்), பண்பாடும் புரட்சியும், சிலிக்குயில், 1987.

குணசேகரன், கே.ஏ. நகர்சார் நாட்டுப்புறப் பாடல்கள், அன்னம், 1988.

கேசவன். கோ. இலக்கிய விமர்சனம் ஒரு மார்க்சியப் பார்வை, அன்னம், 1984.

______. கதைப் பாடல்களும் சமூகமும், தோழமை, 1985.

______.'படைப்பிலக்கியத்தில் அவலம் குறித்த ஞானியின் கருத்துகள்', மனஓசை. டிச. 1989.

கைலாசபதி. க. பாரதி ஆய்வுகள், என்சிபிஎச், 1984.

சிவத்தம்பி.கா.,மார்க்ஸ். அ, பாரதி மறைவு முதல் மகாகவிவரை என்சிபிஎச், 1984.

ஞானி மார்க்சியமும் தமிழ் இலக்கியமும், பரிமாணம், 1988.

தமிழவன், ஸ்ட்ரக்சுரலிசம், 1982.

நுஃமான், எம்.ஏ., திறனாய்வுக் கட்டுரைகள், அன்னம்.

பழமலை, சனங்களின் கதை, தோழமை, 1989.

பாவாணன். மு., நல்லவர் ஒருவர் (ப்ரெக்ட்), தமிழ் புத்தகாலயம், 1978

பிரம்மராஜன், பெர்டோல்ட் ப்ரெக்டின் கவிதைகள், தன்யா மற்றும் பிரம்மா, 1987.

மார்க்ஸ். அ., கதைப்பாடல்களும் துன்பியலும், சுயம்வரம், தொகுப்பு, அன்னம், 1986.

ரகுநாதன், தொ.மு.சி., மார்க்ஸ்-எங்கெல்ஸ் மதம்பற்றி என்சிபிஎச், 1963.

ராமசாமி, தனுஷ்கோடி, தோழர், அன்னம்.

வானமாமலை நா., புதுக்கவிதை முற்போக்கும் பிற்போக்கும், மக்கள் வெளியீடு, 1975.

Anderson, Perry, *Considerations of Western Marxism,* Verso, 1976.

_____. In *the Track of Historical Materialism,* Verso, 1984.

Attridge, Derek. etal. *Post Structuralism and the Question* of History, OUP, 1987.

Bennet, Tony. *Texts in History, Post Structuralism and the Question of History,* OUP, 1987.

Barths, Rolan. *SIZ,* Jonathan cape, 1975.

Buchanan, Keith. The Gun and the School, *Race and Class,* Oct-Dec-1988.

Caudwell, Christopher, *Illusion and Reality,* PPH, 1956.

Derrida, *Of Grammatology,* Baltimore, 1976.

Dews, Peter., *Logics of Disintegration,* Verso, 1986.

Eagleton Terry., (TE), *Against the Grain,* Verso, 1986.

_____. *Criticism and Ideology,* Verso, 1986.

_____. *Function of Criticism,* Verso, 1988.

_____.*Marxism and Literary Criticism,* Matheun, 1983.

Engels, F., *Anti-Duhring,* Progress, 1978.

Lunn, Eugine (EL), *Marxism and Modernism,* Verso, 1985.

Fromm, Eric., *The Crisis of Psychoanalysis,* Perguin, 1973.

Luckacks, George, *The History of Novel,* Beacon Press, 1962.

_____*Writer and Critic and other Essays,* Universal Library, 1971.

Marx, K., *Preface to the second Edition of Capitalm,* Progress, 1975.

_____. *The Eighteenth Brumaire of Louis Bonaparte,* Progress, 1975.

_____. Engels, F., *Collected works,* Vol. I, Progress, 1975.

_____ . *Collected works,* Vol III, Progress, 1975.

_____. *Selected Correspondence,* Progress, 1975.

McCoffery, Lorry, *The Metafictional Muse,* University of Pittsburgh press, 1982.

Ovcherenko, Alexander, *Maxim Gorky and the Literary Quests of Twenteeth Centuary,* Raduga, 1985.

Plekhehov, G., *Selected Philosophical Works,* Vol. I. Progress, 1961.

_____.*Selected Philosophical Works,* Vol. V. Progress, 1981.

Prawar, S.S., *Marx and World Literature*, Oxford, 1976.

Reich, Wilhelm, *The Mass Psychology of Fascism,* Pelican, 1983.

Ryan, Michael, *Marxism and Deconstruction,* Baltimore, 1982.

Singh, Yogendra., *Modernisation of Indian Tradition,* Thomson Press, 1977.

Willet, John., (Ed) (JW), *Brecht on Theatre:The Development of an Aesthetic*, Rathakrishna, 1979.

Williams, Raymond., *Communications,* Penguin, 1982.

2

உடைபடும் மௌனங்கள்

2.1

மௌனியில் மௌனமாகும் எதார்த்தங்கள்

மௌனிக்கு மறுபடியும் மவுசு வந்திருக்கிறது. கதைகள் தொகுக்கப் படுகின்றன. பழைய பேட்டிகள் கணையாழிகளில் மறுபிரசுரம் செய்யப்படுகின்றன. இரண்டு நாள் விவாதங்கள், விவாதக் கட்டுரை களின் தொகுப்பு... இப்படி.

மௌனியிடம் எப்போதுமே என்னால் ஒன்ற முடிந்ததில்லை. அப்படியானதில் எனக்குக் கொஞ்சம் கூச்சந்தான். மௌனியைக் கண்டுகொள்ள இயலாதவர்கள் 'தேர்ச்சியும் பயிற்சியும் கண்ணும் செவியும் இல்லாதவர்கள்' என்று க.நா.சு.வும் (*மௌனியின் கதைகள்*, பக். 318), மௌனியின் உலகம் 'சொல்லிக்கொள்ளும் படியான ஆழம் ஏதுமற்ற தமிழ் வாசகனின் கிரஹிப்பிற்கு அப்பாற்பட்ட உலகம்' என வெங்கட்சாமிநாதனும் (*என் பார்வையில்*, பக். 27), மௌனியை அணுகுவதற்கு 'சுய முயற்சி அதிகம் வேண்டும்' என ப்ரமிளும் (*தமிழில் நவீனத்துவம்*, பக். 55) மிரட்டி வைத்திருந்ததன் விளைவுதான் என் கூச்சம். இப்போது மீண்டும் மௌனியின் கதைகளைப் படித்தேன். மௌனி காட்டும் அக உலகின் ஆழங்கள் பற்றியும் மேலோட்டமான பார்வைக்கு அப்பாற்பட்டு அவை இயங்கும் இதர தளங்கள் குறித்து இவர்கள் எழுதியுள்ளவற்றையும் சேர்த்துப் படித்தேன். மார்க்சிய விமர்சகர்களின் வறட்டுப் பார்வையைக்

காய்கிறேன் என்கிற பெயரில் மார்க்சியச் சித்தாந்தத்தையும் வர்க்கப் பார்வையையும் வாழ் நாளெல்லாம் தாக்கிக்கொண்டு பார்ப்பன—வேளாள மரபுகளை 'இந்தியக் கலாச்சாரம்' எனவும் 'தமிழ்ப் பண்பாடு' எனவும் தூக்கிப் பிடித்து வந்த, வருகிற இவர்கள், 'மௌனியின் சிறுகதைகள் ஒவ்வொரு தடவை படிக்கும்போதும் ஒரு புது அனுபவமாக அமைகிறது' (மௌ.க, பக். 315) எனச் சொல்லும் போது பிரதி, பிரதியியல், பிரதிக்கும் கருத்தியலுக்கும் உள்ள உறவு, பிரதியின் சுயேச்சைத் தன்மை, பிரதியியல் வியூகம் ஆகியவைபற்றிக் கொஞ்சம் சிந்திக்கத் தூண்டுகிறது.

பிரதியின் சுயேச்சையான இயக்கத்திற்கு கூடுதல் மதிப்பளிக்கக் கூடிய அமைப்பியலாளர்களிடம்கூட பிரதியின் உற்பத்தி, பிரதியின் நுகர்வு ஆகியவற்றுக்கும் வரலாற்றுக்குமுள்ள உறவுகள் குறித்து கருத்து மாறுபாடுகள் உண்டு. சுத்த இலக்கியம் (purely literary) என்பதை சேத், ஈகிள்டன் போன்றோர் மறுக்கின்றனர். பிரதியின் செயல்பாடு அதன் தனித்துவத்திலோ தூய்மையிலோ இல்லை; மாறாக அது எவ்வாறு இதர அம்சங்களுடன் கலந்து கிடக்கிறது, இதர அம்சங்களால் கட்டுப்படுத்தப்படுகின்றது என்பன முக்கியமாகின்றன.

நம் நடவடிக்கைகள் அனைத்துமே பௌதிகச் சூழல்களால் வரையறுக்கப்படுகின்றன. பிரதியின் நுகர்வோர்களாகிய நாம் அனைவருமே வெறும் மூளையை மட்டுமேகொண்ட இலக்கிய எந்திரங்களல்ல. நமது உடல்கள் பௌதிக இருப்புச் சூழல்களில் வேர் கொண்டுள்ளன. எனவே, தூய்மை, தனித்துவம் என்பதைக் காட்டிலும் எவ்வாறு பிரதி தூய்மையற்று இதர அம்சங்களுடன் கலந்து கிடக்கிறது என்பதை நோக்கி நம் கவனத்தைத் திருப்ப வேண்டியவர்களாக இருக்கின்றோம்.

பிரதி தன்னைத்தானே முடிவில்லாமல் சுயேச்சையாக உற்பத்தி செய்துகொள்கிறது என்பது தனிநபர் சுதந்திரம் குறித்த முதலாளிய மாயையின் இன்னொரு வெளிப்பாடே. பிரதியின் சுதந்திரம் என்பது தவிர்க்க இயலாமல் வரலாற்றுடன் பின்னிப் பிணைந்தே கிடக்கிறது. ஒரு வரலாற்றுப் பிரதியையும் இலக்கியப் பிரதியையும் ஒப்பிடுவோம். இலக்கியப் பிரதி நேரடியாக வரலாற்றைத் தனது பொருளாக எடுத்துக்கொள்வதில்லை. வரலாற்று எதார்த்தங்களிலிருந்து அது எந்த அளவு விலகி நிற்கிறதோ அந்த அளவு அது சுதந்திரம் பெறுவதாகத் தோன்றுகிறது. தூலமான சூழல்களை நேரடியாக ஒரு பிரதி சுட்டாதபோது அது தன்னைத்தானே சுட்டிக்கொள்கிறது எனவும்,

மனிதப் பொதுவான ஆழங்களைச் சுட்டுகிறது எனவும் நமக்குத் தோன்றுகிறது. மௌனியின் கதைகள் இவ்வாறு வரலாற்றில் இருந்து விலகி நிற்பதாகத் தோற்றமளிப்பதுதான் அவரது சிறப்புக்கான காரணம் எனவும் அவரது 'படைப்புகள்' வாசகனின் தரத்திற்குத் தக்கவாறு பலப்பல தளங்களை விரித்துக் காட்டும் உன்னத நிகழ்வு எனவும் கருதப்படுவதற்குக் காரணமாகின்றது.[1]

ஆழமாகச் சிந்தித்துப் பார்த்தால் இலக்கியப் பிரதி / வரலாற்றுப் பிரதி என்கிற வகைப்பாட்டில் அதிகப் பொருளில்லை என்பது புலப்படும். இருக்கிற வரலாற்றை ஏற்றுக்கொள்ளும் பிரதி/ வரலாற்றை கேள்விக்குள்ளாக்கும் பிரதி; ஒற்றைக் குரலை ஒலிக்கும் பிரதி / பல குரல்களைத் தன்னகத்தேகொண்ட பிரதி என்பவற்றில் உள்ள பொருள் இலக்கியப் பிரதி / இலக்கியமற்ற பிரதி என்கிற வகைப்பாட்டில் இல்லை. வரலாற்றிலிருந்து தூரப்படுத்திக் கொண்ட தாகத் தோற்றம் கொள்வதாலேயே ஒரு பிரதி வரலாற்றிலிருந்து விலகி நிற்பதாகி விடாது; வரலாற்றைக் கேள்வி கேட்பதாகிவிடாது; இருப்பில் விமர்சனபூர்வமான இடையீட்டைச் செய்ததாகி விடாது. வரலாற்றிலிருந்து தூரப்படுத்திக் கொண்டதாய் மேற் தோற்றமளிக்கும் பிரதிகளே மேலும் நுண்மையாய், தீர்க்கமாய் வரலாற்றைச் சுட்டக்கூடியதாய் அமைந்துவிடக்கூடும். தூலமான சூழலைச் சுட்டிக் காட்டாமலேயே அதற்குரிய கருத்தியல் உருவாக்கத்தைச் சுட்டிக் காட்டிவிடக்கூடும்.

பிரதிகள் வெறுமனே சமூகத்தை எதிரொளிக்கின்றன அல்லது சமூகத்திலிருந்து தோன்றுகின்றன எனச் சொல்லிவிட முடியாது. எதார்த்தத்தைப் பிரதிகள் எதிரொளிக்கின்றன அல்லது எதார்த்தத்தி லிருந்து தோன்றுகின்றன எனச் சொல்வதைக் காட்டிலும் புனைவுகள் மற்றும் கதையாடல்களின் மூலம் பிரதிகளில் எதார்த்தம் புதிதாகக் கட்டமைக்கப்படுகிறது எனச் சொல்வதே சரியாக இருக்கும். சமூக, கலாச்சார, கருத்தியல் மூலப்பொருட்களிலிருந்து இக்கட்டமைப்பு மேற்கொள்ளப்படுகிறது. எதிரே விரிந்து கிடக்கும் இந்த மூலப் பொருட்களிலிருந்து எவை எவை தேர்ந்தெடுக்கப்படுகின்றன, எப்படி இவை வரிசைப்படுத்தித் தொகுக்கப்படுகின்றன, எந்தெந்த வடிவங் களில், என்னென்ன கோணங்களில் இவை முன்வைக்கப்படு கின்றன என்பனவற்றைப் பொறுத்துக் கட்டமைக்கப்படும் எதார்த்தங்கள் அமைகின்றன. இவற்றையே பிரதியியல் வியூகம் அல்லது அணி வகுப்பு' (Textual Strategy) என்கிறோம். இந்த அணி

வகுப்பை அமைப்பதில் படைப்பாளியின் கருத்தியல் முக்கிய பங்கு வகிக்கிறது.

வரலாற்றுப் பிரதிகளில் இது எளிதாய் வெளிப்பட்டுவிடும். போல்ஷ்விக் கட்சி கட்டப்பட்டு, ஜார் ஆட்சியைத் தூக்கி எறிந்து புரட்சிகர அரசு உருவாக்கப்பட்டது குறித்து ரஷ்யாவிலேயே மூன்று வெவ்வேறு வரலாற்றுப் பிரதிகள் உருவாக்கப்பட்டன. ஒன்று ஸ்டாலின் உருவாக்கியது (போல்ஷ்விக் கட்சியின் வரலாறு), இன்னொன்று குருசேவ் காலத்தியது (சோவியத் கம்யூனிஸ்ட் கட்சியின் சுருக்கமான வரலாறு), மற்றது ட்ராட்ஸ்கி எழுதியது. வரலாற்றுச் சம்பவங்களைத் தொகுத்து எழுதப்பட்ட இம்மூன்றும் ஒன்றுக் கொன்று முற்றிலும் வேறுபட்ட எதார்த்தங்களைக் கட்டமைத்து விட்டதை நாமறிவோம். தொகுப்பவரின் கருத்தியலின் அடிப்படையில் தேர்வு செய்யப்பட்டுத் தொகுக்கப்படும் 'வரலாறானது' இதர வெளிப்பாட்டு அம்சங்கள், பிரதியியல் அணிவகுப்புகளுடன் இணைந்து அதற்குரிய ஒரு புதிய கருத்தியலை உற்பத்தி செய்து விடுகின்றன. இவ்வாறு உற்பத்தி செய்யப்பட்ட கருத்தியல் என்பது பிரதிக்கு முந்திய (Pre Textual Ideology) தேர்வுக்குப் பயன்படுத்தப் பட்ட கருத்தியலுக்குப் பொருத்தமானதாக அமையலாம்; சமயங்களில் விலகியும் அமையலாம். சுருங்கச் சொல்வதெனில் பிரதி எதார்த்தங் களையும் கருத்தியலையும் எதிரொளிக்கிறது அல்லது வெளிப் படுத்துகிறது என்பதைக் காட்டிலும் 'கருத்தியலை உற்பத்தி' செய்கிறது.

இவ்வாறு உருவாக்கப்படும் எதார்த்தங்கள் மற்றும் கருத்தியல்கள் தூலமான செயல்பாடுகளிலேயே வேர்கொண்டுள்ளன. நுகர்வின் போது தூலமான சூழல்களை அவை நேரடியாகச் சுட்டிக் காட்டாத போதும் குறிப்பிட்ட கருத்தியல் உருவாக்கத்தைச் சுட்டிக் காட்டக்கூடும். குறிப்பிட்ட எதார்த்தத்தைக் கட்டமைத்துவிடக் கூடும். நுணுக்கமான செயற்பாடுகள் மூலம் பிரதி நுகர்வோனை இவ்வாறு கட்டமைக்கப் பட்ட எதார்த்தத்திலும் கருத்தியலிலும் வேர்கொள்ள வைத்து விடுகின்றது. எனவே, மௌனி கதைகள் போன்றவற்றை வரலாற்றின் வேரிலிருந்து பிரித்து தன்னிச்சையானவைபோலப் பார்ப்பதில் பொருளில்லை. வரலாற்றைத் 'தூரப்படுத்தி' கருத்துருவமாக்கப்பட்ட (abstract) குறியீடுகளின் செயல்பாடுகள் மேலும் அதிகார பூர்வமானதாய், மேலும் தூலமானதாய் (Concrete) மாறுகின்றன. சுருக்கிச் சொல்வதானால் 'கருத்தியலே இங்கு தூலமாக்கப்படுகிறது' (abstract is concretised here).

எத்தகைய கருத்தியலுக்கு வாசகன் இயைபுபடுத்தப்படுகிறான்; எத்தகைய வரலாறு இங்கே தூரப்படுத்தப்படுவதுபோல தூலப்படுத்தப்படுகிறது என்பதை அறிந்துகொள்வதற்குப் பிரதி கவனமாகக் கட்டவிழ்க்கப்படுதலும், பிரதியியல் அணிவகுப்பைப் புரிந்து கொள்வதும் அவசியம். எதார்த்தங்களின் மறைவால் சிறப்புப் பெறுகிற இப்பிரதிகளைக் கட்டவிழ்ப்பதற்கு எத்தகைய எதார்த்தங்கள் இங்கே மறைக்கப்பட்டுள்ளன, என்னென்ன தூலமான சூழல்கள் மௌனமாக்கப்பட்டன, என்னென்ன வெளிப்படுத்தப்படுகின்றன எனக் கவனிப்பது முக்கியம். விமர்சகனின் வேலை இம் மௌனங்களைப் பேசவைப்பது என்பதைக் காட்டிலும் ஏன் அவை மௌனங்களாக்கப்பட்டன, மௌனங்களாக இவற்றின் பணி என்ன, பிரதியின் நனவிலியின் (unconsious) பங்கு என்ன என்பனவற்றைக் கண்டறிவது தான். பிரதி சுட்டாமல் சுட்டும் இந்தத் தூலங்கள், இருப்பிற்கு (status quo) எதிர்நிலையில் (oppositional / subversive mode) விமர்சன பூர்வமாய் இருக்கிறதா, இருப்பை மறுஉறுதி செய்கிறதா என்பது பின் தன்னால் வெளிப்படும். பிரதியைத் தூலமான வரலாற்றுச் சூழலில் வைத்துப் பார்ப்பது அவசியம். அரசியல் / இலக்கியம் / அறிவுத்துறை சார்ந்த / பொருளாதாரச் சொல்லாடல்களுக்கிடையே கூட்டிணைவுறும் மேலாண்மையை வாசித்துக் காட்டுவதற்கு இவ்வாறு பிரதியை அது சிக்கிக் கிடக்கும் சூழல், காலம், இடம், சமூகம் ஆகியவற்றிலேயே கொண்டுபோய் வைத்துப்பார்க்க வேண்டியிருக்கிறது. நாம் இப்படிச் செய்வது சுருக்கிப் பார்ப்பது அல்ல; மாறாக இதுவே விரித்துப் பார்ப்பதாகும், இத்தகைய விரிந்த பார்வையே இன்று அவசியம். உலகில் கிடக்கும் இப்பிரதிகளில் வெளிப்படும் உலகியலம்சங்களைத் தேடுவதே சரியான கட்டுடைத்தல்; சரியான புனைவு நீக்கல்.

ஒரு பிரதியின் உற்பத்தியில், வாசிப்பில், பரப்பலில் என்ன விதமான அரசியல், சமூக, மனித மதிப்பீடுகள் அடங்கியுள்ளன என உடைத்துக் காட்டுவதே பொருள்முதல் விமர்சனம். எனவே அது தல /உலகியற் சூழல்களைச் சார்ந்துள்ளது. அவ்வாறன்றி தூய பிரதி, விமர்சனத் தலையீடின்மை, உயர்ந்த தரம் என்றெல்லாம் பேசுவது இன்றைய வலச்சாய்வை நோக்கிய எழுச்சிகளுடன் இணைத்துப் பார்க்கத்தக்கது.

மௌனி கதைகளில் வெளிப்படும் பிரதியியல் அணிவகுப்பின் சில அம்சங்களைக் காண முயல்வோம்.

முதலில் மௌனியில் மௌனமாகும் எதார்த்தங்களின் ஒரு சில கூறுகளை எடுத்துக்கொள்வோம். மௌனியின் கதைகளில் பெரும் பான்மை பணிக்களத்தில் நடைபெறுவதில்லை. மொத்தக் கதைகளில் சுமார் ஐந்துசதக் கதைகளில் மட்டுமே உடலுழைப்பாளர்கள் முக்கிய பாத்திரங்களாக வருகிறார்கள். அவர்களில் மூவர் தாசிகள். ஒருவன் 'படையாச்சி' சாதியைச் சேர்ந்த பண்ணையடிமை. இன்னொருவன் ஏட்டு ராயன். இவர்கள் மட்டுமே அவர்களின் பணியிடத்தில் அறிமுகப்படுத்தப்படுகின்றனர். மற்றவர்கள் யாரும் அதாவது தொண்ணூற்றைந்து சத நாயக, நாயகியர் உழைப்பதில்லை. இவர்கள் உயர்ந்த — பார்ப்பன — சாதியைச் சேர்ந்தவர்கள் என்பது வெளிப் படுகிறது. இவர்களில் யாருக்கும் வயிறு சார்ந்த கவலைகள் இல்லை. சிலர் குறித்து நிறைந்த சொத்துகளின் வாரிசு என்கிற குறிப்புகளும் காணப்படுகின்றன. இவர்கள் பங்குபெறும் கதைக் களங்கள் பெரும் பாலும் அறைகள் அல்லது வீடுகள்தான். சமயங்களில் கடற்கரை, கோயில் போன்ற பொது இடங்களில் கதைகள் நிகழ்ந்தாலும் அவை பொது இடங்களுக்குரிய தன்மைகளுடன் அறிமுகப்படுத்தப் படுவதில்லை. அங்கு நடைபெறும் பொது நடவடிக்கைகள் கதைகளில் பங்கு பெறுவதில்லை. மையப் பாத்திரங்களின் அந்தரங்க வெளி யாகவே (personal space) அவை அமைகின்றன. எனவே பொது நடவடிக்கைகள், அவற்றின் ஊடான சமூக உறவுகள், உற்பத்திச் செயற்பாடுகள், அவற்றினூடான மனித உறவுகள் இவையெல்லாம் நீக்கப்பட்ட தூய்மையான ஓர் அந்தரங்க உலகையே மௌனியில் நாம் காண்கிறோம்.

மனிதனின் மனநிலை பல்வேறுவிதமான சமூக உறவுகளால் நிர்ணயிக்கப்படுகின்றது. எனவே அது சிக்கலாகிறது. இறுதி முடிவு இப்படித்தான் இருக்கும் என எளிதில் ஊகிக்க இயலாததாகிறது. பொது உலகையேகூட அந்தரங்க உலகாகக் குறுக்கிக்கொண்டு வாழும் மௌனி நாயகர்களின் மனநிலைகளோ ஒற்றைக் காரணிகளால் மட்டுமே நிர்ணயிக்கப்படுகின்றன. மற்றக் காரணிகளைக் கட்டுப் படுத்திவிட்டு இரு காரணிகளுக்கிடையேயான உறவை மட்டும் ஆய்வு செய்கிற சோதனைச்சாலைப் பரிசோதனைகளைப் போன்றவையே

மௌனியின் கதைகள். பல ஆண்டுகளுக்குமுன் பார்த்த ஒரு பார்வையின் வசீகரத்தில் ஈடுபட்டுக் காத்திருந்து செத்துப்போகிற 'கொள்கை ஈடுபாடுடைய' (committed) நாயகர்களை மௌனியில் மட்டுமே காண முடிவது இதனால்தான். இதர ஈடுபாடுகள் இவர்களுக்குக் கிடையாது; எனவே இந்த ஈடுபாடுகளுக்கிடையேயான பரஸ்பர தாக்கங்களும் கிடையாது. ஏனெனில் இத்தகைய ஈடுபாடு களுக்கெல்லாம் காரணமாகிற பொது வாழ்க்கையே இவர்களுக்குக் கிடையாது. எனவே மௌனியின் நாயகர்கள் அடுத்து என்ன செய்யப் போகிறார்கள் என்பது முன்கூட்டியே நமக்குத் தெரிந்துவிடுகிறது.

பணிக்களத்தில் அறிமுகப்படுத்தப்படும் பாத்திரங்களில்கூட மேல் இருந்து கீழான படிநிலை உறவுகளிடையேயான எதிர்நிலை முரண்களும் ஒத்திசைவின்மைகளும் வெளிப்படுவதில்லை. ஏட்டு ஆனந்தராவுக்கும் அவனது மேலதிகாரிகளுக்குமிடையேயான ஒத்திசைந்த உறவும் (மிஸ்டேக்), சிவராமய்யருக்கும் செல்லக் கண்ணுப் படையாச்சிக்குமுள்ள உறவும் (இந்நேரம், இந்நேரம்) இதற்கு எடுத்துக்காட்டுகள். மேலதிகாரிகளும் பண்ணையய்யரும் தங்களுடைய மேலாண்மையில், நலன்களில் குறியாய் இருந்தபோதிலும் அடிமைகள் சேவையில் திருப்தியடைகின்றனர். இயல்பாய் வெளிப்படுகிற முரண்கள் முற்றிலும் மழுங்கடிக்கப்படுகின்றன. இப்படித் திருப்தி கொள்ளும் அடித்தட்டினரும் இருக்கத்தானே செய்கிறார்கள் என்கிற கேள்வி எழலாம். இந்த உறவின் இரு எதிர் எதிர் துருவங்களில் நமது வெறுப்பும் அனுதாபமும் எங்கெங்கே குவிக்கப்படுகின்றன என்பது முக்கியம். செக்காவின் குமாஸ்தாவின் மரணம் கதையை ஏட்டு ஆனந்தராவ் கதையுடன் ஒப்பிட்டுப் பார்த்தால் உண்மை விளங்கும். அங்கே அதிகாரத்துவத்தின் கொடூரம் நம்மில் ஆழமாய்ப் பதிகிறது. இங்கே கீழேயுள்ள போலீஸ்காரன் ஏழை வண்டிக்காரனைச் சுரண்டும் இரக்க மற்றவனாகவும் உயரதிகாரி இதனைச் சுட்டிக்காட்டி வண்டிக்காரனுக்கு நியாயம் வழங்கும் ஈர மனம் படைத்தவராகவும் சித்திரிக்கப்படுவது கவனிக்கத்தக்கது. இன்னொன்றும் குறிப்பிடத்தக்கது. அதிகாரி உயர்சாதிக்குரிய குறியீடுகளுடன் கட்டமைக்கப்பட்டுள்ளார்.

தந்தைவழிச் சமூகத்திற்கும் தாசிகளுக்குமிடையேயான உறவுகளும் மிகவும் ஒத்திசைவுடன் காட்டப்படுகின்றன. மூன்று நான்கு தாசிகளை மௌனியில் காண்கிறோம். சுசிலா (நினைவுச் சுவடு), ஜோன்ஸ் (குடை நிழல்), கௌரி (உறவு, பந்தம், பாசம்). விடுதியில் இவர்கள் மகிழ்ச்சியாக இருக்கிறார்கள்; ஆண்டுகள் இருபது ஆனாலும் ஒரு

பழைய, இனிய தொடர்பை நினைவில் சுமந்து ஏங்கியிருக்கிறார்கள்; மனைவி / கன்னி / தாசி நிலைகளுக்கிடையே வேறுபாடுகளை அமைதியாய் தர்க்கம் செய்கிறார்கள். போலீஸ் தொல்லையோ, முதுமையோ அவர்களுக்குப் பிரச்சினையில்லை. அவர்கள் நொடித்துப் போகவில்லை; நோய்வாய்ப்படவில்லை; இறுதிக்காலத்தில் கஷ்டப்படவில்லை. தங்களை விட்டுப்போன பிரபுக்களுக்காகக் காத்திருக்கின்றனர். தேவதாசிகள் நிறைந்திருந்த பிரபுத்துவ வாழ்க்கைபற்றிய ஏக்கம் மௌனிக்கே இருக்கிறது.

.....ஊர் அரவம் அடங்கி, அரை இருளில் தெருவே ஒரு தூக்கத்தில் ஆழ்ந்ததெனத் தோற்றம் கொடுத்தது. ஒரு காலத்தில் அத்தெரு முழுவதிலும் தேவதாசிகள் இருந்தனர். வழிவழியாக வாழ்ந்துவந்த ஒவ்வொரு குடும்பப் பிரபல தாசிகள், அவர்களின் இசை நாட்டிய கலைத் தேர்ச்சி. பழைய பெரிய மனிதர்களுடைய ஈடுபாடு... என அநேக ஞாபகங்களைக் கொண்ட தெரு அது. ஒரு வசீகரம் பாழ் பட்டுக்கொண்டிருக்கும் காட்சியை அது இப்போது அளித்துக் கொண்டிருக்கிறது. யார் யார் இப்போது அங்கு வசிக்கிறார்கள் என்பதற்கில்லை...' (மௌ. க. - பக். 140-141)

மேற்கண்ட வரிகளைத் திறவுகோலாக்கி மௌனியில் வெளிப்படும் உயர்சாதி / ஆணாதிக்கக் குரலை விரிவாக நாம் ஆராய முடியும். 1920களின் பிற்பகுதியில் சென்னை சட்ட மன்றத்தில் தேவதாசி எதிர்ப்பு ஒழிப்பு மசோதாவை நிறைவேற்ற முத்துலெட்சுமி ரெட்டி போன்றோர் முயன்றபோது அதனை எதிர்த்து ராஜகோபாலாச்சாரியும் சத்தியமூர்த்தியும் செயல்பட்டது நமக்குத் தெரியும். தேவதாசி சாதியில் குடும்பத்துக்கு ஒரு பெண்ணாவது பொட்டுக்கட்டப்பட வேண்டும் என வாதிட்ட சத்தியமூர்த்தி, சுதேசிய - இந்து - தேசியக் கலாச்சாரமாகிய தேவதாசிமுறை காப்பாற்றப்பட வேண்டுமென்றார். சத்திய மூர்த்தியின் குரல் மௌனியில் அப்படியே வெளிப்படுவதை நம்மால் விளங்கிக்கொள்ள முடிகிறது. தாசிகளின் அவலம் இங்கு முக்கிய மல்ல; பிரபுக்களின் சுகமே முக்கியம். வழக்கம்போல 'இந்தியக் கலாச்சாரம்' என்கிற பெயரில் இந்த அநீதி மூடி மறைக்கப்படுகின்றது; கட்டிக்காக்க முயலப்படுகிறது.

திருமணத்தில்தான் பெண் முழுமையடைகிறாள்; திருமணமின்றி பெண் வாழமுடியாது என்கிற கருத்தை மௌனியின் பெண் பாத்திரங்கள் அடிக்கடி ஒலிப்பதைக் காணலாம். மௌனியின் கருத்தும் அதுதான். 'மணவாழ்க்கையில் பெண்கள் ஆடவரால் அடிமைப்

படுத்தப்படுகின்றனர்' என்கிற கருத்துடைய 'நாணத்தை வீட்டில் வைத்துவிட்டுக் கிளம்பும்' நாகரிகச் செருக்குடைய ஒரு பெண் டாக்டரை அறிமுகப்படுத்துகிறார் *(சிகிச்சை)*. தனது நோயாளி ஒருத்தியின் குடும்ப வாழ்வைப் பார்த்தவுடன் 'கணவனுக்கு அடிமைப்படுதல் என்பதான மணவாழ்க்கையைப் பற்றிய தனது வியாக்யானம் பிசகு' என்பது போன்ற எண்ணம் அவள் மனதில் எழுகிறது. அதை அவள் கிள்ளி எறிய முயன்றாலும் தோற்கிறாள். அந்த நோயாளி இறந்தவுடன் அவள் 'கணவனைத் திருமணம் செய்துகொள்கிறாள். கணவன், குழந்தை என அவளது வாழ்க்கை 'நிறைவடைகிறது'. சராசரி சனரஞ்சகச் சினிமா (*'பட்டிக்காடா பட்டணமா'* அல்லது *'சந்திரோதயம்'*) ஒன்றின் கருத்தியலுக்கும் இதற்கும் அதிக வித்தியாசமில்லை.

பொதுவாகவே நாகரிகம் x பாரம்பரியம் என்கிற முரணில் நாகரிகத்தை அருவருப்பாய் பார்க்கும் பார்வையைத் தொடர்ந்து மௌனியில் காணமுடிகிறது.[2] பெண்கள் ஆண்களின் கவனத்தை ஈர்த்து வழி விலக்குபவர்கள் என்கிற தொனியையும் காணலாம். அத்தகைய குற்ற உணர்ச்சி பெண்கள் மீதும் ஏற்றப்படுகின்றது. (பக். 80/81, 184), பாரம்பரியத்தை ஏந்திக் கையளிக்கும் கடமையும் பெண்களுக்கு வழங்கப்படுகிறது.[3] சாதாரணப் பெண்களுக்கென வரையறுத்த இந்த பாத்திரவார்ப்பை அப்படியே ஏற்றுக்கொண்டதன் விளைவாகவே, குடும்பம் என்கிற நிறுவனத்தை உன்னதப்படுத்திப் பார்க்க வேண்டிய அவசியமும் அவருக்கு நேர்கிறது.

> *குடும்பம் என்பது சமூகத்தின் எவ்வளவு அடிப்படையான அஸ்திவாரம் என்பது அவருக்குத் தெரியும். எவ்வளவு நாகரிக முற்போக்கு எண்ணங்களிலும் கட்டுக்கடங்கி உணர முடியாது எட்டிச் செல்வது போன்ற 'குடும்பம் - குடும்ப வாழ்க்கை' என்பது எவ்வளவு தூரம் தன் தாயாருடன் லயித்து இருந்தது என்பதை எண்ணித் துக்கமடைந்தார். உலகம் சீர்கெட்டுச் சிதைவுபடுவதின் காரணம் குடும்ப வாழ்க்கையில் சமாதானமற்று இருப்பதுதான் என்பதை ஸ்பஷ்டமாக அறிந்தார். (மௌ. க. பக். 216, 217)*

என்கிற கூற்றில் குடும்பத்தையும் நாகரிக முற்போக்கையும் அவர் எதிர் எதிராக நிறுத்திப் பார்ப்பது குறிப்பிடத்தக்கது.

> *குடும்பம் ஒரு விசித்திர யந்திரம் — பழுதுபட்டுப்போன ஒரு பாகத்தினால் அது நிற்பதில்லை. அதற்குப் பிரதி மறுபாகம் தானாகவே — உண்டாகிவிடும் (மௌ. க. - பக். 217)*

என்று அவர் நம்பிக்கை ஆறுதல்கொள்வதும் மாற்றங்களுக்கும் கலகங்களுக்கும் எதிரான மனநிலையின் வெளிப்பாடுதான்.

மௌனியின் நாயகர்கள்பற்றி ஏற்கெனவே சொன்னோம். பணிக்களத்தில் அறிமுகப்படுத்தப்படும் மிகச் சிலர் தவிர பிற உன்னத நாயகர்கள் அனைவருமே வசீகரமானவர்கள்.[4] அதிலும் பிரமிப்பதில் ஆழ்த்தும் வசீகரம்; பின்பற்றத் தூண்டும் பேரழகு. முன்னே செல்பவர்களைத் திருப்பி இழுப்பது போன்ற நீண்ட மூக்கு; அது சற்று முன்புறம் வளைந்திருக்கும். இந்த வருணனையில் வெளிப்படும் ஒருவகையான பார்ப்பன உடற்கூற்று அம்சங்கள் கவனிக்கத்தக்கன. அதே சமயத்தில் பணிக்களத்தில் அறிமுகப்படுத்தப்படும் ஏட்டு ராயனும், செல்லக்கண்ணு படையாச்சியும் இன்னும் சில கீழ்சாதி உப பாத்திரங்களும் இவ்வாறு கூர்மையான நாசியும் சுண்டி இழுக்கும் வசீகரமும் பெற்றவர்களல்ல. இவர்களது கவலைகளும் கரிசனங்களும் லட்சியங்களும்கூட ரொம்பச் சாதாரணமானவைதான். உன்னத விசாரங்கள் இவர்களுக்குக் கிடையாது. சாதியில் தாழ்ந்த இவர்களது உடல்களின் வசீகரங்கள் உதாசீனப்படுத்தப்பட்டாலும் பெண்களைப் பொறுத்தமட்டில் கூடைக்காரி (மௌ.க.பக். 240) மற்றும் விலைமாது ஜோன்ஸ் (மௌ.க.பக். 175) ஆகியோரின் உடற்கூறுகள் மட்டுமே பாலியல் நோக்கில் விவரிக்கப்படுகின்றன. இதர உயர்சாதிப் பெண்கள் யாரும் அவ்வாறு வருணிக்கப்படுவதில்லை என்பது குறிப்பிடத் தக்கது.[5] குறவஞ்சிகளில் உயர்சாதிப் பெண்களைக் காட்டிலும் தாழ்ந்த சாதிப் பெண்களின் உடல்கள் கொச்சையாக வருணிக்கப்படுவதுடன் இது ஒப்பு நோக்கத்தக்கது.

அந்நிய மனிதர்களை அதுவும் சற்றுக் கீழ்நிலையிலுள்ள மனிதர்களைப் பார்த்தாலே அவர்கள் தம் இருப்பை அச்சுறுத்தக் கூடியவர்களோ என அஞ்சுபவர்களாகவும் இவர்களை 'மாமா' வேலை செய்பவர்களோ இல்லை 'முடிச்சு மாறியோ' என ஐயுறுபவர்களாகவுமே மௌனியின் உயர்நாயகர்கள் படைக்கப் பட்டுள்ளனர் (மௌ.க.பக். 28). மௌனியின் மனநிலையும் அதுதான் என்பது தனது சொந்த ஊர்பற்றிய அவரது கட்டுரையில் வெளிப்பட்டு விடுகிறது. ஊர்ப் பொதுச்சாவடி 'அநேக எதிரிகள் தங்கிப்' போன இடமாக அவருக்குக் காட்சியளிப்பது (மௌ.க.பக். 300) நமக்கு அதிர்ச்சியளிக்கிறது.

மௌனியின் இலக்கிய வடிவம் எதார்த்தச் சட்டத்தை அதிகம் மீறியதில்லை. எனினும் அவரது நாயகர்கள் பிரபுத்துவ Romantic

தன்மையுடையவர்கள். எதார்த்த வடிவம் முதலாளியச் சூழலுக்கு இயைபானது; மௌனியில் வெளிப்படும் Romantic தன்மை அவர் உயர்த்திப் பிடிக்கும் பிரபுத்துவ - பார்ப்பனியக் கருத்தியலுக்கு இயைபானது.

மௌனி ஒரு வகைமாதிரியான தஞ்சை மாவட்டப் பார்ப்பனப் பண்ணையார். அடிமைச் சுகம், வேத விசாரம், சங்கீத ரசனை என வாழ்ந்தவர். அவரது உலகியல் செயற்பாடுகள் சுக போகங்களை அனுபவிப்பதாக மட்டுமே இருந்தன. நெருங்கிய உறவினர்களின் இழப்புகள் தவிர பெரிய சோகங்களை அவர் அனுபவித்ததில்லை. அவரது விசாரங்களும் இவற்றைத் தாண்டவில்லை. நியதிகளை அவர் ஏற்றுக்கொண்டிருந்தார். நியதிகளை மீறுகிற நெருக்கடி அவருக்கு எங்கும் தோன்றவில்லை.

மௌனியின் குறியீடுகள் (ஜீவாத்மா - பரமாத்மா இணைவு - 'பிரபஞ்ச கானம்'; 'அழியாச் சுடர்', 'கோவில் கோபுரம்', 'சுடலை ஒலி'), அவரது கடவுள் ஏற்பு நிலை, மொழியின் அபூர்வத் தன்மை, இருண்மை, அந்தரங்கம் (privacy), பிரகடனங்களை மாற்றீடு செய்யும் தியான நிலை வெளிப்பாடுகள், மேட்டிமைத்தனமான போதனைத் தன்மைமிக்க மொழி ஆகிய அனைத்துமே மதம் சார்ந்தவை. எதார்த்த வடிவத்துடன் இத்தகைய அபூர்வத் தன்மைகளும் கனவுகளும் (fantacies) இணையும்போது எதார்த்த வாழ்க்கைக்கு மிக நெருக்கமான தோற்றம்கொண்டு வாசக மனத்தில் ஆழமான தாக்கத்தை இவை ஏற்படுத்துகின்றன. மௌனியின் வாசக இலக்கான (target audience) மேல் தட்டு ஆண்களின் கனவுகள் இங்கே முழுமை பெறுகின்றன.

நீண்ட நாட்களுக்குப் பிறகு இலக்கியத் 'தரம்' பற்றிய குரல் மீண்டும் தலைதூக்கத் தொடங்கியுள்ளது. பிரதியின் தூய்மை, சுயேச்சைத் தன்மை போன்றவற்றோடு இவை இணைக்கப் படுகின்றன. இவற்றின்மூலம் பிரதியின் அரசியல் மழுங்கடிக்கப் படுகிறது. தரம்பற்றிய இக்கூப்பாடு மண்டல் குழு எதிர்ப்பு அரசியற் சொல்லாடலுடன் இணைத்துப் பார்க்கப்பட வேண்டிய ஒன்று.

எள்ளளவும் தர்க்கபூர்வமற்ற கொடூரமான அரசியற் சூழல், கடுமையான கருத்தியல் நெருக்கடி, பொருளாதாரத் தேக்கம் ஆகியவற்றோடு உலகமெங்கும் மதவாத பாசிச சக்திகள் மறு எழுச்சிகொள்கின்றன. இத்தகைய சூழலில் மத்தியதரவர்க்கத்தின் புகலிடங்களில் ஒன்றாக மௌனி கதைகள் அமைந்துவிடுகின்றன.

இவை விமர்சனத்தினிடத்தில் ஆறுதலை முன்வைக்கின்றன. பகுப்பாய்விற்குப் பதில் உணர்வுத் தாக்கத்தை முன்வைக்கின்றன; பல குரல்களுக்குப் பதில் ஒற்றைக் குரலை ஒலிக்கின்றன. அது சனாதனக் குரல்; பார்ப்பனியக் குரல்; ஆணாதிக்கக் குரல். மையம் சார்ந்ததும் ஒற்றைப் பரிமாணமுடையதுமான மௌனியின் கதைகள் இன்றைய கட்டுமானங்களையும் ஒழுங்குகளையும் சிதையாமல் காப்பாற்ற மட்டுமே பயன்படும். வெளிப்படையான பிரகடனங்களாக அமையாமல் இந்த வீர்யமான குரலை ஒலிக்கும் வகையில் இவை ஆபத்தானவையும்கூட.

(நெய்வேலியில் 'வேர்கள்' அமைப்பு நடத்திய மௌனிபற்றிய இரு நாள் கருத்தரங்கில் வாசிக்கப்பட்டது.)

குறிப்புகள்

1. 'அவரது அக்கறை அடித்தள உண்மைகளைப் பற்றியது; தோற்ற உலகின் பின்னிருக்கும் உண்மைபற்றியது' *(வெங்கட் சாமிநாதன். என் பார்வையில், பக். 23)* 'அவர் சாமான்யமான தூல நிகழ்ச்சி களை ஒரேயடியாக அசட்டை செய்பவர்... தூல உலகின் தாக்கத்திற்கு மௌனி கட்டுப்படமாட்டார்'. *(பிரமிள். தமிழில் நவீனத்துவம், பக். 60).*

2. 'நவீன நாகரிகத்தை அணிந்து நாணத்தை வீட்டில் வைத்துவிட்டு வெளிக்கிளம்பும் அனேக பெண்களைப்போல அவளும் வாலிப ருடைய பார்வைக் காதலுக்கு ஆளானாள்.' *(மௌ. க. பக். 123).*

   'இவனுக்குக் காதல் வந்தது...! சமுத்திரக்கரையில் ஒழுங்கு உடைதரித்த வாலிபர்களுக்கு, நாகரிக ஒய்யார நடை மாதர்களைக் கண்டால் வருவதைப் போலவா' *(மௌ.க.பக். 245)*

   'பன்னிக் குட்டிக்குப் பதினாறு' என்ற ஒரு பழைய மொழி உண்டு... பழைய மொழி அவ்வாறாயின் புதுக் காலத்தில் நாகரிகத்தில் தட்டுத் தடையின்றி மேலே போய்க்கொண்டிருக்கும் நமது பெண்மணிகளின் விஷயத்தில் அதே மொழி புது மொழியாக எவ்வளவு தூரம் பொருத்தம் கொள்கிறது. மற்றும் பன்றிக் குட்டிக்கே இப்படி என்றால்? சுந்தரி மாதிரியான குட்டிக்குப் பதினாறு வயது வந்தால்? *(மௌ.க.பக். 249)*

3. 'சூன்ய மூலையில் அழகற்று மிருக வேகத்தில் தாக்குவது போன்ற நவ நாகரிகம், அவளிடம் தன் சக்தியைக் காட்ட முடியாது. எத்தனையோ தலைமுறையாகப் பாடுபட்டுக் காப்பாற்றி வரப்பட்ட மிருதுவாக உறைந்த குடும்ப லட்சியங்கள் உருக் கொண்டவள் போன்றவள்தான் அவள்.' (மௌ. க. பக். 215)

'எவ்வளவு தூரம் தன் மதிப்பு, குடும்ப மதிப்பு, ஆரோக்கியமான போதனைகளை, குழந்தைகள் மனத்தில் பாலூட்டுவது போன்று ஊட்டி வந்தாள்' (மௌ.க.பக். 216).

4. 'வசீகரம்' என்ற சொல் மௌனியில் கிட்டத்தட்ட பக்கத்திற்கு ஒருமுறை வருகிறது. 'பசி' என்ற சொல் எங்கும் காணோம்.

5. ஓர் உரையாடலின்போது தோழர் ராஜன்குறை இதனைச் சுட்டிக் காட்டினார்.

கனவு, மே, 1992

2.2

எம்.வி. வெங்கட்ராமின் இனி புதிதாய்

எழுத்தாளனைக் காட்டிலும் வாசகனுக்கும் வாசிப்பிற்கும் முக்கியத்துவம் கொடுக்கும் காலத்தில் வாழ்ந்துகொண்டிருக்கிறோம். வாசிக்கப்படும் சூழல், எழுத்தாளனுக்கும் வாசகனுக்கும் இடையிலான ஊடகத்தின் தன்மை, வாசிக்கப்படும் பிரதிபற்றிய இதர பிரதிகளின் கருத்தாடல்கள் போன்ற இதுவரை முக்கியத்துவம் கொடுக்கப்படாத அம்சங்களெல்லாம் பிரதியை உருவாக்குவதில் பெரும்பங்கு வகிக்கின்றன என்கிற புரிதலின் அடிப்படையில் பிரதியின் அரசியல், வாசிப்பின் அரசியல் பற்றியெல்லாம் பேச வேண்டிய அவசியம் ஏற்பட்டிருக்கிறது. எழுத்தாளனின் முக்கியத்துவம் மறையும்போது கூடவே உண்மையை, உள்ளதை, எதார்த்தத்தை அப்படியே பிரதிபலிக்கக்கூடியவை என்கிற தகுதியையும் புனிதத்தையும் எதார்த்தவாதமும் இழந்துவிடுகிறது. எந்த ஒரு எதார்த்தவாத எழுத்தாளனும் தன்முன் விரிந்து கிடக்கும் எதார்த்தங்களில் ஒரு சில அம்சங்களைத் தேர்வு செய்கிறான், வரிசைப்படுத்துகிறான், சிலவற்றிற்கு அதிக முக்கியத்துவம் அளிக்கிறான், சிலவற்றை வேறு சிலவற்றில் பொதிந்து கொடுக்கிறான் என்கிற வகையில் ஒரு புதிய எதார்த்தமே அங்கு உருவாகிறது. இந்த உருவாக்கத்தில் எழுதுபவனின் கருத்தியல் முக்கிய பங்குவகிக்கின்றது. இதனால்தான் ஒரே சம்பவத்தை இருவர் தனித்தனியே எழுதும்போது இரண்டும் வேறுவேறாக, சமயங்களில் எதிர் எதிராகக்கூட அமைந்துவிடுகின்றன. இவ்வாறு எழுதப்பட்ட எழுத்தும்கூட வாசகனைச் சென்றடையும்போது ஒரே எழுத்து இருவேறு சூழல்களில் அல்லது இருவேறு வாசகர்களுக்கு இருவேறு

பொருள்களை அடைந்துவிடக்கூடும். ஒரு நிர்வாணப் படம் செக்ஸ் புத்தகம் ஒன்றில் இடம்பெறும்போதும், மருத்துவ நூலொன்றில் இடம்பெறும்போதும் ஏற்படும் விளைவுகள் வேறு வேறு. இவை தவிர ஒரே பிரதிகூட வெவ்வேறு நோக்கில், வெவ்வேறு வாசகர் களுக்கு வெவ்வேறு அர்த்தங்களைத் தந்துவிடக்கூடும். ஒரு முப்பட்டகம் வெவ்வேறு கோணங்களில் வெவ்வேறு வண்ணங்களை வாரி இறைப்பதில்லையா அப்படி. இதுகூட நல்ல உதாரணமில்லை. ஒருவரது எச்சில் ஒரே சமயத்தில் எச்சிலாகவும், காசநோய் இருக்கிறதா இல்லையா எனக் கண்டறிய உதவும் சோதனைத் திரவமாகவும், காம வேட்கையைத் தணிக்கும் 'அதர பான'மாகவும் அமைந்துவிடு கிறதல்லவா! ஒரு பத்திரிகையில் வரும் புகைப்படத்தை எடுத்துக் கொள்ளுங்களேன். விளம்பரம் அல்லது செய்தியோடு அது இணைந்துள்ளது என்றால் அந்தத் தகவலை வாசகனுக்குத் தொடர்பு படுத்தும் தளத்தில் அதன் பொருள் ஒன்று; இன்னொரு தளத்தில் ஏதோ ஓர் உண்மையின் சான்றாக அது வெளிப்படுகின்றது; மூன்றாவது தளத்தில் அது வாசிப்பவனை ஈர்த்து, கிளர்ச்சியூட்டி, ஒரு சில விருப்பங்கள் உடையவனாக மாற்றுகிறது.

எந்தப் பிரதிக்கும் இதனைப் பொருத்திப் பார்க்கலாம். ஒரு பக்கம் ரொம்பவும் முற்போக்காய்க் காட்டிக்கொள்ளும் ஒரு பிரதி இன்னொரு பக்கம் ஆணாதிக்கக் குரலை ஒலிக்கக்கூடும். ஒரு பக்கம் வெறும் 'செக்சா'கத் தோற்றமளிக்கும் ஒரு பிரதி, இன்னொரு பக்கம் செயல்படும் அதிகாரத்தைக் கேள்விக்குள்ளாக்கிக் கேலி செய்வதாய் அமைத்துவிட முடியும். இவற்றை நுண்மையாய் நோக்கி பிரதியின் / வாசிப்பின் அரசியலை வெளிப்படுத்திவிடுவது பண்பாட்டு அரசியலில் ஆர்வமுடையவர்களின் கடமையாகிறது என்கிற சிறிய முன்னுரையோடு மூன்று வேறு விதங்களில் எம். வி. வெங்கட்ராம் அவர்களின் *இனி புதிதாய்* எனும் சிறுகதைத் தொகுப்பு செயல்படுவதை அடையாளம் காண முயல்வோம்.

அ. விக்கிரக விநாசம்

பிரதியை மேலோட்டமாக வாசிக்கும்போது தமிழ்ப் பண்பாட்டில் காலங்காலமாக இன்றளவும் கட்டிக் காப்பாற்றப்பட்டுள்ள சில விக்கிரக உருவாக்கங்கள் நாசம் செய்யப்படுவதை நாம் உணர்கிறோம். குறிப்பாக குடும்பம் தொடர்பான பல விக்கிரக உருவாக்கங்கள் தூளாக்கப்படுகின்றன. ஒண்டியாய் உழைத்துக் குடும்பத்தைக்

காப்பாற்றும் பொறுமையும் நற்குணங்களும் மிக்க மகனைக் கொத்திக் கொடுமை செய்யும் சுயநல வெறிபிடித்த ராட்சசி அம்மா, தனது சுய முன்னேற்றத்திற்காக சொந்த மகனைத் தனது குடும்பத்தினருக்கு வேண்டாத பணக்கார உறவினருக்குத் தத்தாக விற்கத் தயாராகி சொந்தக் குடும்பத்தையே ஏமாற்றி நாடகம் நடிக்கும் அப்பா, சாகக் கிடக்கும் தந்தைக்கு மருந்தைக்கூடக் கொடுக்காமல் காதில் கிடக்கும் கடுக்கன் உட்பட அவரது சொத்துகளைப் பறிப்பதற்குப் போட்டிபோடும் மனைவி பிள்ளைகள், கற்பனை துடிப்புமிக்க எழுத்தாளக் கணவனின் அமைதியான குடும்ப வாழ்க்கையை அழித்தொழிக்கும் லண்டி மனைவி, சமூகத்தை எதிர்த்துக்கொண்டு துணிச்சலுடன் தன்னைக் கூட்டிப்போக வக்கில்லாத காதலனை நினைத்துப் பொருமிக் கொண்டு இளம் கணவனை ஏமாற்றி நடித்து வாழும் புது மனைவி, அமைதி யான குடும்ப வாழ்க்கையில் சலிப்புற்று இளமைக்கால உல்லாசங் களை நினைத்து ஏங்கும் கணவர்கள், சுயநலத்திற்காக அடிப்படை மனித நியாயங்களை எதிர்த்து நீதிமன்றத்திற்குச் செல்லும் குடும்ப உறுப்பினர்கள், நோயாளி செத்தானா, பிழைத்தானா என்பது பற்றிக் கவலையின்றித் தான் படித்த புதிய மருந்தொன்றைச் சோதனை செய்துபார்க்கத் துடிக்கும் ஆங்கில மருத்துவர் - இவர்கள்தாம் இந்தத் தொகுப்பு முழுவதும் நடைபோடும் நாயகர்கள்.

'குடும்பம் என்கிற ஊழல்மிக்க நிறுவனம்'பற்றி இன்று அதிகம் ஆய்வு செய்யப்படுகின்றது. எம்.வி.வி.யே சொல்வதுபோல 'ராஜ்யம் நிலைக்க' கண்டுபிடிக்கப்பட்ட நிறுவனம்தான் (பக். 48) அது. நிலவுகிற அரசமைப்பிற்கேற்ற 'குடிமக்களை' உருவாக்கும் முதற் பயிற்சிக்களம் அது. சுயநலத்தையும் அடிமைப் பண்பையும் மனிதன் அங்கே கற்றுக்கொள்கிறான். ஒழுங்குகளுக்கு வயப்படுதல் என்கிற வகையில் இப்பயிற்சி அவனுக்கு அளிக்கப்படுகிறது. இந்த நிறுவனத்தின் நியாயப்பாட்டிற்கு முன்வைக்கப்படும் பினாமி காரணம் உறுப்பினர் களுக்கு இந்நிறுவனம் பாதுகாப்பு வழங்குகிறது என்பது. இது எவ்வளவு போலியானது, உறுப்பினர்கள் ஒருவரையொருவர் அதிகாரம் செலுத்துவதிலும் சுரண்டுவதிலும் எத்தனை குறியாக இருக்கிறார்கள் என்பதையெல்லாம் வெட்டவெளிச்சமாய்த் தோலுரித்துக் காட்டுகிறது இத்தொகுப்பு. உதிரத்தைப் பாலாக்கிப் பாசத்தைப் பிழிந்து 'அம்மா' பற்றின தமிழ்ப்பண்பாடு கட்டிவைத்த விக்கிரகத்தை இவ்வளவு அலட்சியமாய் வேறுயாரும் நொறுக்கித் தூளாக்கியதாய் நமக்கு நினைவில்லை. குடும்பம் என்கிற நிறுவனத்தின் ஊழல்களைத் தொட்டுக் காட்டிவிடும் அளவில் ஓர் அதிகார எதிர்ப்புக் குரலை

நம்மால் மேலோட்டமான கவனிப்பிலேயே அடையாளம் காண முடிகிறது.

ஆ. விக்கிரக உருவாக்கம்

இன்றைய வெகுஜனப் பண்பாட்டு நடவடிக்கைகளைக் கூர்மையாகக் கவனித்தோமானால் அதிகார அமைப்பைக் கட்டிக் காப்பதற்கான விக்கிரக உருவாக்கம் என்பது வழிபடுவதற்கான தேவ விக்கிரங்களை மட்டுமல்ல, வெறுத்து ஒதுக்குவதற்காக அசுர விக்கிரகங்களையும் உருவாக்குவதைக் காணமுடியும். தீய குணங்களின் உறைவிடமாக, இரக்கமற்றவர்களாக, தூய்மையற்றவர்களாக நாசூக்கும் நளினமும் இல்லாதவர்களாக, கொடூரமானவர்களாக ஒரு பிரிவினர்பற்றிய பிம்பம் திட்டமிட்டு உருவாக்கப்படுகிறது. உலக அளவில் ஆசிய-ஆப்பிரிக்க மக்களைப் பற்றி இனவாத நோக்கில் ஏகாதிபத்தியங்களும், இந்திய அளவில் சீக்கிய -இசுலாமியர்பற்றி இந்திய மேலாண்மைச் சக்திகளும் இத்தகைய அசுர விக்கிரகங்களை உருவாக்குவதைக் காணலாம். இன்றைய அமைப்பின் வழிபாட்டுக்குரிய பல விக்கிரகங் களை நாசம் செய்யும் இத்தொகுதி இப்படி எதிர்நிலையான விக்கிரக உருவாக்கம் ஒன்றிற்குக் களமாவதைச் சற்றுக் கூர்ந்து கவனித்தால் விளங்கிக்கொள்ளமுடியும். இதனைப் புரிந்துகொள்ள இந்நூல் முழுவதும் அடிப்படையாக இழையோடும் சமூக முரண்பாடுகள் குறித்த ஒரு பார்வையை நாம் கவனிக்க வேண்டும். எம்.வி.வி. தானோ என நாம் ஐயம்கொள்ளும் எழுத்தாளனாக வரும் ஒரு கதாபாத்திரம் கூறுகிறது:

> இது யுக சந்திக்காலம்; சந்தி என்றால் பொழுது விடிவதற்கு முன்னதா அல்லது அஸ்தமிப்பதற்கு முன்னதா என்றே புரிய வில்லை; மேலை நாட்டு நாகரிகமும் கீழை நாட்டு நாகரிகமும் மல்லுக்கு நிற்கின்றன; உடல்தான் எல்லாம் என்று உலகை வற்புறுத்துகிற ஒன்று. ஆத்மா என்பது வெறும் பொய் என்கிறது அது. ஆத்மாதான் நித்தியம், அதுதான் எல்லாம் என்று அழுத்தமாய்ச் சொல்கிறது மற்றொன்று. இரண்டும் வகைதெரியாமல் மோதிக் கொள்கின்றன; ஒன்றுக்கொன்று முரணானவை என்று அவை நினைக்கின்றன. ஆனால் இரண்டையும் சமமாகவும் சமாதான மாகவும் இணைக்கலாம். அப்படி இணைப்பதில்தான் மனித ஜாதிக்கு கதி மோட்சம் என்பதைத்தான் நான் உலகுக்கு என் எழுத்துகள் மூலம் காட்ட விரும்புகின்றேன். (பக். 49)

இந்த நோக்கம் நிறைவேறியிருக்கிறதா இல்லையா என்பதை அப்புறம்

பார்ப்போம். இப்போதைக்கு 'மேலை நாகரிகம் X கீழை நாகரிகம்' என்கிற முரண் முன்வைக்கப்படுவதை மட்டும் கணக்கிலெடுத்துக் கொள்வோம். மேலை நாகரிகம் குறித்த வேறு இரண்டு வெளிப் படையான வாசகங்களையும் பிரதியில் பார்க்கலாம்:

ஒன்று: 'மேற்கு நாகரிகத்தில் லட்சணக் குறைவுகள் அதிகம். பிராந்தி, சிகரெட், மேலை நாகரிகம் எல்லாம் போதைப் பொருட்கள்; ஒரே ரகம், பிடித்தால் விடமுடியாது' (பக். 119)

மற்றது: 'கள்வனிடமிருந்து பொருளைக் காப்பாற்றவேண்டும் என்பதற்காக மின்சாரம் பாய்ச்சிய நாற்காலியில் உட்கார்ந்துகொள்கிற கனவான்தான் இன்றைய மனிதன். உயிருடன் இருப்பதற்காக உயிரைக் கொடுக்க வேண்டும் என்ற அரிய தத்துவத்தைப் பிரச்சாரத்தின் மூலம் மேற்கு நாகரிகம் வற்புறுத்தியதன் விளைவு தான் இந்தத் தொழிற்சாலை. யுத்தத்துக்காக எவ்வளவு அழிவுச் செலவு?' (பக். 113).

ஏகாதிபத்தியங்கள் முன்னிலைப்படுத்தும் வணிக நோக்கிலான நுகர்வுப் பண்பாடு குறித்த எதிர்க்கருத்துகள் நம்மனைவரிடமும் உண்டு. ஆனால் பொத்தாம் பொதுவாக மேலை நாகரிகம் என மேற்கத்திய பண்பாடு முழுவதையும் ஒற்றைப் பரிமாணமாய்ப் பார்த்துக் கண்டனம் செய்வதும் அதற்கு எதிர்நிலையாக, கீழைப் பண்பாடு என்ற ஒன்றே, ஒற்றைப் பரிமாணமாய் அதன் சகல கொடூரமான அம்சங்களுடனும் உயர்த்திப் பிடிப்பதையும் நாம் ஏற்றுக்கொள்ள முடியாது. ஆனால் இந்தப் பிரதியில் அத்தகைய முயற்சியே மேற்கொள்ளப்படுகிறது. மேலை நாகரிகத்தின் வெளிப் பாடாக உடலை இழந்து உல்லாசம் தேடும் இரு பெண்கள் (போதையும் போதமும், தோழி) உருவாக்கப்பட்டுள்ளனர். ஒருத்தி மேரி; இன்னொருத்தி ஸ்டெல்லா. இந்த இரு பெயர்களுமே கிறிஸ்தவப் பெயராக இருப்பது எதேச்சையானதல்ல. இருவருமே 'கவுன் அணிந்த பிராணிகள்.' கிராப், லிப்ஸ்டிக், ஸ்நோ, ஷு, பவுடர், சகிதமாய் இவர்கள் நிறுத்தப்படுகின்றனர். இருவரும் உல்லாசிகள். ஸ்டெல்லா 'ஒவ்வொரு மாத ஆரம்பத்திலும் தகப்பனார் அனுப்பும் பணத்தைப் பதினைந்து இருபது தேதிக்குள் தாம் தூம் என்று செலவழித்துவிட்டு அப்புறம் சந்தியில் நிற்பாள்.' ஸ்நோவும் பவுடரும் வாங்குவதற் காகவும், சினிமா பார்ப்பதற்காகவும் பக்கத்து வீட்டுக்காரனிடம் உடலை விற்பாள். மேரியோ முன்பின் தெரியாத ஒருவனைச் சந்தித்த அன்றே ஓட்டலுக்கு அழைத்துச் சென்று மது அருந்திவிட்டுத் தெருவில் மயங்கிக் கிடப்பாள்.

இவர்கள் இருவரும் அறிமுகப்படுத்தப்படும்போதே அருவருப் பாகத்தான் செய்யப்படுகின்றனர். ரயிலுக்காகக் காத்திருப்பவனின் அருகில் அமர்ந்து உதட்டில் இருக்கும் சிகரெட்டைப் பற்றவைக்கச் சொல்லும் மேரியைப் பற்றிய சில வருணனைகள்:

i *'திடீரென்று லாடம் கட்டிக்கொள்ளும் மாடு உதைத்துக் கொள்வதைப்போல் அவள் பூட்ஸ் கால்களைக் கீழே உதைக்கவே, என்னவோ என்று திரும்பினேன்' (பக். 119-120).*

ii *'அந்த நகர தேவதையின் வாய்தான் முடிவில் என்னை ஆகர்ஷித்தது. ஏனென்றால் அது சாப்பிட்டுக் கொண்டிருந்தது. போரிட்டுப் பெருச்சாளியை வென்று ரத்தத்தில் தோய்ந்த நாயின் வாய்போல் இருந்தது அதன் வாய் - கொஞ்சம் அதிகமாகவே உதட்டுச் சாயம் பூசிவிட்டதால்! தலைமயிரைத் தாறுமாறாக முள்வேலியைப்போன்று கோணலும்மாணலுமாய் வெட்டிக் கொண்டிருந்தது. பெண்கள் கிராப் வைத்துக்கொள்வதால் அழகு குன்றிவிடுவதாக நான் நினைக்கவில்லை. ஆனால் என் தேவைக்கு அது நன்றாக இல்லை' (பக். 112).*

iii *'அலங்கோலமாக அவள் விழுந்து கிடந்த அந்நிலையில் அருகில் இருக்க எனக்கு அருவருப்பாக இருந்தது' (பக். 116).*

ஸ்டெல்லா அவலட்சணமில்லை; அழகி, கவர்ச்சியானவள். எனினும் அவள் இப்படித்தான் அறிமுகப்படுத்தப்படுகிறாள்:

> *மிஸ் ஸ்டெல்லாவின் அறையில் நான் நுழைந்தபோது கால்களை மேஜைமீது தூக்கி வைத்துக்கொண்டு சாய்வு நாற்காலியில் அலங்கோலமாக உட்கார்ந்திருந்தாள் அவள் (பக். 139).*

அவளின் அறை வாசலில் கிடக்கும் பல ஜோடி செருப்புகள் சுட்டிக்காட்டப்படுகின்றன. பெண்கள், அடிமைகள் ஆகியோரின் அங்க வீச்சுகள், புழங்கும் வெளிகள் ஆகியவைகூட ஆதிக்கச் சமூகத்தில் வரையறுக்கபட்டுவிடுகின்றன. வரையறையை, எல்லையை மீறுவோர் வேசிகளாய்த்தான் இருக்க முடியும். சங்க காலத்திலேயே கையை வீசி வீசி வீதியில் நடப்பவள் என விலைமகளிர் வருணிக்கப்பட வில்லையா? [*'ஆய் கோல் அவிர் தொடி விளங்க வீசிப் போது அவிழ் புதுமலர் தெரிவுடன் கமழ...' (மதுரைக்காஞ்சி, 563)*].

இந்தக் குறிப்புகளெல்லாம்கூட தற்செயலானவையல்ல. உடல் பற்றிய இத்தகைய குறிப்புகள் நூல் முழுவதும் ஒரு சில இடங்களில் தான் வருகின்றன. பைத்தியக்காரப் பிள்ளையில் கொடுமைக்கு

உள்ளாக்கப்படும் மகன் ராஜம் ரயிலில் விழுந்து நசுங்கிச் செத்த பின்னும்கூட அவன் உடல் அழகாகவே இருக்கிறது எனவும், 'போஸ்மார்டமும்'கூட அந்த அழகைச் சிதைக்கவில்லை எனவும் ஓர் அதீதமான குறிப்பும் கதையில் உள்ளது (பக். 37).

உடலை விற்று உல்லாசம் தேடுவதால் விளைந்த வெறுப்பு என்றும் இதனை ஒதுக்கிவிட முடியாது. இந்தத் தொகுதி முழுவதும் இதுபோன்ற நால்வர் அறிமுகப்படுத்தப்படுகின்றனர். மனோரமா (ஏன்), சரோஜா (இனி புதிதாய்) ஆகியோர் மற்ற இருவர். இவர்களில் சரோஜா ஒருசில விநாடிகளே வந்து போகும் (விலைமாது, நடிகை) மிகச்சிறிய பாத்திரம். மனோரமா கீழை நாகரிகத்தின்படி பொட்டுக் கட்டிக்கொண்ட தாசி. ஸ்டெல்லா/மேரி ஆகியோருக்கு நேரெதிராக இவள் படைக்கப்பட்டுள்ளாள். தூய்மை, வசீகரம், இனிமை, இன்சொல், நறுமணம், மகிழ்ச்சி, உற்சாகம், அழகு, இளமை ஆகியவற்றின் பின்னணியில் மனோரமா வளைய வருகிறாள். பூமணமும் புனுகு மணமும் அவள்மீது எப்போதும் வீசும். மனோரமா,

இருட்டும் சமயம் (அவள்) எழுந்து விளக்கை ஏற்றினாள். வாசலில் திண்ணை மாடத்தில் ஓர் அகல் விளக்கு. சமையல் அறைக்குள் இருந்த பூஜை அறை ராதாகிருஷ்ண படத்துக்கு முன் ஒரு பெரிய குத்துவிளக்கு. பிறகு நாங்கள் இருந்த இடத்தில் ஒரு பவர் லைட். இவ்வளவையும் ஏற்றினாள்.

என அறிமுகப்படுத்தப்படுகிறாள்.

சாமி படத்திற்கு விளக்கேற்றுபவளாக மனோரமா காட்டப்படுவது கவனிக்கத்தக்கது. அருகிலுள்ள முரண் மூலம் இந்தப் பண்புகள் மேலும் துலக்கம்பெறும் பொருட்டு இதே கதையில் 'வெள்ளிக் கிழமைகூட வாயிலில் தீபம் ஏற்றச் சோம்பும் நாகமணி' (பக்.12) என்கிற குடும்பப் பெண்மணியும், ஆபாசப் பாட்டுப்பாடும் அவளின் முரட்டுப் பைத்தியக்கார மகனும் அதே கதையில் சித்திரிக்கப் பட்டுள்ளனர். மனோரமாபற்றி இன்னொரு வருணனை:

அவளுடைய சிரிப்பு மட்டுமல்ல, உடையும் அதிசயம். ஒவ்வொரு நாளும் அவள் புதுப் புதுக் கோலத்தில் தோன்றுவாள். ஒருநாள் சாதாரணமாக மற்றப் பெண்களைப்போல் புடவை கட்டியிருப்பாள். மறுநாள் முஸ்லிம் மாதரைப் போல் முக்காடு; மூன்றாம் நாள் பாவாடையும் மேலாக்கும்; வங்காளி, பஞ்சாபி பெண்களைப் போல பலவிதமாய் உடுத்துக்கொள்வாள். எந்த ஆடையும் அவளுக்குப் பொருத்தமாய் இருந்தது. (பக். 163)

கவனமாகக் கவுன் மற்றும் மேலை நாகரிக உடைகள் தவிர்க்கப் பட்டிருப்பது குறிப்பிடத்தக்கது. மொத்தத்தில் விரும்பத்தக்கவளாக அவளின் பக்கம் நின்று அவளின் நியாயங்கள் பேசப்படுகின்றன. ஆக, உடலை விற்று உல்லாசம் தேடுபவர்கள் என்கிற நோக்கிலிருந்து ஸ்டெல்லாவும் மேரியும் வெறுப்புக்குரியவர்கள் ஆக்கப்படவில்லை.

பெண்ணிய நோக்கு தவிர இன்னொரு அம்சத்திலும் மேலை நாகரிகம் சற்றுக் கீழே இறக்கப்பட்டு கீழை நாகரிகம் மேலுயர்த்தப் படுவதைக் காணமுடியும். மருந்து கதையில் ஒரு மேலை மருத்துவர், நோயாளி குணமாவதைப் பற்றிக் கவலைப்படாமல் தனக்கு அறிமுகமான புதிய மருந்தொன்றைச் சோதித்துப் பார்ப்பதில் குறியாய் இருக்கிறார். இவரிடம் வருமுன் நோயாளிகளில் சிலர் ஒரு வாரம் அம்மன் கோயில் பூசாரியிடம் விபூதி போட்டும், பதினைந்து நாட்கள் வேலாயுத வைத்தியரிடம் நாட்டு வைத்தியமும் முயன்று இருக் கின்றனர். இது குறித்து டாக்டர்,

இந்த இருபதாம் நூற்றாண்டில் இந்த மடமை தொலையவில்லையே. மந்திரத்திலும் மூக்குப்பொடி மருந்திலும் நம்பிக்கை வைத்திருக் கிறார்களே!

என்று கேலி செய்வதாய் ஒரு குறிப்பு. உண்மையில் இது மேலை மருத்துவத்தின் மீதான கேலிதான் என்பது கதைப் போக்கில் வெளிப்பட்டுவிடுகிறது.

ஆக, வெளிப்படையாய் இல்லாமலேயே பிரதியியல் அணி வகுப்பின் (Textual Strategy) மூலமாகவே ஒட்டுமொத்தமாய் மேலை நாகரிகம் பற்றிய எதிர்நிலையான பிம்பமும் கீழை நாகரிகம் பற்றிய ஒரு வழிபாட்டு விக்கிரக உருவாக்கமும் மேற்கொள்ளப்படுகிறது. பெண்கள் மற்றும் கீழ்ச்சாதியினர் மீதான கடும் ஒடுக்குமுறைகள், பார்ப்பனிய அதிகாரத்துவம் போன்றவற்றைக் கண்டுகொள்ளாமல் தாசிமுறை உட்படக் கீழை நாகரிகம் விரும்பத்தக்க ஒன்றாக முன்வைக்கப்படுவதை அவ்வளவு எளிதில் சலுகை அளித்துப் புறக்கணித்துவிட முடியாது.

இ. விருப்பக் குவிப்பு

கதையாடல் கருவிகள் (Narrative Devices) மற்றும் பிரதியியல் அணிவகுப்பின் மூலமாக எத்தகைய அம்சங்கள் மீது ஈர்க்கப்பட்டு, கிளர்ச்சியூட்டப்பட்டு வாசகர்களின் விருப்பங்கள் குவிக்கப் படுகின்றன என்பதைப் பார்க்கலாம்.

எந்த ஓர் எழுத்துக்குள்ளும் ஒரு கதைசொல்லி இருக்கிறான். அது 'நான்' ஆக இருக்கலாம் அல்லது ஒரு மூன்றாம் நபரின் நோக்கில் கதை சொல்லப்படலாம். நானாக இருக்கும் போதுகூட வாசகர்கள் நானுக்குச் சார்பாக வயப்படுத்தப்படாமல் நானுக்கு எதிராகவேகூட இயைபுபடுத்தப்படலாம் என்பதெல்லாம் நாம் அறிந்தவைதான். கதை சொல்லி யாருக்கு அருகில் நிற்கிறான், யாரைக் கூர்மையாய் கவனிக்கிறான், யாருடைய நியாயங்களைப் பேசுகிறான், யாரைத் தூரப்படுத்துகிறான், யாரைவிட்டு விலகி நிற்கிறான், யாருக்கு எதிராகப் பேசுகிறான், யாரை மௌனமாக்குகிறான் என்பவை கவனிக்கப்பட வேண்டிய அம்சங்கள். இந்தத் தொகுப்பிலுள்ள பன்னிரண்டு கதைகளும் குடும்ப நிறுவனத்தின் ஊழல்களைத் தோலுரிப்பது குறித்தும் மேலை நாகரிகத்திற்கு எதிராக நிற்பது குறித்தும் விளக்கமாய்ப் பார்த்தோம்.

ஸ்டெல்லா, மேரி, நவீன மருத்துவர் தவிர எதிர்நிலையில் ராஜத்தின் அம்மா, எழுத்தாளனின் மனைவி, சம்பத்தின் மகன் / மருமகன் போன்றோர் உருவாக்கப்பட்டுள்ளனர். எதிர்நிலையில் வைக்கப்பட்டவர்களின் நியாயங்கள் ஓரிரு கதைகள் தவிர மற்றவற்றில் முற்றிலும் மௌனமாக்கப்பட்டுள்ளன. எழுத்தாளனின் மனைவியை எடுத்துக்கொள்வோம். அவள் ஏன் இப்படிப் பூடகமாக இருக்கிறாள், கணவனுடன் ஒத்துழைக்க மறுக்கிறாள் என்பதற்கு மௌனம்தான் பதில். ராஜத்தின் கொடுமைக்கார அம்மாகூட அப்படித்தான். வாழ்நாள் முழுமையும் பொறுப்பற்ற கணவனால் ஒடுக்கப்பட்டவள் அவள். விதவையான இறுதிக் காலத்தில் இரண்டு பெண்களைத் திருமணத்திற்கு வைத்துக்கொண்டிருக்கும் சூழலில் சம்பாதிக்கும் மகன் தனக்குத் தெரியாமல் வருங்கால மனைவிக்குச் சொத்து சேகரிக்கும்போது ஒரு பாதுகாப்பற்ற உணர்வு வருவது சகஜந்தான். இன்றைய சமூகச் சூழலில் இது எதிர்பார்க்கக்கூடியதுதான். ஆனால் இவையெல்லாம் பிரதியில் பேசப்படவில்லை. மாறாக அனுதாபத்திற்குரிய பாத்திரங்கள் மட்டும் பொறுமைசாலிகளாகவும், கடைசிவரை குழைந்து குழைந்து பேசுபவர்களாகவும் உருவாக்கப் பட்டுள்ளனர். பைத்தியக்காரப் பிள்ளை ராஜத்தின் மீது அனுதாபத்தைக் கூட்டுவதற்காக, அவனைத் திருமணம் செய்துகொள்ள இருந்த பங்கஜம்,

பைத்தியக்காரப் பிள்ளை! கல்யாணம் ஆனப்புறம்
இந்த வேலை செய்யாமல் இருந்தானே! (பக். 38)

எனப் போர்வையை இழுத்து மூடிக்கொண்டு படுத்துக்கிடப்பதாக ஒரு குறிப்பு வேறு.

ஸ்டெல்லா, மேரி ஆகியோர் உலவும் இரு கதைகளிலும் இன்னொரு குறிப்பும் கவனிக்கத்தக்கது. இரண்டுமே மிகப் பல ஆண்டுகளுக்குப் பிந்திய பின்னோக்கிய நினைவுகளாகவே எழுதப் பட்டுள்ளன. இரண்டிலுமே ஸ்டெல்லா, மேரி ஆகியோருக்கு இணையாக நாயகர்களின் மனைவிகள் நிறுத்தப்படுகின்றனர். இரண்டிலுமே அமைதியான வாழ்க்கைக்கு அப்பால் பழைய உல்லாசம் குறித்த ஏக்கங்கள் இருந்தபோதிலும் மனைவியுடனான வாழ்க்கையே சிறந்தது என்கிற கருத்து முன்வைக்கப்படுகின்றது. ஒன்றில் வெளிப்படையாகவே பழையதை அசை போட்டவுடன் வெறுத்துவிடுகிறது. பழைய உல்லாச வாழ்க்கைபற்றிய ரகசியங்கள் அம்பலமான பின்னும்கூட ஏற்றுக்கொள்ளும் பொறுமையும் அன்பும் பக்குவமும் உடையவளாக மனைவி காட்டப்படுகிறாள். 'மனைவியின் கோபம்பற்றி கவலை இல்லை அவளைச் சமாதானம் செய்துவிடலாம்' (பக். 119). இன்னொரு கதையில் ஸ்டெல்லாவின் அழகின்பத்தை நுகர்ந்த நினைவுகள், 'மனைவி பக்கத்தில் இல்லாது' போகும்போது மட்டுமே வருகின்றன (பக். 150). அந்தக் கதையின் நாயகன் ஸ்டெல்லாவைத் திருமணம் செய்துகொள்ள மறுக்கும்போது தனது வருங்கால மனைவிபற்றிக் குறிப்பிடுபவை கவனிக்கத்தக்கன.

i 'பிளாட்டிங் பேப்பர் போன்ற லேசான நெஞ்சுள்ள உன்னைப் போன்றவர்களிடம் கலையின் பரிசுத்தத்தை எப்படி எதிர் பார்ப்பது? எதிர்பார்த்து ஏமாறுவது முட்டாள்தனம். என் மனைவி என் சுகத்தில் மாத்திரமல்ல, துக்கத்திலும் என்னுடன் பங்கெடுத்துக் கொள்வதைத்தான் நான் விரும்புவேன்' (பக். 147).

ii அவன்: 'எனக்குக் கல்யாணம் நடக்கப்போகிறது'
ஸ்டெல்லா : 'யாராவது ஒரு பட்டிக்காடாயிருக்கும்'
அவன்: 'ஆமாம்; ஆனால் அவள் என் கஷ்ட காலத்திலும் இருந்து உதவிபுரிவாள்' (பக். 149).

கீழை நாகரிகம் கண்ட மனைவி இவள். கஷ்ட காலத்திலும்கூட இருப்பாள். கணவன் அப்படி இப்படி இருந்ததை, இருப்பதை அறிந்தாலும் கண்டுகொள்ளமாட்டாள். குடும்பப் பொறுப்பை, சுமையை ஏற்றுக்கொண்டு கணவனுக்கு அமைதியான வாழ்க்கையை அளிப்பாள். குடும்பத்தின் ஊழல்களைத் தோலுரிப்பதுபோலத் தோற்றமளிக்கும் இப்பிரதியில் அமைதியான குடும்ப வாழ்க்கை

பற்றிய ஏக்கம் தொடர்ந்து ஊடாடி நிற்பது குறிப்பிடத்தக்கது. பைத்தியக்காரப்பிள்ளை ராஜம்கூட அமைதியான குடும்ப வாழ்க்கைக் காக ஏங்கி ஏங்கித்தான் செத்துப் போகிறான். வேறுசில எடுத்துக் காட்டுகள்:

i 'அமைதி இழந்த குடும்ப வாழ்க்கை எழுதுவதற்கு முட்டுக் கட்டைதானே? திருப்தியும் சந்தோஷமும் நிறைந்த குடும்பந்தான் ராஜ்யம் நிலைக்க உதவும் என்று ஒரு பெரிய சரீர சாஸ்திரி கூறுகிறார்' (பக். 48)

ii 'இருபது வயதுப் பெண்கள் முழுப் பொறுப்பையும் ஏற்று குடும்பம் நடத்தவில்லையா?' (பக். 50).

iii 'மீண்டும் புனாவுக்குச் சென்று, அந்தப் பெண்களில் யாராவது ஒருத்தியின் கரம் பற்றிக்கொண்டு, கண்டோன்மென்டிலோ டெக்கான் ஜிம்கானாவிலோ உள்ள ஏதாவது ஒரு ஓட்டலில் புகுந்து உண்டு குடித்து — இந்தத் தாபம் எழுகிறது அடிக்கடி; ஏனோ குடும்ப வாழ்க்கை அமைதியாக — தேக்கம்கொண்ட நீர் சலனமற்று அமைதியாக இருக்குமே, அதுபோலவா?— இருப்பதாலா? அமைதியுமா அலுக்கும்?' (பக். 106-107)

கடைசி மேற்கோள் குடும்ப வாழ்க்கையின் அமைதிபற்றி மட்டுமல்ல, அந்த அமைதியில் தோன்றும் அலுப்புபற்றிப் பேசுகிறது. ஆனால் அதற்குத் தீர்வு ஸ்டெல்லா அல்லது மேரி அல்லது சரோஜாகூட அல்ல. மனோரமா போன்றவர்களின் உல்லாசத்தின் பால் கவனம் ஈர்க்கப்படுகிறது. இந்தத் தொகுதி முழுமையுமுள்ள கதைகளிலேயே கொஞ்சம் வாசகர்கள் பாலியல்ரீதியாய்க் கிளர்ச்சியூட்டப்பட்டு ஈர்க்கப்படுவது மனோரமாவின் பக்கந்தான். மற்ற விலைமாது போலன்றி அவள் அசூயையுடன் அறிமுகப்படுத்தப்படாததை முன்பே சுட்டிக்காட்டினோம்.

மீண்டும் மனோரமாவை ஸ்டெல்லா, மேரியுடன் ஒப்பிட்டுப் பார்ப்போம். பின்னாலுள்ள இருவரையும் முக்கிய ஆண் பாத்திரங்கள் பயன் அனுபவித்த பின்னர் குரூரமாய்ப் பழிவாங்கி விடுகின்றனர். உடல் மீதான பிம்பத்தை உடைப்பதன் மூலமே இரு கதைகளிலும் பழிவாங்கல்கள் மேற்கொள்ளப்படுவது குறிப்பிடத்தக்கது. மேரியின் நீட்டிக்கொண்டிருக்கும் பற்களை, கட்டையான மூக்கை, மென்மையும் பளபளப்புமற்ற கூந்தலை குரூரமாய் சுட்டிக்காட்டுகிறான். (அவள் பக். 110-111). ஸ்டெல்லாவிடம் தன் முன்பற்கள் இரண்டும்

பொய்யானவை என்றும், தனது கண் அரைக் குருடு என்றும் சொல்லி தனது உடற்கவர்ச்சியை நொறுக்கி அருவருப்பை ஊட்டுகிறான், (அவள் பக். 147-148). 'உடல்தான் எல்லாமென்று கருதும்' மேலை நாகரிகத்தை அடிக்க இந்த உத்திகள் பயன்படுத்தப்படுகின்றன. மனோரமாவின் கதையிலும் உடல் பற்றிய பிரக்ஞை சரடாக ஓடிக்கொண்டிருக்கிறது. ஆனால் இங்கு பெண் உடல் மீதான கவர்ச்சியின்பால் கவனம் குவிக்கப்படுகிறது.

பதினான்கே வயதான அழகான சிறுவனின் கன்னங்களும் உதடுகளும் புண்ணாகும்படி நெருடிக்கொண்டே மன்னர்களின் உல்லாசங்கள்பற்றிப் பேசிக்கொண்டே இருக்கிறாள் புனுகு மணம் கமழும் கவர்ச்சி நாயகி மனோரமா (பக். 150, 172).

> சகோதர உணர்ச்சி என்கிறார்களே, அந்த மாதிரிப் பாசம் ஒன்றும் எனக்கு அவளிடம் ஏற்படவில்லை. அவளுடைய உடல் அழகு, உடையழகு, சொல்லழகு இவற்றால் கவரப்பட்டுத்தான் நான் அவளை நாடி அடிக்கடி சென்றிருந்தேன் (பக். 116).

என்று பையனின் வாக்குமூலம் வேறு. அந்தச் சிறுவன் அவளுடனேயே இருக்கத் தயாராக இருந்தால் அவள் வேறு யாரையும் நாடுவதில்லை எனச் சொல்கிறாள். கடைசியில் பிரியும்போது தங்கச் சங்கிலி பரிசளித்துத் தளுதளுக்கிறாள்.

ஆக, மேலோட்டமாகக் குடும்பத்தின் ஊழல்கள் கண்டிக்கப் பட்டாலும் இந்த ஊழல்கள் இல்லாத, ராஜ்ய அமைப்பைக் கட்டிக் காக்க உதவும் அமைதியான குடும்ப வாழ்க்கை, செத்துப்போன பின்னும்கூட கனவில் வந்து கஷ்ட காலங்களில் துணை நிற்கும் மனைவி (வெயில்), இந்த அமைதியான வாழ்க்கை அலுத்துப் போகும்போது அதனை ஈடுகட்டும் மனோரமாக்களைத் தன்னுள் கொண்டுள்ள கீழை நாகரிகம் ஆகியவற்றின்பால் நாம் ஈர்க்கப்படுவது மூன்றாம் தளத்தில் பிரதியின் செயல்பாடாக இருக்கிறது. 'இந்துத்துவம்' என்கிற அடிப்படையில் பார்ப்பனப் பண்பாட்டு மீட்சிகளின் மத்தியில் நின்றுகொண்டிருக்கிறோம் நாம். இந்தப் பின்னணியில் நமது சூழலின் எல்லாக் குறியீடுகளும் சமிக்ஞையாக்கங்களும் மேல் நிர்ணயம் செய்யப்பட்டுள்ளன. சாதாரண காலங்களில் உள்ளதைக் காட்டிலும் இன்று கீழை நாகரிகத்தின் மீதான ஈர்ப்பு என்பது அதனுடன் இணைந்த சனநாயக விரோதமான, கொடூரமான பல்வேறு அம்சங்கள் மீதும் நம்மை ஈர்க்கும் ஆபத்துடையது என்கிற எச்சரிக்கை நமக்குத் தேவை.

(எம்.வி. வெங்கட்ராம், 'இனி புதிதாய்' - சிறுகதைத் தொகுதி, சிலிக் குயில், குடந்தை, 1992. 19-04-92 அன்று குடந்தையில் 'இலக்கிய சந்திப்பு' நடத்திய எம்.வி.வி. கருத்தரங்கில் வாசிக்கப்பட்டது.)

மேலும், ஜன 93

882.3

ஒழுங்கமைத்தல் - *மீறல்*
கி.ரா. தொகுத்த பாலியல் கதைகள்

நுனிக் குறிப்புகள்

1. தினமணி நாளிதழுக்காக தலித் சிறுகதைகள் சிலவற்றைத் தொகுத்துத் தருவது தொடர்பாக அந்த நாளிதழின் ஆசிரியர் திரு. மாலனைச் சந்தித்துப் பேசிக்கொண்டிருந்தபோது, அவர் ஒன்றைக் குறிப்பிட்டார் - எத்தகைய கதைகளை வேண்டுமானாலும் நீங்கள் தேர்வு செய்யலாம். ஒன்று மட்டும் முக்கியம். எங்கள் கிராமத்தில் 'நரகல்' என்ற சொல்லைக்கூட வாயால் உச்சரிக்க மாட்டார்கள். நெருப்பாய்க்கிடக்கு அந்தப் பக்கம் போகாதீங்க என்றுதான் சொல்லுவார்கள். சொற்கள் விசயத்தில் கொஞ்சம் எச்சரிக்கையாய் இருந்தால் நல்லது— வெளிப்படையாகச் சொல்வதானால் 'தலித் இலக்கியம்' என்ற பெயரில், பீ, மூத்திரம், மசுறு... என எழுதத் தொடங்கிவிடாதீர்கள் என்பது மாலனின் வேண்டுகோள்.

2. தொடர்ந்து பேசிக்கொண்டிருந்தபோது கி.ரா.வின் பாலியல் கதைகள் தொடர்பாகக் குடந்தையில் நடத்த இருந்த கருத்தரங்கைப் பற்றிச் சொன்னேன். மாலனால் இதனையும் ஏற்றுக்கொள்ள முடியவில்லை. தமிழ்ச்சமூகம், தமிழ்ப் பண்பாடு ஆகியவை குறித்து ஒரு தவறான பிம்பத்தை ஏற்படுத்தும் முயற்சிதான் கி.ரா.வின் தொகுப்பு என்கிற கருத்துப்பட மொழிந்த மாலன், 'தமிழ்ச்சமூகம் ஒரு Polyandrous Society என்கிற எண்ணத்தை இத்தகைய தொகுப்பு ஏற்படுத்திவிடும்' என்றார். நன்கு கவனியுங்கள் Polygamous Society என அவர் சொல்லவில்லை. 'பல கணவர்களை மணந்துகொள்ளும் சமூகம்' என்கிற அவப் பெயர் வந்துவிடக்கூடாது என்கிறார். ஒவ்வொரு சமூகத்தைப் பற்றிய வரையறையிலும் அச்சமூகத்தைச் சேர்ந்த பெண்களின் கற்பு ஒரு முக்கிய பங்கு வகிக்கிறது என்று சொல்வார்கள். தமிழின்

முக்கியமான பத்திரிகையின் ஆசிரியரும், மிகப்பெரிய எழுத்தாளர்களில் ஒருவருமான மாலனின் தமிழ்ச்சமூகம் பற்றிய கருத்தாக்கம் கவனத்திற்குரியது.

3. எனது மூன்று அனுபவங்கள்: (அ) எனது தந்தையின் சோடா கம்பெனியில் வேலை செய்துவந்த திரு. சின்னராசு வேலைக்கு வராத தினங்களில் அவரை அழைத்து வரச்சொல்வார் அப்பா. நொண்டி டைலர் வீட்டில் இருப்பார் சின்னராசு. இருவருக்கும் ஒரே மனைவி. இது கள்ள உறவு அல்ல. ஊரறிந்த உறவு. பழகுதற்கினிய அந்த அம்மையார் வீட்டில் டீ குடித்துவிட்டு சின்னராசுவை அழைத்து வருவேன். (ஆ) கீழ்த்தஞ்சை கிராமம் ஒன்றில் வசிக்கும் என் தங்கை வீட்டில் ஒரு பெண் வேலை செய்கிறார். அவர் கணவர் மரமேறுபவர். அவர்களுக்கு ஒரு மகள். மாதந்தோறும் அவர் ஊதியத்தை வாங்கிக்கொள்வதில்லை. ஆண்டுக்கு ஒருமுறை மொத்தமாக வாங்கிக்கொண்டு சுமார் 100 கி.மீ. தொலைவிலுள்ள தனது முதல் கணவர் வீட்டிற்குச் சென்று கொடுத்துவிட்டு, குழந்தைகளையும் பார்த்துவிட்டு வருவதை வழக்கமாகக் கொண்டுள்ளார் அந்த அம்மை. இதுவும் ரகசிய உறவல்ல. (இ) நண்பர் வேல்சாமி கடையில் அமர்ந்திருந்தேன். நண்பருக்குத் தெரிந்த சுமைதூக்கும் தொழிலாளி ஒருவர் அவசரமாக வந்து ஐந்நூறு ரூபாய் கடன் கேட்டார். நண்பர் காரணம் வினவினார். 'என் பொண்டாட்டியின் புருஷன் செத்துப் போயிட்டான்னு, சேதி வந்திருக்கு. திருக்காட்டுப்பள்ளிக்குப் போயி அடக்கம் பண்ணிட்டு வரணும்.'

4. திரைப்படங்களின் இரட்டை அர்த்த வசனங்களை நாம் அறிவோம். தெருமுனையில் நடைபெறும் அரசியல் கூட்டங்கள் பலவற்றில் எதிர்க்கட்சித் தலைவர்களைக் கேலி செய்யும் முறையில் வரையறுக்கப்பட்ட இலக்கணங்கள் மீறப்படுவதைக் கவனியுங்கள். கிராமப்புறங்களில் நடத்தப்படும் ஸ்பெஷல் நாடகங்களில் முதலில் தோன்றும் பபூன் சுமார் அரைமணி நேரம் ஒரு கதை சொல்வார். மிக வெளிப்படையான பாலியல் விஷயங்கள் தர, தொந்தி பெருத்த செட்டியார் மலங்கழித்தல் போன்றவை, அக்கதைகளில் தவறாமல் இடம்பெறுவதும் அதனை மக்கள் விழுந்து விழுந்து சிரித்து ரசிப்பதும் குறிப்பிடத் தக்கன.

5. வீடுகளில், அலுவலகங்களில், வேலைக்குப்போகும் பெண்கள்

மத்தியில், மாணவரிடத்திலெல்லாம் பாலியல் கதைகள் பேசப்படு கின்றன. ஆனால் கி.ரா. இவற்றிற்கு எழுத்து வடிவம் கொடுக்கும் போது இத்தனை எதிர்ப்பு ஏன்?

ஒழுங்கமைத்தல் - மீறல்
கி.ரா. தொகுத்த பாலியல் கதைகள்

1. ஒழுங்கமைத்தல்

குடும்பம், தனிச்சொத்து, அரசு ஆகிய நிறுவனங்களின் தோற்றத்தோடு, அதிகாரம் சில மையங்களில் குவிக்கப்பட்ட, ஏற்றத்தாழ்வான தந்தைவழிச் சமூக அமைப்பு இறுக்கமடைகின்றது. சகல மட்டங் களிலும் ஒழுங்குகள் கற்பிக்கப்பட்டு இறுக்கமாய்க் கடைப் பிடிக்கப்படுகின்றன. சமூகத்தில் தனது ஆதிக்கத்தை நிறுவ விழையும் — பொருளாயத உற்பத்தியிலும் அரசதிகாரத்திலும் முன்னணியில் நிற்கக்கூடிய - ஆதிக்கக் குழுவானது ஏதோ ஒரு வகையில் நிலவும் சமூகம் ஒழுங்கற்று இருக்கிறது என்கிற கருத்தை முன்வைக்கிறது. அத்தகைய ஒழுங்கற்ற நிலைமையை உடனடியாகக் கட்டுக்குக் கொண்டுவருவதன் மூலமே நிலவும் சமூக அமைப்பின் இருப்பை உறுதிசெய்ய முடியும் என்கிற கருத்தை அது சமூக உறுப்பினர்கள் மத்தியில் பதிய வைக்க முயல்கிறது. இந்த முயற்சியில் அது பெறுகிற வெற்றி சமூகத்தில் அதன் ஆதிக்கத்தை நிறுவிக்கொள்வதன் நியாயப்பாட்டிற்கு வழிவகுக்கிறது. இந்த நியாயப்பாடு சமூகத்தை ஒழுங்கமைப்பு செய்வதற்கான அதிகாரத்தை அக்குழுவிற்கு வழங்கிவிடுகிறது. இத்தகைய ஒழுங்கமைப்பு நடவடிக்கைகள் ஒருசேரப் பொருளாயத உற்பத்தியிலும் (எ.டு: பாசன அடிப்படை யிலான விவசாயமயமாக்கல்), அரசு அதிகாரச் செயற்பாடுகளிலும் (எ.டு: சீறூர் மன்னர்களை வெல்லுதல், வரி செலுத்துதல் உட்பட்ட குடிமைக் கடமைகளை மீறாதவர்களாக மக்களை ஆக்குதல்), பண்பாட்டுத் தளத்திலும் (எ.டு: சாதி, சடங்கு, மதரீதியான கட்டுப்பாடுகளை உருவாக்குதல்) மேற்கொள்ளப்படுகின்றன. இவை அனைத்தும் ஒன்றையொன்று சார்ந்தும் ஒன்றையொன்று வற்புறுத்துவ தாகவும் அமைந்துவிடுகின்றன.

புதிய பொருளாயத ஒழுங்கமைவுக்குரிய தன்னிலைகளாக மொத்தச் சமூக உறுப்பினர்களையும் ஆக்குகிற பண்பாட்டு அரசியல் நடவடிக்கைகளில், மத நடவடிக்கைகள், மொழிச் செயற்பாடுகள்,

தத்துவ/சட்ட உருவாக்கங்கள், இலக்கிய உற்பத்தி போன்றவை அடங்கும் இதற்குரிய வகையில் ஒழுக்க மதிப்பீடுகள் உருவாக்கப் படும். ஒழுங்கமைக்கப்பட வேண்டிய சாதாரண மக்களின் அன்றாடப் பழக்கவழக்கங்கள், உணவு, மொழி, வழிபாட்டு முறைகள், பாலியல் வழமைகள் முதலியன குற்றம் சார்ந்தவையாய் (எ.டு: கள் / புலால் உண்ணல், கொடுந்தமிழ் பேசுதல், அறுத்துக் கட்டுதல், நடுகல் வணங்குதல்), அசுத்தமானவையாய், அருவருக்கத்தக்கதாய் வரையறுக்கப்படும். இத்தகைய குற்ற உணர்ச்சியினடிப்படையில் சமூகத்தின் சகல பிரிவினருக்கும் சகல மட்டங்களிலும் ஒதுக்கல்களை வரையறுத்து அவற்றை மீறுதல் தண்டனைக்குரிய குற்றமாக்கப்படும். உடல், மொழி, அரசியல் என்கிற தளங்களில் இந்த ஒடுக்குமுறைகள் வெளிப்படும்.

இவ்வாறு அரசியல் நடவடிக்கைகள் மட்டுமின்றி கலாச்சார நடவடிக்கைகளும் அதிகாரபூர்வமாக்கப்படுகின்றன. இன்னின்ன வற்றை, இந்த மொழியில், இப்படித்தான் பேச வேண்டும்; இன்னின்ன கடவுள்களை இன்னின்ன முறைகளில்தான் வணங்க வேண்டும்; இன்னின்ன திருவிழாக்களை, இன்னின்ன நாட்களில், இன்னின்ன முறைப்படிதான் கொண்டாட வேண்டும்... என்பதெல்லாம் அதிகாரபூர்வமாக்கப் (Official Culture) படுகின்றன. இந்த அடிப்படையில் இறுக்கமான இலக்கண வரையறைகள் உருவாக்கப்படுகின்றன.[1] சங்கமருவிய கால நூற்களான தொல் காப்பியமும் அறநூல்களும் இதற்குச் சிறந்த எடுத்துக்காட்டுகள். செந்தமிழ்xகொடுந்தமிழ் என மக்கள் பேசும் மொழியை அதிகார பூர்வமானது x அதிகாரபூர்வமற்றது எனப் பிரித்ததோடன்றி யாரைப் பாட வேண்டும், எதைப் பாட வேண்டும், எப்படிப் பாடவேண்டும், திருமண ஒழுங்குகள்— விலக்குகள் (கைக்கிளை/பெருந்திணை), அவையில் சொல்லக்கூடியவை, சொல்லக் கூடாதவை என்பதெல்லாம் வரையறுக்கப்படுவதைக் காணலாம்.[2] அவையில் சொல்லக்கூடாதவை பற்றிய தொல்காப்பியத் தின் கிளவியாக்கம்[3] மற்றும் எச்சவியல் சூத்திரங்களும் அவற்றிற்கான உரையாசிரியர்களின் உரைகளும் இங்கே குறிப்பிடத்தக்கன. அவையில் கிளவி, மறைத்தன கிளத்தல், மங்கல மரபு, இடக்கரடக்கல் போன்ற கருத்தாக்கங்கள் மூலம் அவையில் எவ்வெவற்றைச் சொல்லலாம், எவ்வெவற்றைச் சொல்லக்கூடாது, தவிர்க்கப்பட்டவற்றைச் சொல்ல வேண்டுமாயின் எப்படிச் சொல்ல வேண்டும் என்பவை வரையறுக்கப் படுகின்றன. நன்மக்களால் கூறப்படாத சொல்லைக் கிடந்தவாறே சொல்லற்க,

பிறிது வாய்ப்பாட்டால் மறைத்துச் சொல்க என்பார் இளம்பூரணர். 'செத்தார்' என்று சொல்லாதே, 'துஞ்சினார்' என்று சொல். 'சுடுகாடு' என்னாதே, 'நன்காடு' எனச் சொல். 'சூத்து கழுவி வந்தேன்' எனச் சொல்லாதே. 'கால் மேல் நீர் பெய்தும், 'கண்ட கழீ வருதும்' என்று சொல். சிவந்த சூத்துள்ள மாடு என்னாதே. செம்பின் ஏற்றை எனச் சொல், பெண்ணுறுப்பைக் கருமுகம் என்று சொல், எச்சிலை வால் எயிறு ஊறிய நீர் என்று சொல். யாட்டுப் புழுக்கை ஆப்பீ எனச் சொல்லலாம் ஆனால் மனிதப் பீயைச் சொல்லாதே. இவை அவைக்களத்துப் பட்டாங்கு கூறின் குற்றம் பயக்கும் என்பார் தெய்வச் சிலையார்.[4]

'பண்ணத்தி' எனத் தொல்காப்பியரால் வகைப்படுத்தப்படும் வஞ்சிப்பாட்டு, மோதிரப்பாட்டு, கடகண்டு முதலிய (நாட்டுப்) புற வழக்குகளை மெய்வழக்கல்லாதவை, எழுதும் பயிற்சியல்லாத புற உறுப்புப் பொருட்கள் என உரையாசிரியர் ஒதுக்குவர்.[5] அவற்றை 'மேலதேபோல் பாட்டென்னாராயினர் நோக்கு முதலாயின உறுப்பின் - மையினென்பது' எனக் கண்டிக்கும் பேராசிரியர், இவற்றைத் தெரிந்துகொள்ள வேண்டுமானால் எழுத்தில் தேடாதே, அவை வல்லார்வாய் கேட்டுணர்க என்கிறார். எடுத்துக்காட்டாகக்கூட அவற்றை எழுத்தில் வடிப்பதை அதிகாரபூர்வ நிறுவனம் விரும்ப வில்லை என்பதையே இது காட்டுகிறது. 'வினையினீங்கி விளங்கிய அறிவின் முனைவன் கண்டது முதனூலாகும்' (தொல் - 649) என்கிற சூத்திரத்திற்கு உரை எழுத வந்த பேராசிரியர், பாட்டு, தொகை என அதிகாரபூர்வமாகத் தொகுக்கப்பட்ட இலக்கியப் பாரம்பரியத்தில் அடங்காத ஒரு சில பாடல்களை எடுத்துக்கொண்டு அவையும் சங்கப் பாடல்களே எனச் சொல்கிற சிலர் இக்காலத்திலும் இருக்கத்தான் செய்கிறார்கள். இத்தகைய அழிவழக்குகள் மற்றும் கீழ்ச்சாதியினர் வழக்குகள் (இழிசனர் வழக்குகள்) ஆகியவற்றுக்கெல்லாம் நூல் செய்யின் இலக்கணமெல்லாம் எல்லைப்படாது இறந்தொழியும் என முற்றுப்புள்ளி வைப்பது குறிப்பிடத்தக்கது.

எழுத்து என்பது அதிகாரபூர்வமயமாக்கலுடன் தொடர்புடைய ஒரு செயற்பாடு. அரசு, அதிகாரமையங்கள், தனிச்சொத்து, வணிகம் முதலியவை நிலைப்படும்போதுதான் ஒவ்வொரு சமூகத்திலும் எழுத்துகள் உருவாகின்றன. அவற்றோடு எவ்வெவற்றை எழுத்தில் பயிலலாம் என்கிற கட்டுப்பாடுகளும் உருவாகின்றன. இதுதவிர சங்கப்பாடல்களில் வெளிப்படும் தூலமான அறவியல் மதிப்பீடுகளும்

ஒழுங்கமைவுகள் இறுகிப்போன காலகட்டத்தின் இலக்கிய வெளிப் பாடான பதினெண்கீழ்க்கணக்கு அறவியல் நூற்களில் ஒழுக்கவாதமாய் இறுகி வெளிப்படும் எதிர்மறை மதிப்பீடுகளும் ஒப்பிட்டு நோக்கத் தக்கன. செல்வம், இளமை, யாக்கை முதலிய உடல்சார்ந்த வாழ்வியல் அம்சங்களின் நிலைமையை வலியுறுத்தல், அவற்றிற்குப் பதிலாக அறன், தூய்மை, துறவு, பொறை, சினமின்மை, கள்ளுண்ணாமை, புலால் உண்ணாமை, திருடாமை, வசவுச் சொற்களைப் பயன் படுத்தாமை, இகழ்ந்து உரையாமை, பெரியாரைப் பிழையாமை, நல் இனம் சேர்தல், வேசையர் நட்பு மட்டுமல்ல பூங்குழையார் நட்பையே விலக்குதல், காமத்தைப் பெருங்குற்றமாக உணர்த்துதல்— மொத்தத்தில் மண் சார்ந்த, உடல் சார்ந்த மனித விருப்பு வெறுப்புகள் அனைத்தையும் குற்றமாக்கி சிற்றின்பமாக்கி விண் சார்ந்த, ஆன்மிகம் சார்ந்தவற்றைப் பேரின்பமாக்கி வரையறுப்புகள் உருவாக்கப் படுகின்றன. உடலை வருணிக்கும் அவசியம் நேரும்போதுகூட இடுப்புக்குக் கீழ் உள்ள உறுப்புகள், அவற்றின் செயல்பாடுகள் ஆகியவை பொதுவாக அனுமதிக்கப்படவில்லை. நாடக அரங்கில் நடிகர்கள் அவையோருக்குப் பின்புறத்தைக் காட்டக்கூடாது என்கிற மரபு கவனிக்கத்தக்கது.

2. மீறல்

மக்கள் இந்த ஒடுக்குமுறைகளை கேள்வி முறையின்றி அப்படியே ஏற்றுக்கொண்டார்கள் என்பதில்லை. தம்மீது விதிக்கப்பட்ட அத்துக்களை மீறுதல் என்பதை அரசியல், சமூகம், கலாச்சாரம், மொழி, என்கிற எல்லாத் தளங்களிலும் மக்கள் மேற்கொண்டனர். ஆனால் இந்த மீறல்கள் எதுவும் அதிகாரபூர்வ ஆவணங்களாகப் பதிவு செய்யப்பட்டதில்லை. மேலைச் சூழலில் கலாச்சாரபூர்வமற்ற (Un-Official) எதிர்க் கலாச்சார/ மொழிச் செயற்பாடுகளை மிக விரிவாக மிஷேல் பக்தின் ஆராய்கிறார்.[6] நாட்டார் (மக்கள்) என்போரை மேல் தட்டினரையும் அதிகாரபூர்வமாக்கப்பட்டவற்றையும் அப்படியே வியந்து பணிந்து ஏற்றுக்கொள்ளும் ஏமாளிகளாக நினைத்துக் கொள்ளாதீர்கள் என்கிறார் பக்தின். அவர்கள் பெரிய புத்திசாலிகள் இல்லாதபோதும் மேல் தட்டினருக்குத் தண்ணி காட்டும் அளவிற்குத் தந்திரசாலிகள். அவர்கள் நளினரும் நாகரிகமுமற்றவர்கள் மட்டுமல்ல, கச்சாவானவர்கள்; அழுக்கானவர்கள், உடல் சார்ந்த வாழ்க்கையை நேசிப்பவர்கள்; மொடாக்குடியர்கள்; உணவு வேட்கை, புணர்ச்சி

ஆர்வம் நிறைந்தவர்கள். மூக்கை நோண்டுவதையும், குசுவிடுவதையும் பழக்கமாகக் கொள்பவர்கள் மட்டுமல்ல; அவற்றை மகிழ்ச்சியாக அனுபவித்து அதன்மூலம் புத்துணர்ச்சியும் பெறுபவர்கள். இவற்றின் மூலம் நீங்கள் முன்வைக்கும் புலனடக்கம், கள்ளுண்ணாமை, புலால் மறுப்பு முதலியவற்றை எள்ளி நகையாடுபவர்கள். வாய்ப்புக் கிடைத்தால் நெல் உகுத்துப் பரவும் கடவுளும் இலவே எனப் புறந்தள்ளி காடனையும் மாடனையும் கள்ளையும் புலாலையும் வைத்து வணங்கி மகிழ்பவர்கள்.

கிளைக் கலாச்சாரங்களில் வெளிப்படும் கேளிக்கை மற்றும் நகைக்கூறுகளை கவனிக்கச் சொல்கிறார் மிஷேல் பக்தின். மேலை நாகரிகத்தில் இதற்கொரு நீண்ட பாரம்பரியமுண்டு. ரோமானியக் களி விழாக்களிலிருந்து (Saturnalion Functions) தொடங்கி இதனைப் பார்க்கலாம். இந்த விழாக்களில் சனியின் பொற்காலத்தை நோக்கி ஒரு தற்காலிகத் திரும்புதல் என்கிற வகையில் அரசன், மதகுரு, அதிகாரி என்கிற படிநிலை வேறுபாடுகள் தற்காலிகமாகவேனும் ஒழிக்கப் படுகின்றன. ஒரே மேசையில் அமர்ந்து எல்லோரும் விருந்துண் கின்றனர். மதகுருவும் அரசனும் மட்டுமல்ல, கடவுளும்கூட அன்று நகையாடப்படுகின்றனர்; கேலியில் மூழ்கடிக்கப்படுகின்றனர். இதன்மூலம் மக்களுக்கிடையேயான செயற்கையான இடைவெளிக ளெல்லாம் மறைந்து உண்மையான தொடர்பு (communication) நிலைநாட்டப்படுகிறது.

மத்திய கால ஐரோப்பாவில் கிட்டத்தட்ட மூன்றுமாத காலம் இத்தகைய கேளிக்கைகளில் (Carnivals) கழிந்தன. முட்டாள்களின் விருந்து, கழுதை விருந்து, அறுவடை விருந்து எனப் பல விருந்துகள் கொண்டாடப்பட்டன, இதில் 'பரமண்டலத்திலிருக்கிற எங்கள் பிதாவே, அருள் நிறைந்த மரியாயியே' என்பன போன்ற மிகப் புனிதமான இறைத் துதிகளெல்லாம் கேலி செய்யப்பட்டன. Paschal Laughter, Christian Laughter, Easter Laughter, Monkish Prank என்கிற வடிவங்களில் எல்லா மத நிறுவனங்களும் புனிதங்களும் போப் பாண்டவரும் கேலி செய்யப்பட்டார்கள். புனிதத் திருப்பலியைக் கேலிசெய்து குடிகாரனின் திருப்பலி, சூதாடியின் திருப்பலியெல்லாம் அரங்கேற்றப்பட்டன. மரபு வழிப்பட்ட புனிதங்கள் இவ்வாறு அவற்றிற்குரிய இடங்களிலிருந்து கவிழ்க்கப்படுவதன் மூலம் 'புனிதங்கள்' அவற்றிற்குரிய உண்மையான இடங்களில் சேர்க்கப் படுகின்றன. இத்தகைய சடங்குரீதியான மீறல்கள் மூலம் மக்களின்

உடைபடும் மௌனங்கள் ✦ 219

தினசரி வாழ்க்கை குற்ற நீக்கம் பெற்று புனிதமாக்கப்படுகின்றது. ஆட்சியாளனுக்கும் கடவுளுக்கும் பதிலாக கோமாளியும் சாமியாடியும் வைக்கப்படுவதன் மூலமாக மக்களின் அன்றாட வாழ்க்கை நியாயப்படுத்தப்படுகிறது. புனிதமான அங்கீகரிக்கப்பட்ட மொழிகளுக்குப் பதிலாக புனிதமற்ற வசைமொழிகளைக் கலக்கும் நடைமுறைகளையும் பக்தின் ஆய்வு செய்கிறார். மொத்தத்தில் நாட்டார் கேளிக்கைகளை, அதாவது அதிகாரபூர்வமற்ற கலாச்சார வடிவங்களை மூன்று வகைகளாகப் பிரிப்பார் பக்தின். அவை:

1. சடங்கு நகைச்சுவைகள் (Ritual Spectacles): மேற்குறிப்பிட்ட முட்டாள் விருந்துகள் சந்தைக் கடைகளின் நகைச்சுவை விளையாட்டுகள். அடிமைகளும் தலைவர்களும் ஒன்றாய் விருந்துண்டு, குடித்து, பரிசுகள் வழங்கும் சகஜநிலை.
2. நகைச்சுவைச் சொல் விளையாட்டு (Comic Verbal Compositions): மேற்குறிப்பிட்ட சிறு கிண்டல் நாடகங்கள், இலக்கிய வடிவங்கள் முதலியன.
3. மீன்சந்தை அரட்டைகள் (Various genres of Billingstate): வசவுகள், விடுகதைகள், கேலிகள், பாலியல் கதைகள் முதலியன.

இவை எல்லாவற்றிலும் எல்லா இலக்கணப் புனிதங்களும் கேவலப் படுத்தப்பட்டு அத்துமீறப்படுகின்றன. இலக்கிய மொழியோடு, அதிலிருந்து விலக்கப்பட்ட நாட்டார் மொழியும் கலக்கப்பட்டு இவ்விரண்டிற்குமிடையேயான புதிய உரையாடலினடியாய் அதிகார பூர்வமாக்கப்பட்ட இலக்கிய / கலாச்சார வடிவங்கள் கேலிக்குரிய தாக்கப்படுகின்றன. சந்தைக்கடை என்பதை ஒழுங்கின்மைக்குக் குறியீடாய் அதிகாரபூர்வக் கருத்தியல் முன்வைக்கும். ஆனால் சந்தைக்கடைக் கலாச்சாரத்தில்தான் உறுப்பினர்களுக்கிடையே பரஸ்பர உரையாடல், சனநாயகம், சமத்துவம் ஆகியவை நிலவுவதை யோசித்தால் விளங்கிக்கொள்ளலாம். மரியாதையற்ற விளிப்புகள் (என்னடா மச்சான்), வசைச் சொற்கள் (ஒக்காள ஓழி), பரஸ்பர கிண்டல், அசிங்கமான உடலசைவுகள் இவை அனைத்தும், நெருக்கத்தின் அடையாளங்கள். சந்தைக்கடை அரட்டையில் மொழியின் ஒழுங்குகள், ஆசாரங்கள் எல்லாம் மீறப்பட்டு சபை ஒழுங்குக்கு ஒத்துவராத சொற்கள் முழுமையும் பேசப்படும். இவை மூலம் அதிகாரபூர்வ ஒதுக்கங்கள் கலாச்சார, மொழிதளங்களில் மீறப்படும்.

அதிகாரபூர்வம் தனது மொழிச்செயற்பாடுகளின் மூலம் மக்களுக்குத் தேவையான 'உண்மைகளை', எதார்த்தம்பற்றிய 'சரியான' படப்பிடிப்பை முன்வைப்பதாகச் சொல்கிறது. எனவே இதில் நகைச்சுவைக்கு இடமில்லை. நமது தொடர்புச் சாதனங்களில் பயன்படுத்தும் மொழி இதற்கொரு எடுத்துக்காட்டு. ஆனால் இப்படி முன்வைக்கப்படும் உண்மைகள் எந்த அளவிற்கு உண்மைகள் என்பது மக்களுக்குத் தெரியுந்தானே. எனவே இந்தக் கேளிக்கைகள், அரட்டைகள் (காந்தி சமாதிக்கு முன்னால் 'பஜனை' நடந்தது, காந்தி சுதந்திரம் வாங்கிக்கொடுத்த கதை முதலியன) மூலம் மேற்படி உண்மைகள் தோலுரிக்கப்படுகின்றன.

இவை வெறும் பொழுதுபோக்காகவன்றி, இவற்றின்மூலம் சாதாரண மனிதனுக்கும் எதார்த்தத்திற்குமிடையேயான காவிய இடைவெளி (epic distance) தகர்க்கப்பட்டு சாதாரண மனிதனுக்கு ஒரு செயலூக்கமான நியாயப்பாடு வழங்கப்படுகிறது. (டானியலின் பஞ்சமரில் அய்யாண்ணர் பாத்திரப் படைப்பு ஓரளவிற்கு இத்தகைய கேளிக்கைத்தன்மை உடையதாய் ஆக்கப்பட்டுள்ளது குறிப்பிடத் தக்கது.) ஒரு புதிய இரண்டாவது உலகம் அவனுக்காக உருவாக்கி அளிக்கப்படுகிறது. தற்காலிகமாகவேனும் வாழ்வதன் மூலம் தனது சாத்தியங்களுக்கும், எதார்த்தத்திற்குமிடையேயான இடைவெளிகளை அவன் உணர்கிறான். உண்மையான, தூலமான, எதார்த்தத்துடனான தொடர்புகளைக் கண்டுபிடித்த மகிழ்ச்சி பங்கேற்பாளனுக்குக் கிடைக்கிறது. அதிகாரபூர்வக் கலையில் வெளிப்படும் எல்லாப் பதிலியாக்கங்களும் அவற்றின் வேர்களுக்குத் திருப்பி அனுப்பப்பட்டு புனிதநீக்கம் செய்யப்படுகின்றன. எல்லாப் புனிதங்களும், கோமாளியின் அத்துமீறல்கள், சேட்டைகள். அரட்டைகளைக் காட்டிலும் உயர்ந்தவையல்ல என்கிற உண்மை உணர்த்தப்படுகிறது. ஷேக்ஸ்பியர், டிடெராட், செர்வான்டிஸ், ரெபலாய் ஆகியோரிடம் இத்தகைய நாட்டார் கேளிக்கைக் கூறுகள் படிந்துகிடப்பதைப் பக்தின் சுட்டிக்காட்டுகிறார்.

நாட்டாரின் அதிகாரபூர்வமற்ற கலாச்சாரச் செயற்பாடுகளினடியாக முதலாளிய எதார்த்தவாதம், சோஷலிச எதார்த்தவாதம் ஆகியவற் றினிடத்தில் கோமாளி எதார்த்தம் அல்லது மிகை எதார்த்தம் (grotesque Realism) என்கிற கருத்தாக்கத்தையும் பக்தின் முன் வைக்கிறார். பௌதிக உடற்தத்துவத்திற்கு இங்கே முக்கியத்துவம் அளிக்கப்படுகிறது. உணவு, குடி, கழிவு, பாலியல் செயல்பாடுகளுடன்

உடலின் பிம்பங்கள் இங்கே கூடுதல் முக்கியத்துவம் பெறுகின்றன. சதை, அடிவயிறு, இடுப்புக்குக் கீழேயுள்ள உறுப்புகளின் கவிதையாக இவை வெளிப்படுகின்றன. அதிகாரபூர்வக் கலாச்சாரம் முன்னிலைப் படுத்தும் தவ வாழ்வு, புனித வாழ்வு, ஆன்மிக மேன்மை ஆகிய வற்றிற்கு எதிராக 'சதையின் மறுவாழ்வு' அரங்கேற்றப்படுகிறது. நாட்டார் கேளிக்கைகளிலிருந்து உருப்பெறும் இம்மிகை நகை எதார்த்தம் நிலப்பிரபுத்துவ அழகியல் கோட்பாடுகளுக்கு எதிராக அமைகிறது.

இவ்வாறு முன்னிலைப்படுத்தப்படும் உடலியல் அம்சங்கள், வாழ்வின் இதர புலன்களிலிருந்து துண்டிக்கப்பட்டு, தனிநபர் சார்ந்த வெளிப்பாடாக அமையாமல் எல்லா மக்களையும் பிரதிநிதித்துவப் படுத்தும் பிரபஞ்ச விகாசமாய் முன்வைக்கப்படுகின்றன. தனி நபர் என்பவன் அழிந்து போகக்கூடியவன். மக்கள் அழிந்து போகிறவர்களல்லர். மக்கள் என்கிற பிரபஞ்ச நிலையில் மரணம் என்பது அழிவல்ல; அது புதுப்பித்தல். தொடர்ந்து வளர்ந்து கொண்டும், புதுப்பித்துக்கொண்டும் இருக்கிற மக்களைப் பிரதிநிதித்துவப்படுத்துவதாலேயே மிகை நகை எதார்த்தம் எல்லாவற்றையும் மிகைப்படுத்திப் பார்க்கிறது; அளவிடற்கரிய தாக்குகிறது. இத்தகைய மிகைப்படுத்தல் வரவேற்கத்தக்கதாகவும், தன்னை நிலைநிறுத்திக்கொள்ளக் கூடியதாகவும் உள்ளது; கரு, உயிர்ப்பு, வளர்ச்சி ஆகியவற்றோடு இவை தொடர்புடையதாய் உள்ளன. 'எல்லா உலகங்களுக்குமான விருந்தாக' அது அமைகிறது. கெர்ச் சுடுமண் சிற்பங்கள், தொந்தி பெருத்த உருவத்துடன் அமைந்த பூவாளிகள், கர்ப்பம் தரித்த சூனியக்காரக் கிழவிகள் சிரிப்பது போன்ற சிற்பங்கள் முதலியன உயிர்ப்புடன்கூடிய மரணத்தைக் குறியீடு செய்கின்றன.

மிகை நகை எதார்த்தத்தின் அடிப்படைத் 'தத்துவம் கீழ்நிலைப் படுத்துதல்' (degradation). ஆன்மிகமான, கருத்துருவான, உயர்ந்த அனைத்தையும் கீழே பொருண்மைமட்டத்திற்கு, மண்ணின் மட்டத்திற்கு இறக்குவது. பைபிளிலிருந்து எடுக்கப்பட்ட கதையினடி யாக உருவாக்கப்பட்ட மிகை நகை எதார்த்தப் படைப்பாகிய சைப்ரியன்களின் இரவுணவு நாடகத்தில் சாலமனின் நீதிகள், கோமாளி மொரால்ஃப்பின் உளறல்களோடு இணைப்பொருத்தம் செய்யப்பட்டுக் கேலி செய்யப்படுகின்றன. சாலமனுடனான உரையாடலை உணவு, குடி, கழிவு என உடலியல் மட்டத்திற்குக்

கொண்டுவருகிறான் மொரால்ஃப். மத்தியகால ஐரோப்பாவில் இவ்வுரையாடல் மிகவும் புகழ்பெற்றதாய் இருந்தது.

மேலுலகு, கீழுலகு என்கிற கருத்தாக்கங்கள் என்பவையெல்லாம் நேரடியாக அச்சொற்கள் சுட்டும் பொருள் சார்ந்தவையாக முன் வைக்கப்படுகின்றன. கீழுலகு அல்லது கீழ்நோக்குதல் என்பதன் மூலம் விண்சார்ந்த விசயங்கள் மட்டுமல்ல முகம், தலை, நெற்றி போன்ற மேலுறுப்புகளிலிருந்து விலகி புணர் உறுப்புகள், வயிறு, பின்புறம் ஆகிய உறுப்புகள் குறிப்பிடப்படுகின்றன. எனவே கீழ்நிலைப்படுத்துதல் என்பது விண்ணிலிருந்து மண்ணிற்குத் திரும்புதல், உடலின் கீழ்ப்பகுதிகளை நோக்கி கவனத்தை ஈர்த்தல், மலம் கழித்தல், புணர்தல், கருவுறுதல், பிறத்தல், இறத்தல் என வயிறு, புணர் உறுப்புகள் ஆகியவற்றின் உயிர்ப்புமிக்க செயற்பாடு களை நோக்கிச் செல்லுதல்.

மிகை நகை எதார்த்தம் முன் வைக்கும் உடல் என்பதில் புற உலகை நோக்கித் திறந்துள்ள உறுப்புகளுக்கு அழுத்தம் கொடுக்கப்படுகின்றது. அதாவது புறஉலகு அந்த உடல் வாய்களின் வழியே உடலுக்குள் புகுகிறது; வெளியேறுகிறது. எனவே வாய், பிறப்புறுப்புகள், முலைகள், லிங்கங்கள், ஆசனவாய் என்கிற துளைகள் முக்கியம் பெறுகின்றன. வளர்ச்சியே உடலின் அடிப்படையான பண்பு. எனவே அது புணர்ச்சி, கருத்தரிப்பு, குழந்தை பிறப்பு, சாவு, சாப்பாடு, குடி, மலங்கழித்தல் ஆகிய செயல்களின் மூலமாகத் தனது எல்லைகளைத் தாண்டிக்கொண்டே செல்கிறது. உடல்பற்றிய மிகை நகை எதார்த்த கோட்பாடுதான் நாட்டார் வசவுகள், சாபங்கள் ஆகியவற்றிற்கும் அடிப்படையாய் அமைகின்றன. மண்ணை நோக்கிக் கீழிறக்கும் செயல்பாடுகளின் ஓரங்கமாய் வசவுகள் அமைகின்றன.

அதிகாரபூர்வ கலாச்சாரத்திலும் அங்கதங்கள், நகைச்சுவைகள் உண்டு. ஆனால் அதில் கேலி செய்பவன், தன்னைக் கேலி செய்யும் பொருளிலிருந்து விலக்கிக்கொண்டு ஒதுங்கி நின்று உயர்த்திக் கொண்டு கேலி செய்கிறான். எனவே அக் கேலி உயிர்ப்புத் தன்மை நீக்கப்பட்டது; தனிநபர் சார்ந்தது; அழிவை நோக்கியது; அருவருப் பானது. நாட்டார் கேளிக்கைகளில் எல்லோரும் ஒன்றாய் நின்று தங்களைத் தாங்களே முட்டாளடித்துக்கொள்வதன்மூலம் நிறுவப்பட்ட உண்மைகளைத் தோலுரிக்கின்றனர். நடைமுறையிலுள்ள உலகப் பார்வைகளிலிருந்து விடுதலை பெறுகின்றனர். இருக்கும் எல்லா வற்றின் சார்பியல் தன்மைகளை, பன்முகப் பார்வைகளை

அங்கீகரிக்கும் உளப்பாங்கு பெறுகின்றனர். நிறுவப்பட்ட உண்மைகள், மரபுகள், அச்சு வார்ப்புகள் ஆகியவற்றிலிருந்து தப்பிக்கும் திராணி பெறுகின்றனர்.

இறுதியாய்: ஐரோப்பிய சூழலை மையமாக வைத்துச் சொல்லப் பட்ட மேற்கண்ட முடிவுகளை அப்படியே இந்திய/ தமிழ்ச் சூழலுக்குப் பொருத்திப் பார்க்க இயலாது. மேலை நாடுகள் போலன்றி இங்கே பார்ப்பனியம் வரையறுத்த ஒதுக்கல்கள் கோட்பாட்டு ரீதியாகவும் நியாயப்படுத்தப்பட்டவையாக உள்ளன. சமபந்தி போஜனம் மறுக்கப்பட்ட இந்தியச் சூழலில் முட்டாள் விருந்தைக் கற்பனை பண்ண முடியாது. சாதிக்கொரு நீதி விதித்த மனுநீதி கோலோச்சிய மண்ணில் பார்ப்பனியத்தைக் கேலி செய்யும் கேளிக்கைத் திருவிழாக்களை நிலப்பிரபுத்துவ இந்தியா அனுமதித் திருக்காது. இங்கே நகைச்சுவை இலக்கியம் என்கிற இலக்கிய வெளிப்பாடு வளராமற் போனதற்கான காரணங்கள் வெளிப்படை.[7] எனினும் நாட்டார் கதைகள், கிராமியத் திருவிழா நாடகங்கள், நாட்டார் மத்தியில் பயிலப்படும் பாலியல் கதைகள் போன்றவற்றில் 'பக்தின்' குறிப்பிடும் அதிகாரபூர்மற்ற கலாச்சாரக் கூறுகளைத் தேடமுடியும்.

3. கி.ரா. தொகுத்த பாலியல் கதைகள்

தமிழின் அதிகாரபூர்வ நிறுவனங்களால் அங்கீகரிக்கப்பட்ட எழுத்தாளர் கி. ராஜநாராயணன். பல பரிசுகள் அவருக்கு வழங்கப்பட்டுள்ளன. எனினும் அவரது நாட்டுப்புறப் பாலியல் கதைத் தொகுப்பிற்கு அங்கீகரிக்கப்பட்ட நிறுவனங்களிடமிருந்து உரிய ஏற்பு இல்லை. பாலியல் கதைகள் பல வட்டங்களில் சமூகத்தில் நிலவியபோதும் பத்திரிகைகளிலும், புத்தகமாகவும் அச்சு வடிவம் எடுக்கும்போது ஏற்படும் அதிகாரபூர்வமயமாக்கலுக்கான எதிர்ப்பாகவே இதனைக் கருத முடியும். தமிழ்ச்சமூகம்பற்றிய அதிகாரபூர்வ உண்மைக்கு மாறான ஓர் உலகத்தை இத்தொகுப்பு முன் வைப்பதென்பதை நிறுவனங்களால் செரித்துக்கொள்ள இயலாமையை இது காட்டுகிறது. அங்கீகரிக்கப்பட்ட இலக்கிய மொழிக்கும் மக்களின் பாலியல் அரட்டைமொழிக்குமிடையேயான உரையாடலின் விளைவாக கண்டாரஓளி, ஓப்பன ஓளி, வல்லார ஓளி, பேசிப்பளகுதல், பேண்டுகிட்டு இருத்தல் போன்ற சொற்கள் பதிவு செய்யப்படுதலும், இடுப்புக்குக் கீழ்ப்பட்ட உறுப்புகள் மற்றும் அவற்றின் செயற்பாடு

களைச் சொல்வதுமான பிரதியின் கலகச் செயற்பாடும் நிறுவனங் களுக்கு உவப்பானவையாக இல்லை. சர்க்கரையால் பாலம் போடுகிறவன், ஆட்டு மந்தையை இடுப்புக்குள் மறைத்துக்கொள்ளும் பெண் ஆகிய சித்திரங்கள் மிகைநகை எதார்த்தவகைப்பட்டவை எனலாம். நூல் முழுமையும் பாலியல் ஒடுக்குமுறைக்கு எதிரான மீறல்கள் அங்கீகரிக்கப்படுகின்றன. ஒடுக்கப்பட்ட உடல் எப்படியும் தண்ணி காட்டிவிடும் என்கிறார் கி.ரா. அப்படிச் செய்தால் அதில் தவறென்ன? பாலியல் மீறல்களில் வலுவந்தந்தான்கூடாது என வெளிப்படையாகச் சொல்கிறது பிரதி. மேல் வயிற்றுப்பசி x கீழ் வயிற்றுப்பசி; சாப்பாடு x கீப்பாடு; பசி x பாலியல் தேவை என்கிற எதிர்வுகளை உருவாக்கி நூல் முழுவதும் மீறல்கள் நியாயப் படுத்தப்படுகின்றன. குடும்பம், உறவு முறைகள், நீதித்துறை போன்ற அரசு நிறுவனங்கள் எல்லாம் கேலிசெய்து புனிதநீக்கம் செய்யப் படுகின்றன.[9]

இந்த வகையில் கி.ரா.வின் பதிவுகள் என்பன அதிகார எதிர்ப்புச் செயற்பாடுகள்தான், மொழியில் கலகந்தான் எனினும் இவை அனைத்து மக்களும் பங்கேற்கும் நடைமுறை சார்ந்த கேளிக்கை வடிவமல்ல. தாத்தா-பேரன்கள் என்கிற ஒரு சில ஆண்டுகளுக் கிடையேயான பரிமாற்றங்களாகவே கதைகள் அமைகின்றன. எனவே பல சந்தர்ப்பங்களில் இவை ஆணாதிக்கக் கருத்தியல் நிறைந்தவை யாகவும், மிகை நகை எதார்த்தத்தின் புத்துயிர்ப்புப் பண்பு குறைந்தவையாகவும் வெளிப்படுகின்றன. பொதுவெளிப்பாடாக இல்லாததால் தனிநபர் வக்கிரங்களாகவும், பாலியல் விருப்பு நிறைவேற்றப்பதிலியாகவும், பத்திரிகைகளின் விற்பனையை அதிகரிக்கும் நுகர்பொருளாகவும் வீழ்ச்சியடைகின்றன. பொதுவாகவே நாட்டார் கேளிக்கைகளின் அரசியல் செயற்பாடென்பதே வரையறைக்குட்பட்டதுதான் என்பார் டெர்ரி ஈகிள்டன். நாட்டார் கேளிக்கைகளின் மூலமான கலக்கம் ஒரு வகையில் அதிகாரபூர்வத்தால் அனுமதிக்கப்பட்ட கலகந்தானே, அடுத்தநாள் காலை மீண்டும் பழைய உறவுகள் நிலைநாட்டப்பட்டு விடுகின்றனவல்லவா என்பது அவர் கேள்வி. இதர எதிர் அரசியல் செயல்பாடுகளுடன் இணையும்போதே இவற்றால் நாம் விரும்பிய பலன் விளையும்.

இடையில் ஆசிரியரின் குறுக்கீடு இல்லாமல், பத்திரிகைக்கான சமரசங்கள் இல்லாமல் கச்சாவாகப் புழங்கும் வடிவில் இந்தக் கதை களைப் பதிவுசெய்வது அவசியம். பாலியல் தவிர உடல்சார்ந்த இதர

கீழ்நிலையாக்கச் செயற்பாடுகளுடன் கூடிய கதைகளும் தொகுக்கப் படல் வேண்டும். பெண்கள் மத்தியில் புழங்கும் பாலியல் கதைகள் பதிவு செய்யப்படுதல் அவசியம். அவற்றில் பாலாதிக்க எதிர்ப்புக் கூறுகள் கூடுதலாக இருக்கும்.[10]

நமது எதிர்க் கலாச்சார வடிவங்களில் கேளிக்கைக் கூறுகளுக் கான முக்கியத்துவம்பற்றிச் சிந்தித்தல் அவசியம்.

குறிப்புகள்

1. பொ. வேல்சாமி, அ. மார்க்ஸ், 'தொல்காப்பிய உருவாக்கத்தின் பண்பாட்டு அரசியல்' மேலும், (பிப். மே-1992).
2. 'வழக்கெனப்படுவது உயர்ந்தோர் மேற்றே நிகழ்ச்சியவர் கட்காதலான்' தொல்-பொருள் 647.

   'மரபுநிலை திரிதல் செய்யுட்கில்லை மரபுவழிப்பட்ட சொல்லினான' (தொல். பொருள் 145)
3. தகுதியும்வழக்கும் தழீஇயன ஒழுகும் பகுதிக்கிளவி வரை நிலை இலவே - தொல். சொல் 17.
4. அதிகாரபூர்வ தமிழிலக்கியப் பாரம்பரியத்தில் நானறிந்தவரை மலம் பெய்தல்பற்றிய குறிப்பு நீலகேசியில் மட்டுமே வருகிறது. பூதிகன் என்னும் பார்ப்பனனுடன் வேதத்தை எதிர்த்து நீலகேசி வாதிடுகிறார். வேதம் தான்தோன்றி என்கிற கருத்தை மறுத்து,

   'யாரது செய்தவ ரறியிலிங் குரையெனி லங்கொருவனூரது
   நடுவணோ ருறையுனில் மலம்பெய்திட் டொளித் தொழியிற்
   பேரினு முருவினும் பெறவிலனாதலின் றாக்குறித்துத்
   தேரினு மினியது செய்தவரில்லெனச் செப்புவவே '(நீலகேசி, 829).

   என்கிறார். ஊர் நடுவே இரவில் பெய்து கிடக்கும் மலம் யாருடையது எனத் தெரியாதலால் அதனைத் 'தான்தோன்றி' எனச் சொல்ல முடியுமா என்பது நீலகேசியின் கேள்வி. மேலும்,

   'தோற்றமு நாற்றமுஞ் சுவையுட னூரிவற் றாற் தொடங்கி
   யாற்றவு மாயிரு வேதம்வல் லார்கள் தறிந்துரைப்ப
   மேற்குலத் தாரோ டிழிந்தவ ரென்பது மெய்ம்மைபெறா
   நூற்றிறஞ் செய்தவ ரறிகுவர் நுழைந்தறி வுடையவரே '(நீலகேசி 830).

   மலத்தின் தோற்றம், நாற்றம் ஆகியவற்றினடிப்படையில்

பெய்தவன் நோயாளி அல்லது ஆரோக்கியமானவன் எனச் சொல்லமுடியும். ஆனால் உயர்குலத்தான் அல்லது கீழ்க் குலத் தான் எனக் கண்டுபிடிக்க முடியுமா என்பது நீலகேசியின் கேள்வி. சமண-பௌத்த மதங்கள் தமிழகத்திற்கு வரும்போது வருணாசிரமத்தை ஏற்றுக்கொண்டுதான் வருகின்றன. எனினும் பின்னாளில் இங்கே அரச மதமாக இருந்த சைவத்திற்கு எதிர் நிலையிலிருந்ததன் விளைவாக இதுபோன்ற அதிகாரபூர்வமற்ற கீற்றுக்களை இந்த இலக்கியங்களில் தேட முடியும். பெண்களை —அதுவும் கணவனைத் தந்திரமாகக் கொன்ற பெண்களைக்கூட மையமாக வைத்துக் காவியம் படைத்தல் (மணிமேகலை, குண்டலகேசி, நீலகேசி, வளையாபதி முதலியன) இவற்றில் கவனிக்கத் தக்கன.

5. 'பாட்டிடைக் கலந்த பொருளவாகிப்/பாட்டினியல பண்ணத்திய்யே' (தொல். பொருள்: 492)

6. இந்தப் பகுதியில் தொகுக்கப்பட்டுள்ள பக்தின் கருத்துகள் அனைத்தும் அவரது *Rebelais and His World* என்கிற நூலிலிருந்து எடுக்கப்பட்டவை.

7. பாட்டிடை வைத்த குறிப்பினானும்/பாவின்றெழுந்த கிளவி யானும்/பொருளொடு புணராப் பொய்மொழியானும்/ பொருளொடு புணர்ந்த நகைமொழியாயினும் என்றுரைவகை நடையே நான்கென மொழிப (தொல். பொருள்: 485.)

   என்கிற தொல்காப்பியச் சூத்திரத்திலிருந்து நான்குவகை உரைநடை வடிவங்களில் 'நகைமொழி' என்றொரு உரைவகை இருந்தது தெரிகிறது. 'நகை மொழியாவது மேற்சொல்லப்பட்ட உரை பொருந்தாதென இகழ்ந்து கூறுதல். அவ்விகழ்ச்சியின் பின்னர்ப் பொருளுணர்த்துமுறை பிறக்குமாதலின் பொருளோடு புனைந்த நகை மொழியானும் உரைவரும் என்றார். மேற் சொல்லப்பட்ட உரை இரண்டு வகைப்படும் என்றவாறு அது மைந்தர்க்கு உரைப்பனவும் மகளிர்க்குரைப்பனவும் ஆம். மகளிர்க் குரைக்குமுறை செவிலிக்குரியது. மைந்தர்க்குரைக்கும் உரை எல்லார்க்குமுரித்து என்றவாறு' (இளம்பூரணர்). நகை மொழி உரை நூற்களுக்கு எடுத்துக்காட்டாய் சிறு குரீஇ உரை. தந்திர வாக்கியம் என்கிற இரு நூற்களைப் பேராசிரியர் சுட்டிக்காட்டுகிறார். இருந்த சில நகை மொழி நூற்களும் அதிகார

பூர்வப் பாரம்பரியத்தால் பேணிக் கையளிக்கப்படவில்லை என்பதையே இன்று அந்நூற்கள் அழிந்துபட்டமை காட்டுகிறது.

8. கி. ராஜநாராயணன், வயது வந்தவர்களுக்கு மட்டும், நீலக்குயில், 1992.

9. சின்ன வயதில் பாலகிருஷ்ணன் என்கிற பார்ப்பன ஆசிரியர் ஒருவரிடம் கேட்ட கதை: ஒரு கிராமத்தானுக்குத் தன்னைத்தானே ஊம்பிக்கொள்ளலாமா என்ற ஐயம் வந்துவிடுகிறது. ஒரு வாத்தியாரைக் கேட்கிறான். தாசில்தார்தான் இதற்கு முடிவு சொல்ல வேண்டும் என்கிறார் அவர். தாசில்தார் அலுவலகத்தில் மனு எழுதித் தரச் சொல்கிறார்கள். மனுவில் ஸ்டாம்ப் ஒட்டவில்லை என்று திருப்பப்படுகிறது. இப்படிப் போகிறது கதை. கடைசியாக 'எட்டினால் செய்துகொள்ளலாம்' என தாசில்தார் குறிப்பு எழுத 'பைல்' முடிக்கப்படுகிறது. அரசு நடைமுறைகளைக் கேலி செய்யும் ஒரு கதை இது.

10. சின்னவயதில் அத்தை ஒருவரிடம் (அவரது ஒழுக்கம்பற்றி உறவினர் மத்தியில் அத்தனை மரியாதை கிடையாது) கேட்ட கதை: ஓர் அழகிய பெண் சுள்ளி பொறுக்கக் காட்டிற்குச் சென்றபோது புலி ஒன்று மையல் கொண்டு அவளைக் கட்டாயத் திருமணம் செய்துகொள்கிறது. ஒரு குகைக்குள் அவளை அடைத்துவைத்திருக்கிறது. புலி வெளியே போகும்போது வேடன் ஒருவன் குகைக்கு வந்துவிடுவான். புலி வரும் சமயம் அவன் வெளியே போய்விடுவான். ஒரு நாள் வேடன் இருக்கும்போது புலி வந்துவிடுகிறது. வேடனைப் பரணியில் ஒளித்து வைக்கிறாள். புலிக்குச் சோறு போடுகிறாள். கொஞ்ச நேரத்தில் மேலே இருந்தவன் அடக்க முடியாமல் மூத்திரம் பெய்கிறான். புலி என்ன என்கிறது. ரசம், மறந்துவிட்டேன் என்கிறாள். பிசைந்து குடித்து விட்டு ரசம் பிரமாதம் என்கிறது. கொஞ்ச நேரத்தில் அடக்க முடியாமல் மேலிருந்து மலம் பெய்துவிடுகிறான். பருப்பு கடைந்து வைத்திருந்தேன். சாப்பிடுங்கள் என்கிறாள் பெண். புலி ரசித்துச் சாப்பிடுகிறது —நாங்கள் விழுந்து விழுந்து சிரித்தவாறே கதையைக் கேட்போம்.

(பாண்டிச்சேரி 'இன்ன பிற' அமைப்பு சார்பில் நடத்தப்பட்ட பாலியல் கதைகள் பற்றிய கருத்தரங்கில் வாசிக்கப்பட்டது.)

2.4

மணிக்கொடியின் பரிணாமம் (1933-39)

சென்ற ஒரு நூற்றாண்டுகாலத் தமிழ் இலக்கிய வரலாற்றை ஆராய்பவர்கள் எவரும் காலப்பாகுபாடு செய்யும்போது மணிக் கொடியை ஓர் எல்லைக் கல்லாகக்கொள்வது தவிர்க்க இயலாததாகி விட்டது. அவ்வாறு கொள்வதிலுள்ள நியாயங்கள் எளிதில் புறக்கணிக்கக் கூடியவையுமன்று. 'மணிக்கொடி சகாப்தம், மணிக் கொடி காலம், மணிக்கொடி இயக்கம், மணிக்கொடி இலக்கியவானில் தோன்றிய விடிவெள்ளி, ஒரு தத்துவம், தமிழ் எழுத்து வரலாற்றில் ஒரு புரட்சி' என்றெல்லாம் வரலாற்றாசிரியர்கள் குறிப்பிடும்போது[1] மணிக்கொடிப் பொற்காலம் பற்றிய கற்பனையொன்று, வாசகன் மனத்தில் விரிவதுங்கூட தவிர்க்க இயலாததாகிவிட்டது. இந்தப் பொற்காலப் படப்பிடிப்பைப் பேராசிரியர் கைலாசபதி ஒருவரைத் தவிர (நாவல் இலக்கியம், பக். 197) வேறு யாரும் இதுவரை கேள்விக்குள்ளாக்கியதாகவும் தெரியவில்லை. மணிக்கொடி இதழ்கள் தமிழகம் முழுவதிலும் மிகச் சில இடங்களிலேயே பாதுகாத்து வைக்கப்பட்டிருப்பதாலும், தமிழ் வளர்ச்சி நிறுவனங்கள் எனக் கூறிக்கொள்பவை எதுவும் இத்தகைய உருப்படியான முயற்சிகளில் இறங்காததனாலும் மணிக்கொடி எழுத்தாளர்களாகிய வ.ரா., புதுமைப்பித்தன். கு.ப. ராஜகோபாலன், ந. பிச்சமூர்த்தி, மௌனி போன்றோரின் சாதனைகள் அனைத்தும் மணிக்கொடியின் சாதனை களாகவே கருதப்பட்டு இந்தப் பொற்காலப் படிமம் (image) சிதைவுபடாமல் காக்கப்பட்டு வருகின்றது.

மணிக்கொடிப் பொற்காலம்பற்றிய கேள்விக்குப் பதில் தேடுவதற்கு முன்பு நாம் ஓர் உண்மையைத் தெளிவுபடுத்துவது அவசியமாகின்றது. சுமார் ஏழு ஆண்டுகாலம் (1933-39) வெளிவந்த மணிக்கொடியில் நெடுங்காலம் ஆசிரியராக கே. சீனிவாசன் பெயரே அறிவிக்கப்பட்டது என்பதாலும், அதோடு தொடர்புடையவர்களிடையே ஒரு தொடர்ச்சி

இருந்தது என்பதாலும், ஒரே பெயரில் வெளிவந்தது என்பதாலும் மட்டுமே, இன்று அதனுடைய சாதனைகளை மதிப்பிடும்போது நோக்கத்திலும், வெளிப்பாடுகளிலும் தொடர்ச்சியுள்ள ஒரே இதழாக அதனைக்கொள்ள முடியாது என்பதே அது. மணிக்கொடிபற்றி இன்று எழுதுபவர்கள் அதனை ராஜீய பதிப்பு, சிறுகதைப் பதிப்பு எனவும் வாரப்பதிப்பு, கதைப்பதிப்பு எனவும், வ.ரா. மணிக்கொடி, ராமையா மணிக்கொடி, ப.ரா. மணிக்கொடி எனவும் பலவாறு பிரித்து அணுகுவதைப் பார்க்கலாம். ஆதாரமாக அமைந்திருந்தவர்களின் நோக்கம், இதழ் உயர்த்திப் பிடித்த மதிப்பீடு, இதழின் உள்ளடக்கம் ஆகியவற்றை அடிப்படையாகக்கொண்டு மணிக்கொடி இதழ்களை ஒட்டுமொத்தமாகப் பரிசீலிக்கும்போது மணிக்கொடி காலத்தை இரண்டு கட்டங்களாகப் பார்ப்பதைக் காட்டிலும் மூன்று கட்டங் களாகப் பிரித்துப் பார்ப்பதே பொருத்தமாகத் தெரிகிறது. ஒரு குறிப்பிட்ட நோக்கத்திற்காக குறிப்பிட்ட மதிப்பீடுகளை உயர்த்திப் பிடிக்கக்கூடிய உள்ளடக்கங்களுடன் தோன்றிய மணிக்கொடி, அவற்றிற்குச் சற்றேனும் தொடர்பில்லாத ஒரு பரிமாணத்தை அதன் பரிணாமப் போக்கில் அடைந்து வந்துள்ளதைக் கவனமாகப் பிரித்தறிவதன்மூலமே மணிக்கொடி பற்றிய சரியான மதிப்பீடு சாத்தியமாகும்.

1933ஆம் ஆண்டு செப்டம்பர் 17ஆம் தேதி வெளிவந்த முதல் மணிக்கொடி இதழில் நான்காவது பக்கத்தில் வெளியாகியுள்ள தலையங்கத்தின் இறுதியில் கு. சீனிவாசன், வ. ராமஸ்வாமி, தி.ச. சொக்கலிங்கம் ஆகிய மூவர் பெயர்களும் உள்ளன. ஏகாதிபத்தியச் செய்தி நிறுவனங்களுக்கு எதிராக 'ஃப்ரீ பிரஸ்' செய்தி நிறுவனத்தை நிறுவி, செய்திகள் திரட்டுவதற்காக லண்டன்வரை சென்று, உலக அனுபவம்பெற்று அன்றைய காலகட்டத்து மிக நவீனமான இதழியத் தொழில்நுட்பங்களையும் அறிந்த கு.சீனிவாசன் (மணிக்கொடி காலம், பக். 20), பாரதி உரைநடையின் வாரிசு என அழைக்கப்பட்ட வ. ரா., தமிழ்நாடு இதழின் ஆசிரியர் சொக்கலிங்கம் ஆகிய மூவரும் இதழியத்துறையில் சிறப்பான சாதனைகள் புரிந்தவர்கள். காந்தியின் ஆளுமையால் ஈர்க்கப்பட்டுக் காங்கிரஸ் இயக்கத்தில் முழுமையான ஈடுபாடுகொண்டு சிறை சென்றவர்கள். இறுதிவரை காந்தியின் விசுவாசிகளாகவே விளங்கியவர்கள். சட்டமறுப்பு இயக்கத்தில் ஈடுபட்டுக் கைதான சீனிவாசன் நாசிக் சிறையிலிருந்து விடுதலையாகி,

'இனி தமிழிலேயே எழுதுவேன்' எனச் சபதம் பூண்டு திருப்பழனம் வந்து அங்கு சிறையிலிருந்து விடுதலையாகித் தங்கி இருந்த வ. ரா.வை அழைத்துவந்து மணிக்கொடி இதழைத் தொடங்கியதாக அறிகிறோம் *(வ.ரா. மணிமலர், பக். 37)*.

லண்டனிலிருந்து ஞாயிற்றுக் கிழமைகளில் மட்டும் வெளிவந்து கொண்டிருந்த செய்திப் பத்திரிகையாகிய ஸண்டே அப்சர்வரைப் பார்த்துத் தமிழிலும் அதேபோன்ற ஓர் இதழைத் தொடங்க வேண்டும் என்ற நோக்கத்தோடு, மூவரும் இணைந்து மணிக்கொடியைத் தொடங்கியதாகக் *(மணிக்கொடி காலம், பக். 22)* கூறுவர். இலக்கியத்தில் சோதனைகள் செய்ய வேண்டும், மறுமலர்ச்சி இலக்கியத்திற்கு வித்திட வேண்டும் என்கிற நோக்கங்களைக் காட்டிலும், அரசியல் எழுச்சியில் பத்திரிகையின் பங்கைப்பற்றிய சரியான பிரக்ஞையோடு, அரசியலுக்கு முக்கியத்துவம் கொடுத்து இலக்கியத்தை அதனோடு இணைக்கும் நோக்கோடுதான் அன்று அவர்கள் மணிக்கொடியைத் தொடங்கினார்கள் என்பதும் கிளர்ச்சி மதிப்பீட்டுடன் (agitation value) கூடிய உள்ளடக்கம் நிறைந்த இதழே அவர்களது நோக்கம் என்பதும்,

> பொதுவாழ்விற்குக் கண்ணும் காதும் பத்திரிகை. இந்நாட்டில் இன்று தோன்றிப் பயன்தரும் ஒவ்வொரு பொதுஇயக்கத்திற்கும் பத்திரிகைகளே ஆதாரம். இத்துறையில் சேவை செய்து வருவன நமது மூத்த பத்திரிகைகள் எனலாம். அந்தக் கூட்டத்தில் மணிக் கொடியும் இன்று சேருகிறது. ஒரு சிறிது பாரத்தை இதுவும் தூக்கட்டும். தலைமக்களின் தூய்மையையும் நேர்மையையும், வீரத்தையும் பொதுமக்களிடம் பரப்புவதே பத்திரிகைகளின் பெரும் பொறுப்பு. அந்தப் பொறுப்பை மணிக்கொடி ஏற்கும். *(17-9-33, பக். 1)*

என்று அவர்கள் முதல் இதழின் முதற்பக்கத்திலேயே பிரகடனம் செய்ததிலிருந்து அறியலாம்.

முதற்பக்கத்து அரசியற் செய்தி, கார்ட்டூன் தொடங்கி இறுதிப் பக்கம் வரை படிப்போரின் நரம்புகளில் உணர்வாவேசத்தை ஏற்றும் வண்ணம் விஷயங்கள் தொகுத்துத் தரப்பட்டன. லாவகமான உரை நடையையும் இதழியத்துறை அறிவையும் கைவரப் பெற்றிருந்த இவர்கள் பல்வேறு தலைப்புகளில் இதனைச் செய்தார்கள். வீரச்சொல் என்கிற பகுதியில் 'துணிவே எல்லாவற்றிற்கும் தாய்' என்பது போன்ற 'வீரச்சொல்' ஒன்றை எடுத்துக்கொண்டு அதற்கு வீறுகொள்ளும் விளக்கம் எழுதப்பட்டது[2]. 'வீரச்செயல்' என்ற பகுதியில் 'உயிர்தந்து

புகழ்கொண்ட ஜடாயு' (17-9-33), 'துப்பாக்கிக்கு மார்தந்த சித்தாவந்தர்' (24-9-33), 'பிடி மண் தரமாட்டோம் என்று பாரசிகப் படை எடுப்பில் கிரேக்கர் அழிதல்' (1-10-33) போன்ற வீர வரலாறுகள் எழுச்சியூட்டும் வண்ணம் தொடர்ந்து சொல்லப்பட்டன. பழங்கணக்கு என்ற பகுதியில் அந்நியர்க்கு நாம் நமது வளங்களை இழந்த பழைய வரலாறுகள் படிப்போரின் மனதில் பழி உணர்வு ஊட்டும் வகையில் தொடர்ந்து சொல்லப்பட்டன[3]. 'புதுத்தராசு' என்ற பகுதியில் நிலவிய அடிமைச் சமூக மதிப்பீடுகள் எள்ளி நகையாடப்பட்டு போர்க் குணமிக்க புதிய மதிப்பீடுகள் உன்னதப்படுத்தப்பட்டன[4]. 'ஞானதீபம்' என்ற பகுதியில் செயலுக்குத் தூண்டும் வகையில் ஒவ்வொரு இதழிலும் தத்துவ விளக்கங்கள் அளிக்கப்பட்டன[5]. 'சதுர்முகம்' என்ற பகுதியில் சமகால அரசியல் நிகழ்வுகள் கிளர்ச்சி மதிப்பீட்டுடன் விமர்சிக்கப்பட்டன. 'சறுக்கு மலை' என்ற பகுதியில் காந்திய அரசியலுக்கு எதிரானவர்களுக்குச் சாட்டையடிகள் கொடுக்கப்பட்டன. 'டமாரக் கடிதங்கள்' என்ற பகுதியில் அன்றைய பிரமுகர்களுக்கு அரசியல் முக்கியத்துவத்துடன் கூடிய வெளிப்படையான கடிதங்கள் எழுதப்பட்டன. முதல் இதழில் மாணவர்களுக்குக் கிளர்ச்சி மனப் பான்மை வேண்டும் என அறிவுரை கூறிய ஒரு ஐ.சி.எஸ். அதிகாரி பாராட்டப்பட்டார் (பக். 5) கலைகள்கூட கிளர்ச்சி மதிப்பூட்டக் கூடியதாக இருக்க வேண்டும் என்கிற எண்ணம் வ.ரா. போன்றோருக்கு இருந்தது என்பது,

> சிருங்கார ரஸம் ததும்பும் பரதநாட்டிய அபிநயம் இப்போது நாட்டுக்குத் தேவையில்லை, கூடாது என்பது எனது தாழ்மையான கருத்து. எனது பழைய அபிப்பிராயம் மாறவில்லை. காசுகொடுத்து டிக்கட் வாங்குவது தவறு (29-10-33. பக். 7)

என்று பாலசரஸ்வதியின் நாட்டியத்தில் சிருங்கார ரஸம் அதிகமாக இருந்ததைக் கண்டிப்பதிலிருந்து தெரிகிறது.

இந்தக் காலகட்டத்தில் கலை-இலக்கியம்பற்றிய இவர்களின் பார்வை எப்படி இருந்தது என்பதையும் பார்ப்பது அவசியம். முதல் இதழிலேயே இலக்கியச்சோலை என்ற பகுதியில் தங்களின் கலை இலக்கிய நோக்கத்தைத் தெளிவுபடுத்தியிருந்தனர். 'கற்பனை விற்பனைப் பொருளன்று, எழுதியதெல்லாம் இலக்கியமல்ல' என்று கூறி கலை இலக்கியத்தை வணிகமயமாக்கும் போக்கைக் கடுமையாகச் சாடினர். கலைஞன் என்பவன் கருவிலேயே திருவுடையவன் என நம்பினர்.[6] வணிகநோக்கு தவிர உழைக்கும் பாமரமக்களின் கலை

இலக்கியப் பிரவேசமும் கலையின் தூய்மையைக் கெடுத்துவிட்டதாக இவர்கள் புலம்பும்போது[7] கலை இலக்கியத்தின் தோற்றம், மனிதகுல வரலாற்றில் கலை இலக்கியத்தின் சமூகப் பயன்பாடு போன்றவை பற்றிய சிந்தனை எள்ளளவும் இல்லாத தூய கலைவாதிகளாகவே இவர்கள் இருந்தனர் என்பதும், வ.ரா. போன்றவர்கள் கலையின் கிளர்ச்சி மதிப்பீடுபற்றி ஓரிரண்டு இடங்களில் கூறியுள்ள கருத்து மணிக்கொடியின் பொதுக்கருத்தாக முடியாது என்பதும் தெளிவா கின்றது. முதற்கட்ட மணிக்கொடியின் வளர்ச்சிப் போக்கில் இந்த உண்மை மேலும் பட்டவர்த்தனமாகிறது.

அரசியல் நடவடிக்கையை இரண்டாம் பட்சமாகக் கருதிய, மக்கள் இலக்கியங்களுடன் தொடர்பில்லா சிட்டி எனப்படும் பெ.கொ. சுந்தரராஜன், கு.ப. ராஜகோபாலன், ந. பிச்சமூர்த்தி, புதுமைப்பித்தன் ஆகியோரின் பிரவேசம் மணிக்கொடியில் அதிகமாகியபோது மணிக்கொடி தன் கிளர்ச்சி மதிப்பீட்டை மேலும் இழக்கத் தொடங்கியது.

1933 நவம்பர் 5ஆம் தேதி இதழில் முதன்முதலாகச் சிறுகதையொன்று வெளியாகிறது. கட்டை வண்டிக் கலியாணம் என்கிற இந்தக் கதையை வ.ரா. எழுதியிருந்தார். சில இதழ்களுக்குப் பின்பு பி.எஸ். ராமையாவின் காத்தானுக்குக் காத்திருந்த இருளாயி என்ற சிறுகதை இரண்டு இதழ்களில் (நவம்பர், 26; டிசம்பர் 3) வெளியாகியது.

டிசம்பர் 12, 1933 முதல் மணிக்கொடி அளவில் சிறியதாக வெளிவரத் தொடங்கியது. அரசியல் குறைந்து இலக்கிய ரசனை மிகத் தொடங்கியது. ஆனந்தவிகடன் பரிசுப் போட்டிக்கு எதிரான கட்டுரைகளும் (10-12-33 பக். 18; 17-12-33, பக். 16) வெளியிடப்பட்டன. டிசம்பர் 31 இதழில் சிட்டி எழுதத் தொடங்கினார். காந்தி வருகையையும் இந்திப் பிரச்சாரத்தையும் இணைத்து எழுதப்பட்ட கட்டுரை அது. இதைத் தொடர்ந்து சிட்டி, மணிக்கொடியில் அசட்டு நகைச் சுவைக் கட்டுரைகளைத் தொடர்ந்து எழுதத் தொடங்கினார் (எடுத்துக்காட்டு: 18-3-34 இதழில் வெளியான கமலா கடைக்குப் போகிறாள் என்ற கட்டுரை). இறுதிவரை மணிக்கொடியில் சிட்டி காத்திரமான விஷயங்கள் எதையும் எழுதவில்லை என்பதையும், இன்றைய குமுதம் பாணி வணிக நோக்கு இதழ்களில் வெளிவரும் அசட்டு நகைச்சுவைக் கட்டுரைகளின் தரத்தைக் காட்டிலும் உயர்ந்த கட்டுரைகளையோ படைப்புகளையோ இவர் எழுதவில்லை என்பதையும் இங்கு குறிப்பிடுவது பொருத்தம்.

பிப்ரவரி 25, 1934 இதழில் தாகூரின் கவிதைகள்பற்றிய கு.ப.ராவின் கட்டுரை வெளிவந்தது. தொடர்ந்து தீர்க்கதரிசி கார்ப்பென்டர் (25-3-34) தீர்க்கதரிசி ரவீந்திரர் (1-4-34), தீர்க்கதரிசி ஷா (22-4-34) போன்ற தலைப்புகளில் பிறமொழிக் கவிஞர்களை இலக்கிய ரசனை உணர்வுடன் அவர் அறிமுகப்படுத்தினார்.

ஏப்ரல் 1, 1934 இதழில் ந. பிச்சமூர்த்தி 'தீர்மானம்' என்ற தலைப்பில் ஆழமற்ற 'தத்துவக்' கட்டுரை ஒன்றை எழுதியுள்ளார். தொடர்ந்து அவரது சிறுகதைகளும் கவிதைகளும் மணிக்கொடியில் வெளிவந்தன. ஏப்ரல் 22 இதழில் புதுமைப்பித்தனின் ஆற்றங்கரைப் பிள்ளையார் என்கிற கதை வெளியாகியது. தொடர்ந்து பொன்னகரம் போன்ற புதுமைப்பித்தனின் சிறப்புமிக்க கதைகள் மணிக்கொடியில் (மே 6, 1935) வெளிவந்தன. கு.ப.ரா., புதுமைப்பித்தன் ஆகியோரின் இலக்கிய விமர்சனக் கட்டுரைகளும் (2-9-34, 1-7-34) பிரசுரிக்கப் பட்டன. இவை அனைத்தும் இலக்கியத்தின் அழகியல் மதிப்பீடுகள், வடிவங்கள் பற்றியதாக இருந்தனவேயொழிய இலக்கியத்தின் உள்ளடக்கம்பற்றி இவர்கள் எதையும் பேசவில்லை.

இலக்கியத்தை வெறும் உணர்ச்சி வெளிப்பாடாகக் கண்ட இவர்கள் மேலை இலக்கியங்களில் தரமான பயிற்சியும், முதலாளிய வளர்ச்சியோடு வளர்ந்த இலக்கியக் கோட்பாடுகள்பற்றிய அறிமுகமும் பெற்றிருந்ததன் விளைவாக வடிவம், இலக்கியத்தின் அழகியல் முக்கியத்துவம், அழகியற் செயற்பாடு (aesthetic activity) ஆகியவை பற்றி, 'கல்வி' போன்ற வணிக நோக்குடையவர்களைக் காட்டிலும் வேறுபட்ட பார்வை கொண்டிருந்தனர்.[8]

மக்கள் இயக்கங்களுடன் தொடர்புகொண்டிராததன் காரணமாக படித்த மேல்தட்டுத்தனமான (elitist) நோக்குடன் அன்றைய பாமர ரஞ்சகமான கலை இலக்கிய வடிவங்களைச் சாடினர். மேலைநாட்டு நாடகாசிரியரின் நாடகங்களைப்போல தமிழில் இல்லையே என வருந்திய (17-9-33, பக். 7, 24-9-33, பக். 7) இவர்கள், அன்றைய நாடகங்கள் இரவு முழுவதும் நிகழ்வதாகவும், பாடல்கள் நிறைந்தன வாகவும், அசட்டு விகடங்கள் நிறைந்தனவாகவும் இருந்ததற்காகப் புலம்பினர் (24-9-33, பக். 12). தெருக்கூத்து, குச்சுப்புடி போன்ற நடன வடிவங்களிலுள்ள கலைத் தன்மையைச் சுட்டிக்காட்டி அவற்றைத் தூய்மைப்படுத்தி தூய கலை வடிவங்களாக மாற்ற வேண்டியதன் அவசியத்தை ஒரு மேல்தட்டு அணுகுமுறையோடு (Elitist approach) வற்புறுத்தினர் (8-10-33, பக். 7).

மொழி பற்றிய பண்டிதத்தனமான வறட்டுப் பெருமைகளைச் சாடினர். மொழிபற்றிய சனநாயகப் பார்வை கொண்டிருந்த அதே நேரத்தில் இலக்கியத்தின் சுகானுபவப் பயன்பாடுகளைப் பற்றிய பிரக்ஞை அதிகம் கொண்டிருந்தனர்.[9] பண்டிதத்தனத்தையும், வணிக நோக்கையும் எதிர்க்கும் அதே நேரத்தில் இலக்கியத்தின் தூய்மை பாமர மக்களால் கெட்டுவிட்டது எனப் புலம்புவதையும் இணைத்துப் பார்க்கையில் மேல்தட்டு அணுகல்முறையுடன் கூடிய இவர்களின் தூய கலைவாதம் புலப்படும்.

முதற்கட்ட மணிக்கொடிக்காரர்களின் அரசியல் கலை இலக்கியக் கோட்பாடுகளை ஒரு சேர விளங்கிக்கொள்ள அவர்களின் வர்க்கச் சார்பைப் புரிந்துகொள்வது அவசியம். இந்த முயற்சியில் இறங்கும் போது ஒரு கலைஞன் எந்த வர்க்கச் சார்புடையவனாக இருக்கிறானோ அதே வர்க்கத்திலிருந்து முளைத்து வந்தவனாக இருக்கவேண்டும் என்பதில்லை என்கிற உண்மையை மனத்திற்கொள்வது நல்லது.

முதற்கட்ட மணிக்கொடியின் முதல் இதழிலிருந்து தொடர்ந்து ஓர் இதழ்கூட விடாமல் ஏதேனும் ஒரு பிரச்சினையைப் பற்றி ஆவேசத் துடன் எழுதி வந்தார்கள் என்றால் அது தஞ்சை மாவட்ட நிலப் பிரபுக்களின் பிரச்சினைகளைத்தான். ஏக்கருக்கு 29 ரூபாய் வரி செலுத்த வேண்டிய மிராசுதார்களுக்காகப் பரிந்தும் *(17-9-33, பக். 6)*, ‘தஞ்சை ஜில்லா மிராசுதார்கள் நெல் முதலிய தானியங்களை விற்க வழியில்லாமல் திண்டாடிக் கண்ணீர் விடுகிற’ நிலையைச் சுட்டிக் காட்டியும் *(24-9-33, பக். 6)*, ‘நெற்களஞ்சியமாகிய தஞ்சை வரிக்களஞ்சிய’மாகிப் போன ‘பஞ்சை’ நிலைமையைப் பற்றித் தொடர் ஆய்வு செய்தும் *(29-10-33; 12-11-33; 19-11-33)*, ‘வரி போடுவதற்கும் ஒரு வரை உண்டு’ என எச்சரித்தும் *(3-12-33)* தொடர்ந்து கட்டுரைகள் எழுதப்பட்டன.

நிலப்பிரபுத்துவத்திற்குக் கட்டுப்பட்ட கைத்தொழிலின் நசிவு பற்றியும் கவலை தெரிவித்தார்கள். கைத்தொழில் நசிவிற்குக் காரணமானவர்கள் என ஜப்பான், பிரிட்டிஷ் முதலாளிகளோடு இந்திய முதலாளிகளையும் இணையாக நிறுத்தி எதிர்த்தார்கள்.[10]

மணிக்கொடி காலத்து இந்தியச் சமூக அமைப்பைக் காலனிய — அரை நிலப்பிரபுத்துவச் சமூக அமைப்பு என்பர். முதன்மையாக இங்கிலாந்தும் இதர அமெரிக்கா, ஜப்பான் போன்ற ஏகாதிபத்திய நாடு களின் ஏகபோக முதலாளிகள் மற்றும் அவர்களது அடிவருடிகளாகிய

இந்தியத் தரகு முதலாளிகள் மற்றும் நிலப்பிரபுக்களே அன்றைய ஆளும் வர்க்கமாக விளங்கினர். காலனிய அரைநிலப்பிரபுத்துவ அமைப்பின் மிகக் கொடுமையான சுரண்டலுக்கு எதிராக எழுந்த மக்கள் எழுச்சியின் வீச்சிலிருந்து அன்றைய சுரண்டல் அமைப்பைக் காப்பதற்கான ஒரு பாதுகாப்பு 'வால்வா'கவே (Safety Valve) இந்திய தேசிய காங்கிரஸ் கட்சி உருவாக்கப்பட்டது. அன்று முதல் இன்றுவரை அது இந்தியத் தரகு முதலாளிகள் மற்றும் நிலப்பிரபுக்களின் நலன்காக்கும் கட்சியாகவே செயல்பட்டு வருகின்றது. டி.இ. வாச்சா, நௌரோஜி, கோகலே, காந்தி, நேரு காலம் முதல் இன்றுவரை இதில் மாற்றமில்லை. காங்கிரஸ் இயக்கத்தைப் பற்றிய வர்க்க ஆய்வை மேற்கொள்ளாத இளைஞர்கள் பல்வேறு காலகட்டங்களிலும் அது முன்வைத்த போலி முழக்கங்களால் ஈர்க்கப்பட்டு அதில் இணைந் திருக்கின்றனர். அவ்வாறு இணைந்த அவர்களின் செயற்பாடுகள் அவ்வக்காலகட்டத்தின் ஆளும் வர்க்கத்தின் நலன்காக்கப் பயன்பட்ட தோடன்றி, எழுச்சியோடு வந்த அவர்களின் உணர்வுகள் விரைவில் மழுங்கடிக்கப்பட்டு, ஒரு செயலற்ற தன்மைக்கு இட்டுச் செல்லப் பட்டுச் சீரழியவும் நேர்ந்து வந்துள்ளது. நிலப்பிரபுத்துவத்தைப் பிரதிநிதித்துவப்படுத்துபவர் களும், வெவ்வேறு ஏகாதிபத்தியங்களின் அடிவருடிகளைப் பிரதிநிதித்துவப்படுத்துபவர்களும் இணைந்த ஓர் இறுக்கமற்ற கூட்டமைப்பாகவே (loose federation) அது இருந்து வந்திருக்கிறது. இவர்களுக்கிடையேயான முரண்பாடுகள் அவ்வப் போதைய உட்கட்சிப் போராட்டங்களாகவும் வெளிப்பட்டிருக்கின்றன.

வ.ரா., சொக்கலிங்கம், சீனிவாசன், ராமையா போன்ற மணிக் கொடிக்காரர்கள் காங்கிரஸ் இயக்கத்தில் உணர்வுபூர்வமாக ஈடுபட்டுச் சிறை சென்றோர். பாரதியாரால் உருவாக்கப்பட்ட வ.ரா. போன்றோரின் அந்நிய எதிர்ப்புணர்வைச் சந்தேகிக்க இயலாது. காங்கிரஸ் வரலாற்றிலேயே புத்திசாலித்தனத்திலும், சாதுரியத்திலும், மக்களைக் கவரும் தன்மையிலும் தலைசிறந்து விளங்கியவராகிய மோகன்தாஸ் கரம்சந்திர காந்தியின் கவர்ச்சி மிகு பேரலை ஒன்று இந்திய மண்ணில் 1920 தொடங்கி 1949 வரை வீசியபோது அதனால் உட்கிரகிக்கப்பட்டு ஆட்டுவிக்கப்பட்டவர்கள்தான் தொடக்ககால மணிக்கொடியின் ஆதார சக்தியாக விளங்கிய முதல் மூவரும். இறுதிக்கட்டம்வரை மணிக்கொடி ஒரு காந்திய ஆதரவுப் பத்திரிகை யாகவே திகழ்ந்தது. காந்திய அரசியலால் ஈர்க்கப்பட்டு சட்டமறுப்புப் போராட்டத்தில் சிறை சென்று திரும்பிய இவர்கள் 1933இல் மணிக்கொடியைத் தொடங்கியபோது அந்நிய ஆட்சிக்கு எதிரான

கிளர்ச்சி மதிப்பீட்டை உக்கிரமாக உயர்த்திப் பிடித்தனர். தவறான தலைமையாலும் தத்துவத்தாலும் வழிகாட்டப்பட்ட இவர்கள், காந்திய முகத்திரை கண்ணை மறைத்ததன் விளைவாக அன்றைய எழுச்சி மிக்க மக்கள் போராட்டங்களில் ஈடுபாடற்றவர்களாகவே இருந்தனர்.

முப்பதுகளின் தொடக்கத்தில் நாடெங்கிலும் தொழிலாளர்களும் விவசாயிகளும் கிளர்ந்தெழுந்து எழுச்சிமிகு போராட்டங்களை நடத்தியுள்ளனர். (R.P. Saraf, Indian society, pp. 288-316) இந்தக் கால கட்டத்தில் தொழிலாளர் நடத்திய வேலை நிறுத்தங்கள் பற்றியோ 1932 இறுதியிலும் 1933 தொடக்கத்திலும் ஆல்வார், திர், புல்ரா போன்ற பகுதிகளில் ஏற்பட்ட விவசாய எழுச்சிகள் பற்றியோ, பிரிட்டிஷ் அதிகாரிகள் சுடப்பட்டது பற்றியோ, அன்றைய இந்தியப் பொது வுடைமைக் கட்சி தடைசெய்யப்பட்டது பற்றியோ மணிக்கொடியில் செய்திகளோ, கட்டுரைகளோ வெளியிடப்படவில்லை. 1936இல் முதன்முதலாக அகில இந்திய முற்போக்கு எழுத்தாளர் சங்கம் தொடங்கப்பட்டபோது மணிக்கொடிக்காரர்கள் எவரும் அதனுடன் தொடர்புகொண்டதாகவும் தெரியவில்லை.

1933க்குப் பின் காங்கிரஸ் இயக்கம், சட்டமறுப்பு அளவிற்குக்கூட எந்தவிதமான செயலூக்கமுள்ள நடவடிக்கைகளிலும் ஈடுபடாததன் விளைவாக இவர்கள் என்னதான் கிளர்ச்சியூட்டும் எழுத்துகளைப் படைத்துக்கொண்டிருந்தாலும் அதற்குப் பயன்பாடு இல்லாமல் போய்விட்டது. இதே சமயத்தில் வீறுகொண்ட மக்கள் எழுச்சிகளுடன் தங்களை இணைத்துக்கொள்ளாததன் விளைவாக விரைவில் இவர்களிடம் போர்க் குணமும் இவர்கள் பத்திரிகையில் கிளர்ச்சி மதிப்பீடும் குறையலாயின. இதே சமயத்தில் அரசியல் ஈடுபாடற்ற தூய இலக்கியவாதிகளின் பிரவேசமும் நிகழ்ந்து மணிக்கொடியின் கிளர்ச்சி மதிப்பீடு நீர்த்துப் போவதை விரைவுறச் செய்தது.

செப்டம்பர் முதல் பிப்ரவரி வரை வெளிவந்த முதற்கட்ட மணிக்கொடியின் 33 முதல் 35 வரையிலான இதழ்களை மதிப்பிடும் போது பின்வரும் உண்மைகள் தெளிவாகின்றன:

1. அந்நிய ஆட்சிக்கெதிரான கிளர்ச்சி மதிப்பீட்டுடன் தொடங்கப் பட்ட மணிக்கொடியின் பின்பகுதியில் கிளர்ச்சி மதிப்பீடுகள் குறைந்து இலக்கிய ரசனையுணர்வுக்கு முக்கியத்துவம் பெருகியது.
2. காந்திய விசுவாசிகளாகிய இவர்கள் மக்கள் எழுச்சிகளிலிருந்து அந்நியப்பட்டே இருந்தனர்.

3. பிற்பகுதியில் அரசியல், மக்கள் இயக்கங்கள் ஆகியவற்றுடன் தொடர்பில்லாத ஆங்கில இலக்கியப் பரிச்சயமுள்ள கு.ப.ரா., புதுமைப்பித்தன், ந. பிச்சமூர்த்தி போன்றோரின் இலக்கிய ரசனைக்கு முக்கியத்துவம் கொடுத்த எழுத்துகளும், சிட்டி போன்றோரின் சனரஞ்சகமான அசட்டு நகைச்சுவைக் கட்டுரை களும் வெளிவரத் தொடங்கின. தொடக்கத்தில் குழு உணர்வுடன் ஆசிரியர் பெயர்கள் இல்லாமல் கட்டுரைகள் வந்த நிலைபோய் ஆசிரியர் பெயருடன் படைப்புகள் வெளிவரத் தொடங்கின.

4. வணிக நோக்கையும், வறட்டுப் பண்டிதத் தனத்தையும் இவர்கள் எதிர்த்ததோடன்றி பாமர மக்களின் ஈடுபாட்டால் கலை தூய்மையை இழக்கிறது என்பது போன்ற மேல்தட்டு மனப் பான்மை கொண்டிருந்தனர். இலக்கியத்தின் சமூகப் பயன்பாடு பற்றி அவர்கள் கவலைப்படவில்லை.

5. தொடர்ந்து நிலப்பிரபுக்களுக்கு ஆதரவான கட்டுரைகள் வெளி வந்தன. வ.ரா. போன்றவர்கள் தஞ்சை மாவட்ட நிலப் பிரபுத்துவச் சூழலிலிருந்து முளைத்து வந்தவர்கள் என்பதால் இத்தகைய சார்புநிலை இருந்ததா, இல்லை தஞ்சை மாவட்ட நிலப்பிரபுக்கள் இவர்களுக்கு எந்த வகையிலாவது புரவலர்களாக அமைந்திருந்தார்களா என்பது ஆய்வுக்குரியது.

6. வடிவம், அழகியற் செயற்பாடு ஆகியனபற்றிய நவீனமான பார்வைகள் கொண்டிருந்தாலும் நிலப்பிரபுத்துவக் காவிய ரசனையுணர்வு இவர்களிடம் அதிகமாக இருந்தது. அடுத்த கட்டத்து மணிக்கொடியில் வெளிவந்த இவர்களது படைப்புகள் இதற்கு அதிகமாகச் சான்று கூறின. புதுமைப்பித்தன் இதற்கு ஓர் விதிவிலக்கு எனலாம்.

7. அரசியலில் தேசிய முதலாளியக் கூறுகளுடன் கூடிய ஏகாதிபத்திய எதிர்ப்புணர்வுடையவர்களாக இல்லாமல், அடிப்படையில் நிலப்பிரபுத்துவச் சார்புடையவர்களாகவே விளங்கினர். இதனாலேயே விரைவில் இவர்களது ஏகாதிபத்திய எதிர்ப்பு உணர்வும் மழுங்கலானது.

எந்த நோக்கத்திற்காகப் பத்திரிகை தொடங்கப்பட்டதோ அந்த நோக்கமே சிதறியவுடன் மணிக்கொடியைத் தோற்றுவித்த முதல் மூவரின் கூட்டும் சிதறியது. செப்டம்பர் 34இல் தொடங்கப்பட்ட தினமணி இதழில் சொக்கலிங்கம் சேர்ந்தார்; வ.ரா. மணிக்கொடியிலிருந்து

நீக்கப்பட்டார். சீனிவாசன் பம்பாய் சென்று ஆங்கிலப் பத்திரிகை ஒன்றைத் தொடங்கினார் (*மணிக்கொடி காலம்*, பக். 138-148).

இதழியத் துறையில் அதிக அறிவும் அனுபவமும் இல்லாத பி.எஸ். ராமையாவின் கையில் மணிக்கொடி வந்தது. பின்னர் கி.ரா. எனப்படும் கி.ராமச்சந்திரன் மணிக்கொடியில் இணைந்தார். வாரப் பதிப்பு என்கிற நிலை மாறி அளவில் சிறிய மாதமிருமுறைக் கதைப் பதிப்பாக மணிக்கொடி வரத் தொடங்கியது. இரண்டாவது கட்ட மணிக்கொடி அளவிலும் கால ஒழுங்கிலும் (Periodicity) ஆசிரியர் குழுவிலும் மட்டும் மாற்றம் பெறவில்லை. உள்ளடக்கத்திலும், உயர்த்திப் பிடித்த மதிப்பீடுகளிலும், நோக்கத்திலுங்கூட முற்றிலும் மாறியிருந்தது. சொல்லப்போனால் பெயர் ஒன்றைத் தவிர முதற் கட்டத்திற்கும், இரண்டாம்கட்டத்திற்கும் தொடர்ச்சியைக் காட்டிலும் இடைவெளிகளே அதிகம் எனலாம். இரண்டையும் ஒன்றாகப் பார்ப்பதில் பொருளில்லை.

தமிழில் சிறுகதைப் பத்திரிகை இல்லாத குறையைப் போக்குவதற் காக அவதாரமெடுத்ததாக அறிவித்து (மார்ச் 31, 1935, பக். 7) 'ஐரோப்பாவிலும் அமெரிக்காவிலுங்கூட இந்த மாதிரிக் கதை எழுதுகிறவர்கள் வெகு சிலரே' என்று புகழப்படும் மிகச்சிறந்த எழுத்தாளர்களின் கதைகளைத் தாங்கி வரப்போவதாகப் பிரகடனப் படுத்திக்கொண்டு (அதே இதழ்) வெளிவந்த மணிக்கொடியின் இரண்டாம் இதழில் வெளிவந்த அறிவிப்பு ஒன்று நம் கவனத்திற்கு உரியது. 'முதல் அத்தியாயம்' என்ற பகுதியில் அந்த இதழில் வெளி வந்திருந்த டி.எஸ். சொக்கலிங்கத்தின் கதை ஒன்று பின்வருமாறு அறிமுகப்படுத்தப்பட்டிருந்தது.

> *தமிழ்ப் பத்திரிகை உலகில் ஸ்ரீமான் டி.எஸ். சொக்கலிங்கத்தின் பெயரை அறியாதவர்கள் இருக்க முடியாது. ராஜீயத்தின் வறட்டுச் சிக்கல்களில் மூழ்கியிருக்கும் டி.எஸ்.எஸ். கற்பனை உலகத்திலும் அதே உற்சாகத்துடன் இறங்குகிறார். (முதல் அத்தியாயம், ஏப்ரல் 14, 35; அழுத்தம் நம்முடையது)*

'ராஜீயப் பத்திரிகை'யாக அறிவித்துக்கொண்டு கிளர்ச்சி மதிப்பீடு களுடன் வெளிவந்த முதற்கட்ட மணிக்கொடிக்கும், ராஜீய விஷயங் களை வறட்டுச் சிக்கல்களாகப் பார்க்கும் இரண்டாம் கட்டத் தூய இலக்கிய மணிக்கொடிக்கும் உள்ள இடைவெளிகள் வெளிப்படை.

நவீன சிறுகதை இலக்கியத்தின் தலைசிறந்த விற்பன்னர்கள் எனப் போற்றப்படும் புதுமைப்பித்தன், கு.ப. ராஜகோபாலன், ந. பிச்சமூர்த்தி, சி.சு. செல்லப்பா, பி.எஸ். ராமையா, மௌனி, எம்.வி. வெங்கட்ராம் போன்றோரின் படைப்புகள் தொடர்ந்து வெளி வரலாயின. இவர்களின் சோதனை முயற்சிகள் அனைத்திற்கும் மணிக்கொடி களமாக அமைந்தது. 'சிறுகதை என்பது ஒரு குறிப்பிட்ட மனோநிலை அல்லது உணர்வுநிலையைக் காட்டுவதாக அமைதல் அவசியம்' எனவும், 'அமுக்கப்பட்ட மனிதனின் குரலே சிறுகதைகள்' எனவும் கூறுவர். இத்தகைய அடிப்படை வரையறைகளுக்குப் பொருந்திய மிகச்சிறந்த சிறுகதைகள் பல இக்காலகட்டத்தில் மணிக்கொடியில் வெளிவந்தன என்றாலும் மணிக்கொடியில் வெளிவந்த பெரும்பாலான படைப்புகள் தரம் குறைந்த வாசக ரஞ்சகமான படைப்புகளாகவே இருந்தன என்பது குறிப்பிடத்தக்கது.

புதுமைப்பித்தனின் துன்பக்கேணி வெளிவந்துகொண்டிருந்த அதே நேரத்தில்தான் பி.எஸ். ராமையா, 'திருநாவுக்கரசு' என்ற பெயரில் எழுதிய 'அலங்கார புருஷன்' என்கிற 'திடீர்ச் சம்பவங்களும், எதிர்பாராத திருப்பங்களும் கூடிய தொடர்கதையும் வெளியிடப் பட்டது.[11] 'திருநாவுக்கரசு' 'வைவஸ்தவன்' போன்ற பெயர்களில் வெளிவந்துள்ள ராமையாவின் கதைகள் எதுவும் வடிவக் கட்டுக் கோப்புடன் கூடியதாக இல்லை. சங்கு சுப்பிரமணியம், பெ. கோ. சுந்தரராஜன் (சிட்டி), கி.ரா. போன்றோர் எழுதிய கதைகளில் எதுவும் சிறுகதைக்கான பொலிவும், வடிவ இறுக்கமும்கொண்ட படைப்பு களாகத் தேறவில்லை என்று கூறுவது மிகையாகாது.

'இந்தக் கதையைப் பிரசுரித்த எந்தப் பத்திரிகையாளரும் அதைப் பற்றித் தனது ஆயுள் காலம்வரை பெருமையடையலாம் (மே 12, 1935)' என்ற பீற்றலுடன் வெளியிடப்பட்ட சங்கு சுப்பிர மணியத்தின் வேதாளம் சொன்ன கதை, கி.ரா.வின் கைலாஸ் தாசன் (ஏப்ரல் 28, 1935), இழந்த காதல் (செப்டம்பர் 15, 1936), சுந்தரத்தின் தாரகை (ஏப்ரல் 28, 1935), கு.ப. ராஜகோபாலனின் என்ன தைரியம் (ஆகஸ்டு 15, 1937) ஆர். ஷண்முகசுந்தரத்தின் 'நாடக முடிவு' (ஏப்ரல் 25, 1937) போன்ற கதைகள் பலவும் சிறுகதைகளின் கட்டுக்கோப்புகளுக்கு அப்பாற்பட்டு நிலப்பிரபுத்துவ உணர்வும், அற்புத ரசனையும், melodrama தனமும் நிறைந்து, காவியத்தின் சிதறல்களாகவே காட்சி யளித்தன. கலாரஸிகன், பி.எம். கிருஷ்ணசாமி போன்றோர் மொழிபெயர்த்து வெளியிட்ட பிறமொழிக் கதைகளும் இந்தத்

தன்மையானவையே (எடுத்துக்காட்டு: அம்பபாலிகா, மே 26 1935). மாமனார் வீட்டில் விருந்துண்டுவிட்டு, மனைவி மாடிக்கு வரும்வரை சாய்வு நாற்காலியில் சாய்ந்தபடி இலக்கியத்தை அனுபவிக்கிற தஞ்சாவூர் மிராசுதார் மாப்பிள்ளையின் ரசனைக்குகந்தனவாக இவை அமைந்தனவேயொழிய மனிதாயப் பிரச்சினைகளை ஆழமாகத் தொடுகிற படைப்புகளாக அமையவில்லை.

மொத்தத்தில் புதுமைப்பித்தன், மௌனி போன்ற கலைஞர்களின் படைப்புகளும்[12], கு.ப.ரா., சி.சு. செல்லப்பா, எம்.வி. வெங்கட்ராம், ந. பிச்சமூர்த்தி போன்றோரின் சில தரமான படைப்புகளும் மட்டுமே வடிவக் கட்டுக்கோப்புடன் சிறுகதைக்கான பொலிவைப் பெற்றிருந்தன. பெரும்பாலானவை இந்தத் தகுதியைப் பெறவில்லை. கு.பா.ரா., ந. பிச்சமூர்த்தி போன்றோரின் குறிப்பிட்டுச் சொல்லத்தக்க இலக்கிய ஆக்கங்கள் மணிக்கொடிக்குப் பின்னரே வெளிவந்தன.

கதைகளில் மட்டுமல்லாமல் இதரவற்றிலும் வாசகரஞ்சக மானவற்றுக்கு முக்கியத்துவம் அளிக்கப்பட்டன. சினிமாவுக்கு 'சீனரியோ' எழுதுவதுபற்றிய கட்டுரைகள் (ஏப்ரல் 28, 1934) வெளியிடப்பட்டன. ஒரு நிகழ்ச்சி அல்லது பொருள்பற்றி வாசக ஆவலைத் தூண்டும் வகையில் எழுதி இறுதியில் வாசகன் நினைத்ததற்குத் தொடர்பில்லாத வேறோர் முடிவைக் கூறும் அசட்டு நகைச்சுவையுணர்வுடன் கூடிய கதை கட்டுரைகளுக்கும் (விவசாய வினோதம், கி.ரா. மார்ச் 31, 1935; ரயில் விபத்து, பி. வினாயகம், மே 12, 1935) முழுமையான அசட்டு நகைச்சுவைக் கட்டுரைகளுக்கும் (கொல்லன், குளம், கும்மண்டி, ஏப்ரல் 28, 1935) இடமளிக்கப்பட்டன.

இரண்டாவது கட்டத்தின் பிற்பகுதியில் க.நா.சு, ஆர். ஷண்முக சுந்தரம், எம்.வி. வெங்கட்ராம் போன்றோர் எழுதுகின்றனர். மௌனியின் கதைகள் பல தொடர்ந்து வெளியாயின. இலக்கியத்தையும் இதழியத்தையும் வணிகமயமாக்கிய முன்னோடியாகிய கல்கியின் குருவும், வ.ரா. போன்றோரால் இலக்கிய ரீதியில் விமர்சிக்கப் பட்டவருமாகிய ராஜாஜியின் புகழ்பாடும் போக்கும் தொடங்குகிறது (யாத்ரா மார்க்கம். மார்ச் 5, 1935; மதிப்புரை, ஆகஸ்டு 15, 1937).

இந்தப் பகுதியின் தன்மையை உத்தேசித்து இதை எழுதும் ஆசிரியர் களுக்குப் பூரண சுதந்திரம் அளிக்கப்படுகிறது. இதன் கீழ் வெளிப் படும் அபிப்பிராயங்கள் மணிக்கொடியின் அபிப்பிராயங்களாக இருக்கவேண்டும் என்பதில்லை. (யாத்ரா மார்க்கம், செப். 15, 1937).

என்கிற அறிவிப்புடன் யாத்ரா மார்க்கம் என்கிற இலக்கிய விசாரப் பகுதியொன்று தொடங்கப்பட்டது.

மணிக்கொடிக்காரர்கள் பலரும் பல்வேறு இலக்கிய கருத்துகளை வெளியிடும் விவாதமேடையாகியது இந்தப் பகுதி. மணிக்கொடிக்காரர் களிடையே இலக்கியக் கோட்பாடுகளில் கருத்தொருமிப்பு இல்லை என்பதை இப்பகுதி நிறுவியது. பாரதி பாடல்களின் பாடபேதங்கள் பற்றிய புதுமைப்பித்தனும், கு.ப. ராவும் மேற்கொண்ட விவாதம் இதற்கோர் சான்று. இது ஒரு வரவேற்கத்தக்க நிலைதான் எனினும் ஒரு குழு மனப்பான்மையுடன் தோன்றிய முதற்கட்ட மணிக் கொடிக்கும் இலக்கியக் கருத்துகள்பற்றிய தனிப்பட்ட ஆசிரியர்களின் கருத்து மணிக்கொடியின் கருத்தாகாது எனக் கழற்றிக்கொள்ளும் இரண்டாம் கட்ட மணிக்கொடிக்கும் இடையேயுள்ள வேறுபாடு உணரத்தக்கது. 1936ஆம் ஆண்டில் தொடங்கப்பட்ட அகில இந்திய முற்போக்கு எழுத்தாளர் சங்கத்தைப்பற்றிய குறிப்போ, அதன் நகலறிக்கை பற்றிய விவாதமோ இக்கட்டத்தில் மணிக்கொடியில் இடம் பெறவில்லை என்பதும் கருதத்தக்கது.

மணிக்கொடிப் பொற்காலத்தைப்பற்றி முடிவுக்கு வருமுன் இன்னும் சில செய்திகளையும் நாம் கவனத்திற்கொள்ள வேண்டும். மணிக்கொடி சாதனையாளர்களாகிய புதுமைப்பித்தன், ராமையா, கு.ப.ரா., ந. பிச்சமூர்த்தி, சி.சு. செல்லப்பா, நா. சிதம்பரம் சுப்பிரமணியன், எம்.வி. வெங்கட்ராம், மௌனி போன்ற அனை வரையும் மணிக்கொடிதான் கண்டெடுத்தது என்று சொல்வதற் கில்லை. ராமையா ஆனந்தவிகடன் மூலமாகவே (மலரும் மணமும்) அறிமுகமாகிறார். கலைமகள் நடத்திய பரிசுப் போட்டியின் மூலமாகவே பிச்சமூர்த்தி (முள்ளும் ரோஜாவும்) அறிமுகமாகிறார். தி.ஜ.ரா. புதுமைப்பித்தன், கு.ப.ரா. போன்றோருங்கூட மணிக் கொடியால் அறிமுகப்படுத்தப்படவில்லை.

மணிக்கொடி காலத்தில் வெளியான ஆனந்தவிகடன், கலைமகள் போன்ற பத்திரிகைகளிலும் நல்ல சிறுகதைகள் பல வெளியாகியுள்ளன.

1933ஆம் ஆண்டு தமிழ் மலர்ச்சி இலக்கியச் சரித்திரத்தில் ஓர் எல்லைக் கல். அந்த ஆண்டில் ஆனந்தவிகடன் தமிழ்ச் சிறுகதை இலக்கியத்திற்கு ஒரு பெரும் பணி செய்தது. அந்தப் பத்திரிகையில் முதன்முதலாகச் சிறுகதைப் போட்டி ஒன்று நடத்தினார்கள். அந்தப் போட்டிதான் தமிழ் படிப்பவர்களை இலக்கிய வகைகளில் சிறுகதைக்கு உரிய இடத்தையும் மதிப்பையும்பற்றிச் சிந்திக்கச்

செய்தது... சிறுகதைபற்றிச் சிந்தித்துக்கொண்டிருந்த எழுத்தாளர்களுக்கு 'விகடன்' நடத்திய போட்டி விழி திறந்துவிட்டது' (மலரும் மணமும் முன்னுரையில்) என்று ராமையாவும், விகடன் முயற்சியை ஒட்டி காந்தி, சுதந்திரச் சங்கு, மணிக்கொடி (வாரப் பதிப்பு) கலைமகள், பிரசண்ட விகடன், குமார விகடன் ஆகிய பத்திரிகைகள் சிறுகதைகளை வெளியிட்டுவந்தன

என்று சி.சு. செல்லப்பாவும் (தமிழ்ச் சிறுகதை பிறக்கிறது, பக். 48) கூறுவது கவனத்திற்குரியது.

மணிக்கொடி பொற்காலத்தைப் படைப்பவர்கள் மணிக்கொடி போக்கிற்கெதிராக ஆனந்தவிகடன் போக்கை நிறுத்துவது வழக்கம். இரு போக்கிற்குமிடையேயான வேறுபாடுகளை முற்றாக மறுப்பதில் பொருளில்லை. ஆனால் இரண்டிற்குமிடையேயான வேறுபாடுகளைத் துல்லியமாக வரையறுத்துக்கொள்வது அவசியம். சூதாட்டப் போட்டி உட்பட்ட வணிக நோக்கை மையமாகக் கொண்டு ஆனந்தவிகடன் நடத்தப்பட்டது. மணிக்கொடியைப் பொறுத்தமட்டில் விற்பனையைப் பெருக்குவதற்காக எதையும் செய்வது என்கிற நிலையை இறுதிவரை எடுத்ததில்லை என்பது வெளிப்படை. சாதனையாளர்களின் சோதனை முயற்சிகள் அனைத்தும் மணிக்கொடியில் தடையின்றி அனுமதிக்கப்பட்டன. வாசகர்களுக்குப் புரியாது என்றோ, விற்பனையைப் பாதிக்கும் என்றோ சோதனை முயற்சிகள் தடுக்கப்பட்டதில்லை.

இந்த ஒன்றைத்தவிர ஆனந்தவிகடனுக்கும், மணிக்கொடிக்கும் அதிக வேறுபாடுகள் இருந்ததாகத் தெரியவில்லை. ஆனந்த விகடனிலும் சிறந்த கதைகள் வெளிவந்தன. மணிக்கொடியிலும் பெரும்பாலானவை வாசகரஞ்சகக் கதைகளாகவே இருந்தன. உள்ளடக்கத்தில் இரண்டிற்கும் அதிக வேறுபாடு இருந்ததாகத் தெரியவில்லை. இரண்டுமே மக்கள் பிரச்சினைகளை அணுகவும் இல்லை. எனவேதான் மணிக்கொடிபற்றிப் பேச வரும்போது, 'மணிக் கொடி பொதுத்தன்மையிலும் ஒரு தனித்தன்மை, தனித் தன்மையிலும் ஒரு பொதுத்தன்மை கொண்டிருந்தது' எனவும் (தமிழ்ச் சிறுகதை பிறக்கிறது, பக். 11), ஆனந்த விகடனில் வெளியான ஒரு சில கதைகளை 'இதுவும் மணிக்கொடிப் பாங்கான கதைதான்' (அதே நூல். பக். 17) எனவும் செல்லப்பா போன்றவர்கள் மயங்கிக் கூறவேண்டியதாகிறது.

எனவே மணிக்கொடி போக்கு என இன்று இங்கு சுட்டிக் காட்டப்படுகிறதான நவீன முயற்சிகளை அங்கீகரிக்கும், இறுக்கமான

உடைபடும் மௌனங்கள் ✦ 243

கட்டுக்கோப்பும் வடிவப் பொலிவுமுடைய இலக்கியப் போக்கு என்பது புதுமைப்பித்தன், மௌனி, கு.ப.ரா., ந. பிச்சமூர்த்தி போன்றோர் மணிக்கொடியிலும் அதற்கு அப்பாலும் நின்று உருவாக்கிய போக்குதான் என்பதையும் மணிக்கொடியின் மொத்த நோக்கும் போக்கும் இதுதான் என எடுத்துக்கொள்வது தவறு என்பதையும், இந்தப் போக்கு இலக்கியத்தின் சமூகப் பயன்பாட்டைப் பற்றிக் கிஞ்சித்தும் கவலைப்படாத ஆளும்வர்க்க இலக்கியப் போக்கே என்பதையும், மணிக்கொடி பொற்காலத்தை இன்று சுவீகரித்துக் கொள்ள முயல்கிற சிட்டி, சிவபாத சுந்தரம் போன்றோருக்கும் இந்தப் போக்கிற்கும் எள்ளளவும் தொடர்பில்லை என்பதையும் கவனத்தில் இறுத்திக்கொள்ள வேண்டியது அவசியம். இந்தப் போக்கைத் தமிழ் மறுமலர்ச்சிப் போக்காகக் கொள்வதின் பொருத்தமின்மையை ஆராய்வதற்கு இது ஏற்ற தருணமன்று.

1938 பிப்ரவரி மாதம் தொடங்கி ப.ரா. எனப்படும் ப. ராமசாமி அய்யங்காரை ஆசிரியராகக்கொண்டு மணிக்கொடி வரத் தொடங்கியது. மணிக்கொடி வரலாற்றில் இதனை மூன்றாங் கட்டமாகக் கொள்ளலாம். இரண்டாம்கட்ட மணிக்கொடிக்கும் மூன்றாங்கட்ட மணிக்கொடிக்கும் உள்ள முதல் வேறுபாடு மணிக்கொடியில் மீண்டும் 'ராஜீய விஷயங்கள்' நுழைவது. அரசியலுக்காகக் குறிப்பிட்ட பக்கங்கள் ஒதுக்கப்பட்டன. சர்வதேச அரசியல் பற்றியும் உள்நாட்டு அரசியல் பற்றியும் கட்டுரைகள் மீண்டும் வரத்தொடங்கின. ஆனால் முதற்கட்ட மணிக்கொடி பேசிய அரசியலுக்கும் இந்த அரசியலுக்கும் ஒரு முக்கிய வேறுபாடுண்டு. அதனை விளங்கிக்கொள்ள காங்கிரஸ் கட்சியின் அரசியல் நடைமுறையில் ஏற்பட்ட மாற்றங்களை அறிந்துகொள்ள வேண்டும்.

மணிக்கொடி தொடங்கப்பட்டபோது (1933) காங்கிரஸ் கட்சி சட்டசபை நுழைவைக் கடுமையாக எதிர்த்துக்கொண்டிருந்தது. அன்றைய மணிக்கொடியும் அந்நிய ஆதிக்கத்தையும் சட்டசபை நுழைவையும் எதிர்த்துக் கிளர்ச்சியூட்டும் கட்டுரைகளைத் தாங்கி வெளிவந்தது. ஏப்ரல் 34க்குப் பின்பு காங்கிரஸ் சட்டசபையில் பங்குகொள்ள முடிவெடுத்தது. சட்டமறுப்புப் போராட்டத்தை முற்றிலுமாக நிறுத்திவிட்டுத் தேர்தல் பாதைக்குத் திரும்பியது. ஜூலை 37இல் ஆறு மாகாணங்களில் காங்கிரஸ் அரசுகள் நிறுவப்பட்டன. அசாமிலும் சிந்து மாகாணத்திலும் கூட்டு மந்திரிசபைகள் ஏற்படுத்தப் பட்டன. காங்கிரஸ் இயக்கத்தின் 'தியாக' தலைவர்கள் பிரதம மந்திரி களாகவும் ஆயினர். அதிகாரமற்ற பொம்மை அரசாக இருந்தாலும்,

மந்திரி பதவிகளும் அதிகாரப் படாடோபங்களும் காங்கிரஸ் கட்சியையும் அதன் தலைவர்களையும் மேலும் சீரழிவிற்கு இட்டுச் சென்றன. தேர்தல் பாதையைத் தேர்ந்தெடுத்த எந்தக் கட்சிக்கும் ஏற்படும் இழிவுகள் காங்கிரஸ் கட்சியையும் வந்தடைந்தன. ஆங்கில ஏகாதிபத்தியம் மற்றும் தரகு முதலாளிய, நிலப்பிரபுத்துவ நலன்களைக் காப்பது இந்த மந்திரி சபைகளின் கடமைகளாயின.

அந்நிய ஆதிக்கத்திற்கெதிரான போலி எதிர்ப்பு நடவடிக்கைகள் என்பதும் போய் காங்கிரஸ் மந்திரி சபைகளை ஆதரிப்பதே காங்கிரஸ் ஆதரவாளர்களின் கடமையாகிறது. சர்வதேச அளவில் இரண்டாம் உலக யுத்தத்திற்கான முஸ்தீபுகளில் பாசிச வெறியர்கள் இறங்கியிருந்த காலகட்டம் அது. எனவே மணிக்கொடியின் உள்நாட்டு அரசியல் காங்கிரஸ் மந்திரி சபைகளை ஆதரிப்பதாகவும், சர்வதேச அரசியல் காந்தியின் வழியில் பிரிட்டிஷ் ஏகாதிபத்தியத்தை ஆதரிப்பதாகவும் இருந்தன.

காங்கிரஸ் அரசின் நடைமுறைகளுக்கு எதிராக மக்கள் எதிர்ப்புக் காட்டியபோது, மணிக்கொடி அரசுக்குச் சாதகமாகவும் மக்களுக்கு எதிராகவும் நிற்கத் தயங்கவில்லை. இந்தித் திணிப்பிற்கு ஆதரவான கட்டுரைகள் மணிக்கொடியில் வெளிவந்தன.[13]

சுயமரியாதை இயக்கத்தின் பிராமண எதிர்ப்பும், இந்தி எதிர்ப்பும் இவர்களால் மிகக் கடுமையாக எதிர்கொள்ளப்பட்டன.[14]

காந்தி-போஸ் பிரச்சினை வந்தபோது காந்தியின் பக்கம் நின்று போஸைக் கடுமையாக எதிர்த்தார்கள் (கொடி 7-மணி 12, கொடி 8-மணி 1, கொடி 8-மணி 2). அன்றைய காங்கிரஸ் அரசின் வரவு செலவுத் திட்டத்தை பழைய அரசுகளின் திட்டங்களோடு ஒப்பிட்டுப் பாராட்டி மகிழ்ந்தனர் (கொடி 8-மணி 1). ஏ. ஜி. வெங்கடாச்சாரி என்பவர் தொடர்ந்து உலக அரசியல் விஷயங்களைக் காங்கிரஸ் கட்சியின் பார்வையிலிருந்து எழுதினார்[15]. இந்தக் காலகட்டத்தில் வேறு எப்போதையும்விட தொழிலாளர்களின் வேலை நிறுத்தங்கள் அதிகமாக இருந்தன (Indian Society, P. 321). ஆனால் இவை எதைப்பற்றியும் ஆதரித்துக் கட்டுரைகள் எழுதப்படவில்லை. மொத்தத்தில் முதற்கட்ட மணிக்கொடியின் கிளர்ச்சி மதிப்பீட்டுடன் கூடிய அரசியல் கட்டுரைகளுக்கு முற்றிலும் மாறான பிற்போக்குத் தனமான அரசியல் மதிப்பீடுகளே மூன்றாவது கட்ட மணிக்கொடியில் முன்னிலைப்படுத்தப்பட்டன.

உடைபடும் மௌனங்கள் ✦ 245

மூன்றாவது கட்ட மணிக்கொடியின் இன்னொரு போக்கும் நமது கவனத்திற்குரியது. நிலப்பிரபுத்துவ மதிப்பீடுகளைத் தூக்கிப் பிடிக்கும் இன்றைய ஆனந்த விகடன், இதயம் பேசுகிறது, தாய் போன்ற பத்திரிகைகளின் இந்துமீட்புவாதப் புனிதத்தொடர் கட்டுரைகளின் முன்னோடியே போன்று வைணவப் பெரியார்களின் வாழ்க்கை வரலாறுகள் தொடர்ந்து 'சித்ரா' என்பவரால் எழுதப்பட்டன.[16]

சினிமா ஸ்டில்கள் வெளியிடப்பட்டன. எலக்ட்ரான் இயல் பற்றி வி. அனந்தகிருஷ்ணன் பி.ஏ. தொடர்ந்து எழுதினார்.[17] பிற இந்திய மொழிகளிலிருந்து மொழிபெயர்ப்புகளும் நிறைய வெளி வந்தன.

மணிக்கொடி போக்கிற்குக் காரணமானவர்களாகிய புதுமைப் பித்தன், கு.ப.ரா, பிச்சமூர்த்தி போன்றோரின் கதைகள் அதிகம் இந்தக் கட்டத்தில் மணிக்கொடியில் வெளிவரவில்லை. ராமையா இந்தக் கட்டத்தில் மணிக்கொடியில் எழுதவேயில்லை. கு.ப.ரா, மௌனி, எம்.வி. வெங்கட்ராம் போன்றோரின் எழுத்துகள் எப்போதாவது வெளிவந்தன. மௌனியின் கதைகள் சில வெளிவந்தன. லா.ச. ராமாமிர்தம், இலங்கையர்கோன் ஆகியோர் இந்தக் கட்டத்தில் எழுதத் தொடங்கினர். டி.கே.சி. போன்றோரின் ரசனைக் கட்டுரைகளுக்கும் (கம்பன் மாண்பு, மணி 8-கொடி 3), ராஜாஜி போதம் என்ற ராஜாஜியின் அறவுரைக் கட்டுரைகளுக்கும் (மணி 8-கொடி 7, மணி 8- கொடி 8) கூட இடம் கொடுக்கப்பட்டன.

சிட்டி போன்றோரின் அசட்டு நகைச்சுவைக் கட்டுரைகள் இந்தக் கட்டத்தில் அதிகம் வெளிவரவில்லை. மணிக்கொடிப் போக்காகக் கூறப்படும் வடிவ இறுக்கமுள்ள சிறுகதைகள் இரண்டாம் கட்டத்துடன் ஒப்பிடும்போது மிகச்சிலவே வெளிவந்தன. நிலப்பிரபுத்துவ உணர்வூட்டக்கூடிய, எதார்த்தத்திற்குப் புறம்பான. அற்புத ரசனை யுடன்கூடிய காவ்யச் சிதறல்களாகக் காட்சியளிக்கும் கதைகளே மிகுதியாக வெளிவந்தன.[18]

முதற்கட்டத்தில் இருந்த கிளர்ச்சி மதிப்பீடும் இல்லாமல், இரண்டாவது கட்டத்தைப்போல இலக்கியப் பரிசோதனைக் களமாகவும் இல்லாமல் ஆனந்த விகடன் போன்று வணிக நோக்கையும் பூர்த்தி செய்யாமல், மக்கள் பிரச்சினைகளைத் தவிர்த்ததால் மக்களுடன் ஐக்கியமுமாகாமல் போனதன் விளைவாக விரைவில் மணிக்கொடி செத்துப்போனதென்பது தவிர்க்க இயலாததாகியது.

மொத்தத்தில், மணிக்கொடி பொற்காலப் பெருமை ஒன்றை இன்று சிலர் நிறுவ முயல்கிற தருணத்தில் மணிக்கொடியின் இடத்தைத் தமிழிலக்கிய வரலாற்றில் சரியாக அடையாளம் காண முயல்கிற எவரும், 'மணிக்கொடி எந்நாளுமே பட்டொளி வீசிப் பறந்ததில்லை' என்கிற பேராசிரியர் கைலாசபதி அவர்களின் கூற்றை அவ்வளவு எளிதில் புறக்கணித்துவிட முடியாது என்பது தெளிவு.

குறிப்புகள்

1. ஆதாரங்களில் குறிப்பிடப்பட்டுள்ள தேதி, அந்தத் தேதியிட்ட மணிக்கொடி இதழைக் குறிக்கின்றது.

2. 1950இல் மீண்டும் பி.எஸ். ராமையாவின் பொறுப்பில் மணிக் கொடி நான்கைந்து இதழ்கள் வெளிவந்துள்ளன. மணிக்கொடி காலம் என்கிற வரையறைக்குள்ளேயே அவை வருவதற்குரியன அல்ல என்பது 'இரண்டாவது முறை தொடங்கியபோது' 'மணிக்கொடி'க்கு முந்திய கௌரவம், மதிப்பு, கனம் எதுவுமே கிட்டவில்லை. அதற்கு வேண்டிய சூழ்நிலையே ஏற்படவில்லை' என்கிற ராமையாவின் கூற்றிலிருந்தே (மணிக்கொடி காலம், பக். 374) புலனாகும்.

3. மணிக்கொடியின் அனைத்து இதழ்களையும் பரிசீலித்து இக் கட்டுரை எழுதப்படவில்லை. எனினும் 75 சதத்திற்கு மேற்பட்ட மணிக்கொடி இதழ்கள் பரிசீலிக்கப்பட்டன. முதற்கட்ட இதழ் களைத் தந்து, குறிப்பெடுக்கவும் உதவிய திருமதி புவனேஸ்வரி வ.ரா. அவர்களுக்கும், பிற இதழ்களைத் தந்து குறிப்பெடுக்கவும் உதவிய ஆண்டிப்பட்டி ராஜு ரெட்டியார் அவர்களுக்கும் என் நன்றிகள் என்றென்றும் உரியன.

ஆதாரக் குறிப்புகள்

1. பி.எஸ். ராமையா, மணிக்கொடி காலம், பக்: 54; கமில்ஸ்வாலபில், The Smile of Muruga பக். 169; மா. இராமலிங்கம், விடுதலைக்கு முன் புதிய தமிழ்ச் சிறுகதைகள்.

2. 'பாரத வாசிகளாகிய நாம் இப்போது புனருத்தாரணம் பெறுவதற்குக் கல்விவேண்டும் எனச் சிலர் சொல்லுகிறார்கள். நாம் துணிவு வேண்டும் என்கிறோம். துணிவே தாய். அதிலிருந்துதான் கல்வி முதலிய மற்றெல்லா நன்மைகளும் பிறக்கின்றன.' (வீரச்சொல், 24-9-33, பக். 3)

3. ‘பழங்கணக்கு நேற்றைய நிகழ்ச்சி. நேற்றைய நிகழ்ச்சி நேற்றோடு முடிவதில்லை. இன்றும் தொடர்ந்து வருகிறது. நாளையும் தொடர்ந்து வரும்’ *(17-9-33. பக். 3)* - இந்தப் பிரகடனத்தோடு ‘பழங்கணக்கு’ பகுதி தொடங்கப்பட்டது.

4. ‘கோபம்கொள்ளாதே’ என்கிற சமூக மதிப்பீட்டைக் கேலிசெய்து, ‘கோபமில்லாத மனிதன் இயந்திரம், சவம், அல்லது யோகி; கோபம் கொள்ளாதவனுக்கு வளர்ச்சியும் கிடையாது. வாழ்வும் கிடையாது’ என்று கூறிக் *(17-9-33 பக். 5)* கோபம்கொள்ளத் தூண்டினார்கள். இதேபோல ‘நல்லதனம் என்பது சுயநலத்தைக் கவனிக்கும் குணங்களில் முதன்மையானது’ என்று கூறி *(25-9-33. பக். 5)* ‘நல்லவனாக இரு’ என்கிற மதிப்பீட்டைக் கேலி செய்தனர்.

5. ‘படைப்பை உள்நின்று ஆட்டி வைக்கும் இயற்கைபற்றிய அறிவைத்தான் பெரியார்கள் ஞானம் என்று பெயரிட்டு அழைக் கிறார்கள்’ *(17-9-33. பக். 5)*.

6. ‘நல்ல இலக்கியம் மேதையின் வெள்ளப் பெருக்காகும். மேதை வேறு; புலமை வேறு. புலமை கலாசாலை விற்பனைப் பொருள். மேதையோ கடவுளின் கனிவுகொண்ட பரிசாகும். பழக்கத்தில் வருவது புலமை; பிறவியில் ஏற்படுவது மேதை’ *(17-9-33, பக். 6)*.

7. சேலம் பஞ்சப்பாட்டும், வெள்ளாறு வெள்ளப்பாட்டும், வண்ணார வீராயி பாட்டும் சேகாதாஸின் துக்கடாப் பாட்டுகளும், மருமகள் பிலாக்கண ஒப்பாரிப் பாட்டும் தாளத்துக்குள்ளடங்கி மெட்டுடன் மினுக்குகின்றன. இவற்றையே ஸரஸ்வதியின் அருள் பிரசாதமாக மதித்து மயங்கி நிற்கும் மக்களுக்கு இலக்கியத்தைப் பற்றி என்ன பேசுவது, எவ்வாறு பேசுவது?’ *(17-9-33, பக். 6)* ‘தெருக்கூத்து ஆதியிற் சிறந்த நாட்ய முறையைச் சேர்ந்திருந்த போதிலும் காலாந்த்ரத்தில் நீசபாத்ரங்கள் கையாண்டு வந்ததால் க்ராம்யமாக உருக்குலைந்து கிடக்கிறது’ *(17-9-33, பக். 77)*.

8. கவிதையில் தர்க்கம் இருக்கமுடியாது என்று கூறும்போதும் *(17-9-33, பக். 7)*, நாடகம், கவிதை ஆகியவை ரசிப்பவனின் உள்ளக் குறைநிறைகளைப் பிரதிபலிக்கும் கண்ணாடியாக விளங்குகின்றன என்கிறபோதிலும் *(17-9-33, பக். 7; 14-1-34, பக். 15)* இலக்கியத்தின் அழகியல் முக்கியத்துவம், செயற்பாடு ஆகியவைபற்றிய அவர்களது கருத்து தெளிவாகிறது. பிச்சமூர்த்தி

போன்றவர்கள் மணிக்கொடிக்குப் பின் எழுதிய எழுத்துகளிலும் கவிதைபற்றிய ஆரோக்கியமான சில கருத்துகளைக் கூறியிருப்பது கவனத்திற்குரியது.

9. 'மொழி வளர்ச்சிக்குத் தடையாக இருக்கும் தடைகள் நால்வகை. தமிழ் நெடுங்கணக்கு, தமிழ் இலக்கணம், பண்டிதர் வீண் பெருமை, ஆங்கிலத்தின் மகிமை... உயர் தனிச் செம்மொழி என்ற வறட்டுப் பண்டிதரின் வீண்பெருமை. சிவபெருமான் தந்தது என்றும், தூய தமிழன்னையைப் பிற மிலேச்ச மொழி தீண்ட லாகாது எனவும் பிதற்றித் திரிபவர் பிரச்சாரத்தை ஒடுக்க வேண்டும்' (1-10-33, பக். 3).

'தமிழில் இல்லாதன இல்லை இளங்குமரா என்கிற கிழட்டுத் தத்துவம், ஆழ்ந்த உணர்ச்சியற்ற போலித்தத்துவம் ஒழிய வேண்டும். இப்பொழுது இலக்கியத்தின் பெயரால் நடக்கும் ஆராய்ச்சிகள் 'முதல் குரங்கு தமிழனாய்த்தான் மாறியதா' என்பது முதல் கம்பன் சைவனா, வைஷ்ணவனா, தமிழ் எழுத்துகள் 'ஓம்' என்ற முட்டையை உடைத்துக்கொண்டு வெளிவந்துள்ள வரலாறு வரையுள்ள இலக்கியத்திற்குப் புறம்பான 'தொண்டுகளை' எல்லாம் அப்படியே கட்டிவைத்துவிட்டு இலக்கியத்தை அனுபவிக்கும் முறையை உணர்த்த முன்வர வேண்டும்' (புதுமைப்பித்தன், 1-7-34, பக். 12) (அழுத்தம் நம்முடையது.)

10. 'ஜப்பான் திமிங்கிலமானாலும் சரி, பிரிட்டிஷ் திமிங்கில மானாலும் சரி, இந்தியத் திமிங்கிலமானாலும் சரி கைத்தறி நெசவுக்காரன் ஒருவன் இருக்கிறானே என்ற நினைப்பு கொஞ்சம் கூட இல்லை. விவசாயி இந்தியாவின் உயிர். கைத்தறி நெசவுக் காரன் இந்தியாவின் உடல்... இந்த மூன்று திமிங்கிலங்களும் ஒரே வகையைச் சேர்ந்தவை என்று மேலே குறிப்பிட்டோம்... ஆகவே மில்களைத் தேசத்தின் பொதுவாக்கி ரயில்வேக்களைப் போல சர்க்காரே நிர்வகிக்க வேண்டும்.' (1-10-33, பக். 5)

11. இந்தக் கதைக்கு பின்வருமாறு மணிக்கொடியில் விளம்பரம் செய்யப்பட்டது. 'அடுத்த மணிக்கொடிபற்றி ஒரு வார்த்தை. அதில் 'அலங்கார புருஷன்' என்ற புதிய நாவல் ஒன்று வெளியாகிறது. அதன் முதல் அத்தியாயம் ஒரு தாசியின் வீட்டில் மகா தந்திரமாக நடத்தப்பட்ட ஒரு கொள்ளையைப் பற்றிச் சொல்கிறது. இதுவரை தமிழில் வெளிவந்துள்ள நாவல்களிலிருந்து மாறுபட்டு,

பக்கத்திற்குப் பக்கம் மனதைக் கவரும் போக்குடன் அமைந்துள்ள அந்த நாவலை நீங்கள் படிக்காமல் இருக்கக்கூடாது (மார்ச் 31, 1935, பக். 8)'

12. புதுமைப்பித்தனின் 'டாக்டர் சம்பத்' (ஏப்ரல் 14, 1935) போன்றவை இதற்கோர் விதிவிலக்கு.

13. 'தற்சமயம் 40,000 மாணவர்கள் ஹிந்துஸ்தானி படிக்கிறார்கள். எதிர்ப்புக்கு முன்பு தமிழ்நாட்டில் 1937இல் 680 பேர்தான் ஹிந்துஸ்தானி படித்தார்கள்... ஹிந்துஸ்தானியின் அவசியத்தைப் பற்றி ஜனங்களுக்குச் சொல்ல ஹிந்துஸ்தானி படித்தவர்களே தயாராகிவிடுவார்கள். அவர்களுடைய பிரச்சாரத்திற்கு முன்பு 'தமில் வால்க' என்ற கோஷிக்கும் கூட்டத்தாரின் பிரச்சாரம் என்ன செய்ய முடியும்?' (12.1.39)

14. 'காங்கிரஸ் எதிரிகள் பிராமணர், பிராமணரல்லாதார் என்ற துவேஷப் பிரச்சாரத்தையே பலமாய்ச் செய்துவருகிறார்கள். அவர்கள் இந்த முறையைக் கைக்கொண்டிருப்பதால் பிராமணரர் அல்லாதாராகிய சு.ம. காலிகள் மீது நடவடிக்கை எடுக்கத் தயக்கமாக இருக்கிறதா? பிராமணரல்லாதாரில் சுயநலம் இல்லாதவர்கள் ஹிந்துஸ்தானி எதிர்ப்பை ஆதரிக்கவில்லை என்பதைப் பிரதம மந்திரி கவனிக்க வேண்டும். ஏமாந்தவர்களும் பொறாமை பிடித்தவர்களும் மட்டுமே அக்கட்சியில் அதிகமாக இருக்கிறார்கள். அக்கட்சியில் சேர்ந்திருக்கும் இரண்டொரு பிராமணர்களின் யோக்கியதையைக்கொண்டே அக்கட்சியின் யோக்கியதையை நிர்ணயித்து விடலாம். இவ்வளவையும் அறிந்த பின்னும் தான் பிராமணர் என்பதற்காக. சு.ம. காலிகள் பிராமணரல்லாதார் என்ற காரணங்கொண்டு அவர்களின் காலித்தனத்தை அடக்கப் பிரதமமந்திரி தகுந்த நடவடிக்கை எடுக்கத் தயங்குகிறாரா?' (12.1.39 பக். 18, 19).

15. சில கட்டுரைத் தலைப்புகள்; 'உக்ரேன்' (12-1-39), 'பிரிட்டிஷ் யுத்த ஏற்பாடுகளின் மர்மம்' (27-1-39), இனி எந்த நாட்டைப் பிடிப்பது? (கொடி 8-மணி 3)

16. சில தலைப்புகள்: 'தொண்டரடிப் பொடியாழ்வார் அல்லது விப்ர நாராயணன்' (கொடி 7-மணி 10) 'திருப்பாணாழ்வார்' (கொடி 7-மணி 11); 'மதுரகவி ஆழ்வார்' (கொடி 8-மணி 2); 'திருமங்கை ஆழ்வார் ஆத்ம சோதனை' (கொடி 8-மணி 3).

17. சில தலைப்புகள்: 'ரேடியோ', (கொடி 8-மணி 2). 'வயர்லெஸ்' (கொடி 8-மணி 3); 'ஸ்டுடியோவிற்குள்' (கொடி 8-மணி 4).

18. எடுத்துக்காட்டுகள்: 'கதையின் முடிவு' - எஸ். ராங்கராஜு, 12-1-39; 'புத்தம் சரணம் கச்சாமி', சேது அம்மாள், 12-1-39; 'ராஜி உடன்படிக்கை', மொழிபெயர்ப்பு, 12-1-39.

-முனைவன் இதழின் மணிக்கொடி பொன்விழா மலர், 1983.

2.5

எண்பதுகளில் மார்க்சிய இலக்கிய விமர்சனமும் முற்போக்கு எழுத்து முயற்சிகளும்

1

மார்க்சியம் அது தோன்றிய காலத்திலிருந்து எத்தனையோ நெருக்கடி களைச் சந்தித்து வந்திருந்த போதிலும் எண்பதுகளில் மிகவும் தீவிரமான ஒரு நெருக்கடியை எதிர்கொள்ள வேண்டியிருந்தது. முந்தைய நெருக்கடிகளுக்கும் இதற்கும் சில அடிப்படையான வேறுபாடுகள் உள்ளன. இதற்குமுன் 'மார்க்சியம் காலாவதியாகி விட்டது' என்ற குரல் எழுப்பப்பட்ட போதெல்லாம் மார்க்சியத்தின் பெயரால் இயங்கிவந்த பொதுவுடைமைக் கட்சிகள் இதற்கு எதிரான பதிலை உரத்து ஒலித்து வந்தன. இன்றும்கூட ஒரு சில கட்சிகள் அம்முயற்சியைச் செய்தபோதிலும் மார்க்சியத்தின் நெருக்கடியைப் பறைசாற்றும் முதற்குரல் இக்கட்சிகளிலிருந்தே ஒலிக்கத் தொடங்கின. இதனை அவர்கள் நேரடியாகச் சொல்லாவிட்டாலும் சோஷலிசக் கட்டுமான நடைமுறைகள், குறிப்பாக மையப்படுத்தப்பட்ட திட்டமிடுதல் - கடுமையான அரசியல், பொருளாதார, கலாச்சார நெருக்கடிகளை உருவாக்கியிருக்கின்றன என்று பிரச்சாரம் செய்வதன் மூலம் வெளிப்படுத்துகின்றனர். இந்த நெருக்கடிகளிலிருந்து மீள்வதற்கான ஒரே வழி மையப்படுத்தப்பட்ட திட்டமிடுதலையும், உலக முதலாளியத்திலிருந்து துண்டித்துக்கொண்ட சுயேச்சையான பொருளாதாரக் கட்டமைப்பையும் விட்டொழித்துவிட்டுச் சந்தைப் பொருளாதாரம், தனிச் சொத்துரிமை, உலக முதலாளியத்துடன் இணைத்துக்கொள்ளல் ஆகியவைதான் என ஏதோ ஒரு வகையில் ஒப்புதல் வாக்குமூலங்களை வாரி இறைப்பதன் மூலம் இதனைச் செய்துவருகின்றன. மேற்குறிப்பிட்ட பொருளாதார நடவடிக்கைகள் தவிர அரசியல் ரீதியாகவும், பண்பாட்டு ரீதியாகவும் 'சோவியத்

யூனியன்' மற்றும் கிழக்கு ஐரோப்பிய நாடுகள் உலக முதலாளியத் துடன் தன்னைத் தகவமைத்துக்கொண்ட பின்னும்கூட அங்கே ஏற்பட்டுள்ள கடுமையான நெருக்கடிகளின் விளைவாக பொது வுடைமைத் தத்துவத்தின் எதிரிகள் மார்க்சியத்தின் மீது தொடுக்கும் கடுந்தாக்குதல்களுக்குச் சித்தாந்தரீதியான வன்மையான எதிர்த் தாக்குதல்கள் எதுவும் இவர்களிடமிருந்து எழுவதில்லை. இன்றைய நெருக்கடிகளின் இன்னொரு பரிமாணம் 'சோஷலிச' உலகெங்கிலும் அந்த அரசுகளுக்கு எதிராக எழுந்துள்ள கடும் மக்கள் எழுச்சிகள் — ஒருமித்த குரலோடு அம் மக்களனைவரும் ஒருங்கு திரண்டெழுந்து பாட்டாளிவர்க்கச் சர்வாதிகாரம் என்ற பெயரிலான கொடும் கட்சி, அதிகார வர்க்க அமைப்புகளை எதிர்த்து நிற்கின்றனர். உலக முதலாளிய சக்திகள் இதற்குப் பின்புலமாக உள்ளன. இத்தகைய எதிர்ப்புகளை முன்னூகித்து மேற்கொள்ளப்பட்ட பெரிஸ்த் ரோய்கா, கிளாஸ்நாஸ்ட் நடவடிக்கைகள் சோவியத் அரசை ஓரளவுக்குத் தற்காலிகமாகக் காப்பாற்றியுள்ளதுபோலத் தோன்றினாலும் நெருக்கடிகள் தீர்ந்தபாடில்லை. சீனத்தில் மக்கள் எழுச்சி கொடூரமாக அடக்கப்பட்டுள்ளது. ருமேனியா, போலந்து, கிழக்கு ஜெர்மனி போன்ற இடங்களில் அடக்குமுறைகள் வெற்றி பெறவில்லை; ஆட்சி அதிகாரங்கள் தூக்கி எறியப்பட்டுள்ளன.

பொதுவுடைமையின் பெயராலும், மார்க்சியத்தின் பெயராலும், மார்க்ஸ் - எங்கெல்ஸ் - லெனின் - ஸ்டாலின் - மாவோ போன்றோரின் பெயராலும், அரிவாள் - சுத்தி குறியோடும், கடந்த பல பத்தாண்டு களாகக் கட்சி அதிகாரவர்க்கச் சர்வாதிகாரக் கொடுங்கோன்மை செயற்பட்டதன் விளைவாக மேற்குறிப்பிட்ட மக்கள் எழுச்சிகள் அனைத்தும் அவ்வவ்வரசுகளுக்கு எதிராக மட்டுமின்றி மார்க்சியத் திற்கே எதிராகவும் உலக முதலாளியத்திற்கு ஆதரவாகவும் மேற்கொள்ளப்படும் அவலம் மார்க்சியம் எண்பதுகளில் எதிர் கொண்ட மாபெரும் நெருக்கடி எனலாம். இந்த எழுச்சிகளையெல்லாம் வரவேற்கத்தக்கதாகப் பார்ப்பதா, எதிர்மறையாகப் பார்ப்பதா, மேற்கொள்ளப்படும் சீர்திருத்தங்களை முழுமையாக வரவேற்பதா, முற்றாகப் புறந்தள்ளுவதா என்கிற விவாதங்களுக்குள் இங்கே நாம் புகவேண்டாம். இவ்வளவான பின்னும்கூட ஒரு முழுமையான பகுப்பாய்வுக்கும் மறுபரிசீலனைக்கும் கட்சிகள் தயாராக இல்லை என்பதை மட்டும் சுட்டிக்காட்டிவிட்டு மேற்கூறப்பட்ட பின்னணியில் இங்கே ஏற்பட்டுள்ள சூழல் மாற்றங்களை மட்டும் அடையாளம் காண முயல்வோம். அவை:

1. மார்க்சியத்திற்குள் என்றென்றைக்குமாய்த் தீர்க்கப்பட்டு விட்டதாக உரிமை கொண்டாடப்பட்ட பல கேள்விகள் இன்று மீண்டும் முளைத்துள்ளன. 'நூறு பூக்கள் மலரட்டும்' என்ற முழக்கத்தை முன்வைத்த மாவோயிஸ்டுகள், ஸ்டாலினை ஏற்றுக் கொள்பவர்கள், மறுப்பவர்கள் எனச் சகலதரப்புக் கட்சி மார்க்சியர்களாலும் கலை இலக்கியத்துறையில் மேற்கொள்ளப் பட்டு வந்த ஸ்தானோவியப் பார்வை ஆட்டம் கண்டுள்ளது. இதனடியாகப் பிரதிபலிப்புக் கொள்கை, அடித்தளம் - மேற் கட்டுமானம் ஆகியவற்றை நேரடியாகப் பொருத்திப் பார்த்தல், இலக்கிய-தத்துவ முயற்சிகளைக் கட்சி நோக்கத்திற்குக் கீழ்ப்படிந்த வெறும் கருவிகளாகப் பார்த்தல், சோஷலிச எதார்த்தவாதக் கருத்துகள் ஆகியவை மறுபரிசீலனைக்கு உள்ளாக்கப்பட்டுள்ளன.

2. ஸ்தானோவியப் பார்வையினடியிலான வறட்டு அளவுகோல் களை வைத்துக்கொண்டு 'இது முற்போக்கு', 'அது பிற்போக்கு', 'இது எதார்த்தவாதம்', 'அது விமர்சன எதார்த்தவாதம்', 'இது இயல்பியல் வாதம்', 'அது சோக ஓலம்' என்றெல்லாம் முத்திரை குத்திச் சண்டப் பிரசண்டம் செய்துகொண்டிருந்தவர்கள் சற்றே ஒடுங்கியுள்ளனர். மார்க்சியமாக அறியப்பட்டவற்றைக் கறாரான பொருள் முதல்வாதப் பார்வையில் கேள்வி கேட்டவர்களை 'இவர்கள் மார்க்சிய எதிரிகள், அமெரிக்கக் கைக்கூலிகள்' என்றெல்லாம் பழி சொல்லி ஒதுக்குகிற தெம்பையும் திராணியையும் அவர்கள் இன்று இழந்துள்ளனர்.

3. அறியப்பட்ட மார்க்சியத்திற்கு இன்று கிடைத்துள்ள அடிகளின் அடிப்படையில் மார்க்சியத்தைக் கருத்துமுதற் சிந்தனைகளுடன் இணைத்து முன்னிறுத்துவது, அல்லது மார்க்சிய அணுகல் முறையே இன்று காலாவதியாகிவிட்டது என்கிற கருத்தை மறைமுகமாக வற்புறுத்துவது போன்ற போக்குகள் முனைப்பாகச் செயற்படத் தொடங்கியுள்ளன.

இந்தப் போக்குகள் தமிழ் மார்க்சிய இலக்கிய விமர்சனச் சூழலில் எவ்வெவ்வாறு வெளிப்பட்டன, படைப்பிலக்கியத் துறையில் அவை என்ன தாக்கத்தை ஏற்படுத்தின என்பவற்றைச் சுருக்கமாய்க் காண்போம்.

2

எண்பதுக்கு முற்பட்டுத் தமிழ்ச்சூழலில் நடைமுறையில் இருந்த மார்க்சிய இலக்கிய விமர்சனப் போக்குகள் குறித்துச் சிலவற்றைக் குறித்துக்கொள்வது அவசியம். இந்தியாவில் மார்க்சியம் ரஷ்யா வழியாகவே வந்தது. தமிழில் மார்க்சிய இலக்கிய விமர்சனம் ஜீவா, ரகுநாதன் போன்றோரால் தொடங்கி வைக்கப்பட்டது எனலாம். ஸ்தானோவியம் உலக அரங்கில் கோலோச்சிய ஒரு காலகட்டத்தில் இவர்கள் தங்களின் விமர்சன வாழ்வைத் தொடங்கினர். இறுதிவரை மேலை மார்க்சியம், புதிய இடது சிந்தனைகள் போன்றவை குறித்து எள்ளளவும் பரிச்சயமற்றவர்களாக இவர்கள் தம்மைக் காப்பாற்றிக் கொண்டனர். பண்டை மரபு, பண்பாடு ஆகியவற்றின் பின்னணியில் அகில இந்தியத் தேசியம் கட்டமைக்கப்பட்டிருந்த சூழலில் அதன் விளைவான தேசிய இயக்கம், மணிக்கொடி இயக்கம் ஆகியவற்றின் தாக்கத்தில் செயல்பட்ட இவர்கள் வெறும் விமர்சகர்களாகவன்றி படைப்புத் துறையிலும் முயற்சிகள் செய்தவர்கள். பாரம்பரியங்களில் உள்ள மனிதாயக் கூறுகளைப் பற்றிக்கொள்ள வேண்டுமென்ற லெனினியக் கலாச்சாரக் கொள்கையைச் சாதகமாக எடுத்துக்கொண்டு கம்பன், பாரதி போன்ற இலக்கியப் பாரம்பரியங்களை விமர்சன மின்றி மிக்க தாராளவாதத்துடன் அணுகினர்.

தமிழில் மார்க்சிய இலக்கிய விமர்சனத்தின் அடுத்த கட்டம் பேராசிரியர் நா. வானமாமலை, நெல்லை ஆய்வுக்குழு. ஈழத்திலிருந்து கொண்டே தமிழ்ச் சூழலில் குறிப்பாகக் கல்விச் சூழலில் மிகுந்த பாதிப்பை ஏற்படுத்திய பேராசிரியர்கள் கைலாசபதி, சிவத்தம்பி ஆகியோருடன் தொடங்குகிறது. தாராளவாத மனிதாபிமான பின்னணியிலிருந்து கொஞ்சம் விலகிச் சற்றே கறாரான ஆய்வு முறையியலை இவர்கள் பின்பற்றினர். மானுடவியல், சமூகவியல் ஆகிய துறைகளையும் உள்ளடக்கி இலக்கியத்தின் சமூகப் பின்னணியைச் சுட்ட இவர்கள் முனைந்தனர். பண்டைய இலக்கியங் களின் சமூக வேர்கள் குறித்து மார்க்சியமல்லாத அணுகல்முறைகளால் சொல்ல இயலாத சில அம்சங்களை இவர்கள் சொல்ல நேர்ந்ததன் விளைவாக தமிழ் ஆய்வுச் சூழலில் இவர்கள் ஏற்படுத்திய தாக்கம் பாரதூரமானது. எனினும் நவீன இலக்கிய விமர்சனங்களைப் பொறுத்தமட்டில் பிரதிபலிப்புக் கோட்பாடு, சோஷலிச எதார்த்த வாதம், ஸ்தானோவியம் ஆகியவற்றை உயர்த்திப் பிடித்த வகையில் இவர்களும் ஜீவா, ரகுநாதன், ஆர்.கே. கண்ணன், தி.க. சிவசங்கரன் போன்ற இயக்கம் சார்ந்த மார்க்சியர்களிடமிருந்து அதிகம் வேறுபட

வில்லை. நவீனத்துவ முயற்சிகளை நம்பிக்கை வறட்சி என்றும், சோக ஓலங்கள், 'பிராய்டிய' உளறல் என்றும் இவர்கள் புறக்கணித்தனர். நா.வா.வின் புதுக்கவிதை பற்றிய நூலும்[2] இளங்கீரன் கணேசலிங்கன் போன்றோர் குறித்த கைலாசபதியின் பார்வைகளும்[3] இவர்களது வறட்டுத்தனமான இலக்கியப் பார்வைகட்குச் சில சான்றுகள். இவற்றின் அடிப்படையில் வெங்கட்சாமிநாதன் போன்ற மார்க்சிய எதிரிகள் மார்க்சிய அணுகல்முறைக்கு எதிராகவே தங்கள் தாக்குதல்களை முன்வைத்தனர்.[4] 'கலை இலக்கியப் பெருமன்றம்', 'முற்போக்கு எழுத்தாளர் சங்கம்' போன்ற அமைப்புகளைப் பொதுவுடைமைக் கட்சிகளோடு இணைந்து உருவாக்கிச் செயல்பட்டு வந்தனர்.

இதே சமயத்தில் ஸ்தானோவியத்திற்கு எதிரான பார்வைகள் மேலை மார்க்சியர்களாலும் புதிய இடதுசாரி சிந்தனையாளர்களாலும் உலகெங்கிலும் முன்வைக்கப்பட்டன. 1932இல் முதன் முதலாக வெளியான மார்க்சின் 1844 கையெழுத்துப்படிகள் மற்றும் அதன்மூலம் அறிமுகமான 'அந்நியமாதல்' கோட்பாடு மார்க்சிய சிந்தனைச் சூழலில் ஒரு புதிய தாக்கத்தை ஏற்படுத்தியது. 1960களில் தமிழிலும் இந்தத் தாக்கம் செயல்படத் தொடங்கியது. எஸ்.என். நாகராசன், எஸ்.வி. இராஜதுரை, ஞானி ஆகியோரை இங்கே அதன் வாரிசுகளாகக் குறிப்பிடலாம். ஹெகலிய தாக்கமுடைய மார்க்சியச் சிந்தனை என அல்தூஸ்ஸர் போன்ற அறிஞர்களால் தூக்கி எறியப்பட்ட அந்நியமாதல் கோட்பாட்டினடிப்படையில் சிந்தித்த இவர்கள் சோஷலிச எதார்த்த வாதம், பிரதிபலிப்புக் கொள்கை ஆகியவற்றைப் புறக்கணித்தனர். நவீனத்துவத்தை வறட்டு மார்க்சியர்களைப் போலன்றி மிகவும் வரவேற்கத்தக்கதாக இவர்கள் அணுகியபோதும் மார்க்ஸ் போன்றோரால் மிகவும் பிற்போக்காகத் தூக்கி எறியப்பட்ட கீழைத்தேயத் தத்துவ மரபில் நாகராசன், ஞானி ஆகியோர் முற்போக்கைத் தேட முயன்றனர். இவற்றினடிப்படையில் வெங்கட் சாமிநாதன் போன்ற 'அறிவித்துக்கொண்ட மார்க்சிய எதிரிகளுக்கு' மிகவும் அணுக்கமானவர்களாகவும் கட்சி நடைமுறையிலிருந்த மார்க்சியர்களுக்கு எதிரானவர்களாகவும் ஆயினர்.

சோஷலிச எதார்த்தவாத அணுகல்முறையில் தொடங்கி அமைப்பியல் அணுகல் முறையைத் தழுவிய தமிழவன் எழுபதுகளில் மார்க்சிய மையநீரோட்டத்திலிருந்து விலகிய இன்னொரு முக்கிய ஆய்வாளர். எழுபதுகளின் இறுதியில் திரண்டிருந்த மார்க்சிய இலக்கிய விமர்சனப் போக்குகளாக இவற்றையே குறிப்பிடலாம்.

3

1976இல் மாவோ மறைந்தார். அடுத்த இரண்டாண்டுகளில் டெங்கின் சீனம் 'புதிய பாதை'க்குத் திரும்பியது. தனிச் சொத்துரிமை, வெளிநாட்டுக் கூட்டு ஆகியவற்றுக்குக் கால்கோள்கள் இடப்பட்டன. போலந்தில் 'சாலிடாரிடி' தலைமையில் கிளர்ச்சிகள் முற்றின. தினமணி போன்ற இதழ்கள் மார்க்சியம் காலாவதியாகி விட்டதாகக் கூவத்தொடங்கின. 'நூறு பூக்கள் மலரட்டும்' என்கிற முழக்கத்தை உயர்த்திப்பிடித்து இதர மையநீரோட்டப் பொதுவுடைமைக் கட்சிகளிலிருந்து வேறுபட்டு நின்ற நக்சல்பாரி இயக்கத்தினருக்கு சீனத்தின் வழிமாற்றம் பெரிய ஏமாற்றத்தை அளித்தது. உள்நாட்டு அரசியல் வேலைகளில் ஏற்பட்ட தேக்கங்களும் அவர்களைச் சோர்வுக்குள்ளாக்கின. எனினும் மக்கள்திரள் நடவடிக்கைகட்கு முக்கியத்துவம் அளித்துச் செயல்பாடுகளைத் துவங்குவது என முடிவு செய்த அவர்கள் மக்கள் கலை இலக்கியக் கழகம், மக்கள் கலாச்சாரக் கழகம், புரட்சிப் பண்பாட்டு இயக்கம் போன்ற பண்பாட்டு அமைப்புகளை உருவாக்கிச் செயல்படத் தொடங்கினர். பாராளு மன்றத்தைப் புறக்கணித்தல் போன்ற நடைமுறைகளில் மைய நீரோட்டத்திலிருந்து விலகி நின்ற இவர்கள் இதர பொதுவுடைமைக் கட்சிகளைப் போலன்றி இன்றைய வெகுசன நுகர்கலாச்சாரத்துடன் எள்ளளவும் சமரசம் செய்துகொள்ளாமல் இயங்கினரெனினும் கலை இலக்கியங்கள் குறித்த அணுகல்முறையில் முற்றிலும் ஸ்தானோவியப் பண்புடையவர்களாகவே இருந்தனர்.[5] மற்ற மையநீரோட்டப் பொதுவுடைமைக் கட்சிகளைப் போலன்றி ரஷ்யாவிலும் கிழக்கு ஐரோப்பிய நாடுகளிலும் ஏற்பட்டு வந்த சீரழிவுகளை மிகவும் உன்னிப்பாகக் கவனித்துவந்த இவர்கள் இங்கெல்லாம் அரசியல், பொருளாதாரப் பண்பாட்டு நெருக்கடிகள் முற்றி வருவதை 1970களின் தொடக்கத்திலிருந்தே சுட்டிக்காட்டி வந்ததோடு இவையெல்லாம் முதலாளிய மீட்சியின் விளைவே எனவும் வலியுறுத்தி வந்தனர்.

எண்பதுகளின் பிற்பகுதியில் கோர்ப்பசேவின் தலைமையில் சோவியத் யூனியன் வழியாக 'சோஷலிச' உலகிற்குப் பெரிஸ்த்ரோய்கா வும் கிளாஸ்நாஸ்டும் அறிமுகமாயின. உலகெங்கிலும் தமிழ்ச் சூழலிலும் இதனைத் தொடர்ந்து மார்க்சியர்களிடையே பல்வேறு விவாதங்கள் தொடங்கின. கிழக்கு ஐரோப்பா மற்றும் சீனத்தில் ஏற்பட்ட[5] மக்கள் எழுச்சிகள் உலகைக் குலுக்கின.

இந்தப் பின்னணியில் கடந்த பத்தாண்டு மார்க்சிய இலக்கிய விமர்சனத்தின் பிரதான போக்குகள் சிலவற்றைப் பார்ப்போம்.

4

(அ) மார்க்சியத்திற்குள்ளிருந்து வெளிப்பட்ட சுயவிமர்சனப் போக்குகள்

தமிழ் மார்க்சிய இலக்கிய விமர்சனச் சூழலைப் பொறுத்தமட்டில் எண்பதுகளைச் சுயவிமர்சன சகாப்தம் எனலாம். புதிய தலை முறையினரான நுஃமான், அ. மார்க்ஸ் போன்றோர் தவிர முதல் தலைமுறையைச் சேர்ந்த ரகுநாதன் சென்ற தலைமுறைக்கும் இந்தத் தலைமுறைக்குமிடையே பாலமாக இருக்கும் சிவத்தம்பி போன்றோர் இந்தப் போக்கைப் பிரதிநிதித்துவப்படுத்துகின்றனர். இதன் பொருள், இவர்களுக்கிடையே எல்லாவற்றிலும் ஒத்தப் பார்வை இருக்கிறது என்பதோ, இவர்களின் சுயவிமர்சனம் ஒரே தரமுடையது என்பதோ அல்ல.

ஆழமான பாரம்பரிய தமிழறிவும், மார்க்சியத்தின் நவீனமான பங்களிப்புகளில் ஆர்வமும்கொண்ட பேராசிரியர் சிவத்தம்பியின் வரலாற்றெழுதியல் தொடர்பான தமிழில் இலக்கிய வரலாறு என்னும் நூல் எண்பதுகளில் வெளிவந்த மார்க்சிய அடிப்படை யிலான முக்கிய நூற்களில் ஒன்று.[6] இதில் அவர்,

> பிரதிபலிப்புக் கொள்கையினடிப்படையில் மிக்க கொச்சைத் தனமான முறையில் இலக்கியத்திலிருந்து உய்த்தறியப்படும் சமூகம் பற்றிய சில கருத்துகள்பற்றியே இங்குக் குறிப்பிடப் பெறுகின்றது. அத்தகைய மிகைப்படுத்தப்பட்ட வரலாற்று எளிமைப்பாடுகள் தமிழிலக்கிய வரலாற்றில் மலிந்து காணப் படுகின்றன. இலக்கியத்தை மேற்கட்டுமானத்தின் அம்சமாகக் கொள்ளும் பொழுது அந்த மேற்கட்டுமானமானது (பொருளாதார) அடித்தளத்தின் மாற்றங்கள் எல்லாவற்றையும் நிச்சயமாகப் பிரதிபலிக்குமென்னும் எண்ணத்தின் விஸ்தரிப்பாகவே இந்த எளிமைப்பாடான முடிவுகள் காணப்படுகின்றன. இலக்கியம் பண்பாட்டு வயப்பட்டது என்பது உண்மையே. ஆனால் அது பண்பாட்டை உருவாக்கியது என்பதையும் மறந்துவிடக்கூடாது. மேற்குறிப்பிட்ட முறையில் எளிமைப்பாடான முடிவுகள் விதிவரு முறையாகக்கொள்ளப்படும் பொழுது இலக்கியத்தின் 'பிரசவத்தில்'

சம்பந்தப்படும் ஆக்கவியல், புலமை நெறிகொண்ட நடைமுறைகளும், அந்த இலக்கியம் தோன்றிய குறிப்பிட்ட காலப்பகுதியிற் பரந்து ஊடுருவி நின்ற 'கருத்துத் தெரிவு முறைகளும்' இத்தெரிவு முறையின் சமூகப் பண்புகளும் மறக்கப்பட்டுவிடுகின்றன. அதாவது சமூகத்தின் எவ்வெவ் நடைமுறைகள் இலக்கியப் பொருளாகக் கொள்ளப்படுகின்றன, ஏன் அவ்வாறு கொள்ளப் படுகின்றன, மற்றவை ஏன் கொள்ளப்படுவதில்லை எனும் விடயங்கள் மறக்கப்பட்டுவிடுகின்றன. இலக்கியத்தை மிகப் பெரிதான ஒரு கண்ணாடியாகக் கொண்டு பொருளாதார அமைப்பில் ஏற்படும் சிறு மாற்றங்களையும் அக்கண்ணாடிக்குள் கண்டுபிடிக்கும் முயற்சி திறமை தகவுடைய ஆசிரியர்களிடையே சாதாரணமாகக் காணப்படும் பண்பாகிவிட்டது. அடித்தளம்-மேற்கட்டுமானம் எனும் கோட்பாட்டின் மிகையான எளிமைப் பாடு காரணமாகவே இப்பண்பு காணப்படுகிறது எனலாம். 'அடித்தளம்-மேற்கட்டுமானக் கோட்பாட்டினைப் பிரயோகிக்கும் பொழுது, நாம் குறிப்பிடும் அல்லது கருதும் 'அடித்தளம்' என்பதும் இயக்கவியலுக்குட்பட்ட ஒரு நடைமுறையே அன்றி 'மாறாத நிலைமை'யன்று என்பது கருத்திற் கொள்ளப்படுவதில்லை. அடித்தளமாகிய அந்த 'நடைமுறை' சில நிலையான இயல்புகளைக் கொண்டதென்று கூறிவிட்டுப் பின்னர் அந்த நடைமுறையிலிருந்து மாறும் இயல்பினதாகிய மேற்கட்டுமானத்திற்குச் சில பண்புகளை விதிவருமுறையிற் கொள்ளமுடியாது. அடித்தளம்- மேற்கட்டுமானக் கோட்பாட்டினை மலினப்படுத்தி புரிந்துகொண்டு இலக்கிய மாற்றங்களையும் வேறுபாடுகளையும் சமூக அரசியல் மாற்றங் களுடன் ஒன்றுக்கொன்றாக இணைத்து நோக்கும் எளிமைப் படுத்தப்பட்ட விளக்கங்களுக்குப் பதிலாக சமூக முழுமையையும் (ஜோர்ஜ் லூகாக்ஸ்), அதனுள் வரும் அமைப்பு மட்டங்களையும் (ஹிண்ட்டர்ஸ், ஹேர்ஸ்ற்) நோக்கும் மார்க்சிய சிந்தனை வளர்ச்சிகள், பகுப்பாய்வுக்கு வேண்டிய சில சிந்தனைக் கருவிகளைத் தந்துள்ளன' (பக். 12-13)

எனக் குறிப்பிடுவது கவனிக்கத்தக்கது. பிரதிபலிப்புக் கொள்கை, அடித்தள மேற்கட்டுமானக் கருத்தாக்கம் போன்ற நடைமுறையிலுள்ள அறியப்பட்ட மார்க்சிய இலக்கிய அணுகல்முறையைக் கேள்வி கேட்பதோடன்றி இவற்றைக் காட்டிலும் மேலை மார்க்சிய மற்றும் மார்க்சிய - அமைப்பியலின் பங்களிப்புகள் சரியான அணுகல் முறைகளாக உள்ளன எனச் சிவத்தம்பி முத்தாய்ப்பது கவனிக்கத்தக்கது.

தன்னால் புறந்தள்ளப்படுகிற இத்தகைய மிகை எளிமைப்போக்கிற்கு ஒரு எடுத்துக்காட்டாய் எண்பதுகளில் வெளிவந்த தமிழ் நூலொன்றை அவர் சுட்டுவது இங்கு குறிப்பிடத்தக்கது.

இலக்கிய வரலாற்றுத் திறன் மிக்குடைய கோ. கேசவன் போன்ற ஓர் ஆசிரியராலேயே (அவர்தம் பள்ளு இலக்கியத்தில்) இந்தக் கண்ணாடி பிரதிபலிப்புக் கோட்பாட்டின் மிகைப்பிடியிலிருந்து விடுபட முடியவில்லை. அறுபதுகளின் ஆரம்பக் கட்டங்களில் இலக்கியத்தின் சமூக இணைப்புகளுக்கு முக்கிய அழுத்தம் கொடுத்த (இந்நூலாசிரியர் உட்பட) சில விமர்சகர்கள், வரலாற்றாசிரியர்களினது போக்கே இதற்கான காரணமாக அமைந்தது என்று கொள்ளலாம் போலத்தெரிகிறது. அறுபது களுக்குப் பின் வந்த விமர்சனத்தில் ஆக்கபூர்வமான முன்னேற்ற மில்லாது போனமையால் இது (சமூக இணைப்பு- கண்ணாடி பிரதிபலிப்பு) ஒரு வாய்ப்பாடாக்கப்பட்டு விட்டது. இப்பொழுது இந்த அம்சத்தைக்கொண்டு மார்க்சிஸ்ட்டுகள் அல்லாதவர் களும் மார்க்சிய விரோதிகளும் இந்த விமர்சனங்களையும் மார்க்சியத்தையும் குத்திப் பேசி வசைகூறும் ஒரு நிலை காணப்படுகிறது (பக். 37).

எனப் பேராசிரியர் சிவத்தம்பி தன்னையும் பிற மார்க்சியர்களையும் சுய விமர்சனமாகப் பார்க்கிறார்.[7]

மிகச் சமீபத்தில் சுய விமர்சனம் செய்ய தலைப்பட்டுள்ள இன்னொருவர் தொ.மு.சி. ரகுநாதன். சுமார் மூன்றாண்டுகட்கு முன்பு வெளியிடப்பட்டுள்ள தனது ஆய்வு நூலொன்றில்கூட[8] சிவத்தம்பி சுட்டுவது போன்ற மிகை எளிமைப்படுத்தப்பட்ட பார்வையை முன்வைக்கும் ரகுநாதன்[9] இன்று திடீரென இத்தகைய சுயவிமர்சனப் பார்வையை வைப்பது சோவியத் யூனியனை முற்று முழுதாகப் பின்பற்றுகிற அவரது அரசியல் நிலைபாட்டின் விளைவுதான் என்பது வெளிப்படை.[10] 'பெரிஸ்த்ரோய்கா' 'கிளாஸ் நாஸ்ட்' வெளிச்சத்தில் தம்மைப் போன்றவர்களது இலக்கிய விமர்சன முறையைக் குறித்துச் சமீபத்தில் நடைபெற்ற கருத்தரங்கொன்றில்,[11]

இந்த வழிகாட்டி உரையானது முற்போக்கு இலக்கியம் என்று நாம் கூறுவது தமிழ்நாட்டில் முளைத்தெழுந்த விதத்தையும், அதன் பின்னணியில் அதில் ஏற்பட்ட சோதனைகளையும் வேதனை களையும் தவறுகளையும் சுய விமர்சன ரீதியில் சுட்டிக்காட்டுவ தாகவே அமையும்' (பக். 1)

என்கிறார். கிழக்கு ஐரோப்பிய மாற்றங்களைச் சுட்டிக்காட்டிய அவர்,

> என்றாலும் இலக்கிய சம்பந்தமாக நாம் முற்போக்கு அல்லது பிற்போக்கு என்று கணித்து வந்ததில், ஒரு மறு பரிசீலனையைக் கோரக்கூடிய அளவிற்கும் அண்மைக் காலத்தில் சில நிகழ்ச்சிகள் நடந்துள்ளன. இவற்றின் விளைவாக நாம் உண்மை என்று நம்பியிருந்தவை பலவும் பொய்யாகியுள்ளன; பொய் எனக் கூறிவந்தவை பலவும் மெய்யாகியுள்ளன; திரையிட்டு மூடப்பட்ட உண்மைகள் திகம்பரமாயுள்ளன - திரித்துக் கூறப்பட்ட விஷயங்கள் இன்று தெளிவாகியுள்ளன *(பக். 2-3)*

எனத் தாம் நம்பி வந்த பல கோட்பாடுகள் திரித்துக் கூறப்பட்டவை என ஏற்றுக்கொள்ளும் ரகுநாதன், சோவியத் யூனியனில் நிலவி வந்த இலக்கியப் பார்வையின் தாக்கத்திற்கே, 'நம்மில் பலரும் ஆட்பட்டு வந்தோம்' எனவும் ஒப்புதல் அளிக்கிறார்.[12] இலக்கியப் பிரச்சினை கட்குப் போதிய முக்கியத்துவம் அளிக்காத நிலைபற்றி விவாதிக்கையில்,

> .....உற்பத்திச் சாதனங்களின் உடைமை சம்பந்தப்பட்ட பொருளுற்பத்தி உறவுகளே சமூகத்தின் அடிப்படை (basis) ஆகும். கலை, கலாச்சாரம், மொழி வளர்ச்சி, இலக்கியம் முதலியன எல்லாமும் சமூகத்தின் மேற்கட்டுமானமே (super structure) எனப் படித்த பாடத்தின் விளைவாக நேர்ந்த வறட்டுக் கோட்பாட்டு நிலையும் இந்தப் புறக்கணிப்புக்குக் காரணமாகும் எனலாம் *(பக். 16)*

என்கிறார். 'கட்சி இலக்கியம் கட்சிக்குப் பணிபுரிவதாக இருக்க வேண்டும்' *(பக். 50)* என்கிற, இலக்கியத்தில் கட்சி உணர்வுபற்றிய, நிலவும் கருத்தாக்கத்தையும் கேள்விக்குள்ளாக்குகிறார் *(பக். 43)*. சீனத்திலும் இவ்வாறு இலக்கியத்தில் கட்சி உணர்வு வலியுறுத்தப் பட்டதைக் கண்டிக்கிறார்.[13] மொத்தத்தில்,

> ஆயினும் நாம் சோவியத் நாட்டையும் சீனத்தையும் பார்த்து, நம் நாட்டில் இலக்கிய அணியைக் கட்டியமைக்க முற்பட்ட காலத்தில் நமது நோக்கில் இந்த ஜாதனோவிசமே மேலோங்கி இருந்தது *(பக். 54)*

என்று குறிப்பிடுவது கவனிக்கத்தக்கது.[14]

எழுபதுகளிலேயே மார்க்சிய இலக்கிய விமர்சனம் எழுதத் தொடங்கியவரானாலும் நுஃமானின் எழுத்துகள் எண்பதுகளில்தான் தமிழ்ச்சூழலில் தாக்கத்தை ஏற்படுத்தின. குறிப்பாக கேசவன்,

ரகுநாதன் ஆகியோரது எழுத்துகளில் மலிந்துள்ள கொச்சை மார்க்சியப் பார்வையையும் வெங்கட்சாமிநாதனின் பொருளற்ற மார்க்சிய எதிர்ப்பு வெறியையும் தோலுரித்து எழுதப்பட்ட கட்டுரைகள் அடங்கிய மார்க்சியமும் இலக்கியத் திறனாய்வும் என்கிற நூல் இளைஞர்களிடையே மிகுந்த வரவேற்புப் பெற்ற ஒரு நூல். தமிழகக் கட்சி மார்க்சியரிடையே இலக்கிய விமர்சனமாக அறியப்பட்டிருந்த பல்வேறு அம்சங்களைத் தகர்க்கும் இந்நூல் மார்க்சியத்தை, மருத்துவம் உள்ளிட்ட, 'அனைத்துத் துறைகளையும் எப்போதும் விளக்கும் ஒரு தத்துவமாக' ஏற்கும் 'இயக்க மறுப்பியலை உள்ளடக்கிய' பார்வையைக் கடுமையாய்ச் சாடுகிறது (பக். 12). கலைகளின் வர்க்கச் சார்பை ஏற்றுக்கொள்ளும் நுஃமான், 'எல்லாவகைக் கலைகளிலும் ஏதோ ஒரு வகையான பிரச்சாரமும் சார்புத்தன்மையும் இருக்கிறது என்பது முழு உண்மையல்ல; பகுதி உண்மைதான்' என்கிறார் (பக். 16).

அழகியலை முற்போக்கு எனவும் பிற்போக்கு எனவும் எப்போதும் பிரித்துவிட இயலாது என வலியுறுத்தும் நுஃமான், 'சில பல அம்சங்களில் இந்த அழகியல் கொள்கை கால, இட, சமூக, வர்க்க அடிப்படையில் வேறுபடலாம், வேறுபடுகின்றன. ஆனால் சர்வ வியாபக அழகியல் பொதுமைகளும் எப்போதும் உள்ளன' (பக். 21) என்கிறார். இலக்கியப் படைப்புகளை இயற்பண்புவாதம், விமர்சன யதார்த்தவாதம், சோஷலிச யதார்த்தவாதம் என்றெல்லாம் பிரித்து முத்திரை குத்துவதை மறுக்கும் நுஃமான், 'இந்தப் போக்குகளுக்கு இடையே தாண்டமுடியாத இரும்புச் சுவர் இருப்பதாக நாம் கூற முடியாது' என்கிறார் (பக். 64). முற்போக்குக் கலை ஒரு தீர்வை உள்ளடக்கியதாக இருக்க வேண்டும் என்பதை வன்மையாக மறுக்கிறார் (பக். 57-58). கலை இலக்கியத்தில் அழகியலை வலியுறுத்துவது முற்போக்கு விரோதம் என்கிற கருத்துப்பட எழுதப் பட்ட கைலாசபதியின் முற்போக்கு இலக்கியத்தில் அழகியல் பிரச்சினைகள் என்கிற கட்டுரை இத்துறையில் எழுதப்பட்ட மோசமான கட்டுரை என்றொதுக்கும் (பக். 82) நுஃமான், சிலப்பதிகாரத்தை வணிக வர்க்கத்தின் புரட்சிகரக் காப்பியமாக நிறுவ முயலும் ரகுநாதனின் வலிந்த ஆராய்ச்சிபற்றிக்[15] குறிப்பிட வரும்போது,

> (இத்தகைய ஆராய்ச்சிகள்) இலக்கியத்தின் சமூகவியல் ஆராய்ச்சி களையும் மார்க்சிய விமர்சனத்தையும் கொச்சைப்படுத்தி விடுகிறது. இவ்வாறு இவர்கள் மார்க்சியத்தைக் கொச்சைப் படுத்துவதைவிட

மார்க்சிய விமர்சனம் செய்யாமல் இருப்பது நல்லது

என்று முடிக்கிறார்.

மார்க்சிய இலக்கிய விமர்சனம் குறித்து நிலவுகிற வறட்டுக் கோட்பாடுகளை உயர்த்திப்பிடித்து எழுதப்பட்ட கோ. கேசவனின் இலக்கிய விமர்சனம் ஒரு மார்க்சிய பார்வை (அன்னம், 1984) என்கிற நூல் குறித்துப் பரிமாணம் (அக்-டிச. 1985) இதழில் எஸ்.வி. இராஜதுரை யாலும், நிகழில் ஞானியாலும் (1985) புறப்பாட்டில் (1985) எஸ்.ஸி.எஸ். ஆலும் எழுதப்பட்ட கட்டுரைகளிலும் வறட்டு மார்க்சியத்திற்கெதிரான விமர்சனங்கள் முன் வைக்கப்பட்டன.

கைலாசபதி, கேசவன், நெல்லை ஆய்வுக்குழுவினர் ஆகியோரது பார்வைகளால் வசீகரிக்கப்பட்டு மார்க்சிய நோக்கிலான இலக்கிய விமர்சனத்தில் நாட்டம்கொண்ட அ. மார்க்ஸ் தொடக்ககாலத்தில் இவர்களது பார்வைகளுடனேயே செயல்பட்டாலும் மிக விரைவில் இவற்றிலிருந்து மீண்டு வந்துள்ளார். சோஷலிச எதார்த்தவாதத்தின் தத்துவார்த்தப் பின்புலத்தை அமைத்துத் தந்த ஜார்ஜ் லூகாக்சிற்கும் எதார்த்தவாதத்தை மீறிய நவீனத்துவ உத்திகளைச் சோஷலிச நோக்கில் பயன்படுத்த வேண்டும் என்ற ப்ரெக்டிற்கும் இடையே நடைபெற்ற விவாதங்களைத் தமிழ்ச்சூழலுக்கு அறிமுகப்படுத்தும் நோக்கில் எழுதப்பட்ட கட்டுரையொன்றில் மூலமாய்[16] சோஷலிச எதார்த்த வாதக் கோட்பாட்டை விமர்சித்த அவர்,

> பாயர்பாக் பற்றிய மார்க்சின் விமர்சன உரைகளின் அடிப்படையில் கலையை வெறும் பொருளாதார உறவுகளின் பிரதிபலிப்பாகக் காணாமல் சமூகமயமான தனிமனிதனின் உற்பத்தி நடவடிக்கை யின் மூலம் எதார்த்தத்தைக் கட்டியமைக்கும் ஒரு நடவடிக்கையாகப் பார்த்தார் ப்ரெக்ட். கலை வாழ்க்கையை எதிரொளிக்கிறது என்றால் இந்தக் கண்ணாடி உள்ளதை உள்ளபடியே எதிரொளிக்கும் சாதாரணக் கண்ணாடி அல்ல

என்று குறிப்பிட்டதோடன்றி,

> இன்றைய தொழில்நுட்பச் சகாப்தத்திற்கு முற்பட்டதும், தனி மனிதவாதக் கோட்பாட்டினடியாக உருவானதுமான 19ஆம் நூற்றாண்டின் முதலாளியக் கலை (அதாவது எதார்த்தவாதம்) இன்றைய சூழலுக்கும், இந்தச் சூழலிலிருந்து விடுபட முயல்பவர் களுக்கும் பொருந்தாது. இன்றைய கலை பல்வேறு விதமான போராட்டப் பாரம்பரியங்களிலிருந்து தனது தொடர்ச்சியைப் பேண வேண்டியிருக்கும்; வர்க்கங்களுக்கிடையேயான முரண்பாடுகளைத்

தூக்கிப் பிடிப்பதாக இருக்கும். மேலோட்டமாகப் பார்க்கும்போது முரண்பாடுகள் மூடி மறைக்கப்பட்டதுதானே எதார்த்தம். எதார்த்த உலகை அப்படியே பிரதிபலித்தால் முரண்பாடுகளே இல்லை என்கிற மாய உலகிலிருந்து பார்வையாளனை உலுக்கி எழுப்புவது எப்படி? (அதே கட்டுரை)

என்று ப்ரெக்டை அடியொற்றி வினவினார். நவீன உத்திகளை இந்த நோக்கில் பயன்படுத்துவதற்கு ஆதரவாய் ப்ரெக்ட் கூறியுள்ளவற்றை விரிவாய்த் தொகுத்த அ.மா, உள்ளடக்கத்தை மட்டுமல்ல வடிவங்களையும் நாம் புரட்சிகரமாய் மாற்றியாக வேண்டிய அவசியத்தைச் சுட்டிக்காட்டினார். ஸ்டாலின் காலத்திய இலக்கிய அணுகல் முறைகள் மீது ப்ரெக்ட் கொண்டிருந்த விமர்சனங்களை முழுமையாக அறிமுகப்படுத்தியதோடன்றி தமிழ்ச்சூழலுக்கு அதனைப் பொருத்திப் பார்க்கும் வகையில்,

தமிழ்ச்சூழலில் மார்க்சிய இலக்கியக் கோட்பாடுகளை அறிமுகப்படுத்திய அறிஞர் நா. வானமாமலை தொடங்கி சமீபத்தில் இது குறித்து ஒரு விரிவான பாடநூலை எழுதியுள்ள டாக்டர் கோ. கேசவன்வரை லூகாச்சைப் பின்பற்றி இலக்கியத்தில் நவீனத்துவத்தை எதிர்த்து வந்துள்ளது குறிப்பிடத்தக்கது. சோக ஓலங்கள் எனவும் நம்பிக்கை வறட்சி எனவும் இவை முற்றாகப் புறக்கணிக்கப்பட்டு வந்துள்ளன. தவிரவும் மார்க்சிய நோக்கில் இலக்கிய விமர்சனம் என்பது இலக்கியப் படைப்புகளில் பொதிந்து கிடக்கும் கருத்தியற் சார்வை வெளிப்படுத்துவதுதான் என்கிற கருத்து இங்கு பாராளுமன்றப் பொதுவுடைமை பேசுகிற இ.எம்.எஸ். நம்பூதிரிபாடு முதல் பண்டைய தமிழ் இலக்கியங்களின் சமூகவேர்களை அடையாளம் காட்டுவதில் சாதனைகள் பல புரிந்துள்ள தோழர் கேசவன்வரை ஊடாடி நிற்கின்றது. வடிவம் குறித்த விஞ்ஞானபூர்வமான மார்க்சிய அணுகல்முறை இன்றும் முழுமையாகத் தமிழில் அறிமுகம் செய்யப்படவில்லை என்றே சொல்ல வேண்டும் (அதே கட்டுரை)

என்று குறிப்பிடுவார்.[17]

தமிழவனின் ஸ்ட்ரக்சுரலிசம், (பாரிவேள் பதிப்பகம், 1982) நூலில் உத்வேகம் பெற்று 'மார்க்சிய அமைப்பியலின்பால்' குறிப்பாக அல்தூஸ்ஸர், டெர்ரி ஈகிள்டன் போன்றோரது கருத்துகளால் ஈர்க்கப்பட்ட அ.மா. அவற்றின் அடிப்படையில் அணுகியுள்ள சில கட்டுரைகள் முக்கியமானவை. குறிப்பாக நாட்டுப்புறத் துறையில்

அவற்றைப் பயன்படுத்தி கதைப்பாடல்களில் மோதற் கருத்துகளோடு ஊடாடிய சமரசக் கருத்துகளின்பால் முதன் முதலாய்க் கவனத்தை ஈர்த்தார்.[18] பொருளாதார அடித்தளத்திற்கும் இலக்கியப்படைப்பிற்கும் இடையே செயல்படுகிற இடைநிலைக் காரணிகளின்பால் கவனத்தை ஈர்த்த அ.மா. கதைப்பாடல்களில் காணப்படும் சமரசங்களை விளங்கிக்கொள்வதற்கு அவற்றை அவற்றின் உற்பத்திச் சூழலில் மட்டும் பொருத்திப் பார்க்காமல் வினியோக நிலையிலும் வைத்துப் பார்க்க வேண்டும் என வாதிட்டார். ஒவ்வொரு சொல்லுக்கும் செயலுக்கும் பின்னால் ஒளிந்திருக்கும் வர்க்க அதிகாரத்தின் குரலைத் தோலுரித்துப் பிரதியின் அரசியலை வெளிப்படுத்துவதற்கு அமைப்பியல் மற்றும் குறியியல் ஆய்வுமுறைகளைப் பயன்படுத்தி அவர் முயன்றுள்ள சமீபத்திய செயல்பாடுகள் குறிப்பிடத்தக்கவை.[19]

மலையாள மார்க்சிய இலக்கிய விமர்சகர்களின் இரண்டு நூற்கள் எண்பதுகளில் தமிழில் மொழிபெயர்க்கப்பட்டுள்ளன.[20] இவற்றுள் புகழ்பெற்ற மலையாள இடதுசாரிக் கவிஞரும் பேராசிரியருமான சச்சிதானந்தத்தின் நூல் அறியப்பட்ட மார்க்சிய இலக்கியக் கருத்தாக்கங்கள் மீது கடும் விமர்சனங்களை முன் வைத்தது. சோஷலிச எதார்த்தவாதம், பிரதிபலிப்புக் கோட்பாடு, இலக்கியத்தைக் கட்சி நோக்கங்களுக்குக் கீழ்ப்பட்டதாக ஆக்குதல் முதலியவை கடும் விமர்சனத்திற்குள்ளாக்கப்பட்டன.[21]

இவை தவிர இலக்கியப் படைப்பு என்பது உற்பத்தி நுகர்வு முறைகளால் கட்டுப்படுத்தப்படுகிற ஒரு விற்பனைச் சரக்காகவும் உபயோகப் பொருளாகவும் மாறுவதையும் அந்த அடிப்படையிலும் இலக்கியத்தை அணுக வேண்டும் என்பதையும் சச்சிதானந்தத்தின் நூல் வற்புறுத்தியது (பக். 78)

ஏற்கெனவே வலியுறுத்தியபடி இச்சுயவிமர்சனப் போக்குகளுக்குள் பல நுண்மையான வேறுபாடுகள் இருப்பினும் இவர்கள் மார்க்சியத்தின் பயன்பாட்டை இன்றும் நம்புபவர்கள். மார்க்சியத்தை இணைத்தே சரியான இலக்கியப் பார்வையை வளர்த்தெடுக்க முடியும் என நம்புபவர்கள். அறியப்பட்ட மார்க்சியத்தின் வறட்டுத் தனங்களைத் துடைத்தெறிந்து இன்றைய சூழலுக்கேற்ற மார்க்சியப் பார்வையை உருவாக்குவதே இவர்கள் நோக்கம்.

மார்க்சிய கோட்பாடு ஒருபுறம் வெறும் சமரசவாதமாகவும் இன்னொருபுறம் வறட்டு விஞ்ஞானவாதமாகவும் வழிதவறிப் போயிருக்கிறது. மார்க்சிய நடைமுறை ஒரு புறம் வஞ்சகமான

நிறுவனவாதமாகவும் மறுபுறம் இரத்தம் படிந்த பொய்மையை நோக்கி மக்களை அழைத்துச் செல்வதாகவும் மாறியிருக்கிறது. அச்சுறுத்தும் இந்தத் திருப்புமுனையில் வாழும் சுதந்திர ஆய்வாளன் ஒருவனின் முதற் கடமை, எல்லாத் துறைகளிலும் மார்க்சின் அசலான நிலைப்பாடுகளை மறுபடியும் நிறுவுவதும் வளர்ச்சிபெறச் செய்வதுமாகும். அழகியல் துறையும் இதற்கு விதிவிலக்கல்ல'

எனச் சச்சிதானந்தன் குறிப்பிடுவது (பக். 7) கவனிக்கத்தக்கது.

கறாரான மார்க்சியப் பார்வை என்பதையே மறுப்பவரும் 'அந்நியமாதல்' சிந்தனையில் ஆர்வமுள்ளவருமான எஸ்.வி. இராஜதுரையின் ரஷ்யப் புரட்சி இலக்கிய சாட்சியம் (அன்னம், 1989) என்னும் நூல் மார்க்சிய இலக்கியப் பார்வை குறித்து எண்பதுகளில் வந்த வித்தியாசமான புத்தகங்களில் ஒன்று. புரட்சிக்குப் பிந்திய ரஷ்யாவில் துளிர்விட்ட சுதந்திரமான பல்வேறு இலக்கியப் போக்குகள் குறித்தும், ஸ்டாலின் காலத்தில் இப்போக்குகள் அனைத்தும் முடிவுக்குக் கொண்டுவரப்பட்டு ஒற்றைப் பரிமாணத்துடன் சோஷலிச எதார்த்தவாதம் கட்டமைக்கப்பட்டவிதம் குறித்தும், கருத்து மாறுபட்ட இலக்கியவாதிகளின் மீது ஸ்டாலின் ஏவிய கொடூரமான ஒடுக்குமுறை குறித்தும் இந்நூல் விரிவாகப் பேசுகிறது. கோர்ப்பசேவின் சீர்திருத்தங்களை முழுமையாக வரவேற்கும் இராஜதுரை அந்த நோக்கிலேயே புரட்சிக்குப் பிந்திய ரஷ்ய வரலாற்றை ஆய்வு செய்துள்ளார். 'முந்திய கால வரலாற்றைப் புதிய மார்க்சியத்தின் வழி இலக்கியத்தின் துணையுடன் சென்றடையும் நூல்' என் முன்னுரையில் வ. கீதா குறிப்பிடுவது (பக். 11) கவனிக்கத்தக்கது.[22] இந்த அடிப்படையில் முதலாளிய நடவடிக்கைகளை உள்ளடக்கிய புதிய பொருளாதாரக் கொள்கை உட்பட லெனின் காலத்திய நடைமுறைகள் அனைத்தையும் விமர்சனமின்றி ஏற்றுக்கொள்வதும் அவற்றை முடிவுக்குக் கொண்டுவந்ததே எல்லாப் பிரச்சினைகளுக்கும் காரணம் என்பதுபோலப் பார்ப்பதும் ஸ்டாலின் என்கிற தனிநபர் மீது காழ்ப்பைக் கொட்டுவதன் மூலம் லெனினியம் எனவும் ஸ்டாலினியம் எனவும் எல்லா அம்சங்களிலும் கோடிட்டுப் பிரிக்கமுடியாத போல்ஷ்விசம் உருவாக்கிய அமைப்புரீதியான பிரச்சினைகளை விட்டொதுங்குவதும் இந்நூலின் பெருங் குறைபாடுகள்.

(ஆ) மார்க்சிய அணுகல்முறையைத் தாண்டிச் செல்ல வேண்டும் என வலியுறுத்தும் போக்குகள்

எஸ்.என். நாகராசன், ஞானி ஆகியோரை இவ்வகையில் குறிப்பிடலாம். எண்பதுகளின் இறுதியில் வெளிவந்த ஞானியின் மார்க்சியமும் தமிழ் இலக்கியமும் (பரிமாணம் வெளியீடு, 1988) என்னும் குறிப்பிடத்தக்க நூலில் அடங்கிய பெரும்பாலான கட்டுரைகள் 1970களில் எழுதப்பட்டவை. எண்பதுகளில் எழுதப் பட்டவையும் அவற்றின் நீட்சியாகவே உள்ளன. வறட்டு மார்க்சியத் திற்கு எதிராக ஞானி தொடர்ந்து பேசிவந்தபோதும் இதனை அவர் ஹெகலிய தாக்கமுடைய 'அந்நியமாதல்' கோட்பாட்டின் அடியாகவே செய்துவந்துள்ளதை முன்பே குறிப்பிட்டோம். நவீனத்துவத்தைப் புறக்கணிக்காதபோதும் ஞானியின் பார்வை எதார்த்தவாதத்தை மீறியதென்று சொல்லிவிட முடியாது. இந்துத் தத்துவங்களுக்கும் ராமாயணம் போன்ற இலக்கியங்களுக்கும், பண்டைய மரபுகளுக்கும் தேவைக்கு மீறிய சலுகைகளைத் தந்து ஆதரிக்கும் ஞானியும் நாகராசனும் இன்று உலகளாவிய அளவில் மார்க்சியத்திற்குக் கிடைத்துள்ள அடியின் பின்னணியில் தங்கள் கருத்துகளைப் புதிய உத்வேகத்துடன் முன்வைத்து வருகின்றனர். இந்தியத் தத்துவங் களுக்கும் விடுதலை இறையியல் கோட்பாடுகட்கும் ஆதரவு தேட முனையும் (நிகழ் அக். 90 இதழில் வெளிவந்துள்ள எக்ஸ். டி. செல்வராசு, எஸ்.என். நாகராசன், ஆகியோரது கட்டுரைகள்) இவர்கள் 'மார்க்சியத்தைத் தாண்டிச் செல்ல விழைபவர்களாகத் தங்களை அறிமுகப்படுத்திக்கொள்வது (நிகழ், அக். 90. பக். 81) குறிப்பிடத் தக்கது.'[23] மார்க்சியம் நெருக்கடியிலிருந்து மீள்வதற்கு இவர்கள் பரிந்துரைக்கும் வழிமுறை 'காந்தியையும் மாவோவையும் உயிரோட்டமுள்ள வகையில் பிணைப்பது' ஆகும். மார்க்சிய இயங்கியலைக் கீழை இயங்கியல் / மேலை இயங்கியல் எனவும் ஆண் இயங்கியல் / பெண் இயங்கியல் எனவும் பிரிக்கும் எஸ்.என். நாகராசன்,

> மாவோவின் இயங்கியல் பெண்மைத்தனமானது. மக்களிடம் அன்புடன் அணுகவேண்டும் எனப் போதிப்பது. முரண்பாடுகளின் எதிர்வைக் காட்டிலும் இணக்கத்தை வற்புறுத்துவது, வன்முறையற்ற போராட்டத்திற்கு முக்கியத்துவம் அளிப்பது. அன்புவழியை

வலியுறுத்துவது. இது கீழைத்தேயத்தின் கொடை. கீழைத்தேய இயங்கியல் எனவும் இதனைச் சொல்லலாம் (நிறப்பிரிகை -1, பக். 5)

என்று கூறுவதையும் இக்கூற்றை ஆழ்ந்து பரிசீலிக்க வேண்டும் என ஞானி பரிந்துரைப்பதையும் (நிறப்பிரிகை 1, பக். 5) கவனிக்க வேண்டும். வர்க்கப் போராட்டத்தை மறுப்பதற்கு இது வழி வகுக்கும் என்பதை மறந்துவிடக்கூடாது. ஞானி ஆசிரியராக உள்ள நிகழின் இலக்கியப் பார்வை இத்தகைய சிந்தனைகளினடியாகவே எழுந்துள்ளது என்பதைச் சமீபத்திய இதழ்களைக் கவனமாகப் படிப்போர் உணர முடியும்.

தன்னை மார்க்சியவாதி என்றெல்லாம் கூறிக்கொள்ளாத நாகார்ஜுனன் பிற்கால அமைப்பியற் சிந்தனைகளின் அடிப்படையில் அதிகாரத்தின் செயற்பாடுகள் குறித்துச் செய்து வருகிற ஆய்வுகள் குறிப்பிடத்தக்கவை (எ.டு: புறப்பாடு 42இல் வந்துள்ள 'அக்னி' ஏவுகணைபற்றிய கட்டுரை). மார்க்சியம் தாண்டிய அமைப்பியல் அணுகல்முறையின் விளைவாகவே இன்றைய பிரச்சினைகளை விளக்க முடியும் என்கிற கருத்தை இவர் தொடர்ந்து உள்ளார்ந்து வலியுறுத்தி வருவது குறிப்பிடத்தக்கது. மார்க்சிய அமைப்பியல் அணுகல்முறைகள் சிறந்த ஆய்வுக்கருவிகளாக விளங்க முடியும் என்கிற கருத்தைச் சிவத்தம்பி, அ. மார்க்ஸ் போன்றோரும் கூறிவருவதை முன்பே சுட்டிக்காட்டியுள்ளோம். எனினும் மார்க்சியத்தைத் தாண்டிய ஒரு சர்வ நிவாரண அணுகல்முறையாக அமைப்பியலை முன்வைத்து எழுப்பும் குரல்களுக்கு நடைமுறை நிரூபணங்கள் எதுவும் எண்பதுகளில் தமிழ்ச்சூழலில் உருவாகிவிட வில்லை. கடந்த சில ஆண்டுகளில் அமைப்பியல் மூலமாய்ச் செய்யப்பட்டுள்ள இலக்கியக் குறுக்கீடுகள் மார்க்சியர்கள் இதுவரை செய்து வந்துள்ளவற்றைக் காட்டிலும் வன்மையாக அமைந்துவிட வில்லை.

(இ) சுய விமர்சனங்கள் எதற்கும் தயாராக இல்லாமல் இலக்கியம் தொடர்பான மரபு மார்க்சியப் பார்வையை உயர்த்திப் பிடிக்கும் போக்குகள்

தனது கடின உழைப்பாலும் புரட்சிகர இயக்கங்களோடுகொண்ட இணைப்பாலும் எண்பதுகளில் குறிப்பிடத்தக்க சாதனைகள் புரிந்துள்ள டாக்டர் கோ. கேசவனை இவ்வகையில் ஒரு சிறந்த எடுத்துக்காட்டாய்ச் சொல்லலாம். தமிழ்ச்சூழலில் கடும் விமர்சனத்திற்குள்ளாக்கப்பட்ட

இலக்கிய விமர்சனம் - ஒரு மார்க்சியப் பார்வை என்னும் நூலின் மூலம் அவர் பிரதிபலிப்புக் கொள்கை (பக். 41-54), சோஷலிச எதார்த்தவாதம் ஆகியவற்றை உயர்த்திப்பிடிக்கிறார்.

எனவே விமர்சகரின் பணியானது கலையின் சமூகவியல் வேர்கள் எங்குள்ளன என்பதைக் கண்டுபிடிப்பதாகும் (பக். 102).

என இலக்கிய விமர்சனத்தைச் சமூகவியல் வேர்களைக் கண்டு பிடிக்கும் பணியாக குறுக்கிக்கொண்ட கேசவனின் கருத்துகள் மீது காத்திரமான விமர்சனங்களை சிவத்தம்பி, ஞானி, எஸ்.வி.ஆர்., எஸ்.வி.எஸ். ஆகியோர் முன்வைத்ததை முன்பே குறிப்பிட்டோம். புரட்சிக்குப் பிந்திய ரஷ்யாவில் முளைவிட்ட கலை இலக்கியம் குறித்த சுதந்திரச் சிந்தனைகளை எதிர்மறையாகப் பார்க்கும் (பக். 55, 56) கேசவன், மேற்குறித்த விமர்சனங்களுக்குப் பதிலெழுதும் முகமாக எழுதிய மார்க்சியத் திறனாய்வுச் சிக்கல்கள் (புதுமைப் பதிப்பகம், 1986) என்னும் நூலில் தனது நிலைப்பாடுகளை மீண்டும் உறுதி செய்கிறார். சார்த்தரை 'மார்க்சிய விரோதப் போக்குடைய வராக'க் கேசவன் நிராகரிப்பதை முன்னுரை எழுதவந்த இன்குலாப்பாலேயே செரித்துக்கொள்ள இயலாதது கவனிக்கத்தக்கது (இலக்கிய விமர்சனம் (பக். 129, XIX). எல்லாவற்றிற்கும் மேலாகக் கேசவன் வெளிப் படையாகவே ஸ்தானோவியத்திற்கு வக்காலத்து வாங்குவது குறிப்பிடத்தக்கது.[24]

அடித்தள மேற்கட்டுமான உறவுகளை வறட்டுத்தனமாய்ப் பார்க்கக் கூடாது என்றெல்லாம் கேசவன் ஆங்காங்கு கூறிவந்தபோதிலும் நடைமுறையில் அடித்தளத்தை மேற்கட்டுமானத்துடன் நேருக்கு நேராகப் பொருத்திப் பார்க்கும் தவற்றுக்கு ஆளாவது குறித்த சிவத்தம்பியின் கண்டனத்தை முன்பே பார்த்தோம்.[25]

எழுபதுகளில் மிகத் தீவிரமாக இயங்கிய நெல்லை ஆய்வுக் குழுவினரையும் இத்தகைய சுயவிமர்சனப் பார்வையற்ற சோஷலிச எதார்த்தவாதிகளாகச் சுட்டலாம். ரஷ்ய நிலைப்பாடுகளை விமர்சன மின்றி ஏற்றுக்கொள்ளும் இவர்கள் இன்றைய மாற்றங்களின் அடிப்படையில் ரகுநாதன் போலவே விரைவில் பிரதிபலிப்புக் கொள்கை, சோஷலிச எதார்த்தவாதம், இலக்கியத்தில் கட்சி உணர்வுக்கு முதன்மை கொடுத்தல் ஆகியவற்றை விமர்சனம் செய்துகொள்வார்கள் என எதிர்பார்த்தாலும் சமீபத்தில் நடைபெற்ற 'அரை நூற்றாண்டு முற்போக்கு இலக்கியம்' குறித்தான கருத்தரங்கில் (முன் குறிப்பிடப் பட்டது) வாசிக்கப்பட்ட திருவாளர்கள் தோத்தாத்ரி, எச்.ஜி. ரசூல்

போன்றோரது கட்டுரைகளில் இதற்கான சான்றுகளில்லை. இவர்கள் சார்ந்துள்ள 'கலை இலக்கியப் பெருமன்ற ஆதரவாளர்கள்' மட்டுமே முற்போக்குக் கலைஞர்கள் என்பதாகவே ரசூல் போன்றோரது கட்டுரைகள் அமைந்துள்ளன. மற்றவற்றை அதிதீவிரப் பார்வை, பாலியல் பிறழ்வுப் பார்வை, அழிவுவாதம் என்றெல்லாம் வழக்கம் போல வகைப்படுத்திப் பெயரிடும் தன்மையே இன்னும் வெளிப்படுகின்றது (பார்க்க: தோத்தாத்ரி, ரசூல் கட்டுரைகள்).'

இத்தகைய பார்வைகளுக்கு எழுபதுகளில் கிடைத்த அளவு வரவேற்புகூட இப்போது இல்லை என்பது குறிப்பிடத்தக்கது. குறிப்பாக இளந்தலைமுறையினர் இவற்றைக் கண்டுகொள்ளத் தயாராக இல்லாத நிலையைக் காணமுடிகிறது.[26] எண்பதுகளில் ஏற்பட்டுள்ள மாற்றங்களின் அடியாகத் தங்களது நியாயப்பாடுகளை இழந்து நிற்கும் இவர்கள் எழுபதுகளில் சண்டப் பிரசண்டம் செய்ததுபோல அத்தனை உறுதியாகத் தங்களின் குரலையும் ஒலிக்கமுடியவில்லை. இதன் விளைவாக இவர்கள் இலக்கிய விமர்சனங்களைக் காட்டிலும் நாட்டுப்புற மற்றும் வரலாற்று ஆய்வுகளுக்கு முன்னுரிமை கொடுக்கத் தொடங்கியுள்ளதும் கவனிக்கத்தக்கது. எழுபதுகளில் ஒப்பீட்டளவில் நிறையப் பங்களிப்புகள் செய்த தோத்தாத்ரி, தி.சு. நடராஜன் போன்றோர் எண்பதுகளில் தங்களது எழுத்துப் பணிகளைக் குறைத்துக்கொண்டதென்பது தனிப்பட்ட பணி முன்னுரிமைகளின் அடிப்படையில் மட்டும் என்று சொல்லிவிட இயலவில்லை. தங்களது அணுகல்முறைகள் பயனற்றுப் போவதை அனுபவ ரீதியாய் உணர்ந்துகொண்டது இதற்கொரு முக்கிய காரணமாய் அமைகிறது எனச் சொல்வது தவறாகாது. கேசவன் போன்றோர் பொதுவுடைமை இயக்கம், திராவிட இயக்கம் போன்ற ஆய்வுகளில் இறங்கிவிட்டதும் கவனிக்கத்தக்கது.

எனினும் இவ்வகையில் 'நா.வா.வின் ஆராய்ச்சி' மூலம் இவர்கள் நாட்டுப்புறவியலில் செய்துள்ள ஆய்வுகள் குறிப்பிடத்தக்கன. குறிப்பாக ஆ. சிவசுப்பிரமணியன் போன்றோரது முயற்சிகளைச் சொல்லலாம். அண்மைக்காலம் குறித்த கேசவனின் அரசியல் வரலாற்று ஆய்வுகள் அவை குறித்த அவரது விளக்கங்கள் எவ்வளவு சர்ச்சைக்குரியதாயினும் மிக்க பயனுடையன.[27]

5

இறுதியாக இப்போக்குகள் தமிழ் முற்போக்குப் படைப்புலகில் ஏற்படுத்தியுள்ள தாக்கங்களைக் குறித்து ஒரு சிறு குறிப்பு:

சிறந்த சோஷலிச எதார்த்தவாதப் படைப்புகளாக ரகுநாதனின் பஞ்சும் பசியும், செல்வராஜின் தேநீர், சின்னப்ப பாரதியின் தாகம் பொன்னீலனின் கரிசல் போன்ற நாவல்களையும் தணிகைச் செல்வன், எ.தெ. சுப்பையன், கே.சி.எஸ். அருணாசலம், இன்குலாப் போன்றோரது கவிதைகளையும், மேலாண்மை பொன்னுசாமி, சூரியதீபன், பூமணி போன்றோரின் சிறுகதைகளையும் சோஷலிச எதார்த்தவாத விமர்சகர்கள் பட்டியலிடுவது வழக்கம். விவசாயிகள், தொழிலாளிகள், மலையின மக்கள் போன்றோரது சுரண்டல்மயமான வாழ்வைப் படம் பிடிப்பது, இறுதியாய் அவர்கள் இயக்க ரீதியாய்ப் போராட முனைவதைச் சொல்வது என்கிற ரீதியில் எழுதப் படுபவைதான் சோஷலிச எதார்த்தவாதப் புதினம் என்பது போன்ற சூத்திரங்கள் கேள்விக்குள்ளாக்கப்பட்டதை விரிவாய்ப் பார்த்தோம். இவற்றின் விளைவாக இத்தகைய சோஷலிச எதார்த்தவாதப் படைப்புகளில் இன்று ஒரு தேக்கம் ஏற்பட்டுள்ளது. மேற்குறிப்பிட்ட படைப்பாளிகள் யாருமே எழுபதுகளோடு ஒப்பிடுகையில் தத்தம் துறைகளில் குறிப்பிடத்தக்க சாதனைகள் புரியவில்லை. இதனை ஈடுகட்டத்தக்க புதிய வரவுகளும் இல்லை. செல்வராஜின் மூலதனம் வந்த சுவடே தெரியவில்லை. அதிகம் விளம்பரப்படுத்தப்பட்ட சின்னப்ப பாரதியின் சங்கமும் குறிப்பிடத்தக்க விளைவுகளை, தாக்கத்தை ஏற்படுத்தவில்லை. சாதிப் பிரச்சினைகளுக்கு முன்னுரிமை கொடுத்து எழுதிய கே. டானியலின் படைப்புகள் நான்கு தமிழகத்தில் இக்காலகட்டத்தில் வெளிவந்த போதிலும் பஞ்சமர் தவிர மற்றவை கவனிக்கப்படவில்லை. பூமணியின் நைவேத்தியமும் அப்படியே. நல்ல சிறுகதை எழுத்தாளராக அறிமுகமாகியிருந்த தனுஷ்கோடி ராமசாமியின் தோழர் நாவல் நகைப்பிற்குரியதாக அமைந்தது. அலுவலகங்களில் 'பர்மிஷன்' சொல்லிவிட்டுப் போய் உண்ணா விரதங்களை வாழ்த்தி வருவதே புரட்சிகரப் பணியாய் நினைக்கும் மத்தியதரவர்க்க முற்போக்கு அரசியலின் கலாச்சார வெளிப்பாடாகவே தோழர் அமைந்தது. தணிகைச் செல்வன், எ.தெ. சுப்பையன் போன்றோரை எண்பதுகளின் பிற்பகுதியில் காணவே காணோம். புரட்சிகரச் செய்திகளைச் சொல்வதற்குக் கவிதைகளைக் காட்டிலும் கட்டுரைகளைக் கருவியாக்கிக் கொண்டுள்ளார் இன்குலாப்.

ராஜம் கிருஷ்ணன், சு. சமுத்திரம் போன்றோரது படைப்புகள் சமூக அவலங்களையும் மாற்றங்களையும் சொல்லக்கூடியதாக அமைந்த போதிலும் எதார்த்தவாதச் சட்டகங்களை மீறவில்லை. ஒரு முப்பதாண்டுகளுக்கு முன்பு இந்தப் பிரச்சினைகளைக் கலைப் படைப்பாக்கினால் எப்படி இருந்திருக்குமோ அப்படியே அமைந்ததால் எண்பதுகளுக்கான முத்திரையைப் பெறவில்லை.

எண்பதுகளின் தனித்துவமிக்க போக்காக எதார்த்தவாதத்தை மீறிய படைப்புகளே அமைந்துள்ளன.[28]

நம்மைச் சுற்றிய நிகழ்வுகள் அனைத்தையும் நாம் தொன்மங்கள், புராணங்கள், தேவதைக் கதைகள், வரலாறுகள் என்று எத்தனை எத்தனையோ புனைவுகளின் வழியாகவே விளங்கிக்கொள்கிறோம். ஆனால் இந்தப் புனைவுகளைப் பற்றிய உணர்வு இல்லாமல் எல்லாவற்றையும் முழுமையாகவும் சார்பின்றியும் புரிந்துகொண்டதாக நம்புவதும் அவற்றைப் பிரதிபலித்துவிட்டதாக எண்ணுவதுமே எதார்த்தவாதத்தின் அடிப்படை. எனினும் கடந்த சில பத்தாண்டுகளில் ஏற்பட்டுள்ள பல மாற்றங்கள் இந்தப் புனைவுகள் பற்றிய ஒரு தன்னுணர்வை மனிதனுக்கு ஏற்படுத்தியுள்ளன. எதார்த்தம், உண்மை எல்லாம் எத்தனை போலியானவை என்பதை அன்றாட நிகழ்வுகள் அவனுக்குத் திரும்பத் திரும்ப உணர்த்துகின்றன. எந்த எதார்த்தவாதப் படைப்பும் 'உண்மை'யை அப்படியே பிரதிபலித்து விடுவதில்லை. எல்லாமே சில தேர்வுகள், வரிசைப்படுத்தல்கள் என்கிற அடிப்படையில் புதிய எதார்த்தத்தைக் கட்டமைக்கவே செய்கின்றன என்பதெல்லாம் கொஞ்சம் கொஞ்சமாய் வெளிப்படத் தொடங்கி யுள்ளன. சகல விதமான அதிகாரங்களுக்கும் எதிரான அறிவியல் பூர்வமான முடிவுகளைச் சொல்வதாக வந்தவர்களே இன்னும் கொடிய அதிகார அமைப்பின் காவலர்களாக மாறியதையெல்லாம் கண்ணெதிரே பார்த்துவிட்டோம். ஆழமான பகுப்பாய்வுகள் கேலிக்குரியதாய் முடிந்தன. சொற்கள் தங்களின் பொருள்களை இழந்து போலிகளாயின. அச்சுப் பதிவுகள் சலிப்பைத் தந்தன. அனைத்தும் குப்பையாய்ப்போன இந்தச் சூழலில் இன்றைய கலைப்படைப்பு இன்னொரு அச்சுப் பதிவை உருவாக்குவதாக அமைந்துவிட முடியாது; புதிய புனைவுகளை உருவாக்கிவிடக் கூடாது. மாறாக நாம் வாழ்வது புனைவுகளின் மத்தியில்தான் என்ற உணர்வை உருவாக்க வேண்டும். இந்தக் குப்பைகளையே கச்சாப்பொருளாகக்கொண்டு இன்றைய கால இலக்கியங்கள் உருவாக்கப்பட வேண்டும். எல்லாவற்றையும் சார்புத்

தன்மையில் வைத்துப் பார்க்க வேண்டும். தொடக்கம், இடைநிலை, இறுதி என்கிற காலவரிசை தேவையற்றது. இன்றைய ஏற்றத்தாழ்வு களை, கொடுமைகளை, அதிகாரத்துவத்தை ஓர் ஒழுங்குக்கு உட்பட்டதாகக் காட்ட மட்டுமே பயன்படும் ஒழுங்கமைவுகளால் மூடி மறைக்கப்படும் கொடூரங்களைத் தோலுரித்துக்காட்ட எதார்த்த வாதத்தின் அனைத்து உத்திகளிலிருந்தும் இன்றைய இலக்கியம் தப்பித்தாக வேண்டும் என்கிற அடிப்படையில் தமிழில் நேர்கோட்டுத் தன்மையற்ற (Non-Linear) எழுத்துகள் இந்த எண்பதுகளில் அறிமுகமாகியுள்ளதைச் சுட்டிக்காட்ட வேண்டும். தமிழவன், சாருநிவேதிதா, சில்வியா, பிரேம் போன்றோர் இம்முயற்சியில் ஈடுபட்டுள்ளனர். எனினும் இத்துறையில் இவர்களின் சாதனைகள் தொடக்கப் புள்ளியைத் தாண்டவில்லை. ஒட்டுமொத்தமாய் இத்தகைய எல்லா முயற்சிகளுமே பாராட்டுக்குரியன என்றும் சொல்ல முடியாது. எனினும் கவனிக்க வேண்டிய போக்கு இது.

கண்முன் எதிர்கொள்ளப்படும் எல்லாவற்றையும் சந்தேகித்து அவற்றைப் போர்த்தியுள்ள புனைவுகளைக் குறியியல், அமைப்பியல், போன்ற கருவிகளின் துணையோடு தோலுரித்து ஒவ்வொரு சொல்லுக்கும் செயலுக்கும் பின்னாலும் ஒளிந்திருக்கும் வர்க்கத்தை அடையாளம் காட்டும் முயற்சிகள் தொண்ணூறுகளில் வலிமையான முத்திரையைப் பதிக்கும் என்பதற்கான சான்றுகள் எண்பதுகளின் இறுதியில் தோன்றிவிட்டன.

குறிப்புகள்

1. எண்பதுகளின் இடதுசாரி இலக்கிய, விமர்சன முயற்சிகள் அனைத்தும் முழுமையாகக் கணக்கிலெடுத்துக் கொள்ளப்பட்டு இந்தக் கட்டுரை தயாரிக்கப்பட்டதாய்க் கருத வேண்டாம். எண்பதுகளின் முக்கிய போக்குகளை இனங்காட்டுவதே நோக்கம். தனக்குத் தெரிந்த பெயர் எதுவும் விட்டுப்போய் விட்டதாய் யாரும் குற்றம் சொல்வதில் பொருளில்லை.

2. கட்டுரை வாசிக்கப்பட்டபோதும் அதன் பின்னரும் ஒரு குற்றச்சாட்டு முன்வைக்கப்பட்டது. 'கட்டுரையாசிரியர் என்ன நிலைப்பாட்டில் நின்றுகொண்டு பேசுகிறார் என்பதைச் சொல்லவில்லை' என்பதே அது. கட்டுரையைக் கவனமாக வாசிப்போர், எடுத்துக்கொண்ட தலைப்பில் எனது நிலைப்பாடு

சரியாகச் சொல்லப்படுகிறது என்பதை உணர முடியும். தங்களுக்குத் தெரிந்த, நிலவும் கட்சி அமைப்புகள் ஏதேனும் ஒன்றின் நிலைப்பாட்டுடன் கட்டுரையாசிரியரை இணைத்துப் பார்த்துப் பெயரிட இயலாததின் விளைவே இக்குற்றச்சாட்டு.

குறிப்புகள்

1. 'சோவியத் யூனியன்' சிதறுவதற்கு முன்பு எழுதப்பட்ட கட்டுரை இது.

2. நா. வானமாமலை, புதுக்கவிதை முற்போக்கும் பிற்போக்கும், மக்கள் வெளியீடு, 1975.

3. க. கைலாசபதி, தமிழ் நாவல் இலக்கியம், என்சிபிஎச் 1968. இத்தகைய வறட்டுத்தனம் இலக்கியத்தின் சமூக வேர்களைக் கண்டறிவதிலும் பிரதிபலித்ததை இங்குக் குறிப்பிடுவது அவசியம். சிலப்பதிகாரம், பக்தி இலக்கியம் போன்றவை குறித்த கைலாசபதியின் அணுகல்முறையில் இதன் கூறுகளைக் காணமுடியும். சங்கப் பாடல்கள் அனைத்தையும் வீரயுகப் பாடல்களாக வரையறுப்பதிலும் இதனைக் காணலாம்.

4. வெங்கட்சாமிநாதன், மார்க்சின் கல்லறையிலிருந்து ஒரு குரல் நடை, 1970.

5. ஸ்டாலினை முழுமையாக ஏற்றுக்கொள்கிற இவர்கள் மற்ற மைய நீரோட்டப் பொதுவுடைமைக் கட்சிகளைப் போலன்றி ஸ்தானோவியத்தை வெளிப்படையாகவே ஆதரிக்கும் நிலையை மேற்கொண்டனர். பார்க்க கோ. கேசவன், இலக்கிய விமர்சனம் ஒரு மார்க்சிய பார்வை, அன்னம், 1984, பக். 206-207. 'நூறு பூக்கள் மலரட்டும்' என்று சொன்ன மாவோவின் சீனத்தில்கூட கட்சிக்கு இலக்கியம் கட்டுப்பட்டதே என்கிற சிந்தனையில் அதிக மாற்றம் இருந்ததில்லை என்பதும் குறிப்பிடத்தக்கது.

6. கா. சிவத்தம்பி, தமிழில் இலக்கிய வரலாறு, என்சிபிஎச், 1988.

7. திரு.கோ. கேசவன் இவ்வாறு அடித்தளத்தையும் மேற்கட்டு மானத்தையும் இயந்திரகதியில் இணைத்துப் பார்ப்பதால் அவரது இலக்கிய விமர்சனம் அவர் சுட்டும் சமூக வேர்களிலிருந்து துண்டாக நிற்பதோடு சமயங்களில் அவரது அடிப்படை

ஆய்வு முடிவுகளேகூடத் தவறாகிவிடுகின்றன. மேற்குறித்த பள்ளு இலக்கியம் நூலிலும் இதனைக் காணலாம். 'பள்ளர்' சாதியின் தோற்றத்தைப்பற்றி விரிவான ஆய்வை மேற்கொள்ளும் கேசவன், பள்ளர்கள் பெரிய அளவிலான தெலுங்குக் குடியேற்றங்களுக்குப் பின்னர் (14, 15ஆம் நூற்றாண்டுகளில்) தோன்றியிருக்க வேண்டுமென்கிறார். பள்ளு இலக்கியம் ஒரு சமூகவியல் பார்வை, அன்னம், 1981, பக். 120). சுந்தரபாண்டியனின் குடுமியாமலைக் கல்வெட்டொன்றில் (கி. பி. 1228) பள்ளர்கள்பற்றிக் குறிப்பிடப் படுவது கவனிக்கத்தக்கது. திருநலக்குன்றமுடைய நாயனார் கோயிலின் திருப்பணிக்கு யார் யாரிடம் எவ்வளவு வரி பற்ற வேண்டும் என்று சொல்லி வரும்போது,

'காணியாளராயிருக்கும் பிராமணர்
....செட்டிகள், வெள்ளாளர், இப்படி
உள்ள பேருக்கு ஆண்டொன்றுக்கு, பேர்
ஒன்றுக்குப் பணம் அரையும், இளமையாற்கு
பேர் ஒன்றுக்குப் பணம் காலும், படைபற்றுக்
களுக்கு பேர் ஒன்றுக்கு பணம் காலும், தண்டி
களுக்கும் மற்றும் குடிமக்களுக்கும் பேர் ஒன்றுக்குப்
பணம் அரைக்காலும், பறையர், பள்ளர் பேர்
ஒன்றுக்குப் பணம் அரைக்காலும்'

எனக் கூறுவதிலிருந்து சுந்தரபாண்டியன் காலத்திற்கு முன்பே பள்ளர் சாதி தோன்றிவிட்டது தெளிவாகின்றது.

8. தெ.மு.சி. ரகுநாதன், *இளங்கோவடிகள் யார்?* மீனாட்சி புத்தக நிலையம், 1989.

9. இதனை நுஃமான் விரிவாக ஆய்வு செய்து நிறுவியுள்ளார். *மார்க்சியமும் இலக்கியத் திறனாய்வும்* (அன்னம் 1937, பக். 84-119). தனது அணுகல்முறையை இன்று சுயவிமர்சனம் செய்து கொள்ளும் ரகுநாதன் அவரது இளங்கோவடிகள்பற்றிய ஆய்வை இன்னும் பெருமையாகவே குறிப்பிடுகிறார். சென்ற செப்டம்பர் 29, 30 (1990) தேதிகளில் திருநெல்வேலியில் என்சிபிஎச் நிறுவனம் சார்பில் நடத்தப்பட்ட 'தமிழக முற்போக்குக் கலை இலக்கியம்-அரை நூற்றாண்டு (1940-1990)' கருத்தரங்கில் வாசிக்கப்பட்ட அவரது வழிகாட்டும் உரையில் (உருளச்சு செய்யப்பட்டது) இதனைக் காணலாம். (பக். 60).

10. இவ்வாறு சோவியத் யூனியனைக் கண்மூடிப் பின்பற்றுவதையே அவர் விமர்சனம் செய்துகொள்வது இன்னும் பெரிய வேடிக்கை.

11. பார்க்க: அடிக்குறிப்பு 9.

12. கட்சித் தோழரைப் போலீசிடமிருந்து காப்பாற்றுவதற்காகக் குழந்தையை மூர்க்கமாய் அமுத்திக்கொல்வது போன்ற தனது ஆரம்பகாலக் கதைகளுக்கு 'சோஷலிச நாடுகளிலிருந்து' அன்று (1947) வந்து கொண்டிருந்த பல சோஷலிச எதார்த்தவாதக் கதைகள் எவ்வாறு காரணமாயின என்று சுயவிமர்சனம் செய்துகொள்ளும் ரகுநாதன் (பக். 28-41), இத்தகைய 'வக்கிரமான பார்வையே தமிழ்நாட்டில் முற்போக்கு இலக்கிய இயக்கம் தொடங்கிய நாற்பதாம் ஆண்டுகளில் நம்மிடையே நிலவியது' (பக். 38) என்றும் குறிப்பிடுகிறார்.

13. '1957இல் மாசேதுங் 'நூறு பூக்கள் மலரட்டும்' என்ற கோஷத்தை இலக்கியத் துறைக்காக வழங்கியபோதிலும் அந்த நூறு பூக்களும் செம்மலர்களாகத்தான் இருக்க வேண்டும் என்பதே அவரது கருத்தாக இருந்தது' (பக். 53).

14. தங்களிடமிருந்து பிரிந்துபோன மார்க்சிஸ்ட் கட்சியின் முற்போக்கு எழுத்தாளர் சங்கத்தில் 'ஜாதனோவிசம்' இன்னும் மேலோங்கி யுள்ளதாகச் சொல்லும் ரகுநாதன் (பக். 53) இதன்மூலம் தங்களது அமைப்பில் அது களையப்பட்டுவிட்டதாக உரிமை கொண்டாடு கிறார். மேற்குறித்த கருத்தரங்கில் வாசிக்கப்பட்ட பிற கட்டுரை களில் இதற்குச் சான்றுகளில்லை.

15. கலை இலக்கியங்களில் வர்க்கப்பார்வை வெளிப்படுவதை ஏற்றுக்கொள்ளும் நுஃமான், எனினும் முதலாளியத்திற்கு முற்பட்ட சமூகங்களில் ஒவ்வொரு வர்க்கமும் பிரக்ஞை பூர்வமாகத் தனது வர்க்க நலன்களை முன்னிறுத்தி இலக்கியங்கள் உருவாக்கின என்று கூறுவதை வலிந்த ஆராய்ச்சி என்கிறார். நுஃமானின் கருத்துகளை நாம் பொதுவில் ஏற்றுக்கொண்ட போதிலும் மீண்டும் அவர் 'அழகியல்' வலைக்குள் வீழ்வதை நாம் விவாதத்திற்குள்ளாக்குவது அவசியம்.

16. அ. மார்க்ஸ், 'ப்ரெக்டின் இன்னொரு பரிமாணம்' மனஓசை (ஜன, பிப்- ஏப். 1989).

17. வடிவவியலாளர்களை அ.மார்க்ஸ் சரியாக அறிமுகம்

செய்துள்ளதையும் குறிப்பிட வேண்டும் 'வடிவப் புதுமை, மாற்றம், செம்மை ஆகியவற்றில் புரட்சிக்குப் பிந்திய ரஷ்யாவில் தோற்றம்கொண்ட வடிவவியலாளர்களும் அதன்பின் ஒரு புதிய பொருள்முதல் அழகியலுக்கு அறைகூவல் விடுத்த ப்ரெக்ட் போன்றோரும் கொடுத்த முக்கியத்துவத்தை இங்கு நமது முற்போக்குப் படைப்பாளிகளும் திறனாய்வாளர்களும் அறியா திருந்தனர். லூகாக்சிய எதார்த்தவாதத்தையும் ஸ்டாலினிய சோஷலிச எதார்த்தவாதத்தையும் தாண்டி இவர்கள் செல்ல வில்லை. வடிவத்திற்கும் முக்கியத்துவம் கொடுக்கத்தான் வேண்டும் என்றெல்லாம் சொல்லியதனைத்தும் ஒப்புக்குத்தானே யொழிய (Tokenism) அதன் உண்மையான நோக்கை இவர்கள் பொருள் கொள்ளவில்லை.' — வேர்கள் நடத்திய சிறுகதைப் பட்டறையில் (சென்னை, 1988) வாசிக்கப்பட்ட படைப்பும் உத்தியும் என்ற கட்டுரையில்.

18. கோ. கேசவன், *கதைப்பாடல்களும் சமூகமும்*, தோழமை, 1985. இந்த நூலுக்கு எழுதப்பட்ட முன்னுரையைக் காண்க.

19. எ.டு: i. 'பாரதிதாசன் பல்கலைக்கழகமும் பட்டுக்கோட்டை கலியாண சுந்தரமும்,' மேலும், டிச - ஏப். 89-90.

ii. *'மார்க்சியம், அமைப்பியல் தமிழ்ச்சூழல்'*, கல்குதிரை' டிச. 89.

20. i. ஜி.பி. மோகன் தம்பி, *மார்க்சிய இலக்கியக்கொள்கை*, சிலிக் குயில், 1984 (மொழியாக்கம் : அ. மார்க்ஸ்) மைய நீரோட்டப் பொதுவுடைமைக் கட்சி ஒன்றைச் சார்ந்த மோகன்தம்பி ஸ்டாலினியத்தைச் சற்றே விமர்சனபூர்வமாக அணுகியுள்ளார்.

ii. சச்சிதானந்தன், *மார்க்சிய அழகியல் - ஒரு முன்னுரை*, மீட்சி புக்ஸ், 1985 (மொழியாக்கம் : சுகுமாரன்)

21. 'ஆனால் பிற ரஷ்ய விமர்சகர்கள் பெரும்பாலானோரும் லெனினின் கலைபற்றிய 'பிரதிபலிப்புக் கோட்பாட்டையே' யாந்திரீகமாக விரிவுபடுத்தினார்கள் சோசலிஷ எதார்த்தவாதம் நிறுவனத் தன்மை பெற்றபோது வெளிப்பாட்டுச் சுதந்திரத்திற்கு விலங்காக மாறியது' (பக். 73).

'....நூறு பூக்கள் மலரட்டும்' என்ற அவருடைய (மாவோவுடைய) பிரகடனம் அமுல்படுத்தப்பட்டதாக ஒரு சான்றும் புரட்சிக்குப் பிந்திய, 'ஒற்றைப் பரிமாணமுள்ள, மேம்போக்கான சீன

இலக்கியத்தில் காணக் கிடைப்பதில்லை. 'சோஷலிச எதார்த்த வாதம்' என்ற பெயரில் ஆட்சி பீடத்தின் திட்டங்கள்பற்றிய பிரச்சாரம், கட்சி மேலாதிக்கவாதிகளின் மீது புகழ்ச்சிகள், கொடூரமான இவ்வாண்மகனின் போலி இலட்சியவாதம், இவையே மாவோ காலத்திய சைனீஸ் லிடரேசர் இதழ்கள் முன்வைக்கும் போக்குகள் (பக். 74).

'... அடிப்படை மேற்கட்டு என்ற உருவ முன்மாதிரியை மார்க்ஸ் மேற்கொண்ட உருவகச் சோதனையாகவே கருதவேண்டும். இலக்கியம் குறித்து இந்த முன்மாதிரியை ஒருபோதும் கறாராகவோ யாந்திரீகமாகவோ அவர் பின்பற்றுவதில்லை' (பக். 79).

'.... இலக்கியம்பற்றிப் பேசும்போது மார்க்ஸ் ஒருமுறைகூடக் 'கண்ணாடி' அல்லது 'பிரதிபிம்பம்' ஆகிய உருவகங்களைப் பயன்படுத்துவதில்லை. எனினும் மொழிபற்றியும் தத்துவச் சிந்தனை பற்றியும் பேசும்போது இவற்றைப் பயன்படுத்து கிறார்கள்.' (பக். 81).

22. 'புதிய மார்க்சியம்' என கீதா குறிப்பிடுவது கோர்ப்பசேவின் நடை முறைகளை மனத்திற்கொண்டுதான்.

23. மார்க்சியத்தைத் தாண்டிச்செல்ல வேண்டும் என்கிறபோது தாண்டுவது முன்னோக்கிச் செல்வதற்கா இல்லை பின்னோக்கித் திரும்புவதற்கா என்பது சிந்திக்கத் தக்கது.

24. ' ஷ்டானோவ் வாதம் தவறென உரைக்கும் மேலை மார்க்சியத்தை நாம் ஒப்புக்கொள்ளவியலாது' (பக். 206) 'எனவே சரியான அரசி யலையும் நேர்மையான உன்னதமான கலையையும் இணைக்க வேண்டும் எனக் குறிப்பிட்ட ஷ்டானோவ் வாதம் சில நடை முறைக் குறைபாடுகளுடன் மிகச் சரியானதே ஆகும்' (பக். 207).

25. இவர் சுட்டும் சமூக வேர்களும் இவரது இலக்கிய ஆய்வுகளும் துண்டுதுண்டாய் நிற்பதை வேறு பலரும் சுட்டிக் காட்டி யுள்ளனர். பசுமாட்டைப் பற்றி எழுதச் சொன்னால் தென்னை மரத்தைப் பற்றி எழுதிவிட்டு, இந்த மரத்தில் பசு மாடு கட்டப்பட்டிருந்தது என்பது போலத்தான் கேசவனின் ஆய்வுகள் உள்ளன என்று சமீபத்தில் ஓர் உரையாடலின்போது கரந்தைத் தமிழ்க் கல்லூரியின் பேராசிரியர் ஒருவர் குறிப்பிட்டது நினைவிற்கு வருகிறது.

26. முற்போக்கு எழுத்தாளர் சங்கத்தில் நீண்ட நாட்களாகத் தலைமைப் பொறுப்பில் இருந்த கே. முத்தையாவின் 'ஆய்வு'களை (எ.டு: சிலப்பதிகாரம், ராமாயணம் போன்றவை குறித்த நூல்கள்) அவருடைய அமைப்பைச் சேர்ந்தவர்களேகூட யாரும் பொருட் படுத்துவதில்லை என்பது கவனிக்கத்தக்கது.

27. சனரஞ்சக அரசியலிலிருந்து தங்களை விலக்கிக்கொண்டுள்ள நக்சல்பாரிப் புரட்சியாளர்களால் நடத்தப்படுகிற புதிய கலாச்சாரம், மன ஓசை, செந்தாரகை போன்ற இதழ்கள் சனரஞ்சகக் கலாச்சாரத்தின் இழிவுகளைத் தோலுரிப்பதில் முக்கிய பங்காற்றி யுள்ளன. இலக்கிய ஆய்வு என்பது மார்க்சியர்களிடையேகூட தரமான இலக்கியங்கள்பற்றிய ஆய்வாகவே இதுவரை இருந்து வந்திருக்கிறது. இத்தகைய இலக்கிய கலாச்சார முயற்சிகள் சுமார் ஒரு சதம் மக்களைக்கூடச் சென்றடைவதில்லை. சுமார் 99 சதம் மக்களைச் சென்றடையும் சனரஞ்சகக் கலை இலக்கியம் குறித்த ஆய்வுகள் முக்கியமானவை. இந்த வகையில் மக்களால் பெரிதும் பாராட்டப்பட்ட 'நாயகன்' 'அஞ்சலி' போன்ற திரைப் படங்களையும் பாலகுமாரன் போன்றவர்களையும் மேற்குறித்த இதழ்கள் தோலுரித்துக் காட்டியது குறிப்பிடத்தக்கது.

28. எதார்த்தவாத வழக்கமான வடிவத்தைத் தாண்டி எழுதப்பட்டு பெரும் வரவேற்பிற்குள்ளான சுந்தரராமசாமியின் ஜே.ஜே. சில குறிப்புகள் (க்ரியா, 1983) பொதுவுடைமை இயக்கங்களின் பிரச்சினைகளை ஆழமாக அணுகத் தவறிய நான்கு பேர் சந்தித்தால் பேசிக்கொள்ளும் 'கிசு கிசு' அரட்டை மட்டத்திலேயே தேங்கியது. எதார்த்தவாதச் சட்டகத்திற்குள் நின்று கட்சி மார்க்சியரின் ஒழுக்கம்பற்றிய பார்வைகளை விமர்சித்த குறிப்பிடத்தக்க இன்னொரு நூல் அஸ்வகோஷின் சிறகுகள் முளைத்து (சரவணபாலு, 1988).

('எண்பதுகளில் கலை இலக்கியம்' என்கிற தலைப்பில் 1990 இறுதியில் மதுரைப் பல்கலைக்கழகமும் சிறுபத்திரிகைகளும் ஒன்றிணைந்து நடத்திய கருத்தரங்கில் வாசிக்கப்பட்ட கட்டுரை.)

மேலும், ஆகஸ்ட், 1992

2.6

மார்க்சியமும் வாசிப்பின் அரசியலும்: கலகம் அரசியல் களத்தில் மட்டுந்தானா?

மார்க்சியமாக அறியப்பட்ட, அறிவுத் தோற்றம் குறித்த 'எதிரொளிப்புக் கொள்கை', வரலாற்றுப் பொருள் முதலாளியத்தின் அடிப்படையிலான 'அடித்தளம்-மேற்கட்டுமானம்' என்கிற உருவக வகைப்பட்ட அணுகல்முறை ஆகியவற்றினடியாக உருவாக்கப்பட்ட மார்க்சிய இலக்கிய விமர்சனக் கோட்பாடுகள் மேலை நாடுகளில் சுமார் முப்பதாண்டுகளுக்கு முன்பே மறுபரிசீலனைக்குள்ளாக்கப்பட்டன. 'மார்க்சியக் கொள்கை வரலாற்றில் 1960களை அல்தூஸ்ஸரியத்தின் ஆளுகைக்குட்பட்ட காலம் என்றால் இன்றைய கட்டத்தை 'கிராம்சி'யத் திற்குள் நுழைந்துள்ள ஒரு காலகட்டம் எனலாம்' என 1960களின் இறுதியில் தொகுக்கப்பட்ட ஒரு நூலின் தொகுப்புரையில் சந்தால் மொஃபே குறிப்பிடுகிறார்.[1] வேறு சிலரும் இதனை ஏற்றுக் கொண்டுள்ளனர்.[2] பின் அமைப்பியல், குறியியல், பிரதியியல் (Textualism), பெண்ணியம் ஆகியவற்றின் கொடைகளையெல்லாம் உள்வாங்கிக்கொண்டு, ஒடுக்கப்பட்ட வர்க்கங்களின் சார்பாக வாசிப்பில் அரசியல் குறுக்கீடு செய்யும் ஒரு காலகட்டத்தில் மார்க்சிய இலக்கிய விமர்சனம் சர்வதேச அளவில் இன்று அடியெடுத்து வைத்துள்ளது.[3] இப்பங்களிப்புகள் தமிழாய்வுகளில் எத்தகைய சாத்தியப்பாடுகளைத் தோற்றுவிக்க முடியும் என்பதை யோசிக்கும் முன்பாக கடந்த ஐம்பதாண்டுகால (தமிழ்) மார்க்சிய இலக்கிய விமர்சன வரலாற்றில் சில போக்குகளையும் சாதனைகளையும் மிகவும் சுருக்கமாகப் பார்க்கவேண்டிய அவசியமாகிறது.[4]

பாரதி மகாகவியா இல்லையா என்கிற சர்ச்சையின் வாயிலாகப் பண்டிதர்கள், மேலை மரபிலான விமர்சகர்கள்,[5] திராவிட இயக் கத்தினர் எனச் சகலரும் பாரதியின் 'மகா கவித்துவத்தை' ஏற்றுக் கொண்டபோது பாரதியின் பொதுவுடைமை சார்ந்த கருத்துகளை முன்னிலைப்படுத்தி, மைய நீரோட்டப் போக்கில் இணைத்துக்

கொண்டு விமர்சனக் குறுக்கீடு செய்த ஜீவாவின் முயற்சியைத் தமிழில் முதல் மார்க்சிய இலக்கிய விமர்சனச் செயல்பாடு எனலாம். ஜீவாவைத் தொடர்ந்து தொ.மு.சி. ரகுநாதன், ஆர்.கே. கண்ணன், எஸ். ராமகிருஷ்ணன், தி.க. சிவசங்கரன் போன்றோர் இளங்கோ, கம்பன் தொடங்கி பாரதி வரையிலான அங்கீகரிக்கப்பட்டத் தமிழ் இலக்கியப் பாரம்பரியத்தில் இழையோடும் மனிதாபிமானத்தைப் பிரித்துக் காட்டினர். தமிழ் மார்க்சிய இலக்கிய விமர்சனத்தின் அடுத்த கட்டம் நா. வானமாமலை, க. கைலாசபதி, கா. சிவத்தம்பி, கோ. கேசவன், நெல்லை ஆய்வுக்குழுவினர் ஆகியோரோடு தொடங்குகிறது. சற்றுக் கறாரான ஆய்வு முறையைக் கைக்கொண்ட இக்கல்வியாளர்கள், தமிழ்ச் செவ்வியல் இலக்கியப் பாரம்பரியத்தின் சமூகவேர்களை இனங்காட்டினர். வீரயுக வெளிப்பாடாகவும், இனக்குழுச் சமூக வாழ்விலிருந்து அரசுருவாக்கம் தோன்றிய காலகட்டத்தின் வெளிப் பாடாகவும் சங்க இலக்கியத்தையும், வணிக வர்க்கத்தின் எழுச்சிக்கால வெளிப்பாடாகக் காப்பியங்களையும், நிலப்பிரபுத்துவத்தின் எழுச்சியோடு பக்தி இலக்கியத்தையும் முதலாளிய உற்பத்தி முறையோடு உருவாகும் தனிமனிதனோடு நாவலையும் இவர்கள் இணைத்துக் காட்டினர். நாட்டார் இலக்கியங்களில் வெளிப்படும் மோதற்கூறுகளை இனங்காட்டினர். ஹெகலிய தாக்கமுடைய அன்னியமாதலினடியாக இலக்கிய ஆய்வுகளை மேற்கொண்ட ஞானி போன்றோர் நவீனத்துவ முயற்சிகளைப் புறக்கணிக்காத வகையில் மேற்குறித்த சோஷலிச எதார்த்தவாதிகளிடமிருந்து வேறுபட்டு நின்றாலும் எதார்த்தவாதத்தை மட்டுமே முக்கிய இலக்கிய வடிவமாக ஏற்றுக்கொண்டவகையில் இதர மார்க்சிய இலக்கிய விமர்சகர்களோடு இணைந்தே நின்றனர். அல்தூஸ்ஸரிய அமைப்பியலின் சில கூறுகளை உள்வாங்கிக்கொண்டு இலக்கியம், கல்வி முதலியவற்றைக் கருத்தியற் செயற்பாடாக விளக்க முயன்ற அ. மார்க்ஸ் இலக்கியத்தின் சமூகமயப்படுத்தும் செயல்பாட்டிற்கு அதிக முக்கியத்துவம் அளித்தார்.

இந்த விமர்சனச் செயற்பாடுகள் குறிப்பிடத்தக்கவை என்பதில் ஐயமில்லை. எனினும் ஒரு சில கருத்துகளை இங்குக் குறிப்பிட்டாக வேண்டும். எதிரொளிப்புக்கொள்கை, அடித்தள - மேற்கட்டுமான அணுகல்முறை, சோஷலிச எதார்த்தவாதம் ஆகிய தங்களின் அடிப்படை அணுகல்முறைகளை இவர்களில் பலரும் இப்போது சுயவிமர்சனம் செய்துகொண்டுள்ளனர்.[6] வீரயுகம் குறித்த க. கைலாச பதியின் கருத்துகளை தெ. பொ. மீ. மறுத்துள்ளார்[7] இலக்கியத்தின் சமூக வேர்கள் குறித்த கோ. கேசவனின் கருத்துகளை ஒதுக்கும்

கா. சிவத்தம்பி, வணிக வர்க்க x நிலப்பிரபுத்துவ மோதல் பற்றிய கைலாசபதியின் ஆய்வுமீது ஐயத்தை முன் வைக்கிறார்.[8] ரகுநாதனின் சிலப்பதிகார ஆய்வையும் கைலாசபதியின் நாவல் குறித்த ஆய்வுகளையும் நுஃமான், அ. மார்க்ஸ் போன்றோர் மறுக்கின்றனர்.[9] புதுக்கவிதைகள் பற்றிய கைலாசபதி, வானமாமலை ஆகியோரின் கருத்துகளை இன்று ஏற்றுக்கொள்வார் யாருமில்லை. மரபுவழி இலக்கிய விமர்சனத்தில் ஏற்பட்டுள்ள தேக்கம் போலவே மரபுவழி மார்க்சிய இலக்கிய விமர்சனத்திலும் சர்வதேச அளவில் மட்டுமல்ல தமிழ்ச் சூழலிலும் இன்று பெருந்தேக்கம் ஏற்பட்டுள்ளது.

இன்னொரு அம்சமும் இங்கு சுட்டிக்காட்டத்தக்கது. பல்கலைக் கழக வளாகங்களில் மார்க்சிய இலக்கிய விமர்சனமுறை அங்கீகரிக்கப்பட்டுள்ளது. நா. வானமாமலை போன்றோரின் நாட்டார் இலக்கியம் குறித்த முயற்சிகளை மரபுவழி இலக்கிய விமர்சனத்தின் தந்தை க.நா.சு. போன்றோர் வெகுவாகப் பாராட்டியுள்ளனர்.[10] மார்க்சியத்தின் அறிவித்துக்கொண்ட எதிரியாகிய வெங்கட்சாமிநாதன், தனக்கு எழுதும் உத்வேகமே ரகுநாதனின் இலக்கிய விமர்சனம் என்கிற நூலைப் படித்த பின்புதான் ஏற்பட்டது என்கிறார்.[11] ஞானி போன்றோருக்கு மார்க்சிய வட்டத்தைக் காட்டிலும் எதிர் வட்டாரத்திலேயே அங்கீகாரம் அதிகம். ஒரு கலக அரசியற் செயற்பாடாக விளங்க வேண்டிய மார்க்சிய இலக்கிய விமர்சனத்திற்கு நிறுவனங்களும் எதிர் தரப்பினரும் அளித்துள்ள இந்த அங்கீகாரங்கள் கவனிக்கத்தக்கன.

மேற்குறித்த வரலாற்றுப் பின்னணியில் சில கேள்விகளை எழுப்பிக்கொண்டு அவற்றிற்குப் பதில்தேடும் முகமாகப் புதிய சாத்தியப்பாடுகளைத் தேட முயல்வோம்.

1. இலக்கியத்தன்மை (Literaryness) என்கிற அடிப்படையில் உயர் இலக்கியம், நடுத்தர இலக்கியம், இலக்கியமல்லாதவை என்கிற இலக்கியப் படிநிலை வரிசைகளையும், தரமதிப்பீட்டையும் ஏற்றுக்கொண்ட வகையில் மார்க்சிய இலக்கிய விமர்சனத்திற்கும் மரபுவழி இலக்கிய விமர்சனத்திற்கும் வேறுபாடில்லாததேன்?

2. மேற்கட்டுமானம் அடித்தளத்தை அப்படியே எதிரொலிக்கிறது. எனவே இலக்கியம் உட்பட்ட மேற்கட்டுமானக் கருத்தியற் செயற்பாடுகள் நுகர்வோரைச் சமூகமயப்படுத்தி, அடித்தளத்தை — அதன்மூலம் சமூக அமைப்பை மறுஉற்பத்தி செய்கிறதெனில் நுகரும் மனிதனுக்குச் செயலூக்கமான பங்கே இல்லையா?

இது மாற்றத்தை நோக்கிய செயல்பாடுகளை விரக்திக்கு இட்டுச் செல்லாதா? சமூகம் தன்னைத்தானே மறுஉற்பத்தி செய்து கொள்கிறதென்றால் உழைக்கும் மனிதனின் பங்கு என்ன?

3. தன்னை ஒடுக்குகிற இச்சமூக அமைப்பை ஏற்றுக்கொள்ளும் தன்னிலையாகத் தன்னைக் கட்டமைக்கிற பிரதியின் அம்சங்களை வாசகன் ஏன் விரும்பி ஏற்றுக்கொள்கிறான்? அவனால் எப்படி அதில் மகிழ்ச்சி காண முடிகிறது?

மரபுவழி மார்க்சிய இலக்கிய விமர்சனம் இக்கேள்விகளுக்குப் பதிலளித்துவிட முடியாது. புதிய வளர்ச்சிகளை உள்வாங்கிக் கொண்ட மார்க்சிய விமர்சனமுறை இக்கேள்விகளுக்குப் பதிலளிக்க முடிகிறதா எனப் பார்க்கலாம்.

'வெகுசனக் கலாச்சாரம்' எனச் சனரஞ்சகக் கலாச்சாரச் செயற்பாடுகளை இழித்தொதுக்கும் லூகாக்ஸ் 'World Historical Literature' என உயர் இலக்கியங்களைக் குறிப்பிடுகிறார்.[12] அல்தூஸ்ஸர் 'Authentic Art' எனவும் 'Mediocre Works' எனவும் பிரிக்கிறார்.[13] எனினும் ரேமன்ட் வில்லியம்ஸ் போன்றோர் உயர் இலக்கியம் x வெகுசனப் பண்பாடு என்கிற எதிர்வு கட்டமைக்கப்படுதலைக் கோட்பாட்டு மட்டத்தில் மறுக்கின்றனர்.[14] தமிழ்ச்சூழலில் இவ்வாறு உயர் இலக்கியம் எனவும் மட்டமான இலக்கியம் எனவும் பிரிக்கும் நிலை அப்படியே எதிரொளித்தது. மரபுவழி விமர்சனங்கள் போலவே இவர்களும் நாவல், நாட்டார் இலக்கியம் உட்பட அங்கீகரிக்கப்பட்ட இலக்கியப் பாரம்பரியத்தை அப்படியே தங்கள் ஆய்வுப் பொருளாக எடுத்துக்கொண்டனர். 'மணி அய்யரின் கச்சேரியைக் கேட்டு நாம் சிரக்கம்பம் செய்கிறோம். கிருஷ்ணாபுரம் சிலைகளைக் கண்டு பிரமித்து நிற்கிறோம். கம்பனைப் படித்துவிட்டு அவனைக் கைதூக்கி வணங்குகிறோம். புதுமைப்பித்தன் கதைகளைப் படித்துவிட்டுப் புளகாங்கிதம் அடைகிறோம்' என்றார் ரகுநாதன்.[15]

அங்கீகரிக்கப்பட்ட இலக்கியப் பாரம்பரியத்தை அப்படியே ஏற்றுக் கொள்வதில் ஞானியும் விதிவிலக்கல்ல. அவற்றைத் தாண்டி இவர்கள் யாரும் சென்றதில்லை.[16] சனரஞ்சக இலக்கியங்கள், வெகுசனப் பண்பாடு, ஒழுக்க மதிப்பீடுகளைக் கேள்விக்குள்ளாக்கும் நாட்டார் இலக்கிய ஆய்வுகள் ஆகியவற்றில் இவர்கள் போதிய நாட்டம் காட்டியதில்லை. நா. வானமாமலை, க. கைலாசபதி போன்றோர் புதுக்கவிதைகளை ஒதுக்கியதற்குங்கூட இத்தகைய அணுகல்முறையே பின்புலமாக இருந்தது.[17]

பிறகு எந்த அம்சத்தில் மார்க்சிய இலக்கிய விமர்சனம் மரபுவழி விமர்சனத்திலிருந்து வேறுபட்டு நின்றது? 'இலக்கியமாக' அங்கீகரிக் கப்பட்ட ஓர் ஆக்கத்தில், அவ்வாறு அங்கீகரிக்கப்பட்டதற்கான காரணங்களைக் கண்டுபிடிப்பதில் மட்டும் மரபுவழியாளர்களும் மார்க்சியர்களும் தங்களுக்குள் வேறுபட்டு நின்றனர். கம்பன், பாரதி குறித்த ஜீவாவின் அணுகலையும், தி. ஜானகிராமன் குறித்த நெல்லை ஆய்வுக் குழுவினரின் அணுகலையும் இதற்கு எடுத்துக்காட்டுகளாகக் குறிப்பிடலாம். வேறுபாடு ஆய்வுமுறையில் (Method) மட்டுமே இருந்தது. ஆய்வுமுறை வேறுபட்டாலும் பிரச்சினைப்பாடு (proble matique) வேறுபடவில்லை. எனவே ஆய்வுப் பொருளை (object of study) நிர்ணயிக்கும் கோட்பாட்டுருவாக்கம் இரண்டிற்கும் ஒன்றாகவே இருந்தது. இவ்வாறு இலக்கியத்தைத் தர மதிப்பீடு செய்வதே மார்க்சிய இலக்கிய விமர்சனத்திலும் பிரதான பணியாக அமைந்தது. இலக்கியத் தரம் என்பது காலத்தை மீறி நிற்கக் கூடியதாகக் கருதப்பட்டது. கிரேக்கக் கலைகள் குறித்த கார்ல்மார்க்சின் கருத்துகள் விதந்தோதப்பட்டன. ஆக, தரம் என்பது இலக்கியப் படைப்பிற்குள் உள்ளார்ந்து அமைந்திருப்பதாக முன்வைக்கப்பட்டது. அப்படியானால் இலக்கிய ஆக்கங்களின் தரத்தை நிர்ணயிக்கும் கூறுகள் யாவை என்கிற கேள்வி எழுப்பப்பட்டு, அதற்கான பதிலில் மரபுவழி விமர்சனத்திலிருந்து வேறுபட வேண்டி எல்லா இலக்கியங்களையும் அவற்றின் தோற்றத்தில் (Origin) வைத்துப் பார்க்கும் பார்வை வலியுறுத்தப்பட்டது.

இலக்கியப் பாரம்பரியம், தரம் ஆகியவை இலக்கியத்திற்கு வெளியில் சொல்லாடல்களால் கட்டமைக்கப்படுகின்றன; இந்தக் கட்டமைப்பில் நிறுவனங்கள், சகபிரதிச் செயற்பாடுகள் (inter textuality)[18] போன்றவை முக்கிய பங்கு வகிக்கின்றன என்பதை யெல்லாம் மரபுவழி மார்க்சியம் மறந்தது. சைவ இலக்கியப் பாரம்பரியம் எனவும், வைணவ இலக்கியப் பாரம்பரியம் எனவும் சமண பௌத்த இலக்கியப் பாரம்பரியங்கள் எனவும் தமிழக வரலாற்றில் ஒன்றுக்கொன்று வேறுபட்ட வெவ்வேறு இலக்கியப் பாரம்பரியங்கள் இருந்ததை நாம் அறிவோம். இலக்கியம்பற்றிய இன்றைய வரையறையில் எழுத்தறிவும் கல்வி நிறுவனங்களும் வகிக்கும் பங்கு முக்கியமானது. 'கல்வி என்ற கருவிக்கு உள்ளும் வெளியும் நின்று தனித்துவமிக்க நிர்ணயமான வழிகளில் செயல்படும் கருத்தியலால் கட்டமைக்கப்பட்ட பிரதிகளின் ஒரு புனிதத் தொகுதியே இலக்கியம்' என்பார் டேவிஸ்.[19] எனவே ஒரு குழுவிற்குத் தரமான

இலக்கியமாகப்பட்டது இன்னொரு குழுவால் ஒதுக்கப்பட்டதும், ஒரு காலத்தில் உள்ள இலக்கியப் பாரம்பரியம் இன்னொரு காலத்தில் மாறி இருந்ததும் வரலாறு. தமிழக வரலாற்றைப் பொறுத்தமட்டில் பார்ப்பன-வேளாள ஆதிக்கச் சாதியினரும், மிகச்சிறிய அளவில் சமண மேல் தட்டினரும், சைவ மடங்களுமே இன்று நமக்குக் கிடைத்துள்ள இலக்கியப் பாரம்பரியத்தைக் காத்துக் கையளித்துள்ளவர்கள். தாழ்த்தப்பட்ட சாதியினர், மேல்நில மக்கள், மலையின மக்கள் எனப் பெரும்பான்மையாக உள்ள தமிழர்களுக்கும் இந்தப் பாரம்பரியத் திற்கும் எள்ளளவும் தொடர்பில்லை. ஆனால் இதனை ஒட்டு மொத்தமான தமிழ்ப்பண்பாடு மற்றும் வரலாற்றின் விளைபொருளாக ஆதிக்க சக்திகள் போலவே மார்க்சியரும் ஏற்றுக்கொண்டனர்.

தவிரவும், மதிப்பீடு செய்யும் தன்னிலையைக் கணக்கிலெடுத்துக் கொள்ளாமல் மதிப்பீடுபற்றிப் பேசமுடியாது. பிரதிகள் தன்னளவில் மதிப்பீடுகளைக் கொண்டிருப்பதில்லை என்கிறோம். குறிப்பிட்ட வகையினங்களான தன்னிலைகளால் (எ.டு. ஆண்/ பெண், பார்ப்பன வேளாளர்/ பறையர், ஆண்டான்/ அடிமை, முதலாளி தொழிலாளி) குறிப்பிட்ட காரணங்களின் அடிப்படையில் மதிப்பீடுகள் மேற் கொள்ளப்படுகின்றன. இக்குறிப்பிட்ட காரணங்கள் என்பன மதிப்பீடுபற்றிய சமூக நிறுவனங்கள், விமர்சனங்கள் ஆகியவற்றின் சொல்லாடல்களால் கட்டமைக்கப்படுகின்றன. ஒரே வர்க்கம் அல்லது குழுவைச் சேர்ந்தவர்களாலுங்கூட பிரதியின் ஒரு கூறில் ஒரு பார்ப்பானும் ஒரு தலித்தும் வெவ்வேறு அர்த்தங்களை உருவாக்கிக் கொள்ளலாம்; வெவ்வேறு விளைவுகளுக்கு அவர்கள் ஆளாகலாம். எனவே சர்வ வியாபகமான கருத்துருவான (abstract) மதிப்பிடும் தன்னிலை ஒன்றை மனத்தில் வைத்துக்கொண்டு இலக்கியத்தில் என்றென்றைக்குமான மதிப்பீடுகள்பற்றிப் பேசுவதில் பொருளில்லை.

மார்க்சிய இலக்கிய விமர்சனத்தைப் பொறுத்தமட்டில் அது தனது விமர்சனச் செயற்பாடுகளில் 'வாசகனை'க் கணக்கிலெடுத்துக் கொண்டதே இல்லை. எல்லா விமர்சனங்களிலும் பிரதியின் வாசகன் என்பவன் அந்த விமர்சகன்தான். அல்லது ஒரு சராசரி பார்ப்பன-வேளாள/மத்தியதர வர்க்க/ஆண் வாசகனைக் கற்பிதம் செய்து கொண்டே ஒற்றைப் பார்வையில் விமர்சனங்கள் மேற்கொள்ளப் பட்டன. வாசக ஆய்வு (Readership Studies) மேற்கொள்ளப்பட்டதே இல்லை. இதன் பொருள் பிரதியியல் பகுப்பாய்வைப் புறந்தள்ளி விட்டு வாசக ஆய்வை மட்டும் நம்பியிருக்க வேண்டுமென்பதில்லை.

ஒரு பிரதி எந்த அளவிற்கு மூடுண்ட பிரதியாகக் கட்டப் பட்டிருக்கிறதோ அந்த அளவிற்கு, தான் வாசிக்கப்படும் விதத்தை அது கட்டுப்படுத்தவே முயல்கிறது. தவிரவும் வாசக ஆய்வு என்னும்போது தற்போது நிறுவனங்களால் மேற்கொள்ளப்படும் 'கேள்வித்தாள்' பாணியிலான வாசக ஆய்வையும் நான் மனத்திற் கொள்ளவில்லை.

பிரதி என்பது பல்வேறு வகையான சொல்லாடல்கள் விளையாடும் களமாக அமைகிறது. பிரதியை உருவாக்குபவன் பல்வேறு சொல்லாடல்களுக்கான சாத்தியங்களும் அமையாமல் அதனை ஒரு மூடுண்ட பிரதியாக உருவாக்க முயலலாம். இருந்த போதிலும் எல்லாச் சமயங்களிலும் அதில் அவன் வெற்றிபெறுவதில்லை. எடுத்துக் காட்டாக முற்போக்குப் படைப்பாளி ஒருவரால் தயாரிக்கப்பட்ட ஒரு பிரதி வர்க்கரீதியாய் பாட்டாளி வர்க்கத்திற்குச் சார்பாக நின்று உணர்வுபூர்வமாய் உருவாக்கப்பட்டிருந்தாலும் அப்படைப்பாளியின் பால் (ஆண்), சாதி (உயர்சாதி) ஆகியவை அவரறியாமலேயே அப்பிரதியில் வெளிப்பட்டுவிடலாம்.[20] அதேபோல ஆதிக்கக் கருத்தியலுக்கு இயைபாக உருவாக்கப்பட்ட ஒரு பிரதியில் ஒரு பெண் தனக்கான எதிர்ப்பு அடையாளத்தைக் காணமுடியலாம்.[21] பிரதியைப் போலவே வாசகனும் பல்வேறுவிதமான சொல்லாடல்களால் கட்டமைக்கப்பட்டவன்தான் (ஆண்/ பெண், உயர்சாதி/ தாழ்ந்தசாதி... etc.). இரண்டு சொல்லாடல்களும் வாசிப்பின்போது மோதிக்கொள் கின்றன. சில நிலைகளில் ஒத்துப்போகின்றன; சில நிலைகளில் எதிர்த்து நிற்கின்றன. மொத்தத்தில் இரண்டிற்குமிடையே ஒரு பேரம் (bargaining), பேச்சுவார்த்தை (negotiation) நடைபெறுகிறது. இதனை விளங்கிக்கொள்ள நாம் ஓரம்சத்தைப் புரிந்துகொள்ள வேண்டும்.

எதிரொளிப்புக் கொள்கையின்படி இலக்கிய ஆக்கங்களின் உள்ளுறை அல்லது வடிவம் சமூக எதார்த்தத்தை எதிரொளிக்கின்றது. அல்தூசரியர்கள் இந்த எதிரொளிப்பு நேரடியாக அல்லாமல் இடை ஊடகங்கள் வழியாக நடைபெறுகிறது என்பர். ப்ரெக்ட்கூட இலக்கியம் எதார்த்தத்தை எதிரொளிக்கிறது என்றால் அது உள்ளதை உள்ளபடியே எதிரொளிக்கும் சாதாரண கண்ணாடி அல்ல, சற்று வித்தியாசமான கண்ணாடி என்பார்.[22] எனினும் டெர்ரி-ஈகிள்டன் சொல்வதுபோல சிக்கலான அல்லது வித்தியாசமான என்றெல்லாம் நிபந்தனைகள் விதித்தாலும் எதிரொளிப்பு என்பது எதிரொளிப்பு தான்.[23] எதிரொளிப்பு வகைப்பட்ட சிந்தனை அல்லது இலக்கிய உருவாக்க முறை அதாவது எதார்த்தவாதம் எல்லாவற்றையும்

இயல்பானதாய் காட்டுகிறது (naturalises). எல்லாவற்றிலும் ஊடாடி நிற்கும் தற்காலிகத்தன்மை, சிதைவு, இடையீடு, சாத்தியங்கள் ஆகியவற்றை மூடி மறைத்துத் தெறிப்பில்லாத முழுமையாகக் காட்டுவதன் மூலம் இத்தகைய இயல்பாக்கம் மேற்கொள்ளப் படுகிறது.[24] எதார்த்த வகைப்பட்ட இலக்கிய ஆக்கத்தில் வெளியே இருக்கும் எதார்த்தம் அப்படியே எதிரொளிக்கப்படுகிறதுபோலத் தோற்றமளித்தாலும் பிரதியில் உருவாக்கப்படும் எதார்த்தம் பல்வேறு விருப்பபூர்வமான தேர்வுகளின் அடிப்படையில் தெரிவுசெய்யப்பட்டு, குறிப்பிட்ட கருத்தியல் நோக்கில் வரிசைப்படுத்தப்பட்டு புதிய எதார்த்தமாக முன் வைக்கப்படுகிறது.[25] எனவே பிரதியில் எதார்த்தம் எதிரொளிக்கப்படுகிறது என்பதைக் காட்டிலும் புதிய எதார்த்தம் கட்டமைக்கப்படுகிறது என்பதே சரியானது. எனவே எந்த ஒரு ஆய்வுப் பொருளையும் கட்டமைப்பது, அது இலக்கியமானாலும் சரி, பள்ளியில் போதிக்கப்படும் ‘அறிவு’ ஆனாலும் சரி, அந்த ஆய்வுப் பொருள் அல்லது பிரதி எவ்வாறு அதன் சொந்த உருவாக்கத்தின் விளை பொருளாக இருக்கிறது எனச் சொல்வதுந்தான். தொடக்ககால ரஷ்யத் திரைப்படக் கலைஞர்கள் பயன்படுத்திய தொகுத்தல்/வெட்டி உருவாக்கல் (Assemblage, Editing & Montage) போன்ற உருவக வகைப்பட்டக் கருத்தாக்கங்கள் எதிரொளிப்பு என்கிற உருவக வகைப்பட்ட கருத்தாக்கத்தைக் காட்டிலும் பிரதி உருவாக்கம் குறித்த தெளிவான புரிதலைத் தர முடியும். இவ்வாறு உருவாக்கப்படும் பிரதியோடு வாசகன் கொள்ளும் செயலூக்கமான உறவில் அர்த்தங்கள் பிறப்பெடுக்கின்றன. கலாச்சாரச் செயற்பாடுகள் கட்டமைக்கும் இத்தகைய அர்த்த உருவாக்கத்திலேயே (Production of Meaning) சமூகம் நிலைகொள்கிறது. ஸ்டுவர்ட் ஹால் சொல்வது போல ‘எல்லாச் சமூக உறவுகளும் அவற்றை அவற்றினிடத்தில் பொருத்துகிற அர்த்தங்கள் மற்றும் சட்டங்களை நம்பியே இருக்கின்றன.’[26]

சாதி, வர்க்கம், பால், இனம் ஆகியவற்றின் அடிப்படையில் சமூகம் பல்வேறு குழுக்களாய்ப் பிளவுண்டு கிடக்கிறது. இத்தகைய பல்வேறு குழுக்களின் சிக்கலான ஒரு வலைப்பின்னலே சமூகம். மாறாக அது பிளவற்ற ஒருமையல்ல. ஆதிக்கம்-ஆட்படுதல் என்கிற அமைப் பாக்கத்தில் செயல்படும் சமூக அதிகாரம் எப்போதும் வர்க்கப் போராட்டத்தின் களமாக இருந்து வந்திருக்கிறது. கலாச்சாரத் தளத்தில் அர்த்தங்களுக்கான போராட்டங்களாக இது அமைகிறது. இந்தப் போராட்டத்தில் ஆதிக்க வர்க்கங்கள் தங்களது நலனுக்கான அர்த்தங்களை ‘இயல்பான அர்த்தங்களாக’ மாற்றி சமூக முழுமையின்

பொதுஅறிவாக மாற்ற முனைகின்றன.[27] ஆதிக்கத்திற்கு ஆட்படுத்தப் படும் ஒடுக்கப்பட்ட வர்க்கங்கள் இத்தகைய நடைமுறைக்கு உட்படாமல் எதிர்த்து நிற்க முயல்கின்றன. ஓரளவு வெற்றியும் பெறுகின்றன. ஆதிக்க சக்திகளின் மையப்படுத்தும் முயற்சிக்கு எதிராக தொடர்ந்து மையத்தைவிட்டு விலகித் தப்பிக்கும் முயற்சியும் வரலாறு நெடுகிலும் கூடவே நடைபெற்று வந்துள்ளது.[28] பர்மிங்ஹாம் கலாச்சார ஆய்வுக் கழகத்தைச் சேர்ந்த டேவிட் மோர்லே சொல்வது போல[29] தனது சமூக அனுபவங்களை அர்த்தப்படுத்திக்கொள்ள வாசகன் பயன்படுத்தும் பல்வேறு விதமான சொல்லாடல்களும் பிரதியின் சொல்லாடல்களும் சந்திக்கும் கணத்தில் வாசிப்பு நிகழ்கிறது. பிரதியில் பதிவுசெய்ய முயலப்பட்டிருக்கும் சமூக அர்த்தங்களுக்கும் பல்வேறு வகைப்பட்ட வாசகர்களால் தங்களது சமூக அனுபவங்களை விளங்கிக்கொள்ள உருவாக்கப்பட்ட அர்த்தங் களுக்கும் இடையே நடைபெறும் பேரமாகவே வாசிப்பு நிகழ்கிறது. இந்த வகையில் ஓர் அகன்ற நோக்கில் மூன்று வகையான வாசிப்புகளை நாம் சொல்ல முடியும்.

அ. மேலாண்மையை ஏற்றுக்கொள்ளும் வாசிப்பு (Dominated Reading)

ஆ. பேர வாசிப்பு (Negotiated Reading)

இ. எதிர்ப்பு வாசிப்பு (Resistant Reading)

இந்த மூன்று வாசிப்புகளும் முற்றிலுமாக ஒன்றையொன்று விலக்கியவையல்ல. சமூகத்தில் நிலவும் சராசரி வாசிப்பாக இரண்டாவதைச் சுட்டிக்காட்டலாம்.

சிவில் சமூகத்தில் ஆதிக்க வர்க்கத்தில் மேலாண்மைக் கருத்தியலோடு வாசகனை ஒருங்கிணைக்கும் கூறுகளை அதிகமாகக் கொண்ட ஒரு குறிப்பாணை வடிவிலான (Memo/ Prescriptive) பிரதியில், அத்தகைய ஆதிக்கத்தால் ஒடுக்கப்படக்கூடிய ஒரு சராசரி வாசகன் மகிழ்ச்சி காண்பது அத்தகைய ஆதிக்கக் கருத்தியலின் விளிம்பில் தன்னை எளிதாகத் தன்னிலையாக அடையாளம் காண்பதால்தான். சமூகத்தில் தன்னுடைய நிலையை, தன்னுடைய அனுபவங்களை இயல்பானதாக உணர அது அவனுக்கு வழி வகுக்கிறது. தனது உலகை எளிதில் புரிந்துகொண்டு அர்த்தப்படுத்திக்கொள்ள வாய்ப்பு ஏற்படும்போது அவன் மகிழ்ச்சி அடைகிறான். மேலாண்மை முயற்சிக்கு முற்றிலும் எதிர்நிலை எடுத்து அர்த்த உருவாக்கம் செய்துகொள்ளும் எதிர்ப்பு

வாசிப்பு நிச்சயமாய் இத்தகைய மகிழ்ச்சியை அளிக்காது. மாறாக அப்பிரதி அவனை வருத்துகிறது. இந்த வருத்தத்தின் மூலம் அவனைப் புரட்சிகரச் செயல்பாட்டை நோக்கி இயக்கலாம் என்பது வேறு விஷயம். எனினும் இவ்விரு வாசிப்புகளும் வாசிப்பின் இரு எதிரெதிரான விளிம்பு நிலைகள். பெரும்பாலானவர்களின் வாசிப்பு பேர வாசிப்புதான். வெகுமக்கள் என்போர் ஒருபடித்தானவர்களல்லர் என்பதால் ஆதிக்கக் கருத்தியலுடன் அவர்களது உறவும் பன்முகப் பட்டதாகவே இருக்கும். ஆதிக்கக் கருத்தியலை அப்படியே ஏற்றுக் கொள்வது என்பதிலிருந்து எதிர்ப்பது என்பது வரையில் இரு எல்லைகளுக்கும் இடையிலான வேறுபட்ட பல்வேறு நிலைகளில் ஆதிக்கக் கருத்தியலுடன் அவர்கள் உறவு அமையும். இத்தகைய பல்வேறு நிலைகளுக்கும் பேர வாசிப்பைச் சாத்தியப்படுத்தும் போது பிரதி சனரஞ்சகமாக மாறுகிறது.

மார்க்சிய இலக்கிய விமர்சனம் இத்தகைய வாசிப்பின் அரசியலுக்கும் பிரதியின் மீதான நிறுவனங்கள் மற்றும் சக பிரதிகளின் செயல்பாட்டிற்கும் உரிய முக்கியத்துவம் அளிக்காமல் இலக்கியத்தை அதன் தோற்றகாலத்திய சாராம்சத்தின் வெளிப்பாடாக மட்டுமே பார்த்தது. 'ஆசிரிய'னுக்கு இதர இலக்கிய விமர்சனங்களைப் போலவே கூடுதல் முக்கியத்துவம் அளித்தல், ஓர் ஆசிரியனின் ஆக்கங்கள் எல்லாவற்றிற்குள்ளும் ஓர் ஒருமையைத் தேடுதல் போன்ற முயற்சிகளில் நாட்டம் செலுத்தியது.

சமூக உருவாக்கத்தை அரசியல், பொருளியல், கருத்தியல் போன்ற பல்வேறு மட்டங்களின் செயலூக்கமான ஒருங்கிணைவாகச் சுட்டிக் காட்டி அவற்றுக்கிடையேயான ஒப்பீட்டளவுச் சுயேச்சைத் தன்மையையும், ஒட்டுமொத்தமான மேல் நிர்ணயத்தையும் வலியுறுத்திய அல்தூஸ்ஸரியம்கூட இலக்கியம் குறித்த 'புனித வட்ட'த்தை ஏற்றுக்கொண்டதேன் என்கிற கேள்வி முக்கியமானது.[30] ஒப்பீட்டளவில் சுதந்திரம் என்கிறபோது எதிலிருந்து சுதந்திரம் என்கிற கேள்வி எழுகின்றது. கருத்துவகைப்பட்ட மேற்கட்டுமானத்தை இலக்கியம் - அறிவியல் - கருத்தியல் எனப் பிரித்து, இலக்கியம் கருத்தியலிலிருந்து எந்த அளவிற்கு ஒப்பீட்டளவு சுதந்திரம் பெற்றுள்ளது என்பதாக இது புரிந்துகொள்ளப்படுகிறது. கருத்தியல் என்கிற வகையினத்திலிருந்து இலக்கியம் என்கிற வகையினம் பெற்றுள்ள ஒப்பீட்டளவுச் சுதந்திரம் என இது பொருளாகிறது. அதாவது இது கருத்துருவமான (abstract) தனித்தனி வகையினங்களுக்கு

இடையேயான ஒப்பீட்டளவு சுதந்திரம் என்றாகிறது. உண்மையில் கருத்தியல் என்கிற ஒரே வகையினத்தில் இரு புலங்களுக்கிடையே நிலவும் ஒப்பீட்டளவு சுதந்திரமாகவே இது பார்க்கப்பட வேண்டும்.[31] அவை:

1. தர்க்க வகைப்பட்ட கருத்தியல் (discursive): மனிதர்களுக் கிடையேயும், மனிதர்களுக்கும் அவர்களது உற்பத்திச் சூழலுக்கு இடையேயுமான கற்பிதமான ஒழுங்கமைவுகளையும் படிநிலை வேறுபாடுகளையும் முன்வைக்கும் சொல்லாடல்.

2. புனைவு வகைப்பட்ட கருத்தியல் (Fictional): மேற்குறித்த தர்க்க வகைப்பட்ட கருத்தியலை அர்த்தப்படுத்தும் (allude) பிரதியியல் அம்சங்களின் அடிப்படையிலான சொல்லாடல்கள். இந்த இரண்டிற்குமிடையே உறுதியான வகையின வேறுபாடுகளைச் சுட்ட முடியாது. ஏனெனில் இரண்டிற்குமிடையே நிலவும் ஒருங்கிணைவு என்பது வரலாற்று ரீதியாய் வேறுபடக் கூடியது.

மொத்தத்தில் இப்படிச் சொல்லலாம்: இலக்கியத்தைப் பகுப்பாய்வு செய்யும்போது நிறுவன ரீதியாய் தீர்மானிக்கப்பட்ட பல்வேறு விதமான வாசிப்புகளை ஒருவன் எதிர்கொள்கிறான். இலக்கியத்தைக் களமாகக்கொண்ட வர்க்கப் போராட்டத்தின் அடிப்படையில் இவ்வாசிப்புகளில் ஒரு சில முக்கியத்துவம் பெறுகின்றன. மார்க்சிய இலக்கிய விமர்சனத்தின் நோக்கம் ஏற்கெனவே நிரந்தரமாகப் 'படைக்கப்பட்ட' 'இலக்கியம்' ஒன்றின் உண்மையான விளக்கம் அல்லது அழகியலை வெளிப்படுத்துதல் அல்ல. மாறாக வாசித்தல், எழுதுதல் என்கிற நடைமுறைகளில் மார்க்சிய விமர்சகன் ஒரு குறுக்கீட்டைச் செய்கிறான். அது ஒடுக்கப்பட்ட வர்க்கத்திற்குச் சார்பான குறுக்கீடு. வாசிப்பை எந்தவிதமான விமர்சனச் செயல்பாடு அதிக அளவில் அரசியல்படுத்தும் என்பதை மார்க்சிய விமர்சனம் தந்திரோபாயரீதியில் யோசிக்க வேண்டும். எனவே வேறுபட்ட வாசகக் குழுக்கள் மத்தியில் வேறுபட்ட விமர்சனங்களை முன்வைக்கக்கூடிய நிலைகூட ஏற்படலாம். ப்ரெக்ட் சொன்னதுபோல, 'நீங்கள் என்றென்றைக்குமான எல்லாருக்குமான உண்மையை எழுதிவிட முடியாது. குறிப்பிட்ட காரியத்தைச் செய்ய வேண்டுமென்பதற்காகத் தான் அதை நீங்கள் எழுத முடியும்.'[32]

பிரதியியல் அணிவகுப்பைப் பகுப்பாய்வு செய்வதன்மூலம் அவற்றின் செயல்பாட்டை வெளிப்படுத்திவிடுவது மட்டும் விமர்சனத்தின் பணியாக இருக்க முடியாது. கருத்தியல் கூறுகளுடன்

இவற்றின் செயலூக்கமான ஒன்றிணைவையும் வெளிப்படுத்தியாக வேண்டும். பல்வேறு வகையான எழுத்து வடிவங்களும் மேலாண்மைக் கான கருத்தியல் போராட்டத்துடன் எவ்வாறு அவை ஒன்றிணை கின்றன என்பதையும் இந்தப் போராட்டத்தில் வாசகனின் செயலூக்கமான பங்கையும் மார்க்சிய விமர்சனம் சுட்டியாக வேண்டும். இந்த வகையில் ஓர் இலக்கியப் பிரதியை எதிர்கொள்ளும் மார்க்சிய இலக்கிய விமர்சனம் பல்வேறு மட்டங்களில் மேற்கொள்ள வேண்டிய பகுப்பாய்வுகளை எளிமைப்படுத்திச் சொல்வதானால் இப்படிச் சொல்லலாம்.

அ. Representational Analysis: பெரும்பாலும் உள்ளுறை குறித்த பகுப்பாய்வாக இது அமையலாம்.

ஆ. Textual Analysis: பிரதியியல் அணிவகுப்பு குறித்த ஆய்வுகள்.

இ. Inter-Textual Analysis: பிரதியின் மீதான சக பிரதிகள், நிறுவனங்கள் ஆகியவற்றின் செயல்பாடு குறித்த ஆய்வுகள்.

ஈ. Readership studies: வாசக எதிர்வு ஆய்வுகள்.

இவை தனித்தனியாக மேற்கொள்ளப்பட்டாலும் இவற்றின் செயலூக்க மான ஒன்றிணைவு, சிவில் சமூகத்தில் மேற்கொள்ளப்படும் சமூக மேலாண்மைச் செயல்பாடுகளோடு இவை கொள்ளும் உறவு ஆகியவற்றை வெளிப்படுத்தும் அரசியல் குறுக்கீடாக மார்க்சிய இலக்கிய விமர்சனம் அமையும்.

இன்றைய யுகத்தைத் தகவலியச் சமூகம் (information society) என்கிறார்கள். வளர்ந்த நாடுகளில் உற்பத்தியில் ஈடுபடும் தொழிலாளி களில் சுமார் 50 சதம் தகவல்துறையிலேயே உள்ளனர். தகவல் மற்றும் தகவல் தொடர்பு என்பன உற்பத்தியின் மிக முக்கிய நிபந்தனைகளில் ஒன்றாக - சமயங்களில் தகவலே உற்பத்தி சக்திகளில் ஒன்றாக-இன்று மாறியுள்ளது. குறியீட்டு உழைப்பே ஓர் உற்பத்திச் சக்தியாக மாறிவிட்ட குறியியல் சமூகம் (semiotic society) எனக்கூட இது குறிப்பிடப்படுகிறது.[33] மார்க்சியத்தின் பிரதான கரிசனமே பிரதியியல் செயல்பாடாகத்தான் இருக்க வேண்டுமென்கிறார் எர்னஸ்டோ லக்லா.[34] மார்க்சியத்தின் பிரதான ஆய்வுப் பொருளாகிய நிலவும் சமூகப் பொருளாதார உறவுகள் என்பதே சொல்லாடல்களால்தான் கட்டமைக்கப்பட்டுள்ளது என்பதும், இச்சொல்லாடல்கள் பிரதி சார்ந்த இருப்பையே கொண்டுள்ளன என்பதும் அவர் வாதம். இக்கருத்து குறித்த விவாதத்திற்கு இப்போது வாய்ப்பில்லாவிட்டாலும்

வரலாற்றுப்போக்கில் உற்பத்தியில் ஏற்பட்டுள்ள மாற்றங்களையும் வெகுசனச் சமூகமாக சமூகம் உருப்பெற்றுள்ளதையும் கவனத்தில் எடுக்கும்போது இத்தகைய வரலாற்றுரீதியான புதிய உருவாக்கங்களில் பிரதியியலின் (textualism) பங்கை எளிதில் புறக்கணித்துவிட முடியாது என்பது உறுதி. உலகெங்கிலும் சோஷலிசக் கட்டுமானங் களாக அறியப்பட்டவற்றுள் ஏற்பட்டுள்ள தோல்விகள் முதலாளியச் சமூக மதிப்பீடுகள், நிறுவன வடிவங்கள் ஆகியவற்றை கேள்வி முறையின்றி ஏற்றுக்கொள்வது குறித்த புதிய கேள்விகளை உலகெங்கிலும் எழுப்பியுள்ளன. நவீன பிரதிகள் இவற்றின் வெளிப்பாடுகளாக அமைவது தவிர்க்க முடியாதது. இவற்றை யெல்லாம் எதிர்கொள்ள வேண்டுமெனில் இலக்கியம் குறித்த புனித வட்ட அணுகல்களைத் தகர்த்தெறிந்துவிட்டு மார்க்சிய இலக்கிய விமர்சனம் தனது உண்மையான அரசியல் பணியை நிறைவேற்ற வேண்டிய தருணம் வந்துவிட்டது என்பதை அது உணர வேண்டும்.

குறிப்புகள்

1. Chantal Mouffe (ed), *Gramsci and Marxist thory*, RKP, 1979. P. 1.

2. எ.டு. Joseph V. Femia, *Gramsci's Political thought*, Clarendon, 1989, P. 1.

3. எ.டு. Stuart Hall தலைமையிலான Birmingham Centre for Contemporary Cultural Studies சார்பாக மேற்கொள்ளப்பட்டுள்ள ஆய்வுகள். விவரங்களுக்கு பார்க்க: Robert Allen (ed), *Channels of discourse.* இந்நூலிலுள்ள Mini white மற்றும் John Fiske (Metheun, 1987) ஆகியோரின் கட்டுரைகள்.

4. இதனைச் சற்று விரிவாக 'எண்பதுகளில் மார்க்சிய இலக்கிய விமர்சனமும் முற்போக்கு எழுத்து முயற்சிகளும்' என்ற கட்டுரையிலும் (மேலும், ஆக, 92) 'ப்ரெக்டின் இன்னொரு பரிமாணம்', 'மார்க்சியம், அமைப்பியல் தமிழ்ச்சூழல்', ஞானியின் 'மார்க்சியமும் தமிழ் இலக்கியமும்' ஆகிய கட்டுரை களிலும் (அ.மார்க்ஸ், மார்க்சியமும் இலக்கியத்தில் நவீனத்துவமும், பொன்னி 91) காணலாம்.

5. மணிக்கொடி குழுவினர், க.நா.சு., வெங்கட்சாமிநாதன், சுந்தர ராமசாமி போன்றோரை இப்படிக் குறிப்பிடுகிறேன். மேலைச் சூழலில் சொல்வதுபோல இவர்களை 'முதலாளிய விமர்சகர்' எனச் சொல்ல முடியவில்லை.

6. பார்க்க: அ.மா.வின் முன் குறிப்பிட்ட 'எண்பதுகளில்...' கட்டுரை.

7. தெ.பொ.மீ., இலக்கிய வரலாறு - சங்க காலம், சர்வோதயம், 1981.

8. கா.சிவத்தம்பி, தமிழில் இலக்கிய வரலாறு, என்சிபிஎச், 1988.

9. அ.மா.வின் முன் குறிப்பிட்ட 'எண்பதுகளில்...' கட்டுரை.

10. தமிழ் இலக்கிய விமர்சகர்கள், அகரம், 1979, பக். 39.

11. வெங்கட்சாமிநாதன், பாலையும் வாழையும்.

12. Quoted in Peter Hum etal, *Popular fictions,* Methuen. 1986 P.2.0.

13. *Ibid.*

14. Raymon Wlliams, Communication, Penguin, 1982.

15. இதனை மேற்கோள் காட்டி விதந்தோதும் தமிழவன், 'ஸ்ரீவில்லி புத்தூர் கோயில் கோபுரம் நல்ல வாட்டசாட்டமாகச் சுண்டிவிட்ட பிரம்பு மாதிரி துள்ளும் பதினாறு வயசுப் பெண் மாதிரி இருப்பதாக இவர் நண்பர் சொல்வதில் இவர் காணும் வியப்பு இவரை முக்கிய மனிதராக நமக்குக் காட்டுகிறது' என்கிறார் (தமிழ் இலக்கிய விமர்சகர்கள், அகரம் 1979, பக். 24.25).

16. நாட்டார் இலக்கியம் குறித்த மார்க்சிய இலக்கிய விமர்சகர்களின் செயற்பாடுகள் முக்கியமானவை என்றாலும் உலகெங்கிலும் நாட்டார் இலக்கியம் குறித்த ஆய்வுகள் பல்வேறு நிலைகளில் மேற்கொள்ளப்பட்டதன் இணைச் செயற்பாடாகவே இதனைக் காண வேண்டும். தமிழக நாட்டார் பாடல்களின் சேகரிப்பு ஆங்கிலேயர் காலத்திலேயே தொடங்குகிறது. 1950களில்தான் பண்டிதர்கள் நாட்டார் இலக்கியத்தை அங்கீகரிக்கின்றனர். 'மனிதகுலத்தின் அழகை மாத்திரம் புலவர்கள் தம் கவிதைகளில் காட்டுவார்கள். நாடோடிப் பாவலனோ அழகையும் காட்டுகிறான் அழுக்கையும் காட்டுகிறான்' என்றார் கி.வா. ஜகன்னாதன், மலையருவி என்கிற நாட்டார் இலக்கியத் தொகுப்பிற்கான பதிப்புரையில் (சரஸ்வதி மகால் வெளியீடு, 1958, பக். 3-4).

17. இன்றளவும் இது தொடர்கிறது. அங்கீகரிக்கப்பட்ட ஒழுக்க மதிப்பீடுகளைக் கேள்விக்குள்ளாக்கும் பிரதிகளும் (எ.டு: சாருநிவேதிதாவின் எக்சிஸ்டென்ஷியலிசமும் ஃபேன்சி பனியன் களும் , கிரணம், 1989) கலாச்சாரச் செயற்பாடுகளும் (எ.டு: மதுரை நாடக விழாவில் (1992) அரங்கேற்றப்பட்ட இரண்டாவது ஆட்டம்

நாடகம்) மார்க்சிய விமர்சகர்களால் மிகுந்த அருவருப் போடும் ஆத்திரத்தோடும் எதிர்கொள்ளப்படுகின்றன.

18. இவற்றில் அப்பிரதி குறித்து மேற்கொள்ளப்படும் விளம்பரங்கள், விமர்சனங்கள் முதலியவை முக்கியப் பங்கு வகிக்கின்றன. எ.டு: மௌனி பற்றி கட்டமைக்கப்பட்டுள்ள புனைவுகளைச் சுமந்து கொண்டுதான் ஒரு தமிழ்வாசகன் மௌனி பிரதியைக் கையிலெடுக்கிறான்.

19. T. Davies (ed), *Ideology and literature*, Red Letters, No.7: 1978, P. 13.

20. சிவகாமியின் பழையன கழிதலும் நாவல் தலித் மக்களின் பிரச்சினையைப் பேசினாலும் அதில் வரும் முக்கிய பெண் பாத்திரம் — அவரின் பார்வையில்தான் கதை சொல்லப் பட்டுள்ளது — உயர்சாதி மதிப்பீடுகளுக்கு ஆட்பட்டிருப்பது பிரதியைக் கட்டுடைக்கும்போது வெளிப்பட்டு விடுகிறது. கதாசிரியை ஒரு IAS அதிகாரி என்பது குறிப்பிடத்தக்கது (வெளியீடு: அன்னம், 1990). உயர்சாதியைச் சேர்ந்த மௌனி, ஒடுக்கப்பட்ட சாதி ஒன்றைச் சேர்ந்த உணர்வுபூர்வமான முற்போக்குச் சிந்தனையாளர் பழமலை ஆகியோரிடம் வெளிப்படும் தந்தைவழிச் சமூக ஆணாதிக்க மதிப்பீடுகள் இக்கட்டுரையாசிரியரால் கட்டுடைக்கப்பட்டுள்ளன. பார்க்க: கனவு, (மே, 1992), மார்க்சியமும் இலக்கியத்தில் நவீனத்துவமும் (மு.கு.நூ).

21. 'மனோகரா' நாடகம்/ திரைப்படம் ஆகியவற்றில் வரும் கவர்ச்சி வில்லியைத் தந்தைவழிச் சமூகத்தின் மீதான பழிவாங்கும் நோக்கில் ஒரு பெண் பார்வையாளர் ரசிக்கலாம்.

22. John Willet (ed), *Brecht on theatre*, Radhakrishna, 1979, p. 204.

23. Terry Eagleton, *Criticism and ideology*, NLB, 1976, P. 65

24. Philip Wexler, *Social analysis of education,* RKP, 1987, P. 104.

25. அடிக்கடி நான் சொல்லும் ஓர் எடுத்துக்காட்டு: ரசியப்புரட்சிபற்றி ஸ்டாலின், ட்ராஸ்கி, குருசேவ் ஆகியோரால் வெவ்வேறு வரலாறுகள் தொகுக்கப்பட்டுள்ளன. எல்லாமே 'உண்மைச் சம்பவங்களின் தொகுப்புத்தான்' என்றாலும் அவை ஒன்றுக் கொன்று முற்றிலும் மாறுபட்டதாகவும் சமயத்தில் எதிரெதி ராகவும் அமைவது கண்கூடு.

26. Quoted in Robert Allen (ed), *Channels of discourse,* P. 25.

27. கிராம்சிபற்றிய எந்த ஓர் அறிமுக நூலிலும் காணப்படும் 'மேலாண்மை' (Hegemony) பற்றிய சிந்தனையோடு இதனை ஒப்பிட்டுப் பார்க்கலாம்.

28. மார்க்சிய நோக்கிலான இலக்கியவழி வரலாற்று முயற்சிகளும் தமிழில் மேற்கொள்ளப்பட்டுள்ளன. *உ-10*

(எ.டு: கா.சிவத்தம்பி, தமிழில் இலக்கிய வரலாறு) இத்தகைய வரலாற்றெழுது முயற்சிகளுங்கூட அங்கீகரிக்கப்பட்ட இலக்கியப் பாரம்பரியத்தின் அடியாகவே மேற்கொள்ளப்பட்டுள்ளது. அவ்வக்கால ஆதிக்க சக்திகளின் விருப்பபூர்வமான தேர்வுகளின் அடிப்படையில் தொகுக்கப்பட்ட தொகைகள், உருவாக்கப்பட்ட பாரம்பரியங்கள் ஆகியவற்றை மூலாதாரமாகக்கொண்டு கட்டமைக்கப்பட்ட வரலாறென்பது மீண்டும் 'மையங்கள் தோன்றிய வரலாறாகத்'தான் இருக்க முடியும் (Sedantic History). மாறாக வரலாறு முழுமையும் மையப்படுத்தும் முயற்சிக்கு நிகராக மையத்திலிருந்து தப்பித்தோடும் முயற்சிகளும் இருந்தே வந்துள்ளன. மத்திய கால சோழப்பேரரசில்கூட மையப் படுத்தப்பட்ட அரசதிகாரம் தலைநகர் மற்றும் கோயில்களைச் சுற்றி மட்டுமே விளங்கியது என நவீன ஆய்வாளர்கள் குறிப்பிடு கின்றனர் (Burton Stein, Peasant state and society in medieval south India, Oxford, 1980). வன்னியர், பறையர், பள்ளர் போன்ற மேல்நிலமக்களும் மலையின மக்களும் இந்த மையப்படுத்தப் படும் முயற்சிக்கு முற்றிலுமாக ஆட்படவில்லை. இவர்கள் மீதான மையங்களின் ஆதிக்கம் என்பது பெரும்பாலும் போர்வழிப் பட்டதாகவும், சுரண்டல் என்பது கொள்ளை வழிப்பட்டதாக வுமே இருந்தன. தமிழக வரலாற்றில் இருண்ட காலமாக பார்ப்பன வேளாளப் பாரம்பரியத்தால் குறிப்பிடப்படும் களப்பிரர் காலம் என்பது பார்ப்பன-வேளாள ஆற்றுவெளி ஆதிக்கச் சக்திகளுக்கு எதிரான இத்தகைய மேல்நிலமக்கள் அதிகாரம்பெற்ற கால கட்டமாக இருக்கலாம். மார்க்சிய வழியிலான வரலாறெழுதல் என்பது அரசர்களின் வம்சாவளி வரலாறாக இல்லாது உற்பத்தி உறவுகளில், வர்க்கப் போராட்டங்களின் வரலாறாக எழுதப் பட்டாலும் அதுவும்கூட, இன்னொரு வகையில் மையம் தோன்றிய வரலாறாகவே இருந்து வந்திருக்கின்றது. மையத்தி லிருந்து தப்பித்தோடிய 'நாடோடி வரலாற்றை' (Nomadic History)

எழுதுதல் மார்க்சியர்களின் பணியாக இதுவரை இருந்ததில்லை (பார்க்க Derek Attridge etal (ed) *Post structuralism the question of history*, Cambridge, 1987. இந்நூலிலுள்ள (William Pietz) இன் கட்டுரை) இந்த முயற்சிக்கு இத்தகைய அங்கீகரிக்கப்பட்ட இலக்கியப் பாரம்பரியம் எந்த அளவிற்குப் பயன்படும் என்பது கேள்வி. வரலாறு நெடுகிலும் இவ்வாறு தொகுத்துக் கையளிக்கப் படாது புறந்தள்ளப்பட்ட இலக்கியங்களைத் தேடமுடியுமா என்கிற கேள்வி நியாயமானதுதான். எனினும் வரலாறெழுது முயற்சியில் இந்த உண்மை கணக்கிலெடுத்துக் கொள்ளப்பட வேண்டும். அங்கீகரிக்கப்பட்ட இலக்கியப் பாரம்பரியத்தில்கூட இதுகாறும் அதிகம் கவனம் குவிக்கப்படாத பகுதிகள் மீது (எ.டு:),

அடல் அருந் துபின்...
குருந்தே முல்லை என்று
இந்நான்கு அல்லது பூவும் இல்லை;
கருங்கால் வரகே, இருங்கதிர்த் திசையே
சிறுகொடிக் கொள்ளே பொறிகிளர் அவரையொடு
இந்நான்கு அல்லது உணவும் இல்லை;
துடியன், பாணன், பறையன், கடம்பன் என்று
இந்நான்கு அல்லது குடியும் இல்லை;
ஒன்னாத் தெவ்வர் முந்நின்று விலங்கி.
ஒளிறு ஏந்து மருப்பின் களிறு எறிந்து வீழ்ந்தென,
கல்லே பரவின் அல்லது
நெல் உகுத்துப் பரவும் கடவுளும் இலவே (புறம். 335)

போன்ற சங்கப் பாடல்கள், அற இலக்கியங்கள், சமண-பௌத்த இலக்கியங்கள் முதலியன கூடுதல் கவனம் செலுத்தப்படல் வேண்டும். வேள்விக்குடிச் செப்பேடுகள் முதலியன வெளிப் படுத்தும் செய்திகளோடு இவை ஒருங்கிணைக்கப்பட வேண்டும்.

29. பார்க்க: *Channels of discourse*, p. 268-269.

30. இந்தக் கட்டுரைப்போக்கு முழுவதும் 'இலக்கியம்' என்கிற சொல் அதன் புனித வட்டத்தோடு பயன்படுத்தப்படுவதற்குக் காரணம் இடச் சிக்கனம் தவிர வேறில்லை. பாரம்பரியத்தைக் கட்டுடைப்ப தற்கான மூலாதாரங்களை அந்தப் பாரம்பரியத்திலிருந்து கடன் வாங்க நேருவது குறித்து தெரிதா குறிப்பிடுவது கவனிக்கத்தக்கது (*Writing and difference*, RKP, 1978, P 282)

31. *பார்க்க:* மேற்குறிப்பிட்ட Popular fiction இல் Tony Bennet இன் கட்டுரை.
32. *பார்க்க:* Derek Attridge (etal) தொகுத்துள்ள நூலில் Tony Bennet-இன் கட்டுரை.
33. Philip Wexlar, Opcit. P. 153-170.
34. *பார்க்க:* Derrik Attridge (etal) Opcit: P.67

(அக்டோபர் 1992இல் மனோன்மணீயம் சுந்தரனார் பல்கலைக்கழகமும் பாளையங்கோட்டை புனித சேவியர் கல்லூரியும் இணைந்து நடத்திய கருத்தரங்கொன்றில் வாசிக்கப்பட்ட கட்டுரை).

- மேலும், **மே 93.**

2.7

தகவல் தொடர்பு:
தேவை, ஒரு புதிய விமர்சனமுறை

முன்னுரையாய்ச் சில தகவல்கள்

1. ரஷ்யா மற்றும் கிழக்கு ஐரோப்பிய நாடுகளின் மாற்றங்கள், வளைகுடா போர் ஆகியவற்றுக்குப் பிறகு அமெரிக்க ஏகாதிபத்தியம் நிலைநிறுத்த விரும்பும் 'புதிய உலக ஒழுங்கில்' கடைசி இடையூறாகக் கருதப்படுவது காஸ்ட்ரோவின் கியூபா. காஸ்ட்ரோவை வீழ்த்தி கியூபாவை வழிக்குக் கொண்டுவரப் பழைமைவாதிகள் முன்வைக்கும் ஆலோசனைகள்: (அ) 'நசுக்குதல்' (ஆ) கண்டுகொள்ளாமல் புறக்கணித்தல். நீண்டகால அமெரிக்க நலன்களுக்கு இவை இரண்டும் ஏற்றதல்ல என அரசியல் நோக்கர்கள் கருதுகின்றனர். நசுக்க முயலும்போது அதனைச் சுட்டிக்காட்டி காஸ்ட்ரோ தேசிய உணர்வுகளைக் கிளப்புவார். இதனால் அவர் பலம் அதிகரிக்கும். கிழக்கு ஐரோப்பிய நாடுகளில் இருந்ததைப் போல எதிர் அரசியல் நடவடிக்கைகளுக்கான அரசியல் வெளி கியூபாவில் இல்லாததால், 'புறக்கணித்தல்' என்கிற தந்திரம் கியூபாவின் வீழ்ச்சியை நீண்ட நாட்களுக்குத் தள்ளிப் போட்டுவிடலாம். எனவே மூன்றாவது வழி ஒன்றை அரசியல் ஆலோசகர்கள் முன் வைக்கின்றனர். அது: (இ) 'தகவல் தொடர்பு': வெறுமனே அமெரிக்காவிற்கும் கியூபாவிற்குமான தகவல் தொடர்புகளை மேலும் அதிகமாக்குவது, எளிதாக்குவது ஆகியவற்றின் மூலம் காஸ்ட்ரோவை வீழ்த்தி, கியூபாவை வழிக்குக் கொண்டுவந்துவிடலாம். கியூபாவிற்கு எதிரான 'மார்த்தி தொலைக்காட்சி' முதலிய நடவடிக்கைகளை நிறுத்திவிட்டு அதற்குப் பதிலாக எலக்ட்ரானிக் தகவல்

தொடர்பை அதிகப்படுத்துவது. ஏனெனில் கியூபா 'மார்த்தி' நிகழ்ச்சிகளைச் சிதைத்துவிடுகிறது. புளோரிடா—கியூபா இடையில் டெலிபோன் கேபிள் புதுப்பித்தலின் இறுதிக் கட்டத்தைச் செயல்படுத்துவதற்கான நிதி ஒதுக்கீடு செய்வதற்கு நிதி அமைச்சகம் உடனடியாக ஒப்புதல் வழங்குவது. ஒளி இழை (Fibre optic) இணைப்பிற்கும் வழிவகுத்து கியூபாவுடன் கணிப்பொறி மற்றும் ஒளிநகல் தொடர்புகளைச் சாத்தியப் படுத்துவது; கியூபா-அமெரிக்கா நேரடித் தபால் தொடர்பைத் தனியார் வசம் ஒப்புவிப்பது என்கிற அமெரிக்க முடிவை கியூபா எதிர்ப்பதால் அமெரிக்க அரசே அதனை ஏற்றுக்கொண்டு தபால் தொடர்பை உருவாக்குவது. இதனால் கியூபா மக்கள் வெளித் தகவல்கள் பெறுவது அதிகரிக்கும். மாணவர்களும் கியூபா மக்களும் அமெரிக்கா வந்துபோவதற்கான விசா முறைகளை எளிதாக்குதல். இவ்வாறு தகவல் தொடர்பை அதிகரிப்பதால் சீனாவில் மாணவர் கலவரம் தோற்றுவிக்கப்பட்டது போன்ற அரசியல் விளைவை கியூபாவிலும் சாத்தியப்படுத்தும் என அரசியல் ஆலோசகர்கள் கருதுகின்றனர். - *ஸ்ட்ராடஜிக் ரெவியூ, 1991.*

2. பனாமாவில் ஜெனரல் நோரிகாவின் ஆட்சியை வீழ்த்தி அவரைக் கைது செய்வதற்காக அமெரிக்கா இராணுவ நடவடிக்கை மேற்கொண்டபோதும், மாணவர்களைக் காப்பாற்ற என்கிற பெயரில் கிரெனடா மீது அதிரடி நடவடிக்கை மேற்கொண்ட போதும் (1983), நடவடிக்கை முடிந்த பின்னரே செய்தி சேகரிக்க பத்திரிகையாளர்கள் அனுமதிக்கப்பட்டனர். 'அசோசியேட்டட் பிரஸ்'சின் ஸ்டீவன் கொமராவ், டல்லாஸ் மார்னிங் நியூஸ் பத்திரிகையின் கெவின் மெரிடோ போன்றோர் இதனைக் கடுமையாக எதிர்த்தனர். இது தொடர்பாக பாதுகாப்புத்துறையால் நியமிக்கப்பட்ட மேஜர் ஜெனரல் வினான்ட் சைடில் தலைமை யிலான குழு அமெரிக்க அரசின் செயல்பாடு சரிதான் என அறிக்கை கொடுத்தது. வியட்நாம் போரில் அமெரிக்கா தோற்று பின்வாங்க நேர்ந்ததற்கான காரணம் அங்கு பத்திரிகையாளர் தடையின்றி அனுமதிக்கப்பட்டதுதான். எனவே வியட்நாம்—ஃபாக்லந்து அனுபவங்களைக் கணக்கிலெடுத்துக்கொண்டு அமெரிக்க அரசும் இம்முடிவை எடுத்தது. *ஸ்ட்ராடஜிக் ரெவியூ, வின்டர், 1990.* (வளைகுடா போரின்போது பத்திரிகைகள் மீதான தணிக்கைக் கட்டுப்பாடுகள் நினைவிருக்கலாம்).

3. செப்டம்பர் 14, 1992 தினமணி (சென்னை) இதழில் வந்துள்ள நான்கு செய்திகள்:

i. காரில் இருந்தபடியே தொலைபேசியில் பேசும் செல்லுலார் தொலைபேசி வசதி விரைவில் டெல்லி, பம்பாய், கல்கத்தா, சென்னை போன்ற நகரங்களில் ஏற்படுத்தப்படும். இதனை உரிம அடிப்படையில் தனியாரிடம் வழங்க தொலைபேசித்துறை முடிவெடுத்துள்ளது. உரிமத்தொகை 1 கோடி ரூபாய் முதல் மூன்று கோடி ரூபாய் வரை இருக்கும். உரிமம் பெற தனியார் நிறுவனங்களிடையே நல்ல போட்டி இருக்கிறது.

ii. இந்தியாவில் குடும்பக்கட்டுப்பாடு திட்டம் முற்றிலும் தோல்வி யடைந்துவிட்டது என உலக மக்கள்தொகைபற்றிக் கண்காணித்து ஆய்வு செய்யும் நிறுவனம் ஒன்று இன்று கருத்து தெரிவித்துள்ளது. சிறிய குடும்பக் கொள்கையை மக்களிடம் பிரச்சாரம் செய்யும் இந்திய அரசின் நோக்கம் நிறைவேறவில்லை எனவும் அந்த நிறுவனம் கூறியுள்ளது.

iii. மயிலாடுதுறையில் தொலைக்காட்சி ஒளிபரப்பு நிலையம் ஒன்றை மத்திய அமைச்சர் தொடங்கிவைத்தார்.

iv. சென்னைத் தொலைக்காட்சியில் இந்தி நிகழ்ச்சிகள் அதிகம் இடம்பெறுவதைக் கண்டித்துத் தொலைக்காட்சி நிலையம் முன்பு மறியல் செய்வோம் எனப் பாட்டாளி மக்கள் கட்சி நிறுவனர் டாக்டர் ராமதாஸ் இன்று வாழ்வுரிமை மாநாட்டுப் பொதுக் கூட்டத்தில் கூறினார்.

4. 'செய்தித் தொழில்நுட்பத்திலும் நுண் எலக்ட்ரானியலிலும் ஏற்பட்டுள்ள இன்றைய வெடிப்பு (பெருக்கம்) சமூகச் செயல் பாட்டை மிக நெருக்கமாகப் பாதித்துள்ளது. தொழிற்புரட்சியால் ஏற்பட்ட மாற்றத்தைக் காட்டிலும் அதிகமாக நுண் எலக்ட் ரானியல் சமூகப் பிணைப்பை அதாவது செய்தித் தொடர்பை - பாதித்துள்ளது.'

- Lenk. K., *Micro Electronics and Society: A report to the Club of Rome*, Mentor 1988.

'1990இல் அமெரிக்கத் தொழிலாளிகளில் பத்து சதம் பேர் மட்டுமே தகவல்துறையில் பணியாற்றினர். இன்றோ 45 சதம் தொழிலாளிகள் இத்துறையில் உள்ளனர். மொத்த ஊதியச் செலவில் 63 சதம்

இவர்களுக்குப் போகிறது. உற்பத்தியில் செய்தித் தொடர்பின் பங்கு மற்றும் செய்தித் தொடர்புத் தொழில்நுட்பங்களின் திறன் ஆகியவை வளர்ந்து வருவதையும் இத்தொழில்நுட்பங்களின் விலை குறைந்து வருவதையும் ஆய்வுகள் சுட்டிக் காட்டுகின்றன'

- Mosco V. *Push Button Fantacies*, Ablen, 1982.

5. *செப்டம்பர் 9, 1992 பத்திரிகைகளில் வெளிவந்துள்ள இரு செய்திகள்:*

அ. 'உலக வளர்ச்சி வேகத்தோடு தன்னை இணைத்துக்கொள்ள வேண்டுமானால் நவீன தகவல் தொழில்நுட்பங்களை உள் வாங்கும் திட்டங்களை வகுத்துச் செயல்பட வேண்டும். பொருளாதாரத்தில் திறந்த கொள்கை என்பது எந்த அளவிற்கு வெற்றிபெறும் எனில், நாடு எந்த அளவு தகவல் தொழில் நுட்பத்தினடியாக புத்திசாலித்தனமாக மாற்றப்பட்டிருக்கிறது என்பதைப் பொறுத்ததுதான். கி.பி. 2000த்தில் ஒவ்வொரு மனிதனும் கணிப் பொறியோடு இணைக்கப்பட்டிருக்க வேண்டும் என்கிற திட்டத்தோடு சிங்கப்பூர் அரசு செயல்படுவது கவனிக்கத் தக்கது.'

- கம்ப்யூட்டர் சொசைட்டி ஆப் இந்தியா கூட்டத்தில் எலக்ட்ரானியல் துறைச் செயலர் விட்டல் (HINDU).

ஆ. கி.பி. 2000த்தில் ஆசியாவிலுள்ள 5 கோடி குழந்தைகள் பட்டினியாலும் நோயாலும் செத்துப்போகும் வாய்ப்பிருக்கிறது என 'யுனிசெப்' பிரதிநிதி ஜேம்ஸ் கிரான்ட் 'சார்க்' மாநாட்டில் எச்சரித்தார்.

- தினமணி (சென்னை)

காலத்தாலும் தூரத்தாலும் பிரிக்கப்பட்ட இரு சமூகக் குழுக்களிடையே தகவல் தொடர்பை 'எழுத்தின்' கண்டுபிடிப்பு சாத்தியப்படுத்தியது. முதலாளியத்தோடு வளர்ச்சியடைந்த அச்சு இதனைப் பரவலாக்கியது. எனினும் கம்பி மூலமான அல்லது கம்பி இல்லாத தொலைத் தொடர்பு (telecommunication) சாத்தியப்படுத்தப்பட்ட பின்புதான் தூரத்தால் பிரிக்கப்பட்ட இரு சமூகங்களுக்கிடையே தகவல்தொடர்பு நேரடியான போக்குவரத்து (transportation) இல்லாமல் மேற்கொள்ளப்பட்டது. தொலைத்தொடர்பு செயலாக்கப்படுவதற்கு முன்பு ஒரு சமூகம் மீதான மற்றொரு சமூகத்தின் ஆதிக்கமும் போக்குவரத்து மற்றும் போக்கு வரத்தின் அடிப்படையிலான இராணுவ நடவடிக்கைகள், நேரடியான புவியியல் ஆதிக்கம் (geographical occupation) ஆகியவற்றை

நம்பியிருந்தது. பண்டைய ரோமப் பேரரசின் வெற்றி அதனுடைய சாலைப்போக்குவரத்தால் மேற்கொள்ளப்பட்டதென்பர். காலனிய சகாப்தத்தில் மேற்கு ஐரோப்பாவின் ஆதிக்கச் செயல்பாடுகளில் கடல்வழிப் போக்குவரத்தில் அது பெற்றிருந்த வெற்றி ஒரு காரணமாக இருந்தது என்பதை நாம் அறிவோம். தொடக்ககாலக் காலனியச் செயல்பாடுகளில் இராணுவ நடவடிக்கைகள் மட்டுமின்றி, வணிக நடவடிக்கைகள், இதர லாப நோக்கு நடவடிக்கைகள் அதற்குரிய சட்ட, கருத்தியல் நடவடிக்கைகள் என்பனவற்றிற்கெல்லாம் உந்துசக்தியாக புவிப் பரப்பின்மீதான ஆசையே (geographical desire) விளங்கியது.

தொலைத்தொடர்பின் முக்கிய கண்டுபிடிப்புகளான புகைப்படம் (1989), தந்தி (1844), தொலைபேசி (1876), இசைத்தட்டுக் கருவி (1877), ஊமைப்படம் (1891), வானொலி (1906), தொலைக்காட்சி (1923), திரைப்படம் (1927) போன்றவை வெகு விரைவில் உடனுக்குடன் நடைமுறைப்படுத்தப்பட்ட பின்பு நிலைமை மாறியது. மொழி (language), பிம்பங்கள் (images), குறி (sign) ஆகியவற்றின் அடிப்படையிலேயே இத்தொலைத்தொடர்புச் செயல்பாடுகள் கட்டமைக்கப்படுகின்றன என்பதை இங்கே விளக்கத் தேவையில்லை. தகவல்தொடர்பு என்பது வெறுமனே இரு சமூகங்களுக்கிடையே செய்திப்போக்கு மட்டுமல்ல, அச்சமூகங்களுக்கிடையேயான பிணைப்புச் சங்கிலியாகவும் அது மாறிவிடுகிறது. அவ்விரு சமூகங்களிடையே எதனிடம் தகவல் தொடர்புத் தொழில்நுட்பம் கைவரப் பெற்றுள்ளதோ அது மற்றதன் மீது ஆதிக்கம் செலுத்த முடியும். தொழில்நுட்பமும், சாதனங்களின் மீதான ஆதிக்கமும் இரு சமூகங்களுக்குமிடையே சமமாகப் பகிர்ந்தளிக்கப்படும்போதுதான் இரண்டுக்குமிடையில் தொடர்பு சனநாயகத் தன்மையிலானதாக அமையும். இரண்டுக்குமிடையேயான தகவல் தொடர்பு என்பதும் உண்மையான தகவல் பரிமாற்றமாக (communication) அமையும். இல்லாவிட்டால் அது ஒருவழிச் செய்திப் போக்காகத்தான் இருக்கும். சனநாயகபூர்வமான தகவல் பரிமாற்றத்தில் செய்தியை அனுப்புபவர்— பெறுபவர் என்கிற வேறுபாடு கிடையாது. அனுப்புபவரே பெறுபவர்; பெறுபவரே அனுப்புபவர் என்பதாக அமையும்போதுதான் அது உண்மையான தகவல் பரிமாற்றமாக அமைகிறது. ஆனால் இன்றுவரை உலக முதலாளிய அமைப்பில் தகவல் தொழில்நுட்பங்கள் மற்றும் சாதனங்களின் மீதான செல்வாக்கு என்பது அமெரிக்கா, மேற்கு ஐரோப்பா போன்ற நாடுகளிடமே குவிந்துள்ளது கண்கூடு. தொழில்நுட்பங்களும் அறிவியல் கண்டுபிடிப்புகளும் ஒருவழிப்

போக்கு நோக்கிலேயே கட்டமைக்கப்பட்டன. குறிப்பாக வெகுமக்கள் தொடர்புச் சாதனங்களாக விரிந்த பத்திரிகைகள், வானொலி போன்றவை ஒருவழிப் பாதையாகவே உருவாக்கப்பட்டன. எதிர்வினைகளுக்கு அவற்றில் பெரும்பாலும் இடம் கிடையாது. எனவே மையப்படுத்தப்பட்ட (தகவல்) உற்பத்தி, தனித்தனியான நுகர்வு என்கிற முதலாளியச் செயல்பாடு தகவல் தொடர்பிலும் எதிரொலித்தது. வானொலி போன்ற வெகுமக்கள் ஊடகங்கள் இத்தகைய ஒருவழிப் போக்கில் கட்டமைக்கப்படுவதை ப்ரெக்ட் அப்போதே எதிர்த்தது குறிப்பிடத்தக்கது (பார்க்க அ. மார்க்ஸ், மார்க்சியமும் இலக்கியத்தில் நவீனத்துவமும், பொன்னி 1991). நமக்கேகூட வானொலி போன்றவற்றில் எவ்வாறு இருவழிப் போக்கு சாத்தியம் என்கிற ஐயம் ஏற்படலாம். எனினும் அதனைச் செயல் படுத்துவதற்குரிய விருப்புறுதியுடன் முயன்றால் இத்தொழில் நுட்பங்களைச் சனநாயகப்படுத்தலும், இருவழிப் போக்குவரத்தும் சாத்தியம்தான். சமீபத்தில் இந்திய வானொலிகளில் நிகழ்ச்சி நடந்து கொண்டிருக்கும்போதே குறிப்பிட்ட எண்ணைச் சுழற்றிக் கேள்வி கேட்பவர்களுக்கு பதில் சொல்லப்பட்டது குறிப்பிடத்தக்கது.

தகவல்தொடர்புத் தொழில்நுட்பங்கள், சாதனங்கள், செயல்பாடுகள் ஆகியவற்றின் வளர்ச்சியோடு தூரத்தால் பிரிக்கப்பட்டுள்ள சமூகங் களின் மீதான ஆதிக்கம்பற்றிய கண்ணோட்டமும் நடைமுறைகளும் மாறின என்றோம். ஆதிக்கம் செய்வதற்கு புவிப்பரப்பு சாராத சமூகவெளி (non-geographical social space) ஒன்றிருப்பது கண்டுபிடிக்கப்பட்டது. இந்தச் செயல்பாடுகளுக்குத் தூண்டுதலான ஆசை, மொழி, குறியீடுகள் சார்ந்து (linguistic desire) அமைந்தது. புவி மீதான மொழி அடிப்படையிலான தகவல் பாதைகள் (linguistic channels) அனைத்தையும் காலனியப்படுத்தி அவற்றின் வழியான தகவல் ஓட்டங்களை அதிகப்படுத்தும் முயற்சியில் அமெரிக்க/ ஐரோப்பிய ஏகாதிபத்திய மையங்கள் இறங்கின. இருபதாம் நூற்றாண்டின் நடுவில் இந்த அடிப்படையில் ஒலி/ஒளிபரப்புச் சட்டங்கள், சர்வதேச விதிகள் அதிர்வெண் ஒதுக்கீடுகள் முதலியவை உருவாக்கப்பட்டன. சைபர்னடிக்ஸ், தகவல் கொள்கை, systems theory முதலிய கோட்பாடுகளும் கருத்தியல்களும் உருவாக்கப் பட்டன. ஏகாதிபத்தியச் சுரண்டல்களின் வடிவமும் இந்த அடிப்படையில் நவீனப்படுத்தப்பட்டன. செய்தி சேகரிப்பு/ வினியோகம்; ஒலி/ஒளிபரப்பு ஆகியவற்றில் பன்னாட்டு நிறுவனங்கள் உருவாகத் தொடங்கின. அமெரிக்க ஆர்.சி.ஏ.

நிறுவனத்தின் முதலாளியான டேவிட் சர்னாப் என்பவன் ஏராளமான நிதி முதலீடு செய்து இந்த நூற்றாண்டின் தொடக்கத்தில், என்.பி.சி. என்கிற தொலைக்காட்சி நிறுவனத்தையும் எச்.எம்.வீ என்கிற இசைத்தட்டுக் கருவி நிறுவனத்தையும் தொடங்கினான். பொதுவுடைமை எதிர்ப்புக் கருத்தியலையும், முதலாளிய மையங்களுக்கு ஆதரவான தகவல்களையும் 'குறை வளர்ச்சி' நாட்டு மக்கள் மீது திணிப்பதற்காகத் தொடங்கப்பட்ட 'வாய்ஸ் ஆஃப் அமெரிக்கா' நிறுவனத்தை நிறுவியவர்களில் சர்னாபும் ஒருவன். எலக்ட்ரானிக் ஒலி/ஒளிபரப்புத் தொழில்நுட்பங்களின் மூலம் காலனியப்படுத்தக் கூடிய புவிப்பரப்பு ஏராளமாக இருந்தது கண்டுபிடிக்கப்பட்டபின் அவற்றின் மீதான மொழிக் காலனிய நடவடிக்கைகள் என்பதையெல்லாம்விட இந்தத் தகவல் பாதைகளைக் கையகப்படுத்தி அவற்றில் தகவல் ஓட்டத்தை அதிகமாக்குவதொன்றே இந்த நடவடிக்கைகளின் குறிக்கோளாக அமைந்தது.

1949 ஜனவரி 20: ஹாரி எஸ். ட்ரூமன் அமெரிக்கக் குடியரசுத் தலைவராகப் பதவி ஏற்கிறான். தனது பதவிஏற்பு உரையில் 'வளர்ச்சி' பற்றிய ஒரு புதிய சொல்லாடலை அவன் முன்வைத்தான். உலக நாடுகள் அன்றுமுதல் 'வளர்ச்சி அடைந்த நாடுகள்' எனவும் 'குறை வளர்ச்சி நாடுகள்' எனவும் வகைப்படுத்தப்பட்டன. மைய நாடுகள் தங்களை வளர்ச்சியடைந்த நாடுகள் எனவும் விளிம்பு நாடுகள் தங்களைக் குறை வளர்ச்சி நாடுகள் எனவும் ஏற்றுக்கொண்டு செயல்படும் நிலையை அச்சொல்லாடல் கட்டமைத்தது. எனவே 'வளர்ச்சி' என்றால் மையத்திலுள்ள வளர்ச்சியடைந்த நாடுகளை மாதிரியாக வைத்து 'முன்னேறுவது' என்கிற கருத்தாக்கமும் அதனடிப்படையில் செயற்பாடுகளும் தொடங்கின. இருக்கிற வளங்கள் சமமாக வினியோகிக்கப்படுவதன் மூலம் 'குறைவளர்ச்சி' நாடுகள் வளம்பெற முடியும் என்பதைக் காட்டிலும் மைய நாடுகளை எட்டுகிற மாதிரி உற்பத்தியைப் பெருக்குவதே அதற்கான வழி என்கிற கண்ணோட்டத்தின் அடிப்படையில் பொருளாதாரத் திட்டமிடுதல்களை இச்சொல்லாடல் உருவாக்கியது. மொத்த தேசிய உற்பத்தி (GNP), மொத்த சராசரி உற்பத்தி, சராசரி தனிநபர் வருமானம் போன்ற வகையினங்களும், இவற்றை வளர்ச்சியடைந்த நாடுகளுடன் ஒப்பிட்ட வரைபடங்களும் நிரம்பிய பொருளாதாரப் பிரதிகளும் சொல்லாடல்களும் உருவாக்கப்பட்டன. மைய நாடுகளைப் போல 'வளர்வதற்கு'

மையங்களில் உள்ளதைப் போன்ற தொழில்நுட்பங்களும் மூலதனமும் வேண்டுமல்லவா? அதற்கும் ஒரு வழி சொன்னான் ட்ரூமன். தனது நான்கம்சத் திட்டத்தில் நாலாவதாக 'உதவி' என்கிற கருத்தை அவன் முன்வைத்தான். 'பணக்கார' நாடுகள் 'ஏழை' நாடுகளுக்கு 'உதவி' செய்யலாம். நான்காவது அம்சத்தை 'தைரியமான புதிய திட்டம்' என்று அவன் சொல்லிக்கொண்டான். இவ்வாறு ஒரே கணத்தில் இச் சொல்லாடலின் விளிப்பிற்குட்பட்ட விளிம்பு நாடுகள் அனைத்தும் ஏழை நாடுகளாக மாறின. பணக்கார மையங்களைச் சார்ந்து கிடக்கும் விதியை வரித்துக்கொண்டன. பெரும்பாலும் இந்தியாவை ஒத்த சீனா இத்தகைய சொல்லாடலை ஏற்றுக்கொள்ளாததால் ஏழை நாடாக இல்லாமற்போனது. ட்ரூமனின் சொல்லாடலை ஏற்றுக்கொண்டதன் மூலம் விளிம்பு நாடுகள் மையங்களோடு ஒருங்கிணைக்கப்பட்டன. இவ்வாறு பொதுவுடைமை அபாயத்திலிருந்து, ஸ்டாலினிய ஆபத்திலிருந்து ஏகாதிபத்தியங்கள் தங்களைத் தற்காத்துக்கொண்டன. இதனைச் சாத்தியப்படுத்துவதில் தகவல்தொடர்பு மிகமுக்கிய பங்காற்றியது. இதற்குரிய வகையில் தகவல்தொடர்புக் கொள்கைகள் உருவாக்கப்பட்டன. 'வளர்ச்சிக்கான தகவல் தொடர்பு' (Development Communication) என இது அழைக்கப்பட்டது.

*1950*களில், சமூக அறிவியலின் ஒரு தனிப்பிரிவாக செய்தித் தொடர்புக் கொள்கைகள் உருவாக்கப்பட்டன. முதற் கட்டத்தில் ஷனான், லீவர், லாஸ்வெல் போன்றோரும் அடுத்தகட்டத்தில் *(1960)* லெர்னர், வில்பர் ஷ்ராம், ரோகர்ஸ் போன்றோரும் இக்கொள்கை களையும் அதனடியான செய்தித்தொடர்பு மாதிரிகளையும் உருவாக்கினர். தகவல்தொடர்புக் கொள்கையின் 'தந்தையரில்' ஒருவர் என அழைக்கப்படும் லாஸ்வெல் கூறினான் *(1952)*:

> கடும் உழைப்பையும் அதிக காலத்தையும் கோருகிற தகவல் தொடர்பு ஆய்வு சோவியத் அல்லாத உலகை ஒரு ஒருங்கிணைந்த ஒற்றை அரசியல் உடலாக மாற்ற உதவுகிறது. போர் மூலமான வெற்றியடிப்படையிலல்லாத இத்தகைய ஒருங்கிணைப்பிற்கு மக்கள் மத்தியில் ஒரு பொதுவான பார்வையை வளர்ப்பது மிக அவசியம். சோவியத் அல்லாத உலகின் பார்வைக் கோணத்தை மாற்றியமைப்பதில் தகவல் தொடர்பு நேரடிப்பங்கு வகிக்கிறது. இத்தகைய பொதுவான பார்வைக் கோணமே நமது எதிரிகளையும் நண்பர்களையும் சரியாக அடையாளம் காட்டமுடியும். *(*Journal of Communication, Summer 1990, P. 87*)*

லெர்னர் (1949): 'நாம் முன்வைக்கும் உலகு சோவியத் முன்வைக்கிற 'நல்ல உலகை'க் காட்டிலும் சிறந்ததென நிறுவ சில புதிய கொள்கை முடிவுகளை நாம் எடுத்தாக வேண்டும். இதற்கு நாம் சமூக விஞ்ஞானியையும் (Intelligence specialist), தகவல் பரப்பாளனையும் (Communication specialist) அணுகி ஆலோசனை பெற வேண்டுமேயொழிய அரசியல்வாதி, பொருளாதார நிபுணர், படைத்தளபதி ஆகியோரின் ஆலோசனைகள் இரண்டாம் பட்சமானவையே' (மேற்குறிப்பிட்டது).

உலக ஒருங்கிணைப்பு, வளர்ச்சி ஆகியவை குறித்து இவர்களனைவரும் பேசினாலும் இவர்களுக்கிடையே நுண்மையான வேறுபாடுகள் உண்டு. அவை இங்கே எடுத்துக்கொள்ளப்படவில்லை. பொருளாதார வளர்ச்சிக்குத் தேவையான 'உளச் சூழலை' உருவாக்குவதில் வெகுசனத் தொடர்புச் சாதனங்களின் பயன்பாடு குறித்து லெர்னரும் ஷ்ராமும் அதிகம் பேசினர். குறிப்பிட்ட நோக்கங்களைச் செயல்படுத்துவதற்கான பிரச்சாரத் திட்டங்கள் குறித்து ரோகர்ஸ் பேசினார். லெர்னர், ஷ்ராம், ரோகர்ஸ் மூவருமே குறைவளர்ச்சிக்குக் காரணம் அந்நாடுகளிலுள்ள தனி மனிதர்களின் குறைபாடுகளே எனக் கருதினர். இந்நாடுகள் ஏழையாக இருப்பதற்குக் காரணம் சேமிப்பு, முதலீடு ஆகியவற்றில் சிரத்தை காட்டாததே. மக்களிடம் தொழில் ஆர்வமும், முன்னோடிச் செயல்பாட்டுக்கான ஊக்கமும் குறைந்திருப்பதே. இம்மக்கள் தங்களின் மரபுவழிபட்ட சிந்தனை முறைகளையும் செயல்பாடுகளையும் மாற்றிக்கொள்ள வேண்டும். சமூக / பொருளாதார / அரசியல் ஒழுங்கமைவுகளையும் அவர்கள் ஏற்றுக்கொள்ள வேண்டும். ஒரு சமூக அமைப்பிற்குள் புதிய கருத்துகளைப் புகுத்தி அதன் அடிப்படையில் உற்பத்தியைப் பெருக்குவதே வளர்ச்சி. விளம்பரம் மூலம் பொருள்கள் மீதான ஆசையை ஏற்படுத்தி உழைப்பை நோக்கி அவர்களை ஊக்க வேண்டும். இந்தக் கொள்கைகளினடிப்படையில் தகவல் தொடர்பு நடவடிக்கைகள் மேற்கொள்ளப்பட்டன. வெகுசனச் செயல்பாடுகள் கட்டமைக்கப்பட்டன. உலக முதலாளிய அமைப்பு தகவல் தொடர்பு தொழில்நுட்பங்களால் மேலும் இறுக்கமாக ஒருங்கிணைக்கப்பட்டு அதனடிப்படையில் உற்பத்தி, வினியோகம் மீதான நிர்வாகமும் கட்டுப்பாடும் முற்றிலும் புதிய வடிவுகளை மேற்கொண்டன. சர்வதேச அளவில் உற்பத்தியில் புதிய வேலைப் பிரிவினைகள் உருவாகின. உடலுழைப்பிலிருந்து மைய நாடுகளில் உற்பத்தித் துறைகளைக் காட்டிலும் (Production Sections) தகவல் தொடர்பு போன்ற பணித்துறைகளில் (Service Sections) தொழிலாளரின்

எண்ணிக்கை அதிகமாகியது. மொத்த தேசிய உற்பத்தியில் தகவல் தொடர்புத் துறையின் பங்களிப்பும் கூடியது. மைய நாடுகளிலுள்ள வெள்ளைச் சட்டைத் தொழிலாளரின் எண்ணிக்கை நீலச் சட்டைத் தொழிலாளரைக் (உடலுழைப்பாளர்) காட்டிலும் கூடுதலான ஆண்டாக 1956ஐ டேனியல் பெல் குறிப்பிடுகிறார். தொழில், நிர்வாகம் முதலியவற்றில் தகவல் தொடர்புத் தொழில்நுட்பம், கணிப்பொறிகள், தரவு வங்கிகள் ஆகியவற்றின் பயன்பாடு விளிம்பு நாடுகளிலும் அதிகரிக்கப்பட்டாலும் இவை யாவும் மையங்களுடன் இணைக்கப்பட்டு மையங்களைச் சார்ந்தே அமைந்தன. இங்கும் பணித்துறைகளில் தொழிலாளரின் எண்ணிக்கை கூடினாலும் சர்வதேச அளவிலான வேலைப் பிரிவினையில் கடின உழைப்பு சார்ந்த பணிகள் விளிம்பு நாடுகளிடம் ஒப்படைக்கப்பட்டன. விளிம்பு நாடுகளின் பொருளாதாரச் சுயசார்பு முற்றிலுமாய் அழிக்கப்பட்டு மையங்களை முழுமையாய்ச் சார்ந்து நிற்கும் நிலைமைகள் உருவாகின. விளிம்பு நாடுகளின் மக்கள் மையப்படுத்தப்பட்ட உள்நாட்டுக் கொடுங்கோன்மை அரசுகளுடன் (despotic states) மேலும் இறுக்கமாக ஒருங்கிணைக்கப் படவும் அவர்கள் மீதான அதிகாரம் வலிமையாக்கப்படவும் தகவல்தொடர்பு உதவியது.

வளர்ச்சி, மக்களின் ஒருங்கிணைப்பு, மேலிருந்து கீழான குறிப்பிட்ட நோக்கங்களைப் பரப்புதல் என்கிற அடிப்படையில் கட்டமைக்கப் பட்ட தகவல்தொடர்பு மாதிரிகளின் பயன்திறன் 1970களில் மறுபரிசீலனைக்குள்ளாக்கப்பட்டது. 1974இல் இந்தியக் குடும்பக் கட்டுப்பாட்டுத் திட்டத்தை ஆய்வுசெய்து 'வளர்ச்சித் தகவல் தொடர்பு'பற்றிய பிரச்சினைகளை கொவாமே முன்வைத்தார். கீழே உள்ள மக்களுடன் தகவல் இடைவெளி குறைந்திருந்தாலும் அதனை ஏற்றுக்கொள்வதில் இடைவெளி அதிகமாகியுள்ளது என்றார் அவர். ஆகஸ்டு 1975 முதல் ஜுலை 1976 முடிய ஆறு மாதங்களில் இந்திய மாநிலங்கள் ஆறிலுள்ள 2330 கிராமங்களை ஆய்வு செய்த SITE (Satellite Instructional Tele Communication Experiment), படிப்பறிவற்ற கிராமப்புற மக்கள் மத்தியில் தொலைக்காட்சி/வானொலிப் பிரச்சாரங்கள் அதிக வெற்றியை ஏற்படுத்த முடியவில்லை என்பதை வெளிக்கொணர்ந்தது. தங்களுக்குச் சம்பந்தமில்லாத மாதிரிகளின் அடிப்படையில் குடும்பத்தை அமைத்துக்கொள்வதிலோ, விவசாயத்தில் உள்ள தொழில்நுட்பங்களை அறிமுகப்படுத்துவதிலோ

அம்மக்கள் எதிர்பார்த்த அளவிற்கு ஈடுபாடு காட்டவில்லை என்பதை ஆய்வுகள் வெளிப்படுத்தின. புதிய செய்தித்தொடர்பு மாதிரி (Model) குறித்த ரோகர்சின் நூல் 1976இல் வெளியாகியது. ஏற்பவர்கள் உளநிலை, மனப்பாங்கு, அறிவு மட்டம், திறமை ஆகியவைபற்றிக் கவலைப்படாத, மேலிருந்து கீழான ஒற்றைக் கருத்துப் பிரச்சாரம் என்பதிலிருந்து ஏற்புச் சூழலை ஆய்வுசெய்து அதற்குரிய வகையில் திட்டங்களைத் தீட்டுவது, கருத்துகளைப் பரப்புவது என்கிற செயல்வழியின் அடிப்படையில் தகவல் தொடர்பு மாதிரிகள் உருவாக்கப்பட்டன. இதே காலகட்டத்தில் மொழியியலில் Prescriptive Linguistics-லிருந்து விவரண மொழியியல் (Descriptive Linguistics) என்கிற அணுகல்முறை மாற்றம் ஏற்பட்டது இத்துடன் இணைத்துப் பார்க்கத்தக்கது.

ஆளும்வர்க்கத்தின் மொழிப்பண்பாட்டைத் தரப்படுத்தி, இதர சமூகக் குழுக்களின் மொழிப்பண்பாட்டைத் தவறென ஒதுக்கும் போக்கு மாற்றப்பட்டு மக்கள் மத்தியிலுள்ள பேச்சு வழக்குகளை ஆய்வு செய்து அவர்களின் தன்னியல்பான ஒழுங்குடன் கூடிய மொழி அமைப்புகளை விவரண மொழியியல் அங்கீகரிக்க வேண்டியதாயிற்று. வெளியில் இருந்து 'தகவல்'கள் தேவையில்லாமலேயே தங்களின் சொந்தத் தகவல் அறிவைக்கொண்டே 'வளர்ச்சி'பற்றிய நடைமுறைகளை மக்கள் கொண்டுள்ளனர் என்பது கண்டறியப்பட்டு அதற்குரிய வகையில் தகவல் தொடர்பு மாதிரிகள் கட்டமைக்கப் பட்டன. முந்தைய லாஸ் வெலிய மாதிரியான பிரச்சாரம் என்பதைக் காட்டிலும் இப்போது வணிகம், நேரடியான வெளிநாட்டு மூலதனம், புதிய சர்வதேச வேலைப் பிரிவினை ஆகியவற்றோடு 'வளர்ச்சி' நடைமுறையும் தகவல் தொடர்புச் செயற்பாடுகளும் பின்னிப் பிணைக்கப்பட்டன. செய்தி சேகரிப்பு/வினியோகம் (News Agencies), வெகுசன ஊடகங்களின் வழியிலான பண்பாட்டு நடவடிக்கைகள், தொலைத்தொடர்பு ஆகியவை மூலம் (Tele Communication) சர்வதேச அளவிலும் ஒவ்வொரு நாட்டுக்குள்ளும் விளிம்புகளையும் கிராமங் களையும் மையங்களுடனும் நகரங்களுடனும் இணைத்தல், கணிப்பொறி/தரவு வங்கி ஆகியவற்றின் மூலமாக உற்பத்தியை நிர்வகித்தல், தகவல் தொடர்பைத் தேசப் பாதுகாப்புடன் இணைத்தல் என்கிற வகையில் செயற்பாடுகள் அமைந்தன. 'பாதுகாப்பு, பொருளாதாரம், சமூக இணைப்பு ஆகிய முப்பணிகளையும் தொலைத்தொடர்பு நிறைவேற்றுகிறது' என்றார் செனகல் நாட்டின் முன்னாள் தலைவர் ஒருவர். (அதே கட்டுரை). கணிப்பொறி +

தொலைத்தொடர்பு + துணைக்கோள் ஆகியவற்றின் ஒருங்கிணைவு கடந்த இருபதாண்டுகளுக்கு முன்னர் கற்பனையே செய்து பார்த்திராத அளவிற்குத் தகவல் தொடர்பில் மகத்தான மாற்றங்களை ஏற்படுத்தி விட்டது. ஆனால் இந்த மாற்றங்கள் ஒவ்வொன்றும் மையங்களில் அதிகாரங்கள் குவிவதற்கே வழி வகுத்தன. ஓர் எடுத்துக்காட்டு: NICNET மூலம் மாவட்டங்கள் அனைத்தும் கணிப்பொறிகளால் மைய அரசுடன் நேரடியாக இணைக்கப்பட்டுள்ளன. எனவே இதன்மூலம் மாநில அரசைத் தாண்டி, மாவட்டங்களை மைய அரசு கட்டுப்படுத்த முடியும். தொழில்நிறுவனங்கள் அனைத்தும் தன்கீழ் பணியாற்றும் தொழிலாளிகளை மேற்பார்வையிட கணிப்பொறிகளைப் பயன் படுத்துகின்றன. ஆக, தகவல் பாதைகளின் வழியே செய்திகள் மட்டுமல்ல அதிகாரங்களும்தான்—சொல்லப்போனால் அதிகாரங்கள் தான் பாய்கின்றன. தொலைத்தொடர்பில் இந்தியாவில் சமீபத்தில் ஏற்பட்டுள்ள மாற்றங்கள் கவனிக்கத்தக்கன. 1986இல் தொலைத் தொடர்புத்துறை (DOT) உருவாக்கிய முதல் கிராமப்புறத் தானியங்கித் தொலைத்தொடர்பு நிலையம் (RAX) பெல்காம் மாவட்டத்திலுள்ள கிட்டூரில் பணியைத் தொடங்கியது. இன்று STD / ISTD முதலியவை மிகப்பெரிய அளவில் பரவலாக்கப்பட்டுள்ளன. ஒவ்வொரு கிராமத்திலும் உள்ள தேநீர்க் கடைகளில் தொலைபேசி பொருத்தப் பட்டுள்ளது. இவை யாவும் விளிம்பிலுள்ள மக்கள் தங்களுக்குள்ளான தகவல் தொடர்பை அதிகரித்துக்கொள்வதற்குப் பயன்படுவதைக் காட்டிலும் விளிம்பிலுள்ள மக்களை மையங்களோடு இணைக்கவே பயன்படுகின்றன.

விளிம்பு நாடுகள் இந்நிலையை மனப்பூர்வமாக ஏற்றுக்கொண்ட தில்லை. விளிம்பு நாடுகளில் பொருளாதாரத் திட்டங்களைத் தீட்டுகிற நிலையிலுள்ள ஆதிக்க சக்திகள், தகவலடிப்படையிலான தொழில், நிர்வாகம் போன்றவற்றின் மூலமாக உள்நாட்டு மக்கள் மீது அதிகாரம் செலுத்த இயலுவதாலும், உலக முதலாளிய மையங்களோடு தங்கள் தொழில்களைப் பிணைத்துக்கொண்டுள்ளதால் பொருளாதார ரீதியாகப் பயன்பெறுவதாலும் தொலைத்தொடர்பு முதலியவற்றை நவீனப்படுத்துவதில் ஆர்வமுள்ளவர்களாகவே உள்ளனர். எனினும் இந்நாடுகளிலுள்ள அரசியல் தலைமைகளின் இயக்கம் மிகப்பெரிய அளவில் செய்தித் தொடர்பின்மூலம் ஏகாதிபத்தியங்களால் கட்டுப்படுத்தப்படுவதின் விளைவாகச் செய்தி உற்பத்தி, வினியோகம் ஆகியவற்றில் முழுமையான ஏகாதிபத்தியக் கட்டுப்பாட்டிற்கெதிராக அவ்வப்போது குறைந்த அளவிலேனும் இவர்கள் முரண்பட்டு

வந்துள்ளனர். இதனை விளங்கிக்கொள்ள முதலில் செய்தி உற்பத்தி மற்றும் வினியோகத்தில் ஏகாதிபத்தியங்களின் கட்டுப்பாட்டின் பரிமாணத்தை நாம் புரிந்துகொள்ளல் அவசியம்.

முதலில் செய்தி என்றால் என்ன என்பதை விளக்கிவிட வேண்டும். உலகெங்கிலும் அன்றாடம் 'எதார்த்தமாய்' நிகழும் நிகழ்வுகளைத் தொகுத்து செய்தி உருவாக்கப்படுகிறது எனச் சொல்லப்படுகிறது. அதன்மூலம் செய்திக்கு ஓர் இயல்புத் தன்மை வழங்கப்படுகிறது. ஆழ்ந்து சிந்தித்தால் இக் கருத்தாக்கத்திலுள்ள பொய்மை தோலுரிந்து விடும். செய்தி உருவாக்கம் என்பது உணர்வுபூர்வமான செயற்கை யான செயல்பாடுதான். விருப்பபூர்வமான தேர்வு, குறிப்பிட்ட கருத்தியலடிப்படையிலான தொகுப்பு எனச் செய்தி உருவாக்கம் நடைபெறுகிறது. செய்தி உருவாக்கும் களத்திலிருப்பவர்கள் இவ்வாறு தேர்வு, தொகுப்பு, வரிசையாக்கம் என்கிற ரீதியில் செயல்பட்டு அடுத்த நாள் உலக மக்கள் இயங்குவதற்கான புதிய எதார்த்தம் ஒன்றைக் கட்டமைத்துவிடுகின்றனர். எதார்த்தத்தின் எதிரொளிப்பு தான் செய்தி என்பதைக் காட்டிலும் எதார்த்தத்தின் உருவாக்கமே செய்திமூலம் மேற்கொள்ளப்படுகிறது என்பதுதான் உண்மை. எத்தியோப்பியாவிலும் சோமாலியாவிலும் ஆயிரக்கணக்கில் மக்கள் மடிவதைக் காட்டிலும் புஷ்ஷைக் காட்டிலும் கிளிண்டனுக்கு செல்வாக்கு கூடுவதை முக்கிய செய்தியாக்கிவிட முடியும். சீசெய்குவிற்கு எதிரான ருமேனிய மக்களின் எழுச்சி தொலைக்காட்சி நிலையங்களிலேயே கட்டமைக்கப்பட்டது என்கின்றனர். எனினும் இந்தக் கட்டமைப்புகளை அப்படியே மக்கள் ஏற்றுக்கொள்கின்றனர் என்று சொல்லிவிட முடியாது. இது குறித்துப் பின்னர் பார்ப்போம்.

உலகில் இன்று 150 செய்தி நிறுவனங்கள், 8240 தினசரி இதழ்கள், முப்பதாயிரம் வானொலி நிலையங்கள், 33,000 தொலைக்காட்சி நிலையங்கள், 2,50,000 திரைப்படக் கொட்டகைகள், 130 கோடி வானொலிகள், 50 கோடி தொலைக்காட்சிப் பெட்டிகள் புழக்கத்தில் உள்ளன. ஆண்டுக்கு ஏழு லட்சம் நூல்கள் (8,000 மில்லியன் பிரதிகள்) அச்சிடப்படுகின்றன. நாடுவாரியாகப் பிரித்துப் பார்க்கும்போது இவ்விவரங்களின் இன்னொரு பரிமாணம் விளங்கும். ஆசிய, ஆப்பிரிக்க, லத்தீன் அமெரிக்க நாடுகளிலுள்ள நூலகங்களிலுள்ள நூற்களில் 2/3 பங்கு நூற்கள் அமெரிக்க, ஐரோப்பிய நாடுகளில் அச்சிடப்பட்டவை. ரீடர்ஸ் டைஜஸ்ட் 28 மில்லியன், டைம் 12

மில்லியன், நியூஸ் வீக் 6 மில்லியன் பிரதிகள் உலகில் விற்பனை யாகின்றன. ஒவ்வொரு வாரமும் 50 மில்லியன் மக்கள் டிஸ்னி இசைக்கு ஆடுகின்றனர். 240 மில்லியன் பேர் டிஸ்னி திரைப்படங் களைப் பார்க்கின்றனர் விளிம்பு நாடுகளில் திரைப்படம் காட்டப்படும் நேரத்தில் பாதியை அமெரிக்கத் திரைப்படங்கள் விழுங்கிவிடுகின்றன. NBC, ABC, CBS போன்ற அமெரிக்கத் தொலைக்காட்சி வலைப் பின்னல்கள் நூறு நாடுகளோடு தொடர்புகொள்கின்றன. வானொலி அலைகளில் 90 சதத்தை மைய நாடுகளிலுள்ள 10 சத மக்கள் கட்டுப்படுத்துகின்றனர். தரவு வங்கிகளில் 90 சதம் அமெரிக்கக் கட்டுப்பாட்டில் உள்ளன. பன்னாட்டுச் செய்தி நிறுவனங்கள் — குறிப்பாக அமெரிக்கப் பன்னாட்டுச் செய்தி நிறுவனங்கள் — தகவல் வங்கிகளில் 90 சதம், நுண் எலக்ட்ரானிக்ஸ் உப பாகங்களில் 82 சதம், கணிப்பொறிகளில் 54 சதம், தொலைக்காட்சி நிகழ்ச்சிகளில் 75 சதம், செய்திகளில் 65 சதம், 800 துணைக்கோள்கள் ஆகியவற்றைக் கட்டுப்படுத்துகின்றன. மொத்த உலகின் அன்றாட நிகழ்ச்சி நிரலை உருவாக்குகின்றன. முன்னுரிமைகளை நிர்ணயிக்கின்றன. தான்சானியா வின் முன்னாள் குடியரசுத் தலைவர் ஜூலியஸ் நைரேரே ஒருமுறை வேதனையோடு சொன்னார்: 'அமெரிக்க மக்களைக் காட்டிலும் அமெரிக்கத் தேர்தலைப்பற்றி குறை வளர்ச்சி நாட்டு மக்கள் அதிகமாகத் தெரிந்துள்ளனர்.'

உலகிலுள்ள நூற்றைம்பது செய்தி நிறுவனங்களும் தினந்தோறும் 40 மில்லியன் சொற்களில் செய்திகளை வினியோகிக்கின்றன. எனினும் இவற்றில் நான்கே நான்கு பன்னாட்டு நிறுவனங்கள் (AP, UPI, ராய்ட்டர்ஸ், AFP ஆகியவை) மட்டும் கிட்டத்தட்ட 38 மில்லியன் சொற்களை - அதாவது, 97 சதம் - உருவாக்குகின்றன. அமெரிக்காவின் 'அசோசியேட் பிரஸ்'க்கு (AP மட்டும் 8500 சந்தாதாரர்கள் - அதாவது செய்தி பெற்றுக்கொள்பவர்கள் - உள்ளனர். APயின் செய்திகளை 1000 மில்லியன் வாசகர்கள் நுகர்கின்றனர். மூன்றாம் உலகச் செய்தி நிறுவனங்கள் ('இன்டர் பிரஸ் சர்வீஸ் (IPS),TANJUG, MENA போன்றவை') மொத்தம் நான்கு லட்சம் சொற்களைத்தான் - அதாவது வெறும் 1 சதம்) செய்தியாக வினியோகிக்கின்றன.

பன்னாட்டு நிறுவனங்கள் விளிம்பு நாடுகள் தமக்கென செய்திகளை உருவாக்கும் முயற்சிகளை கடுமையாய் எதிர்க்கின்றன. ஐக்கிய நாடுகள் அவையின் ஓர் அங்கமாகிய 'யுனெஸ்கோ'வில் 'தகவல்களில் காலனிய நீக்கம்' (decolonialisation of information) என்கிற குரல்

எழுப்பப்பட்டபோது அதனை இப்பன்னாட்டு நிறுவனங்கள் கடுமையாய்த் தாக்கின. 150 நாடுகளைச் சேர்ந்த 2000 பிரதிநிதிகள் கூடி ஆறு வாரங்கள் விவாதித்து 53 தலைப்புகளில் கருத்துகள் முன்வைக்கப்பட்டபோது அவற்றை இந்நிறுவனங்கள் இருட்டடிப்புச் செய்தன. கிராமவளர்ச்சி, பெண்களின் நிலைமை, கல்லாமை, உணவு உற்பத்தி ஆகிய தலைப்பிலான செய்திகள் புறக்கணிக்கப்பட்டன. 'யுனெஸ்கோ எழுத்துரிமைக்கு எதிராக நிற்கிறது' என்பதாகத் திரித்து செய்திகளை வெளியிட்டன. மணிலாவில் நடைபெற்ற (ஜூன் 1979) 'உன்க்டாட் V' மாநாட்டில் மைய நாடுகளுக்கு எதிரான பொருளாதாரக் கோரிக்கைகள் எழுப்பப்பட்டன. இது குறித்து, 'மூன்றாம் உலக நாட்டுப் பிரதிநிதிகள் அரங்கில் தூங்கினர், பிலிப்பைன் பெண்களுடன் சரசமாடினர், இதனால் மணிலா நகரத் தாசிகளின் 'ரேட்' கூடிவிட்டது' என்றெல்லாம் இப்பன்னாட்டுச் செய்தி நிறுவனங்கள் செய்தி வெளியிட்டன. ஒரு நிறுவனம் 'FUNCTAD V' என்றுகூடக் குறிப்பிட்டது. இதே நிறுவனங்கள் உலக வங்கி, பன்னாட்டு நிதியம் ஆகியவற்றின் கூட்டங்களில் நடக்கும் கேளிக்கை விவகாரங்கள் குறித்து ஏதும் எழுதியதில்லை. சமீபத்தில் நடைபெற்ற பார்சிலோனியா ஒலிம்பிக் பற்றிய செய்திகளில்கூட மூன்றாம் உலக நாடுகளின் சாதனைகளுக்கு உரிய முக்கியத்துவம் கொடுக்கப்பட வில்லை. ஏதாவது சொன்னாலும் அவை ரொம்பவும் கேலியாகவே சொல்லப்பட்டன. எல் பாய்ஸ் என்கிற ஸ்பானியப் பத்திரிகை மூன்றாம் உலகச் சாதனையாளர்களைக் காட்டுமிராண்டிகள் என எழுதியது. கியூபா, ஜமைகா போன்ற நாட்டுச் சாதனையாளர்களும் கேவலப்படுத்தப்பட்டனர் (Hindu, July 29, 1992). இதேபோல டெல்லியில் (1983) நடைபெற்ற அணிசேரா நாடுகளின் மாநாட்டில் சிங்கப்பூர் பிரதமர் அமெரிக்காவை ஆதரித்துப் பேசியதற்கு அளவுக்கு மீறி முக்கியத்துவம் கொடுத்தும், ஹராரே மாநாட்டில் (1986) இரண்டு நாட்களுக்கு முன்பு அமெரிக்கக் குண்டுவீச்சில் தன் குழந்தையைப் பறிகொடுத்த லிபியாவின் கர்னல் கடாபியின் உணர்ச்சி வெளிப்பாடுகளைக் கேலி செய்தும் செய்திகளை வெளியிட்டன.

செய்தி உற்பத்தி/ வினியோகம் ஆகியவற்றில் மைய நாடுகளின் ஏகபோகக் கட்டுப்பாட்டை எதிர்த்து 'யுனெஸ்கோ'வின் மணிலா (1977) மற்றும் பாரிஸ் (1972) மாநாடுகளில் பேசப்பட்டன. சுயேச்சையான செய்தித் தொடர்புக்கொள்கை பற்றியெல்லாம் இவற்றில் பேசப்பட்டன. இது தொடர்பாக பிராந்திய ரீதியான மாநாடுகள் கூட்டப்பட வேண்டும் என்கிற முடிவின்படி லத்தீன்

அமெரிக்கப் பகுதி மாநாடு சான்ஜோனிலும் (1976), ஆசிய மாநாடு கோலாலம்பூரிலும் (1979), ஆப்பிரிக்க மாநாடு யூண்டே (1980)யிலும் கூட்டப்பட்டன. இங்கெல்லாம் செய்தி உற்பத்தி, வினியோகம் ஆகியவற்றில் சுயச்சார்பு வலியுறுத்தப்பட்டது. இந்தியா இவற்றில் முக்கிய பங்காற்றியிருக்கிறது. இவை தவிர அணிசேராத நாடுகளின் ஒருங்கிணைப்புக் குழு (1978-ஜாகர்தா) கூட்டத்திலும், 'செய்தித் தொடர்புப் பிரச்சினைகள் குறித்த சர்வதேசக் குழு'வால் நடத்தப்பட்ட (நவம்பர் 1979) 'ஒரு உலகம் பல குரல்கள்' என்கிற சீன் மேக் பிரைட் தலைமையிலான கருத்தரங்கிலும் செய்தி வலைப் பின்னணியில் பன்னாட்டு நிறுவனங்களின் கட்டுப்பாடுகள் விமர்சிக்கப்பட்டன. எனினும் இத்தகைய முயற்சிகளை மைய நாடுகள் கடுமையாய் எதிர்த்தன. TANJUG, IPS போன்ற மூன்றாம் உலகச் செய்தி நிறுவனங்கள் தொடங்கப்பட்டாலும் அவையும், ஏன் சோவியத் ரஷ்யாவின் 'தாஸ்' நிறுவனமும்கூட பன்னாட்டு நிறுவனங்களின் கட்டுப்பாட்டைத் தகர்க்க முடியவில்லை. 'ஓர் உலகம் பல குரல்கள்' எனக் கவர்ச்சியாக முழக்கம் எழுப்பப்பட்டாலும் எதார்த்தம் என்னவோ 'பல உலகங்கள் ஒரு குரல்' என்பதாகவே இருந்தது.

இனி, இந்திய அனுபவத்தைச் சற்றுப் பார்க்கலாம். 'விடுதலை' பெற்ற இந்தியாவின் திட்டமிடல் கொள்கைகளை உருவாக்குவதற்காக இந்திய தேசிய காங்கிரஸ் 'தேசிய திட்டக் குழு' ஒன்றை உருவாக்கியது நினைவிருக்கலாம். வேகமான திட்டமிட்ட 'வளர்ச்சிக்கு'த் தகவல் தொடர்பின் பங்கை அதிகரிப்பது மிகவும் அவசரம்/ அவசியம் என இக்குழு பரிந்துரைத்தது. எனவே தகவல் தொடர்புபற்றியும் இந்தியச் சூழலுக்கான அணுகல் முறைகள் பற்றியும் ஆய்வுசெய்ய ஒரு சிறப்புக் குழுவை தேசியத் திட்டக்குழு நியமித்தது (1948). இது 'வளர்ச்சி' நடவடிக்கையின் முக்கிய கருவியாக வானொலித் தொடர்பைப் பரிந்துரைத்தது. இதே காலகட்டத்தில்தான் 'வளர்ச்சிக்கான தகவல் தொடர்பு பற்றிய கொள்கைகள் மைய நாடுகளால் உருவாக்கப்பட்டன. நேருவுக்கு மிகவும் நெருக்கமான ஹோமிபாபா, விக்ரம் சாராபாய் போன்றோரிடம் இப்பணி ஒப்படைக்கப்பட்டது. 'வளர்ச்சிக்குத் தொலைக்காட்சி' என்கிற முழக்கத்தை சாராபாய் முன்வைத்தார். ஏழை நாடுகள் இதற்கெல்லாம் செலவு செய்ய முடியுமா என்கிற வாதத்தைத் 'தகர்த்து', 'பின்தங்கிய நாடுகளுக்குத்தானே இதெல்லாம் அவசியம்' என்றார். தொடர்ந்து ஒவ்வொரு கட்டத்திலும் மைய நாடுகளில் என்னவெல்லாம் தகவல் தொழில்நுட்பங்களில் நவீனங்கள் மேற்கொள்ளப்படுகின்றனவோ அவையெல்லாம் இங்கும்

புகுத்தப்பட்டன. 1983இல் இன்சாட் 1பி தகவல் தொடர்பு துணைக்கோள் ஏவப்பட்டது. எலக்ட்ரானிக் தபால் தொடர்பு உருவாக்கப்பட்டது. தானியங்கித் தொலைத்தொடர்பு நிலையங்கள் உருவாக்கப்பட்டன. ஜூலை 1992இல் இன்சாட் 2-ஏ, இன்சாட் - 2A வரிசைத் துணைக்கோள்கள் அமெரிக்காவின் போர்டு நிறுவனத்தால் தயாரிக்கப்பட்டன. முக்கிய உபரிகள் மைய நாடுகளில் இருந்து இறக்குமதி செய்யப்பட்டு இன்சாட் -2ஏ 'உள்நாட்டிலேயே' தயாரிக்கப்பட்டுள்ளது. செலவு 100 கோடி ரூபாய்.

சர்வதேச அளவிலான தரவுத் தொடர்பிலும் (data transmission) புதிய தொழில்நுட்பங்கள் அறிமுகப்படுத்தப்பட்டுள்ளன. டிசம்பர் 88இல் 'கேட்வே பாக்கெட் ஸ்விட்சிங் சிஸ்டம்', அக்டோபர் 1991இல் 'கேட்வே எலக்ட்ரானிக் மெயில் சர்வீஸ்' ஆகியவை தொடங்கப் பட்டன. 1992 ஜனவரியில் சென்னையிலுள்ள 'சத்யம் கம்ப்யூட்டர் சர்வீஸ்' என்கிற அமைப்பிடம் வினாடிக்கு 64,000 தரவுத் துணுக்கு களை அனுப்பக்கூடிய தரவுச்சுற்று ஒன்று குத்தகைக்கு விடப்பட்டது. ஜூலை 92இல் பூனாவுக்கு அருகிலுள்ள ஆர்வியில் 'இன்மார்சாட்' நிலையம் தொடங்கப்பட்டது. இவற்றுக்குச் சந்தாதாரராகும் எந்த நிறுவனமும் உலகெங்கிலுமுள்ள தரவுவங்கிகளுடன் தொடர்பு கொள்ள முடியும்; எலக்ரானிக் தபால்கள் அனுப்ப முடியும்; சக நிறுவனங்களுடன் தரவுகளைப் பகிர்ந்துகொள்ள முடியும்; விமான டிக்கட் முன்பதிவு செய்ய முடியும். சர்வதேசத் தொலைத் தொடர்புக்கான முக்கிய மையம் பம்பாயில் உள்ளது. எனினும் டெல்லி, சென்னை, பெங்களூர், ஹைதராபாத், அகமதாபாத், பூனா, கல்கத்தா, புவனேசுவரம், திருவனந்தபுரம் ஆகியவை பம்பாயுடன் இணைக்கப்பட்டுள்ளன. இவற்றின்மூலம் தகவல் பெற விரும்புவோருக்கு அதற்கான அனுமதியும், ஒரு சிறிய கணிப்பொறியும் இருந்தால் போதும். வினாடிக்கு 64,000 தரவுத் துகள்களை அனுப்பும் சத்யம் நிறுவனம் AT அன்ட் T என்கிற அமெரிக்க தொலைத்தொடர்புப் பன்னாட்டு நிறுவனத்துடன் இணைக்கப்பட்டுள்ளது. சிட்டி வங்கி, பாங்க் ஆப் அமெரிக்கா, மைகோ, கிரீன்வேஸ் வங்கி போன்ற பன்னாட்டு நிறுவனங்கள் இவற்றைப் பயன்படுத்துகின்றன. எலக்ட்ரானிக் நிதி மாற்றீடு, நிதி நிர்வாகம் போன்றவை இவற்றின் மூலம் மேற்கொள்ளப்படுகின்றன.

இந்தியப் பெருங்கடலுக்கு மேலாக ஒன்று, பசிபிக் பெருங் கடலுக்கு மேலாக ஒன்று, அட்லாண்டிக் பெருங்கடலுக்கு மேலாக

இரண்டு என நான்கு துணைக்கோள்களை 'இன்மார்சாட்' இயக்குகிறது. உலகிலுள்ள பல்வேறு நாடுகள் புவி நிலையங்களை அமைத்து இத்துடன் தொடர்புகொண்டு அதன் சந்தாதாரர்களில் ஒன்றாகின்றன. ஆர்வியில் அமைக்கப்பட்டுள்ள இத்தகைய புவி நிலையம் 'இன்மார்சாட்டின்' 37வது சந்தாதாரராகச் செயல்படும். இவை தவிர சிங்கப்பூரிலிருந்து பிரான்ஸ் வரையில் நீர்மூழ்கி ஒளி இழைத் தொடர்புத் திட்டமொன்று சென்ற அக்டோபரில் (1991) கையெழுத்தாகியுள்ளது. இது சிங்கப்பூர், பிரான்ஸ், இந்தோனேசியா, இலங்கை, இந்தியா (பம்பாய்), சவூதி அரேபியா, எகிப்து, துருக்கி, அல்ஜீரியா, இத்தாலி நாடுகளை இணைக்கும் (பார்க்க Frontline, Sep 25, 1992). தொலைத்தொடர்பில் இவையெல்லாம் மேற்கொள்ளப் பட்டுள்ளன என்றால் வெகுசனத் தொடர்பு வலைப்பின்னலில் ஸ்டார் டி.வி. டிஷ் ஆன்டெனா...

இன்றைய காலகட்டத்தைத் 'தகவல்தொடர்பு யுகம்' என மைய நாடுகளிலுள்ள அறிவாளிகள் அழைக்கின்றனர். தொழிற்புரட்சிக்குப் பிந்திய தொழிற் சமூகத்திற்கும் (Industrial Society) மைய நாடு களிலுள்ள இன்றைய சூழலுக்கும் மேலே குறிப்பிட்டவாறு சில அடிப்படையான வேறுபாடுகள் இருந்தபோதிலும் 'தகவல்தொடர்பு யுகம்' (Information Age) தொடர்பான சொல்லாடல்கள் மூலம்

தொழில்நுட்பம்	காலகட்டம்	பண்பாட்டு வடிவம்
i. விவசாயச் சமூகம்	கருவி செய்தல்	வாய்மொழிப் பண்பாடு
ii. தொழிற்சமூகம்	ஆற்றலில் இயங்கும் எந்திரமயமாதல்	அச்சுப்பண்பாடு
iii தொழிற் சமூகத்திற்குப் பிந்திய சமூகம்	எலக்ட்ரானிக் தகவல் தொழில் நுட்பம்	வெகுசன ஊடகம் வளர்த்தெடுக்கும் எழுத, படிக்கத் தெரிந்த வாய்மொழிப் பண்பாடு

உடைபடும் மௌனங்கள்

கட்டமைக்கப்படும் சில புனைவுகள் குறித்து நாம் எச்சரிக்கையாய் இருப்பதும் அவசியம்.

நார்பர்ட் வைனர் (1950), டானியல் பெல் (1956), மார்ஷல் மெக்லூகான் (1960), பென் பாக்டிகான் (1971) ஆகியோர் இத்தகைய புனைவுகளுக்கும் சொல்லாடலுக்கும் காரணமாக இருந்துள்ளனர். இந்த அடிப்படையில் உலக வரலாறு மூன்று கட்டங்களாகப் பிரிக்கப் படுகின்றன. அணுகுண்டு வெடிப்புடன் தகவல் பரவலை ஒப்பிடும் இவர்கள் தகவல் தொடர்பு வலைப்பின்னல்கள் மூலம் உலகம் சுருங்கி ஒரு கிராமமாகிவிட்டது என்கின்றனர்.

எந்த ஒரு புனைவுக்கும் ஓர் ஒழுங்கமைவுக்கும் நோக்கமும் அரசியல் செயல்பாடும் உண்டு. சமூக அமைப்பின் ஏதோ ஓர் அம்சத்தைப் புனைவு கட்டுப்படுத்துகிறது. 'தகவல் யுகம்' என்பதன் மூலம் மைய நாடுகள் முதலாளியத்தைக் கடந்துவிட்டன என்கிற கருத்து முன்வைக்கப்படுகிறது. முதலாளியத்தோடு அதிகாரக் குவிப்பு, சுரண்டல் ஆகியவையும் முடிவுக்குக் கொண்டுவரப்பட்டன என்கிற பொருளும் முன்வைக்கப்படுகிறது. உற்பத்தித் துறைக்கும் பணித் துறைக்குமிடையேயான உறவு மைய நாடுகளில் பெரிய அளவில் மாறி இருப்பது உண்மைதான். ஆனால் காலனிய நடவடிக்கைகள் புதிய வடிவத்துடன் தொடர்வதன் விளைவாகத் தொழிற்சாலை உழைப்பு விளிம்பு நாடுகளுக்குத் தள்ளப்பட்டுள்ளது என்பதுதான் உண்மை. ஆனால் 'உலகக் கிராமம்' என்கிற புனைவு 'பணக்கார' நாடுகளுக்குச் சாதகமானது. 'இரண்டாவது தொழிற்புரட்சி' என்கிற வெய்னரின் கருத்தாக்கத்தை வேண்டுமானால் ஏற்றுக்கொள்ளலாம். இந்தக் கருத்தாக்கம் சமூக / பொருளாதார நடைமுறைகளில் ஒரு தொடர்ச்சியைக் காட்டும் அதே நேரத்தில் தொழில்நுட்பத்தில் முக்கிய மாற்றம் நிகழ்ந்துள்ளதையும் ஏற்றுக்கொள்கிறது.

'தகவல் சமூகம்' என்பதன்மூலம் மெக்லூகான் முன்வைக்கும் இன்னொரு புனைவையும் நாம் கட்டுடைப்பது நல்லது. எந்திர யுகத்தில் கருவிகளின் மூலம் நமது உடலை வெளியில் நீட்சி அடையச் செய்கிறோம். தகவல் சமூகத்தில் நமது மைய நரம்பு அமைப்பே உலகம் தழுவியதாகிவிடுகிறது. நமது மூளையின் செயல் பாடுகளுக்குள்ளேயே தகவல்தொடர்புச் சாதனங்கள் ஊடுருவிவிட்டன என மெக்லூகான் போன்றோர் கூறுகின்றனர். வான் ராக் சாக்கர், பாட்டர் போன்றோர் மனிதனையே தகவல் வடித்தெடுக்கும், முடிவெடுக்கும் சைபர்னடிக் எந்திரம்தான் என்கின்றனர். இவ்வாறு

மனிதனின் கண்டுபிடிப்புகளின் பண்புகளையே மனிதனின் பண்புகளாக குறிப்பிடுவதன்மூலம் நமக்கும், இந்தத் தொழில் நுட்பங்களுக்குமிடையே நிலவும் இடைத்தொடர்பு அறுத்தெறியப் படுகிறது. இதனால் இந்தத் தொழில்நுட்பங்களை விமர்சனபூர்வமாய் அணுகும் வாய்ப்பு நமக்கு இல்லாமல் போய்விடுகிறது. எனவே இத்தொழில்நுட்பங்களுக்குச் சிலை வடிவம் கொடுத்து வழிபடும் நிலைக்கு நாம் போய்விடுகிறோம்.

எனினும் இரண்டாவது தொழிற்புரட்சிக்குப் பிந்திய சமூகத்தின் தனித்துவங்களை நாம் அங்கீகரித்துத்தான் ஆக வேண்டும். நமது எதிர் அரசியற் செயற்பாடுகளில் அவற்றை எதிர்கொள்வதற்கான வழி முறைகளை நாம் யோசித்தே ஆக வேண்டிய கட்டம் வந்துவிட்டது. மொழி, குறியீடு, பிம்பம் ஆகியவற்றின் அடிப்படையில் செயல்படும் தகவல் தொடர்பு (தொலைத்தொடர்பு+செய்தி+உற்பத்தி / வினியோகம் + வெகுஜன ஊடகங்கள்) மூலம் முன்வைக்கப்படும் பிரதிகள் குறித்த ஆய்வு இத்தகைய வழிமுறைகளைத் தீர்மானிப்பதற் கான முதல் நடவடிக்கையாகிவிடுகிறது. இந்த இடத்தில் நமக்குச் சில கேள்விகள் எழுகின்றன. தகவல்தொடர்புப் பிரதியானது எதார்த்தத்தை எதிரொளிக்கவில்லை. மாறாகப் பிரதியில் யதார்த்தம் புதிதாய்க் கட்டமைக்கப்படுகிறது என்றால் பிரதியைப் புரிந்துகொள்ள எதிரொளிப்புக் கொள்கை உதவுமா? அடித்தளம் - மேற்கட்டுமானம் என்கிற இயந்திர மாதிரியான தீர்மானக் கோட்பாடு போதுமா? தகவல்தொடர்பு மூலம் முன்வைக்கப்படும் கருத்தியலின் விளிப்பில் சமூக அமைப்பை ஏற்று நடக்கும் சமூகமயப்படுத்தப்பட்ட தன்னிலைகள் கட்டமைக்கப்படுகின்றன என்கிற கருத்தியல்சார் அல்தூஸ்ஸரிய விமர்சனமுறையும்கூட சில அம்சங்களை விளக்க முடியவில்லையே. சமூகமயமாக்கப்படுதல் (Socialisation) மற்றும் அமைப்பு தன்னைத்தானே மறுஉற்பத்தி செய்துகொள்ளல் என்கிற கருத்தாக்கங்களில் தன்னிலையின் செயலூக்கமான பங்கு மறுக்கப்பட வில்லையா? தன்னிலைக்குச் செயலூக்கமான பங்கு இல்லை என்றால், பார்வையாளர்கள் முற்றிலுமாய் சமூகமயமாக்கப் படுகிறார்கள் என்றால் வானொலி/தொலைக்காட்சி மூலமான குடும்பக்கட்டுப்பாடு மற்றும் பசுமைப்புரட்சிப் பிரச்சாரங்கள் தோல்வியுற்றது எதைக் காட்டுகிறது? தனக்கு எதிரான கருத்தியலை முன்வைக்கும் ஒரு பிரதியில் (எ.டு: வணிகத் திரைப்படம்) பார்வையாளன் மகிழ்ச்சியடைவதையும் சுகம் பெறுவதையும் எப்படி விளக்குவது? சனாதன மார்க்சிய விமர்சனமும், அல்தூஸ்ஸரியக்

கருத்தியல் விமர்சனமும், பதிலளிக்க இயலாத இக்கேள்விகளுக்கு குறியியல், பின் அமைப்பியல், பிரதியியல் கொள்கை ஆகியவை ஏதேனும் விளக்கமளிக்க முடிகிறதா எனப் பார்ப்போம்.

ஒரு தொலைக்காட்சி நிகழ்ச்சி அல்லது திரைப்படம் அல்லது ஒரு பத்திரிகைச் செய்தியை உள்வாங்கும்போது பார்வையாளன் அதன் இயல்புத்தன்மையில் மயங்கிப்போகிறான். உண்மையில் மேல் தோற்றத்தில்தான் அது இயல்பாகக் காட்சியளிக்கிறதேயொழிய குறியியல் நடவடிக்கைகளின் ஒரு சிக்கல் மிகுந்த தொகுப்புதான் எவ்வாறு அப்பிரதியிலிருந்து வாசகன் அர்த்தத்தை ஏற்படுத்திக் கொள்கிறான்? எந்த வகையில் அவனுக்கு அதில் மகிழ்ச்சி உருவாகிறது? இதன்மூலம் அவன் எதையேனும் கற்றுக்கொள்கிறானா? அப்படியானால் அந்த அறிவு எப்படி உருவாகிறது? அர்த்த உருவாக்கம், மகிழ்ச்சி அடைதல், அறிவு பெறுதல் ஆகியவற்றில் வாசகனின் பங்கு என்ன? என்கிற கேள்விகளை உருவாக்கிப் பார்த்தால் பிரதியியல் செயல்பாடு விளங்கும். பிரதிக்கும் வாசகனுக்கும் உள்ள செயலூக்கமுள்ள உறவு புரியும்.

மரபுவழி விமர்சனங்களால் இப்பணியைச் செய்துவிட முடியாது. ஏனெனில் அவை ஏதோ ஒரு வகையில் தனது ஆய்வுப் பொருளை ஒற்றைப் பரிமாணமாய், ஒருங்கிணைக்கப்பட்ட கலைப் 'படைப்பா'கப் பார்க்கும். இன்றைய விமர்சனமோ தனது ஆய்வுப் பொருளைப் 'பிரதி'யாகப் பார்க்கிறது. அதாவது பல்வேறு சிக்கலான சமிக்ஞை களும் குறியீட்டு மரபுகளும் ஒன்றோடொன்று மோதிக்கொள்ளும் களமாகப் பார்க்கிறது. மரபுவழி விமர்சனம் கலைப்படைப்பின் சுயேச்சையான உருவாக்கத்திற்கு அழுத்தம் கொடுக்கிறது. இன்றைய விமர்சனமோ குறிப்பிட்ட பிரதியியல் செயல்பாடுகளுக்குப் பின்னணியாக உள்ள மரபுகளுக்கும் பிரதிகளுக்குமிடையே உறவையும் அர்த்த உருவாக்கத்தில் இந்த உறவின் பங்கையும் வலியுறுத்துகிறது. மரபுவழி விமர்சனம் எழுத்தாளனை (படைப்பாளியை) மையமாகக் கொள்கிறது. இன்றைய விமர்சனமோ எழுத்துச் செயல்பாடு மற்றும் அச்செயல்பாடுகளைக் கட்டுப்படுத்தும் சூழல்களை முன்னுக்குத் தள்ளுகிறது. மரபுவழி விமர்சனம் மகத்தான கலைப்படைப்புகள் உலகு குறித்த என்றென்றைக்குமான உண்மைகளைக் கண்டறிந்து சொல்வதை வியந்து போற்றுகிறது. இன்றைய விமர்சனமோ பிரதிக்குள் கட்டப்படும் உலகை ஆய்வுக்கு எடுத்துக்கொள்கிறது.

மரபுவழி விமர்சனம் அர்த்தத்தைப் படைப்பின் ஒரு பண்பாகக் கருதுகிறது. இன்றைய விமர்சனமோ அர்த்தத்தைப் பிரதிக்கும் வாசகனுக்குமிடையேயான மோதலின் வினைபாடாகப் பார்க்கிறது. மரபுவழி விமர்சனம் 'இலக்கியம்' என்பதை இலக்கியம் அல்லாததிலிருந்து பிரித்து இலக்கிய படைப்புகளைத் தரவரிசைப்படுத்துகிறது. இன்றைய விமர்சனமோ இத்தகைய தரவரிசைப்படுத்தலுக்குப் பயன்படும் அளவுகோல்களையே ஆய்வுக்கு எடுத்துக்கொள்கிறது. எனவே இலக்கியம், இலக்கியமல்லாதது, விமர்சனச் செயல்பாடு போன்ற பாகுபாடுகளுக்கு இங்கே இடமில்லாமல் போய் விடுகிறது.

அல்தூஸ்ஸருக்குப் பிந்திய கருத்தியல் விமர்சகர்கள் மரபுவழி விமர்சனத்திலிருந்து பெரிதும் வேறுபட்டு நின்றனர். கருத்துருவமாக்கப்பட்ட மதிப்பீடுகள், உண்மைகள் ஆகியவற்றின் களனாகப் பிரதியைப் பார்க்காமல் பிரதிக்குள் வெளிப்படும் சமூக உறவுகளை - மறைக்கப்பட்ட பிரதியை - சுட்டிக்காட்டினர். சேமிக்கப்பட்ட உண்மைகளின் தொகுப்பாய்ப் பார்க்காமல் ஆளும்வர்க்கக் கருத்தியல் செயல்படும் களமாகப் பார்த்தனர். அறிதல், வாசித்தல் ஆகியவற்றை வாசகனின் விருப்பபூர்வமான செயல்பாடாகப் (Voluntarism) பார்க்காமல் பிரதி எவ்வாறு அவனைச் சமூகத்திற்கு வசப்படுத்துகிறது என்பதைச் சுட்டிக்காட்டினர் (பார்க்க. நிறப்பிரிகை 4இல் வந்துள்ள பாவ்லோ பிரேயர்பற்றிய கட்டுரை). எனினும் நாம் முன்பே சுட்டிக்காட்டியபடி சமூகமயப்படுத்தல், அமைப்பின் மறுஉற்பத்தி (Socialisation/System Reproduction) ஆகிய கோட்பாடுகள் அமைப்புருவாக்கத்திலுள்ள மனிதர்களின் கூட்டுச் செயல்பாட்டை மறுதலித்தன. கருத்துருவமான இருப்பைக் கொண்டுள்ளவை பொருளுருப் பெற்று மனிதனை மருட்டுவதை Reification என்பர். முதலாளியத்தில் உழைப்பு இவ்வாறு 'பண்டமாக' மாறி மனிதனை எதிர்கொண்டதை மார்க்ஸ் விளக்கியுள்ளது நினைவிருக்கலாம். கருத்தியல் விமர்சனத்தின் நோக்கம் எதுவானபோதிலும் சமூகமயப்படுத்தல், அமைப்பில் மறுஉற்பத்தி ஆகிய கருத்தாக்கங்கள் பொருளுருப் பெற்று மனிதனை மருட்டி விரக்திக்கு இட்டுச்செல்லும் வாய்ப்பை ஏற்படுத்திவிடுகின்றன.

அடித்தளம்—மேற்கட்டுமானம் என்பதாகப் பகுத்து மேற்கட்டுமானம் அடித்தளத்தை எதிரொளிக்கிறது; ஆனால் இந்த எதிரொளிப்பு சற்று வித்தியாசமான எதிரொளிப்பு, இந்தக் கண்ணாடி

சாதாரணக் கண்ணாடி அல்ல என்றெல்லாம் சொல்பவர்களும்கூட ஏதோ ஒரு வகையில் எதிரொளிப்புக் கொள்கையை ஏற்றுக் கொண்டவர்கள்தானே என்பார் டெர்ரி ஈகிள்டன் (Criticism and Ideology, NLB, 1976 p. 65). பெயரிடுதல் அல்லது எதிரொளிப்பு மூலம் ஒன்றை இன்னொன்று பிரதிநிதித்துவப்படுத்துகிறது (representation) என்கிறபோது சார்பாக எதிரொளிக்கிறதா, சரியாக எதிரொளிக்கிறதா என்பது மட்டுமே பிரச்சினையாகிவிடுகிறது. ஆனால் பிரச்சினை அதோடு முடிவடைந்து விடுவதில்லை. பிரச்சினையே இனிமேல்தான் ஆரம்பமாகிறது. எதிரொளிப்பு அல்லது பிரதிநிதித்துவம் செய்தல் என்கிற செயல்பாடே கருத்தியல் தன்மையுடையதாகிவிடுகிறது. எதார்த்தத்தை அப்படியே எதிரொளிப்பது ஓர் இயல்புத்தன்மையை வாசகனுக்கு அளிக்கிறது. தற்காலிகத்தன்மை, சிதைவு, இடையீடு, சாத்தியங்கள் ஆகியவை மறைக்கப்பட்டு தெறிப்பில்லாத முழுமையாக 'எதார்த்தம்', 'வரலாறு' போன்றவை இதன் மூலம் கட்டமைக்கப் படுகின்றன. உறுதியின்மையையும், இடையீடுகளையும் மறைப்பதே ஒரு கருத்தியல் செயல்பாடுதான். அதாவது சமூகத்தில் நிலவும் பொதுக்கருத்தியலின் வெளிப்பாடுதான்!

எனவே நமது ஆய்வுப் பொருளை, அதாவது பிரதியை, எதார்த்தத்தில் எதிரொளிப்பாகப் பார்க்காமல் அதனைக் கட்டவிழ்த்து அதன் தற்காலிகத் தன்மையை, உருவாக்கத்தை, உட்கூறுகளை அடையாளம் காட்ட வேண்டும். ஒரு பாடநூலிற்குள் பொதிந்து வைக்கப்பட்டுள்ள 'அறிவை' எடுத்துக்கொள்வோம். அறிவு என்றும் இறுதி வடிவம் எடுப்பதில்லை. தொடர்ச்சியான மாற்றச் செயல் பாடாக, அதாவது தன்னைத்தானே கச்சாப் பொருளாக்கிக் கொண்டு புதிய உயர்நிலைகளை எட்டுகிற செயல்பாடாகத்தான் அறிவைப் பார்க்க வேண்டும். அம்மாற்றச் செயல்பாடுகளின் தற்காலிகமான ஒரு கணத்தை உறையவைத்து, திட உருவமாக்கி, அதற்கொரு பெயர் சூட்டுவதுதான் பாடநூற்களின் பணி. இதனால் அறிவியல் உட்பட எந்தத் துறை அறிவாக இருந்தாலும் சரி அது ஒரு சமூக முழுமையின் கூட்டுச் செயல்பாடு என்பதும், அது மிகவும் தற்காலிகமானது என்பதும் வாசகர்களுக்கும் மக்களுக்கும் மறைக்கப்படுகிறது. இவ்வாறு உருவான அறிவு பின்னர் பொருளுருப்படுத்தப்பட்டு, பண்டமாக்கப்பட்டு அதே மக்களிடம் விற்கப்படுகிறது. மக்கள் வெறும் நுகர்வோர்களாக மாற்றப்படுகின்றனர். இதனால், நமக்கு வினியோகிக்கப்படும் அறிவு மட்டுமல்ல நமது வாழ்க்கையே எவ்வாறு கட்டமைக்கப்படுகிறது என்பதை அறியாதவர்களாக நாம்

மாறுகிறோம். இந்த வகையில் அறிவையும் சரியான உணர்வையும் சரியான அர்த்தத்தையும் ஏற்படுத்த முயன்றிடாமல் நாம் எதிர்கொள்ளும் பிரதியானது வெறுமனே தகவல்களை நம்மீது திணிக்கிறது. எனவே தகவல் பாதைகளின் வழியாக வெறும் தகவல்கள்தான் பாய்கிறதேயொழிய அர்த்தங்களோ, அறிவோ பாய்வதில்லை. எவ்வளவுக்கெவ்வளவு தகவல்களின் அளவு கூடுகிறதோ அவ்வளவுக்கவ்வளவு அர்த்தங்கள் அந்நியமாகின்றன. இன்றைய மருத்துவ அமைப்பு நோய்களைப் பெருக்குவது போல, இன்றைய கல்வி அமைப்பு அறியாமையை அதிகரிப்பதுபோல (கவனிக்க இவான் இல்லிச் போன்றோர் முன்வைக்கும் பள்ளி நீக்கம் — deschooling என்கிற கருத்தாக்கம்) இன்றைய தகவல் வெடிப்பு அர்த்தமின்மையை அதிகப்படுத்திவிடுகிறது.

தொடக்ககால திரைப்பட இயக்குநர்கள் (எ.டு: ஐசன்ஸ்டைன்) உணர்வுபூர்வமான தேர்வு, கூட்டுக் கலவை, வெட்டித் தொகுத்தல் (Assemblage, Editing and Montage) ஆகியவற்றின் மூலம் புதிய எதார்த்தத்தைப் படைத்து விடமுடியும் எனக்கூறியது நினைவு இருக்கலாம். எதிரொளிப்பு என்பதற்குப் பதிலாக வெட்டித் தொகுத்தல் (Montage- ஒன்றுக்கொன்று தொடர்பில்லாத பல்வேறு துண்டுகளை வெட்டித் தொகுத்தல்) என்கிற கோட்பாட்டை அவர்கள் முன்வைத்தனர். அறிவு உற்பத்தி, அர்த்த உற்பத்தி என்பதும் இப்படித்தான். தொடர்ச்சியான தேர்வுகள், தொகுப்புகள், மறு சமிக்ஞையாக்கங்கள் ஆகியவற்றின் தொடர்ந்த செயல்பாடுதான். இந்நடைமுறைகளில் அறிவு தன்னைத்தானே கச்சாப்பொருளாக்கிக் கொண்டு மாற்றமடைகிறது. இது எந்த ஒரு தனிமனிதனின் தனித்துவமான செயல்பாட்டின் விளைவு அல்ல. இது ஒரு சமூகச் செயல்பாட்டின் விளைபொருள். சமூகத்திலிருந்து முற்றிலுமாய் விலகிய எந்த ஒரு தனிமனிதனும் அறிவை உற்பத்தி செய்துவிட முடியாது. ஆக எதிரொளிப்பு, பிரதிநிதித்துவப்படுத்தல், அடித்தளம் - மேற்கட்டுமானம் என்கிற உருவகங்களைக் காட்டிலும் பிரதியை விளங்கிக்கொள்ள சமூகரீதியான வெட்டித் தொகுத்தல் என்கிற கருத்தாக்கம் (social montage) பெரிதும் பயன்படும். இது அறிவின் தொல்லியலுக்கு (Archeology of Knowledge) நம்மை இட்டுச் செல்கிறது. அதாவது அறிவை உருவாக்கிய தொடர்ச்சியான சமூகச் செயல்பாடுகளை, சமூக உழைப்பைக் கண்டறிந்து அறிவு உரு வாக்கத்தை மர்மப்படுத்தப்பட்டதாக அன்றி ஊடுருவிப் பார்க்கக் கூடியதாக மாற்றும் நடைமுறைக்கு இட்டுச் செல்கிறது. மக்களால்

உருவாக்கப்பட்ட அறிவு எவ்வாறு முத்திரை குத்தப்பட்டு மக்களிடம் விற்கப்படுகிறது என்பதைச் சொல்வதோடு குறிப்பிட்ட அர்த்த உருவாக்கத்தில் நிறுவனங்களின் தீர்மானகரமான செயல்பாட்டையும் நாம் சொல்லியாக வேண்டும். கொஞ்சம் இதை விளக்கலாம். தொலைக்காட்சிச் செய்தி உருவாக்கத்தை எடுத்துக்கொள்வோம். ஒரு சார்பாக எதிரொளிப்பது மட்டுமல்ல நிறுவன அளவுகோல்கள், மரபுகள் ஆகியவையும் தகவல் உருவாக்கத்தில் பங்கு வகிக்கின்றன. நிருபராக உள்ள எனது நண்பர் ஒருவர் ஒரு வங்கிப் போராட்டம் தொடர்பாகச் செய்தி சேகரிக்கத் தஞ்சை வந்திருந்தார். ஊருக்குப் புறப்படு முன் - 'வேலை முடிந்ததா?' - எனக் கேட்டபோது - 'செய்தி சேகரிப்பு முடிந்துவிட்டது. பத்திரிகை அலுவலகத்திற்கு அனுப்புவேன், ஏற்றுக்கொண்டால் பிறகு 'மேட்டர்' தயாரித்து அனுப்ப வேண்டும்' - என்றார். ஆக, 'செய்தி' வேறு 'மேட்டர்' வேறு. மேட்டர் பத்திரிகைக்குப் பத்திரிகை வேறுபடும். தினமணிக்கு அனுப்பும் 'மேட்டரும்', தராசுக்கு அனுப்பும் 'மேட்டரும்' வேறு வேறு. செய்தி சேகரிப்பிலேயே இத்தகைய பத்திரிகை அளவுகோல் கடைப்பிடிக்கப் பட்டிருக்கும் என்பதும் சிந்திக்கத்தக்கது.

எனவே ஒரு பிரதியை நாம் வெவ்வேறு மட்டங்களில் அணுகி ஆய்வுக்குட்படுத்த வேண்டியிருக்கிறது. அவை:

1. பிரதியில் வெளிப்படும் நேரடியான சார்பையும் குறிப்பிட்ட வர்க்க நலன் நோக்கில் கதையாடல் அமைக்கப்பட்டு அதுவே இயல்பானது என்பதாகக் காட்டப்படும் தன்மையையும் தோலுரித்தல். (எ.டு: இயக்கங்கள் வெளியிடுகிற பெண்கல்வி, வரலாற்று தொடர்பான சிறு வெளியீடுகள்).
2. பிரதியியல் செயல்பாடுகளைச் சுட்டிக்காட்டி அவை எத்தகைய பிரதி உருவாக்கத்திற்குக் காரணமாகின்றன என்பதைக் கட்ட விழ்த்தல். இதன்மூலம் பிரதியில் ஒளிந்திருக்கும் மறைக்கப்பட்ட பிரதியை வெளிக்கொணர்தல் (மௌனி மற்றும் எம்.வி. வெங்கட்ராம் பற்றிய கட்டுரைகள்).
3. வாசகப் பங்கேற்பின் விளைவாக எவ்வாறு பிரதி ஒவ்வொரு முறையும் மறு உற்பத்தி செய்யப்படுகிறது என்பதை வெளிக் கொணர்தல். இதனைச் சற்று விரிவாய்ப் பார்ப்போம்.

பார்வையாளன் மேற்கொள்ளும் வாசிப்பு என்கிற செயல்பாட்டின் விளைவாகவே எந்தப் பிரதியும் அர்த்தம் பெறுகிறது. கேட்பவன்

இருக்கும்போதுதான் இசைத்தட்டு ஒலிப்பது இசை. கேட்பவன் இல்லாதபோது அது வெறும் இரைச்சல்தான்.

ஒரு முதலாளிய சமூகத்தில் வெகுசனத்தொடர்பு சாதனங்கள் வெளிப்படுத்தும் பிரதிகளை (எ.டு. திரைப்படம், இசை, தொலைக் காட்சிச் செய்தி, பத்திரிகைத் தலையங்கம், தலைவரின் பேட்டி...) எதிர்கொள்ளும் வாசகர்கள் எல்லோரும் ஒருபடித்தானவர்கள் இல்லை. வர்க்கத்தால், சாதியால், பாலால் (ஆண்/பெண்), இனத்தால், சமூக நிலையால் மிகவும் வேறுபட்டவர்களாக இருக்கின்றனர். இவர்களின் உளப்பாங்கு சமூகத்தில் நிலவும் பல்வேறு சொல்லாடல் களால் கட்டமைக்கப்படுகின்றது. ஒரே மனிதனின் உளவியலானது தாழ்ந்த சாதிக்காரர் என்கிற சாதியச் சொல்லாடல், உயர் அதிகாரி என்கிற அதிகாரச் சொல்லாடல், ஆண் என்கிற தந்தைவழிச் சமூகச் சொல்லாடல், முற்போக்கு அரசியல் அல்லது மதவாத அரசியல் என்கிற அரசியல் சொல்லாடல் ஆகிய பல சொல்லாடல்களால் கட்டமைக்கப்பட்டிருக்கலாம். அதே போல எந்த ஒரு மக்கள் தொகுதியையும் முற்றிலும் ஒருபடித்தான உளப்பாங்கு உடையவர் களாகக் கருத முடியாது. 'வெகுசனம்' பூராவையும் ஒருபடித்தானதாக, ஒரே மாதிரி எதிர்வினை புரியக் கூடியதாய்ப் பார்க்க வேண்டிய தில்லை. அதேபோல எல்லாப் பிரதிகளும் ஒரே மாதிரியான சொல்லாடலைத்தான் கொண்டிருக்கும் எனவும் சொல்ல முடியாது. அது மட்டுமல்ல. எந்த ஒரு பிரதியும் ஒரு குறிப்பிட்டவகைச் சொல்லாடலை மட்டுமே கொண்டிருக்கும் எனவும் சொல்ல முடியாது. மிகவும் புரட்சிகரமான கருத்துகளை முன்வைக்கும் ஒரு பிரதி தன்னையறியாமலேயே ஆணாதிக்கச் சொல்லாடலைக் கொண்டிருக் கலாம். மிகவும் வணிக நோக்கில் வெகுசனத் தன்மையுடன் முன்வைக்கப்படும் ஒரு பிரதியில் நிலவும் சமூக அமைப்பிற்கெதிரான கவிழ்ப்புக் குரலொன்றை விளிம்பிலுள்ள மக்கள் அடையாளம் காணலாம். கவர்ச்சியைக் காட்டி பண்ணையாரை மயக்கி வீழ்த்தும் நடனக்காரிபற்றிய ஒரு வணிகத் திரைப்படமானது ஆணாதிக்கச் சமூகத்தால் ஒடுக்குதலுக்குள்ளாக்கப்பட்டுள்ள பெண் பார்வையாளர்கள் தங்களின் இழந்து போன ஆற்றலை உணர்ந்து அடையாளம் பெறும் முயற்சிக்குத் துணைபுரியலாம்.

எனினும் இந்த ஒரு கூறை வைத்துக்கொண்டு அதனை ஒரு மாற்றுத் திரைப்படம், கவிழ்ப்புத் திரைப்படம் எனவும் கூறிவிட முடியாது. அது வெளிப்படுத்தும் இதர சொல்லாடல்கள், பிரதியியற் செயற்பாடுகள்

ஆகியவற்றின் மூலம் பார்வையாளனை அது ஆதிக்கக் கருத்தியலுக்கு ஆட்படுத்தலாம். அதே சமயத்தில் இத்தகைய கவிழ்ப்புக் கூறு அதில் உள்ளடங்கியிருப்பதையும் அதனை வாசகன் அடையாளம் காண முடியும் என்பதையும் விட்டுவிடுவதற்கில்லை. அனாதை எம்ஜிஆர் தனது திறமையாலும் வீரத்தாலும் சாகசத்தாலும் சொந்தமாய் முன்னேறி, ஒரே சமயத்தில் பத்துப் பேரை அடித்து வீழ்த்தி, முதலாளி மகளைத் திருமணம் செய்துகொள்கிறார் என்பது சமூகத்தில் ஆற்றலிழந்து கிடக்கும் எண்ணற்ற விளிம்பு நிலை மக்கள் தங்களது ஆசைகளை அடையாளம் கண்டுகொள்ள வாய்ப்பளித்துவிடுகிறது. இதன்மூலம் திரைப்படம் வெளிப்படுத்தும் நேரடியான செய்தியை அவர்கள் கற்றுக்கொள்கின்றனர் என்று பொருளில்லை. பத்துப்பேரை தனியாக அடித்து வீழ்த்தினால் முதலாளி மகளைத் திருமணம் செய்து முன்னேறிவிடலாம் என்கிற பாடம் எதையும் அவர்கள் கற்றுக்கொள்வதில்லை. சமூக மாற்றத்தை நோக்கிய ஒரு பெருங் கலவரம் நிகழும்போது இந்த வாசகர்கள்/ பார்வையாளர்கள் அதற்கு எதிராக நின்றுவிடப் போவதும் இல்லை. ஆனால் 'வானமே எல்லை' 'ரோஜா' திரைப்படங்களின் உயர்சாதி மத்தியதரவர்க்க - பாலசந்தர் ரசிகர்கள் இத்தகைய கலவரச் சூழலில் யார் பக்கம் நிற்பார்கள் என்று நாம் சிந்தித்துப் பார்க்க வேண்டியிருக்கிறது.

சில பிரதிகள் இருமை (anbiguity) இல்லாமல் ஆதிக்கச் சொல்லாடலை முன்நிறுத்தலாம். நாம் உருவாக்கும் சில பிரதிகள் இருமை இல்லாமல் எதிர்ச் சொல்லாடலை முன் நிறுத்தலாம். ஆனால் சமூக மக்கள் அன்றாடம் எதிர்கொள்ளும் பல்வேறு பிரதிகள் இந்த இரண்டு வரம்பு நிலைகளுக்கும் இடையிலானவையே. இந்தப் பிரதிகள் நாம் மேற்குறிப்பிட்டவாறு வெகு சில அம்சங்களிலேனும் திறந்த பிரதிகளாக, பல அர்த்தப் பிரதிகளாக (polysemic) அமைந்து விடுகின்றன.

ஆதிக்கச் சொல்லாடலை வெளிப்படுத்தும் ஒரு பிரதியில் தனது வர்க்க நிலைக்கு எதிரானதாக இருந்தாலும்கூட அதை ஏற்றுக் கொள்ளும் ஒரு வாசகன் எப்படி மகிழ்ச்சிபெறுகிறான்? இப் பிரதியோடு அவன்கொள்ளும் உறவு எளிதாக அவனை ஆதிக்கக் கருத்தியலுடன் அடையாளம் காண வைத்து விடுகிறது. இதன்மூலம் அவன்/அவள் தனது அன்றாடச் சமூக இருப்பை அர்த்தமுடையதாக உணர வழி ஏற்பட்டு விடுகிறது. ஆனால் எதிர்ப்பு அரசியல் சொல்லாடலுடன் கூடிய பிரதி இத்தகைய மகிழ்ச்சியை அவனுக்கு

வழங்காமல் ஓர் உரசலை ஏற்படுத்தி அவனைத் தொல்லை செய்கிறது. இத்தகைய தொல்லை அவனை, கவிழ்ப்புச் செயல்பாடுகளை நோக்கி முடுக்கிவிடலாம். ஆனால் அதற்கான வாய்ப்பும் களமும் எதிரே இல்லாதபோது தொல்லை தரும் அப்பிரதியை அவன் விட்டொதுங்குகிறான்.

வேறுபட்ட சொல்லாடல்களால் கட்டமைக்கப்படும் இந்தப் பிரதிகள் பார்வையாளனை எவ்வாறு விளிக்கின்றன? உணர்வு பூர்வமாக ஆதிக்கச் சொல்லாடலை முன்வைக்கும் பிரதி வாசகனை உத்தரவுகளுக்குள் கீழ்ப்படிந்த காவல் கைதியாக (in-mate – சிறைக் கைதி அல்லது மனநோய் விடுதியில் அடைபட்டவன்...) அணுகுகிறது. உத்தரவு, ஆணை (Memo) செயற்குறிப்பு (Prescription) என்பதாக இப்பிரதி அமைகிறது. வணிக நோக்கிலான பிரதி வாசகனை ரசிகனாகவும் (spectator), பண்டமாக்கப்பட்ட மனிதனாகவும் (human commodity) அணுகுகிறது. அடுத்தடுத்து ரசிப்பிற்குரிய காட்சியை எதிர்நோக்கி ஆசையுடன், அடங்கா ஆசையுடன் காத்திருப்பவனாக, கதைப் புதிரில் (suspense) அதிர்ச்சி அடைந்து, புதிரவிழ்ந்தவுடன் திருப்திப் பெருமூச்சு விடுபவனாக அவனைக் கருதுகிறது. அதற்குரிய வகையிலான உள்ளர்த்தம், சக பிரதிகளுடனான உறவு (inter-textuality) ஆகியவற்றுடன் பிரதி உருவாக்கப்படுகிறது. ஒவ்வொரு சம்பவமும் பரிச்சயமான ஒன்றாக அமைக்கப்படுகிறது. இதற்குப் பழக்கப்பட்டுப்போன ரசிகன் எந்த ஒரு புதிய விஷயத்தையும் கருத்தையும் காட்சியையும் சிந்தனையையும் பிரதியையும் எதிர் கொள்ளும்போது 'அய்யோ புரியவில்லை, செறிவு, பயங்கரம்' என்று சத்தம்போடுகிறான். பார்த்ஸ் சொல்வதுபோல பள்ளி, விளையாட்டு, விளம்பரம், செய்தி, சனரஞ்சகப் பாடல்கள், கட்சிக் கட்டுரைகள் எல்லாம் ஒரே அமைப்பை, ஒரே அர்த்தத்தை, பல சமயங்களில் ஒரேவிதமான சொற்களில் திரும்பத் திரும்ப அச்சுப் பதிவுகளாக முன் வைக்கின்றன. இந்த வகையில் இவை அனைத்தும் திருப்பி உரைக்கும் எந்திரங்களே (repeating machines). பண்டமாக்கப்பட்ட மனிதனோ, எளிதில் வாங்கக்கூடிய, சுலபமாக விற்று லாபம் பெறக்கூடிய பண்டமாக அறிவைக் கருதுகிறான்.

ஆனால் வாசகர்களை இம்மூன்று வகைக்குள் மட்டும் அடக்கிவிட முடியாது. இன்றைய வெகுசனப் பண்பாட்டு ஊடகங்களின் வழியாக முன்வைக்கப்படும் பிரதியியல் செயல்பாடுகள் விளம்பர நடவடிக்கைகள், திப்பி திப்பி நிகழ்ச்சிகளாய் அடுத்தடுத்துத் தொடர்ந்து

காட்டப்படும் தொலைக்காட்சி நிகழ்ச்சிகள் ஆகியவை சமூக மையத்துடன் தன்னை இறுக்கமாய்ப் பிணைத்துக்கொள்ளாத விளிம்புநிலை மனிதர்களை (fragmented, marginalised decentred subject) உருவாக்கியிருக்கிறது. ஆழ்ந்த சிந்தனையையும், அறிவுச் செயல்பாட்டையும் கோராத இன்றைய வணிகரீதியான பிரதிகள் (எ.டு: ரஜினி சினிமா), வாசகனை மையத்தோடு பிணைத்து நிறுத்துவதைக் காட்டிலும் புறப்பரப்பின் மீது அலைபாயும் விளிம்புநிலை மனிதர்களை உருவாக்குகின்றன (இணைத்துப் பார்க்க: நிறப்பிரிகை — 4இல் வெளியான பாவ்லோ பிரேயர் கட்டுரையில் விளிம்புநிலை x மைய நீரோட்ட மாணவர்கள் பற்றிய கருத்துகள்). காட்சிகளை வெறுமனே காட்சிகளாக, ஆழமான உள்ளர்த்தம் இல்லாதவையாக இவர்கள் காணுகின்றனர்.

ஒன்றை இங்கு மீண்டும் சொல்லிவிடுவது அவசியம். ஒவ்வொரு வாசகனையும் முற்றிலும் இந்த வகைப்பாட்டின் ஏதாவதொன்றுக்குள் முடக்கிவிட முடியாது.

எனினும் விளிம்புநிலை மனிதர்களையும் மைய நீரோட்ட வாசகர்களையும் மையத்தை நோக்கி ஈர்க்கும் பணியை இன்றைய வணிக நோக்கிலான பண்பாட்டுத் தொழில் (culture industry) மேற்கொள்கிறது. அறிவு, பண்பாடு, அர்த்த உருவாக்கம் முதலிய மொழியியற் செயற்பாடுகள் முதலாளியத்தின் பண்டமயமாதல் என்கிற சமூக தர்க்கத்துடன் பொருந்தி வருகின்றன. இவற்றில் குறியீட்டு நடைமுறைகள் (signification) வணிக அளவில் உற்பத்திச் செய்யப்படுகின்றன. இதரப் பண்டங்களைப்போலவே குறியீட்டு நடைமுறையும் விற்பனைக்கான பண்டமாக உருவாக்கப்படுகிறது. பொருளுற்பத்தியில் உழைப்பு பண்டமாக்கப்படுவது போல தொலைக்காட்சி, திரைப்படம், பாடநூல், செய்திப்பத்திரிகை ஆகியவற்றில் குறியீட்டு உழைப்பு பண்டமாக்கப்படுகிறது. பண்டமயமான குறியீட்டு நடைமுறைகளாகப் பிரதி நம்முன் நிற்கிறது. எல்லா வகையான உற்பத்தி நடவடிக்கைகளிலும் ஆற்றலிழந்துபோன மனிதன் பண்டங்களை நுகர்வதில் மட்டுமே தனது சுயத்தை அடையாளம் காணும் நிலைக்குத் தள்ளப்படுகிறான். எப்போதுமே பண்டமயமாதலுக்கு இரு பக்கங்களுண்டு. உழைப்பு பண்டமாகும்போது பண்ணையடிமை முறையிலுள்ள உழைப்பு குறித்த மர்மப்படுத்தல்கள் நீக்கப்பட்டு (dereification) - பொருளுரு நீக்கம் செய்யப்படுகிறது; ஒரு சனநாயகப்பாடு நிகழ்கிறது. ஆனால்

பண்டமான அதே உழைப்பு மீண்டும் பொருளுருப் பெற்று மனிதனை எதிர்கொள்ளும்போது (பண்டமாயை) அதன் அதிகாரத்திற்கு அவன் கட்டுப்பட நேர்கிற அவலத்தை மார்க்ஸ் சிறப்பாக விளக்குவதை நாம் அறிவோம். குறியீட்டு உழைப்பு பண்டமாகும்போதும் இதுவே நிகழ்கிறது. குறியின் தன்னிச்சை தன்மை (arbitrariness) என்பதில் வெளிப்படும் திறந்த தன்மை, சனநாயகப்பாடு என்பதெல்லாம் குறியியல் உழைப்பு பண்டமாகும்போது மறைந்து வாசகனை மையத்தோடு இணைக்க முயல்கிறது. எனினும் வாசகன் பிரதியை எதிர்கொள்ளும்போது இந்த இருவகைத் தன்மையோடுமே பிரதி வாசகனோடு மோதுகிறது.

வெகுசனத் தொடர்புச்சாதனங்களுக்கும் இந்திய அரசியலுக்கும், குறிப்பாகத் தமிழக அரசியலுக்குமுள்ள உறவைக் கவனித்தால் சில உண்மைகள் விளங்கும். அரசியலில் எம்.ஜி. ஆருக்குத் திரைப்படம் உதவியதுபோலக் கிட்டத்தட்ட அவரளவு திரைப்படத்துறையில் புகழடைந்திருந்த சிவாஜிக்கு உதவவில்லை. பாக்கியராஜ், ராஜேந்தர், கமலஹாசன் ஆகியோருக்கும்தான். என்.டி. ராமராவ் திரைப்படம் மூலம் அரசியல் லாபமடைந்தாலும் அதைத் தொடர்ந்து தக்கவைக்க முடியவில்லை. காங்கிரசுக்கு 'மாற்றாக' வளர்ந்த திமுகவுடன் எம்ஜிஆர் தன்னை இணைத்துக்கொண்டதுடன் அவரது வெற்றியை இணைத்துப் பார்க்க வேண்டியிருக்கிறது.

வீடியோ போன்ற எலக்ட்ரானிக் சாதனங்கள் மூலம் வாக்கு சேகரித்தல் என்பது எண்பதுகளின் பிற்பகுதியில் இந்தியா முழுவதும் பரவலான நடைமுறையாக வந்தபோதிலும் தொடர்ந்து அவை எல்லாக் காலங்களிலும் எல்லோருக்கும் வெற்றியை ஈட்டித் தந்ததில்லை. 'திரிகயா' என்கிற விளம்பர நிறுவனம் மூலம் 1984இல் கர்நாடகத்தில் ராமகிருஷ்ண ஹெக்டே பெற்ற வெற்றியை 1990இல் பெற முடியவில்லை. தொடர்ந்த தொலைக்காட்சி பிரச்சாரம், ஜெயின் ஸ்டுடியோ அமைத்துத் தந்த நூற்றுக்கணக்கான வீடியோ ரதங்கள் ஆகியவற்றின் உதவி இருந்தாலும் 1988 தேர்தலில் ராஜீவ்காந்தி வெற்றிபெற முடியவில்லை. ஆனால் இவற்றின் உதவியில்லாமலேயே வி.பி.சிங் அதே தேர்தலில் வாக்குகளைக் குவிக்க முடிந்தது.

நமது நாட்டில் இன்றும்கூட 65 சதம் பேர் எழுதப் படிக்கத் தெரியாதவர்கள். இவர்களால் அச்சு அடிப்படையிலான தொடர்புச் சாதனங்களுடன் நேரடியாகத் தொடர்புகொள்ள முடியாது. அடித்தட்டு கிராமமக்களில் பெரும்பாலோர் தொலைக்காட்சி பார்த்ததேயில்லை.

திரைப்படங்களைக்கூட தொடர்ந்து அவர்கள் பார்ப்பதில்லை. இந்தியாவைப் பொறுத்தமட்டில் தொலைக்காட்சியை முழுமையாகப் பார்ப்பது பெரும்பாலும் உயர் மத்தியதர வர்க்கப் பழக்கமாகவே உள்ளது. பெண்களும் அடித்தட்டு மக்களும் பெரும்பாலும் தொலைக் காட்சியில் காட்டப்படும் திரைப்படம் அல்லது திரைப்படம் தொடர்பான காட்சிகளை மட்டுமே காண்கின்றனர். ஞாயிற்றுக் கிழமை தொலைக்காட்சிகளில் தமிழ்த்திரைப்படம் பார்த்துக் கொண்டிருக்கும்போதுகூட ஏழரை மணிக்கு செய்திக்காக திரைப்படம் நிறுத்தப்படும்போது எல்லோரும் 'வெளிநடப்பு' செய்துவிடுவதைப் பார்க்கலாம். மீண்டும் விளம்பரம் அல்லது திரைப்படம் காட்டும் போதே அவர்கள் வந்து உட்கார்ந்து கொள்கின்றனர். ஆக தொலைக் காட்சி, திரைப்படம் என்பதெல்லாம் பெரும்பாலோருக்கு வெறும் வேடிக்கைதான் (fantasy). இதிலிருந்து அல்லது இதன்மூலம் அவர்கள் வேறு எந்தச் செய்தியையும் அர்த்தத்தையும் பெறுவதில்லை. நிகழ்ச்சியே அவர்களின் இறுதி இலக்கு. வேறு வார்த்தைகளில் சொல்வதானால் நிகழ்ச்சியிலிருந்து செய்தி என்பதைக் காட்டிலும் நிகழ்ச்சியே செய்தியாகிவிடுகிறது. அரசும் தொலைக்காட்சி நிறுவனமும் சொல்லுகிற, எங்கள் அன்றாட வாழ்வோடு தொடர் பில்லாத இந்தச் 'செய்திகள்' எங்கள் மயிருக்குச் சமம் என்பதுதான் அந்த வெளிநடப்பின் பொருள். நாங்கள் எந்த விசயத்தில் கவனமாகவும் அக்கறையாகவும் இருக்க வேண்டும் என்பது உங்களின் எதிர்பார்ப்போ அந்த விசயத்தில் அக்கறையின்மையும் அலட்சியமுமே எங்கள் பதில். பிரதியின் தன்னிலையாக்க முயற்சிக்கு எதிரான எதிர்ப்பு இச்செயலில் உள்ளடங்கியிருப்பது கவனிக்கத் தக்கது. அதனால்தான் பாத்ரிலா இதனை 'மௌனமும் ஓர் எதிர்ப்பு வடிவந்தான்' என்றார். மக்களின் இத்தகைய அக்கறையின்மையை மந்தைத்தனம் என எண்ணிக் கொக்கரித்த ஆட்சியாளர்கள் - அவர்கள் பிரெஞ்சு மன்னர்களானாலும் சரி, கிழக்கு ஐரோப்பிய கொடுங் கோலர்களானாலும் சரி அவ்வப்போது பாடம் கற்பிக்கப்பட்டு வந்துள்ளனர். ஆக, பிரதிக்கும் வாசகனுக்குமான உறவை மிகவும் செயலூக்கமான பின்னணியில் விளங்கிக்கொள்ள வேண்டும். பிரதியின் சொல்லாடலுக்கும் வாசகனின் உளப்பாங்கைக் கட்டமைத்திருக்கும் சொல்லாடலுக்குமான மோதல், பேரம் (negotiation) ஆகியவற்றின் விளைபொருளாகவே பிரதியின் அர்த்தம் உருவாகிறது.

எதிர் அரசியல் நடவடிக்கைகளில் ஈடுபட்டிருப்போரின் சிந்தனைக் குரிய புள்ளிகளாகப் பின்வருவனவற்றைத் தொகுக்கத் தோன்றுகிறது.

1. தகவல் தொடர்பு, குறிப்பாகத் தொலைதொடர்பு நடவடிக்கைகளில் உலகளவிலும் நாட்டளவிலும் மேற்கொள்ளப்படும் நடவடிக்கைகள், புதிய தொழில்நுட்பங்களின் வலிமைகள், அவற்றை எதிர் அரசியல் செயல்பாடுகளுக்கு எதிராகப் பயன்படுத்தும் சாத்தியக் கூறுகள் ஆகியவை குறித்த முழுமையான ஆய்வு மிக மிக அவசியம். எதிர் அரசியல் செயல்பாடுகளில் ஒன்றாக இந்த ஆய்வும் அமைய வேண்டும்.

2. தகவல்தொடர்புத் தொழில்நுட்பங்கள் மூலமாக உலக முழுமையும் விளிம்பு நாடுகள் மையங்களோடு இணைக்கப்பட்டுள்ளதால் உலகெங்கிலுமுள்ள எதிர் அரசியல் சக்திகளிடையே ஓர் ஒருங்கிணைவு - குறிப்பாக செய்தி சேகரிப்பு/ வினியோகம் ஆகியவற்றிலான ஒருங்கிணைவு முக்கியம். பல நாடுகளிலுள்ள எதிர்ப்பியக்கங்கள் இணைந்து பொதுப் பத்திரிகைகளை நடத்தலாம்.

3. ஆதிக்கச்சொல்லாடலை முன்வைத்து சமூகமயப்படுத்தும் முயற்சியில் ஆதிக்க சக்திகள் எப்போதும் வெற்றியடைந்து விடுவதில்லை. வெகுசனத் தொடர்புச் சாதனங்களின் பலத்தைக் கண்டு நாம் நொய்ந்து போக வேண்டியதில்லை. மக்களிடம் சரடாக இழையும் எதிர்ப்பு இழையைக் கவனித்து அதனைத் தொகுக்க வேண்டும்.

4. வெகுசனத் தொடர்புச் சாதனங்களை நாம் புறக்கணித்துவிடக் கூடாது. நமது செய்திகள் இருட்டடிப்புச் செய்யப்படும்போது, நமக்கு எதிராகக் கருத்துகள் முன்வைக்கப்படும்போது இந்தச் சாதனங்கள் ஸ்தம்பிக்கும் அளவிற்கு மக்களைத் திரட்டி எதிர் நடவடிக்கைகளை மேற்கொள்ளுதல் அவசியம். நமது எதிர் அரசியலுக்கு சாதகமான வகையில் இந்தத் தொடர்புச் சாதனங்களையே சாத்தியமானவரை வளைத்துப் பயன்படுத்த வேண்டும். நம்மால் பயன்படுத்த முடியாது என ஒதுங்கிப்போக வேண்டியதில்லை. அரசு மற்றும் காவல்துறை மனித உரிமை மீறல்களுக்கு எதிராகப் பல சந்தர்ப்பங்களில் வெகுசனத் தொடர்புச்சாதனங்கள் சாதகமாகப் பயன்படுவது கவனிக்கத்தக்கது.

5. அரசதிகாரத்தைக் கைப்பற்றிய பின்புதான் தொடர்புச் சாதனங்களை நாம் பயன்படுத்த முடியும் எனக் கருத வேண்டியதில்லை. எதிர் அரசியல் திரைப்படங்கள், வீதி நாடகங்கள் ஆகியவற்றிற்கு அதிக முக்கியத்துவம் அளிக்கலாம். வீடியோ, லேசர்

அச்சு முதலியவை வழங்கியுள்ள சாத்தியக் கூறுகள் முழுமையாகப் பயன்படுத்தப்பட வேண்டும். இன்றைய திரைப்பட உற்பத்தி மற்றும் வினியோக அமைப்புகளைப் பயன்படுத்தாமலேயே ஜான் ஆப்ரஹாம் போன்ற தனிமனிதர்கள் மாற்றுத் திரைப் படங்களை உருவாக்க முடிந்ததென்றால் அரசியல் இயக்கங்கள் இதற்குரிய முக்கியத்துவத்தை அளித்தால் எதிர் அரசியல் திரைப்படங்களை உருவாக்க முடியும். பல்லாயிரக்கணக்கில் விற்பனையாகும் மாற்றுப் பத்திரிகைகளையும் நடத்த முடியும்.

6. பிரதியியல் செயல்பாடுகளைக் கட்டவிழ்த்துப் புரிந்துகொள்ளும் விமர்சனப் பார்வையை வளர்த்துக்கொள்ளும் முயற்சிகளுக்கு உரிய முக்கியத்துவம் அளிக்கப்பட வேண்டும்.

குறிப்பு

உள்ளே மேற்கோளாகக் காட்டப்பட்டவை தவிர பயன்படுத்தப்பட்ட வேறு சில நூல்கள்:

Kathleen Woodward, (Ed), *The Myths of Information: Technology and Post Industrial Culture,* R.K. Paul, 1980.

Robert C. Allen (Ed), *Channels of Discourse: Television and Contemporary Criticism,* Mathuen, 1987.

Philip Wexler, *Social Analysis of Education: After,* the New Sociology, R.K. Paul, 1987.

புள்ளிவிவரங்கள் கீழ்க்காணும் கட்டுரைகளிலிருந்து தொகுக்கப் பட்டுள்ளன.

Economic And Political Weekly (Sep 14, 1991, July 11, 1992, August 1-8, 1992), *Mainstream* (Annual 1985, March 26, 1988), *Frontline* (Sep 25, 1992) ஆகிய இதழ்களில் வந்துள்ள தகவல்தொடர்புபற்றிய கட்டுரைகள்.

- *நிறப்பிரிகை -5, 1992*

3
உடைபடும் புனிதங்கள்

3.1

குடியேற்ற நாடுகளில் நவீனத்துவம் சில பிரச்சினைகள்

இத்தொகுப்பிலுள்ள கட்டுரைகள் பெரும்பாலும் தமிழின் மரபை மட்டுமல்ல. தமிழின் நவீனத்துவத்தையும் கேள்விக்குள்ளாக்குபவை. தங்களின் இறந்தகாலத்தைப் பறிகொடுத்தவர்கள் விழிப்புற்று மீண்டும் அதனைக் கைப்பற்றும் முயற்சிகள் உலகெங்கிலும் நிறைந்த ஒரு காலகட்டத்தில் வாழும் பேறு பெற்றவர்கள் நாம். இறந்த காலத் திற்காகப் போராடுவதே நிகழ்கால அரசியலின் ஓரங்கமாகப் போனதன் விளைவு இது. இந்த வகையில் கருப்பர்கள், ஆப்பிரிக்க அமெரிக்கர்கள், பெண்கள், தலித்கள் ஆகியோர் மரபைக் கேள்விக்குள்ளாக்குவதை நாம் புரிந்துகொள்ள முடிகிறது. நவீனத்துவம் எந்த அடிப்படையில் கேள்விக்குள்ளாக்கப்படுகிறது?

மேலைச்சூழலில் நவீனத்துவத்தை மறுத்துப் பின்நவீனத்துவம் எழுந்துள்ளது குறித்து நாம் விரிவாகப் பேசி வருகிறோம். காரல் மார்க்ஸ் முதலாளியத்தைப் (பூர்சுவாக்களை) பார்த்ததுபோல நவீனத்துவத்தை நாம் அணுக வேண்டும் என்பார் ஒரு பின்நவீனத்துவ ஆசிரியர். அதாவது நிலப்பிரபுத்துவக் கொடுங்கோன்மையை அழித்த விதத்தில் வரவேற்கத்தக்கதாகவும், மேலும் நுணுக்கமான சுரண்டலுக்கும் அந்நியமாதலுக்கும் வழிவகுத்த வகையில் எதிர்க்கத் தக்கதாகவும் முதலாளியத்திற்கு இரண்டு முகங்கள் இருப்பதுபோலவே நவீனத்துவத்தின் மதநீக்கச் செயற்பாடு (Secularisation) ஏற்கத் தக்கதாகவும், பகுத்தறிவின் வன்முறை கண்டிக்கத்தக்கதாகவும் உள்ளது என்பது இதன் பொருள். இது மேலைச்சூழலின் நிலை. இந்திய, தமிழ்ச்சூழல் மிகவும் வேறுபட்டது. இங்கே வரவேற்கத்தக்கதாக இருக்க வேண்டிய முகமே மிகவும் கொடூரமானதாகவும் குறைபாடுகள் நிரம்பியதாகவும் உள்ளதை நாம் விளங்கிக்கொள்வது அவசியம். அந்த நோக்கில் சில:

நவீனத்துவம் என்பது அரசியல், தத்துவம், பொருளியல், அறிவியல், கலை இலக்கியம் எனச் சகல துறைகளையும் ஒரே சமயத்தில் பிரமிக்கத்தக்கவிதத்தில் பாதித்த ஒன்று. நவீன அரசமைப்பு, சனநாயகம், தேசிய உருவாக்கம், நகரநிர்மாணம், மத்தியதர வர்க்க உருவாக்கம், நீதி வழங்குமுறை, கல்வி, மருத்துவம், குடும்ப அமைப்பு என நவீனத்துவம் முத்திரை பதிக்காத துறைகளே இல்லை. குறிப்பாகத் தேசியமும் முதலாளியமும் நவீனத்துவத்தின் செயற் திட்டங்களில் (Projects) ஒன்றாகவே இருந்தன. தேசிய உணர்வுகள் புராதன வடிவத்தில் நவீனத்துவத்திற்கு முந்திய காலத்திலேயே தலைகாட்டியபோதிலும் இறுக்கமாக வரையறுக்கப்பட்டு தேசிய அரசுடன் இணைக்கப்பட்டுத் திறப்புகளின்றி முழுமையாகக் கட்டப் பட்டது நவீனத்துவத்திற்குப் பின்னரே. மொழி, இனம் அல்லது மதம் போன்ற 'இயல்பான' சமூக நிலைமைகளின் தீர்மானகரமான விளைபொருளாக அன்றி ஒரு குறிப்பிட்ட சூழலில், ஒரு குறிப்பிட்ட சமூகத்தில், முன்கை எடுக்கிற மேட்டிமைச் சக்திகளால், கற்பிதம் செய்யப்படுகிற சமூகமாகத் தேசியம் உருவாகிறது என்கிற பெனடிக்ட் ஆண்டர்சனின் கோட்பாடு நினைவுகூரத்தக்கது. இதில் நாம் கவனிக்க வேண்டிய அம்சம் தேசிய உருவாக்கத்தில் மேட்டிமைச் சக்திகளின் (Elites) பங்கு குறிப்பாக மத்தியதரவர்க்கப் படிப்பாளி ஆண்களின் பங்கு கற்பிதத்தைச் சாத்தியப்படுத்துகிற நிறுவனங்களில் முதன்மை யானதாக ஆண்டர்சன் சுட்டிக்காட்டுவது 'அச்சு முதலாளியம்' (Print Capitalism). இதனுடன் இன்று நாம் 'காட்சி முதலாளியத்'தையும் (Visual Capitalism) சேர்த்துக்கொள்ளலாம்.

எண்ணற்ற வெளியீட்டு நிறுவனங்கள், பத்திரிகைகள், வார, மாத இதழ்கள், தொலைக்காட்சிகள் மூலமாக மத்தியதர படிப்பாளிகளின் பண்பாட்டுக் கூறுகளும் மொழியும் (Language/Dialect)தேசியப் பண்பாடாகவும் மொழியாகவும் கட்டமைக்கப்படுகின்றன. இந்தக் கட்டமைப்பு, கதையாடல்கள் (Narratives) மூலமாக நிறைவேற்றப் படுகின்றது. நிலவும் மரபுகள், நிறுவனச் செயல்பாடுகள், வாழ்க்கைப் பாங்குகள் (Patterns) போன்றவற்றை நியாயப்படுத்தி ஏற்றுக் கொள்வதாக இக்கதையாடல்கள் அமைகின்றன. எடுத்துக்காட்டாக முதலாளித்துவப் பெருங்கதையாடல்கள் தமது காலனிய நடவடிக்கை களையும், அடிமைப்படுத்தல்களையும், இன அழிப்பையும், கொள்ளையையும் வளர்ச்சி, முன்னேற்றம், நவீனப்படுத்துதல், பகுத்தறிவற்ற காட்டுமிராண்டிகளை நாகரிகமாக்குதல் போன்ற சொல்லாடல்களின் மூலம் மூடிமறைத்து நியாயப்படுத்தும்.

விளிம்பியல் (subaltern) நோக்கில் தேசியக் கட்டமைப்பை ஆய்வு செய்த பார்த்தா சட்டர்ஜி, அச்சு முதலாளியம் தவிர, தேசிய நிர்மாணத்தில் முக்கிய பங்கு வகிக்கும் மேலும் இரு நிறுவனங்களைச் சுட்டிக்காட்டுவார். அவை,

1. கல்வி நிறுவனங்கள் (பள்ளி, பல்கலைக்கழகம் முதலியன)

2. குடும்பம்

தேசியப் பள்ளிகளின் மூலமாக மாணவர்களுக்குப் புனிதக் கலை, இலக்கிய மரபுகளும், நவீன வாழ்க்கைக்குத் தேவையான மொழி, அறிவியல், தொழில்நுட்பங்களும், வாழ்க்கை மதிப்பீடுகளும் திணிக்கப் படுகின்றன. மொத்தத்தில் நவீனயுகத்திற்கு உரியவனாகவும், இந்த அமைப்பையும் அரசையும் விசுவாசிப்பவனாகவுமுள்ள 'குடிமகன்' (Citizen) உருவாக்கப்படுகிறான். தேசிய மரபாகக் கையளிக்கப் படுபவற்றைப் போற்றி வணங்குபவனாகவும் பிற மரபுகளை இழிவாகக் கருதுபவனாகவும் அவன் எதிர்பார்க்கப்படுகிறான். பழைய மரபுகளைப் போற்றி வணங்கினால்போதும். முழுமையாகப் பின்பற்றி நடக்க வேண்டியதில்லை. நவீன வாழ்க்கைக்கு அது சாத்தியமும் இல்லை. சில குறிப்பிட்ட அம்சங்களில் மட்டும் எவ்வித விலக்குமின்றிப் பழைய மரபுகளைப் பின்பற்றினால்போதும். குறிப்பாகப் பெண்கள். இந்த வகையில் தேசியப் பெண்மை, தேசிய ஒழுக்கம் முதலியன கட்டமைக்கப்படுகின்றன. பெரும்பாலும் மத்தியதர வர்க்க அடையாளங் களுடன் இவை நிலைநிறுத்தப்படுகின்றன. இதற்குரிய வகையில் பெண்களைப் பயிற்றுவிப்பதில் குடும்பத்தின் பங்கு முக்கியமானது.

தேசியப் பள்ளிக்குச் செல்லும் மாணவன் அவனது சமூகக் குழு (Community) சார்ந்த மொழி, பழக்கவழக்கங்கள், உடை, உணவு முதலியவற்றை உதறித் தள்ளி மேற்குறித்த தேசியமொழி அடையாளங் களை ஏற்றுக்கொள்ள நிர்ப்பந்திக்கப்படுகிறான். அவனது (ஊர், சாதி சார்ந்த) மொழியும், இதர வழமைகளும் இழிவானவை, திருத்தப்பட வேண்டியவை என்கிற குற்றவுணர்ச்சி அவனிடம் திணிக்கப்படுகிறது. பெண்களைப் பொறுத்தமட்டில் அவர்களது இயல்பான அனுபவம், வெளிப்பாட்டு முறை முதலியவை தடை செய்யப்பட்டு ஆணாதிக்க நோக்கிலான நளினங்களும் நாசூக்குகளும் பயிற்றுவிக்கப்படுகின்றன. தவிரவும் நகர நாகரிகம் பின்பற்றத்தக்கதாகவும் கிராம வாழ்க்கை வெறுமனே ரசிக்கத்தக்கதாகவும் மட்டுமே பயில்பவருக்கு உணர்த்தப்படுகிறது. இந்த வகையில் நாட்டுப்புறம் x நவீனம் என்றொரு முரண் கட்டமைக்கப்படுகிறது.

சுருக்கமாகச் சொல்வதானால் பல்வேறு சமூகக்குழுக்களின் தனித்தனியான சிறுகதையாடல்கள் எல்லாம் தேசியப் பெருங் கதையாடலால் அழித்தொழிக்கப்படுகின்றன. பெருங்கதையாடலுக்கு நீயும் உரியவன்தானே, உனக்கு எதற்குச் சிறுகதையாடல் என்று சொல்லி அவனது கதையாடும் உரிமை பறிக்கப்படுகிறது.

நவீனத்துவத் திட்டங்களில் ஒன்றாகத் தேசியம் நிறைவேற்றப்படும் போது பொதுவில் நடைபெறக் கூடியவை இவை. குடியேற்ற நாடுகளில் தேசியக் கட்டமைப்பு சில அம்சங்களில் மேற்குறித்த வற்றோடு இணைந்தும் சிலவற்றில் வேறுபட்டும் அமைகிறது. இரண்டிலுமே மேட்டிமைச் சக்திகள் முன்கை எடுக்கின்றனர். அந்தவகையில் சாதிரீதியாய்ப் பிளவுண்டு கிடக்கும் நமது சமூகத்தில் மேற்சாதியினர் தேசியக் கட்டமைப்பை மேற்கொள்கின்றனர். குடியேற்றச் சமூகத்தில் காலனியத்திற்கு எதிராக இந்தத் தேசியக் கட்டமைப்பு மேற்கொள்ளப்படுவது கவனிக்கத்தக்கது. நவீனத்துவம் இங்கே இயல்பாகத் தோன்றவில்லை. நவீன அரசும் பள்ளியும் தொழில்நுட்பமும் சனநாயகமும் மருத்துவமும் காலனிய ஆட்சியாளர் களாலேயே அறிமுகப்படுத்தப்படுகின்றன. காலனியத்தை எதிர்க்கும் தேசியவாதிகள் இதனை எப்படி எதிர்கொள்வது?

தேசியத்தை முன்னெடுக்கும் மேட்டிமைச் சக்திகளுக்கு இந்தச் சமூகம் நவீனமயமாக்கப்பட வேண்டும் என்பதில் கருத்து மாறுபாடு இல்லை. உலக அளவில் நவீனமானதாகவும் வலிமையானதாகவும் நமது சமூகமும் ஆக வேண்டும். அதேசமயத்தில் காலனியத்திற்கு எதிரான 'இந்தியத்' தனித்துவத்தை நாம் காப்பாற்றியாக வேண்டும். எந்தெந்த அம்சங்களில் நவீனமாவது? எந்தெந்த அம்சங்களில் மரபைப் பேணுவது? விடுதலைப் போராட்ட காலத்திய இந்திய தேசியக் கட்டமைப்பை ஆய்வு செய்த பார்த்தா சட்டர்ஜி போன்றோர் அன்றைய கதையாடலில் பயிலப்பட்ட சில முரண்களின் மீது நமது கவனத்தைக் குவிக்கின்றனர். அவை:

உள்ளே x வெளியே
அகம் x புறம்
அந்தரங்கம் (Private) x பொது (Public)
ஆன்மிகம் சார்ந்த x பொருள்சார்ந்த

அரசியல், பொருளாதாரம், தொழில்நுட்பம், இராணுவம், அணுகுண்டு போன்ற புறம்சார்ந்த, வெளி அம்சங்களில் நவீனத்துவத்தை ஏற்றுக்கொள்வது. கலாச்சாரம், மரபு, பெண்மை, மதம் முதலாய அக,

அந்தரங்க அம்சங்களில் அந்நியத் தலையீட்டை முற்றாக எதிர்ப்பது. இன்றளவும் பாரதீய ஜனதா போன்ற கட்சிகள் இந்த நோக்கில் இயங்குவதை யாரும் எளிதில் உணர முடியும்.

புற அம்சங்களில் மேலை நவீனத்துவத்தை ஏற்றுக்கொள்ளும்போது அக அம்சங்களில் உள்ளூரில் உள்ள பல்வேறுபட்ட பண்பாடுகளையும், மதிப்பீடுகளையும், வழமைகளையும் அப்படியே அனுமதித்துவிடுவது தேசியத்தின் நோக்கமாக இல்லை. ஏனெனில் தேசியத்தின் ஆதாரமே தல, குழு வேறுபாடுகளை அழிப்பதுதான். தவிரவும் வலிமையான அரசாக உருவாவதற்கு இத்தகைய வேறுபாடுகள் சகித்துக்கொள்ள இயலாதவை. எனவே கலாச்சார அம்சங்களில் தேசியக் குடிமகன் எனப்படுவோன் ஒரே சமயத்தில் மேலை நவீனத்துவத்திற்கும் சமூகக்குழுவின் தனித்துவமான அடையாளங்களுக்கும் எதிரானவனாக இருக்கவேண்டும். அந்த வகையில் இங்கே மேற்சாதி அடையாளங்களுடன் இந்துத்துவம் கட்டமைக்கப்பட்டது. ஆனால் அந்த இந்துத்துவம் நவீன சூழலுக்கேற்ற இந்துத்துவம். பேண்ட், சர்ட் போடக்கூடாது என்பதில்லை, ஆனால் பொட்டு வைத்துக்கொள்ள வேண்டும். குழந்தைத் திருமணமும் கைம்பெண் மறுமணத் தடையும் இன்றைய சூழலுக்குப் பொருந்தாது. ஆனால் கற்பு, இந்தியக் கற்பு, இந்தியப் பெண்மை காப்பாற்றப்பட வேண்டும். அந்த வகையில் தேசியம் கட்டமைத்த 'பெண்மை'யைக் கவனமாகக் கட்டவிழ்த்துப் பார்க்க வேண்டியிருக்கிறது. 'சொஸைட்டி'யில் பழகத்தக்கவளாகவும், குழந்தைகளை நவீனமாக வளர்க்கத்தக்கவளாகவும், சாத்தியமானால் வேலைக்குப் போகக்கூடியவளாகவும் இருக்கிற 'இந்தியப்' பெண், கற்பையும் இந்தியக் கலாச்சார அடையாளங்களையும் காப்பாற்றக் கூடியவளாகவும் இருத்தல் வேண்டும். புடவை அல்லது 'சுடிதார்' உடுத்த வேண்டும். பொட்டு வைத்துக்கொள்ள வேண்டும். நாட்டுப்புறக் கச்சாத்தனமும் மேலைநாகரிக முரட்டுத்தனமும் இல்லாதவளாக இருக்க வேண்டும்.

ராஜாராம் மோகன்ராய் முதலான தொடக்ககால இந்தியச் சமூக சீர்திருத்தவாதிகளை நாம் இப்படித்தான் காண வேண்டும்... விவேகானந்தர் போன்றவர்களும் ஆர்ய சமாஜம், பிரம்ம சமாஜம் போன்ற அமைப்புகளும் இந்துமதத்தை நவீனமாக்க முயன்றதையும் கூட நாம் இந்தக் கோணத்தில் அணுகுவது அவசியம். சீர்திருத்த வாதிகள் மட்டுமின்றி பத்தொன்பதாம் நூற்றாண்டின் கல்வியாளர்கள்,

உடைபடும் புனிதங்கள் ✦ 337

நாவலாசிரியர்கள் எல்லோரும் இப்படித்தான். அவர்களது 'பண்பாட்டுக் கவலை' குறித்து இந்தத் தொகுப்பிலுள்ள 'தமிழ் நவீனமான கதை'யில் விரிவாகப் பேசப்பட்டுள்ளது.

தேசியக்கட்டமைப்பில் 'நாவல்'களின் பங்கைப்பற்றி எட்வர்ட் சேத் அழுத்தம் கொடுத்துச் சொல்வது கவனிக்கத்தக்கது (இந்தத் தொகுப்பிலுள்ள 'எட்வர்ட் சேத்தும் புதுமைப்பித்தனும்' கட்டுரை). 1800களின் பிற்பகுதியில் கிட்டத்தட்ட எல்லா இந்திய மொழிகளிலும் நாவல்கள் எழுதப்பட்டன. வங்கமொழியில் பீரி சந்த்மித்ராவின் அலாலர் காலர்துலால் 1858லும், பக்கிங் சந்திரரின் துர்கேச நந்தினி 1865லும், மராத்தி மொழியில் பாபா பத்மாஞ்சியின் யமுனா பர்யதம் 1957லும், மலையாளத்தில் சந்துமேனனின் சிந்துலேகா 1899லும், கன்னடத்தில் இந்திராபாய் 1899லும், அஸ்ஸாமியில் பத்மனாப பருவாவின் பத்மாவதி 1890லும், தமிழில் மாயூரம் வேதநாயகம் பிள்ளையின் பிரதாப முதலியார் சரித்திரம் 1876லும், ராஜம் அய்யரின் கமலாம்பாள் சரித்திரம் 1893லும் வெளிவந்தன என்பர். வித்வான் சேஷ அய்யங்கார் எழுதிய ஆதியூர் அவதானி சரிதம் 1875இல் 'இந்துக்களுள் காணப்படும் குணா குணங்களையும் நடைகளையும் வர்ணித்து நாவல் என்ற பெயர் கொடுத்து' வெளியிடப்பட்டது. இதுவே தமிழின் 'முதல் நாவல்' என சிட்டியும் சிவபாதசுந்தரமும் குறிப்பிடுகின்றனர்.

இந்த முதல் நாவல்கள் அனைத்தும் உள்ளடக்கத்தில் நாம் மேலே குறித்த அம்சங்களுடன் விளங்கின. அதாவது தனிமனிதன், புதிய பெண்மை, விதவைப் பிரச்சினைகள் போன்றவை இவற்றின் கருப்பொருளாயின. ஆனால் வடிவங்களில் அவை நமது சமஸ்கிருத காவியப்பாங்குடன் உரைநடையில் எழுதப்பட்டன என்கிறார். இது குறித்து ஆராய்ந்துள்ள சிவராம படிக்கல் (Inventing Modernity — The Emergence of Novel in India). 'மேலை நாவல்களின் பாதிப்பால் இவை உருவானபோதிலும் அமைப்பில் அவற்றிலிருந்து இவை வேறு பட்டிருந்தன' என அவர் கூறுவது சிந்திக்கத்தக்கது. நமது 'முதல் நாவலாகிய' ஆதியூர் அவதானி சரிதம் உரைநடையில்கூட இல்லை. அம்மானை வடிவத்தில் செய்யுளில் இயற்றப்பட்டதாக அது இருந்தது.

கைம்பெண் விவாகமிந்தக் காலத்திலுண்டாச்சு
அம்புவியெங்கும் அதுவே தலையெடுக்கும்
காலத்தி யற்கை தனைக் காட்டமுடியாது.
சாதிவிட்டு சாதியென்று தள்ளவினி வாய்க்காது

என்றெல்லாம் புதுமைக் கருத்துகளை அந்த 'நாவல்' பேசிய போதும்

நாவலுக்குரித்தான பல குரல்தன்மை முதலியன அதில் சாத்தியம் இல்லாமற்போனது குறிப்பிடத்தக்கது. 'வடிவமே புரட்சி' என 'அவான்கார்டே' எழுத்தாளர்கள் முழங்கியதையும் 'இலக்கியத்தின் அரசியல் என்பது அதன் உள்ளடக்கத்தின் மூலமாக அல்ல. வடிவத்தில் நிலவும் சனாதனக் கட்டமைப்புகளை உடைப்பதன் மூலமாகவே சாத்தியமாகிறது' என்கிற ரீதியில் ல்யோதார்த் போன்ற பின் நவீனத்துவச் சிந்தனையாளர்கள் கூறுவதையும் 'மாறிக்கொண்டிருக்கும் புதிய இந்து வாழ்க்கையை ஐரோப்பிய நாவல் வடிவத்திலில்லாமல் மக்கள் விரும்புகிற சனரஞ்சக வடிவத்தில் எழுதியுள்ளேன்' என 'ஆதியூர் அவதானி' நாவலாசிரியர் கூறுவதுடன் ஒப்புநோக்கத்தக்கன.

பின்னாளில் உரைநடை வடிவம், புதிய உத்திகள் முதலியன எல்லாம் கூடிவந்தபோதும் அவை எதுவும் சமஸ்கிருத அழகியலைக் கவிழ்க்கும் கலகத் தன்மையைக் கொண்டிருக்கவில்லை. தவிரவும் அவை இந்துத்துவ அடையாளங்களுடன் கூடிய மத்தியதரவர்க்கப் பண்பாட்டைக் கட்டமைக்கும் பணியைச் சிரமேற்கொண்டு நிறைவேற்றத் தொடங்கின.

இந்தியத் துணைக்கண்டத்தில் உருவான நவீனத்துவத்தின் ஒரு சரியான எடுத்துக்காட்டாக கன்னட சீர்திருத்தவாதியும் நாவலாசிரியருமான கந்துகூரி வீரேசலிங்கத்தைச் சொல்லலாம். அவரது கலாச்சாரத் தலையீடுகளில் ஒன்று இங்கே விரிவாக ஆராயத்தக்கது. பெங்களூர் புட்டலட்சுமி அம்மாளின் மகள் வித்யாசுந்தரி நாகரத்தினம்மாளைப் பற்றி நீங்கள் அறிந்திருக்கக்கூடும். திருவையாற்றில் காவிரிக்கரையில் கருநாடக சங்கீத மும்மூர்த்திகளில் ஒருவரான தியாகைய்யர் சமாதி இருக்கிறதல்லவா அந்த நினைவுமண்டபத்தைக் கட்டியது இவர்தான். ஆண்டுதோறும் நடைபெறும் ஆராதனை விழா நடப்பதற்குக் காரணமான இந்த அம்மையாரின் சமாதியும் அங்கேயே உள்ளது. கணிகையர் குலத்தில் பிறந்த நாகரத்தினம் தனது இறுதிக் காலத்தில் திருவையாற்றில் தங்கி தியாகைய்யர் புகழ்பாடி மறைந்து போனார். இவரோடு வீரேசலிங்கம் மோத நேர்ந்த கதை சுவையானது.

1910ஆம் ஆண்டில் *ராதிகா சாந்தவனம்* என்னும் தெலுங்குக் கவிதை நூல் ஒன்றை நாகரத்தினம்மா பதிப்பித்தார். சுமார் இரு நூறாண்டுகளுக்கு முந்திய அந்நூலை எழுதியவர் இன்னொரு கணிகை, பெயர் முத்துப்பழனி. தஞ்சையை கி.பி. 1739 முதல் 1763வரை ஆண்ட பிரதாப சிம்ம மன்னனின் அவையிலிருந்த ஆடல் நாயகி, அழகி, சிறந்த தெலுங்குக் கவிஞர். ராதை-கண்ணன் காதல் லீலைகளைச்

சொல்லும் ஒப்பற்ற அந்த இலக்கியத்தின் முதற்பதிப்பு திருப்திகரமாக இல்லாததால், இரண்டாம் பதிப்பைத் தான் வெளியிடுவதாக எழுதிய நாகரத்தினம், முன்னுரையில்,

> மீண்டும் மீண்டும் படிக்கத் தூண்டும் நூல் இது. 'ரசம்' ததும்பும் இக்கவிதையை எழுதியது ஒரு பெண் மட்டுமல்ல நமது சமூகத்தைச் (கணிகை) சேர்ந்தவள். சரியான வடிவில் இதைப் பதிப்பிப்பது அவசியம் எனக் கருதுகின்றேன்

எனக் குறிப்பிட்டிருந்தார்.

ராதை-கண்ணன் லீலைகளை எத்தனையோ ஆண்கள் எழுதி யுள்ளனர். இதன் சிறப்பென்ன? நாகரத்தினம் - வீரேசலிங்கம் மோதல் குறித்து நல்ல ஆய்வொன்றைச் செய்துள்ள பேராசிரியை சுசிதாரு (Empire/Nation and the Literary Text)பெண்ணிய எழுத்துக்குரிய அடையாளங்கள் இந்நூலில் வெளிப்படுவதைச் சுட்டிக்காட்டுகிறார். ஆண்களின் எழுத்துகளில் கோபியர் வேட்கையற்றவர்களாகவே சித்திரிக்கப்படுவர். காதற் செயற்பாடுகளில் செயலூக்கமற்றவர் களாகவும், எப்போதும் கிருஷ்ணனின் வருகைக்காகக் காத்திருப்பவர் களாகவுமே அவர்கள் இருப்பர். ஆணின் கதையாடலில் ஆணொருவனின் வேட்கைகளும் சுகங்களும் மட்டுமே மையப்படுத்தப்பட்டிருக்கும். பெண்கள் தங்களின் வேட்கையை வெளிப்படுத்தக்கூடாது எனத் தொல்காப்பியம் இலக்கணம் வகுப்பதை நாமறிவோம். முத்துப் பழனியின் கவிதையிலோ பெண்ணின் ஆசைகள், வேட்கைகள், சுகங்கள் மையப்படுத்தப்படுவதோடு பெண்கள் தங்களின் வேட்கையை வெளிப்படுத்துவதில் தவறில்லை என ராதையின் கூற்றாகவும் வெளிப்படுகிறது. பெண்கள் தங்களின் வேட்கை உரிமையை வெளிப்படுத்த அனுமதிக்குமா ஆணாதிக்க உலகு? வீரேசலிங்கமும் (1848-1919) மற்றவர்களும் வெகுண்டெழுந்தனர்.

> இந்த முத்துப்பழனி ஒரு தேவடியாள். ஒரு பெண் காதால் கேட்கக்கூட முடியாத ஒரு கவிதையை வாயைத் திறந்து பாடியுள்ளது கொடுமை. சிருங்கார ரசம் என்ற பெயரில் கொச்சையாகப் பாலியல் விவகாரங்கள் எழுதப்பட்டுள்ளன. ஆனால் இது ஒன்றும் வியப்புக்குரியதல்ல. தேவடியா குலத்தில் பிறந்த ஒருத்திக்கு ஒரு பெண்ணுக்குரிய இயற்கையான பண்புகள் எப்படி வாய்த்திருக்க முடியும்?

என விஷத்தைக் கக்கினார் வீரேசலிங்கம். நாலாபுறமிருந்தும் எதிர்ப்புகள் குவிந்தன. நாகரத்தினம் சொன்னார்:

ஒரு கவிஞரைத் தேவடியாள் எனவும் அவள் கவிதையை ஆபாசம் எனவும் அவர் சொல்லிக்கொள்ளட்டும். இப்படி எழுதுவது தவறு என்றால் சமூகத்தில் மதிக்கப்படுகிற ஆண்கள் எழுதினாலும் அது தவறுதானே? இன்னும் பெரிய (ஆண்) கவிஞர்களெல்லாம் இதைவிட மோசமாக எழுதவில்லையா?

இந்தக் கேள்விக்கு அவர்களால் பதில் சொல்ல இயலாவிட்டாலும் புத்தகத்தைத் தடை செய்வதில் வெற்றி பெற்றனர். 1911ஆம் ஆண்டு சென்னை காவல்துறை ஆணையர் கன்னிங்ஹாம் அந்தப் புத்தகங்கள் அனைத்தையும் 'ஆபாசம்' எனச் சொல்லிக் கைப்பற்றினார்.

கணிகையரின் 'சதிர்'க் கலை பின்னர் சமஸ்கிருத, வேத ஆதாரங்களெல்லாம் அருளப்பட்டு, பரதநாட்டியமாக்கப்பட்ட வரலாறு வேறு கதை. ஆனந்த குமாரசாமி, ருக்மணி தேவி அருண்டேல் தொடங்கி பத்மா சுப்பிரமணியம் முதலியவர்கள் இந்த நோக்கில் ஆற்றிய, ஆற்றிவருகிற பங்கை நாமறிவோம்.

வீரேசலிங்கம் போன்ற நமது நவீனத்துவவாதிகளின் ஒழுக்கவாத, ஆணாதிக்க, இந்துத்துவப் பார்வையை நாம் அடையாளம் காண்பதற் காகவே இதனை இங்கே குறிப்பிட்டேன். நமது நவீனத்துவவாதிகள் எல்லோருக்குமே இப்படி இரண்டு பக்கங்கள் உண்டு. வாசிப்பில் வாசகரின் பங்கின் இன்றியமையாமையை உணரவும் இச்சம்பவம் பயன்படக்கூடும். ஒரு பெண்ணியப் பிரதிநிதியை அணுகுவதில் வீரேசலிங்கம் போன்ற ஓர் ஆணுக்கும் நாகரத்தினம் போன்ற ஒரு கணிகைக்குமிடையிலான வேறுபாடு கருதத்தக்கது. வீரேசலிங்கம் சொன்னது போன்ற 'பெண்ணுக்குரிய இயல்பான பண்புகள் நிறைந்த' ஒரு 'குடும்பப் பெண்'ணால் இந்தப் பிரதி இவ்வாறு அணுகப் பட்டிருக்குமா என்பதும் ஐயமே.

இந்த இடத்தில் நமது சீர்திருத்தவாதிகள்பற்றிய இன்னொரு அம்சத்தையும் கவனிப்பது அவசியம். தேவதாசிமுறையை ஒழிப்பதற் காக சத்தியமூர்த்தி, இராஜாஜி போன்றோரை எதிர்த்து இயக்கம் நடத்திய முத்துலட்சுமிரெட்டி, மூவலூர் இராமாமிர்தம் போன்றோர் ஒரு குறிப்பிட்ட குலத்தைச் சேர்ந்த பெண்களைப் பிறவி அடிப்படையில் தேவதாசிகளாக்கி ஆணாதிக்கச் சமூகத்தின் பாலியல் சுரண்டலுக்கு ஆட்படுத்தும் கொடுமையை எதிர்த்த வகையில் நமது மரியாதைக்குரியவர்கள் என்பதில் ஐயமில்லை. தேவதாசிகளின் திருமண உரிமையைச் சட்ட பூர்வமாக்கல், சொத்துரிமை கோரல் போன்ற அவர்களின் கோரிக்கைகள் முற்றிலும் நியாயமானவை. தேவதாசி

உடைபடும் புனிதங்கள் ✦ 341

முறையை ஒழிப்பது இந்துக் கலாச்சாரத்தை ஒழிப்பதாகிவிடும் என்கிற அடிப்படையில் இவர்களின் கோரிக்கையை எதிர்த்த இராஜாஜி, சத்தியமூர்த்தி ஆகியோரை அவர்கள் வீழ்த்திய வரலாற்றை நாம் வியக்கும்போதே இன்னொரு எச்சரிக்கையுணர்வும் நமக்குத் தேவையாகிறது. தேவதாசி முறையை ஒழிக்க வேண்டும் என்கிற கோரிக்கையின் இன்னொரு பக்கமாக ஒரு கற்புள்ள குடும்பப் பெண்ணாக இருப்பதே பெண்களின் இலட்சியம் என்கிற சொல்லாடல் கட்டமைக்கப்படுவது கவனிக்கத்தக்கது. மூவலூர் அம்மையார் அவர்களின் புகழ்பெற்ற நாவலின் தலைப்பே (தாசிகள் மோசவலை அல்லது மதி பெற்ற மைனர்) இதை நிறுவும். எனவே மீண்டும் நவீனத்துவத்தின் ஆணாதிக்கக் கதையாடலுக்கு ஆட்படும் ஆபத்து இவர்களின் சொல்லாடலில் ஊடாடி நிற்பது சிந்திக்கத்தக்கது.

தமிழில் நவீனத்துவம் உருக்கொண்டபோது இந்தப் பிரச்சினைகள் அனைத்தையும் அது சந்திக்க நேர்ந்தது. இதில் எந்த எழுத்தாளரும் விதிவிலக்காக இல்லை. நமது மரபு திணித்த அடையாளங்களை ஏந்தியவர்களாகவே நமது நவீனத்துவ எழுத்தாளர்கள் அனைவரும் இருந்தனர். விதிவிலக்காகச் சொல்லப்படக்கூடிய பிரதிகள் மிகச் சொற்பமே. நண்பர் வேல்சாமி ஒருமுறை சொன்னதுபோல தமிழ் நாவலாசிரியர்களில் ஒரு சிலர் விளிம்பு மனிதர்களைத் தம் எழுத்துகளில் ஆங்காங்கே உலவவிட்டபோதும் அவர்களது இருப்புக்களை இயல்பான இருப்புக்களாக அங்கீகரிக்காமல் அவர்களிடமும் நம்முடைய பண்புகள் இருப்பதே அவர்களின் சிறப்பு (எ.டு: ஜெயகாந்தனின் இலக்கணம் மீறிய கவிதை) என்பதான கதையாடல்களையே அவர்கள் விரித்தனர். அல்லது 'அவர்களது' இருப்பு என்பது 'நமது' இரக்கத்தையும், பெருந்தன்மையையும் காட்டுவதற்கான ஆதாரமாகவே (Fulerum) பயன்படுத்தப்பட்டன. அவர்களை அவர்களாகவே நிறுத்தி அந்த இருப்பின் இயல்பைச் சுட்டிக்காட்டியது என்கிற வகையில் ஜி. நாகராஜனது பிரதிகளை வேண்டுமானால் சொல்லலாம். விளிம்பு மனிதர்களைப் பரிவுடன் உலவவிட்ட ஜெயகாந்தனின் ஆரம்பகாலப் பிரதிகளையே நாம் இவ்வாறு கட்டுடைப்பது அந்தப் பிரதிநிதிகளை முற்றாக மறுப்பதோ அவரது பங்களிப்பை புறக்கணிப்பதோ ஆகாது.

இன்று உலகெங்கிலும் ஒடுக்கப்பட்ட மக்கள் தங்களின் கதையாடும் உரிமைக்காகப் போராடிக்கொண்டிருக்கும் சூழலில் நமக்குக் கையளிக்கப்பட்டுள்ள இலக்கியப் புனிதங்களில் நமது இருப்புக்களும்

கதையாடல்களும் மறுக்கப்பட்ட இடங்களை அடையாளம் காண வேண்டியது அவசியமாகிறது. இதன் பொருள் அத்தகைய இலக்கியப் புனிதங்களுக்கு மற்றவகையான பயன்பாடுகளே இல்லை என்பதோ மற்றவர்களுக்கு இவை மற்றவிதமான அனுபவங்களை ஏற்படுத்தச் சாத்தியமற்றவை என்பதோ அல்ல. இந்த அனுபவங்களையும், பயன்பாடுகளையும் சொல்வதற்கு எத்தனையோ பேர் இருக்கும்போது நாம் நமது அடையாளங்களைக் குற்ற உணர்ச்சியின் காரணமாய் விலக்கி ஒதுக்காது தக்கவைத்துக்கொண்டு பிரதிகளுடன் ஊடாடுவதே நமது பணியாக இருக்க முடியும். இந்தவகையில் இத்தொகுப்பிலுள்ள கட்டுரைகள் அனைத்தும் நமது நவீனத்துவ இலக்கியப் புனிதங்களைக் கட்டவிழ்க்க முனைந்துள்ளதைத் தோழர்கள் உணரக்கூடும்.

இறுதியாக ஒரு சொல்: காலனியம் நம்மைத் திருத்தப்பட வேண்டிய கீழைத்தேயமாகவும் (Orient), தன்னைப் பகுத்தறிவுள்ள வளர்ந்த முற்போக்கான மேலைத்தேயமாகவும் (Occident) கட்டமைத்து உருவாக்கிய கதையாடல்களை நாமறிவோம். இதன் பொருள் நம்முடைய மற்றமையை (Alternity) அங்கீகரிப்பது அல்ல. நமது மற்றமையைக் கீழானதாக, திருத்தப்பட வேண்டிய ஒன்றாக, இயல்பிலிருந்து (Norm) விலகியதாகச் சித்திரிப்பதே. இங்கே உருவான தேசியம், காலனியத்தின் இத்தகைய பார்வையில் பொதிந்துள்ள அநீதியை முழுமையாக உணரவில்லை.

காலனியம் நம்மை எண்ணி (Enumerate), ஒழுங்குபடுத்த வேண்டிய சமூகமாக விளித்து மக்கள்தொகைக் கணக்கீடுகளைச் செய்யத் தொடங்கியது. நம்மை அளந்து (Mesurable Quantity) பிரித்து அடுக்க வேண்டிய பொருட்களாகக் கருதி நமது மூக்கு எண், கபால அளவு, உயரம் என மானுடவியல் பகுப்பாய்வுகளைச் செய்தது. காலம் குறித்த பிரக்ஞையற்ற மக்கள் கூட்டம் எனச் சுட்டிக்காட்ட நகரந்தோறும் மணிக்கூண்டுகளைக் கட்டியது. ஒழுங்காகக் கதையாடத் தெரியாதவர்கள் என்று பழித்து நமக்கு எதார்த்தவாதத்தைக் கற்றுக்கொடுத்தது. இவை அனைத்தையும் இங்குள்ள மேட்டிமைச் சக்திகள் பெருமையாக ஏற்றுக்கொண்டன. 'இந்துத்துவக் கலாச்சார அடையாளங்களில் மட்டும் கை வைக்காமல் வா, என்னை ஒழுங்குபடுத்து' என்று இருகரம் நீட்டி வரவேற்றன. இந்துத்துவ அடையாளத்தைக் காப்பாற்றுவதில் மேட்டிமைச் சக்திகள் காட்டிய ஆர்வத்தைக் காலனியம் பகையாகக் கருதவில்லை. தனது பொருளாதார, அரசியல் மேலாதிக்கங்களைக் கேள்வி

உடைபடும் புனிதங்கள் ✦ 343

கேட்டபோதுதான் அது ஆத்திரப்பட்டதேயொழிய இவர்கள் இந்துத்துவக் கலாச்சாரத்தை உயர்த்திப் பிடித்தபோது புதியதைத் தேடும் உல்லாசப் பயணியின் ரசனையோடு அதனை அங்கீகரித்தது. சமீபத்தில் சென்னையில் நடைபெற்ற புதிய பொருளியல் நடைமுறைகள் பற்றிய கருத்தரங்கொன்றில் புதிய பொருளாதார ஒழுங்கை ஆதரித்துப் பேசிய அமெரிக்கர்களில் ஒருவரான மேன்கர் ஓல்சன் என்பவர் தான் வந்திறங்கிய 'இந்தியன் ஏர்லைன்ஸ்' விமானத்திலிருந்த பணிப்பெண் புடவை கட்டாமல் மேற்கத்திய உடை அணிந்திருந்ததற்காக வருத்தம் தெரிவித்துப் பேசியது குறிப்பிடத்தக்கது *(Hindu,* அக். *17, 96,* பக். *12).* சமீபத்தில் இந்தியாவில் சுற்றுப்பயணம் மேற்கொண்ட உலக வங்கித் தலைவர் ஜேம்ஸ் ஒல்ஃபென்சோன் மும்பையிலிருந்த 'ஆசியாடிக் சொசைட்டி'யில் பேணப்பட்டிருந்த இந்தியக் கலாச்சாரப் பாரம்பரியத்தைக் கண்டுமகிழ்ந்ததும் *(Sunday time,* அக்*-13, 96)* கவனிக்கத்தக்கது.

மூன்றாம் உலகைச் சேர்ந்த எல்லா எழுத்தாளர்களும் இதே போன்ற பார்வையும் நடைமுறையும்தான் கொண்டிருந்தார்களா? இல்லை. மார்க்யூஸ் போன்ற இலத்தீன்—அமெரிக்க எழுத்தாளர்களின் முயற்சிகள் இந்தச் சுகத்தை மேலைத்தேயர்களுக்கு அளிக்கத் தயாராக இல்லை. எதார்த்தவாதத்தை மறுத்து அவர்கள் Magical Realism ஐ முன்வைத்தார்கள். எளிதில் எண்ணத்தக்கவர்களாகவும், அளக்கத்தக்கவர்களாகவும் புரிந்துகொள்ளத்தக்கவர்களாகவும் இல்லாமல் மேலைத்தேயத்தின் பகுத்தறிவுப் பார்வையால் புரிந்து கொள்ள இயலாதவர்களாகத் தங்களை நிறுத்திக்கொண்டார்கள். மேலைத்தேயத்தின் நேர ஒழுங்கிற்குப் பதிலாக நேரக் குலைவை (Non-linearity) எழுதிக் காட்டினார்கள். சுருக்கமாகச் சொல்வதானால் தங்களின் மற்றைமையை (Alterity) வலியுறுத்திய அதேநேரத்தில் அதனை (மேலைத்தேயத்தால்) விரும்பத்தக்க, அவர்களின் அடையாளங் களைக் கேள்விக்குள்ளாக்கிக்கொள்ளாமல் ரசிக்கத்தக்க பணிவு நிரம்பிய மற்றதாக... நிறுத்திக்கொள்ளவில்லை. எதார்த்தவாதத்திற்குப் பதிலாக தங்களின் பழஞ்சமூகத்தைச் சார்ந்த கதையாடல்களை அவர்கள் நாடிச் சென்றனர். இதில் ஓரம்சம் மிகமிக முக்கியம். அவர்கள் பழம்மரபு என்றது சமூகக் குழுக்களின் (Communities) சிறு மரபுகளை. பல்வேறு சமூகக் குழுக்களின் கதையாடல்களை. மேலைப் பெருங்கதையாடலைக் காட்டிலும் கொடிய உள்ளூர் பெருமரபு (Great Tradition) சார்ந்த பெருங்கதையாடல்களை அல்ல.

இந்தத் தொகுப்பிலுள்ள கட்டுரைகளில் பெரும்பான்மையானவை கடந்த மூன்றாண்டுகளில் சிறு பத்திரிகைகளில் வெளிவந்தவை. சில, இத்தொகுப்புக்கெனவே எழுதிச் சேர்க்கப்பட்டவை. இக்கட்டுரைகளை வெளியிட்ட கவிதாசரண், கிழக்கு, களம்புதிது, கேப்பியார், நிறப்பிரிகை முதலான இதழ்களின் ஆசிரியர்களுக்கும் விமர்சனங்கள் எழுதியும், விவாதங்கள் எழுப்பியும் ஊக்குவித்த நண்பர்களுக்கும் நான் எழுதும் போது கூடவே இருந்து கருத்துகள் பகிர்ந்த இனிய நண்பர் வேல்சாமி அவர்களுக்கும், பல புதிய சிந்தனைகள் எழுவதற்குக் காரணமான ரவிக்குமார் அவர்களுக்கும், நான் சோர்வுற்ற பொழுதெல்லாம் 'அப்பா' என்ற விளிப்பில் என்னை உயிரூட்டி வரும் என் அன்புக் குழந்தைகள் அமலாவுக்கும் பாரதிக்கும், இக்கட்டுரைகளுக்கான பல ஆதார நூற்களையும் கருத்துகளையும் சேகரித்துத் தந்த வளர்மதிக்கும் இத்தொகுப்பை வெளியிடும் தோழர் சிவாவுக்கும், என் நன்றிகள், அன்புகள்.

ஒரு பின்குறிப்பு

'நவீனத்துவம்' குறித்து ஒரு விளக்கம்: 'தத்துவ நவீனத்துவம்' (Philosophical Modernity) என்பதையும் 'இலக்கிய நவீனத்துவம்' (Literary Modernism) என்பதையும் நாம் வேறுபடுத்திப் பார்த்தல் அவசியம். மத்திய காலத் தத்துவத்தை மறுத்து எழுந்தது தத்துவ நவீனத்துவம். கி.பி.15ஆம் நூற்றாண்டுக்குப் பிந்திய தத்துவ முயற்சிகள் இப்படி அழைக்கப்படுகின்றன. இலக்கிய நவீனத்துவம் என்பது மேலைச்சூழலில் இந்த நூற்றாண்டின் முற்பகுதியில் தோன்றிய ஓர் இலக்கியப் போக்கு. இதனையும் 'அவான் கார்டே,' 'பின்நவீனத்துவம்' ஆகியவற்றிலிருந்து வேறுபடுத்திப் பார்க்க வேண்டும். *(விவரங்களுக்குப் பார்க்க அ. மார்க்ஸ், பின்நவீனத்துவம், இலக்கியம், அரசியல், விடியல் வெளியீடு 1996).*

(நூல் முன்னுரை. 31 சேவியர் நகர், தஞ்சாவூர்-1 என்னும் முகவரியிலிருந்து 25, அக்டோபர் 1996இல் எழுதப்பட்டது.)

3.2

உடைபடும் புனிதங்கள்

உலகெங்கிலும் 1980களின் பிற்பகுதியில் இலக்கியத் தொகுதிகள் கேள்விக்குள்ளாக்கப்பட்டன. இதற்கு ஆதாரமாக ஏராளமான எடுத்துக்காட்டுகளைச் சொல்ல முடியும் என்றாலும் இரண்டு செய்திகள் மட்டும்: 1986 அக்டோபரில் கேம்ப்ரிட்ஜ் வரலாற்றாசிரியர் டேவிட் கனாடின், டைம்ஸ் இலக்கிய இணைப்பு இதழில் ஒரு கட்டுரை எழுதினார். இங்கிலாந்தின் வரலாற்றைப் படிப்பதில் இப்போதெல்லாம் யாருக்குமே ஆர்வம் இல்லை எனவும் இதனால் தான் பதவியைத் துறந்து பிரிட்டனைவிட்டே வெளியேறுவதெனத் தீர்மானித்துள்ளதாகவும் அதில் குறிப்பிட்டிருந்தார். 'சூரியனே மறையாத பேரரசு' எனப் பீற்றிக்கொண்டிருந்த காலத்தில் பிரிட்டனின் வரலாறும் ஆங்கில இலக்கியப் புனிதத் தொகுதிகளும் (Literary Canons) உலகெங்கிலும் கேள்வி முறையின்றி ஏற்றுக்கொள்ளப்பட்ட நிலை இன்றில்லை. ஷேக்ஸ்பியர், மில்ட்டன், வோர்ட்ஸ்வர்த், ஆஸ்டின், பிரான்டே சகோதரிகள், ஜார்ஜ் எலியட், லாக், வோர்ட்லி மோன்டேகு, ரஸ்கின் என்பதான புனிதப் பாரம்பரியம், ஆங்கில மொழியின் ஒரே புனிதத் தொகுதியாக ஆங்கிலத்தை 'வழிபடும்' எல்லா நாடுகளிலும் ஏற்றுக்கொள்ளப்பட்டிருந்த நிலை ஒழிந்தது. 'ஆங்கில இலக்கியம்' எனக்கூறி கனடா, இந்தியா, நைஜீரியா போன்ற நாடுகளிலிருந்து ஆங்கிலத்தில் எழுதப்படும் இலக்கியங்கள் எல்லாம் மேலுக்கு வரத் தொடங்கின. இந்தியா போன்ற ஆங்கில மோகம் குலையாத நாடுகளிலெல்லாம்கூட பள்ளிப்பிள்ளைகள் ஷேக்ஸ்பியரையும் மில்டனையும் ஓரங்கட்டிவிட்டுப் புதிய எழுத்துகளைப் படிக்க வேண்டிய நிலை ஏற்பட்டது. இதையெல்லாம்விட முக்கியமாக ஆப்பிரிக்க எழுத்தாளர்கள், தாம் இதுகாறும் எழுதிவந்த ஆங்கில மொழியைத் தூக்கி எறிந்துவிட்டு சொந்த மொழிகளில் எழுதுவது என்கிற நிலையும் எடுக்கத்தொடங்கினர்.

இலக்கிய எழுத்துமுறையில் மட்டும் இத்தகைய புரட்சிகள் நடைபெறவில்லை. இலக்கிய அணுகல்முறைகளிலும், விமர்சன முறைகளிலும் புனிதத்தொகுதிகளைப் போட்டுடைக்கும் நிலை உலகெங்கிலும் இதே தருணத்தில் ஏற்பட்டது. இதுகாறும் பேச்சற்றவர்களாக மூலையில் ஒதுக்கி வைக்கப்பட்டவர்கள் எல்லாம் பேசத் தொடங்கினர். வேறு வழியின்றி இதனைக் கல்வி நிறுவனங்கள் கூட ஏற்றுக்கொள்ள வேண்டிய நிலை ஏற்பட்டது. ப்ராங்க் கெர்மோட் குறிப்பிடும் இரண்டாவது எடுத்துக்காட்டு: *US Chronicle of Higher Education* என்னும் உயர்கல்வி தொடர்பான அமெரிக்க இதழொன்று உயர்கல்வி குறித்துப் பல்வேறு துறைசார்ந்த இருபத்திரெண்டு அறிஞர்களை அழைத்து எதிர்காலக் கல்வி குறித்து ஆய்வரங்கு ஒன்றை *(1985)* நடத்தியது. இலக்கியக் கல்வி தொடர்பான அந்த ஆய்வரங்கின் முடிவு வருமாறு:

> எண்பதுகளின் பிற்பகுதியில் இலக்கியக் கல்வியின் முக்கிய கரிசனம் இலக்கியக் கோட்பாடாக இருக்கும். குறிப்பாகக் கறுப்பர்கள், பெண்கள் ஆகியோரின் பண்பாட்டினுள் ஆழச் சென்று புதிய பார்வைகளைப் பெறும் நோக்கில் பிரெஞ்சு தத்துவ வாதியாகிய மூாக் தெரிதா என்பவரது எழுத்துகளால் பாதிக்கப்பட்ட இலக்கியக் கோட்பாடுகள் முதன்மை பெறும். பெண்ணிய மற்றும் ஆப்பிரிக்க-அமெரிக்கக் கோட்பாட்டு உருவாக்கங்களின் இணைப்பு வரும் ஆண்டுகளில் இலக்கியக் கல்வியில் ஒரு சவாலாகத் திகழும். குறிப்பாக ஆப்பிரிக்க எழுத்தாளர்களான சோரா நீல ஹர்ஸ்ட்டன், சோனியா சேன்சேஸ், குளோரியா நேய்லர், டோனிமோரிசன் போன்றோரின் பிரதிகளின் மீதான பெண்ணிய மற்றும் ஆப்பிரிக்க-அமெரிக்க அணுகல்முறைகளின் மூலம் கலாச்சார வெளிப்பாடுகள் குறித்துப் பொதுவாகவும், படைப்பு இலக்கியம் குறித்து குறிப்பாகவும் சிந்தனையைத் தூண்டும் பல பார்வைகள் நமக்குக் கிடைக்கும் வாய்ப்பிருக்கிறது.
>
> பழைய மற்றும் தற்கால கருப்பினப் பெண் எழுத்தாளர்களின் கரிசனங்கள் மற்றும் எழுத்துப்பாங்குகள் குறித்த ஆய்வுகள் முக்கிய வாய்ப்புகள் நிறைந்த பரப்புகளாக இனி அமையும். இனம் மற்றும் பால் அடிப்படையிலான கலாச்சார வெளிப்பாடுகள் குறித்த கோட்பாட்டுச் செயற்பாடுகள், அமெரிக்கக் கலாச்சாரம் என்றால் அது வெள்ளைநிற ஆண்களின் கலாச்சாரம்தான் என்கிற அரைஉண்மையைக் கவிழ்ப்பதற்கு உதவும். மறந்துபோன,

புறக்கணிக்கப்பட்ட, கீழ்ப்படுத்தப்பட்ட பிரதிகளை எல்லாம் மறுகண்டுபிடிப்புச் செய்து அதன் மூலம் இலக்கியப் புனிதத் தொகுதியை மறுவார்ப்புச் செய்யக்கூடிய நிலைக்கு இது இட்டுச் செல்லும். வரும் ஆண்டுகளில் பெண்ணிய மற்றும் ஆஃப்ரோ - அமெரிக்க விமர்சகர்களால் முன்வைக்கப்படும் இலக்கியக் கோட்பாடு என்பது சிதைக்கும் (Desructive) தன்மையுடனும் அரசியல் கூறுகள் நிரம்பியும் இருக்கும்.

பென்சில்வேனியப் பல்கலைக்கழகத்தின் 'ஆங்கில மற்றும் மனித உறவுகள்' துறைப்பேராசிரியரால் எழுதப்பட்ட இவ்வறிக்கை மேற் குறித்த இதழில் (செப். 4.1985) வெளிவந்தது. கோட்பாட்டுக்கு அதிக அழுத்தம் கொடுத்தல், திருத்தப்பட்டதாயினும் மீண்டும் ஒரு புனிதப் பாரம்பரியத்தை உருவாக்க முனைதல் போன்ற அம்சங்களின் மீது நமக்கு விமர்சனங்கள் இருந்தபோதிலும், நிலவும் பாரம்பரியத்தைக் கவிழ்ப்பது என்பதிலும், புதிய பார்வைகளின் ஊற்றுக்கண் என்பது இனி இதுகாறும் புறக்கணிக்கப்பட்ட கறுப்பின மற்றும் பெண் எழுத்தாளர்களிடமிருந்துதான் வர முடியும் என்பதைப் பிரகடனப் படுத்தியதிலும், தெரிதாவின் கட்டவிழ்ப்புமுறையின் முக்கியத்துவத்தைச் சுட்டிக்காட்டியதிலும் மேற்குறித்த அறிக்கை நமது ஆழ்ந்த பரிசீலனைக்குரியதாகிறது.

இந்த இடத்தில் இலக்கியப் புனிதத்தொகுதி (Cannon) என்பதென்ன, அது எவ்வாறு உருவாக்கப்படுகிறது என்கிற கேள்விகளை எழுப்பிக் கொள்வது பயன்தரும். ஆங்கிலத்தில் ஷேக்ஸ்பியர் முதலான புனிதத் தொகுப்பு ஒன்றை முன்பே குறிப்பிட்டோம். தமிழில் சங்க இலக்கியம், காப்பியங்கள், பக்தி இலக்கியம், சிற்றிலக்கியம், சைவ சித்தாந்த சாத்திரங்கள் என்றொரு தொகுப்பையும், ராஜமையர், வேதநாயகம்பிள்ளை, வ.வே.சு. அய்யர், மாதவையா, பாரதி, மௌனி, கு.ப.ரா., பு.பி., ந.பிச்சமூர்த்தி முதலான நவீன இலக்கியத் தொகுப்பும் புனிதங்களாகப் பீடங்களிலேற்றி பட்டுத்துணி போர்த்தி வைக்கப்பட்டுள்ளதை நாம் அறிவோம். இவ்வாறு புனிதத் தொகுப்புகள் உருவாக்கப்படும்போது அவை கேள்விகள், விமர்சனங் களுக்கு அப்பாற்பட்ட, விசுவாசத்திற்கும் வணக்கத்திற்குமுரிய பிரதிகளாக மாற்றப்படுகின்றன.தவிரவும் இதர பிரதிகளை இழிவாக நோக்கவும் இதன்மூலம் கற்பிக்கப்படுகிறோம். ஒரு மனிதரின் அறிவுத்திறன், இலக்கிய ரசனை முதலானவற்றை அளக்கும் அளவுகோலாகவும் புனிதத் தொகுப்புகள் மாறிவிடுகின்றன.

அங்கீகரிக்கப்பட்ட உரை விளக்கங்கள் தவிர மற்ற பார்வைகளுக்கும் அணுகல்முறைகளுக்கும் அப்பாற்பட்டவை என்கிற நிலைக்கு அவை ஏற்றப்படுகின்றன.

'canon' என்கிற ஆங்கிலச் சொல்லின் பொருளே புனித (மதச்) சட்டங்களின் தொகுப்பு என்பதுதான். இந்தச் சட்டங்களின் ஆதாரம் வேதம். வேதத்தை அருளியது இறைவன். எனவே அவை கேவலமான மானிடப் பிறவிகளின் கேள்விகளுக்கு அப்பாற்பட்டவை.

ஆனால் இலக்கியத் தொகுப்புகள் மானிடர்களால், அதுவும் மேட்டிமைச் சக்திகளால் குறிப்பிட்ட கால/இடச்சூழலில் கட்டமைக்கப் பட்டவைதான் என்பதை நாமறிவோம். சங்க இலக்கியத் தொகுப்பின் கதை நம் எல்லோருக்கும் தெரிந்ததுதான். பல்லவ - பாண்டிய - சோழ ஒருங்கிணைப்பின்போது அரசர்களால் தொடங்கப்பட்டு அரசனது அடிவருடிகளாக இருந்த மேற்சாதிப் புலவர்களால் நூறாக, நானூறாக, ஐந்நூறாக தேர்வு செய்து, அளந்து, பொறுக்கியெடுத்துக் கோக்கப் பட்டதை நாம் அறிவோம். புனிதத் தொகுப்புகளைப் போட்டுடைக்க வேண்டும் என்கிற கருத்தாக்கத்தில் உடன்பாடற்றவராகிய பேராசிரியர் சிவத்தம்பி அவர்களே,

> நுண்ணிய வகை துறைப்பாடு உள்ள இந்தத் தொகுதிகளைப் பார்க்கும் போது இவை, உள்ளனவற்றின் திரட்டு அல்ல, தெரிந் தெடுக்கப்பட்டனவற்றின் தொகுப்பு என்றே கூறத்தக்கனவாயுள்ளன

எனக் குறிப்பிடுவது கவனத்திற்குரியது. சிவத்தம்பி சுட்டிக்காட்டுவது போல உள்ளனவற்றில் நடைபெற்ற தேர்வுகள் ஒருபுறம் என்றால் 'உள்ளன' என்கிற தகுதி ஒரு சிலவற்றிற்கு மட்டுமே கிடைத்தது எப்படி என்கிற கேள்வி இன்னொரு புறம். 'இல்லன'வாக முடக்கப்பட்ட குரல்கள் யாருடையவை?

சுருங்கச் சொல்வதானால், ஓர் அதிகாரத்தின் கீழ் ஒரு சமூகம் ஒழுங்குபடுத்தப்படும்போது, ஒருங்கிணைக்கப்படும்போது இலக்கியத் தொகுப்புகள் உருவாகின்றன. இத்தொகுப்புப் பணி இதனை முன்வைக்கும் மேட்டிமைச் சக்திகளின் நலன் நோக்கில்தான் அமைந்திருக்கும் என்பது வெளிப்படை. 'இலக்கியத்தின் அதிகார நிறுவனச் சார்புத்தன்மை' குறித்த சிவத்தம்பி போன்றோரின் கருத்துகள் சிந்திக்கத்தக்கன.

உலகெங்கிலும் இதுவே நிலைமை. ஒற்றை ஆங்கில இலக்கிய வரலாறு உருவாக்கப்பட்டது 1820களில்தான் என்கிறார் மர்லீன் பட்லர்.

அதற்கு முன் இப்படிச் சிலவற்றைப் பொறுக்கியெடுத்துக் கோத்து இலக்கிய வரலாறு எழுதப்பட்டதில்லை. 1830இல்தான் 'சாசரி'லிருந்து, 'டென்னிசன்' வரையிலான தொடர்ச்சியான கவிதைச் சங்கிலி ஒன்றும் கட்டப்பட்டது. இதே ஆண்டில்தான் 'பிரிட்டிஷ் ரயில்வே'யும் உருவாக்கப்பட்டது என்கிற செய்தி இத்துடன் இணைத்துப் பார்க்கத் தக்கது. புவியியல், அரசியல், இலக்கியம் என மூன்று முக்கிய தளங்களிலும் ஒருங்கிணைப்பு ஒரே சமயத்தில் உருவாக்கப்படுவது கவனிக்க வேண்டிய ஒன்று. பத்தொன்பதாம் நூற்றாண்டு தொடங்கி சி.வை. தாமோதரம் பிள்ளை, வி.கோ. சூரிய நாராயண சாஸ்திரி, எம்.எஸ். பூர்ண லிங்கம்பிள்ளை, எம். சீனிவாச அய்யங்கார், கே.எஸ். சீனிவாச பிள்ளை, சுந்தரம்பிள்ளை, கா.சு. பிள்ளை எனப் பலரும் இங்கே இலக்கிய வரலாறு எழுத முனைந்தமை பற்றியும் அதன் பின்னுள்ள சமூக ஒருங்கிணைப்பின் அரசியலை மேலோட்டமாகச் சுட்டிக்காட்டியும் எழுதப்பட்ட தமிழ் இலக்கிய வரலாற்றெழுதியல் குறித்த பேராசிரியர் சிவத்தம்பி அவர்களின் தமிழில் இலக்கிய வரலாறு என்னும் நூல் தோழர்கள் அனைவரும் பயில வேண்டிய ஒன்று. இந்த இலக்கிய வரலாற்றின் மைல் கற்களாய் பொறுக்கி வைக்கப்பட்ட இலக்கியங்களே இன்று நமக்குப் புனித மரபாகக் கையளிக்கப் பட்டுள்ளன. படைப்பிலக்கியங்களாகத் தொகுக்கப்பட்ட இந்தப் புனித மரபில் சைவ சாத்திர நூல்களும் இணையாக வைக்கப்பட்டதெப்படி எனச் சிவத்தம்பி அவர்கள் கேட்கும்போது இந்தத் தொகுப்பின் பின்புலம் என்னவென்பது நமக்குத் தெளிவாகிவிடுகின்றது. தொகுப்பின் பின்புலம் மட்டுமல்ல இந்த அடிப்படையில் கட்டப்பட்ட தமிழ்த் தேசியத்தின் பின்புலமுந்தான்.

புனிதத் தொகுப்பாகப் பல்வேறு காலகட்டங்களில் பல்வேறுபட்ட மனிதர்களால் உருவாக்கப்பட்ட தனித்தனி இலக்கியங்கள் தொகுத்து மாலையாக்கப்படும்போது என்ன நேர்கிறது? இலக்கியத்தின் மக்கள் (குழு) சார்ந்த தன்மை என்பது மறுக்கப்பட்டுக் கல்விசார்ந்த அறிவுத்துறைச் செயற்பாடு என்கிற நிலை அப்பிரதிக்கு ஏற்படுகிறது. தனித்தனிப் பிரதிகளுக்கிடையேயான வேறுபாடுகள், மோதல்கள் என்பவை ஓரங்கட்டப்பட்டு ஒத்திசைவு முதன்மைப்படுத்தப் படுகிறது. அந்த வகையில் வைதீக நெறிப்பட்ட பக்தி இலக்கியங்களும் வேத மறுப்புச் சமண-பவுத்த நூல்களும் ஒன்றெனக் காட்டப்படுகிறது. இலக்கியத்தின் வட்டார வேர்கள் (Provinciality) அறுத்தெறியப்பட்டு அவை தேசிய இலக்கியமயமாக்கப்படுகின்றன! மண்சார்ந்த தன்மையை மறுத்துத் 'தேசிய இலக்கியமா'க்கப்படும் போது

மண்சார்ந்த தன்மையின் மறுபக்கமாகிய உலகளாவிய மானுட வியாபகத்தன்மை அந்த இலக்கியத்திற்கு மறுக்கப்படும் அவலமும் நேர்கிறது. சுருங்கச் சொன்னால் 'தேசிய இலக்கியம்' என்றாக்கப் படுவதன் மூலம் இலக்கியத்தின் சர்வதேசத்தன்மை அழிக்கப்படுகிறது.

உண்மையில் எந்த இலக்கியமானாலும் அது ஒரு சமூகக் குழுவின், குறிப்பிட்ட மண்ணின், மதத்தின், பாலின வெளிப்பாடாகவே உருப்பெறுகின்றது. 'பெரியபுராணம்' போன்ற அரச நிறுவனத்தால் உருவாக்கப்பட்ட இலக்கியங்கள் தவிர மற்ற-எதுவும் லண்டனையோ இல்லை தஞ்சையையோ தலைநகராகக்கொண்ட அரசொன்றின் அதிகாரபூர்வக் குரலாகவும், ஒரு தேசத்தின் சாராம்ச வெளிப் பாடாகவும் உருவாவதில்லை. தனிப்பட்ட அரசர்களைப் புகழ்ந்து பாடிய சங்க இலக்கியப் பாடல்கள்கூட வட்டாரத் தன்மையானவையே. அவை தொகுக்கப்படும்போதுதான் அவற்றிற்குத் தேசிய அந்தஸ்து அளிக்கப்படுகிறது. எனவே இலக்கிய மரபின் தொடர்ச்சியைக் காட்டிலும் தொடர்ச்சியின்மையே கவனத்தில் வைக்க வேண்டிய முக்கியமான அம்சமாகும். தொடர்ச்சியின் மகத்துவத்தைப் பேசுவது அதிகாரமையங்களுக்கு வேண்டுமானால் உகந்ததாக இருக்கலாம். இந்த அதிகாரங்களைக் கேள்விக்குள்ளாக்க எழுந்த நமக்குத் தொடர்ச்சியின்மையே கவனத்திற்குரிய அம்சமாகியது.

புனிதத் தொகுப்பின் மூலம் புவியியல் வேறுபாடு, சமூக வேறுபாடு, பால்வேறுபாடு மட்டுமின்றி காலரீதியான வேறுபாடும் பின்னுக்குத் தள்ளப்படுகிறது. எல்லாத் தனித்தனி நூல்களும் ஒன்றாக்கப்பட்டு ஓரர்த்தம் பெறுமாறு கட்டப்படுகிறது. எனவே ஓர் இலக்கியப்பிரதி அதனுடன் எந்தவிதத் தொடர்புமற்ற இன்னொன்றின் உரை விளக்கமாகிறது. டி.எஸ். எலியட் தனது புகழ்பெற்ற பாரம்பரியமும் தனித்துவத்திறனும் என்ற கட்டுரையில் சொல்வது போல, 'ஐரோப்பாவிலுள்ள அனைத்து இலக்கியங்களும் ஒரே சமகால இருப்பைப் பெற்றுள்ளது மட்டுமின்றி ஒரே சமகால ஒழுங்கையும் கட்டமைக்கிறது.' இத்தகைய இலட்சிய ஒழுங்கில் புதிய இலக்கியப் பிரதி ஒன்று சேர்க்கப்படும்போது இந்த ஒழுங்கும், புதியதும் தம்மைத் தகவமைத்துக்கொண்டு என்றென்றைக்குமான ஒழுங்கு காப்பாற்றப் பட்டுவிடுகிறது.

பிராங்க் கெர்மோட் சொல்வார்:

எனவே புனிதத் தொகுப்புகள் அதிகாரத்துடன் கைகோத்து

நிற்கின்றன. வேறுவழிகளில் கையகப்படுத்த முடியாத வரலாற்றுப் படிவுகளைக் கையாளுவதற்குப் புனிதத் தொகுப்புகள் பயன்படு கின்றன. குறிப்பிட்ட சில பிரதிகள் மற்றவற்றைக் காட்டிலும் மதிப்பு வாய்ந்தவை, அதிகக் கவனிப்பிற்குரியவை என அழுத்திச் சொல்வதன்மூலம் இது சாத்தியப்படுத்தப்படுகிறது.

இந்த இடத்தில் நமக்கொரு கேள்வி எழுகிறது. அப்படியானால் இலக்கியமதிப்பு (Literary Value) என்று ஒன்றில்லையா? அத்தகைய உள்ளார்ந்த மதிப்புகளின் அடிப்படையில்தானே புனிதத் தொகுப்புகள் கட்டமைக்கப்படுகின்றன?

எல்லோருக்குமான, என்றென்றைக்குமான இலக்கிய மதிப்பு என ஒன்று கிடையாது என்கிறார் டெர்ரி ஈகிள்டன். எந்த ஒரு பிரதிக்கும் இலக்கிய அந்தஸ்து வழங்கப்படுவது பிரதிக்கு உள்ளார்ந்த காரணங்களினாலல்ல. பிரதிக்கு வெளியேயுள்ள காரணிகளே இதில் முக்கிய பங்கு வகிக்கின்றன.

எதுவுமே இலக்கிய அந்தஸ்து பெற முடியும். அதேபோல கேள்விகளுக்கும் ஐயங்களுக்கும் அப்பாற்பட்ட இலக்கியங்களாகக் கருதப்படக்கூடிய எதுவுமே—எடுத்துக்காட்டாக ஷேக்ஸ்பியர் இலக்கியம் என்கிற நிலையை இழக்கவும் கூடும். பூச்சியியல் (Entomology) என்பது பூச்சிகளை (Insects) பற்றிய ஆய்வு என்பது போல இலக்கிய ஆய்வு என்பது இறுக்கமாக வரையறுக்கப்பட்ட, நிரந்தரமான, ஒரு பொருள்பற்றின ஆய்வு அல்ல. சில புனைவுகள் இலக்கியம் எனப்படுகின்றன. சில புனைவுகள் இலக்கியமல்ல எனப்படுகின்றன. சில இலக்கியங்கள் புனைவாக இருக்கின்றன. புனைவாக அல்லாதவையும் இலக்கியமாகக் கருதப்படுகின்றன. சில உள்ளார்ந்த பண்புகளினடிப்படையில் மதிப்பு மிக்கவையென வகைப்படுத்தக்கூடிய உறுதியான, மாற்றமற்ற பிரதிகள் என எதுவும் இல்லை

எனச் சொல்லும் ஈகிள்டன், 'காலங்கள் மாறும், மதிப்பீடுகள் மாறுவதில்லை' என்பன போன்ற முழக்கங்களைக் கேலி செய்கிறார். மதிப்பு என்பதே காலந்தோறும் மாறுகிற ஒரு கருத்தாகும். மதிப்புமிக்க பொருளாகக் கருதப்படும் எதுவும் ஒரு குறிப்பிட்ட காலத்தில், ஒரு குறிப்பிட்ட பகுதியில் மதிப்புடையதாகக் கருதப்பட்டவையே. எதிர்காலத்தில் வேறொரு சமூகம் உருவாகலாம். ஷேக்ஸ்பியரின் சிந்தனைப் பாங்குக்கும் வெளிப்பாட்டு முறைக்கும் எந்தப் பொருத்தப்பாடும் இல்லாத சமூகமாக அது இருக்கலாம். எனவே,

எந்தப் பயன்பாடும், மதிப்பும் இல்லாத பிரதியாக ஷேக்ஸ்பியர் தூக்கி எறியப்படலாம். எதிர்கால மாணவன் ஒருவனுக்கு ஷேக்ஸ்பியரின் பிரதிகள் வேடிக்கையான பொறிப்புகளுடன்கூடிய ஒரு கோலப் புத்தகம்போலத் தோன்றலாம்.

மாறாத மனித மேன்மைகளின் வெளிப்பாடே இலக்கியம் என்பதெல்லாம் வறட்டுக்கோட்பாடாகவே இருக்க முடியும் என்று சொல்லும் ஈகிள்டன், பழங்காலக் கிரேக்கக்கலை என்றென்றைக்கு மான ரசனைக்குரியதாய் இருப்பதெப்படி என்கிற கார்ல்மார்க்சின் கவலை அர்த்தமற்ற ஒன்று என்கிறார். வரலாறு என்ன முடிந்தா போய்விட்டது? என்றென்றைக்கும் கிரேக்கக் கலைகள் ரசிக்கப்படும் என்று இப்போதே சொல்வதற்கு நாம் யார்? கிரேக்கக்கலை அது தோன்றிய காலத்து மக்களுக்கு எத்தகைய ரசனையைக் கொடுத்தது என்பது முழுமையாக நமக்குத் தெரியுமா என்ன? அதே ரசனையைத் தான் நாமும் பெறுகிறோம் என எப்படிச் சொல்கிறீர்கள்? நாம் மதிப்பிடும் கம்பனும், அண்ணா மதிப்பிட்ட கம்பனும், ஜீவாவின் கம்பனும், சடையப்பரின் கம்பனும் ஒன்றென்றா சொல்கிறீர்கள்? வேறு வேறு கம்பனையல்லவா இவர்கள் ஒவ்வொருவரும் மதிப்பிட்டனர். ஒவ்வொரு முறையும் வாசிக்கப்படும்போது அந்தப் பிரதி புதிதாகத்தானே எழுதப்படுகிறது. வாசிப்பு என்பதே உண்மையில் (மறு) எழுதுதல்தானே. தனக்கான பிரதியைத்தானே ஒவ்வொரு வாசகனும் எழுதிக்கொள்கிறான்.

எல்லா 'உண்மை'களுமே கருத்தியல் சார்ந்த கூற்றுகள்தான். தனி உண்மை என எதுவும் கிடையாது. நுஃமான் போன்றவர்கள் இப்படிக் கேட்கலாம்: அதெப்படிச் சொல்கிறீர்கள்— இந்தக் கோயில் கி.பி.954இல் கட்டியது — என்கிற கூற்று உண்மையானதுதானே? இது ஒன்றும் மாறக்கூடிய ஒன்றல்லவே. இதில் என்ன கருத்தியல் அல்லது மதிப்பீடு கலந்துள்ளது?' இந்தக் கேள்விக்கு ஈகிள்டன் சொல்லும் பதில் சுவையானது. 'இந்தக் கோயில் இந்தியக் கலைமரபிற்கு ஓர் எடுத்துக்காட்டு எனச் சொல்வது எப்படிக் கருத்தியல் சார்ந்த ஒரு கூற்றோ அதுபோலத்தான் 'இது 954இல் கட்டப்பட்டது' என்கிற கூற்றும். ஆப்பிரிக்காவிலிருந்து வந்துள்ள ஒரு பெண்மணிக்கு நான் தஞ்சைப் பெரியகோவிலைச் சுற்றிக் காட்டிக்கொண்டிருக்கிறேன் என வைத்துக்கொள்ளுங்கள், 'இந்தக் கோபுரம் கி.பி...' என நான் ஆரம்பித்த உடனேயே அவள் சொல்லலாம், 'இதென்ன உங்களோடு தொல்லையாய்ப் போய்விட்டது. எதற்கெடுத்தாலும் கி.பி., கி.மு.

என்று அறுத்துக்கொண்டு. எங்கள் சமூகத்தில் கால அடிப்படையில் நாங்கள் இவற்றை வகைப்படுத்துவதில்லை. மாறாக கோபுரம் தெற்கு வடக்காக இருக்கிறதா இல்லை வடக்குகிழக்காக இருக்கிறதா என்கிற கேள்வியே எங்களுக்கு முக்கியம்' இப்படி அவள் சொல்வாளானால் நீங்கள் என்ன பதிலளிக்க முடியும்? நம்முடையதுதான் சரியான அளவுகோல், அவளுடையது திருத்தியமைக்கப்பட வேண்டியது எனச் சொல்ல முடியுமா? பழைமையின்மூலம் பெருமை தேடும் ஒரு சமூகத்தில் பிறந்த மனிதருக்குக் காலப் பழைமை சொல்வது பெருமைக்குரியதாய் இருக்கலாம். எல்லாக் காலங்களிலுமே மலம் அள்ளிக்கொண்டிருந்த ஒருவனுக்கு இந்தக் காலக்கணக்கீடு என்ன தேவைக்கு?

இரண்டு

கட்டவிழ்ப்பாளர்கள், பெண்ணியர், கறுப்பர் என்பவர்களே புனிதங்களைப் போட்டுடைக்கப் போகிறவர்கள் என்கிற பிரகடனத்தைத் தொடக்கத்தில் பார்த்தோம். அமெரிக்கச் சூழலில் பெண்ணியர், கறுப்பர் எனச் சொல்லப்பட்டது. நமது சூழலில் இது எப்படியாகும் என்பதை நீங்கள் அறிவீர்கள். சுருக்கமாகச் சொல்வதானால் இதுகாறும் கதையாடல் மறுக்கப்பட்டவர்கள் இனி புனிதங்களைப் போட்டுடைப்பார்கள். விமர்சனத்தில் இது கட்டுடைப்பாக நடந்தேறுகிறது. புனைவுகளில்?

புனைவுகளில் அத்துமீறுதல் (Border traffic/Border Crossing) என்கிற வடிவில் புனிதங்கள் போட்டுடைக்கப்படுகின்றன. எப்போதுமே புனிதங்களும் ஒழுங்குகளும் கட்டமைக்கப்படும்போது நடைபெறும் அடிப்படையான வேலை அத்துக்கள் வரைவது, எல்லைகள் வகுப்பதுதான். அத்துக்களை மீறுவது மிகப்பெரிய குற்றமாகவும், பாவமாகவும், அனுமதிக்க இயலாததாகவும் வரையறுக்கப்படும்; இலக்கண நூல்கள், சட்டப் புத்தகங்களும் சுருதிகளும் உருவாக்கப்படும். நமது தொல்காப்பியம் இலக்கியத்தில் இன்னின்ன சொற்கள், மொழிகள், வடிவங்கள், மெய்ப்பாடுகள் முதலியவற்றிற்கு அனுமதி உண்டு, இன்னின்னவற்றிற்கு அனுமதி இல்லை என அத்துக்கள் சுட்டுவது நாம் அறிந்த ஒன்று. இறுக்கமான பாவினங்கள், இலக்கிய வகையினங்கள் (generes) எல்லாம் இப்படித்தான் வரையறுக்கப்படுகின்றன.

அத்துக்கள் வரையும்போது அத்தின் ஒருபுறம் இருப்பது இயல்பான தாகவும் (Normal) மற்றது திரிபாகவும் (Deviation) சுட்டப்படுகிறது. எனவே அத்துக்கு அப்பால் நிற்பவர், தான் இயல்பற்றவராகவும், மற்றவராகவும் உணர்ந்து குற்றவுணர்ச்சிக்கு ஆளாகிறார். இப்படி அத்துக்கள் அமைப்பது புனிதக் கட்டமைப்பின் அடையாளமாக ஆகிறபோது அத்துக்களை மீறுவது புனிதக் கவிழ்ப்பின் செயல் பாடாகிறது. புனிதங்கள் முகம் சுளிக்கும், அஞ்சி ஒதுக்கும் இந்த அத்துமீறல்களை இவர்கள் விருப்போடு மேற்கொள்ளுகின்றனர்.

எல்லாவிதமான அதிகாரங்களையும் எதிர்க்கத் துணிந்த யாருமே அத்துமீறுதல் என்பதை ஏதோ ஒரு வகையில் பரிந்துரைந்திருப்பதைச் சற்று யோசித்துப்பார்த்தால் விளங்கிக்கொள்ள முடியம். கல்விச் செயற்பாடுகளில் ஆசிரியர், மாணவர் என்கிற எல்லைகள் மீறப்பட வேண்டும் என்றார் பாவ்லோ ப்ரெய்ரே. பார்வையாளர், நடிகர், மேடை, போன்ற எல்லைகளைத் தகர்ப்பதன் அவசியத்தை அகஸ்தோ போவால், பாதல்சர்க்கர் முதலானோர் வலியுறுத்தியுள்ளனர். காலத்திற்கும் வெளிக்கும் இடையில் எல்லைக்கோடுகள் ஏதுமில்லை என்கிறார் ஸ்டீபன் ஹாக்கின்ஸ். பைத்தியம், பகுத்தறிவு என்கிற எல்லைகளெல்லாம் கட்டமைக்கப்பட்ட ஒன்றே என்கிறார் பூக்கோ. வடிவ எல்லைகளை மீறுவதே இலக்கியம் என்றனர் அவான் கார்டே இயக்கத்தினர். உற்பத்திப் புள்ளியில் முதலாளி, தொழிலாளி என்கிற எல்லைகளின் வன்முறையைத் தோலுரித்தார் கார்ல் மார்க்ஸ். மொழியின் விளிம்பு நிலைத் தன்மையை விதந்தோதினார் பக்தின். எந்தப் பேச்சும் எதிராளியை முன்னிறுத்தியே பேசப்படுவதென்பதால் தன்னிலைக்கும் மற்றதுக்குமான எல்லை குழம்பும் புள்ளியாக மொழி செயற்படுவதை பக்தின் விளக்கியது அத்து மீறுபவர்களை எப்போதுமே ஈர்த்து வந்திருக்கிறது. மற்றவரது மொழி தனது கட்டுப்பாட்டில் இல்லை எனத் தன்னிலை உணரும்போது பேச்சு 'உரையாடல்' என்கிற உயர்வை எட்டுகிறது. இந்த அடிப்படையில் மற்றதன் இருப்பை அழுத்தம் கொடுத்து ஏற்கிறது உரையாடல்.

தலித்துகள், பெண்கள், கறுப்பர்கள், அலிகள் முதலானோர் எப்போதும் தங்கள் இருப்பை விளிம்பில் உணர்பவர்களாக (Border people) உள்ளனர். ஒரே சமயத்தில் மனிதர்களாகவும், மனிதப் பிறவிக்கான தகுதியற்றவர்களாகவும் அவர்கள் உணர நிர்ப்பந்திக்கப் படுகின்றனர். எனவே ஒரே சமயத்தில் உள்ளே இருப்பவர்களாகவும், வெளியே நிற்பவர்களாகவும் உணர வேண்டிய நிலை அவர்களுக்கு

ஏற்படுகிறது. அது அவர்களிடம் பிளவுண்ட, இரட்டை மனநிலை ஒன்றை ஏற்படுத்துகிறது. அவர்களது மொழி, வழமைகள் எல்லாம் குற்றவுணர்ச்சியின் பாற்பட்டதாக்கப்படுவதால் அவர்கள் ஒரே சமயத்தில் இரட்டைமொழி பேசுபவர்களாகவும், இரட்டை அரசியலுடையவர்களாகவும் இருக்க வேண்டிய நிலை ஏற்படுகிறது.

இவ்வாறு தங்களின் இயல்பாகவுள்ள இரட்டை நிலையை வெளிப்படுத்துவதே அத்துமீறுதலின் ஓரங்கம் என்பதை வலியுறுத்தும் பெண்ணியர்கள் தங்களின் இலக்கிய ஆக்கங்களில் இதனைப் பயன்படுத்துகின்றனர். விலக்கப்பட்ட மொழி, விலக்கப்பட்ட வடிவங்கள், விலக்கப்பட்ட மனநிலை என்பன அவர்களின் புனைவுப் பொருளாகின்றன. இந்த வகையில் 'சேரி மொழி'யில் (Creole Language) எழுதுவது, பைத்திய, ஹிஸ்டீரிய (Hysteria) நிலையைப் படைப்பது, ஆணுக்கும் பெண்ணுக்குமான உறவு என்பதற்குப் பதிலாகப் பெண்ணுக்கும் பெண்ணுக்குமான உறவு என்பதற்கு (லெஸ்பியன் உறவிலிருந்து தாய் மகள் உறவு என்பதுவரை) முக்கியத்துவமளித்தல், விலக்கப்பட்ட பெண்களாகிய சூனியக்காரிகள் மற்றும் அலிகள், குற்றவாளிகள் முதலானோரின் இருப்பிற்கு இடமளித்தல் என்பன போன்ற வடிவங்களில் அத்துமீறல்கள் தொடர்கின்றன. பெண்ணின் மொழி என்பது இதுவரை பெண் களிடமிருந்து பறிக்கப்பட்டு, பதிலாக ஆணின் மொழிக்கே அவர்கள் பழக்கப்படுத்தப்பட்டிருந்தனர். அவர்களது உடல்கள் அவர் களிடமிருந்து கைப்பற்றப்பட்டு தீட்டு மற்றும் குற்ற உணர்வின் களங்களாக ஆக்கப்பட்டிருந்தன. இன்று அத்துமீறும் பெண்ணியர்கள் பெண்ணின் மொழியை, பெண்ணின் உடலை எழுதுதல் என்பதைப் பேசுகின்றனர். 'நாங்கள் இரட்டை நாக்குப் பிறவிகள். விமர்சனத் திற்கும் சொந்த வாழ்க்கையை எழுதுதலுக்கும் இடையிலான எல்லைக்கோட்டிலேயே பெண்ணியம் ஓங்கி ஒலிக்கிறது' எனச் சொல்லும் ஹெலன் சிசூ எழுத்தின் இலக்கு 'புத்தகம்,' 'உடல்' என்பவற்றிற்கு இடையேயான எல்லைகளைத் தாண்டுவதே என்கிறார்.

நம் எல்லோருக்குள்ளும் இந்த அத்துணர்வுகள் உள்ளார்ந்து நம்மை அறியாமலே பதிக்கப்பட்டிருக்கின்றன (Internalised Boundaries). ஓர் ஆசிரியனாகிய நான் ஒரு சில மாணவர்களை நல்ல மாணவர்கள் என்றும் சிலரை உருப்படாதவர்கள் என்றும் வகுத்துக்கொண்டு தான் அணுகுகிறேன். இப்படி நாம் ஒவ்வொருவரும் யோசித்துப் பார்த்தால் நமக்குள் பதிக்கப்பட்டுள்ள அத்துக்களின் தன்மைகளும்

எண்ணிக்கைகளும் புலப்படும். ஒரு சாதியச் சமூகத்தில் வாழச் சபிக்கப்பட்ட நாம் இந்த அத்துக்களின் பின்னணியாகச் சாதியப் பார்வையைக் கொண்டிருப்பது தவிர்க்க இயலாதது. இப்படி உள்ளார்ந்த அத்துக்களோடு வாழ்வது எத்தனை பெரிய இழப்பு. அதிகாரங்களை நிலைநாட்ட அத்துக்கள் உருவாக்கப்படுகின்றன. இந்த அத்துக்களில் சிக்கிக்கொள்வதும் அத்துக்களுக்கு உடன்படுவதும் எத்தனை பெரிய அவமானம்? எத்தனை பெரிய இழிவு? இழிவு என்பது அத்தின் ஒதுக்கப்பட்ட பக்கமாக மட்டுமில்லை, ஒதுக்குகிற பக்கமாக நிற்பதும் கூடத்தான். விளிம்பில் திளைப்பதும், எல்லை களைக் கலைப்பதும் எல்லாத் துறைகளிலும் நமது செயல்பாடாக மாறுவது தவிர நமக்கு வேறென்ன வழி?

உதவிய நூல்கள்

Terry Eagleton, Literary Theory An Introduction
Frank Kermode, Canon and Period
Helene Cixous, The Laugh of Medusa
Marilyn butler, Repossessing the Past
Maggie Humm, Border Traffic
கா. சிவத்தம்பி, தமிழ் இலக்கிய வரலாறு
நுஃமான், காலச்சுவடு -14இல் வந்துள்ள கட்டுரை.

(நூலுக்கெனவே எழுதப்பட்ட கட்டுரை.)

3.3

தமிழ் நவீனமான கதை
சில முன்குறிப்புகள்

1. நவீனத்துவம் என்பதும் நவீனமயமாதல் என்பதும் வேறு வேறு. பத்தொன்பதாம் நூற்றாண்டின் இறுதியில் மேலைச்சூழலில் எதார்த்தவாதத்திற்குப் பிந்தி தோன்றிய ஒரு கலை-இலக்கியக் கோட்பாட்டை நவீனத்துவம் (Modernism) என்பர். பயன்படுத்தும் ஊடகம், வடிவம் ஆகியவை குறித்த சுய உணர்வோடு எழுத்துகளை வடித்தல், எதிர் எதிர்ப் பொருட்களை அருகருகே அமைத்தல், வெட்டித் தொகுத்தல், முரண், இரட்டைத் தன்மை ஆகியவற்றை எழுத்தில் கையாளுதல், மனித ஆளுமையின் சிதைவை வடித்தல் போன்ற பண்புகளைக் கலை-இலக்கிய நவீனத்துவம் என்கிறோம் (விளக்கத்திற்கு பார்க்க: அ.மார்க்ஸின் *மார்க்சியமும் இலக்கியத்தில் நவீனத்துவமும்*, பொன்னி, *1991*, பக். *23-25).*

இத்தகைய நவீனத்துவப் போக்குகளையும் தாண்டிய பின் நவீனத்துவ (Post-Modernism) கோட்பாடுகளும் வடிவங்களும் செயலில் உள்ள ஒரு காலகட்டத்தில் இப்போது நாம் நின்று கொண்டிருக்கிறோம் (பின் நவீனத்துவம் சார்ந்த ஒரு சில இலக்கியப் போக்குகள் குறித்த அறிமுகத்திற்கு பார்க்க மேற்படி நூல் பக். 68-72). இப்படி 'நவீனத்துவம்' என்பது ஒரு குறிப்பிட்ட இலக்கியப் போக்கைக் குறிப்பதென்றால் 'நவீனமயமாதல்' என்பது, பொதுவாக மத, மடாலயப் பிடிகளிலிருந்து விலகி சனநாயகமாதலைக் குறிக்கும் எனலாம்.

அச்சுத் தொழில்நுட்பத்தின் அறிமுகம், முக்கிய கருத்துத் தொடர்பு வடிவமாக உரைநடை உருவாதல் ஆகிய மொழியின் சனநாயகப் பாட்டை தமிழ் நவீனமயமானதன் அடையாளங்களாக நாம் கருதலாம்.

அரசு மற்றும் கிறிஸ்தவ சமய நிறுவனங்கள் மட்டுமே பயன்படுத்தலாம் என்றிருந்த அச்சுத்தொழில்நுட்பத்தை யார் வேண்டுமானாலும் பயன்படுத்திக்கொள்ளலாம் என்கிற நிலையை அன்றைய இந்திய கவர்னர் ஜெனரலாக இருந்த சர். சார்லஸ் மெட்கால்ப் உருவாக்கிய ஆண்டு *1835*. இதனைத் தமிழ் நவீனமயமானதன் தொடக்கப் புள்ளியாகக் கருதலாம். (விவரங்களுக்கு: D. Rajarigam, *The History of Tamil Chiristian Literature,* C.L.S. 1958). நவீன தமிழ் மறுமலர்ச்சியில் எல்லைக்கல்லாக இன்று சுட்டிக்காட்டப்படும் மணிக்கொடி இதழ் தொடங்கப்பட்ட ஆண்டை *(1933)* தமிழில் நவீனத்துவ வடிவங்களின் அறிமுக, தொடங்கும் கால கட்டமாக வைத்துக்கொள்ளலாம். மணிக்கொடி மற்றும் மணிக்கொடி எழுத்தாளர்களின் முயற்சிகளை எந்த அளவிற்கு நவீனத்துவம் என்கிற வரையறைக்கு கொண்டுவர இயலும் என்கிற ஆய்வைக் கட்டுரைக்குள் வைத்துக்கொள்வோம்.

இந்தக் கட்டுரையைப் பொறுத்தமட்டில் ஐரோப்பிய இலக்கிய நவீனத்துவம்போல தமிழின் இலக்கிய நவீனத்துவத்தைக் கறாராக வரையறை செய்வது என்பதைக் காட்டிலும் பொதுவாகக் கடந்த நூற்றைம்பது ஆண்டுகால வரலாற்றில் தமிழ் நவீனமயமானதன் பின்னணியை ஆராய்வதே நமது நோக்கம்.

2. இலக்கியம் உள்ளிட்ட தமிழ்ச்சமூக நிறுவனங்கள் எதையும் ஆய்வுக்கு எடுத்துக்கொள்ளும்போது நாம் கவனத்தில் பதித்துக் கொள்ள வேண்டிய முக்கியமான அம்சம் இந்தச் சமூகம் ஒரு சாதியச் சமூகம் என்பது. பொதுக்கருத்தியலின் விளிப்பில் ஒவ்வொரு சமூக உறுப்பினரும் தன்னை ஏதேனும் ஒரு சாதியனாகவே அடையாளம் காண்கிறார். பதினெட்டாம் நூற்றாண்டு வரை கல்வி, எழுத்து, அங்கீகரிக்கப்பட்ட இலக்கியப் பயில்வு ஆகிய அறிவுத்துறைச் செயற்பாடுகள் அனைத்தும் ஆதிக்கசாதியினருக்கு மட்டுமே உரித்தானதாக சட்டபூர்வமாகவே வரையறுக்கப்பட்டிருந்தன. வெள்ளையர்கள் வரும்வரை ஒடுக்கப்பட்ட சாதியினர் அறிவுத்துறையிலிருந்து முற்றிலும் விலக்கப்பட்டு இருந்தனர். உலகில் வேறெங்கிலும் இத்தகைய சட்டபூர்வமான தடைகள் கிடையாது என்பதோடு ஐரோப்பிய சமூகங்களுக்கும் இந்தியத் துணைக்கண்டச் சமூகங்களுக்கும் இடையேயான இன்னொரு முக்கிய வேறுபாடு இங்கே கருதத்தக்கது.

ஐரோப்பியச் சமூகம் ஓர் இரண்டடுக்குச் சமூகம். கைவினைஞர்களைத் தவிர்த்தால் சமூக முழுமையையும் ஆண்டான் அடிமை என

இரண்டே பிரிவிற்குள் அடக்கிவிட முடியும். இந்தியத் துணைக் கண்டச் சமூகங்கள் மூன்றடுக்கு கொண்டவை. ஆகமேலே மேல்வார உரிமை பெற்றிருந்த பார்ப்பன-வேளாள ஆதிக்க சாதியினரும், ஆகக்கீழே மானியங்களுக்கு மட்டுமே உரிமை பெற்றிருந்த தாழ்த்தப்பட்ட சாதியினரும், இடையில் கீழ்வார உரிமை பெற்றிருந்த இடைநிலைச் சாதியினரும் அமைந்திருந்தனர். வேறு வார்த்தைகளில் சொல்வதானால் ஒடுக்கப்பட்ட வர்க்கம் இங்கே இரண்டாகப் பிளவுற்றிருந்தது. சாதிய ஒதுக்கல்களின் அடிப்படையில் இவ்விரு பிரிவினரும் எதிரெதிராக நின்றிருந்தனர்.

3. மரபு, பண்பாடு, அங்கீகரிக்கப்பட்ட இலக்கியப் பாரம்பரியம் என்பவை இயல்பானவையல்ல; அவை கட்டமைக்கப்படுபவை, ஆதிக்கம் வகிக்கும் சமூகக் குழுக்கள் — இங்குச் சாதிகள் — இந்தக் கட்டமைப்பைத் தம் அரசியல்நல நோக்கில் மேற்கொள்கின்றன. விருப்பபூர்வமான தேர்வு, வரிசையாக்கம் என்கிற வகையில் இக்கட்டமைப்பு மேற்கொள்ளப்படுகிறது. சமண, பௌத்த மற்றும் எண்ணற்ற இனக்குழுக்கள் சார்ந்த அவைதீக மரபுகள் புறந்தள்ளப் பட்டுக் கிட்டத்தட்ட 1500 ஆண்டு காலம் இங்கு கோலோச்சியிருந்த பார்ப்பன -வேளாள (சைவ) மரபே தமிழ்மரபாக நமக்குக் கையளிக்கப்பட்டுள்ளது. வருணாசிரமத்தை ஏற்றுக்கொண்ட இலக்கியப் பாரம்பரியமே இங்கு நமக்கு அங்கீகரிக்கப்பட்ட தமிழ் இலக்கியப் பாரம்பரியமாகத் தொகுக்கப்பட்டுள்ளது. அதனால்தான் பெரியார் இதனைப் பார்ப்பனியத்தால் கறைபட்ட பாரம்பரியம் என ஒதுக்கினார் (பார்க்க: நிறப்பிரிகை 6, 7 இதழ்களிலுள்ள பெரியார் தொடர்பான கட்டுரைகள்).

பின்னணி

ஒன்று: 1835 முதல் 1933 வரை

சனாதன கிறிஸ்தவ மதத்தை எதிர்த்துத் தோன்றிய 'புரட்டஸ்டண்ட்' மதம், நிலப்பிரபுத்துவத்தின் வீழ்ச்சி, ஐரோப்பிய சமூகம் சனநாயக மயமாதல், கல்விப்பரவல் ஆகியவற்றோடு மேலைச் சூழலில் அச்சுத்தொழிலின் பரவலை வரலாற்றாசிரியர்கள் இணைத்துச் சொல்வர். தமிழகத்திலும்கூட புரட்டஸ்டண்ட் மதத்தினரே முதன்முதலில் (1712) அச்சு இயந்திரத்தை நிறுவினர். 1835 அச்சு இயந்திரத்தைப் பயன்படுத்துவதிலுள்ள தடைகள் நீக்கப்பட்ட பின்பு 'உள்நாட்டினர்' இதனைப் பயன்படுத்தத் தொடங்கினர்.

'உள்நாட்டினர்' எனப் பொத்தாம்பொதுவாய்ச் சொல்வதில் பொருளில்லை என்பதனை சமூக அறிவியலின் அடிப்படையை உணர்ந்தோர்க்கு விளக்கிச்சொல்ல வேண்டியதில்லை.

எனவே சரியாகச் சொல்வதானால் உள்நாட்டிலுள்ள ஆதிக்க சக்திகள் அச்சுத்தொழில்நுட்பத்தைப் பயன்படுத்தத் தொடங்கினர். இரண்டு அம்சங்களை மனதில் இருத்திக்கொள்வது அவசியம். மேலைச்சூழலைப்போல நிலப்பிரபுத்துவத்தின் வீழ்ச்சி, சனநாயக மயமாதல், கல்விப்பரவல் ஆகியவற்றோடு இங்கே அச்சுத்தொழில் பரவல் இணைந்திருக்கவில்லை. சனாதன மதத்திற்கு எதிராகத் தோன்றிய கலக மதச் செயற்பாடுகளுடனும் இங்கே அச்சுத் தொழில் பரவலும் அதனைச் சார்ந்த அறிவுத்துறை நடவடிக்கைகளும் தொடக்கத்தில் இணைந்திருக்கவில்லை. நிலப்பிரபுத்துவம் வீழ்த்தப் படாத, சனநாயகமயமாகாத அடித்தட்டு மக்களிடம் பெரிய அளவில் கல்வி பரவாதிருந்த ஒரு சமூகத்தில் சுமார் 1500 ஆண்டுகாலமாய் மேலாண்மை வகித்திருந்த பார்ப்பன - வேளாள ஆதிக்க சாதியினரோடு இங்கே அச்சுத்தொழிலுடன் இணைந்திருந்த அறிவுத்துறை நடவடிக்கைகள் பின்னிப் பிணைந்திருந்தன. பேராசிரியர் சிவத்தம்பி அவர்களின் இலக்கிய வழி வரலாறு தொடர்பான நூலிலுள்ள பின்னிணைப்புகளைப் பார்த்தால் இதனை விளங்கிக்கொள்ள முடியும் (K. Sivathambi, *Literary History in Tamil,* Tamil University, 1986, p. 161-176). (அடித்தளச் சாதியினருடன் அச்சுத்தொழிலின் சனநாயகத் தாக்கங்கள் நுழைவது சற்றுத் தாமதமாகவே நிகழ்கிறது) ஆதிக்கச் சாதியினர் அச்சுத் தொழில்நுட்பத்தைப் பயன்படுத்திச் செய்த பணிகளை இரண்டாகப் பிரிக்கலாம். அவை:

அ. தமிழ் இலக்கியப் பாரம்பரியமாகக் கையளிக்கப்பட்டவற்றைத் தேடிப்பதிப்பித்தல். சைவர், வைணவர், சமண-பௌத்தர் என்கிற வெவ்வேறு மதமரபினரிடமும் இருந்துவந்த அந்தந்த மதம்சார்ந்த பனுவல்கள் கண்டெடுக்கப்பட்டுப் பதிப்பிக்கப்பட்டன. இங்கு ஒன்றைக் குறிப்பிடுவது முக்கியம். சனாதன மதத்திற்கு மிகப் பெரும் சவாலாய் இருந்த சமண-பௌத்த மதம் உட்பட மூன்று மதப்பிரிவுகளிலுமே ஆதிக்கம் செலுத்தியவர்கள் மேட்டுக் குடியினர்தான். அடித்தட்டு மக்களும் கீழ்ச்சாதியினரும் இந்தப் பெருமதப் போக்குகளிலிருந்து விலகியே நின்றனர். சமண-பௌத்த மரபில் சனாதன மரபிற்கு எதிரான சில கலகக் கூறு களைக் காண முடியும். எனினும் இவை வருணாசிரமத்தையும்,

பார்ப்பன மேலாண்மையையும் ஏற்றுக்கொண்ட நிறுவன மயமான இரண்டாம் கட்டத்தைச் சேர்ந்த சமண பௌத்த மதங்கள்தான் என்பதைத் தொல்காப்பியம், சிலப்பதிகாரம் போன்றவற்றிலிருந்து நாம் அறிந்துகொள்ள முடிகிறது.

பெரும்பான்மையான மக்களைச் சென்றடையாவண்ணம் சைவத்தால் கடுமையாக ஒடுக்கப்பட்ட அவைதீக மதங்களைப் பின்பற்றிய ஒரு சிலரும்கூட சைவ மதத்தின் ஆதிக்கச் சாதியினருக்கு இணையானவர்களாகவே இருந்தனர். முற்குறித்த காரணங்களின் விளைவாக வைதீக மற்றும் அவைதீக மதத்தினரால் தொகுத்துக் காக்கப்பட்ட இலக்கியங்கள் அனைத்தையுமே ஏதோ ஒரு வகையில் அங்கீகரிக்கப்பட்ட இலக்கியப் பாரம்பரியமாகவே காண முடியும். வைதீகத் தாக்கம் குறைந்து காணப்படும் சங்க இலக்கியங்களும்கூட வைதீகப் பாரம்பரியத்தால் தொகுக்கப்பட்டவைதான் என்பதையும் இங்கு நினைவுகூர்வது அவசியம். இந்தப் புரிதலோடு முதன்முதலில் பதிப்பு முயற்சியில் இறங்கியவர்களைப் பார்ப்போம். அவர்கள்: மகாலிங்க அய்யர் (தொல்காப்பியம் எழுத்ததிகாரம்-நச்சினார்க்கினியம்), ஆறுமுக நாவலர் (திருக்கோவையார்) சி.வை. தாமோதரம்பிள்ளை (தொல்காப்பியம்-சொல்லதிகாரம்-சேனாவரையம்-வீரசோழியம், இறையனார் களவியல், தொல்காப்பியம் - பொருளதிகாரம், கலித்தொகை) உ.வே. சாமிநாத அய்யர் (சீவகசிந்தாமணி, பத்துப்பாட்டு, சிலப்பதிகாரம், புறநானூறு, மணிமேகலை, ஐங்குறுநூறு, பதிற்றுப்பத்து, பரிபாடல்) சுப்பராயச் செட்டியார் (தொல்காப்பியம், எழுத்ததிகாரம் - இளம்பூரணம்), பின்னத்தூர் நாராயணசாமி அய்யர் (நற்றிணை), டி.எஸ். அரங்கசாமி அய்யங்கார் (குறுந்தொகை), ரா. ராகவ அய்யங்கார் (அகநானூறு). 1850 தொடங்கி 1920 வரையிலான பதிப்பு முயற்சிகள் இவை.

ஆ. இப்பதிப்பு முயற்சிகளுக்கு இணையான தமிழ் இலக்கிய வரலாறு, தமிழ்ப் புலவர் வரலாறு, தமிழக வரலாறு ஆகிய வரலாறெழுதும் முயற்சிகளும் தொடங்கின. காலனிய நல நோக்குடன் வெள்ளை ஆட்சியாளர்கள் ஐரோப்பிய மேன்மை தொனிக்க இந்திய வரலாற்றை எழுதியதற்கு எதிராக இந்திய மேட்டுக்குடியினர் (பார்ப்பன - சத்திரிய - வேளாளர்) இந்தியத் தொன்மையையும் மேன்மையையும் வலியுறுத்தி இந்திய வரலாற்றை எழுத முனைந்ததை ரொமிலா தப்பார் போன்றோர் நிறுவியுள்ளனர். இவர்கள் வலியுறுத்திய இந்திய மேன்மை என்பது உண்மையில் இந்துத்துவ - பார்ப்பனிய மேன்மையாகத்தான் இருந்தது என்பது

வேறு கதை. ஐரோப்பிய மேன்மை, கங்கைச் சமவெளி, ஆரியமேன்மை ஆகியவற்றை வலியுறுத்தி எழுதப்பட்ட வரலாறுகள் தமிழக மேட்டுக்குடியினர் மத்தியில் எதிர்வினை களைத் தோற்றுவித்தன. பொதுவாக ஏகாதிபத்திய, பண்பாட்டு ஆதிக்க நடவடிக்கைகள் என்பனவற்றால் முதலில் உள்நாட்டு மேட்டுக்குடியினரின் அதிகாரம்தான் பறிபோகிறது. எனவே எதிர்வினை என்பது அவர்களிடமிருந்தே முதலில் தோன்றுகிறது. அந்த வகையில் தமிழ்ச் சமூகத்தில் பாரம்பரியமான மேட்டுக் குடியினரான பார்ப்பன - வேளாளரின் எதிர்வினையாக ஐரோப்பிய, ஆரிய மேன்மைக்கு எதிரான திராவிடத் தொன்மையும் மேன்மையும் குறித்த கருத்தாக்கங்கள் உருவாகின.

திராவிட மொழிகளின் ஒப்பிலக்கண வரலாற்றை எழுதிய ராபர்ட் கால்டுவெல்லின் முயற்சியும், சங்க இலக்கியங்களின் பதிப்பும், பின்னாளில் மேற்கொள்ளப்பட்ட சிந்துவெளி அகழ்வுகளும் இதற்கு உரம் சேர்த்தன. இந்த வகையில் வரலாறு எழுதும் முயற்சிகளை மேற்கொண்ட ஆரம்பகாலத் தமிழ் முனைவர்களின் பட்டியல் ஒன்றை சிவத்தம்பி அவர்களின் மேற்குறித்த நூலிலிருந்து கீழ்வருமாறு தயாரிக்கலாம். சைமன் காசிச்செட்டி, எம்.வி. வேணுகோபால்பிள்ளை, டி. செல்வக் கேசவராய முதலியார், பி. சுந்தரம்பிள்ளை, எம். சேஷகிரி சாஸ்திரி, வி. கனகசபைப்பிள்ளை, சபாபதி நாவலர், முருகதாஸ் சுவாமிகள், செங்கல்வராயபிள்ளை, எம். பூர்ணலிங்கம்பிள்ளை, கே.ஜி. சேஷ அய்யர், எஸ்.கே. அய்யங்கார், சோமசுந்தர பாரதி, மு. ராகவ அய்யங்கார், எப். சீனிவாச அய்யங்கார், ஏ. குமாரசாமிப் புலவர், ரா. ராகவ அய்யங்கார், எஸ்.கிருஷ்ணசாமி அய்யங்கார், கே.வி. சுப்பிரமணிய அய்யர், எஸ். கே. தெய்வசிகாமணி, எம்.எஸ். ராமசாமி அய்யங்கார், எம்.எஸ். சீனிவாசபிள்ளை, ஜி.எஸ். துரைசாமி பிள்ளை, ஆர். சத்திநாதையர், எம்.எஸ். பூர்ணலிங்கம் பிள்ளை, பி.டி. சீனிவாச அய்யங்கார், உ.வே. சாமிநாதையர், கே.ஏ. நீலகண்ட சாஸ்திரி. 1859 முதல் 1929 வரையிலான பட்டியல் இது. மேற்குறித்த இரு பட்டியல்களிலும் ஒடுக்கப்பட்ட சாதிகளைச் சேர்ந்தோர் ஒருவர்கூட இல்லை என்பது குறிப்பிடத்தக்கது. சிவத்தம்பி எழுதிய மேற்குறித்த நூல் தவிர கடந்த இரு நூற்றாண்டு காலத் தமிழ் அறிவுத்துறை வரலாற்றை ஆய்வுசெய்த யாருடைய நூல்களிலும் ஒடுக்கப்பட்ட சாதிகளைச் சேர்ந்தோரின் பெயர் எதுவும் இடம்பெறவில்லை. தீண்டத்தகாத சாதிகளில் ஒன்றாகிய பறையசாதியைச் சேர்ந்த அயோத்திதாஸ் பண்டிதர் அவர்கள் இவர்களில் யாரொருவரின்

உடைபடும் புனிதங்கள் ✤ 363

முயற்சிக்கும் குறைவுபடாத அறிவுத்துறை நடவடிக்கையை மேற்கொண்டிருந்தாரெனினும் வரலாற்றாசிரியர்கள் எவர் கண்ணிலும் இம்முயற்சிகள் படாமற் போனது சிந்திக்கத்தக்கது. அயோத்திதாஸ் பண்டிதர் போன்ற மிகச் சில தாழ்த்தப்பட்ட அறிவுத்துறையினரின் முயற்சிகள் ஆதிக்க சாதியினர் மேலாண்மை வகித்த மையநீரோட்ட அறிவுத்துறைச் செயல்பாட்டிற்குள் அனுமதிக்கப்படாததையே இது காட்டுகிறது. எனவே பண்டிதர் போன்றோர் மைய நீரோட்டச் சைவ மரபினரின் முயற்சிகட்கு எதிராகக் கட்டமைத்த தமிழ்ப் பாரம்பரியம், தமிழ்ப் பண்பாடு முதலியவை மையநீரோட்டத்தால் புறக்கணிக்கப்பட்டு, இருட்டடிப்புச் செய்யப்பட்டுக் கால வெள்ளத்தில் அமிழ்த்தப்பட்டன.

மேற்குறித்த பட்டியல்களில் 99 சதம் பார்ப்பன-வேளாளரே நிரம்பியுள்ளனர் என்பதை மீண்டும் வலியுறுத்தத் தேவையில்லை. இவர்கள் கண்டுபிடித்து, கட்டமைத்த இந்து - சைவ அடிப்படையிலான தமிழ்ப்பாரம்பரியமும் தமிழ்ப்பண்பாடும் இயல்பானவையாகக் கடந்த இரு நூற்றாண்டுகளில் இங்கே பதிக்கப்பட்டன. இந்த அடிப்படையிலேயே இங்குப் பாடநூல்கள் உருவாக்கப்பட்டன. பல்கலைக்கழகங்கள் இயங்கின. கடந்த நூற்றாண்டு காலத் தமிழக அரசியலும்கூட இந்தக் கட்டமைப்பின் அடிப்படையிலேயே செயல்பட்டது. திராவிட இயக்கங்கள் மட்டுமின்றி காங்கிரஸ் மற்றும் பொதுவுடைமை இயக்கங்களும்கூட இந்தக் கட்டமைப்பை ஏற்றுக் கொண்டே செயல்பட்டன. இதனைப் புரிந்து செயற்பட்ட ஒரே நபராக நாம் பெரியார் ஈ.வே.ரா. அவர்களை மட்டுமே காணமுடிகிறது. நமது பாரம்பரியம், மொழி, இலக்கியம் அனைத்தும் பார்ப்பனியத்தாலும் சைவத்தாலும் கறைபட்டவை, சாதியத்தைக் காப்பாற்றுவதே அவற்றின் நோக்கம் என முழங்கினார் அவர்.

இரண்டு: 1933 முதல் 1980 வரை

இந்தப் பரந்தகாலப் பகுதியில் நடைபெற்ற செயல்பாடுகளை நாம் ஐந்தாய்ப் பிரித்து அணுகலாம்.

அ. மணிக்கொடி மற்றும் அதனைத் தொடர்ந்த சிறு பத்திரிகை இயக்கங்கள்: தமிழின் மறுமலர்ச்சி இங்கிருந்தே தொடங்குவதாக இன்று கூறப்படுகிறது. (விவரங்களுக்கு: அ. மார்க்ஸ், மணிக் கொடியின் பரிணாமம் முனைவன், 1983). மணிக்கொடி மற்றும் அதன் பாரம்பரியத்தில் வந்த எழுத்தாளர்களே தமிழில்

நவீனத்துவத்தை அறிமுகப்படுத்தியதாகச் சொல்லப்படுகிறது. யாப்பைத் தவிர்த்த புதுக்கவிதை, சிறுகதைகள், நனவோடை உத்தி போன்ற நவீனத்துவம் சார்ந்த உத்திகளைப் பயன்படுத்துதல் முதலியவற்றில் அவர்கள் குறிப்பிடத்தக்க சாதனைகளைப் புரிந்துள்ளனர். வணிகமயமான இதழியல் செயற்பாடுகளி லிருந்தும் இடதுசாரிகளின் சோஷலிச எதார்த்தவாதத்திலிருந்தும் இவர்கள் தம்மை ஒதுக்கிக்கொண்டனர். இவர்களது செயற்பாடு களை நாம் சற்று விரிவாய்ப் பின்னர் ஆராய்வோம்.

ஆ. இந்தியப் பாரம்பரியப் பின்னணியில் தமிழ் இலக்கியத்தை வைத்து ஆராய்ந்தோர்: எஸ். வையாபுரிப்பிள்ளை, தெ.பொ. மீனாட்சி சுந்தரனார் ஆகியோரை இப்போக்கின் எடுத்துக் காட்டுகளாய்க் குறிப்பிடலாம். பரந்த நூலறிவும், கடுமையான உழைப்பும்கொண்ட இவ்வறிஞர்கள் அகில இந்தியப் பண்பாட்டின் ஓரங்கமாய் தமிழ்ப்பண்பாட்டைப் பார்த்ததன் விளைவாகவும், பரஸ்பரத் தாக்கம் என்பதைக் காட்டிலும் தமிழ்மீதான அகில இந்திய அதாவது வடமொழித் தாக்கத்திற்குக் கூடுதல் முக்கியத்துவம் அளித்ததாலும் சிற்சில சமயங்களில் தமிழின் தொன்மையை ரொம்பவும் பின்நகர்த்திச் சொன்னார்கள். வையாபுரிப் பிள்ளையின் சிலப்பதிகாரம் பற்றிய கால ஆய்வு இதற்கொரு நல்ல எடுத்துக்காட்டு. இவர்களின் இந்தப் போக்கின் விளைவாக இந்துத்துவத்தின் அடிப்படையிலான அகில இந்திய தேசியம் என்கிற பெயரில் தமிழ்த்தேசியம் உள்ளிட்ட பல்வேறு தேசியங் களையும் ஒடுக்கும் அரசியல் போக்கிற்கு இவர்களது ஆய்வுகள் சில நேரங்களில் துணையாய் நின்றன. தெ.பொ.மீ. அவர்கள் காங்கிரஸ் கட்சியோடு தொடர்புடையவர் என்பது குறிப்பிடத் தக்கது.

இ. திராவிட இயக்கத்தினர்: பல்வேறு குறிப்பிடத்தக்க வேறுபாடுகள் உள்ளவர்களாயினும் சுந்தரம்பிள்ளை, மறைமலை அடிகள் தொடங்கி பெரியார் தவிர்த்து, சி.என். அண்ணாதுரை, மு. கருணாநிதிவரை இப்போக்கினுள் அடக்க முடியும். அகில இந்தியம் மற்றும் பார்ப்பனிய மரபிலிருந்து துண்டித்துக் கொள்ளுதல், பார்ப்பனிய மற்றும் வடமொழி எதிர்ப்பு, தமிழின் தொன்மையை வலியுறுத்தல் என்பவற்றை இவர்களின் பொதுப்பண்புகளாக வரையறுக்க முடியும். திராவிட முன்னேற்றக் கழகம் இக்கோட்பாடுகளை அரசியற் களத்தில் பயன்படுத்தி

வெற்றியும் கண்டது. சுந்தரம்பிள்ளை, மறைமலை போன்றோர் சைவ நெறியை நம்பியவர்கள் என்பதோடு 'சைவ நெறியே தமிழ் நெறி' என வெளிப்படையாக அறைகூவியவர்கள். சாதியத்திற்கு எதிரானவர்கள் அல்லர். அந்த வகையில் இவர்கள் தாம் எதிர்த்து நின்ற பார்ப்பனியத்துடன் சமரசம் பூண்டவர்களாகவே இருந்தனர். இதன் விளைவாகவே பெரியார் பார்ப்பன எதிர்ப்பாளராக இருந்தபோதிலும் இவர்களோடு ஐக்கியம் காண முடியவில்லை. இவர்கள் வலியுறுத்திய தனித்தமிழ் இயக்கத்தின் அரசியற் பின்னணி என்பது எவ்வாறு அரசியற் களத்தில் பார்ப்பனரோடு வேளாளர் நடத்திய மேலாண்மைக்கான போட்டியாக இருந்தது என்பதைச் சிவத்தம்பி, கைலாசபதி போன்றோர் நிறுவியுள்ளனர். (கா.சிவத்தம்பி, *தனித்தமிழ் இயக்கத்தின் அரசியற் பின்னணி, பாட்டாளி வெளியீடு, 1978*).

பெரியாரிடமிருந்து பிரிந்த திராவிட முன்னேற்றக் கழகத்தினர் பெரியாரின் கடவுள் மறுப்பு, பார்ப்பன எதிர்ப்பு ஆகியவற்றைப் படிப்படியாக நீர்த்துப்போகச் செய்தனரெனினும் இவர்களது தொடக்ககால கலை இலக்கிய முயற்சிகள் என்பன தமிழ்ச்சூழலில் மிக முக்கிய விளைவுகளை ஏற்படுத்தியுள்ளன. பெரும்பான்மைத் தமிழ்மக்களின் மீது பரவலான செல்வாக்குச் செலுத்திவரும் தமிழ் சினிமா, தமிழ் இதழ்கள் ஆகியவற்றில் பார்ப்பனர் ஆதிக்கத்தின் விளைவாகப் பார்ப்பனிய மரபுகள், மொழி ஆகியவை மக்கள் மத்தியில் பரவலாகத் திணிக்கப்பட்டுக்கொண்டிருந்த ஒரு கால கட்டத்தில் அவற்றைத் தடுத்து நிறுத்திய மிக முக்கியமான பணியை அவர்கள் செய்தனர். கூடியவரை வடமொழி கலவா நல்லதமிழ், மூடநம்பிக்கை எதிர்ப்பு, கோயில் சார்ந்த ஊழல்களைத் தோலுரித்தல், தமிழின் தொன்மையை வலியுறுத்தல் என்கிற வடிவில் தமிழ் சினிமா, தமிழ் இதழிய மொழி ஆகியவற்றின் போக்கையே இவர்கள் திசை திருப்பினர். திராவிட இயக்கம் தமிழ் இலக்கிய வளர்ச்சிக்குத் தடையாக இருந்தது என்கிற கருத்தை இன்று தமிழவன் போன்றோர் (பெரியார் கூட்டு விவாதம், நிறப்பிரிகை - 7) பரப்பிவருகின்றனர். வெகுசனச் செயற்பாடுகளை ஒதுக்கிவிட்டு இலக்கியச் செயற்பாட்டை ஒரு மேட்டிமைத் தன்மைமிக்க (Etilist) நடவடிக்கையாகக் கருதுவதன் விளைவாகவே வெகுசனக் களத்தில் திராவிட இயக்கம் ஆற்றிய பணியை இவர்கள் காணத் தவறுகின்றனர்.

ஈ. முற்போக்கு இயக்கத்தினர்: சோஷலிச எதார்த்தவாதக்

கோட்பாட்டை ஏற்று இயங்கிய பொதுவுடைமை இயக்கத்தினர் புனைவு இலக்கியச் செயற்பாடுகளில் குறிப்பிடத்தக்கப் பதிவு களைச் செய்யவில்லை எனினும் பண்டைத் தமிழ் இலக்கியங் களை வர்க்க நோக்கில் மறு வாசிப்பு செய்வதிலும், இலக்கியத்தின் சமூக வேர்களைக் கண்டறிவதிலும் குறிப்பிடத்தக்க பணிகளை ஆற்றியுள்ளனர். ஜீவா தொடங்கி தொ.மு.சி. ரகுநாதன், நா. வானமாமலை, க. கைலாசபதி, கா. சிவத்தம்பி, கோ. கேசவன் ஆகியோர் இவர்களில் குறிப்பிடத்தக்கவர். நாட்டுப்புற இலக்கியங் களை இவர்கள் கவனத்தில் எடுத்துக்கொண்டனர். எனினும் தமிழ் மரபால் அங்கீகரிக்கப்பட்ட உயர் இலக்கிய மரபைத் தாண்டி இவர்கள் எதிர்மரபுகளைத் தேடியதில்லை.

உ. மையநீரோட்ட வெகுசனக் கலை இலக்கிய நடவடிக்கைகள்: கோடிக்கணக்கான தமிழ்மக்களைச் சென்றடையும் கலை இலக்கிய நடவடிக்கைகளாக தமிழ் சினிமா, தமிழ் இதழ்கள், தொலைக்காட்சி ஆகியவற்றைக் குறிப்பிடலாம். மையப்படுத்தப் பட்ட உற்பத்தி, தனித்தனியான நுகர்வு என்கிற முதலாளிய விதி இங்கும் செயல்படுவதன் விளைவாக பெருமூலதனத்துடன் இவற்றின் உற்பத்தி இணைக்கப்பட்டுள்ளது. வெகுசனம் நுகர்வோர்களாக மாற்றப்பட்டுள்ளது. இவற்றின்மீது பார்ப்பனர் களின் செல்வாக்கு குறிப்பிடத்தக்கதாக இன்றளவும் நிலவி வருகிறது. இலக்கியத்தைக் காத்திரமானவை என்றும் காத்திர மற்றவை என்றும் பிரித்து அணுகியதன் விளைவாக எல்லாத் தரப்பு விமர்சகர்களாலுமே பல கோடிக்கணக்கான மக்கள்மீது செல்வாக்குச் செலுத்துகின்ற மைய நீரோட்டக் கலை-இலக்கிய நடவடிக்கைகள் இதுவரை உரிய கவனிப்புப் பெறாமற் போயிற்று.

இந்த ஐந்து வகை இலக்கியப்போக்குகளுக்கும் அடிப்படையாக உள்ள ஒரு பொதுப்பண்பை இங்கே சுட்டிக்காட்டுவது அவசியம். மார்க்சியர், திராவிட இயக்கத்தினர் உள்ளிட்ட அனைவருமே அங்கீகரிக்கப்பட்ட இலக்கியப் பாரம்பரியமாகக் கையளிக்கப்பட்டவற்றை அப்படியே கேள்வி முறையின்றி ஏற்றுக்கொண்டனர். பார்ப்பன-வேளாள மரபை ஒட்டுமொத்தமான தமிழ்ச்சமூகம் முழுமைக்குமான மரபாக இவர்கள் எல்லோரும் ஏற்றுக்கொண்டு இயங்கினர்; இயங்கிவருகின்றனர். இலக்கிய ஆக்கங்களை உயர் ஆக்கங்கள் x வெகுசன ஆக்கங்கள் எனப் பிரிப்பதையும், இந்த அடிப்படையில் இலக்கியப் ‘படைப்பை’

ஓர் உன்னத நிகழ்வு என்பதிலும், இலக்கியத்தின் செயற்பாட்டை ஆய்வு செய்யும்போது 'படைப்பாளியை' உன்னதப்படுத்தி வாசகனைப் புறக்கணிப்பதிலும் இவர்களிடையே ஒற்றுமை இருந்தது. இவர் களிடையே ஆய்வுமுறை (Method) வேறுபட்டாலும் பிரச்சினைப்பாடு (Problelmatiqe) வேறுபடவில்லை. ஆய்வுப் பொருளை நிர்ணயிக்கும் கோட்பாட்டுருவாக்கத்திலும் இவர்கள் வேறுபட்டு நிற்கவில்லை.

மூன்று

கையளிக்கப்பட்ட இலக்கியப் பாரம்பரியத்தை முற்றிலும் எதிரான ஒரு மறுவாசிப்பிற்குள்ளாக்கி முற்றிலும் புதிதான ஒரு எதிர் மரபைத் தமிழ் மரபாகக் கட்டமைத்த முயற்சியை ஆகக் கீழாக ஒடுக்கப்பட்ட மக்களுக்கான கருத்தியற் பின்னணியுடன் செயல்படும் அறிவுத் துறையினரே செய்ய முடியும் என்பதற்கு ஓர் எடுத்துக்காட்டாய் அமைந்துள்ளவர் அயோத்திதாஸ் பண்டிதர் (V.Geetha, S.V. Rajadurai, Dalits and Non-brhmin Conciousness in Colonia T.N., *EPW*, Sep 25/93) தாழ்த்தப்பட்ட பஞ்சம சாதியைச் சேர்ந்த அயோத்திதாஸ் பண்டிதர் 1880-1914 காலகட்டத்தில் தமிழக அரசியலிலும் அறிவு அறிவுத்துறை நடவடிக்கைகளிலும் தீவிரமாகப் பங்கேற்றவர். காத்தவராயன் என்கிற இயற்பெயர்கொண்ட அவர் அயோத்திதாச கவிராஜ பண்டிதர் என்கிற தனது ஆசிரியர் பெயரையே தனக்குச் சூட்டிக்கொண்டார். 'திராவிட மகாஜன சங்கம்' (1881) என்கிற அமைப்பையும் பின்னாளில் 'சாக்கிய புத்த சங்கம்' என்கிற அமைப்பையும் உருவாக்கிச் செயல்பட்டார். தாழ்த்தப்பட்டவர் நலன் நோக்கிலான அரசியற் கோரிக்கைகளை திராவிட மகாஜன சங்கம் முன்வைத்தது; தமிழகத்தில் புத்தமதத்தை மீளுருவாக்கும் பணியைச் சாக்கிய புத்த சங்கம் எடுத்துக்கொண்டது.

வடமொழி, பாலி, ஆங்கிலம், தமிழ் எனப் பல மொழிகளில் ஒருசேரப் புலமை பெற்றிருந்தவராகப் பண்டிதரை அவரது எழுத்துகளிலிருந்து அடையாளம் காண முடிகிறது. பழந்தமிழ் இலக்கியங்களை மறுவாசிப்புச் செய்ததோடன்றி தமிழ்ச் சமூக, பண்பாடு வரலாறு குறித்துப் புதிய ஆய்வுகளையும் அவர் மேற்கொண்டார். மைசூரிலிருந்த கோலார் தங்கவயல் ஆண்டர்சன் பேட்டையைச் சேர்ந்த ஸ்ரீ சித்தார்த்தா புத்தகசாலைப் பிரசுர நிறுவனம் மூலமாக அவரது ஆய்வுநூல்கள் வெளியிடப்பட்டன. 1907 முதல் ஒரு பைசாத் தமிழன் என்கிற ஓர் இதழையும் அவர் தொடங்கி நடத்தினார். இந்த மண்ணின் பூர்வகுடிகள் பறையர்கள். இவர்களின் மதம்

புத்த மதம், பார்ப்பனர்கள் தம் சூழ்ச்சித்திறனால் இவர்களைப் படிப்படியாக அடிமையாக்கினர். இவர்களது பண்பாட்டு மரபினை அழித்துத் தமதாக்கிக்கொண்டனர் என்கிறார் அயோத்திதாசர். இந்தியச் சிந்தனையாளர்களில் முதன்மையானவராகிய டாக்டர் அம்பேத்கர் அவர்கள் சுமார் 50 ஆண்டுகளுக்குப் பின்பு தாழ்த்தப்பட்ட மக்களின் விடுதலை நோக்கில் முன்வைத்த பல கருத்துகளை வியக்கத்தக்க அளவில் பண்டிதர் முன்வைத்துள்ளார். பார்ப்பனரின் மேலாண்மை நிறுவப்பெற்ற சூழ்ச்சி வரலாற்றை எதார்த்த பிராமண வேதாந்த விவரம், வேஷப்பிராமண வேதாந்தவிவரம் என்கிற இருநூல்களில் ஆய்ந்துள்ளார். திருக்குறள் அறத்துப்பாலுக்கும் ஆத்திசூடிக்கும் புதிய உரை எழுதியுள்ளார். இந்திரர்தேச சரித்திரம், அரிச்சந்திரன் பொய்கள், திருவள்ளுவர் வரலாறு, புத்தமார்க்க வினாவிடை முதலியன அவரது நூல்களில் சில.

ஐந்திரம் அடக்கிய புத்தனின் பெயர்த்திரிபே 'இந்திரன்'; இந்திரதேசம், இந்திர விழா, இந்திர விகாரை என்பதெல்லாம் புத்தனைக் குறிப்பனவே; 'பாரதம்' என்கிற பெயர்கூட 'வரதன்' என்கிற சித்தார்த்தனின் பெயரிலிருந்து உருவாகியதுதான் என்றெல்லாம் நிறுவும் அயோத்திதாசர் அரிச்சந்திர புராணம், கோபால கிருஷ்ண பாரதியின் நந்தன் கதை எல்லாவற்றையும் மறுவாசிப்புச் செய்கிறார். அவரது மறுவாசிப்புகளில் சில; 'அறஞ்செய விரும்பு' என்கிற ஆத்திசூடிக்கு 'அறன் (புத்தன்) செயல் விரும்பு' என விளக்கமளிக்கும் பண்டிதர் 'தையல் சொறற்கேளேல்' என்பதைப் பின்வருமாறு விளக்குகிறார்:

'தையல்-கொடூரமாம், சொல்-வார்த்தைகள், கேளேல்- செவி கொடாதே என்பதாம். எதிரியால் உன்னைத் தைக்கக் கூறு மொழிக்கு செவி கொடுப்பாயாயின் கோபம் மீண்டு அவனுடன் போர் செய்ய நேரும். அதனால் துக்கம் பெருகும். ஆதலால் எதிரி தையல் சொற்களுக்கு செவி கொடாதிருக்க வேண்டுமென்பது கருத்து. அதாவது, குத்திக் குற்றியிழுக்கும் கொடூரச் செயலுக்குத் தைத்த லென்றும் பனியின் கொடூரத்தால் இலையுதிரும் மாதத்திற்கு தை மாதமென்றும், கொடூர நெய் கலந்த வஸ்துகளுக்குத் தைலமென்றும், புண்படுவிதத்தில் தைக்கக்கூறும் கொடூர வார்த்தை தையல் மொழியென்றும் கூறப்படும்' (க. அயோத்திதாஸ் பண்டிதர், ஸ்ரீ அம்பிகையம்மன் அருளிச் செய்த முதல் வாசகம், ஸ்ரீ சித்தார்த்த புத்தக சாலை, பிரபவ வருடம் பக். 53).

பெண்ணிய நோக்கில் எல்லாவற்றையும் பண்டிதர் மறுவாசிப்புச் செய்கிறார் என்பதில்லையெனினும் தமிழ்மரபு சைவ மரபுதான் என்பதை மறுத்து அதனைப் புத்தமரபாகக் கட்டமைக்க முயன்ற அவரது இலக்கியக் குறுக்கீடு மற்ற அனைத்துவகைக் குறுக்கீடு களிலிருந்தும் அவரை வேறுபடுத்திக்காட்டுகிறது.

தமிழில் நவீனத்துவம்
I

பத்தொன்பதாம் நூற்றாண்டின் பிற்பகுதியின் அரசியல், சமூக, வரலாற்றுப் பின்னணியில் நவீனத்துவத்தின் தோற்றத்தை விளக்குவது வழக்கம். (அ. மார்க்ஸ், மார்க்சியமும் இலக்கியத்தில் நவீனத்துவமும், பக். 26-27). முதலாளிய நெருக்கடிகள், தாராளவாதத் தத்துவம் மற்றும் நேர்க்காட்சிவாதம் ஆகியவற்றின் தோல்வி, கிறிஸ்தவ சனாதனத்தின் ஆதார பீடத்தையே குலுக்கிய அறிவியல் கண்டுபிடிப்புகள், ஐரோப்பாவில் பாட்டாளி வர்க்கப் புரட்சிகள் வெற்றிபெறாமை, ரஷ்யாவில் ஸ்டாலினியத் தேக்கம், அச்சு, ஒளிப்படப் பிரதியாக்கம் ஆகியவற்றின் விளைவாகக் கலை தனது புனித வட்டத்தை இழத்தல் ஆகியவை இப்பின்புலத்தின் பிரதான அம்சங்களாக குறிப்பிடப்படும். இச்சூழலின் விளைவான மையம் சிதறுண்ட அந்நியப்பட்ட மனிதனைக் கலை இலக்கியத்தில் பிரதிநிதித்துவப்படுத்த எதார்த்தவாதத்தின் போதாமையை உணர்ந்த அக்கால கலை இலக்கியப் படைப்பாளிகள் நவீனத்துவத்திற்குக் காரணமாயினர். மதவேர்களை இழந்து இருப்பியல் கேள்விகளில் அலைப்புண்ட இவர்களில் சிலர் சில சந்தர்ப்பங்களில் வலது தீவிரச்சார்புடையவர்களாகவும் இருந்தனர். மேயர்ஹோல்ட், ஐசன் ஸ்டைன், ப்ரெக்ட், பிக்காசோ போன்றோர் சோஷலிச மனிதனை உருவாக்க நவீனத்துவத்தைப் பயன்படுத்த முடியும் என நம்பியவர்கள்.

நவீனத்துவத்தின் தோற்றம் குறித்த மேற்கண்ட விளக்கம் என்பது மேற்கத்திச் சமூகம் மற்றும் கலாச்சாரத்தின் உள் இயக்கத்தினை மட்டுமே கணக்கில் எடுத்துக்கொள்கிறது. இது போதாது என்கிறார் கலாச்சாரமும் ஏகாதிபத்தியமும் என்கிற நூலை எழுதியுள்ள நவீன சிந்தனையாளர் எட்வர்ட்சேத் (Edward W Said, *Culture and Imperialism*, Alfred A Knopf, 1993)

ஏகாதிபத்தியத்தின் ஆட்சிப்புலத்திலிருந்து மேற்கத்திய கலாச் சாரத்தின் மீது ஏற்படுத்திய வெளிஅழுத்தமும் நவீனத்துவத்தின்

தோற்றத்தில் ஒரு காரணியாக அமைந்தது என்பது அவர் கருத்து. 'மேற்கத்திய நாகரிகத்தின் மையக்கருவாக உள்ள உண்மை வளம் என்பது அதனுடன் போட்டியிடுகிற பார்ப்பனிய ஆன்மிகத்தையும் பழைய பேரரசானது ஐரோப்பாவின் புதிய நாடுகளுக்கும் கையளித்துள்ள மறுமலர்ச்சிச் சிந்தனையையும் காட்டிலும் உன்னதமானது' என்கிற சீலியின் கருத்தை மேற்கோள் காட்டும் சேத் கீழைத்தேயக் காலனி நாடுகளில் கலாச்சாரத் தாக்கம் பற்றிய பிரக்ஞை மேற்கத்தியப் படைப்பாளிகளுக்கு இருந்தது என்கிறார். தாமஸ் மானின் ஆக்கமாகிய Death in Venice இல் ஐரோப்பாவில் பரவும் கொள்ளை நோயாகிய 'பிளேக்' ஆசியாவிலிருந்து வந்ததாகச் சொல்லப்படுவதைச் சுட்டிக்காட்டும் சேத், பத்தொன்பதாம் நூற்றாண்டின் பிற்பகுதியிலிருந்து ஐரோப்பிய ஆக்க இலக்கிய அறிவுத் துறையினரின் மனநிலையில் இருகூறுகள் இருந்தன என்கிறார். காலனிய நடவடிக்கைகளின் விளைவான வெற்றிச் செருக்கு ஒருபுறம். தமது கலாச்சாரத்துடன் போட்டியிடும் குடியேற்ற நாட்டுக் கலாச்சாரங்கள்பற்றிய பிரக்ஞை ஒருபுறம். நம்பிக்கை, அச்சம், ஆசை, வீழ்ச்சி ஆகியவற்றின் கூட்டுக் கலவையாகவே அவர்களின் உளவியல் அமைந்தது. ஐரோப்பியக் கலை, கலாச்சாரம் முதலியவை பாதிப்பிற்கு அப்பாற்பட்டவையல்ல என்கிற பிரக்ஞை அவர்களிடம் புரையோடியிருந்தது. பயண இலக்கியங்கள், மானுடவியலாளரின் குறிப்புகள், புவியியலாளரின் ஆய்வுகள் என ஏதோ ஒரு வகையில் காலனியக் கலாச்சாரச் சுவடுகள் ஐரோப்பியக் கலாச்சாரத்தின்மீது பதிந்துகொண்டே இருந்தது. காலனியப் பிடியைத் தொடர்ந்து தக்கவைக்கும் சாத்தியங்கள் குறைந்தபோது ஏகாதிபத்திய வெற்றி வாகை என்பதும் நகைப்பிற்கிடமானது.

இத்தகைய சூழல்களை எதிர்கொள்ள புதிய கலை இலக்கிய வடிவங்கள் தேவைப்பட்டன என்கிறார் சேத். மகிழ்ச்சி, துக்கம், உயர்வு, தாழ்வு போன்ற எதிரெதிரான அம்சங்களை அருகருகே வைத்தல், ஆக்கம் முழுவதும் விரவிக் கிடக்கும் முரண்நகைத்தொனி (Irony) ஆகியவற்றுடன்கூடிய நவீனத்துவ வடிவங்கள் இப்படித்தான் தோன்றின. எல்லாவற்றையும் உள்ளடக்கிக் கொள்ளக்கூடியதாகவும் அதேசமயத்தில் திறந்த வடிவுடையதாகவும் உள்ள வடிவங்கள் உருவாயின.

நவீனத்துவத்தின் தோற்றம், செயற்பாடு குறித்த பழைய மார்க்சியர்கள், சேத் ஆகியோரின் விளக்கங்களிலிருந்து சில

பொதுப்படையான உண்மைகளை நாம் பெறமுடிகிறது. உள் இயக்கங்கள், புறத்தாக்கங்கள் ஆகியவற்றின் விளைவாக தாம் சார்ந்திருந்த மரபு, தத்துவம், மதம், நம்பிக்கைகள் ஆகிய அனைத்திலும் ஐரோப்பிய நவீனத்துவவாதிகள் பிடிப்பை இழந்திருந்தனர். ஒரு முரண் நகைத்தொனியுடன் பாரம்பரியத்தை அவர்கள் அணுகினர். மரபில் நம்பிக்கை இழத்தல் என்பது தத்துவம், மதம் ஆகியவற்றில் தொடங்கி கலை இலக்கியங்களில் வியாப்தி அடைந்தது. கலை இலக்கியச் செயற்பாடுகளில் நவீனத்துவம் ஓவியத்தில் தொடங்கி பின்பு இலக்கியத்தை எட்டியது.

II

தமிழில் நவீனத்துவத்தை அறிமுகப்படுத்தியோர் யார் எனப் பார்ப்பதற்கு முன்பு நவீன இலக்கிய முயற்சிகளை மேற்கொண்டோர் பட்டியலைப் பார்ப்போம். சிட்டி, சிவபாத சுந்தரம், வல்லிக்கண்ணன் ஆகியோர் எழுதிய நாவல், சிறுகதை மற்றும் புதுக்கவிதை வரலாற்று நூல்களிலிருந்து இப்பகுதிக்குத் தேவைப்படும் பட்டியல்களை நாம் உருவாக்கிக்கொள்ளலாம். (மேற்படி நூல்கள் முறையே (1) பெ.கோ. சுந்தரராஜன், சோ.சிவபாதசுந்தரம், தமிழ் நாவல்-நூற்றாண்டு வரலாறும் வளர்ச்சியும், சி.எல்.எஸ். 1977. (2) பெ.கோ. சுந்தரராஜன், சோ. சிவபாத சுந்தரம், தமிழில் சிறுகதை வரலாறும் வளர்ச்சியும், க்ரியா, 1989. (3) வல்லிக்கண்ணன், புதுக்கவிதையின் தோற்றமும் வளர்ச்சியும், எழுத்து, 1977)

முதல் தமிழ்ச்சிறுகதை ஆசிரியர்கள் (1850-1933): அ. சதாசிவம் பிள்ளை, சிவசாம்பன், டி.ஜி. வெங்கட்ரமணய்யா, அம்மணி அம்மாள், செல்வ கேசவராய முதலியார், மாதவய்யா, சுப்பிரமணிய பாரதி, வ.வே.சு. அய்யர், கே.எஸ். வேங்கடரமணி, நாரணதுரைக் கண்ணன், தி.ஜ. ரங்கநாதன், கல்கி, ராஜாஜி, வ.ரா...

முதல் தமிழ் நாவலாசிரியர்கள் (1879-1933): மாயூரம் வேத நாயகம் பிள்ளை, சு.வை. குருசாமிசர்மா, ராஜம் அய்யர், மாதவய்யா, நடேச சாஸ்திரி, தி.ம. பொன்னுசாமிப்பிள்ளை, சூரிய நாராயண சாஸ்திரி, எஸ்.ஏ. ராமஸ்வாமி அய்யர், ஆரணி குப்புசாமி முதலியார், வடுவூர் துரைசாமி அய்யங்கார், வை.மு. கோதைநாயகி அம்மாள், ஜே.ஆர். ரங்கராஜு, வ.ரா. மேலச்சிவபுரி பனையப்பச் செட்டியார், கே.எஸ். வேங்கட ரமணி, ராஜு செட்டியார், நாகை தண்டபாணிப் பிள்ளை, கிரிஜாதேவி, மூவலூர் ஆர். ராமாமிர்தத்தம்மாள், டி.பி. ராஜலட்சுமி...

தேவதாசி சாதியைச் சார்ந்த மூவலூர் ஆ. ராமாமிர்தத்தம்மாள் தவிர இவர்களில் யாரும் ஒடுக்கப்பட்ட சாதிகளைத் சேர்ந்தவர்களல்ல என்பதோடு வழக்கம்போல இவர்களில் 99 சதம்பேர் பார்ப்பன-வேளாள சாதியைச் சேர்ந்தவர்கள். தவிரவும் இவர்களது நோக்கம் இந்து-பார்ப்பன மரபை உயர்த்திப் பிடிப்பதாகவே இருந்தது. அந்த மரபுக்குப் புதிய சூழலில் ஏற்பட்டுள்ள ஆபத்து குறித்த அச்சம் அவர்களுக்கு இருந்தது. சிட்டியும் சிவபாத சுந்தரமும் எழுதிய நாவல் வரலாற்றில் முதல் கட்டத்தைப் 'பண்பாட்டுக் கவலை' என்றே குறிப்பிடுகின்றனர். முதல் நாவலாசிரியராகிய வேதநாயகம் பிள்ளை நமது எழுத்தின் நோக்கம் குறித்துக் கூறுவன:

> 'தமிழில் வசனநூல்கள் இல்லாத பெருங்குறையைத் தீர்ப்பதே நான் இந்தப் புனைகதையை எழுதியதன் நோக்கமாகும். அத்துடன் எனது முந்திய நூல்களாகிய நீதிநூல், பெண்மதிமாலை, சமரசக் கீர்த்தனைகள் முதலியவற்றிலே சொல்லிய ஒழுக்க நெறிகளுக்கு உதாரணபூர்வ மாகவும் இதை எழுதினேன்.'
>
> 'இந்த நூலில் தேசிய மரபு, குடும்ப வாழ்க்கை, தென்னிந்திய மக்களின் பழக்கவழக்கங்கள் முதலியவற்றுடன், வேடிக்கையான சில உபகதைகளும் சேர்க்கப்பட்டுள்ளன. இறைவனிடத்தில் பக்தியும் சமூகவாழ்வுக்கு இன்றியமையாத கடமைகளும் வற்புறுத்தப்பட்டுள்ளன.'

(தமிழ் நாவல் நூற்றாண்டு வரலாறும் வளர்ச்சியும், பக். 7, 8) கிறிஸ்தவ மதத்தைச் சேர்ந்தவராயினும் பிள்ளையவர்கள் தேசிய மரபு. தென்னிந்தியப் பழக்கவழக்கங்கள், ஒழுக்க நெறி ஆகியவற்றிற்கு அழுத்தம் கொடுப்பது கவனிக்கத்தக்கது. வேறு இரு முதல் நாவலாசிரியர்கள் பற்றிச் சிட்டியும் சிவபாத சுந்தரமும்,

> ...ராஜம் அய்யரின் முக்கியக் கதைமாந்தர்கள் தத்துவ விசாரணையில் ஈடுபட்டுவிடுகிறார்கள். மாதவய்யாவின் பாத்திரங்கள் நகர வாழ்க்கைத் தாக்கத்தினின்றும் தமது பாரம்பரியப் பண்பாட்டைக் காப்பாற்றிக்கொள்ளும் போராட்டத்தில் சிக்கிக்கொள்கிறார்கள்... ஆகவே வெவ்வேறு வகையில் ராஜம்அய்யரும் மாதவய்யாவும் பண்பாட்டுக் கவலையைத் தங்களது இலக்கியப் படைப்புகளில் தெரிவித்திருக்கிறார்கள் (மேற்படி நூல் பக். 41)

என்று குறிப்பிடுவது அறியத்தக்கது. மேற்சாதியினராகவும், துரைத்தன உத்தியோகத்தராகவுமிருந்த இவர்களது ஆக்கங்களும் இத்தகைய மக்களைப் பற்றியதாகவே இருந்தன. தமிழ்க்கல்வி, சைவ சமய அறிவு,

தத்துவ விளக்க ஆவல் முதலியவற்றையே தனது பண்பாட்டுக் கவலையாகக் கொண்டவர் என சிட்டி, சிவபாத சுந்தரத்தால் குறிப்பிடப்படும் தி.ம. பொன்னுசாமிப் பிள்ளை தமது படைப்புகள் பற்றிக் குறிப்பிடுவதாவது:

> திரிசிரபுரம் என் ஜென்மபூமியாதலால் இளமையில் தென்னாட்டுத் தமிழ் மக்களிடையில் வளர்ந்து வேளாளர் முதலானோருடைய குடி வாழ்க்கை வகைகளையும் அவர்களின் இயல்பையும் நான் நெருக்கமாகப் பழகியிருக்கிறேன். இரங்கூன் நான் துரைத்தன சேவை செய்த இடமாகையால் நாட்டுக்கோட்டை நகரத்து ஸர்வகாரிகளான வேளாண் செட்டிகளோடு கொடுக்கல்வாங்கல் சம்பந்தமாக நெருங்கிப் பழகி அவர்கள் இயல்பையும் அறிந்திருக் கிறேன். ஆகவே என்னுடைய கதைகள் பெரும்பாலும் வேளாண் குடி மக்களையும் வேளாண் செட்டிகளையும் பற்றியிருக்கும். *(மேற்படி நூல், பக். 56)*

பிள்ளையவர்கள் தன் எழுத்தின் முகாந்திரமாகச் சொல்வதாவது:

> இவர்களிடத்தில் காலாந்தரமாக வழங்கி வருகின்ற சதாசாரங்களின் இடையில் சில துராசாரங்களும் கிளைத்துத் தலைகாட்டி வருவது தற்காலத்தில் பிரத்தியேகமான விஷயம். அவற்றுள் எளிதில் சீர்திருத்திக்கொள்ளக்கூடிய சிலவற்றை எடுத்துக்காட்டினால் அவர்கள் அவற்றை விலக்கவும் அதனால் நமது தேசம் சிறப்பு அடையவும் ஒருவாறு முகாந்திரம் ஏற்படுமென்பதே இந்தக் கதைகளை எழுதுவதில் நான் முக்கியமாகக் கொண்டிருக்கும் உட்கருத்து *(மேற்படி நூல். பக். 56)*

பார்ப்பனர்கள் எழுதியவற்றைப்பற்றிச் சொல்ல வேண்டியதில்லை. முற்றிலும் பார்ப்பனச் சூழல், பார்ப்பனப் பழக்க வழக்கங்கள், பார்ப்பன மொழி ஆகியவற்றுடனேயே தம் எழுத்துகளை வடித்தனர். நாவல் என்பது தனி மனிதன் தோன்றிய கால கட்டத்தின் இலக்கிய வெளிப்பாடு என்பர். தமிழ் நாவலின் தொடக்க வரலாற்றை நோக்குமிடத்து 'தனிமனிதன்' எனச் சும்மா சொல்லாமல் மேட்டுக் குடித் தனிமனிதன்' அல்லது 'உயர்சாதித் தனிமனிதன்' எனச் சேர்த்துச் சொல்வதே சரி எனப்புரிகிறது. அடித்தட்டுத் தனிமனிதன் நாவலில் இடம்பெறுவதற்கு வெகுகாலம் பிடித்தது.

மேற்சொன்ன எடுத்துக்காட்டுகள் யாவும் நாவலாசிரியர்களை மையமாய் வைத்துச் சொன்னதெனினும் சிறுகதை ஆசிரியர்களுக்கும் இது பொருந்தும். தமிழ்ச்சிறுகதையின் முன்னோடியாய்ச்

சொல்லப்படும் வ.வே.சு. அய்யர், சேரன்மாதேவி ஆசிரமத்தில் பார்ப்பனப் பிள்ளைகளுக்குத் தனியே சோறிட்டு வருணாசிரமத்தைப் பேணியதன் விளைவாக காங்கிரஸ் கட்சி உடைந்து பெரியார் விலகுவதற்குக் காரணமான வரலாற்றுப் புகழ்படைத்தவர்.

எனினும் இவர்களில் பலரும் 'விதவாவிவாகம்', 'பெண் கல்வி' போன்ற பல சீர்திருத்தக் கருத்துகளை முன்வைத்துத் தம் எழுத்துகளை வடித்துள்ளனரே எனக் கேள்வி எழலாம். இதனைப் புரிந்து கொள்வதற்குப் பத்தொன்பதாம் நூற்றாண்டுச் சீர்திருத்த இயக்கங் களின் ஒரு தன்மையை நாம் விளங்கிக்கொள்வது அவசியம். வெள்ளைக்காரர்களுடன் வந்த பல நவீனமாற்றங்கள் இந்தியத் துணைக்கண்டச் சமூகங்களில் ஏற்படுத்திய விளைவுகள் பல. அவற்றில் ஒன்று உயர்சாதிமக்கள் நகரங்களுக்கு இடம் பெயர்ந்து, ஆங்கிலக் கல்வி கற்று மத்தியதர வர்க்கமாக மாறியது. புதிய மத்தியதர வர்க்க உயர்சாதி ஆணுக்குப் பொருத்தமான மத்திய தரவர்க்க உயர்சாதிப் பெண்மணி தேவைப்பட்டபோது முதற்கட்டச் சீர்திருத்தக் காரர்கள் பெண்கல்வியை வலியுறுத்தினர். 'நல்ல மனைவியாக, நல்லபக்கத்து வீட்டுக்காரியாக' பெண்கள் தயாரிக்கப்பட வேண்டிய அவசியத்தை முதற்கட்டக் கல்வியாளர்களான கார்வே போன்றோர் வலியுறுத்தியுள்ளனர். அதேபோல நவீன சூழலில் பால்யவிவாகம், இளம்விதவை வாழ்க்கை முதலியன பல்வேறு ஒழுக்கக்கேடுகளுக்குக் காரணமாகி இந்து சமூகம் சீர்கெட நேரும் என்கிற அச்சத்தின் விளைவாக இந்து சமூகத்தைப் புதுமைப்படுத்த வேண்டிய அவசியம் அவர்களுக்கிருந்தது (அ. மார்க்ஸ், 'வகுப்புவாதம் - நான்கு கட்டுரைகள்,' நிறப்பிரிகை-7).

தீண்டாமைக்கு எதிரான மெல்லிய கண்டனங்கள் என்பதுகூட இந்து சமூகத்தை ஒருங்குதிரட்ட வேண்டிய அவசியத்தின் பாற்பட்ட தாகவே இருந்தது (பார்க்க: மேற்படி கட்டுரை). 1903ஆம் ஆண்டில் பிராமண விதவை ஒருத்திக்கு மறுமணம் செய்வதாக எழுதிய தனது முத்து மீனாட்சி என்கிற நாவலைப் 'பழித்துக் கண்டித்த' ஹிந்து பத்திரிகை, 'ஒன்பது ஆண்டுகள் கழித்து, 1912இல் அந்தக் கோட்பாடு களின் விருத்தியுரை எனவாகும் குசிகர் குட்டிக் கதைகளை அதே பத்திரிகை தானே பிரசுரித்ததுமன்றி புஸ்தக ரூபமாகவும் திரட்டி வெளியிட்டு நாடெங்கும் பரவச் செய்தது' என மாதவய்யர் கூறி யுள்ளது (தமிழ்ச் சிறுகதை வரலாறும் வளர்ச்சியும், பக். 29) குறிப்பிடத்தக்கது.

மொத்தத்தில் நவீன இலக்கிய வடிவங்களை முதலில் அறிமுகம் செய்த உயர்சாதிக்காரர்களின் முயற்சிகள் இந்து சனாதனத்தைக் கேள்விக்குள்ளாக்குவது அல்லது கேலி செய்வது என்பதாக இல்லாமல் அதைப் புதுப்பித்துப் புனர் நிர்மாணம் செய்வதாகவே இருந்தது. வங்கத்தின் முதல் நாவலாசிரியர்களில் ஒருவரான பங்கிம் சந்திர சட்டர்ஜியின் ஆனந்தமடம் என்கிற நாவல் இன்றுவரை இந்துத்துவ சக்திகளுக்கு உத்வேகம் அளிக்கும் ஒன்றாக அமைந்துள்ளது சிந்திக்கத்தக்கது.

கடைசியாக மூவலூர் இராமாமிர்தம் அம்மையாரின் தாசிகள் மோசவலை அல்லது மதிபெற்ற மைனர் என்னும் நாவல் குறித்துச் சில குறிப்புகள்: 1883இல் மாயூரத்தை அடுத்த மூவலூர் கிராமத்தில் தாசி குலத்தில் (இசைவேளாளர்) பிறந்து இளம்வயதிலேயே பொட்டுக் கட்டப்பட்டவர் இராமாமிர்தம் அம்மையார். அவரது தாயும் மாமனும் தடுத்தும், மீறி வந்து தனது இசை ஆசிரியர் சுயம்பு பிள்ளையைத் திருமணம் செய்துகொண்ட இராமமிர்தம் முதலில் காங்கிரஸ் கட்சியிலும் பின்னர் சுயமரியாதை இயக்கத்திலும் தன்னை இணைத்துக் கொண்டு தேவதாசி ஒழிப்புச் சட்டம் நிறைவேற்றுவதற் காகப் போராடினார். எழுத்துத்துறையில் பெண்கள் புகுவதே அரிதாக இருந்த ஒரு காலகட்டத்தில், அப்படி நுழைந்த ஓரிருவரும்கூட கற்பு உட்பட பெண்களின் பெருங்குணங்களைப் போற்றி எழுதிக் கொண்டிருந்த ஒரு சூழலில் எழுதப்புகுந்த இந்தத் தேவதாசி அம்மை தனது 323 பக்கமுள்ள நாவலை வெளியிடுவதில் பல சிரமங்கள் அனுபவித்தார் என்றும் இறுதியில் வெள்ளைத் துரைச்சி அம்மையார் என்கிற சமீந்தாரிணி ஒருவரது உதவியால் இதனை அச்சேற்றினார் என்றும் தெரிகிறது. இந்த நாவல் வெளிவந்த பின்னணியைச் சுருக்கமாய் அறிவது அவசியம்.

காங்கிரஸ்காரரும் இந்தியப் பெண்கள் சங்கத்தைச் சேர்ந்தவருமான டாக்டர் முத்துலட்சுமி ரெட்டி 1930இல் தேவதாசி ஒழிப்பு மசோதாவைக் கொண்டுவந்தார். பார்ப்பனர் ஆதிக்கத்திலிருந்த அவருடைய காங்கிரஸ் கட்சி இதை நிறைவேற்றுவதில் அக்கறை காட்டவில்லை. வேறு முக்கிய வேலைகள் இருப்பதாக ராச கோபாலாச்சாரி, முத்துலட்சுமிக்குக் கடிதம் எழுதினார். ராஜாஜிக்கு உண்மையில் தேவதாசி முறையை ஒழிப்பதில் ஆர்வமில்லை என முத்துலட்சுமி எழுதுகிறார் (S. Anandi, Representing devadasis: Dasigal Mosavalai as a radical Text. *E.P.W.* Mar. 91). 1937இல் ராஜாஜி

முதலமைச்சரான பின்பும் மசோதாவை விவாதத்திற்கு எடுப்பதில் மிகுந்த தயக்கம் காட்டினார். முத்துலட்சுமி போன்றோரின் முயற்சிகளின் விளைவாகவும் வெளியில் சுயமரியாதை இயக்கம் கொடுத்த அழுத்தம் காரணமாகவும் தவிர்க்க முடியாமல் மசோதா விவாதத்திற்கு வந்தபோதும் மசோதாவைக் கடுமையாய் எதிர்த்தவர் சத்தியமூர்த்தி அய்யர். பாரதி பாடல்கள் ஏகாதிபத்திய அரசால் பறிமுதல் செய்யப்பட்டபோது அதனை எதிர்த்துக் கடுமையாக சட்டசபையில் முழங்கியவர் இவர் என்பதும், உள்கட்சி அரசியலில் ராஜாஜிக்கு எதிரானவர் என்பதும் குறிப்பிடத்தக்கது.

'தேவதாசிமுறை என்பது இந்தியக் கலாச்சாரத்தின் ஓரங்கம். நமது பண்பாட்டை அழிக்க முயலும் ஏகாதிபத்திய முயற்சிகளுக்கு எதிராக அதனைக் காப்பது நமது கடமை. இன்றைக்கு தேவதாசி முறையை ஒழிக்கச் சொல்வீர்களானால் பின்னர் பார்ப்பனரல்லாதோர் இயக்கத்தைச் சேர்ந்தோர் இந்துக் கோயில்களில் பார்ப்பனர்களை அர்ச்சகர்கள் ஆக்குவதையும்கூட எதிர்க்கலாம். எனவே இந்த மசோதாவை நிறைவேற்ற வேண்டாம்' என வாதிட்டார் சத்தியமூர்த்தி அய்யர் (பார்க்க: அதே கட்டுரை). பேசியதோடு நிற்கவில்லை. தேவதாசிகளை வைத்துச் சம்பாதிக்கும் ஒரு சிலரின் ஆதரவோடு தஞ்சை மாவட்டத்தில் தேவதாசி முறைக்கு ஆதரவாக மாநாடுகளைத் தான் பின்புலத்தில் இருந்துகொண்டு நடத்தினார். கடைசியில், 'வேண்டுமானால் தேவதாசிகளுக்குப் பிறந்த எல்லாப் பெண்களுக்கும் பொட்டுக்கட்ட வேண்டாம். ஒரே ஒரு பெண்ணை மட்டுமே தேவதாசியாக்கட்டும்' என்று பேசிப் பார்த்தார். எனினும் தேவதாசி முறை எதிர்ப்பாளர்களின் கடும் முயற்சியின் விளைவாக 1947ஆம் ஆண்டு சட்டம் நிறைவேறியது.

இந்தப் பின்னணியில்தான் இராமாமிர்தத்தின் நாவல் 1936இல் வெளிவந்தது. கிட்டத்தட்ட இராமாமிர்தத்தின் சுயசரிதையை அடிப்படையாகக்கொண்டு எழுதப்பட்ட அந்நாவல், இறுதியில் அன்று உண்மையில் நடைபெற்ற ஒரு சுயமரியாதை மாநாட்டு நிகழ்ச்சிகளோடும், தாசிமுறை ஒழிக்கப்படுவது குறித்துத் தீர்மானம் நிறைவேற்றப்படுதலோடும் முடிகிறது. இத்தகைய புதிய உத்தியைக் கையாண்டதோடன்றி தேவதாசிகள்பற்றிய ஒற்றைப் பரிமாணப் பிம்பத்தை உருவாக்காமல் பன்முகப் பரிமாணங்களை பிரதி கட்டமைப்பது குறிப்பிடத்தக்கது. அன்றைய அரசியலோட்டத்தோடு நாவல் இணைக்கப்பட்டுக் கொண்டுசெல்லப்படுவது குறிப்பிடத்

தக்கது. பதிப்புரையில் இராமாமிர்தம் கூறுகிறார்:

> தேவதாசி முறையை ஒழிக்க வேண்டும், தெய்வங்களின் பெயரால் பொட்டுக்கட்டும் அநாகரிக வழக்கத்தை ஒழித்துவிட வேண்டும் என்று டாக்டர் முத்துலட்சுமி அம்மை போன்ற சீர்திருத்தவாதிகள் சொன்னால் இப்பொழுதும் முட்டுக்கட்டை போடுகின்றவர்கள் யார் என்பதைக் கவனியுங்கள். வைதிகர் கூச்சல் ஒருபுறம் இருக்கட்டும், பெரிய பெரிய சட்ட நிபுணர்களான அரசியல் தலைவர்கள் என்பவர்களே குறுக்கே விழுகிறார்கள்... (தமிழ் நாவல்-நூற்றாண்டு வரலாறும் வளர்ச்சியும், பக். 142).

தேவதாசிமுறை உள்ளிட்ட சமூக இழிவுகளுக்குப் பின்புலமாக இருப்பது இந்து தருமம்தான் என்பதிலும் அதனை ஒழிக்காமல் இந்த இழிவுகளைப் போக்க முடியாது என்பதிலும் இராமாமிர்தம் அம்மைக்குத் தெளிவிருந்தது. நாவலில் ஒரு பாத்திரம்,

> ஒரு குறிப்பிட்ட பெண்சமூகத்தை வியபிசாரத்துக்குத் தயார் செய்து வைத்திருப்பது இந்நாட்டு ஆண்சமூகத்தின் மிருக இச்சைக்குத் தக்க சான்றாக இருக்கிறது. பகுத்தறிவும் நாகரிகமும் வளர்ந்து கொண்டிருப்பதாகச் சொல்லப்படும் இந்த இருபதாம் நூற்றாண்டிலும் தேவதாசிமுறையை ஒழிப்பது சாஸ்திர விரோதம், சட்ட விரோதம், கலை விரோதம் என்று கூக்குரல் கிளப்பும் சாஸ்திரிகளும் தலைவர்களும் இருப்பது மானக்கேடாகும். தேவதாசிமுறைக்கு அடிப்படையாக இருக்கும் கடவுள், மதம், ஸ்மிருதி, ஆகமம், புராணம் ஆகியவற்றை முதலில் ஒழிக்க வேண்டும். இவற்றை ஒழித்துவிட்டால் தேவதாசிக் கூட்டம் இருப்பதற்கே நியாயமிருக்காது

என்று பேசுவது குறிப்பிடத்தக்கது. (மேற்படி நூல். பக். 142).

III

மேற்குறித்தோர் அனைவரும் எதார்த்தவாத வடிவங்களைத் தாண்டியதில்லை. நவீனத்துவ வடிவங்களைச் சோதனை செய்யும் முயற்சிகள் மணிக்கொடியில் தொடங்கி எழுத்து, கசடதபற எனத் தொடர்ந்தது. இவை குறித்துப் பார்க்குமுன் 'தமிழ் மறுமலர்ச்சியின்' அடையாளமாக நிறுத்தப்படும் மணிக்கொடி பற்றி பார்ப்பன அறிவுத்துறையினர் கட்டி வைத்திருக்கும் சில புனைவுகளைத் தோலுரித்தல் அவசியம் (பார்க்க: அ. மார்க்ஸின் முன் குறிப்பிட்ட மணிக்கொடியின் பரிணாமம் கட்டுரை). மணிக்கொடி

குறித்த சில உண்மைகள்:

1. மணிக்கொடி முழுவதையும் மூன்று கட்டங்களாகப் பிரித்து அணுக வேண்டும். வ.ரா.வை ஆசிரியராய்க்கொண்ட முதற்கட்ட மணிக்கொடி ஏகாதிபத்தியத்திற்கெதிரான கிளர்ச்சி நோக்குடன் தொடங்கப்பட்டது. சிறுகதை மணிக்கொடி எனச் சொல்லப்படும் பி.எஸ். ராமையாவை ஆசிரியராய்க்கொண்ட இரண்டாம் கட்ட மணிக்கொடி முற்றிலுமாய் ஏகாதிபத்திய எதிர்ப்பைக் கைவிட்டது. இந்தக் கட்டத்தில்தான் சோதனை முயற்சிகள் மேற்கொள்ளப்பட்டன. வ.ரா.வை ஆசிரியராய்க்கொண்ட மூன்றாம் கட்ட மணிக்கொடி சுயமரியாதை இயக்கத்திற்கு எதிரான அரசியலை முன் வைத்தது. 'சுயமரியாதைக் காலிகள்' என மணிக்கொடி இதழ்களில் பார்ப்பனியத்தை எதிர்த்தவர்கள் திட்டப்பட்டனர்.

2. மேனாட்டு நவீன இலக்கிய முயற்சிகள் பற்றியெல்லாம் பேசிய மணிக்கொடி பிரேம் சந்த் போன்றோரால் சமகாலத்தில் உருவாக்கப்பட்ட முற்போக்கு எழுத்தாளர் சங்கம்பற்றி எங்கும் குறிப்பிட்டதில்லை. பின்னாளில் மணிக்கொடியின் வாரிசுகளாய்த் தோன்றி, இயங்கிய பல சிறுபத்திரிகைகள் மராத்தியில் வீச்சாகச் செயற்பட்ட தலித் இ லக்கியம்பற்றி அதிகம் பேசியதில்லை என்பது இத்துடன் இணைத்து பார்க்கத்தக்கது.

3. மணிக்கொடியோடு தொடர்புடையவர்களில் தொண்ணூறு சதத்திற்கும் மேற்பட்டோர் பார்ப்பன-வேளாளர்களே. ஒரு சிலர் இதர மேல்மட்ட உயர்சாதிகளைச் சேர்ந்தவர்கள். எ.டு: சௌராஷ்டிர சமூகத்தைச் சேர்ந்த எம்.வி. வெங்கட்ராம். ஒடுக்கப்பட்ட சாதிகளைச் சேர்ந்தோர் ஒருவருமில்லை.

இனி, மறுமலர்ச்சி நாயகர்களில் ஒரு சிலர்: ந. பிச்சமூர்த்தி, கு.ப. ராஜகோபாலன், புதுமைப்பித்தன், லா.ச. ராமாமிர்தம், மௌனி, எம்.வி. வெங்கட்ராம், பி.எஸ். ராமையா, சி.சு. செல்லப்பா, சிதம்பர சுப்பிரமணியன், க.நா. சுப்பிரமணியன், சாலிவாகனன், தி. ஜானகிராமன், வல்லிக்கண்ணன், தி.சொ. வேணுகோபாலன், தருமு சிவராமு, சி. மணி, எஸ். வைத்தீஸ்வரன், டி.கே. துரைசாமி, ஞானக்கூத்தன், சுந்தர ராமசாமி...

பட்டியல்கள் மீது நாம் இதுவரை முன்வைத்த விமர்சனங்கள் யாவும் அப்படியே இந்த நவீனத்துவ நாயகர்களுக்கும் பொருந்தும்.

இவர்கள் அனைவரும் (புதுமைப்பித்தன் போன்றோரின் ஒருசில விதிவிலக்கான இலக்கியச் செயற்பாடுகள் தவிர) இந்து மரபின் மீது அதாவது பார்ப்பன மரபின் மீது ஆழ்ந்த பற்றும் நம்பிக்கையும் உடையவர்கள். படைப்பாளி புனிதமானவன், படைப்பு புனிதச் செயல் என இவர்களில் பெரும்பான்மையோர் இன்றுவரை நம்பி வருகின்றனர். தனது உன்னதப் படைப்புகள் ஒருவித 'லஹரியில்' வெளிப்படுவதாக சுந்தர ராமசாமி சமீபத்திய 'தினமணி சுடர்' (ஏப்ரல் 1994) பேட்டியில் குறிப்பிட்டுள்ளது கவனிக்கத்தக்கது (ஆதி சங்கரரின் 'சௌந்தர்ய லஹரி'யுடன் ஒப்பிட்டுப் பார்க்க). மேற்கத்திய நவீனத்துவம் போலன்றி நிலவுகிற தத்துவ, மத மரபுகளை இவர்கள் கேள்விக்குள்ளாக்கியதுமில்லை. கேலியாகப் பார்த்ததுமில்லை என்பதை மீண்டும் பதித்துக்கொள்வோம். போட்டியிடும் அந்நிய மரபைக் கண்டு மேற்கத்திய நவீனவாதிகளைப் போல அதிர்ச்சியும் சுயஎள்ளலும் அடையாமல் தமது மரபை இவர்கள் நம்பிக்கையோடு அணுகிவந்தனர். இதற்கு நாம் எண்ணற்ற எடுத்துக்காட்டுகளைச் சுட்ட முடியும். ஒரு சில:

> எழுத்து என்பதே, சத்தியம், சிவம், சுந்தரம் இவற்றைக் கொண்டதாக இருக்க வேண்டும். இவையே உலகை இயக்குபவை. இவற்றையே எழுத்தில் பிரதிபலிக்க வேண்டும் (தமிழ்ச் சிறுகதை: வரலாறும் வளர்ச்சியும், பக். 168)

என்பதே இவர்களின் இலக்கிய நோக்கமாக இருந்தது.

> சிருஷ்டி என்னும் மகத்தான இயக்கத்தில் இசைவு பெற்றுள்ளவன் தான் கவி, அவன் கூற்றுத்தான் கவிதை என்ற உண்மையை நாம் உணர்கிறோம் (புதுக்கவிதையின் தோற்றமும் வளர்ச்சியும் பக்.III)

என எழுத்தையும் எழுத்தாளனையும் உன்னதப்படுத்தியவர்கள் இவர்கள்.

'மாடர்னிசத்தின் பிதாமகர்' எனப் 'போஸ்ட் மாடர்னிசப் பிதாமகர்' தமிழவனால் (பெரியாரியம் கூட்டுக் கட்டுரையில் தமிழவன், நிறப்பிரிகை 7, பக்.7; மற்றும் தமிழவனின் சரித்திரத்தில் படிந்த நிழல்கள் நாவலில் சண்முகத்தின் முன்னுரை, காவ்யா. 1994) துதிக்கப்படும் க.நா.சு. பற்றிய ஞானியின் மதிப்பீடு கீழ்வருமாறு:

> இந்தியமரபின் சில அம்சங்களில் க.நா.சு. அழுத்தமான நம்பிக்கை கொண்டிருந்தார். குடும்பம், உறவுகள், திருமண வாழ்க்கை ஆகியவற்றில் க.நா.சு. அதிக நம்பிக்கை கொண்டிருந்தார். இந்திய

வாழ்க்கை இயற்கையோடும் பிற மனிதர்களோடும் ஒரு மனிதனைச் சுதந்திரமான உறவில் வைத்திருக்கிறது. மேற்கு நாட்டு வாழ்க்கை மனிதனை அவனது பல பண்புகளிலிருந்து குறைத்து இரண்டொரு பண்புகளில் இறக்கிவிடுகிறது என்பது க.நா.சு.வின் கருத்து (ப. கிருஷ்ணசாமி, க.நா.சு. இலக்கியத் தடம், காவ்யா, 1991, பக்.6).

தனது எழுத்துகள்பற்றி க.நா.சு.வின் சுய மதிப்பீடுகள்:

'ஆமாம்... (பொய்த்தேவின் முடிவு) மரபு சார்ந்ததுதான். நான் அப்படி வேண்டுமென்றுதான் எழுதினேன்... எனது விமர்சனத்தில் மேற்கத்திய பாதிப்பு இருக்கிறது. படைப்பில் இருக்கிற மரபு எனக்கு மிகவும் பிடித்த விஷயம்...'

'அசுரகணம் முழுமையாகப் பழைமையைக் கொண்டிருக்கிற நாவல்... மரபுரீதியான நாவல். அதில் அமைந்து வந்திருக்கும் உளவியல் கூறுகள் நவீனத் தன்மையுடையவை... சர்ரியலிஸ்ட் முறையில் இந்த நாவல் செல்கிறது என்று சொல்ல முடியாது... பெரிய மனிதன் என்று இன்னொரு நாவல் எழுதியிருக்கிறேன். அதில் உளவியல் அலசல் முறையை (சைக்கோ அனாலிசிஸ்) பயன்படுத்தி இருக்கிறேன். அதிலேயும் மரபை வலியுறுத்தி உள்ளேன்.

என்மீது அமைந்த பாதிப்புகளுக்குக் காரணம் தத்துவம் என்று சொன்னால் புரிகிறது. வேதாந்தம் என்று சொல்ல முடியவில்லை... சடங்குகளையெல்லாம் செய்யாதபோதும்கூட நான் ஒரு பிராமணன்தான். அப்படிச் சொல்ல எனக்கு உரிமையுண்டு.

நமக்கு மரபாக ஒரு தத்துவம் இருக்கிறது. அத்தகைய மரபான தத்துவம் நான் அறியாமலே என் மனதுள் பதிந்திருக்கும். ஆனால் அது தத்துவார்த்த அளவில் என்னைக் கட்டுப்படுத்துகிற விஷயம் அல்ல.

இலக்கியாசிரியன் வாசகனுக்கு ஏதோ ஒன்றைக் கொடுக்கிற காரணத்தால் ஆசிரியன் வாசகனைவிடச் சற்று உயர்ந்த ஸ்தானத்தில் தான் இருக்கிறான்.' (பார்க்க: மேற்படி நூலிலுள்ள க.நா.சு. பேட்டி)

மொத்தத்தில் 'கலை கலைக்காகவே' என்னும் பூர்ஷ்வா சித்தாந்தத்தை இந்திய வேதாந்த மரபுடன் இணைத்துத் தமிழில் வெற்றிகரமாகப் பரப்பி வந்தவர் க.நா.சு. என்பதில் எவருக்கும் ஐயம் இருக்கமுடியாது என எண்ணுகிறோம்' எனக் க. கைலாசபதி குறிப்பிட்டுள்ளதில்

(திறனாய்வுப் பிரச்சினைகள், என்சிபிஎச், 1980, பக். 83) பெருமளவு உண்மையுள்ளது. வெங்கட் சாமிநாதன் பற்றிக் க.நா.சு., 'அவர் வைதீக மான சாஸ்திரிகளுடைய புதல்வர், அதனால் இந்த மரபுப் பார்வை வந்திருக்கும்' எனக் கூறுவது (மேற்படி பேட்டி பக். 116) குறிப்பிடத்தக்கது.

நவீனத்துவ எழுத்தாளர்களின் எழுத்துகளை எடுத்துக்கொண்டு கட்டவிழ்ப்புச் செய்யும்போது அவர்கள் எவ்வளவு தூரம் இந்துத்துவ மரபில் ஊறிப்போயுள்ளனர் என்பது தெளிவுறும். க.நா.சு.வின் பொய்த்தேவு பற்றிய பகுப்பாய்வு செய்த கோ. ராஜாராம்,

> இப்படி, அப்பட்டமாய் சாதியத்தைப் புகழ்கிற, பரப்புகிற, ஸ்தாபிக்கிற, ஒரு நாவல் என்ன காரணத்தால் தமிழின் சிறந்த நாவல்களில் ஒன்று எனப் போற்றப்படுகிறது? சாதியத்தைப் புகழ்வதில் நுணுக்கமானதாய்க்கூட ஒரு மறைபொருள் தன்மையற்று தெளிவாகவே ஒருநிலைப்பாட்டை மேற்கொள்கிறது இந்த நாவல். பிராமணியம் சிறந்ததென, பிராமணியமே உய்யும் வழியென எந்தச் சந்தேகத்திற்கும் இடம் வைக்காமல் முன் மொழிகிறது! நம் சமூக இலக்கியப் பார்வைகளில் பிராமணியத்தின் தாக்கமும் வீச்சும் எந்த அளவுக்குப் பரந்து கிடக்கின்றன என்பதற்குப் பொய்த்தேவு நாவல் மட்டுமல்ல, 'பொய்த்தேவு' பற்றி இலக்கிய ரசனை மனத்தினரும் விமர்சகர்களும், விரித்து வைக்கிற பொய் நச்சு வலைகளும்கூட நிரூபணம் ஆகின்றன. என்ன அவலம் இது? (க.நா.சு. இலக்கியத் தடம், பக். 54).

என முடிப்பது சிந்திக்கத்தக்கது. தமிழ்ச் சிந்தனைச் சூழலே எவ்வாறு பார்ப்பனியத் தாக்கத்தால் புரையோடிக் கிடக்கிறது என்பது குறித்த ராஜாராமின் கவலை நாம் அனைவரும் பகிர்ந்துகொள்ள வேண்டிய ஒன்று.

மேலை நாகரிகத்திற்கெதிராக இந்து நாகரிகத்தை உயர்த்திப் பிடிப்பனவாகவும் இன்றைய கட்டுமானங்களையும் ஒழுங்குகளையும் சிதையாமல் காப்பாற்றக்கூடிய சனாதனப் பார்ப்பன ஆணாதிக்கக் குரலை ஒலிப்பனவாகவும் மௌனி, எம்.வி. வெங்கட்ராம் ஆகியோரின் பிரதிகளை பிரதியியல் ஆய்வு செய்துள்ள அ. மார்க்சின் இரு கட்டுரைகள் (மேலும் 1993 இதழில் வெளிவந்துள்ள பட்டுக்கோட்டை கலியாணசுந்தரமும் பாரதிதாசன் பல்கலைக் கழகமும் என்கிற கட்டுரை மற்றும் மௌனியில் மௌனமாகும் எதார்த்தங்கள் என்கிற மௌனி இலக்கியத்தடம், காவ்யா, 1993 என்கிற ப. கிருஷ்ணசாமியால் தொகுக்கப்பட்டுள்ள நூலிலுள்ள கட்டுரை)

முக்கியமானவை. ஆர்எஸ்எஸ் பத்திரிகை ஒன்றுடன் தொடர்பு கொண்டிருந்த எழுத்தாளர் ஜெயமோகனால் தமிழில் இரண்டே இரண்டு நாவல்களை எழுதியதாகச் சொல்லப்படும் சுந்தர ராமசாமியின் அதி நவீனமான நாவலாகக் குறிப்பிடப்படும் ஜே.ஜே. சில குறிப்புகளின் சனாதனப் பின்புலத்தையும் அதில் வெளிப்படும் பாமர ரசனை அம்சங்களையும் பிரமிள் தோலுரித்துள்ளார் (தீட்சண்யம், இதழ் 1) அவரே ஞானக்கூத்தனில் வெளிப்படும் 'பிராமண வெறி'யையும் இனம் காட்டியுள்ளார் (க.நா.சு. இலக்கியத்தடம் பக். 72-74). நவீனத்துவ எழுத்தாளர்களின் இதர பல்வேறு பிரதிகளையும் நாம் இவ்வாறே கட்டுடைக்க முடியும். சு.ரா.வின் மேற்குறித்த நாவலை சாருநிவேதிதாவும் கட்டுடைத்துள்ளது குறிப்பிடத்தக்கது.

IV

இங்கொரு கேள்வி எழலாம். அப்படியானால் இவர்களது பங்களிப்பு என நாம் எதையுமே சொல்ல முடியாதா? இவர்களது எழுத்துகள்பற்றிச் சொல்வதற்கு வேறெந்த விசயங்களுமே இல்லையா? இருக்கலாம். ஆனால் இவை பற்றியெல்லாம் பேசுவதற்கு வேறு பலர் உள்ளனர். இவைபற்றி எல்லாம் ஆய்வு செய்து எத்தனையோ நூற்கள் வந்தாயிற்று. இந்த ஆய்வுகளைச் செய்தவர்களும் இவைபற்றிப் பேசியவர்களும்கூட இவர்களேதான் என்பது சிந்திக்கத்தக்கது. இந்த மரபு ஆகக்கீழே இருந்த அடித்தட்டு மக்களின் மாபெரும் சுமையாக சுமார் இரண்டாயிரம் ஆண்டுக்காலமாக அழுத்தி வந்திருக்கிறது. அடித்தட்டு மக்கள் அறிவுத்துறைக்குள் முண்டியடித்து நுழையும்போது அவர்களின் மிகப்பெரிய தடையாகவும் எதிரியாகவும் இந்தப் பார்ப்பனிய மரபே அவர்களை எதிர்கொள்கிறது.

நாம் இதுவரை ஆய்வுக்கு எடுத்துக்கொண்ட கடந்த இரு நூற்றாண்டு காலத்தில் இயங்கிய (திராவிட இயக்கத்தைத் தவிர்த்து) தமிழ் அறிவுத்துறையினரில் இந்தப் பார்ப்பனிய மரபைக் கடுமையாக எதிர்த்தவர்கள் இரண்டே இரண்டு பேர்கள்தான். ஒருவர் அயோத்தி தாஸ் பண்டிதர், மற்றவர் மூவலூர் இராமாமிர்தத்தம்மாள். ஒருவர் பறையர், மற்றவர் தாசி. மரபை விமர்சனமின்றி ஏற்றுக்கொண்ட அவ்வளவு பேரும் உயர்சாதியினர், பெரும்பாலும் பார்ப்பன - வேளாளர்கள். இவர்கள் அனைவரும் வெளிப்படையாகவும், மறைமுகமாகவும், பிரக்ஞைபூர்வமாகவும் பிரக்ஞையற்றும் வெவ்வேறு மட்டங்களில் வெவ்வேறு அளவுகளில் பார்ப்பனிய

மரபுகளை உள்வாங்கி இருந்தனர். அவர்களது பிரதிகளில் அவை வெளிப்பட்டன. நவீன அமைப்பியற் சிந்தனை வாசகனுக்கு அதிக முக்கியத்துவம் கொடுத்தபோதிலும், ஆசிரியனின் உள்நோக்கத்தைப் பொருட்படுத்த வேண்டியதில்லை, வாசிப்பில் அதற்கு எந்தப் பங்குமில்லை என்று சொன்னபோதிலும் ஒவ்வொரு பிரதிக்கும் என்று ஓர் உள்நோக்கம் (intention of the Text) உள்ளது என்கிற கருத்தை வலியுறுத்துகிறது (பார்க்க Umberto Eco Interpretation and over Interpretation, Cambridge, 1992). ஒவ்வொரு பிரதிக்குள்ளும் அமைந்துள்ள அக ஒருமை (Internal coherance) பிரதியின் உள்நோக்கத் திற்குக் காரணமாகிறது. இந்தப் பிரதியின் உள்நோக்கமானது வாசகன் அப்பிரதியோடுகொள்ளும் உறவில் என்னவிதமான அர்த்தங்களை வேண்டுமானாலும் உருவாக்கிக் கொண்டுவிடலாம் என்கிற நிலைக்குச் சில எல்லைகளை வகுத்து விடுகிறது என்கிறார் உம்பர்டோ ஈகோ (மேற்படி நூல், பக். 64-66).

தமிழவன் போன்றோர் இந்த உண்மையைக் கணக்கில் எடுத்துக் கொள்ளாமல் பிரதியின் மேற்பரப்பில் காணக்கிடைக்கும் ஒருசில சொற்களைத் தேர்வு செய்துகொண்டு வார்த்தை விளையாட்டு விளையாடி க.நா.சு.வை 'நித்தியப் புரட்சியாளராக' (க.நா.சு. இலக்கியத் தடம், பக். 36) வாசிப்பது அமைப்பியலின் பெயரால் மேற் கொள்ளப்படும் அபத்தத்திற்கு ஒரு சிறந்த எடுத்துக்காட்டு. மௌனி குறித்த அவரது வாசிப்பும் இதே ரகம்தான். தமிழவன் என்கிற வாசகன் பிரதியின் இலட்சிய வாசகனாகவும் (Ideal Reader) இல்லை; நடைமுறை வாசகனாகவும் (Empirical Reader) இல்லை. மாறாக Paranoic Reader - உளப்பிறழ்வுகொண்ட வாசகனாகவே அமைகிறார்.

ஒடுக்கப்பட்டோர் சார்பான எதிர் இலக்கியங்களை உருவாக்கு வோருக்கு மரபு பெரும் எதிரியாக இருந்தது என்பதற்கு மராத்திய மொழி அனுபவமும் நமக்குச் சான்றாகக் கிடைக்கிறது. கடந்த இருபது ஆண்டுகளுக்கும் மேலாக அங்கே தலித் இலக்கிய நடவடிக்கைகள் வேரூன்றியுள்ளன. மராத்திய தலித் இலக்கிய முன்னோடிகளில் ஒருவரான அர்ஜுன் தாங்ளே,

மரபு என்னும் சொல் ஏமாற்றும், மயங்கவைக்கும் ஒன்றாகும். அது பின்னடைவுக்கான வடிவத்தை மேற்கொள்வது. தேக்கமுற்றுப் போனதன் அறிகுறி. எப்போதெல்லாம் புதிய சிந்தனைகள் முன்வைக்கப்படுகின்றனவோ அப்போதெல்லாம் இந்த மரபு என்னும் சொல் தற்காப்புக் கேடயமாக முன்வைக்கப்படும் (அர்ஜுன்

தாங்ளே, தலித் இலக்கியம், தாமரைச் செல்வி பதிப்பகம், 1993)

என்றும்,

> ஒடுக்கப்பட்டோர் இலக்கியம்பற்றி அடிக்கடி விவாதிக்கப்பட்ட கேள்வி மரபை ஏற்றுக்கொள்வதா இல்லையா? ஒடுக்கப்பட்ட இலக்கியம் சார்பான அறிவாளிகள் மரபை முழுமையாகப் புறக்கணித்த அதேவேளையில் ஒடுக்கப்படாதவர்கள் மரபைப் புறக்கணிக்க முடியாது. வேண்டப்படாததை மட்டும் தூக்கி எறிந்துவிட வேண்டும் என்னும் கருத்தைத் தொடர்ந்துகொண்டு இருந்தனர். (மேற்படி நூல்)

என்றும் கூறியுள்ளது கவனிக்கத்தக்கது. தமிழகப் புதுக்கவிதைக் காரர்களும்கூட மரபுக்கு எதிராகப் பேசிவந்தனர் எனினும் அவர்கள் மரபு எனச் சொன்னது கவிதை வடிவம் பற்றித்தான். தலித்துகள் மரபு எனச் சொல்வது இன்னும் ஆழமான அர்த்தங்களைக் கொண்டுள்ளது. நிலவும் வடிவங்களை மட்டுமின்றி நிலவும் மொழியை, சிந்தனை மரபை, நாசூக்குகளை, நளினங்களை எல்லாவற்றையும் புரட்டிப் போட்டுத் தலைகீழாகக் கவிழ்க்க வேண்டிய அவசியம் அவர்களுக்கு இருந்தது. அர்ஜுன் தாங்ளே மேலும் கூறுவார்:

> வலிமையான குழு Status-quoவுக்குச் சாதகமான மரபை உயர்த்திப் பிடிக்கும். ஆற்றல் குறைந்த குழுக்கள் இதனை எதிர்க்கும். (மேற்படி நூல்)

பெரும்பான்மையினர் மீது சிறுகுழுவினர் தமது செயற்பாடுகளைத் திணிப்பதுதான் மரபு என அவர் குறிப்பிடுவது ஆழ்ந்து சிந்திக்கத்தக்கது.

எனவே நிலவும் மரபுகளை இவர்கள் ஆவேசமாக எதிர் கொண்டபோது தலித் இலக்கியம் 'முரட்டுத்தனமானதாகவும், காட்டுக் கத்தலாகவும், கருத்துப் பரப்பல் வகையானதாகவும் பழித்துரைக்கப் பட்டது' (மேற்படி நூல்). தமிழகத்தில் இன்று தலித் இலக்கியம் மற்றும் எதிர் கலாச்சாரச் சிந்தனைகளை முன்வைப்போரை நோக்கி சுந்தர ராமசாமி போன்றோர் 'அடாவடித்தனம்' (சு.ரா.வி.ன் முன் குறிப்பிட்ட *தினமணி சுடர்* பேட்டி) செய்வதாகக் கூறுவது இத்துடன் ஒப்பு நோக்கத்தக்கது,

பார்ப்பன இந்துமரபை அடிநாதமாக ஏற்றுக்கொண்டு வெறும் வடிவமரபை அதாவது யாப்பை மட்டுமே புறக்கணித்ததன் விளை வாகத்தான் கடைசியில் யாப்பையும்கூட அவர்களால் முழுமையாக எதிர்க்க இயலாமற் போயிற்று. புதுக்கவிதை முன்னோடிகளில்

ஒருவரான கு.ப.ரா.,

> வசன கவிதைக்கும் யாப்பிலக்கணம் உண்டு. அதிலும் மாவிளங்காய், தேமாங்கனி எல்லாம் வந்தாக வேண்டும். வரும் வகை மட்டும் வேறாக இருக்கும். வசன கவிதைக்கும் எதுகை, மோனை கட்டாயம் உண்டு. ஏனென்றால் இந்த அலங்காரங்களையெல்லாம் உள்ளடக்கினது கவிதை. அது அவற்றை இஷ்டம்போல் மாற்றிக் கொள்ளும். முதலில் உண்டாக்கினபடியே இருக்க வேண்டும் என்றால் இருக்காது (புதுக் கவிதையின் தோற்றமும் வளர்ச்சியும், பக். 114-115).

என்று கூறியது கவனிக்கத்தக்கது. வடிவ அளவிலுங்கூட இவர்களை மரபுகளைத் தகர்த்தவர்கள் என்பதைவிடப் புதிய மரபுகளை உருவாக்கியவர்கள் என்று சொல்வதே தகும். எனவேதான் இவர்கள் வாய்மொழி மரபுப்பக்கம் போகவில்லை. மக்களின் அனுபவங் களோடும், அரசியல் நிகழ்வுகளோடும், தம்மைப் பிணைத்துக்கொள்ள வில்லை. ஈழக்கவிதைகளில் காணப்படும் வீச்சும் ஆழமும் சனநாயகப் பண்பாடும் பன்முகத்தன்மையும் இவர்களிடம் இல்லாமற் போயின.

மேற்குறித்த இலக்கியப் போக்கே இன்றளவும் தொடர்கிறது எனினும் இதிலிருந்து விலகி நின்ற போக்குகள் சிலவற்றை நாம் இனம் காண முடியும். 1950களில் முக்கிய தாக்கத்தை விளைவித்த திராவிட இயக்கத்தினரின் செயல்பாடுகளைப்பற்றி முன்பே குறிப்பிட்டோம். வெகுசன அளவில் திரைப்படம், பத்திரிகைத்துறை ஆகியவற்றில் அண்ணாதுரை, கருணாநிதி போன்றோர் இயங்கினர் என்றால் ஓரளவு பரந்துபட்ட படித்த வாசகர்கள் மத்தியில் மு. வரதராசனாரின் நாவல்கள் குறிப்பிடத்தக்க தாக்கத்தை விளைவித்தன. திருவாரூர் தங்கராசு, டி.கே. சீனிவாசன், தில்லை வில்லாளன்... எனக் குறிப்பிடத்தக்க அளவில் பிற்படுத்தப்பட்ட சாதிகளைச் சேர்ந்த எழுத்தாளர்களின் எழுத்துத்துறைப் பிரவேசத்தை நாம் இக்கட்டத்தில் காண முடிகிறது. பிற்படுத்தப்பட்ட மக்களின் வாழ்க்கை இலக்கியங்களில் இடம்பெறுகிற நிலையும் ஏற்பட்டது.

இதே கட்டத்திலும் தொடர்ந்தும் இடதுசாரிகளின் கலை இலக்கியப் பிரவேசமும் நிகழ்ந்தது. 'கலை இலக்கியப் பெருமன்றம்' 'முற்போக்கு எழுத்தாளர் சங்கம்' போன்ற அமைப்புகள், தாமரை, செம்மலர் போன்ற பத்திரிகைகள் ஆகியவற்றின் மூலம் இவர்கள் செயற்பாடுகள் அமைந்தன. தொழிலாளர், விவசாயிகள் இலக்கியங்களில் இடம்

பெறுதல் இவர்கள் மூலம் சாத்தியமாயிற்று. சேரி மற்றும் விளிம்பு நிலை மக்களது வாழ்க்கைகளும் இடம் பெறலாயின.

*1968*இல் ஏற்பட்ட நக்சல்பாரி எழுச்சி இந்தியச் சமூகம்பற்றிய புதிய பார்வைகளை முன்வைத்தது. ஏகாதிபத்தியச் சுரண்டல் பற்றிய பிரக்ஞையும், மக்கள் இலக்கியம் குறித்த சிந்தனைகளும் தோன்று வதற்குக் காரணமாய் இது அமைந்தது.

திரைப்பட, பத்திரிகைத் துறைகளில் திராவிட இலக்கியம் தோற்றுவித்த பாதிப்புகள் போல கவிதைத்துறையில் 'வானம்பாடிகள்' இயக்கம் பரந்துபட்ட வாசகத் தளத்தை எட்டியது. எழுத்து என்பது உன்னதமானவர்களால் உன்னதமானவர்களுக்காகப் படைக்கப்படுகிற ஒன்று என்கிற கருத்துகள் சிதையத் தொடங்கின. ஏராளமான 'கவிஞர்கள்' உருவாகத் தொடங்கினர். எனினும் இம்முயற்சிகள் பலவும் மக்களின் ஆழமான அனுபவங்களோடு இணைந்திராமலும், அடித்தட்டு மக்களின் வாய்மொழி இலக்கிய மரபுகளைச் சார்ந்திராமலும், வெறும் கற்பனை வயப்பட்ட வெற்று முழக்கங் களாகவும் இருந்ததைப் பலரும் சுட்டிக்காட்டியுள்ளனர். முற்போக்கு இலக்கியச் செயற்பாடுகளுக்கும்கூட இது பொருந்தும். வெகுமக்களை இலக்காகக்கொண்டு இயங்கிய திராவிட இயக்கத்தினர் வணிகச் சீரழிவுகட்கும் இலக்காகினர். இவர்கள் யாருமே எதார்த்தவாத மரபை இம்மியும் தாண்டாதவர்களாயிருந்தனர். ஜீவா, ரகுநாதன் வழிவந்த இடதுசாரிகள் மரபுமீது நம்பிக்கையுடையவர்களாகவும் சனாதனி களுக்குச் சற்றும் குறையாத ஒழுக்கவாதிகளாகவும் இருந்தனர். 'எக்சிஸ்டென்சியலிசம்' போன்ற தத்துவங்களை அறிமுகம் செய்யும் நூற்கள் இக்காலகட்டத்தில் எஸ்.வி. இராஜதுரை போன்றோரால் எழுதப்பட்டன. ஜி. நாகராசன் (இவர் பார்ப்பனராயினும் தனது வாழ்க்கையை முற்றிலும் பார்ப்பனச் சூழலிலிருந்து விலக்கி விளிம்புநிலை வாழ்க்கையை மேற்கொண்டவர்), பூமணி போன்றோரது எழுத்துகளில் விளிம்பு நிலை உதிரிகள், சக்கிலியர் போன்ற அடித்தட்டு மக்கள் இடம் பெற்றனர். திராவிட முற்போக்கு இலக்கிய முயற்சிகள் போலன்றி இவர்களது எழுத்துகள் வாழ்க்கை அனுபவங்களோடு நெருக்கமாய் இருந்தன. பூமணி போன்றோர் அடித்தட்டு சாதிகளைச் சேர்ந்தோர் என்பது குறிப்பிடத்தக்கது. டி. செல்வராஜ், சின்னப்ப பாரதி போன்ற இடதுசாரி எழுத்தாளர்களும்கூட தாழ்த்தப்பட்ட மக்களை மையமாக வைத்து எழுத்துகளைப் படைத்தாலும் இவர்களின் முயற்சிகள் 'தலித் அல்லாதவர்களால் தலித் அல்லாதவர்களுக்காக'

மேற்கொள்ளப்பட்டவையாகவே (Eleanor Aelliot, From Untouchable to Dalit, Manohar, 1992, page. 273) அமைந்தன.

கரிசல் மக்கள், தென்தமிழ்நாட்டுக் கிறிஸ்தவ அடித்தட்டினர், மீனவர்கள் போன்றோரின் வாழ்க்கையை மையமாகக்கொண்ட எழுத்துகள் பொன்னீலன், கி. ராஜநாராயணன், ஐசக் அருமை ராஜன், வண்ணநிலவன், நீல. பத்மனாபன் போன்றோரால் எழுதப்பட்டன. எதார்த்தவாத வடிவத்தை இவை தாண்டவில்லையாயினும் பிற்படுத்தப்பட்ட வாழ்க்கை அனுபவங்களுக்கு நெருக்கமானதாகவும், எழுத்துநுட்பம் (Craft) மிக்கவையாகவும் இவை விளங்கின. ஈழத்திலிருந்து வந்துகொண்டிருந்த செ. கணேசலிங்கன், எஸ். பொன்னுத்துரை, கே. டேனியல் போன்றோரின் எழுத்துகள் தமிழ்ச்சூழலில் குறிப்பிடத்தக்க தாக்கங்கள் நிகழ்வதற்குக் காரண மாயின. தமிழில் ஒடுக்குமுறைக்கு எதிரான அரசியல் கவிதைகள் தோன்றுகிற காலகட்டமாகவும் இது இருந்தது. பிரக்ஞையில் வெளிவந்த ஆத்மாநாமின் சில கவிதைகளையும் எம்.ஏ. நுஃமான் மொழிபெயர்த்த பாலஸ்தீனக் கவிதைகளையும் இவற்றிற்கு எடுத்துக் காட்டாய்ச் சொல்லலாம். எண்பதுகளின் தொடக்கத்தில் இந்தப் போக்குகள் இன்னும் கொஞ்சம் விரிவாயின.

ஈழப்போராட்டத்தைத் தொடர்ந்து இங்கே அறிமுகமாகிய உ. சேரன், வ.ஐ.ச. ஜெயபாலன், சிவசேகரம், சண்முகம் சிவலிங்கம், செல்வி, சோலைக்கிளி, கலாமோகன், இளைய அப்துல்லா போன்றோரது எழுத்துகள் காத்திரமான கவிதை முயற்சிகள் என்பன மேட்டிமைத் தனமானதாகவே இருக்க முடியும் என்கிற கருத்துகளைத் தகர்த்தன. 1982இல் 'ஸ்ட்ரக்சுரலிசம்' குறித்து தமிழவனால் எழுதப்பட்ட நூலொன்று வந்தது. எனினும் அந்நூலின் எழுத்துமுறையின் விளைவாக அது பெரிய அளவு தாக்கம் எதையும் உடனடியாக நிகழ்த்தவில்லை. எனினும் அமைப்பியல் அடிப்படையிலான விமர்சனங்கள் ஆங்காங்கு தலைகாட்டத் தொடங்கின. இத்தகைய முன்னோடி முயற்சிகளை மேற்கொண்டவர்களில் தமிழவன், நாகார்ஜூனன் முதலானோர் குறிப்பிடத்தக்கவர். தாழ்த்தப்பட்டவர் களைக் களனாகக்கொண்டு எழும் இலக்கியங்களும் ஆகக்கீழாய் ஒடுக்கப்பட்ட மக்களின் கோணத்திலான இலக்கியப் பார்வையும் பெரிய அளவில் தோன்றவில்லை எனினும் மாராட்டிய தலித் இலக்கியச் செயற்பாடுகள் குறித்த சிறு குறிப்பொன்று பெங்களூரில் இருந்து வந்துகொண்டிருந்த படிகள் இதழில் பதிவாகியது.

கே. டானியலின் சாதி எதிர்ப்பு எழுத்துகள் தமிழகத்தில் அச்சாகத் தொடங்கின.

V

1980களில் ஏற்பட்ட சில அரசியல், பொருளாதார, சமூக மாற்றங்கள் கவனிக்கத்தக்கன. 1983 ஜூலையில் நடந்த இனப் படுகொலையைத் தொடர்ந்து ஈழப்போராட்டத்திற்கு ஆதரவாக எழுந்த தமிழின உணர்ச்சியை அதற்குரிய வீச்சுடன் முன்னெடுத்துச் செல்லத்தக்க வன்மையான அரசியல் சக்திகள் இல்லை. தேர்தல் சார்ந்த இடதுசாரி இயக்கங்களும், பார்ப்பனர் மேலாண்மை வகித்த தொடர்புச் சாதனங்களும் ஈழப்போராட்டத்திற்கு எதிராகவே இருந்தன. உலகளவில் கூட 60களின் பிற்பகுதியில் ஏற்பட்ட அரசியல் எழுச்சிகள் தேய்ந்த ஒரு காலகட்டமாக ரீகன்-தாட்சர் சகாப்தம் அமைந்தது.

1985க்குப் பின் ரஷ்யாவிலும் கிழக்கு ஐரோப்பிய நாடுகளிலும் ஏற்பட்ட மாற்றங்களும் தொடர்ந்து அதனடியாக மார்க்சியத் தத்துவத்திற்கு ஏற்பட்ட நெருக்கடியும் இந்தியத் துணைக் கண்டத்திலும் மிகப்பெரிய தாக்கத்தை விளைவித்தன. வர்க்க அடிப்படையிலான பாட்டாளிவர்க்கப் புரட்சியும், அறியப்பட்ட சோஷலிசக் கட்டுமானமும் மட்டுமே ஒடுக்கப்பட்ட இனத்தினர், தலித்துகள், பெண்கள் போன்ற ஆகக்கீழேயுள்ள பிரிவினரின் விடுதலைக்கு உத்திரவாதமாகாது என்கிற எண்ணம் வலுப்பெற்றது. உற்பத்தி முறையை வரையறுப் பதில் கார்ல் மார்க்சுக்கே பிரச்சினைகளை ஏற்படுத்திய இந்தியத் துணைக்கண்டத்தின் சாதிய அடித்தளத்தையும் அதனைக் கட்டிக்காக்கும் இன்றைய நிறுவனங்கள், அரசியல் வடிவங்கள், பார்ப்பனியக் கருத்தியல் ஆகியவற்றையும் பகுப்பாய்வு செய்ய வேண்டிய அவசியம் ஆகியவை வேறெப்போதைக் காட்டிலும் வலுவாக உணரப்பட்டது.

'இந்தியப் புரட்சியின் இருபெரும் எதிரிகள் பார்ப்பனியமும் முதலாளியமுமே. இவை இரண்டில் ஏதொன்றையும் தனியாக எதிர்த்துக் கவிழ்த்துவிட இயலாது' என்கிற டாக்டர் அம்பேத்கரின் சிந்தனைகள் அவரது நூற்றாண்டையொட்டி (1991) ஒடுக்கப்பட்ட மக்கள் மத்தியில் வேர்பிடிக்கத் தொடங்கின. பிற்படுத்தப்பட்ட சாதிகளுக்கான இட ஒதுக்கீட்டை அமல்படுத்துவதற்குத் தடையாக இருந்த பார்ப்பனச் சக்திகளின் வலிவும், தொடர்புச் சாதனங்களில் அவர்களுக்கிருந்த பிடிப்பும் ஒடுக்கப்பட்ட சாதியினர் ஒன்றிணைந்து

அரசியல் ரீதியில் நிற்க வேண்டியதன் அவசியத்தை உணர்த்தின. அஸ்ஸாம், பஞ்சாப் மக்களின் தேசியஇனப் போராட்டங்கள் இந்திய அரசால் கொடூரமாக ஒடுக்கப்பட்டதும் இத்தகைய உணர்வுகள் உருவாவதற்குப் பின்புலமாக அமைந்தன.

இலக்கியத்துறையில் சோஷலிச எதார்த்தவாதத்தின் முற்று முழுதான வீழ்ச்சிக்கு இவை காரணமாயின. தமிழக மார்க்சியர் இதனை வெளிப்படையாகவே அறிவித்தனர் (பார்க்க: அ. மார்க்ஸ், எண்பதுகளில் மார்க்சிய இலக்கிய விமர்சனமும் முற்போக்கு எழுத்து முயற்சிகளும், மேலும், ஆக.92). மார்க்சிய இலக்கிய விமர்சனங்கள் விட்ட பிழைகளை சுயவிமர்சனத்தோடு அணுகும் முயற்சிகள் மேற்கொள்ளப்பட்டன (அ. மார்க்ஸ், தமிழில் மார்க்சிய விமர்சனங்கள், மேலும் 1993 மற்றும் 'மார்க்சியம், அமைப்பியல், தமிழ்ச்சூழல்' என்னும் மார்க்சியமும் இலக்கியத்தில் நவீனத்துவமும் நூலிலுள்ள கட்டுரை). இலக்கிய ஆக்கம் என்பது எதார்த்தத்தை அப்படியே எதிரொலிக்கின்றது என்கிற எதிரொளிப்புக் கொள்கை ஆட்டம் காணத்தொடங்கியது.

இந்தப் பின்னணியில் அமைப்பியல் மற்றும் மார்க்சிய அமைப்பியல் சார்ந்த இலக்கியச் சிந்தனைகள் தமிழ்ச்சூழலில் சற்று வலுவாகப் பரவத் தொடங்கின. தமிழவன், நாகார்ஜுனன், எம்.டி. முத்துக்குமாரசாமி, ரவிக்குமார், பிரேம், அ. மார்க்ஸ் போன்றோர் இத்தகைய பணியில் முன்னணியில் இருந்தனர். இவர்களது பார்வை களுக்குள் பல அடிப்படையான வேறுபாடுகள் இருந்த போதிலும் இதுவரை முன்வைக்கப்படாத சில இலக்கியக் கோட்பாடுகள் அறிமுகமாவதற்கு இவர்களது முயற்சிகள் காரணமாயின.

இலக்கியத்தின் குறியீட்டுச் செயல்பாட்டிற்கு இவர்கள் முக்கியத்துவம் கொடுத்தனர். சமூகத்தின் கூட்டுப் பிரக்ஞையின் விளைவான மொழியின் இடுகுறித் தன்மைக்கு அழுத்தம் கொடுத்து குறிகளின் தொகுப்பே இலக்கியம் என்றனர். மொழி எதார்த்தத்தைப் பிரதிநிதித்துவப்படுத்துவதில்லை, மாறாகக் குறியீடு செய்கிறது என்பதால் எதார்த்தத்திலிருந்து மொழி மிகவும் சுதந்திரமாகச் செயற்படுகிறது. எழுதுபவனின் முழு ஆளுகைக்கும் மொழி வயப் படுவதில்லை. எழுதுபவனுக்கு மொழி தொல்லை கொடுக்கிறது. சமயங்களில் துரோகமும் செய்துவிடுகிறது. அவனுக்குத் தெரியாமலே அவன் நினைக்காத பொருள்களைப் படைப்புக்குள் வைத்துவிடும் வல்லமை வாய்ந்தது மொழி. எனவே குறிகளின் கூட்டமான

இலக்கிய ஆக்கம் பல குரல்கள் ஒலிக்கும் களனாக விளங்குகிறது. இதன் விளைவாக இலக்கியத்தைப் பிரதியாகப் பார்க்க வேண்டிய அவசியம் நேர்கிறது. எனவே மார்க்சியர்கள் செய்ததுபோல் இலக்கியத்தின் உற்பத்தியைப்பற்றிப் பேசாமல் பிரதியின் உற்பத்தி பற்றி நாம் பேச வேண்டியிருக்கிறது.

இதன் பொருளென்ன? ஒரே 'பாடம்' வெவ்வேறு வரலாற்றுக் கூட்டங்களிலும் சூழல்களிலும் வெவ்வேறு பிரதியாக உற்பத்தி செய்யப்படுகிறது. ஆகவே பிரதியின் இறுதி உண்மை எல்லாக் காலத்திற்கு மான கருத்துரை என்பதெல்லாம் மாயையே. செயல் பாட்டிலிருந்தும் பண்பாட்டிலிருந்தும் பிரித்து நுண்மையாக்கப்பட்ட ஆதாரப் பிரதி (Original text) என்ற ஒன்றுமில்லை. எனவே பிரதியில் அர்த்தத்தை உண்டுபண்ணும் பல்வேறு வரலாற்று நிர்ணயங்களையும் நாம் கணக்கிலெடுக்காதிருக்க முடியாது. தவிரவும் பிரதியை சக பிரதி களுடனான உறவிலிருந்தும் வாசகனிலிருந்தும் பிரித்துத் தனியாகப் பார்க்கவும் இயலாது. பல்வேறு நிர்ணயங்களின் செயல்பாட்டில் குறிப்பிட்ட விளைவுகளை ஏற்படுத்தும் குறிப்பிட்ட வகையான பிரதிகளுக்கான வாசிக்கும் 'தான்' (Subjects)களாக வாசகர்களும், குறிப்பிட்ட வாசகர்கள் வாசிக்கும் பொருள்களாக (Reading Objects) பிரதியும் ஒரு தனித்துவமிக்க உறவில் பிணைவதை வாசிப்பு (Reading) எனலாம். வெவ்வேறு விதமான வாசிப்புகள் அவற்றுக்கே உரித்தான வாசகர்களையும் பிரதிகளையும் சூழல்களையும் உருவாக்குகின்றன.

இலக்கியப் 'படைப்பை' வெறும் பிரதியாகப் பார்க்கும்போது ஆசிரியனின் முக்கியத்துவம் அழிந்துபோகிறது. ஆசிரியன் செத்துப் போகிறான். ஆசிரியனின் நோக்கம், பிரதியின் நோக்கம், வாசகனின் நோக்கம் என்பன குறித்து இக்கட்டுரைப் போக்கில் ஏற்கெனவே கூறப்பட்டுள்ளது. பிரதியில் பதிவுசெய்ய முயற்சிக்கப் பட்டிருக்கும் சமூக அர்த்தங்களுக்கும் பல்வேறு வகைப்பட்ட வாசகர்களால் தங்களது சமூக அனுபவங்களை விளங்கிக்கொள்ள உருவாக்கப்பட்ட அர்த்தங்களுக்கும் இடையே நடைபெறும் பேரமாகவே வாசிப்பு நிகழ்கிறது. இந்த வகையில் ஓர் அகன்ற நோக்கில் மூன்று வகையான வாசிப்புகளைச் சுட்டிக்காட்ட முடியும். அவை மேலாண்மையை ஏற்றுக்கொள்ளும் வாசிப்பு, பேர வாசிப்பு, எதிர்ப்பு வாசிப்பு. வாசிப்பின் அரசியலை நாம் நுணுகி நோக்க வேண்டியிருக்கிறது.

இந்த வகையில் மரபுவழி விமர்சனத்திற்கும் நவீன விமர்சனத்திற்குமான வேறுபடும் புள்ளிகளைப் பின்வருமாறு தொகுக்கலாம். மரபுவழி விமர்சனம் (அதாவது இலக்கியச் சூழலில் மைய நீரோட்டமாக விளங்கும் இன்றைய விமர்சனம்) தனது ஆய்வுப் பொருளை ஒற்றைப் பரிணாமமாக, ஒருங்கிணைக்கப்பட்ட 'கலைப் படைப்பாக'ப் பார்க்கிறது. நவீன விமர்சனமோ தனது ஆய்வுப் பொருளைப் 'பிரதி'யாகப் பார்க்கிறது. மரபு விமர்சனம் கலை ஆக்கத்தின் சுயேச்சையான உருவாக்கத்திற்கு அழுத்தம் கொடுக்கிறது. நவீன விமர்சனமோ குறிப்பிட்ட பிரதியியல் செயல்பாடுகளுக்குப் பின்னணியாக உள்ள மரபுகளுக்கும் பிரதிகளுக்குமிடையேயான உறவையும் அர்த்த உருவாக்கத்தில் இருந்த பங்கையும் வலியுறுத்துகிறது. மரபு விமர்சனம் 'படைப்பாளியை' மையமாகக்கொள்கிறது. நவீன விமர்சனமோ எழுத்துச் செயல்பாட்டின் சூழலையும் அச்செயல்பாடுகளைக் கட்டுப்படுத்தும் காரணிகளையும் முன்னுக்குத் தள்ளுகிறது.

மரபு விமர்சனம் மகத்தான கலைப்படைப்புகள் குறித்த என்றென்றைக்குமான உண்மைகளைக் கண்டறிந்து சொல்வதை வியந்து போற்றுகிறது. நவீன விமர்சனமோ பிரதிக்குள் கட்டப்பட்டிருக்கும் உலகை ஆய்வுக்கு எடுத்துக்கொள்கிறது. மரபு விமர்சனம் அர்த்தத்தைப் பிரதியின் பண்பாகப் பார்க்கிறது. நவீன விமர்சனம் அர்த்தத்தைப் பிரதிக்கும் வாசகனுக்கும் இடையேயான மோதலின் வினைபாடாகப் பார்க்கிறது. மரபு விமர்சனம் 'இலக்கியம்' என்பதை 'இலக்கியம் அல்லாததிலிருந்து' பிரித்து இலக்கியப் படைப்புகளைத் தரவரிசைப்படுத்துகிறது. நவீன விமர்சனமோ இத்தகைய தரவரிசைப்படுத்தலுக்குப் பயன்படும் அளவுகோல்களையே ஆய்வுக்கு எடுத்துக்கொள்கிறது. எனவே இலக்கியம், இலக்கியமல்லாதது, விமர்சனம் போன்ற பாகுபாடுகளுக்கு இங்கே இடமில்லாமல் போய்விடுகிறது.

மொழி மூலமாக ஒழுங்கமைக்கப்பட்ட சொல்லாடல்கள் மனிதர்களைக் கட்டுப்படுத்தி இயக்குகின்றன. காரணகாரிய தர்க்கமும் கால வரிசை ஒழுங்கமைப்பும் இச்சொல்லாடல்களின் கூறுகளாய் அமைகின்றன. மனிதனின் இயல்பான உடல்சார்ந்த நடவடிக்கைகளைக் குற்றங்களாக வரையறுக்கும் இச்சொல்லாடல்களின் விளிப்பில் மனிதர்கள் தன்னிலைகளாகக் கட்டமைக்கப்படுகின்றனர். ஒழுங்கின்மைபற்றிய அச்சத்தை தன்னிலைகளில் பதிக்கும் இந்தச்

சொல்லாடல்கள் மதம், மதிப்பீடுகள், இலக்கியம் எனப் பல்வேறு பிரதிகள் வழியாகத் தொழிற்படுகின்றன. எனவே நவீன இலக்கியப் பிரதி இந்த ஒழுங்கமைப்புகளைக் குலைப்பதாக இருக்க வேண்டியது தவிர்க்க இயலாததாகிறது. இந்த ஒழுங்கமைப்பைச் சிதைத்தல் என்பது வடிவங்கள், மதிப்பீடுகள் எனப் பல தளங்களிலும் மேற்கொள்ளப்பட வேண்டியதாகிறது.

எதார்த்தவாதம் முன்வைக்கும் காரணகாரிய தர்க்கம் மற்றும் காலவரிசை ஒழுங்கு சிதைக்கப்பட வேண்டிய ஒன்றாகிறது (அ. மார்க்சின் மார்க்சியமும் இலக்கியத்தில் நவீனத்துவமும் நூலிலுள்ள அமைப்பியல் தொடர்பான மூன்று கட்டுரைகள், நிறப் பிரிகை 5இல் வந்துள்ள 'தகவலியம்' கட்டுரை, நிறப்பிரிகை 6இல் வந்துள்ள, 'மாற்றுக் கலாச்சாரம்' கட்டுரை, நாகார்ஜுனின் 'கலாச்சாரம் எதிர்க்கலாச்சாரம்' கார்முகில், 1991, தமிழவனின் அமைப்பியல் வாதமும் தமிழ் இலக்கியமும், காவ்யா,' எக்சிஸ்டென்சியலிசமும் பேன்சி பனியன்களும் என்கிற நாவலுக்கு 1989இல் பிரேம் எழுதிய முன்னுரை, கிரணம் வெளியீடு - ஆகியவற்றைக் காண்க).

இந்த வகையில் கடந்த நான்காண்டுகளில் வெளிவந்துள்ள சில பிரதியியல் ஆய்வுகள்பற்றி ஏற்கெனவே குறிப்பிட்டுள்ளேன். ஆக இலக்கியத் துறையிலும் இக்கருத்துகளின் செல்வாக்கை நாம் காண முடிகிறது. கோணங்கி போன்றோர் பழைய மொழி அமைப்பு தகர்க்கப்பட வேண்டிய அவசியத்தை உணர்ந்துகொண்டுள்ளனர். சில்வியா, நாகார்ஜுனன், ரவிக்குமார், பிரேம், தேவிபாரதி, சாரு நிவேதிதா, தமிழவன் போன்றோர் ஒழுங்கமைவைச் சிதைக்கும் எழுத்துமுறைகளை முயன்றுள்ளனர். இவற்றில் தமிழவனால் 'மேஜிக்கல் ரியலிசம்', 'பாலிம்ப்செஸ்ட் வரலாறு' என்றெல்லாம் அறிமுகப்படுத்தப்படும் நாவல்கள் இரண்டும் லத்தீன் அமெரிக்க எழுத்துகளை அடியொற்றி புலியைப் பார்த்துப் பூனை சூடு போட்டுக்கொண்டதற்கு ஒப்பாக உள்ளன என்கிற விமர்சனங்களும் உண்டு (பார்க்க, ஊடகம், மார்ச் 1994). சாரு நிவேதிதா இன்று சமூகமாற்றச் சிந்தனைகளுக்கு எதிரான தினமலரில் எழுதிவரும் கதைகள் பல விமர்சனத்துக்குரியவையாக உள்ளன. ரவிக்குமாரின் சமீபத்திய கதைகள் அதிகாரத்திற்கெதிரான கலகப்பிரதிகளாக வெளிப்பட்டுள்ளன.

அமைப்பியல் அடிப்படையிலான பிரதியியல் ஆய்வு மற்றும் கட்டுடைத்தல் விமர்சனங்களிலும்கூட இரு போக்குகளை நாம்

சுட்டிக்காட்ட வேண்டியிருக்கிறது. கட்டுடைத்தலை 'வலதுசாரிக் கட்டுடைத்தல்' எனவும் 'இடதுசாரிக் கட்டுடைத்தல்' எனவும் மிகைல் ரயான் வகைப்படுத்துவார் (அ. மார்க்சின் மார்க்சியம் அமைப்பியல், தமிழ்ச்சூழல்). தமிழவனின் அமைப்பியல் விமர்சனங்கள் பார்ப்பன மரபுகளுக்கு வக்காலத்து வாங்குவதாக உள்ளதை ஏற்கெனவே சுட்டிக்காட்டியுள்ளோம். எனவே இவரது கட்டவிழ்ப்பு முயற்சிகள் வலதுசாரிச் சார்பானவையாகவே உள்ளன. நுண்களங்களில் செயல்படும் அதிகாரத்தைத் தோலுரிக்கும் வகையில் நாகார்ஜுனனின் 'அக்னி'பற்றிய கட்டுரை (கலாச்சாரம், அகலாச்சாரம், எதிர்க் கலாச்சாரம்) அ. மார்க்சின் ஏற்கெனவே குறிப்பிடப்பட்ட சில கட்டுரைகள், ரவிக்குமாரின் 'சுஜாதா' வின் கதைபற்றிய கட்டவிழ்ப்பு (முன்றில், 1993) ஆகியன இடதுசாரி அரசியல் சார்ந்த கட்டவிழ்ப்பு களாக உள்ளன. Non-Linear எழுத்தில் புதிய இளைஞர்களின் முயற்சிகள் நம்பிக்கை அளிப்பவையாக உள்ளன.

இறுதியாக தொண்ணூறுகளில் அரும்பியுள்ள ஒரு போக்கைச் சுட்டிக்காட்டுவது அவசியம். அம்பேத்கர் நூற்றாண்டையொட்டி தமிழ்ச்சூழலில் ஏற்பட்ட விழிப்புணர்வின் ஓரங்கமாக தலித் இலக்கியம், தலித் பண்பாடு போன்ற குரல்கள் ஒலிக்கத் தொடங்கி யுள்ளன. அம்பேத்கர் இயக்கங்கள் பாரம்பரியமாக வேரூன்றியுள்ள மகாராஷ்டிரத்தில் கடந்த கால் நூற்றாண்டு காலமாகவே தலித் இலக்கியச் செயற்பாடுகள் மேற்கொள்ளப்பட்டு வருகின்றன. மேற்கு கரையோரப் பகுதிகளாகிய குஜராத், கர்நாடகம் போன்ற இடங்களிலும் இதன் தாக்கம் உண்டு. இந்த இலக்கியப் போக்குகளின் உலகளாவிய பின்னணியாக ஆப்பிரிக்க, அமெரிக்கக் கறுப்பு இலக்கியங்களும், லத்தீன் அமெரிக்க எதிர்ப்பு இலக்கியச் செயற்பாடு களும் இருந்து வந்துள்ளன. இப்பின்னணிகளில் தமிழில் தலித் இலக்கிய முயற்சிகள் வேர்விடத் தொடங்கியுள்ளன.

'தலித் பண்பாட்டுப் பேரவை' என்கிற அமைப்பு இரண்டாண்டு களுக்கு முன் தோற்றுவிக்கப்பட்டது. ராஜ்கௌதமனின் *தலித் பண்பாடு* (கௌரி பதிப்பகம், 1993) என்னும் நூல் வெளி வந்துள்ளது. மரபைக் கவிழ்த்தல், எல்லாவற்றையும் தலை கீழாக்குதல், விதிக்கப்பட்ட அத்துக்களை மீறுதல், கலகம் செய்தல் என்பவற்றைத் தலித் பண்பாட்டின் அடையாளமாக இவர்கள் முன் வைக்கின்றனர். கே. டானியலின் எழுத்துகள் அனைத்தும் மீண்டும் அச்சேற்றப்படு கின்றன. 'குரல்' என்னும் சிறிய இலக்கியக் குழு ஒன்று டானியல்

பெயரால் தலித் இலக்கிய விருது ஒன்றை அளித்து வருகிறது. தலித் இலக்கியங்களாக ஒரு சில கவிதைத் தொகுதிகளும் கதைத் தொகுதிகளும் வெளிவந்துள்ளன, பாமாவின் கருக்கு (ஐடியாஸ் வெளியீடு, 1993) என்கிற தன்வரலாற்றுக் குறுநாவல் வெளிவந்துள்ளன வற்றுள் குறிப்பிடத்தக்க தலித் எழுத்தாகக் கருதப்படுகிறது. கே.ஏ. குணசேகரனின் பலி ஆடுகள் நாடகம், முதல் தலித் நாடகமாக அறிமுகப்படுத்தப்படுகிறது. ரவிக்குமாரின் விமர்சனங்கள் தலித்திய விமர்சனச் செயற்பாட்டிற்குச் சிறந்த எடுத்துக்காட்டுகளாகத் திகழ்கின்றன. (பார்க்க: *நிறப்பிரிகை* இலக்கிய இணைப்பு-1இல் வந்துள்ள 'நாக் அவுட்— உடலின் உயர்வு, உடலின் அழிவு, சப்தங்களும் நிசப்தங்களும்' என்கிற அவரது சினிமா விமர்சனக் கட்டுரை.)

தலித் பண்பாட்டின் பெயரால் தமிழ்ச்சூழலில் மேற்கொள்ளப் பட்டுள்ள பணிகள் சொற்பமேயெனினும் ஏற்பட்டுள்ள தாக்கம் குறிப்பிடத்தக்கது. சுந்தர ராமசாமி போன்றோர் தலித் குரலால் அதிர்ச்சியடைந்திருப்பதை ஏற்கனவே குறிப்பிட்டோம். தமிழ் அறிவுலகில் இயங்கிவரும் யாரொருவரும் இன்று தலித் இலக்கியம் பற்றிப் பேசாமல் இருக்க முடியாது என்கிற நிலை ஏற்பட்டுள்ளது.

பின்குறிப்பு

தொண்ணூறுகளில் அரும்பியுள்ள இன்னொரு போக்கு பெண்ணிய விமர்சனம். பாலியல் ஒடுக்குமுறையின் அரசியல்-சமூக முக்கியத்துவங் களை *நிறப்பிரிகை* இதழ் தொடக்கம் முதல் வற்புறுத்தி வருகிறது. *நிறப்பிரிகை* இரண்டாம் இதழில் (ஜனவரி 1991) வில்ஹெம் ரீச்சின் கட்டுரை மொழியாக்கம் செய்யப்பட்டது. மூன்றாம் இதழில் பெண்ணியம் தொடர்பான இரு கட்டுரைகள் வெளியிடப்பட்டன. ஜுலை 91இல் பெண்ணியம் பற்றிய கூட்டுவிவாதம் நடத்தப்பட்டு *நிறப்பிரிகை*-4இல் (பிப்ரவரி 92) வெளியிடப்பட்டது. தந்தைவழிச் சமூக ஒழுக்கமதிப்பீடுகளைச் சிதைத்தல், குடும்பம் என்கிற நிறுவனத்தின் அடக்குமுறைத்தன்மை ஆகியவற்றின்பால் தமிழ் அறிவுத்துறையின் கவனத்தை இவை ஈர்த்தன. ஒழுங்கமைவுகளைச் சிதைத்தல் என்கிற நவீன சிந்தனைகளோடு இவ்வாதங்கள் பொருந்தி வந்தன. இவற்றை அடியொட்டி *துக்ளக், தினமணி, புதிய பார்வை* போன்ற வெகுசனப் பத்திரிகைகளிலும் விவாதங்கள் தொடர்ந்தன. பார்ப்பன மரபில் வந்த ஒழுக்கவாதிகள் அனைவரும் நுண்களங்களில்

ஒடுக்குமுறைகளை எதிர்த்தல், ஒழுங்கமைவுகளைச் சிதைத்தல் என்கிற கலகக் குரலால் அதிர்ச்சியடைந்துள்ளனர். பல முற்போக்கு இடதுசாரி இயக்கங்களும் இவற்றில் அடங்கும். இந்த வகையில் நவீனத்துவப் படைப்பாளிகளாக அறியப்பட்ட பலரும், இன்றைய கலகமுயற்சிகளுக்கு எதிராக மையநீரோட்டத்துடன் இணைந்து நிற்பது கவனிக்கத் தக்கது.

குடும்பம், அறவியல், ஒழுங்கமைவுகள், மதத்தின் தேவை ஆகியவற்றை மறைமுகமாக வலியுறுத்தல், ஏகாதிபத்திய எதிர்ப்பு என்கிற பெயரில் இந்து-பார்ப்பனிய மரபை உயர்த்திப் பிடித்தல், ஒடுக்கப்பட்டோரின் இலக்கியச் செயற்பாடுகளை அடாவடித்தனம் எனக் கண்டித்தல், தலித் இலக்கியங்களை தலித் அல்லாதவர்களும், பெண்ணியக் குரலை ஆண்களும் ஒலிக்க முடியும் என்று கூறுதல் என்கிற ரீதியில் இவர்கள் குரல் தமிழ்ச்சூழலில் ஒலித்து வருகிறது. சமீபத்தில் ஒரு சிற்றிதழில் (நிகழ், மே 94) டங்கல் திட்டமெல்லாம் வந்துகொண்டிருக்கும்போது தலித்தியம், பெண்ணியம் என்றெல்லாம் குரலெழுப்புவது என்ன நியாயம் என்கிற ரீதியில் கருத்துகள் முன் வைக்கப்பட்டுள்ளன. ஏகாதிபத்திய எதிர்ப்பு என்கிற போர்வையில் தலித்தியம், பெண்ணியம் ஆகியவற்றைத் தாக்கும் முயற்சிகள் மேற்கொள்ளப்படுகின்றன.

எல்லாவற்றையும் தொகுத்துப் பார்க்கும்போது பார்ப்பனிய மரபை மறுத்தல், சமஸ்கிருத அழகியலின் இடத்தில் அரசியலை வைத்தல், ‘படைப்பின்’ புனிதத்துவத்தை அழித்தல், மக்களிடம் நிறைந்துள்ள எதிர்மரபுக் கூறுகளைத் தேடுதல், ஒழுங்கமைவுகளைச் சிதைத்தல் போன்றவற்றை உண்மையான நவீனமயமாதலின் அடையாளங் களாகக் கொண்டால் தமிழ் நவீனமயமாவதென்பது 1980களின் பிற்பகுதியில் முளைவிட்டுத் தொண்ணூறுகளில் அரும்பத் தொடங்கி யுள்ளது எனலாம்.

(ஜுலை 2, 1994இல் பெர்ன் நகரில் ‘மனிதம்’ இதழ்த் தோழர்களால் நடத்தப்பட்ட இலக்கியச் சந்திப்பில் வாசிக்கப்பட்ட கட்டுரை.)

நிறப்பிரிகை, இலக்கிய இணைப்பு: 2

3.4

சோஷலிச எதார்த்தவாதத்திலிருந்து தலித் இலக்கியத்தை நோக்கி...

ஒன்று

1. மார்க்சிய இலக்கியக் கொள்கையாக உலகெங்கிலும் அறியப்பட்டிருந்த நடைமுறையானது அடித்தள – மேற்கட்டுமான உறவு, பிரதிபலிப்புக் கோட்பாடு, சோஷலிச எதார்த்தவாதம் ஆகிய மூன்று கருத்தாக்கங்களை அடிப்படையாகக்கொண்டு இயங்கியது. சமூக இயக்கத்தை அடித்தளம், மேற்கட்டுமானம் என்கிற இரு தனித்தனிக் கூறுகளாகப் பிரிந்துணர்ந்து, பொருளியல்சார்ந்த சமூக உறவுகள் மற்றும் தொழில் நுட்பங்களை அடித்தளமாகவும், கருத்தியல் சார்ந்த இலக்கியம் உள்ளிட்ட அம்சங்களை மேற்கட்டுமானமாகவும் அணுகுவதை அடித்தள மேற்கட்டுமான அணுகல்முறை எனலாம். அறிவுத்தோற்றம் குறித்த மார்க்சிய தத்துவத்தினடியாக லெனினால் வளர்த்தெடுக்கப்பட்ட பிரதிபலிப்புக் கொள்கை, இலக்கியம் உள்ளிட்ட 'மேற்கட்டுமானமானது அடித்தளத்தின் மாற்றங்கள் எல்லாவற்றையும் நிச்சயமாகப் பிரதிபலிக்கும்' என மிகை எளிமைப்படுத்தி புரிந்துகொள்ளப்பட்டது. ரஷ்யப் புரட்சியைத் தொடர்ந்து லெனின் – டிராட்ஸ்கி – ஸ்டாலின் ஆகியோர் தலைமையில் பரீட்சிக்கப்பட்ட சோஷலிசக் கட்டுமான நடைமுறையின் ஓரங்கமாக 1930களில் 'சோஷலிச எதார்த்தவாதம்' உருவாக்கப்பட்டது.

2. சோஷலிச எதார்த்தவாதத்தை, சோஷலிசம் + எதார்த்தவாதம் என உடைக்கலாம். இந்தக் கோட்பாடு எந்தப் பின்னணியில் உருவாக்கப்பட்டது என்பதை விளங்கிக்கொள்ளுதல் அவசியம். புரட்சிக்குப் பிந்திய சோவியத் யூனியனில் தொழிற்சாலைகள், பண்ணைகள் உள்ளிட்ட சொத்துகள் அரசுடைமையாக்கப்பட்டன. அதிகார நிறுவனங்களில் அமர்ந்திருந்த நிலப்பிரபுத்துவ மற்றும் முதலாளிய வர்க்கங்களின் பிரதிநிதிகள் தூக்கி எறியப்பட்டு அந்த இடங்கள் பாட்டாளிவர்க்கக் கட்சிப் பிரதிநிதிகளால் நிரப்பப்பட்டன.

மையப்படுத்தப்பட்ட திட்டமிடுதலின் அடிப்படையில் பொருளாதாரம் நிர்வகிக்கப்பட்டது. உலகத்தின் ஒரே புரட்சிக்குப் பிந்திய சமுதாயமாக, ஒரு பகை நிரம்பிய சூழலில் தனித்துவிடப்பட்ட சோவியத் யூனியன், தன்னை நிலைநிறுத்திக் கொள்வதற்கு உடனடி யாகப் பொருளாதாரத் தேக்கத்திலிருந்து விடுவித்துக்கொள்ளவும் இராணுவரீதியாகப் பலப்படுத்திக்கொள்ளவும் வேண்டியதாயிற்று. எனவே முதலாளிய மாதிரியில் நிறுவனங்களைக் கட்டமைத்து, தொழில்நுட்பங்களை வளர்த்தெடுத்தல் அவசியம் என்கிற புதிய பொருளாதாரக்கொள்கை முன்மொழியப்பட்டது. 'சோவியத் + மின்சாரம் = சோஷலிசம்' எனவும் 'அமெரிக்க மாதிரியான தொழில்நுட்பம் + நிர்வாகம் + கல்வி + சோவியத் = சோஷலிசம்' எனவும் சூத்திரங்கள் லெனினாலும் மற்றவர்களாலும் முன்மொழியப் பட்டன. ஆட்சியதிகாரத்தில் பாட்டாளி வர்க்கம் அமர்ந்துள்ள போது இத்தகைய நடவடிக்கைகள் முதலாளிய மீட்சிக்கு வழிகோலாது என போல்ஷ்விக் ஆட்சியாளர்கள் நம்பினர். சுருங்கச் சொல்வதெனில் (ஆட்சியதிகார) உள்ளடக்கம் மாற்றப்பட்டுள்ளபோது (நிறுவன) வடிவங்கள் ஒன்றும் செய்துவிட முடியாது எனக் கருதப்பட்டது.

எனவே முதலாளிய நிர்வாக வடிவங்கள், அதிகார அமைப்புகள், போலீஸ் இராணுவக் கண் காணிப்புகள், உளவுமுறை, கல்விமுறை, மருத்துவமுறை, குடும்ப அமைப்பு என எல்லா அம்சங்களிலும் புரட்சிக்கு முந்திய வர்க்க சமூக மரபுகளும் நெறிமுறைகளும் அப்படியே பின்பற்றப்பட்டன. எடுத்துக்காட்டாகப் புரட்சிக்கு முந்திய சமூகங்களில் கல்வி அமைப்பை எடுத்துக்கொண்டோமானால் கல்வி நிறுவன அமைப்பு, பாடத்திட்ட உருவாக்கம், ஆசிரிய மாணவ உறவு ஆகிய அனைத்து அம்சங்களிலும் முதலாளிய மரபு அப்படியே பின்பற்றப்பட்டது. போதிக்கப்படும் பாடங்களின் உள்ளடக்கம் மட்டும் மாற்றப்பட்டது. ஒடுக்கப்பட்ட மக்களின் விடுதலைக்கான கல்விமுறையைப்பற்றிப் பேசுபவர்கள் இதனை ஏற்றுக்கொள்ள மாட்டார்கள். ஏனெனில் முதலாளியக் கல்வி அமைப்பே அடிமை உருவாக்கத்திற்கு ஏற்ற முறையில் கட்டமைக்கப்பட்டுள்ளது. எனவே ஆசிரிய - மாணவ உறவு, விரிவுரை முறையில் ஒருவழிப் பாதையில் பாடம் சொல்லிக்கொடுத்தல் போன்ற மரபு வழிப்பட்ட கல்வி நெறி முறைகளை மாற்றாமல் பாடத்திட்டத்தை அதாவது உள்ளடக்கத்தை மட்டும் மாற்றி விடுதலைபெற்ற மனிதர்களை உருவாக்க இயலாது என்பது மாற்றுக் கல்வியாளர்கள் முன்வைக்கும் சிந்தனை. இது கல்விமுறைக்கு மட்டுமல்ல இதர ஒவ்வொரு அம்சத்திற்கும்

பொருந்தும். எனினும் இதனைப் போல்ஷ்விக்குகள் கணக்கிலெடுக்கத் தவறினார். அதன் விளைவுகளை நாம் அறிவோம்.

3. இந்தப் பின்னணியில் மரபுகளைப் பின்பற்றுவதற்கு லெனின் அளித்த அதிக அளவு முக்கியத்துவத்தை நாம் விளங்கிக்கொள்ள முடியும். மார்க்சியம், பாட்டாளி வர்க்கக் கலாச்சாரம் என்பதெல்லாம் வெறுமனே காற்றிலிருந்து பிறந்தவையல்ல. மாறாக இவை முதலாளிய, நிலப்பிரபுத்துவ, அதிகாரவர்க்க சமூக மேலாண்மையின் கீழ் மனிதகுலம் சேகரித்திருந்த அறிவுத்திரளின் தர்க்கபூர்வமான வளர்ச்சிதான் என லெனின் இளைஞர்களுக்கு வலியுறுத்தினார். மார்க்சியப் பாரம்பரியத்தில் மரபுகளைப் பின்பற்றுவதற்கு அதிக முக்கியத்துவம் அளிக்கப்பட்டது. 'நூறு பூக்கள் மலரட்டும்' என முழக்கமிட்ட மாவோவும் இதற்கு விதிவிலக்காய் இருக்கவில்லை. ஸ்டாலின் இதனைச் சோஷலிச எதார்த்தவாதமாகக் கோட்பாட்டு உருவாக்கம் செய்தார். எதார்த்தவாதம் என்கிற முதலாளிய இலக்கிய வடிவத்தை எடுத்துக்கொண்டு அதனுடைய உள்ளடக்கத்தை மட்டும் சோஷலிசமாக மாற்றுவோம் என்பதே இதன் பொருள். லூகாக்ஸ் போன்றோர் இதற்குரிய தத்துவார்த்தப் பின்னணியை வழங்கினர். முதலாளி நல்லவன் என்பதற்குப் பதிலாகக் கெட்டவன் எனவும் பாட்டாளி வர்க்கம் தோல்வியுறும் என்பதற்குப் பதிலாக வெற்றி பெறும் எனவும் எழுதினால் போதுமானது, மரபு வழிப்பட்ட வடிவம் ஒரு பிரச்சினையல்ல என மொழியப்பட்டது. புரட்சியை ஒட்டிய ரஷ்யாவில் கவிதையியல் குறித்தும் வடிவயியல் குறித்தும் மேற் கொள்ளப்பட்ட வளமான விவாதங்களுக்கெல்லாம் முற்றுப்புள்ளி வைக்கப்பட்டன. சோஷலிச எதார்த்தவாதச் சட்டத்தை மீறிய எழுத்தாளர்கள்மீது கடும் நடவடிக்கைகள் மேற்கொள்ளப்பட்டன.

4. விமர்சனத்துறையில், 'இலக்கியம்', 'கலாச்சாரம்' என்பவை குறித்த மரபுவழிக் கட்டமைப்பை மார்க்சியர்கள் அப்படியே ஏற்றுக்கொண்டனர். அங்கீகரிக்கப்பட்ட இலக்கியப் பாரம்பரியம், மொழி முதலியவை விமர்சனமின்றி ஏற்றுக்கொள்ளப்பட்டன. ஈழம் உள்ளிட்ட தமிழ்ச்சூழலுக்கு ரஷ்யா வழியாகவே மார்க்சியம் வந்தது. எனவே மரபுவழி விமர்சகர்கள் போலவே தமிழ் மார்க்சியர்களும் அங்கீகரிக்கப்பட்ட இலக்கியப் பாரம்பரியத்தை அப்படியே தம் ஆய்வுப் பொருளாக எடுத்துக்கொண்டனர். 'மணி அய்யரின் கச்சேரியைக் கேட்டு நாம் சிரக்கம்பம் செய்கிறோம். கிருஷ்ணாபுரம் சிலைகளைக்கண்டு பிரமித்து நிற்கிறோம். கம்பனைப் படித்துவிட்டு

அவனைக் கை தூக்கி வணங்குகிறோம். புதுமைப்பித்தன் கதைகளைப் படித்துவிட்டு, புளகாங்கிதம் அடைகிறோம்' என்றார் சோஷலிச எதார்த்தவாதத்தின் தமிழ் முன்னோடியாகிய ரகுநாதன். அங்கீகரிக்கப் பட்ட தமிழ் இலக்கிய விமர்சனம் வாசகனைக் கணக்கிலெடுத்துக் கொண்டதேயில்லை. வாசகனும் பிரதியும் இணையும்போதே வாசிப்பு நிகழ்கிறது எனப் பார்க்காமல் மரபுவழி விமர்சனம் போலவே மார்க்சியமும் எல்லா வாசகர்களுக்கும் பொதுவான பிரதியாக எழுத்தை அணுகியது.

5. ஆனால் எந்த ஒரு சமூகத்திலும் பண்பாடு, இலக்கிய மரபு என்பவையெல்லாம் இயல்பான வெளிப்பாடுகள் அல்ல. எல்லாமே கண்டுபிடிக்கப்படுபவைதான். மேலிருந்து கட்டமைக்கப்படுபவை தான். கலாச்சாரத்தின் கூறுகளான மொழி, வழிபடுமுறை, உணவு, உடை, இலக்கிய மரபு என எல்லாவற்றிற்கும் இது பொருந்தும். இந்தக் கூறுகள் அனைத்தும் அச்சமூகம் முழுமைக்கும் ஒருபடித்தானதாக இல்லை. இவை புவியியல்ரீதியிலும், சாதி, மத, இனரீதிகளிலும் குழுவுக்குக் குழு வேறுபடுகின்றன. இவற்றில் ஏதேனும் ஒன்று தேர்வு செய்யப் பட்டு அது இந்த மக்கட்சமூகம் முழுமைக்குமான கலாச்சாரமாக வரையறுக்கப்படுகிறது. எனவே இந்த வரையறுப்பின் பின்னே ஓர் அரசியல் செயல்படுகின்றது. எந்தக் குழு இவ்வாறு கலாச்சாரத்தை வரையறுக்கிறதோ அந்தக் குழுவின் நலன் நோக்கில் இந்த அரசியல் செயல்படுகின்றது. அந்தச் சமூகத்திற்குள் ஆதிக்கம் வகிக்கும் குழுவிற்கே இவ்வாறு வரையறுக்கிற வாய்ப்புக் கிடைக்கும் என்பதை விளக்கத் தேவையில்லை. சமூகம் என்பது சாதிகளாய்ப் பிளவுண்டுள்ள தமிழ்ச்சூழலில் பார்ப்பன – வேளாள ஆதிக்கச் சாதியினரே தமிழ்க் கலாச்சாரத்தை வரையறுக்கும் வாய்ப்புப் பெற்றவர்களாக இருந்தமை இதற்கு முன்பு பல்வேறு சந்தர்ப்பங்களில் விளக்கப்பட்டுள்ளது. விளிம்புநிலையில் இருந்த மக்களின் பண்பாட்டுக் கூறுகள் (எ.டு: சிறு தெய்வ வழிபாடு, மாட்டுக்கறி உண்ணுதல், 'கொடுந்'தமிழ் பேசுதல் முதலியன) புறந்தள்ளப்பட்டன. அவர்களது மொழிவழக்குகள் 'இழிசனர் வழக்கு' என இலக்கியத்திற் கொவ்வாதவையாக ஆக்கப் பட்டன. அவர்களது மொழி நடவடிக்கைகள் மறைத்துச் சொல்லப்பட வேண்டியவையாக, குற்றம் சார்ந்தவையாக உணர்த்தப்பட்டன.

6. எந்தச் சமூகமும் ஏற்றத்தாழ்வுள்ள மேலிருந்து அதிகாரம் செலுத்தப்படக்கூடிய, படிநிலைச் சமூகமாக இறுக்கம் பெறும்போது ஒழுக்க மதிப்பீடுகள் உருவாக்கப்படுகின்றன. மதமும், அறவியல்

நிறுவனங்களும் இதில் முதலிடம் வகிக்கின்றன. நமது தமிழ்ச் சமூக வரலாற்றை எடுத்துக்கொண்டோமானால் இனக் குழுச் சமூகத்தி லிருந்து, பார்ப்பனியமயமாக்கப்பட்ட தந்தைவழி மதிப்பீடுகளுடன் கூடிய, அரசுருவாக்கமாக மாற்றம்பெறும் காலகட்டமாக சங்க காலத்தைக் குறிப்பிடலாம். இந்நிலை உச்சமடையும்போது பெரும்பாலும் அறவியல் நூற்களைக்கொண்ட பதினெண் கீழ்க்கணக்கு நூற்கள் உருவாகின்றன. இவற்றில் திருடாமையும் கற்பும் முக்கிய ஒழுக்கங்களாகப் போற்றப்படுகின்றன. தனிச் சொத்துரிமையின் தோற்றத்தோடு நாம் இவற்றைத் தொடர்புபடுத்திப் பார்க்க வேண்டும். சொத்துரிமையைக் காப்பாற்றி தன் வாரிசுக்குக் கையளித்தல் எனும் நோக்குடன் இதனைத் தொடர்புபடுத்திப் பார்க்கவேண்டும். தனிச்சொத்து, குடும்பம், அரசு ஆகியவற்றின் தோற்றத்தை மார்க்சிய முன்னோடிகள் தொடர்புபடுத்திக் கூறியிருப்பது குறிப்பிடத்தக்கது.

7. ஒழுக்கவாதம் கோலோச்சும் காலகட்டத்தில் திருடாமை, கற்பு ஆகிய ஒழுக்கங்களோடு வற்புறுத்தப்படும் பிற ஒழுக்கங்களாகக் கொல்லாமை, இறை வணக்கம், கல்வி, கள்ளுண்ணாமை, புலால் உண்ணாமை, புலனடக்கம், அவையடக்கம், வெகுளாமை முதலியவை முன்வைக்கப்படுவதைக் காணலாம். இதன்மூலம் கள்ளுண்ணல், புலால் உண்ணல் போன்ற அடித்தட்டு மக்களின் அன்றாட வழக்கங்களெல்லாம் குற்றமாக வரையறுக்கப்படுவதை விளங்கிக்கொள்ளலாம். இதன் இன்னொரு அம்சமாக உடல் சார்ந்த விசயங்கள் இழிவுசெய்யப்படுவதைக் காணலாம். 'உடல் x ஆன்மா' 'மண் x விண்' என்கிற எதிர்வுகள் கட்டமைக்கப்பட்டு 'விண்' சார்ந்த விசயங்கள் மேன்மைப்படுத்தப்படுகின்றன; 'மண்' சார்ந்த விசயங்கள் கீழ்மைப்படுத்தப்படுகின்றன.

8. அதிகாரம் கட்டமைக்கும் ஒழுங்கமைவின் இதர செயற்பாடு களும் இதற்கு எதிர்வினையாக எல்லாவற்றையும் தலைகீழாக்கி விளிம்புநிலை மக்கள் மேற்கொள்கிற அதிகாரபூர்வமற்ற எதிர்ச் செயற்பாடுகளும் மிகைல் பாக்தின் வழிநின்று ஏற்கனவே நிறப்பிரிகை இதழ்களில் விளக்கப்பட்டுள்ளன. சுருக்கமாகச் சொல்வதெனில் மதமும் அரசும் ஆதிக்கச் சக்திகளும் மரபுவழி அறிவுஜீவிகளும் ஒழுங்கமைவுகளைக் கட்டமைக்கின்றனர்; ஒழுங்கின்மைபற்றிய அச்சத்தை விதைக்கின்றனர். மரபு வழிப்பட்ட கலாச்சார மரபை விமர்சனமின்றி ஏற்றுக்கொண்ட மார்க்சியர்கள் இதற்குப் பலியாயினர். சங்கராச்சாரிக்கும், மார்க்சியச் சிந்தனையாளர்களுக்கும் கலாச்சாரம்

தொடர்பான பல்வேறு அம்சங்களில் பெரிய கருத்து வேற்றுமைகள் இல்லை என்பதைக் கொஞ்சம் சிந்தித்தால் விளங்கிக்கொள்ள முடியும். தமிழ்ச்சூழலில் இயங்கும் மார்க்சியர்களில் சகல தரப்பினருக்கும் இது பொருந்தும்.

இரண்டு

9. அடித்தள-மேற்கட்டுமான அணுகல்முறை, எதிரொளிப்புக் கொள்கை, சோஷலிச எதார்த்தவாதக் கோட்பாடு ஆகியவற்றை அவை உருப்பெற்ற காலத்திலிருந்தே கேள்விக்குள்ளாக்கிய மார்க்சியர்களும் உண்டு. இவர்களில் முதன்மையானவர் ப்ரெக்ட். எதார்த்தவாதம் என்கிற முதலாளிய இலக்கிய வடிவத்தை அப்படியே ஏற்றுக்கொள்ள முடியாது என்றார் அவர். நவீனத்துவமாக அறியப்பட்ட மரபுமீறிய கலக வடிவங்களை அவர் வரவேற்றார். சுமார் முப்பதாண்டுகளுக்கு முன்பே ஐரோப்பா முழுவதும் மார்க்சியர்கள் சோஷலிச எதார்த்த வாதம் முதலிய கோட்பாடுகளையும் அதனடியான தமது இலக்கியச் செயற்பாடுகளையும் சுயவிமர்சனம் செய்துகொள்ளத் தொடங்கினர். அத்தகைய அணுகல்முறைகளில் பல 'கொச்சைத்தனமானவை' என்றும் அவற்றினடியாகப் பெற்ற முடிவுகளில் பல 'எளிமைப் பாடானவை' என்றும் சிவத்தம்பி குறிப்பிடத் தொடங்கினார். தமிழகத்தில் சோஷலிச எதார்த்தவாதத்தை உயர்த்திப் பிடித்து வந்த கலை இலக்கியப் பெருமன்றத்தின் நீண்டகால உறுப்பினர்களில் ஒருவரான தொ.மு.சி. ரகுநாதன், இதுகாறும் ரஷ்யப் புத்தகங்களை வெளியிட்டு வந்த என்சிபிஎச். நிறுவனம் நடத்திய கருத்தரங்கொன்றில் கடந்த அரைநூற்றாண்டு காலத்தில் தமிழக முற்போக்குக் கலை இலக்கியத்தினர் மேற்கொண்டிருந்த பல பார்வைகள் 'வறட்டுக் கோட்பாடு சார்ந்தவை' எனவும் 'திரித்துக் கூறப்பட்டவை' என்றும் கூறியுள்ளார். இளைய தலைமுறையைச் சார்ந்த மார்க்சிய விமர்சகர்கள் எவரும் சோஷலிச எதார்த்தவாதத்தை ஏற்றுக்கொள்ளாத நிலையும் இன்று ஏற்பட்டுள்ளது. பின்அமைப்பியல், குறியியல், பிரதியியல், பெண்ணியம் ஆகியவற்றின் கொடைகளை எல்லாம் உள்வாங்கிக்கொண்டு ஒடுக்கப்பட்ட மக்களின் சார்பாக வாசிப்பில் அரசியல் குறுக்கீடு செய்வதே மார்க்சிய விமர்சனத்தின் இன்றைய பணியாக இருக்க முடியும் என்கிற கருத்துகளை இன்று மார்க்சிய விமர்சகர்கள் மொழியத் தலைப்பட்டனர். எனினும் சோஷலிச எதார்த்தவாதத்தை சுயவிமர்சனம் செய்துகொள்ளும் எல்லோரும் அங்கீகரிக்கப்பட்ட இலக்கிய மரபு, அரசியல் மதிப்பீடுகள், ஒழுக்க

மதிப்பீடுகள் ஆகியவற்றை கேள்விக்குள்ளாக்க வேண்டும் எனச் சொல்லவில்லை என்பது குறிப்பிடத்தக்கது.

10. எனினும் கடந்த அரை நூற்றாண்டுக் கால மார்க்சிய இலக்கியச் செயற்பாடுகளின் பங்களிப்பு முற்றிலும் புறக்கணிக்கத்தக்கதென்று சொல்ல முடியாது. பெரும்பாலான மரபுவழிப்பட்ட இலக்கிய, அழகியல் மதிப்பீடுகளை ஏற்றுக்கொண்டவர்களாயினும் மார்க்சியர்களே முதன்முதலாக இலக்கியத்தைச் சமூகத்துடனும், வரலாற்றுடனும் தொடர்புபடுத்தி, அதன் உன்னதத்தைக் கேள்விக்குள்ளாக்கியவர்கள்; சமூகத்திலிருந்து துண்டித்துப் புனிதமாக்கப்பட்ட இலக்கியத்தின் சமூக வேர்களை அகழ்ந்து வெளிப்படுத்தியவர்கள்; கலை மக்களுக் கானது என்றும் மக்களிடமிருந்து கற்றுக்கொள்ள வேண்டும் எனவும் முழங்கியவர்கள்; நாட்டார் கலைகளின் முக்கியத்துவத்தையும் அவற்றில் வெளிப்படும் மோதற்பண்புகளையும் முதன்மைப் படுத்தியவர்கள்.

மூன்று

11. சாதிகளாய்ப் பிளவுண்டு, சமூகத்தில் ஆறில் ஒரு பகுதியினரைத் தீண்டத்தகாதவர்கள் என ஒதுக்கிவைத்துள்ள சமூகம் இது. இந்தியா முழுமையிலுமுள்ள பல்வேறு மாநிலங்களிலும், ஈழத்திலும் இவர்கள் பல்வேறு சாதிப் பெயர்களால் குறிக்கப்பட்டு ஒதுக்கப்பட்டுள்ளனர். தங்கள் மீதான கொடுமைகளுக்கெதிராக கடந்த நூறாண்டுகளுக்கும் மேலாக இவர்கள் அரசியல்ரீதியாக ஒருங்கிணைந்து உரிமைகளுக் காகப் போராடி வந்துள்ளனர். இத்தகைய ஒருங்கிணைப்பு எல்லாப் பகுதிகளிலும் ஒரே மாதிரியாக இல்லை. மகாராஷ்டிரம், குஜராத், கர்னாடகம் போன்ற இந்தியாவின் மேற்குக்கடற்கரைப் பகுதிகளில் இவர்கள், தாழ்த்தப்பட்டவர்கள் என்கிற அடையாளத்துடன் இணைந்து தீண்டாமை ஒதுக்கத்திற்கெதிரான வன்மையான போராட்டங்களை மேற்கொண்டனர். பூலே, அம்பேத்கர் போன்றோரின் வழிகாட்டல்கள் இவர்களுக்கு இருந்தன. பூலேயும் அம்பேத்கரும் இந்து மதத்தையும், பார்ப்பனியத்தையும், இந்துத்துவ மரபையும் முற்றாக மறுத்தவர்கள். அம்பேத்கருக்குப் பின்பும் தலித் சிறுத்தை களாகத் தங்களை முன்னிறுத்திக்கொண்டு அவர்கள் போராட்டத்தைத் தொடர்ந்தனர். தங்களின் களப்போராட்டத்தின் ஓர் அங்கமாக பண்பாட்டுத் துறையில் அவர்கள் மேற்கொண்ட செயற்பாடுகளில் ஒன்றாக தலித் இலக்கியம் முன்வைக்கப்பட்டது. உலகளாவிய

எதிர்ப்பு இலக்கியத்தின் ஓர் அங்கமாகத் தம்மை அடையாளம் கண்டு கொண்டு அவர்கள் தலித் இலக்கிய நடவடிக்கைகளை மேற் கொண்டனர். தாழ்த்தப்பட்டவர்கள் என்கிற தனித்துவமான அடையாளமின்றி பொதுவுடைமைக் கட்சிகளின்கீழ் அணி திரண்ட பீகார், ஆந்திரம், தமிழ்நாடு போன்ற மைய மற்றும் தென் இந்தியப் பகுதிகளில் இத்தகைய இலக்கிய முயற்சிகள் மேற்கொள்ளப்படவில்லை.

ஈழத்தைப் பொறுத்தமட்டில் பொதுவுடைமைக் கட்சிகளின் கீழேயே தாழ்த்தப்பட்டவர்கள் அணிதிரண்டபோதிலும் தீண்டாமை ஒழிப்பு வெகுஜன இயக்கம் போன்ற தனித்துவமான அடையாளத் துடன் அவர்கள் ஒன்றிணைந்து போராடினர். எனவே தலித் இலக்கியத்தின் முன்மாதிரிகள் எனச் சொல்லத்தக்க எழுத்துகளை டானியல், சொக்கர், தெணியான் போன்றோர் முயன்றனர். டானியல் தனது இலக்கியப்பணி முழுவதையும் இத்தகைய இலக்கிய ஆக்கத்திலேயே ஈடுபடுத்திக்கொண்டார். எனினும் இவர்கள் பொதுவுடைமைக் கட்சியைச் சேர்ந்தவர்களாக இருந்ததால் தமது இலக்கிய முயற்சிகளை உலகளாவிய எதிர்ப்பு இலக்கிய முயற்சி களோடு இணைத்துப் பார்க்காமல் சோஷலிச எதார்த்தவாதத் துடனேயே தொடர்புபடுத்திப் பார்த்தனர். எனினும் பொதுவுடை மையர்கள் டானியலின் எழுத்துகளைச் சோஷலிச எதார்த்தவாதமாக ஏற்றுக் கொள்ள மறுத்தனர்.

12. அம்பேத்கர் நூற்றாண்டையொட்டி இந்திய அரசியல் சூழலில் சில குறிப்பிடத்தக்க மாற்றங்கள் ஏற்பட்டன. பிற்படுத்தப்பட்டவர் களுக்கு இடஒதுக்கீட்டைப் பரிந்துரை செய்யும் மண்டல் குழு அறிக்கையின் அமலாக்கத்திற்கு எதிராகப் பார்ப்பன சக்திகள் கிளர்ந்தெழுந்ததையொட்டி பிற்படுத்தப்பட்டவர்கள் மத்தியிலும் ஓர் எழுச்சி ஏற்பட்டது. இதனையொட்டி பீகார், தமிழகம் போன்ற பகுதிகளிலும்கூட தாழ்த்தப்பட்டவர்கள் தமது தனித்துவமான அடையாளங்களுடன் அரசியல்ரீதியில் ஒன்றிணைய நேர்ந்தது. இதன் ஓரங்கமாக தமிழ்ச்சூழலில் கடந்த நான்காண்டுகளாகத் தலித் இலக்கியம், தலித் பண்பாடு, தலித் அரசியல் போன்ற செயற்பாடுகள் மேற்கொள்ளப்பட்டு வருகின்றன. மேற்குக் கடற்கரை போலன்றி இங்கே தனித்துவமான தலித்தியச் செயற்பாடுகள் இல்லையாயினும் பெரியார் ஈ.வெ.ரா. அவர்களின் சிந்தனைகள் மற்றும் இந்துத்துவ எதிர்ப்பு கட்டமைக்கப்பட்டிருந்தது, இத்தகைய செயற்பாடுகளுக்குப் பின்புலமாக அமைந்தது.

13. உலகளாவிய எதிர்ப்பு இலக்கியச் செயற்பாடுகளை ஒட்டி தலித் இலக்கியம் என்பது இலக்கியத்திற்கென வரையறுக்கப்பட்ட எல்லாவிதமான இலக்கண அத்துக்களையும் மீறுதலை முன்மொழி கிறது. குறிப்பாகப் பார்ப்பனிய, இந்துத்துவ அழகியல் மற்றும் இலக்கிய மதிப்பீடுகளை அது மறுக்கிறது. சோஷலிச எதார்த்த வாதம்போல் நிலவுகிற எழுத்து, பாணி, உத்தி ஆகியவற்றை ஏற்றுக்கொண்டு உள்ளடக்கத்தை மாற்றினால் போதும் என்றில்லாமல் மராட்டிய தலித் இலக்கிய முன்னோடி அர்ஜுன் தாங்களே சொல்வதுபோல் 'இங்குப் போராட்டம் என்பதே ஒரு நிலை பெற்றுவிட்ட எழுத்து, உத்தி, பாணிக்கு எதிராகவே முதன்மையாக இருந்தது.' நாங்கள் எப்படி உணர்கிறோமோ அப்படி எழுதுவோம். எங்களைக் கேட்பதற்கோ, கட்டளை இடுவதற்கோ நீங்கள் யார்? என அவர்கள் முழங்கினர். எப்படி உணர்கிறார்களோ அப்படி எழுதுவதற்குத் தடையாக உள்ள எல்லாவற்றையும் தலித் இலக்கியம் தகர்த்தெறிகிறது. இதுகாறும் இலக்கியம் எழுதுவதற்கெனப் பரிந் துரைக்கப்பட்ட மொழியும் வழக்கும் சொற்களும் தடையாயிருந்த போது அதனைத் தூக்கி எறிய தலித் இலக்கியம் தயங்கவில்லை. தமிழ் தலித் எழுத்தாளர்களில் ஒருவராகிய பாமா எழுதியுள்ள கருக்கு என்கிற தன் வரலாற்று நாவல் முழுமையும் எழுத்துமொழி மரபைப் புறக்கணித்துப் பேச்சு மொழியைப் பயன்படுத்தி எழுதப்பட்டுள்ளது.

புகழ்பெற்ற கருப்பினப் பெண் எழுத்தாளராகிய டோனி மாரிசன் தனது எழுத்துகளைப் பேச்சு மரபுப் பிரதிகள் எனச் சொல்வது ஒப்புநோக்கத் தக்கது. தமிழ் இலக்கிய மரபில் பயன்படுத்தக்கூடாது என ஒதுக்கி வைக்கப்பட்ட உடல் சார்ந்த அவையல் கிளவிச் சொற்கள் தாராளமாக தலித் இலக்கியங்களில் இடம்பெறுகின்றன. விண்ணுக்குப் பதிலாக மண்ணையும், தத்துவத்திற்குப் பதிலாகப் பொருண்மை யையும், தவ வாழ்விற்குப் பதிலாகச் சதை வாழ்வையும், பேரின்பத் திற்குப் பதிலாகச் சிற்றின்பத்தையும் இடுப்புக்கு மேற்பட்ட உறுப்புகளின் வடிவத்தையும் இயக்கத்தையும் வருணிப்பதற்குப் பதிலாக இடுப்புக்குக் கீழ்ப்பட்ட உறுப்புகளைப் பேசுதலையும், அதிகாரபூர்வ கலாச்சாரச் செயற்பாட்டிற்கு எதிரான அதிகாரபூர்வமற்ற கேளிக்கைக் கலாச்சாரமாக பாக்தின் முன்மொழிவது இத்துடன் ஒப்புநோக்கத் தக்கது. இதன்மூலம் ஆராதிக்கப்பட வேண்டியவையாக மக்கள் முன்நிறுத்தப்படும் அனைத்தும் கீழ்நிலைப்படுத்தப்படு கின்றன; காவிய எதார்த்தம் சிதைக்கப்பட்டு அங்கே ஒரு மிகைநகை எதார்த்தம் முன்வைக்கப்படுகிறது என்பார் பாக்தின். மொத்தத்தில்

எல்லாவற்றையும் தலைகீழாக்குதலை தலித் இலக்கியம் முன் மொழிகிறது; புனிதமான எல்லாவற்றையும் அது கேலி செய்கிறது. பெரியார் ஈ.வெ.ரா. அவர்கள்,

> அஸ்திவாரத்தையே மாற்றியமைப்பதுதான் நம்வேலை. இதனாலேயேதான் பலவற்றில் உலக மக்கள் உண்டு என்பதை இல்லை என்றும், சரி என்பதைத் தப்பு என்றும், தேவை என்பதைத் தேவையில்லை என்றும், கெட்டது என்பதை நல்லது என்றும், நல்லது என்பதைக் கெட்டது என்றும், காப்பாற்ற வேண்டும் என்பதை ஒழிக்க வேண்டும் என்றும் மற்றும் பலவாறாக மாறுபட்ட அபிப்ராயங்களைக் கூறுவோராக, செய்வோராகக் காணப்பட வேண்டிய நிலையில் இருக்கிறோம்,

எனக் கூறுவது இங்கு ஒப்புநோக்கத்தக்கது.

14. சோஷலிச எதார்த்தவாதம் போலன்றித் தலித் இலக்கியம் மரபில் இருந்து எடுத்துக்கொள்வதற்கு ஏதுமில்லை எனத் தூக்கி எறிகிறது. 'மரபு என்பது பெரும்பான்மையோர் மீது (ஆதிக்கம் செலுத்தும்) சிறுபான்மையினர் தம் சிறு குழுவின் செயற்பாடுகளைத் திணிப்பதே. வலிமையான குழு இருக்கும் நிலைக்குச் சாதகமான மரபை உயர்த்திப்பிடிக்கும். ஆற்றல் குறைந்த குழுக்கள் இதனை எதிர்க்கும்' என அர்ஜுன் தாங்ளே மராட்டிய தலித் இலக்கிய அனுபவம் குறித்துச் சொல்வது குறிப்பிடத்தக்கது. எனவே தலித் இலக்கியம் இந்து பண்பாடு எனவும் தமிழ்ப் பண்பாடு எனவும் தன் மீது திணிக்கப்படும் பார்ப்பன வெள்ளாள ஆதிக்கப் பண்பாட்டை ஒதுக்கும், மீறும். ஏனெனில் மொழி உட்பட நம் கலாச்சாரக்கூறுகள் அனைத்தும் பார்ப்பனியத்தால் கறைபட்டதாகவே உள்ளது. பெரியார் ஈ.வெ.ரா. அவர்கள், 'நம் மதம் சாதி காப்பாற்றும் மதம்; நம் அரசாங்கம் சாதி காப்பாற்றும் இலக்கியம், நம் மொழி சாதி காப்பாற்றும் மொழி. நம் இலக்கியம் சாதி காப்பாற்றும்' எனக் கூறியுள்ளது ஒப்புநோக்கத்தக்கது. எனினும் மரபைப் புறக்கணித்தல் என்பது நமது வேர்களை இழந்து நிற்பதாகாது. பார்ப்பனியத்தால் கறைபடாத நம் வேர்களை நாம் தேடியாக வேண்டும்.

15. சோஷலிச எதார்த்தவாதம் போலன்றித் தலித் இலக்கியம் ஒழுங்கமைவைச் சிதைத்தலை முன்மொழியும். ஏனெனில் எல்லா ஒழுங்கமைவுகளும் மக்களை ஒடுக்குவதற்கே பயன்பட்டன, பயன்பட்டுவருகின்றன. 'கற்பு, காதல் போன்ற வார்த்தைகள் பெண் மக்களை அடக்கி ஆளப் பயன்படுத்தப்பட்டு வந்ததுபோல ஒழுக்கம்

என்னும் வார்த்தையும் எளியோரையும் பாமரரையும் ஏமாற்றி மற்றவர்கள் வாழப் பயன்படும் சூழ்ச்சி தவிர வேறெதுவும் இல்லை' என ஈ.வெ.ரா. குறிப்பிடுவது இங்கே கருதத்தக்கது. எனினும் ஒழுங்கமைவைச் சிதைத்தல் என்பது பாலியல் சார்ந்த ஒழுங்கமைவை மட்டும் கூறுவதாக எண்ணவேண்டியதில்லை. தலித் இலக்கியம் மற்றும் தலித் பண்பாடு குறித்த தமிழில் எழுதி வரும் ராஜ் கௌதமன், ரவிக்குமார் போன்றோர் ஆராய்ச்சிக் கட்டுரை, சிறுகதை ஆகியவற்றில் ஏற்றுக்கொள்ளப்பட்ட ஒழுங்கமைவுகளைச் சிதைத்து வருவது ஒப்புநோக்கத்தக்கது. அர்ஜுன் தாங்ளே ஒடுக்கப்பட்டோர் இலக்கியத்தை எதிர் கலகச் செயற்பாடு எனவும் 'எதிர் மறுப்புவாதம்' எனவும் கூறுவது குறிப்பிடத்தக்கது.

16. சோஷலிச எதார்த்தவாதம் போலன்றித் தலித்தியம் எதார்த்த வாதத்தை மீற இயலாத சட்டகமாகப் பார்க்கவில்லை.

17. 'தீட்டு' என்கிற அடிப்படையில் தம்மைப்போல ஒதுக்கப் பட்டவர்கள் என்கிற வகையில் தலித்துகள், பெண்ணியப் போராளி களுடன் இணைந்து நிற்கின்றனர். பெண்ணியர்களைப் போலவே சகலவிதமான ஆணாதிக்க மதிப்பீடுகளையும் உதறுகின்றனர். இந்த வகையிலும் சோஷலிச எதார்த்தவாதம் போலன்றி, தலித்தியம் தீவிரப் பெண்ணியச் சிந்தனைகளுடன் இணக்கம் கொள்கிறது.

18. தலித் இலக்கியம் ஆகக்கீழாய் ஒடுக்கப்பட்ட, தீண்டப் படாதவர்களென ஒதுக்கப்பட்ட தலித் மக்களை, அவர்களது அவலங்களை, அவர்ளது போர்க்குரல்களை இலக்கியப் பொருள் களாகக் கொள்ள வேண்டும் என்கிறது. இலக்கியத்தைச் சமூகத்தி லிருந்து ஒதுக்கி அதன் தூய்மையைக் கரிசனமாகக் கொள்ளாமல் அதனைச் சமூகத்தில் வைத்து அர்த்தப்படுத்திக்கொள்ள வேண்டு மென்கிறது. இலக்கியத்தின் சமூக வேர்களுக்கு சோஷலிச எதார்த்த வாதம் போலவே தலித்தியமும் முக்கியத்துவம் அளிக்கிறது. எனினும் சோஷலிச எதார்த்தவாதம் போலன்றித் தலித்தியம், தலித் இலக்கியத்தை அதற்குரிய ஆழத்துடன் எழுதுவதற்குத் தலித்துகளுக்குத்தான் சாத்தியம் அதிகமுண்டு எனச் சொல்கிறது.

(ஜுலை 16, 1994இல் ஃப்ராங்பர்ட், கதே பல்கலைக்கழக வளாகத்தில் நடைபெற்ற கருத்துப் பட்டறையில் முன்வைத்த விவாதக் குறிப்புகள்.)

நிறப்பிரிகை இலக்கிய இணைப்பு-2

3.5

புதுமைப்பித்தன் எழுத்துகள்:
தேவை ஒரு மறுவாசிப்பு

புதுமைப்பித்தன் என்றவுடன் நம் நினைவுக்கு வருவது அவரது எள்ளல், கிண்டல். எதுவும் அவரது கிண்டலிலிருந்து தப்புவதில்லை. அவரது சொந்த எழுத்துகள் உட்பட. புதுமைப்பித்தனின் எழுத்துகள் எங்களது கவனத்தை ஈர்த்ததற்குப் பின்னணியாய் உள்ள பல காரணங்களில் ஒன்று இந்தச் சுய எள்ளல். 'வார்த்தைகளை வைத்துக்கொண்டு ஜனங்களைப் பயங்காட்டுவது ரொம்ப லேசு என்பதைப் புரிந்துகொண்டேன்' என்பது தனது சொந்த எழுத்துகள் பற்றி அவர் கூறிக்கொண்ட புகழ்பெற்ற வாசகம். தனது கதைகளின் குறிக்கோள் புறவயமான எதார்த்தம் ஒன்றை விமர்சனபூர்வமாகத் தோலுரித்துக் காட்டுவதோ, எதிரே சிதறுண்டு கிடக்கும் எதார்த்தச் சிதறல்களில் முக்கியமான தடயங்களை உய்த்தறிந்து, தேடிப்பொறுக்கி, வரிசைப்படுத்தி இறுதி உண்மையைக் கண்டறிவதோ, மேலான தத்துவம் ஒன்றைக் கண்டு சொல்லிவந்த அடிப்படையில் வாசகனைச் செயலை நோக்கி இயக்குவதோ இல்லை என்பதை வெளிப்படையாகவே சொல்லிவிடுகிறார். 'எந்த உலகத்திற்கும் கட்டுப்படாததுதான் கதை உலகின் நியதி' என்கிறார். 'உலகத்திற்கு உபதேசம் செய்வது தனது நோக்கமில்லை' எனக் கைகழுவுகிறார். வெறும் பிரகடனங்களாக இவற்றை முன்வைப்பதோடன்றி கதை உருவாகும் கதை ஒன்றை (கருச்சிதைவு) சொல்வதன்மூலம் இதை அவர் நிகழ்த்தியும் காட்டுகிறார்.

புதுமைப்பித்தனின் எழுத்துகளினூடாக இறுதி உண்மை ஒன்றைத் தேடிக்கண்டுபிடிக்க முயலும் விமர்சகர்களுக்குப் பெருந் தடையாக உள்ள ஓர் எழுத்து முறையை அவரது பிரதிகள் சிலவற்றில் காண முடியும். இதற்கெல்லாம் ஏதுவாக அவர் இத்தகைய கதைகளைத் தர்க்க அடிப்படையில் வளர்த்துச் செல்வதில்லை. 'இலக்கியம் தர்க்கத்திற்கு

அடங்கியதில்லை' என்று கூறும் புதுமைப்பித்தன், இரண்டு உலகங்கள் போன்ற கதைகளை இந்த நோக்கிலேயே அமைக்கிறார். இறுக்கமான தர்க்க அடிப்படையிலான நாத்திகவாதத்தை இதற்காகவே வெறுக்கிறார். புதுமைப்பித்தனிடம் குடிகொண்டிருந்த இந்த 'அதர்க்க' ஆசை கவனிக்கத்தக்கது.

தம் கதைகளில் பலவற்றை அவர் தர்க்க அடிப்படையில் வளர்த்துச் செல்வதுமில்லை. அன்று இரவு அல்லது உபதேசம் கதைகளின் இறுதி முடிவு இன்னதென்று நீங்கள் எளிதில் சொல்லிவிட முடியாது. செங்குத்தான படிநிலை வரிசையில் கதை இயங்கி முத்தாய்ப்பை எய்தும் முறைக்கு எதிராக அமைகிறது அன்று இரவு. பதிலாக கிடைத்தளத்தில் இயங்கி எதிரெதிரான கருத்துகள் சமநிலையில் அருகருகே வைக்கப்படுகின்றன. இந்த வகையில் வாசகரின் செயலூக்கமான பங்களிப்பிற்கு இடமளிக்கும் திறந்த பிரதிக்கு எடுத்துக்காட்டாக இது அமைந்துவிடுகிறது. வாழ்க்கை பலகுரல்கள் மோதும் களமாக இருக்கிறது. ஆனால் அதிகார நிறுவனங்கள் அதனை ஒருமித்த ஒற்றைக்குரலாக முன்வைக்கின்றன. 'இலக்கிய' முயற்சி களும் இதற்கு விதிவிலக்கல்ல; குறிப்பாகக் கவிதைகள் அதுவும் அறநூற் கவிதைகள். நாவல் என்கிற இலக்கிய வகைதான் பன்முகக் குரல்களையும் வெளிப்படுத்தக்கூடிய எழுத்துவடிவமாக அமைகிறது என்பர். புதுமைப்பித்தன் நாவல் முயற்சிகளில் இறங்கியதில்லை. எனினும் அவரது சிறுகதைகள் சிலவற்றில் இதற்கு அவர் முயன்றிருப்பது சுட்டிக்காட்டத்தக்கது. வாதம், எதிர்வாதம், தீர்வு என்பதான எதேச்சதிகார ஒருதிசைக் கூற்றாக (monologic) இன்றி மறைந்து நிற்கும் கேள்வி ஒன்றுக்குப் பதிலாக எதிர்க்கேள்வி போடுவதாகவும் ஏற்கனவே யாராலோ எங்கோ கேட்கப்பட்ட கேள்விக்குப் பதிலாகச் சொல்லப்பட்டதாகவும், புதிய கேள்வியை உருவாக்குவதாகவும் உள்ள இருதிசைக் கூற்றுகளாக (dialogic) அவர் எழுத்துகள் ஆங்காங்கு அமைவதைக் காண முடியும். 'தத்திச் செல்லும் தவளைப் பாய்ச்சல் நடை' அவரிடம் இப்படித்தான் பரிணமிக்கிறது. அன்று இரவு கதையில் ஒரே புராணச் சம்பவம் மூன்று வெவ்வேறு பார்வைகளில் அணுகப்படுகின்றன. கருணைமழை பொழியும் அரசனாக இருந்தாலும், நீதி வழுவா அரசனாக இருந்தாலும், ஆண்டவன் சேவையில் அபவாதத்தைச் சுமக்கத் தயாரான அடியவராக இருந்தாலும் யாருடைய செயலும் இங்கே முழு (absolute) நியாயமாக்கப்படவில்லை. ஒவ்வொருவருக்கும் தாம் செய்தது 'சரிதானா என்ற கேள்வி, கோயில் கட்டுவதற்காகத்தான் அரசப்

பணத்தை அழித்திருந்தாலும் தான் செய்தது கள்ளந்தானோ எனக் கலங்குகிறான் வாதவூரன்; நீதிவகுக்க நான் யார் எனத் திகைக்கிறான் அரசன்; தனது கருணையும் அருளும் ஒரு கோணத்தில் பார்த்தால் ஏமாற்றுத்தான் என்பதை ஈசனும் உணர்ந்து வேதனை சுமந்த கழுத்துடன் கருவறையைவிட்டு வெளியே வருகிறான். எனவே எல்லாக் காலத்திற்குமான எல்லாத் தரப்பினருக்குமான முழுமையான நியாயமென்பது ஏது? எல்லாப் பிரச்சினைகளையும் கேள்விகளையும் தீர்த்து வைக்கும் பொதுவான அடிப்படை என்ற ஏதும் உண்டா? மூன்று பார்வைகளில் ஏதொன்றையும் சரி என அடையாளங் காட்டாமல் இந்தக் கேள்விகளை வாசகன் முன்வைப்பதோடு பிரதி நின்றுவிடுகிறது.

இந்த வகையில் சனாதனமும் மரபுகளும் புதுமைப்பித்தனிடம் அவ்வப்போது கேள்விக்குள்ளாகின்றன. அகலிகை, சிற்பியின் நரகம் முதலியவை இதற்கு எடுத்துக்காட்டுகள்.

ஒன்றைக் கேலிசெய்து அதற்கு மாறாக இன்னொன்றை வைக்கும் போது அதனை முற்றிலும் அப்பழுக்கற்றதாக அவர் முன்வைப்ப தில்லை. ஐரோப்பிய பார்வை x இந்தியப் பார்வை என ஒரு முரணைக் கட்டமைக்கும் உபதேசம் கதையில் ஐரோப்பியப் பார்வையைக் காட்டிலும் இந்தியத்தை (அதாவது இந்துத்துவத்தைத் தான்) இவர் சற்றே ஒரு நூல் உயர்த்திப் பிடிக்க முனைந்தாலும் இறுதி முடிவொன்றை ஐயத்துக்கிடமின்றி முன்வைத்துவிடவில்லை. ஒரு தளத்தில் ஒன்று சரியாக இருந்தாலும் இன்னொரு தளத்தில் வேறொன்று சரியாக இருக்கலாம். எல்லாத் தளங்களுக்கும் பொதுவான 'சரி'யைத் தேட முடியாது. அறுவை சிகிச்சை நடந்த அடுத்தநாளே எழுந்து நடமாடும் ஹடயோக விந்தையை நவீன விஞ்ஞானத்தால் விளக்க இயலவில்லை. ஆனால் அந்த ஹட யோகிக்கே வயிறு அழுகி பிரக்ஞை தவறும்போது நவீன விஞ்ஞானத் தின் துணையை நாடத்தான் வேண்டியிருக்கிறது.

பன்முகப் பார்வைகள் சமதளத்தில் வைக்கப்பட ஏதுவாக, பல சந்தர்ப்பங்களில் அவர் வழமையான எதார்த்தவாதச் சட்டகங்களை மீற வேண்டிய அவசியம் ஏற்படுகிறது. Non Linear, Magical Realism எனச் சொல்லத்தக்க உத்திகளையும்கூட அவர் அன்றே பரிசோதிக்க வேண்டிய அவசியம் ஏற்படுகிறது. இத்தகைய பிரதிகளில் வாசகன் பிரதிக்கேற்ற தன்னிலையாக விளிக்கப்படாமல் எழுதுபவனுக்குச் சமமாக சுதந்திரமாக உலவும் வாய்ப்பு ஏற்படுகிறது. இந்த வகையில்

ரோலான் பார்த்ஸ் சொல்வாரே ecrivant x ecrivan என்கிற முரண், அதில் புதுமைப்பித்தனிடம் ecrivan-இன் கூறுகள் கூடுதலாய்த் தென்படுகின்றன எனச் சொல்ல இடமுண்டு. அதாவது இத்தகைய பிரதிகளில் எழுத்து என்பதைப் புதுமைப்பித்தன், மொழிக்கு அப்பாற்பட்ட ஒரு குறிக்கோளை அடையும் சாதனமாகக் கருதவில்லை. மாறாக அவர் தன் கவனத்தை மொழி மீதே திருப்புகிறார். முடிவோ, குறிக்கோளோ அவரது இறுதி நோக்கமல்ல. அர்த்தங்களை, எழுத்தாளனின் உள்ளக்கிடக்கையை அப்படியே எழுத்தில் படியவைத்துவிடுவது அவர் நோக்கமாக இருக்கவில்லை. கபாடபுரம், 'பிரமராஷஸ்' போன்ற வார்த்தை விளையாட்டுகள் இப்படித்தான் உருவாகின்றன. எழுத்துக்கு அப்பாலான உலகம், உண்மை ஆகியவற்றை அவர் மறுக்கிறார், கேலி செய்கிறார். இதன்மூலம் கதை சொல்கிற, மகிழ்ச்சியூட்டுகிற பணிகள் முதன்மை பெறுகின்றன.

ஐரோப்பிய சமூகத்தைத் தெரிதா 'பேச்சுமையச் சமூகம்' என்பார். இந்தியச் சமூகங்கள் சற்று வேறுபட்டவை. இங்கே எழுத்தே புனிதம். அங்கே உபதேசியார் பாரம்பரியம்; இங்கே ஓதுவார். எழுத்து என்பது இங்கே வீடுபேறு அடைவதற்கான சாதனம். மிக நவீனமான எழுத்தாளர்கள் எனச் சொல்லிக்கொள்பவர்கள் வரை இது இரத்தத்தில் ஊறிக்கிடக்கிற விசயம். 'இலக்கியத்திற்குள்' பெரும்பாலும் எழுத்தாளனின் குரலும் முக்கியப் பாத்திரத்தின் குரலும் இணைந்து ஒற்றை அர்த்தத்தை உருவாக்க முயலும். மார்க்சியர்களும் இந்த நோக்கிலேயே எழுத்துகளை அணுகினர். புதுமைப்பித்தன் இந்த மரபிலிருந்து சற்றே விலகி நின்றிருக்கிறார் எனச் சொல்வது மிகையாகாது. இந்த வகையில் புதுமைப்பித்தனிடம் பின்நவீனத்துவக் கூறுகள் சில தென்படுவதையும் அடையாளங்காட்ட முடியும்.

புதுமைப்பித்தனின் தேர்வு செய்யப்பட்ட கதைத்தொகுதி ஒன்றைப் புரட்டும்போது ஏற்படும் பதிவுகள் இவை. இந்தத் தொகுப்பை வாசிக்கும்போது இதற்கு நேரெதிரான மாற்றுக் கருத்துகளைக் கிராமியன், கரிகாலன், கூத்தாடி, ராகவன் முதலியோர் முன்வைப்பது புலப்படும். எளிய பிற்படுத்தப்பட்ட கிராமியச் சூழலிலிருந்து வந்து பார்ப்பனிய, ஆணாதிக்க, அதிகாரப் பார்வைகளிலிருந்து தப்பிக்க வேண்டும் என்கிற முனைப்புடன் செயல்பட முயலும் இவர்களின் பார்வைக்கும் முன்குறிப்பிட்ட பார்வைக்குமுள்ள முரண், வாசிப்பின் அரசியல்பற்றிப் புரிந்தவர்களை வியப்படைய வைத்துவிடாது.

ஆற்றங்கரைப் பிள்ளையார் கதையையும் கல்யாணி கதையில் வருகிற வாணிதாஸபுர ஊர் விவரணையையும் கட்டுடைத்துப் புதுமைப் பித்தனின் பிரதிகளில் வெளிப்படும் இந்த சனாதனக் குரலை வியக்கத்தக்கமுறையில் கிராமியன் தோலுரித்துக் காட்டுகிறார். கடவுளும் கந்தசாமிப்பிள்ளையும்' 'காலனும் (பறைக்) கிழவியும் சந்திக்க நேர்ந்தது ஒரு வெறும் தற்செயல்தானா என்கிற நியாயமான ஐயத்தை முன்வைக்கிறார் கரிகாலன். வாணிதாஸ புலம் மட்டுமல்ல வாசவன்பட்டியும்கூட (துன்பக்கேணி) இவ்வாறே விவரிக்கப்படுகிறது. புதுமைப்பித்தனுக்கு 'ஊர்' என்றால் அது பார்ப்பனர், வெள்ளாளர் மற்றும் அவர்களுக்குச் சேவகமும் திருட்டுத் தொழிலும் செய்கிற மறவர்களும் வசிக்கும் இடந்தான். சேரிப் பறையருக்கு இதில் இடமில்லை. பறையர்களும் மறவர்களும் மனித மேன்மையில் ஒரு படி குறைந்தவர்கள் என்கிற சாய்வுடனேயே புதுமைப்பித்தன் பிரதிகளில் காட்டப்படுகின்றனர். குடிகாரர்கள், அசுத்தமானவர்கள், இவற்றின் விளைவாக இழிநிலை எய்தியவர்கள், தங்களின் இழிவு பற்றிப் பிரக்ஞையற்றவர்கள், உரிமை வேட்கையைச் சீர்திருத்த மனம்கொண்ட பார்ப்பன-வேளாளர் ஊட்டினால்கூட அதனை ஏற்றுக்கொள்ள மறுப்பவர்கள், முரடர்கள், எடுபிடிகளாகவும், அடியாட்களாகவும், வைப்பாட்டிகளாகவும், விபச்சாரிகளாகவும் இருக்கத் தகுதியானவர்கள் என்பதாகவே பறையர்களும் மறவர்களும் புதுமைப்பித்தனின் பிரதிகளில் இடம்பெறுகின்றனர். எங்கோ ஒரு பறையரோ மறவரோ வித்தியாசமாகத் தோன்றுவது புதுமைப் பித்தனில் விதியாகவன்றி விதிவிலக்காகவே காணக் கிடைக்கிறது (சங்குத் தேவனின் தர்மம் தனி ஒருவனுக்கு புதிய நந்தன்). துன்பக் கேணியில் உழலும் இவர்கள் மீதான இரக்கம் என்பதுகூட தேவ இறக்கம் நாடார் சொள்ளமுத்துப் பிள்ளையின் குருதையிடங்கொண்ட இரக்கத்துடன் ஒப்பிடக்கூடியதாகவே உள்ளது என்கிற கூற்றை முற்றாக மறுத்துவிட முடியாது.

இந்துத்துவத்தால் கறைபட்ட நமது மொழியின் வில்லங்கத்தி லிருந்து ஆனானப்பட்டவர்களே தப்ப இயலாதபோது புதுமைப்பித்தன் எம்மாத்திரம்? அகன்ற மார்பில் யக்ஞோபவீதம் போல ஓடிக் கொண்டிருக்கும் தாமிரபரணி ஆற்றையும் (புதிய கூண்டு), நெஞ்சில் சிவதனுசால் அடிபடும் கதாபாத்திரங்களையும் (புதிய கூண்டு, கொன்ற சிரிப்பு) புதுமைப்பித்தனின் பிரதிகளில் அடிக்கடி சந்திக்க முடியும். வெளிநாடு சென்று திறமையால் உயர்ந்து திரும்பும் மருத்துவ சாதியைச் சேர்ந்த மருதப்பரை ஊர் வெள்ளாள நாசகாரக்கும்பல்

சதிசெய்து அடித்துத் துரத்தும் கொடுமையை மனிதாபிமான நோக்கில் சித்திரிக்கும் நாசகாரக் கும்பலில்கூட இந்த மொழிவிளையாட்டிற்கு அவர் பலியாக நேர்கிறது. ஓய்வுபெற்று ஊர் திரும்பும் மருத்துவ அதிகாரியாக விசுவநாதப் பிள்ளையைக் குறிப்பிடும்போது வந்தார் எனவும் மருதப்பனைக் குறிப்பிடும்போது வந்தான் எனவும் புதுமைப் பித்தன் எழுதுவது கவனிக்கத்தக்கது.

எனினும் பிள்ளைமாரை நாசகாரக்கும்பலாகச் சித்திரிக்கும் மன நேர்மை புதுமைப்பித்தனிடம் இருக்கத்தான் செய்தது என்பதும் இந்த வகையில் அவர் தனது சமகால சைவவேளாள அறிவாளிகளிடமிருந்து வேறுபட்டு நின்றார் என்பதும் இங்கே சுட்டிக்காட்டப்பட வேண்டிய செய்திகள்தான். உயர்சாதியினரில் நல்லவரும் உண்டு, கெட்டவரும் உண்டு, துறவு மனப்பான்மையுடன் விட்டுவிடுதலையாக முயல்பவர்களும் உண்டு, நாசகாரக் கும்பலும் உண்டு, கொடுத்த வாக்கைக் காப்பாற்ற அனைத்தையும் இழக்கத் துணிபவர்களும் உண்டு, முதலாளியை ஏமாற்றிவிட்டு பணத்துடன் கம்பி நீட்ட முயல்பவர்களும் உண்டு, சீர்திருத்தக் கருத்துடைய முற்போக்காளர் களும் உண்டு, சனாதானிகளும் உண்டு. ஆனால் பறையர், மறவர் போன்றோர் மந்தையாகவே இழிவுகளில் மூழ்கிக் கிடப்பவர்கள், புத்தியற்றவர்கள், முரடர்கள், குடிகாரர்கள் என்பதே புதுமைப் பித்தனின் பிரதிகள் நமக்குச் சொல்லும் செய்தி.

இப்படிச் சொல்லிக்கொண்டே போகலாம். புதுமைப்பித்தனின் உலகம் பிள்ளைமாரின் உலகம்; அவரது களம் திருநெல்வேலித் தாமிரபரணிக் கரை; அவரது கதைகளின் பின்புலம் இந்துத்துவம்; அவரது மொழி பார்ப்பனியத்தால் கறைபட்ட தமிழ்; இதையெல்லாம் சொல்ல நேர்ந்ததற்காகப் புதுமைப்பித்தனின் ரசிகப் பிள்ளைமார்கள் நம்மேல் கோபம்கொள்வதில் பொருளில்லை.

எனினும் கிராமியன் முதலிய தோழர்களின் வாசிப்புகளில் சில அம்சங்கள் மேலும் கவனமாய் அணுகப்பட வேண்டியதை இங்கு சுட்டிக்காட்டுவது அவசியம். கதையாடலில் பெரியபுராணம், இராமாயணம், மகாபாரதம் போன்ற இந்து சமயஞ் சார்ந்த புராண விவரிப்புகளும் பிம்பங்களும் கட்டமைக்கப்படுவதைக் கிராமியன், கூத்தாடி ஆகியோர் சாடுகின்றனர். விரும்பியோ, விரும்பாமலோ இந்துத்துவ மரபு ஒன்று இங்கே நமக்குப் 'பொதுமரபாக'க் கையளிக்கப்பட்டுள்ளது. இதன்மீது நின்று நாம் பேச வேண்டி யிருக்கிறது. எனவே இதிலிருந்து நாம் முற்றாகத் தப்பித்துக்கொள்வது

உடைபடும் புனிதங்கள் ✦ 413

சற்றுச் சிரமமான விசயம். இந்த மரபுகள் பிரதிகளில் எத்தகைய சாய்வுடன் அணுகப்படுகின்றன என்பதை வைத்தே நாம் அவற்றை மதிப்பிட முடியுமேயொழிய மரபைக் கேள்விக்குள்ளாக்குவதற்குக் கூட அதனை எடுக்கக்கூடாது என்கிற கருத்தை நாம் மறு பரிசீலனை செய்து பார்க்க வேண்டும். லெனின், மாவோ போன்றவர்கள் சொன்னதுபோல மரபை எடுத்துக்கொண்டு அதனை 'முற்போக்கான' நோக்கில் பயன்படுத்துவது என்கிற பொருளில் இதைச் சொல்ல வில்லை. அதில் எனக்கு நம்பிக்கையில்லை. ஆனால் மரபை எடுத்து அதனைக் கேள்விக்குள்ளாக்குவது, கேள்வி கேட்பது, கீழ்நிலைப் படுத்துவது என்பதைப்பற்றி நான் குறிப்பிடுகிறேன். பார்ப்பன மரபிலிருந்து பெரிதும் விலகி நிற்கும் அடித்தட்டு மக்களைப் பொறுத்தமட்டில் இதெல்லாம் எந்த அளவிற்கு முக்கியத்துவம் வாய்ந்த விசயங்கள் என்கிற கேள்வி வேண்டுமானால் பொருத்தமுடையதாக இருக்கலாம். ஆனால் வாசகர்கள் அனைவரும் ஒருபடித்தானவர்கள் இல்லையே. புதுமைப்பித்தனின் காலத்தில் எழுத்தாளர்கள் மட்டுமல்ல வாசகர்களும்கூட நடுத்தரவர்க்க மேல்சாதிகளைச் சேர்ந்த மரபுவழிப் பார்வையில் ஊறியவர்களாகவே இருந்தனர். அவர்கள் மத்தியில், இத்தகைய பிரதிகளின் செயல்பாட்டையும் நாம் கவனத்தில் எடுத்துக்கொண்டாக வேண்டியிருக்கிறது. அதே போல, 'புதுமைப் பித்தனின் கதைகளில் இலட்சியக் கதைமாந்தர் இந்து சமூகஞ் சார்ந்த உருவ அடையாளங்களுடனேயே படைக்கப்பட்டுள்ளனர்' என்பதற்குப் பதிலாக 'முக்கியக் கதை மாந்தர்' என இடப்பட்டால் மேலும் பொருத்தமாக இருக்கும். ஏனெனில் கிறிஸ்தவக் கதைமாந்தர் தவிர சைவ அடையாளங்களுடன்கூடிய நாசகாரக் கும்பல்களும் புதுமைப்பித்தனில் உண்டு.

புதுமைப்பித்தன் பிரதிகள் அனைத்தும் உடல், உடலியக்கம், பாலியல் உணர்வு ஆகியவற்றை மறுப்பதாகச் சொல்வதும்கூட மறு ஆய்வுக்குட்படுத்தப்பட வேண்டிய கூற்றுத்தான். கல்யாணியும் ஸரஸுவும் (வாடாமல்லிகை) தம்மைப் பாலியல்ரீதியாக ஒடுக்கும் குடும்பம், பண்பாடு போன்ற சமூக நிறுவனங்களை உடைத்தெறியும் வல்லமையற்றவர்களாக உள்ளபோதும் இந்த நிறுவனங்களுக்கு உள்ளே இருந்துகொண்டே அவற்றிற்குத் துரோகம் இழைத்து தமது பாலியல் வேட்கையைப் பூர்த்தி செய்துகொள்ளத் தயாராக உள்ளவர்களாக அனுதாபத்துடன் சித்திரிக்கப்பட்டிருப்பது கவனிக்கத்தக்கது.

புதுமைப்பித்தன் என ஒட்டுமொத்தமாய்ப் பார்ப்பதைக் காட்டிலும் ஒவ்வொரு கதை அல்லது கட்டுரையையும் தனித் தனிப் பிரதியாகப் பார்ப்பதே வாசிப்பு குறித்த நவீன புரிதலுக்கு இயைபுடையதாக இருக்கும் என்கிற கருத்தும் விவாதத்தின்போது முன்வைக்கப்பட்டது. சமகாலத்தில் வெளிவரும் ஒரு பிரதிக்கு இது பொருந்தியபோதிலும் பல ஆண்டுகட்கு முன்பு மறைந்துபோன புதுமைப்பித்தன் போன்ற 'தமிழன்னையின் தலைமகன்கள்' விசயத்தில் இது அப்படியே பொருந்தாது. புதுமைப்பித்தனின் எழுத்துகளோடு இணைந்த பிரதிகளாக இத்தகைய புனைவுகளும் சேர்த்தே வாசகனுக்குக் கையளிக்கப்படுகின்றன. கப்சிப் தர்பார் நூலை இன்று வாங்குகிற வாசகன் புதுமைப்பித்தன் எழுதியது என்கிற நோக்குடனேயே அதை வாசிக்கிறான். இட்லரைப்பற்றித் தெரிந்துகொள்ள இதைவிட வேறு நல்ல புத்தகங்கள்கூட கிடைக்கலாம். புதுமைப்பித்தன் இட்லரை எப்படிப் பார்க்கிறார் என்பதைத் தெரிந்துகொள்ளவே நாம் அதனைப் புரட்டுகிறோம். எனவே இந்நூலை விமர்சிக்க வரும்போது புதுமைப்பித்தன் தமது சமகால மணிக்கொடி எழுத்தாளர்களிடமிருந்து பாசிசத்தை அணுகும் அம்சத்தில் எவ்வாறு வேறுபட்டு நிற்கிறார் என்கிற பிரதிக்கு அப்பாற்பட்ட உண்மையைச் சொல்ல வேண்டி யிருக்கிறது. எனவே புதுமைப்பித்தனின் எழுத்துகளெல்லாம் இன்று ஒரே தொகுப்புகளாக வெளியிடப்பட்டுக் கொண்டிருக்கும் பின்னணியில் இப்படி ஒட்டுமொத்தமாய் எழுத்துகளைப் பார்க்க வேண்டிய அவசியமும் நமக்கு ஏற்பட்டு விடுகிறது.

ஆக புதுமைப்பித்தனில் மரபை மீறும் குரலும் உண்டு. மரபைப் போற்றும் குரலும் உண்டு; ஆபத்தான அம்சங்களும் உண்டு. பல குரல் ஒலிப்பதும் உண்டு. சுமார் ஓராண்டிற்கு முன்பு மனிதம் இதழுக்கு நான் அளித்த பேட்டி ஒன்றில், 'புதுமைப்பித்தன் போன்றோரிடம் மரபைக் கேள்விக்குள்ளாக்கும் கீற்றுகள் தென்பட்டாலும் அவர்களும் இங்கு நிலவும் பார்ப்பன - சைவ வேளாள கருத்தியலை முற்றிலும் உதறித் தள்ளிவிட்டு வெளியே வந்தவர்களாக இல்லை' என்று குறிப்பிட்டிருந்தேன். இந்தக் கட்டுரைத் தொகுப்பை ஒட்டு மொத்தமாய்ப் பார்க்கும்போது இந்தக் கருத்து மேலும் உறுதியாகிறது.

'நிறப்பிரிகைக்காரர்கள் இலக்கிய ஆய்விலும் இட ஒதுக்கீடு செய்யத் தொடங்கிவிட்டார்கள். இளைஞர்களை எல்லாம் கொம்புசீவி விட்டு அடாவடித்தனமான கருத்துகளைப் பேச ஊக்குவிக்கின்றனர்' என்று இந்த ஆய்வரங்கு குறித்து ஒரு சில புதுமைப்பித்தன் ஆர்வலர்கள்

கருத்துத் தெரிவித்ததாக அறிந்தேன். இலக்கியத்தில் இட ஒதுக்கீடு செய்வதைப் பெரிய பாவமாக நாங்கள் கருதவில்லை. எழுத்தாளனைக் காட்டிலும் வாசகனுக்கு முக்கியத்துவம் அளிக்கும் ஒரு காலகட்டத்தில் நின்றுகொண்டிருக்கிறோம். இதுகாறும் ஒதுக்கப்பட்ட அடித்தட்டு மக்கள் இலக்கியக் களத்திற்குள் அத்துமீறி நுழைந்து கொண்டிருக்கும் சூழல் இது. தகுதி, திறமை என்கிற அளவுகோலை இலக்கியக் களத்திற்குள்ளும் அனுமதிக்கத் தேவை இல்லை. பொது வினியோகத்திற்கென வந்தபின்பு அதனை நுகரும் யாருக்கும் கருத்துச் சொல்ல உரிமையுண்டு. யாரை இளைஞர்கள் எனவும், இலக்கியத் திற்கு அப்பாற்பட்டவர்கள் எனவும் சொல்கிறீர்களோ அவர்களை ஒதுக்கிவிட்டு இனி இலக்கிய விளையாட்டுகளை நீங்கள் விளையாடிக் கொண்டிருக்க முடியாது. கிராமியன், கரிகாலன், கூத்தாடி, ராகவன், அருணன் ஆகியோரின் பார்வைகளின்றி புதுமைப்பித்தன் குறித்த இவ்வாய்வரங்கு பன்முகப்பார்வையை உள்ளடக்கியதாகச் சிறந்திருக்க முடியாது.

(மார்ச் 11-1995இல் குடந்தையில் நடத்தப்பட்ட புதுமைப்பித்தன் கருத்தரங்கில் பேசிய உரை. பின்னர் அக்கட்டுரைத் தொகுப்பிற்கான முன்னுரையாகத் திருத்தி எழுதப்பட்டது. தொகுப்பு வெளிவரவில்லை. முன்னுரை இங்கே.)

களம் புதிது, ஏப்ரல் 1996

3.6

புதுமைப்பித்தன் பிரதிகளில் தலித்துகள், மறவர்கள், கிறிஸ்தவர்கள் மற்றும் இதர மாமிசபட்சிணிகள்

புதுமைப்பித்தனின் எப்போதும் முடிவிலே இன்பம் சிறுகதையைப் படித்திருக்கிறீர்களா? படிக்காதவர்களுக்கும், படித்து மறந்து போனவர்களுக்கும் ஒரு சுருக்கமான அறிமுகம்: (வெள்ளைக்கார) கலெக்டர் துரையின் பங்களாவில் ஒரு முயல் வசிக்கிறது. சாதாரண முயல் இல்லை, வேதம் படித்த முயல். முயலை விரட்ட கலெக்டர் ஒரு நாயை அமர்த்துகிறார். அதுவும் சாதாரண நாய் அல்ல. கறுப்புப் பறைநாய். மாமிச வேட்கைகொண்ட, கேட்பார் பேச்சுக் கேட்கும் அசட்டு முட்டாள்நாய். வேதம் படித்த புத்திசாலி முயல் தன்னையும் காப்பாற்றிக்கொண்டு, பறை நாய்க்கும் அதன் வேலை போய்விடா மலிருக்க ஆலோசனை தருவதாய்ச் சொல்லி தனது எடுபிடியாய் வைத்துக்கொள்கிறது. அப்போது இவர்களுக்கிடையில் ஒரு நரி குறுக்கிடுகிறது. அதுவும் சாதாரண நரி அல்ல; அர்த்தசாஸ்திரம் — அதாவது பொருளியல் நூல் கற்ற, ஆட்சி அதிகாரத்தைக் கைப்பற்றுவது பற்றி பேசுகிற நரி. கருப்புநாய்க்குச் சபலம். தன்னை ராஜாவாக ஆக்க வாக்களிக்கும் நரிக்கும் புத்திசாலி முயலுக்கும் ஒரே சமயத்தில் விசுவாசமாக இருக்க முயல்கிறது. நரி சதியைத் தொடங்குகிறது. சிக்கல் ஏற்பட்டு, அசட்டு நாய் சங்கிலியால் கட்டப்பட்டு பங்களாவைவிட்டே வெளியேற்றப்படுகிறது. நரியைக் கலெக்டர் சுட்டுத்தள்ளுகிறார். பஞ்சவடி மாதிரி அமைதியாய் இருந்த இடம் இப்படி ஆனதைக் கண்டு வருத்தமுற்ற முயல் தன் முயலினி யுடன் சர்க்கார் தோட்டத்திற்கு இடம்பெயர்கிறது. எப்போதும் முடிவிலே இன்பம் கதை இதுதான்.

புதுமைப்பித்தனின் கதைகளில் வருகிற திருநெல்வேலி கிராம வருணனைகள் பெரும்பாலும் இப்படித்தான் அமையும்; கோயில், அக்ரகாரம், பிள்ளைமார் வீதி; தேங்காய் எண்ணெய் வாசனை பரிமளிக்கும் இவ்வீதிகளைக் கடந்தால் ஊர்ப்பொட்டல்; காவல் தெய்வம் சுடலைமாடன் பீடத்தைச்சுற்றி ஐந்தாறு மறவர் குடிசைகள்; இத்துடன் ஊர் முடிந்துவிடுகிறது. மானாவாரிக் குளத்தையும் தாண்டி அக்கரைக்குப் போனீர்களானால் பறைக் குடிசைகள். ஊரின் பொது நியதியே சோம்பலும் வறுமையுந்தானென்றாலும் முதலாமவர்கள் 'சேஷப்படாது பட்டினி' கிடந்தால், மற்றவர்கள் அசுத்தமாய்ப் பட்டினி கிடக்கிறார்கள். சோம்பலும் பட்டினியும் நிலவியபோதும், இம்மூன்று பிரிவினருமே தத்தம் நிலைமைகளில் திருப்தியுற்று, மகிழ்ச்சியுடன் இருக்கின்றனர். ஊரில் 'சாந்தி' நிலவுகிறது. ஆலய நுழைவு, சுயமரியாதை, புரட்சி, கிரட்சி, மதமாற்றம் என யாரும் அந்நியர்கள் ஊருக்குள் நுழையாதவரை.

ஆக, புதுமைப்பித்தனின் 'கிராமத்து மாந்தர்களை' இம்முப் பிரிவுகளுக்குள் அடக்கிவிட முடியும். (1) பார்ப்பன-வேளாளர், (2) மறவர், (3) பறையர். இம்மூவரும் சமஅளவில் பிரதியில் இடம் பெறுவதில்லை. இதனை விரிவாய்ப் பின்னர் பார்ப்போம். இம் மூன்று பிரிவுகளையும் இரு பிரிவுகளாகவும் சுருக்க முடியும். (1) பார்ப்பன-வேளாளர். (2) மறவர்-பறையர். மற்றவர் இந்த அமைதியில், ஒழுங்கில் குறுக்கிடும் அந்நியர்கள்.

இன்னொரு கோணத்தில் பார்த்தீர்களானால் பார்ப்பன-வேளாளருக்கு மறவரும் பறையரும் அந்நியர். பார்ப்பனர்-வேளாளர்-மறவர்-பறையர் ஆகியோருக்கு ஊர் அமைதியில் குறுக்கிடுபவர் அந்நியர்.

இப்போது கலெக்டர் - முயல் - நாய் - நரி கதைக்குத் திரும்புவோம். கலெக்டருக்கும் முயலுக்குமிடையே பிரச்சினைகள் இருந்தபோதிலும் இந்த இருவரும் கலெக்டர் தோட்டத்தின் இயல்பான குடிமக்கள். பறை நாய் தோட்டத்தில் புகும் முதல் அந்நியன், எனினும் முயலுக்கும் நாய்க்கும் இடையில் ஒரு 'செட்டில்மென்ட்' ஏற்படுகிறது. அது ஓர் ஏற்றத்தாழ்வான ஒப்பந்தம் என்பதும், முயலுக்கும் நாய்க்கும் இடையேயான உறவு சுரண்டல் உறவு என்பதும் வேறு விஷயம். என்ன இருந்தாலும் முயல் வேதம் படித்தது; புத்திசாலி. மாமிசவெறி தவிர வேறொன்றும் அறியாத முட்டாள் பறைநாய்க்கும் முயலுக்குமான உறவு அப்படித்தான் இருக்க முடியும். உறவு ஏற்றத்தாழ்வாக

இருந்தபோதிலும் இருவருக்குமே ஒரு பாதுகாப்பு கிடைக்கிறது. அமைதி நிலவுகிறது. அந்த அமைதியைக் குலைக்கும் அந்நியனாக நரி நுழைகிறது. நரி நாம் ஏற்கனவே குறிப்பிட்டது போல் சாதாரண நரி அல்ல. பொருளியல் அறிவுடைய, ஆட்சி அதிகாரத்தைக் கைப்பற்றுவது பற்றிப் பேசி, இருக்கும் அமைதியைக் குலைக்கும் நரி. பறைநாய் வேதம் கற்ற முயலின் பேச்சை மட்டும் கேட்டுக் கொண்டிருந்தால் பிரச்சினை இருந்திருக்கப்போவதில்லை. நரி பேச்சைக் கேட்க முனைந்ததால் எல்லோருக்கும் சிக்கல். பஞ்சவடி ரணகளமாகிறது. இங்கே அவ்வளவு எளிதாக யாரும் அதிகார மாற்றத்தைக் கொண்டுவந்துவிட முடியாது. ஆட்சிமாற்றம்பற்றிப் பேசுபவர்கள் அழிய வேண்டியதுதான். அவர்கள் பேச்சைக்கேட்டுப் பின்னால் போகிறவர்கள் சங்கிலியால் கட்டப்பட்டு பங்களாவை விட்டு வெளியேற்றப்பட்ட நாய் போன்று 'உள்ளதும் போச்சுடா நொள்ளக் கண்ணா' என வெளியேற வேண்டியதுதான். எனவே கறுப்புப் பறைநாய்களே, வேதம் படித்த முயலின் பேச்சைக் கேளுங்கள்.

இப்படியான ஒரு வாசிப்பை நான் வலிந்து செய்வதாக நீங்கள் கருதிவிடக்கூடாது பித்தனின் மற்றக் கதைகள் இவ்வாசிப்பை உறுதி செய்வதை நம்மால் நிறுவ முடியும். நமது சமூகத்தின் தேக்க நிலை குறித்து அவருக்கு ஒரு தெளிவான பார்வை இருந்திருக்கிறது. ஏகாதிபத்தியம் பொருளைக் கொண்டுவந்து குவித்து, நமது பொருளாதாரத்தை நாசமாக்குகிறது. இதற்கு இணையாக வெள்ளைப் பாதிரிமார்கள் ஆயிரக்கணக்கில் ஞானஸ்நானம் கொடுத்து ஹிந்து சமூகத்தைக் கெடுத்தனர் *(புதிய கூண்டு)*. கிராமங்கள் சோம்பலில் சுகித்தன. மறவர்களும் பறையர்களும் குடித்துக் கும்மாளமிட்டு ஊதாரித்தனத்தில் மிதந்தனர். கடவுளின் பிரதிநிதி என்கிற கதையில் 'சிற்றூர்'பற்றிய புதுமைப்பித்தனின் விவரிப்பைப் பாருங்களேன்:

'ஊருக்கு வெகுதொலைவில், அதாவது, ஊருக்குப் பக்கத்தி லிருக்கும் வாய்க்காலையும் வயல்காடுகளையும் தாண்டி ஊரின் சேரி. இந்த அக்கிரகாரத்துப் பிச்சைக்காரர்களுக்கு அடிமைப் பிச்சைக் காரர்கள். இரு ஜாதியாரின் நிலைமையும் ஒன்றுதான். ஒருவர் சேஷப்படாது பட்டினியிருந்தால், இன்னொருவன் அசுத்தத்துடன் பட்டினி கிடக்கிறான். சேரிப்பட்டினிகளுக்கு அக்கிரகாரத்துப் பட்டினிகள் மீது பரமபக்தி... ஊரில் நல்ல மனிதன் என்றால் சுப்பு சாஸ்திரிகள்... இம்மாதிரி சாந்தி குடிகொண்ட வாழ்க்கையிலே

சூறைக்காற்று போல் புகுந்தது ஹரிஜன இயக்கம். அது ஊரையே ஒரு குலுக்கு குலுக்கியது.' இதனையொத்த பல எடுத்துக்காட்டுகளை புதுமைப்பித்தனின் கதைகளிலிருந்து தொகுக்க முடியும்.

தங்களது இழிநிலை குறித்துப் பறையருக்குச் சற்றேனும் உணர்வு இல்லை என்பது பித்தனின் திட்டவட்டமான முடிவு. இந்த அவல வாழ்வில் பறையர்கள் திருப்தி அடைந்திருந்தனர். சாதிப்படி நிலையில் மாற்றத்தை ஏற்படுத்த வேண்டும் என்கிற எண்ணம் மேலிருந்துதான் உருவாகிறது. முற்போக்கு மனம் படைத்த உயர் சாதி சீர்திருத்தவாதிகளே அத்தகைய முயற்சிகளை மேற்கொள்கின்றனர். இதற்கு முதல் எதிர்ப்பு, மூர்க்கத்தனமான எதிர்ப்பு பறையர்களிட மிருந்தே வருகிறது. கடவுளின் பிரதிநிதி கதையில் ஆலயப் பிரவேசத் திற்குத் தூண்டும் சங்கர், புதிய நந்தன் கதையில் பறைச்சி ஒருவரைத் திருமணம் செய்துகொள்ள விழையும் ராமநாதன் முதலியோர் 'ஜாதியில் பிராமணர். தியாகம், சிறை என்ற அக்னிகளால் புனிதமாக்கப்பட்டவர். சலியாது உழைப்பவர்.' 'கடவுளற்ற, லட்சியமற்ற, இருளில் தடுமாறும்' பறையர்களுக்கு இவர்கள் உரிமை வேட்கையை ஊட்டமுனையும்போது அவர்களாலேயே தாக்குறு கின்றனர். சங்கரைக் கல்லால் அடித்துத் தாக்குகின்றனர். கோயில் பூசகர் சுப்பு சாஸ்திரிகள்தான் அவரைக் காப்பாற்றுகிறவர். தான் உடலுறவு கொண்ட பறைச்சியை ராமநாதன் திருமணம் செய்துகொள்ள முயன்றபோது எதிர்ப்பு அந்தப் பெண்ணிடமிருந்தும் அவள் அப்பனிடமிருந்தும் எழுகிறது.

புதுமைப்பித்தனின் காலத்தில் படித்த பார்ப்பன இளைஞர்கள் ஒரு சிலர் மத்தியில் இத்தகைய சீர்திருத்த உணர்வுகள் காந்தியின் தலைமையிலான அரிசன இயக்கத்தின் விளைவாக ஏற்பட்டது என்பது மிகைக்கூற்றல்ல. ஆனால் எல்லாப் பார்ப்பனர்கள் மத்தியிலும் இத்தகைய சிந்தனை ஏற்பட்டது எனச் சொல்ல இயலாது. சங்கரும் ராமநாதனும் பொதுப்போக்கின் பிரதிநிதிகள் என்பதைக் காட்டிலும் விதிவிலக்குகள் எனச் சொல்வதே பொருத்தம். பார்ப்பனர்-வேளாளர் மத்தியில் விதிவிலக்குகளைத் தேடிப்பிடித்து அறிமுகம் செய்யும் புதுமைப்பித்தனுக்கு அதே காலகட்டத்திலும் அதற்கு வெகுகாலம் முன்பிருந்தும், மேலிருந்து ஊட்டப்படுகிற தேவையில்லாமல், அடித்தட்டு மக்கள் மத்தியிலேயே கிடைத்தளத்தில் விழிப்புணர்வும், விடுதலை வேட்கையும் கிளைத்துப் பரவியது கண்ணில்படாது போனதை நாம் புறக்கணித்துவிட முடியாது. அயோத்திதாஸ் பண்டிதர்,

இரட்டை மலை சீனிவாசன், எம்.சி. ராஜா போன்ற தலைவர்கள் தாழ்த்தப்பட்ட மக்கள் மத்தியிலிருந்து உருவானவர்கள்தாம். ஆலயப் பிரவேசத்திற்காக நடத்தப்பட்ட புகழ்பெற்ற வைக்கம் போராட்டம் கூட ஒடுக்கப்பட்டவர்கள் மத்தியில் தன்னெழுச்சியாகத் தோன்றிய உரிமைப் போராட்டம்தாம். அதன் இறுதிக்கட்டத்திலேயே பெரியார் அவர்கள் இப்போராட்டத்திற்குத் தலைமை ஏற்றார். அடித்தட்டு மக்கள் மத்தியில் ஏற்படும் இத்தகைய இயக்கத்தை மேட்டிமைப் பார்வைகள் (Elitist) கண்டுகொள்வதில்லை என்கிற குற்றச்சாட்டை அடித்தட்டு நோக்கில் வரலாற்றை ஆராய்கிறவர்கள் முன்வைப்பது குறிப்பிடத்தக்கது.

அசுத்தமானவர்களாகவும், குடியர்களாகவும், ஊதாரிகளாகவும் மேலிருந்து கீழாக இயக்கப்பட வேண்டியவர்களாகவும் கருதும் மேட்டிமை அணுகல்முறையை அடித்தட்டு மக்கள் நோக்கு ஆய்வாளர்கள் மறுக்கின்றனர். குடியாகவும் ஊதாரிச் செலவாகவும் மேலோட்டமாகப் பார்க்கும்போது தெரிபவை, ஆழமாகப் பார்க்கும்போது ஒரு வகையிலான எதிர்ப்பு வடிவங்களாகத் தோன்றுகின்றன என இவர்கள் கூறுகின்றனர். புதுமைப்பித்தன் சொல்வார்: 'எங்களூர் மறவர்களுக்கு 'பிசினஸ் டல் சீஸனில்' (அதாவது திருட்டுத் தொழில் சாத்தியமில்லாதபோது - அ.மா) சுடலைமாடன் பாடு கொண்டாட்டம்தான். தினம் திருவிழா. நாலு பணத்தைக் கண்டால் சுடலைக்குப் படைப்பு என்ற சம்பிரதாயத்தை வைத்துக்கொண்டு குடித்துக் களிப்பார்கள்' (தனி ஒருவனுக்கு). அடித்தட்டு மக்கள் குறித்த மேட்டிமைப் பார்வைக்கு இது ஒரு சரியான எடுத்துக்காட்டு. நாலு பணத்தைக் கண்டதும் அதனைச் செலவழிக்காமல் சேமித்து வைக்கிறார்கள் என்றே வைத்துக் கொள்வோம். என்ன ஆகும்? அவர்களின் வாழ்க்கைச் சூழலில் அது வட்டியாகவும் திரையாகவும் மீண்டும் உயர்சாதியினரின் கை களிலேயே போய்க் குவியும். எனவேதான் 'சேமிப்பதே பாவம்' என்பது போன்ற மதிப்பீடுகள் பழங்குடியினரிடம் உள்ளன என்கின்றனர் ஆய்வாளர்கள்.

புதுமைப்பித்தனிடமிருந்த இந்த மேட்டிமைத் தன்மைமிக்க மேற்சாதி மனப்பான்மையின் விளைவாகத்தான் கிறிஸ்தவ மத மாற்றத்தின் ஊழல்களை அவர் பூதாகரப்படுத்திப் பார்க்க நேரிடுகிறது. திருநெல்வேலி - பாளையங்கோட்டைப் பகுதியில், கல்வித்துறையில் கிறிஸ்தவ நிறுவனங்களின் ஆதிக்கம் பிரசித்தம். மதமாற்றத்தால்

பயனடைந்த கிறிஸ்தவர்கள் இந்த இரட்டை நகர்களில் கணிசமான அளவிற்கு ஆதிக்கச் சக்திகளாக இருந்து வந்திருக்கின்றனர். இந்த நிறுவனங்களில் நடைபெறும் ஊழல்களும், மதமாற்றத்திற்கு அவர்கள் பயன்படுத்தும் வழிமுறைகளும் எல்லாப் பிள்ளைமார்களையும் போலவே புதுமைப்பித்தனையும் பெரிதும் பாதித்திருக்கின்றன. பித்தனின் பார்வையில் கிறிஸ்தவப் பாதிரிமார்கள் (அர்ச். ஞானானந்த சாமியார் - அவதாரம், ஞானப் பிரகாச அடிகளார் - புதிய நந்தன்) தவிர, தேவ இறக்கம் நாடார் (நியாயம்), ஜான் டென்வர், சுவாமிதாஸ் ஐயர் (கொடுக்காப்புளி மரம்) போன்ற எல்லாக் கிறிஸ்தவர்களும் மூட மத வெறியர்கள், அற்பர்கள், சின்னப்புத்தி உடையவர்கள். லில்லி அற்புதம் ஜயலஷ்மி ஒரு பார்ப்பனனைத் திருமணம் செய்துகொண்டு, அவனுக்காக மாமிச உணவு உட்பட எல்லா பழக்க வழக்கங்களையும் மாற்றிக்கொண்டு வாழ்ந்ததை 'ஜயா, கிறிஸ்தவ மதத்தினளானாலும் ஒரு பெண்' என்பார் (புதிய கூண்டு) பித்தன்.

கிறிஸ்தவப் பாதிரிகளின் இழிவுகளில் முக்கியமானதாகப் பித்தன் கருதுவது அவர்கள் சிலரிடத்தில் உள்ள ஓரினச்சேர்க்கை (புதிய நந்தன், அவதாரம்). அவரைப் பொறுத்தமட்டில் ஒருவன் - ஒருத்தி, கணவனுக்குப் பணிவிடை செய்யும் தர்க்க அறிவற்ற மனைவியின் சுகம் - என்பதே இலட்சிய வாழ்க்கை. ஓரினச்சேர்க்கை போன்ற 'அருவருப்பு'களையும் 'மன விகாரங்களை'யும் இயற்கைக்கு விரோதமான இச்சைகளையும் அவரால் சகித்துக்கொள்ள இயலாது. இட்லர் ஒரு கொடிய பாசிஸ்டாக இருந்தபோதிலும், அவன் ஓர் ஓரினச் சேர்க்கையாளன் இல்லை என்பதில் பித்தனுக்குப் பரம திருப்தி (கப்சிப் தர்பார்). பிரம்மச்சரிய வாழ்க்கை என்பதுகூட அவரைப் பொறுத்தமட்டில் இயற்கைக்கு முரணான ஒன்றுதான் (அவதாரம், வாடாமல்லி).

பாதிரிமார்களிடம் மக்கள் மரியாதையாய் இருப்பதைப் பித்தனால் சகித்துக்கொள்ள முடியாது ('அவதாரம்'). 'புண்ணைக் காட்டிப் பிச்சை வாங்குவதும், கிறிஸ்துவின் புண்ணைக் காட்டி மோட்ச சாம்ராஜ்ய நம்பிக்கை ஊட்டுவதும் ஒன்றுதான்' என்பார் (அவதாரம்). புதிய கூண்டில் வருகிற கிட்டுவைப்போன்ற உணர்ச்சிவசப்படக்கூடிய பலவீனர்களுக்கு மதம் மாறுகிற சபல புத்தி இருக்கும் என்பார். 'திட சித்தமும், எதையும் தனது அறிவுத் தராசில் போட்டு நிறுக்கும் உறுதியும் உடைய' அம்பி போன்றவர்களை, மதமாற்றத்திற்குப் பலியாகாது, 'மடிந்தாலும் ஹிந்து தர்மத்திற்காக மடிவோம்' என

முழங்கும் உறுதி படைத்தவர்களாகச் சித்திரிப்பார். அம்பி மன உறுதிமிக்கவன் மட்டுமல்ல, ஒரே குத்தில் அண்ணனை வீழ்த்தும் உடலுறுதி படைத்தவனாகவும் சித்திரிக்கப்படுவது குறிப்பிடத் தக்கது.

தாழ்த்தப்பட்டவர்கள், மீனவர்கள், தீண்டாமைக் கொடுமைக்கு உள்ளாகியிருந்த நாடார்கள் ஆகியோர் மத்தியில் சென்ற நூற்றாண்டில் கல்விப் பரவல், சனநாயக வேட்கை (எ.டு: தோள் சீலை போராட்டம்), மேல் நோக்கி நகர்வு போன்ற இயக்கங்கள் ஏற்பட்டதில் கிறிஸ்தவத்தின் பங்கு முக்கியமானது. கிறிஸ்தவமும் ஆங்கில ஆட்சியும் கொண்டுவந்த மாற்றங்கள் மேற்குறிப்பிட்ட ஒடுக்கப்பட்ட பிரிவினர் மத்தியில் உரிமை வேட்கை கிளறப்படுவதற்கு பின்புலமாக அமைந்தன. கிறிஸ்தவத்தை இந்நோக்கில் புதுமைப்பித்தனால் அணுக இயலவில்லை. தாழ்ந்த சாதியினருக்கு கிறிஸ்தவத்தில் பிடிப்பு ஏற்படுவதற்குப் பித்தன் கண்டுபிடித்துச் சொல்லும் காரணம் ரசமானது. ஒரு திருநெல்வேலிப் பிள்ளைமாருக்கு மட்டுமே தோன்றக்கூடியது. சொல்வார்: 'மேலும் ஹிந்து தர்மம் - தாழ்ந்த வகுப்புகள் (எனப்) 'பொட்டுக் கட்டி' தன் விசேஷ பரிவைக் காட்டிவரும் சில வகுப்பின் ஆசாரங்கள் மாமிச உணவை விலக்கி வைக்காதிருப்பதால், இந்த வகுப்பிலிருந்து பிற மதங்களுக்குப் போகிறவர்களுக்கும் அவர் களுக்கும் இடையில் தொடர்பு அவ்வளவாக அறுந்துவிடுவதில்லை' (அவதாரம்).

ஓரினப்புணர்ச்சியைப் போலவே மாமிச உணவு விருப்பையும் புதுமைப்பித்தன் இழிவாகவே மதித்தார். கோபாலய்யங்காரைப் பற்றிச் சொல்லவரும்போது 'குடிகாரர்தான். ஆனால் மாமிச பட்சிணி அல்ல' என்பார் (கோபாலய்யங்காரின் மனைவி). புதுமைப்பித்தனின் பிரதிகளில் காணப்படும் கலப்புத் திருமணங்களில் மாமிச உணவு ஒரு பிரச்சினையாகிவிடுகிறது. அவர்கள் உறவு நீடிக்க வேண்டுமானால் ஒன்று ஜயாவைப் போல (கவனியுங்கள்:பித்தன், மாறிய மனைவியை 'லில்லி' எனச் சொல்லவில்லை, ஜயா என்றுதான் சொல்வார்) மாமிச உணவை விட்டுவிட்டு இந்துப் பெண்ணாக மாற வேண்டும். (புதிய கூண்டு) அல்லது கோபாலய்யங்காரைப்போலக் குடியோடு மாமிசத்தையும் பழகிக்கொள்ள வேண்டும். மாமிசம் = குடி = டிரியோ டிரியோ பாட்டு ரசனை = ஏ பார்ப்பான், என்னடி இடைச்சி போன்ற கணவன் - மனைவி உரையாடல்கள் என்பதான ஒரு சமன்பாடு- இவை அனைத்தும் இழிவு என்கிற சாய்வுடன் —

பிரதியில் கட்டமைக்கப்படுகிறது (கோபாலய்யங்காரின் மனைவி). (சொந்த வாழ்க்கையிலும்கூட காச நோயிலிருந்து தப்புவதற்காகக்கூட முட்டை போன்ற அசைவ உணவை உண்ணப் பித்தன் தயாராக இல்லை என்பதை ரகுநாதன், க.நா.சு. ஆகியோரின் குறிப்புகளிலிருந்து அறிகிறோம்)

இந்துமரபைக் கேள்விக்குள்ளாக்கும் சில பிரதிகளைக் கட்டமைத்த புதுமைப்பித்தன், இந்து மரபு x மேலை மரபு என்கிற முரணை எழுப்பும் போதெல்லாம் இந்து மரபின் பக்கமே சாய்கிறார். உபதேசம், நாசகாரக் கும்பல் போன்ற கதைகளில் இந்திய மருத்துவம் மற்றும் மரபுடன் ஒப்பிட்டு நவீன மேலைச் சிந்தனை சற்றே கீழிறக்கப் படுவதைக் காணலாம்.

புதுமைப்பித்தனின் சினிமா முயற்சிகள் அனைத்தும் மூன்றாம்தர புராணக் குப்பைகளின் அடிப்படையிலேயே அமைந்தன. (அவ்வையார், காமவல்லி சரஸ்வதி விஜயம்) என்பதும், முருகன், சுட்டபழம் அது இது எனப் புராணக் குப்பையாக அவ்வையாரின் சரித்திரத்தை எழுத நேர்ந்ததில் அவருக்கு ரொம்ப திருப்தி என்பதும் (பார்க்க: ரகுநாதனின் புதுமைப்பித்தன் வரலாறு) இங்கே குறிப்பிடத் தக்கது. கிட்டத்தட்ட இதே காலகட்டத்திலும் அதற்குப் பின்னும் திராவிட இயக்கத்தினர் எடுத்த திரைப்படங்கள் இவற்றுடன் ஒப்புநோக்கத்தக்கன.

இறுதியாக, புதுமைப்பித்தனின் கதைமாந்தர்பற்றிச் சொல்வது முக்கியம். புராணக்கதைகளையும் துன்பக்கேணி போன்ற அடித்தட்டு மக்களின் அவலங்களைச் சொல்லவந்த வெகுசில கதைகளையும் தவிர, மற்றெல்லாவற்றிலும் பிரதான கதைமாந்தர்களில் தொண்ணூறு சதம் பேர் சைவப்பிள்ளைமார்கள் அல்லது பார்ப்பனர்கள். பிரதான கதை மாந்தர் தவிர தற்செயலாகக் கதையில் வருபவர்கள்கூட பிள்ளைமார்களாகவே உள்ளனர். ஏட்டுப்பிள்ளை, ஹோட்டல் பிள்ளை, கடைப்பிள்ளை, காஷியர் பிள்ளை, திருக்குறள்பிள்ளை எனப் பிள்ளைமாரின் பெரிய உலகம் பிரதியில் விரிகிறது. மறவர்களும் பறையர்களும், விளிம்பிலேயே நிறுத்தப்படுகின்றனர். தாசில்தார்பிள்ளையின் மகனாகிய விருத்தாசலம்பிள்ளை புதுமைப் பித்தன் எனப் பெயர் சூட்டிக்கொண்டதுகூட இந்துமரபுத் தாக்கத்தின் விளைவுதான் எனக் கருத இடமுண்டு. கவிதைக்காக அவர் இன்னொரு புனைபெயரைத் தேர்வு செய்தபோது வேலூர் வெ. கந்தசாமிப் பிள்ளை என்கிற பெயரையே தேர்வு செய்தார் என்பது குறிப்பிடத் தக்கது.

கடவுளைக்கூட அவர் பிள்ளைமாரின் (பழைய பரமசிவன் பிள்ளை) அடையாளங்களுடனேயே சித்திரிக்கிறார்.

'பாப்லின் ஷர்ட்டும் ஷெல் பிரேம் கண்ணாடியும்' போட்டவர் களை நோக்கி எழுதிக் குவித்தவர் (கவந்தனும் காமனும்) புதுமைப் பித்தன். அவர் காலத்தில் இவர்களே பெரும்பான்மையான வாசகர் களாக இருந்தனர். இந்து சனாதனக் கறைபடிந்த ஒரு மொழியின் விளையாட்டில் பிரக்ஞையின்றி அகப்பட்டுச் சுழன்றவர் அவர். சமகால சனரஞ்சக எழுத்தாளர்களிடமிருந்தும் சிறுபத்திரிகை எழுத்தாளர்களிடமிருந்தும் பல்வேறு அம்சங்களில் வியக்கத்தக்க அளவில் வேறுபட்டு நிற்கக்கூடியவராக அவர் விளங்கினார் என்பதையும், பல குரல் ஒலிக்கத்தக்க திறந்த பிரதிகள் சிலவற்றை அவர் உருவாக்கினவர் என்பதையும் சொல்லும்போதே, அவரது பெரும்பான்மையான பிரதிகள் வாசகனை அன்றைய ஆளும் கருத்தியலின் விருப்பத்திற்கு ஆட்படுத்தக்கூடியதாகவே இருந்தன என்பதை நாமாவது சொல்லியாக வேண்டியிருக்கிறது. இன்று வாசகப்பரப்பு விரிந்திருக்கிறது. இதுகாறும் இலக்கியச் செயற்பாடு களின் விளிம்புக்குத் தள்ளப்பட்டவர்கள், இன்று அவற்றில் தங்களுக்குரிய இடத்தை நிலைநாட்டக் களத்தில் இறங்கியுள்ள ஒரு சூழலில், ஒரு தலித்தாக, ஒடுக்கப்பட்டவனாக, பெண்ணாக, இசுலாமியனாக, குற்றப்பரம்பரையினனாக, தோட்டியாக மலம் அள்ளுபவனாக இருந்து பிரதிகளை அணுக வேண்டியிருக்கிறது. இந்த நோக்கில் புதுமைப்பித்தனின் பிரதிகளில் மறைந்தும் வெளிப்படை யாகவும் கிடக்கிற இந்த ஆபத்தான கூறுகளை நாம் சுட்டிக்காட்டுவது தவிர்க்க இயலாததாகிறது.

பாப்ளின் சர்ட்டும் ஷெல் பிரேம் கண்ணாடியும் போட்டவர்களுக்கு இவை ஆபத்தற்ற கூறுகளாகக்கூடத் தோன்றலாம். அதை நம்மால் புரிந்துகொள்ள முடிகிறது. அதைத் தவறு என்றுகூட நாங்கள் சொல்லவில்லை. எங்களுக்கு இப்படியும்கூட ஓர் அனுபவம் ஏற்பட முடியும் என்பதைத் தயவுசெய்து யோசித்துப் பாருங்கள்.

கவிதாசரண், 1995

3.7

எட்வர்ட் சேத்தும் புதுமைப்பித்தனும்

பொதுவாகவே எனது எழுத்துகள் தமிழ் எழுத்துலகில் ஆதிக்கம் செலுத்திக் கொண்டிருப்பவர்களிடமிருந்து கடும் கண்டனத்திற்கும் விமர்சனத்திற்கும் ஆளாவதை அறிவீர்கள். அதற்கான காரணமும் நீங்கள் அறிந்ததுதான். குறிப்பாக, சமீபத்தில் வெளிவந்த புதுமைப் பித்தன்பற்றிய எனது கட்டுரை (பு.பி. பிரதிகளில் தலித்துகள், மறவர்கள் மற்றும் இதர மாமிச பட்சிணிகள்) மிகக் கடுமையான எதிர்வினைகளைச் சந்திக்க நேர்ந்தது. ஓய்ந்துபோன நமது பழைய பயில்வான் வெங்கட்சாமிநாதனிலிருந்து பழைய சனாதனிகளுக்கு நல்ல பிள்ளையாக அடக்கம் காட்டும் மார்க்சிய(?) விமர்சகர் சிவசேகரம்வரை இதில் அடக்கம். இன்று விளிம்பியல் பார்வைகள், தலித் சிந்தனைகள் எல்லாம் மேலுக்கு வந்தபின் நமது பழைய மார்க்சியர்கள் வலதுசாரிகளின் செல்லப் பிள்ளையாகிப் போனதை நீங்கள் கவனிக்கலாம். நண்பர் நுஃமான் அவர்களில் ஒருவர். ஒரு காலத்தில் வெங்கட்சாமிநாதனை அதிரடித்த அவர் இன்று காலச்சுவடில் சுருண்டு கிடக்கிறார். பிரதியின் மூலப்பொருளில் (Original Meaning) எந்த மாற்றமும் சாத்தியமில்லை என இவர் ஒலிக்கும் குரல் இலக்கிய அடிப்படைவாதத்திற்கு (Fundamentalism) ஓர் எடுத்துக்காட்டு. தோன்றிய நாளிலிருந்து ஒரெழுத்துக்கூட மாற்றப்படாத ஒரேநூல் தமது 'வேதம்' தான் என அனைத்து மத அடிப்படைவாதிகளும் பீற்றிக் கொள்கிறார்களல்லவா அப்படி. ஸ்டேன்லி ஃபிஷ் சொல்வதுபோல விமர்சனத்தின் வேலை பிரதியின் 'அர்த்தத்தை'க் கண்டுபிடிப்பது அல்ல. பிரதி என்ன பொருள்கொள்கிறது என்பதைக் காட்டிலும் அது என்ன செய்கிறது- அதாவது வாசகன் மீது எத்தகைய விளைவுகளை ஏற்படுத்துகிறது எனச் சொல்வதே நம் பணி. அர்த்தம் என்பது பிரதியில் விரவிக் கிடக்கும் சொற்களின் அகராதிப் பொருள்களின் தொகுப்பாய் உருவாவதில்லை. மாறாக வாசிப்பு என்கிற

நடவடிக்கையின்போதே (Practice) அர்த்தம் உருவாகிறது. எனவே வாசகன் என்பவன் யார்? எத்தகைய சகபிரதிகளுடன் இப்பிரதி இணைத்துத் தரப்படுகிறது? எத்தகைய நிறுவனங்கள் மூலம் பிரதி முன்வைக்கப்படுகிறது என்பன போன்ற பிரதிக்கு அப்பாற்பட்ட கேள்விகளெல்லாம் இதனால் முக்கியத்துவம் பெறுகின்றன. இவை எல்லாம் நாம் ஏற்கனவே பலமுறை சொன்னதுதான் (பார்க்க: *பாரதிதாசன் பல்கலைக்கழகமும் பட்டுக்கோட்டை கலியாண சுந்தரமும்)* நுஃமான் அதைப்பற்றி எல்லாம் கவலைப்படவில்லை. பழைய சங்கை எடுத்து ஒருபிடி பிடித்திருக்கிறார் (*காலச்சுவடு-14*). கிழங் கட்டைகளுக்கு ரொம்ப மகிழ்ச்சி - பலே, பேஷ்! நுஃமான் இவன்களுக்கெல்லாம் உங்களை மாதிரிப் படிச்சவங்கதான் பதில் கொடுக்கோணும். இப்ப என்ன சொல்றானுங்க பார்ப்போம்.

சரி, புதுமைப்பித்தனுக்குத் திரும்புவோம். பு.பி.பற்றிப் பல்வேறு சந்தர்ப்பங்களில் எழுதியுள்ளேன். அவரது எழுத்துகள் என்னை எப்போதுமே ஈர்த்து வந்துள்ளன. பொதுவாக நமது சிறுபத்திரிகைப் பாரம்பரியம், தமிழ் நவீனத்துவம் ஆகியன குறித்து எனக்கு அவ்வளவு நல்ல அபிப்பிராயங்கள் இல்லாதபோதும் புதுமைப்பித்தனிடம் வெளிப்படக்கூடிய இவற்றிலிருந்து வேறுபட்டு நிற்கும் கூறுகளை நான் எப்போதுமே சுட்டிக்காட்டி வந்துள்ளேன். அவரது *கப்சிப் தர்பார்* நூலுக்கு எழுதிய முன்னுரையில் சக மணிக்கொடிக்காரர்கள் உட்படப் பலரும் இட்லரைப் பாராட்டிக்கொண்டிருந்த சூழலில் பு.பி. எவ்வாறு பாசிசத்தை ஏற்றுக்கொள்ளாத மனம் படைத்தவராக இருந்தார் என்பதையும், ரஷ்யாவிற்கும் இடதுசாரிகளுக்கும் சார்பான ஒரு நிலையை அவர் மேற்கொண்டதையும் சுட்டிக்காட்டி எனது வியப்பைத் தெரிவித்திருந்தேன். கிட்டத்தட்ட அது ஒரு முழுமையான பாராட்டுக் கட்டுரை என்றே சொல்லலாம். எனினும் என்னுடைய பார்வையில் நான் சந்திக்க நேர்ந்த பு.பி.யின் ஒழுக்கவாதக்கூறுகள் சிலவற்றையும் சுட்டிக்காட்டியிருந்தேன். இது பொறுக்கவில்லை நமது வெங்கட்சாமிநாதனுக்கு. நான் ஒரே கட்டுரையில் பல 'பல்டி'கள் அடித்திருப்பதாக *புதிய பார்வை* (ஆக. 1996) யில் எழுதினார். முழுமையாக நாம் என்ன சொல்கிறோம் என்பதைப்பற்றி விவாதத்தில் இறங்க இவர்களுக்குத் திராணி இருப்பதில்லை. நுஃமான் உட்பட வாய்ப்புக் கிடைக்கிற நேரத்தில் 'வவ்வே' எனப் பழிப்புக் காட்டிவிட்டு ஓடிவிடுகிற சின்னப்பிள்ளைபோல போகிற போக்கில் பெயரை உச்சரித்து ஏதாவது ஓர் அசட்டுக் கேலி செய்துவிட்டு ஓடிவிடுவது.

வெங்கட்சாமிநாதன் சொல்வதென்ன? புனிதங்களைக் கேள்வி கேட்காதே. பு.பி. போன்றோரை நீங்களெல்லாம் விமர்சிக்க வந்த கொடுமையை நாங்கள் என்னென்பது? ஒரு பிரதி அல்லது மனிதனை ஒன்று முழுமையாகப் பாராட்ட வேண்டும் அல்லது முழுமை யாகத் திட்டவேண்டும், இடைப்பட்ட நிலை ஏதும் இருக்க முடியாது. ஒருவருக்குப் பாராட்டத்தக்க சுகத்தை அளிக்கும் பிரதி இன்னொருவருக்கு எரிச்சலூட்டக்கூடியதாக, இழிவைப் பதிக்கக் கூடியதாக இருக்க முடியாது. இப்படிச்சொல்லிக்கொண்டே போகலாம்.

இந்தக் கருத்துகளை நான் ஏற்கவில்லை.

வெங்கட்சாமிநாதனுக்கோ, இல்லை பு.பி.பற்றிய கருத்துகளுக்காக என்னைத் திட்டித்தீர்க்கும் மற்றவர்களுக்கோ பதில் சொல்லிக் கொண்டிருப்பதைக் காட்டிலும் எட்வர்ட் சேத்பற்றி இங்கே பேசுவது பயனுடையதாக இருக்கும் என நம்புகிறேன். சேத்தை நிறப்பிரிகை வாசகர்களுக்குத் தெரியும். அவரது எழுத்துகளை நாங்கள் தொடர்ந்து அறிமுகப்படுத்தி வருகின்றோம். ரவிக்குமார் மொழிபெயர்த்துள்ள உரையாடல் தொடர்கிறது நூலில் சேத்தின் பேட்டி ஒன்றும் உள்ளது. ஒரு பாலஸ்தீனியர், பாலஸ்தீனிய விடுதலைப் போராட்டத்தில் பல்வேறு மட்டங்களில் பங்குபெற்றவர், இன்று அரஃபாத்தைக் கடுமையாக விமர்சிப்பவர், நவீன சிந்தனையாளர்களில் மிக முக்கியமானவராகக் கருதப்படுபவர், அமெரிக்கப் பல்கலைக்கழகம் ஒன்றில் பேராசிரியர், கீழைத்தேயங்கள்பற்றிய மேலைப் பார்வையின் வக்கிரங்களைத் தனது ஓரியன்டலிசம் என்கிற புகழ்பெற்ற நூலின் மூலம் தோலுரித்தவர் என சேத்பற்றி நிறையச் சொல்லலாம். சமீபத்தில் (1993) அவரது முக்கியமான நூலொன்று வந்துள்ளது. Culture and Imperialism - கலாச்சாரத்தளத்தில், எழுத்துப் புலத்தில் குறிப்பாக நாவல்களில் ஏகாதிபத்தியத் தன்மை எவ்வாறு வெளிப்படுகிறது என்பது அந்தப் பெரிய நூலின் ஆய்பொருள். டிக்கன்ஸ், கோன்ராட், காம்யூ என ஐரோப்பிய இலக்கியப் பெரும் பாரம்பரியத்தின் முக்கியமான, மகத்தான எழுத்தாளர்கள் அத்தனை பேரிடத்திலும் அவர்கள் அறிந்தும் அறியாமலும் ஏகாதிபத்தியப் பார்வை எவ்வாறு வெளிப்படுகிறது என விரிவான ஆய்வுகளுக்கு அந்நூலில் இடமளிக்கப் பட்டுள்ளது. ஏகாதிபத்தியத்தின் கலாச்சாரச் செயற்பாடாக இதனைச் சொல்ல முடியும் என வாதிடும் சேத் தங்களது எழுத்துகளின் மூலம் மேற்குறித்த மனிதாபிமானிகள் எல்லோரும் மூன்றாம் உலக மக்களை இழிவாக நோக்கினார்கள் எனவும், ஏகாதிபத்தியத்தின் அரசியல்,

பொருளாதார நடவடிக்கைகளுக்குக் கலாச்சாரத் தளத்தில் நியாயம் வழங்கினார்கள் எனவும் குற்றம் சாட்டுகிறார். இனி சேத்தின் கருத்துகள்: கலாச்சாரம், இரண்டு அர்த்தங்களைக் கொண்டுள்ளது. முதலில் அது அந்தச் சமூகத்தின் கதையாடலாக இருக்கிறது. தேசம் உட்பட எல்லாம் கதையாடல்கள் மூலமாகவே கட்டமைக்கப்படுகின்றன. முக்கியமான பிரச்சினைகளெல்லாம் கதையாடல்கள் மூலமாகவே மோதிக்கொள்கின்றன. எனவே கதையாடும் அதிகாரம், மற்றவர்களின் கதையாடல்களைத் தடுக்கும் திறன் ஆகியன 'கலாச்சாரமும் ஏகாதிபத்தியமும்' என்கிற தலைப்பில் முக்கிய ஆய்வுப் பொருளாகின்றன. கலாச்சாரத்தின் இன்னொரு பொருள் அது. அந்தச் சமூகத்தின் அடையாளமாக விளங்குவது. மொத்தத்தில் கருத்தியல் மோதல்களின் களனாகவும் அரங்காகவும் கலாச்சாரம் இருக்கிறது.

தனது தேசத்தின் செவ்வியல் இலக்கியம் ஒரு மாணவனுக்குக் கொல்லிக் கொடுக்கப்பட்டபோது தனது தேசம், பாரம்பரியம் ஆகியவற்றிற்கு விமர்சனமில்லாத விசுவாசமுடையவனாகவும் இதரப் பாரம்பரியங்களை இழிவுசெய்ய வேண்டியவனாகவும் அவன் எதிர்பார்க்கப்படுகிறான்.

ஏகாதிபத்திய அதிகாரத்துவ நடவடிக்கைகளுக்கு ஆதாரமாக அமைவது காலனியவாதியின் மனப்பாங்கு. இதனை 'பீல்டு ஹவுஸ்' 'வில்லியம் பிளேக்' முதலானவர்கள் வெளிப்படையாகவே ஒத்துக்கொள்கின்றனர். (ஏகாதிபத்திய) பேரரசின் அடித்தளம், கலையும் அறிவியலும்தான் என்கிறார் பிளேக். இவற்றை வீழ்த்தினால் பேரரசும் வீழும். கலைக்குப் பின்னால் பேரரசு போகிறதேயொழிய பேரரசுக்குப் பின் கலை வருவதில்லை என்பது அவர் கூற்று.

ஆனால் பெரும்பான்மையான நமது மனிதாபிமான விமர்சகர்கள் கொடூரமான ஏகாதிபத்திய நடவடிக்கைகளான அடிமை வணிகம், இனஒடுக்கல் முதலிய செயற்பாடுகளுக்கும் அதற்குக் காரணமாகிற சமூகத்தில் விளையும் கவிதை, தத்துவம் ஆகியவற்றுக்குமிடையே தொடர்புகள் எதையும் காண்பதில்லை.

நான் கண்டறிந்த கடினமான உண்மைகளில் ஒன்று என்னவெனில் நான் மிகவும் மதிக்கக்கூடிய பல நாவலாசிரியர்கள், இனவாத அணுகல்முறைகளில் ஏகாதிபத்திய அதிகாரிகளின் கண்ணோட்டங்களை அப்படியே ஏற்றுக்கொண்டவர்களாகவே உள்ளனர்

உடைபடும் புனிதங்கள் ♦ 429

என்பதுதான். கலாச்சாரத்தை அரசியலுக்கு அப்பாற்பட்ட புனிதமான ஒன்றாக உயர்த்திப் பிடித்த இவர்கள் இன ஒடுக்கல் போன்ற வற்றைக் கலாச்சாரத்திற்கு அப்பாற்பட்ட ஒன்றாகக் கருதினார்கள். ஆனால் கலாச்சாரம் என்பது உலகத் தொடர்புகளிலிருந்து துண்டிக்கப்பட்டு, கிருமி எதிர்ப்புக் 'குவாரன்டைன்'களில் வைத்துப் பாதுகாக்கப்படுகிற ஒன்றல்ல. செவ்வியல் இலக்கியங் களாகக் கருதப்படும் நாவல்கள் சிலவற்றையும் இதர நூல்கள் சிலவற்றையும்தான் இங்கே ஆய்வுக்கு எடுத்துக்கொண்டுள்ளேன். நான் இவற்றை ஏன் ஆய்வுக்கு எடுத்துக்கொள்கிறேன் என்றால்,

1. முதலாவதாக நான் இவற்றை மிகவும் மதிக்கத்தக்க, வியக்கத்தக்க கலைப்படைப்புகளாகவும் கற்றலுக்குரிய நூற்களாகவும் கருதுகின்றேன். நானும் இதரபல வாசகர்களும் இந்த எழுத்துகளின் மூலம் மகிழ்ச்சியையும் பலன்களையும் எய்துவதை நான் மறுக்க வில்லை.

2. ஆனால் பிரச்சினை என்னவெனில் இத்தகைய மகிழ்ச்சி மற்றும் பலன்களோடு நிறுத்திக்கொள்ளாமல் ஏகாதிபத்திய சக்திகளோடு இந்த எழுத்துகள் கொண்டுள்ள தொடர்பையும் நாம் நிறுவியாக வேண்டியிருக்கிறது.

தவிர்க்க இயலாத சமூக எதார்த்தமாக இருந்த அன்றைய சூழலில் அவர்கள் பங்கேற்க நேர்ந்ததைப் புறக்கணிப்பது அல்லது கண்டிப்பதற்குப் பதிலாக, இதுவரை கண்டுகொள்ளாமல் ஒதுக்கப்பட்ட அவர்களின் அந்த அம்சத்தை நாம் கவனத்தில் எடுத்துக்கொள்வது அவர்களைப்பற்றிய நமது புரிதலையும் நமது வாசிப்பையும் வளப்படுத்தும் என நான் கருதுகிறேன்.

ஆனால் நமது மனிதாபிமான விமர்சகர்கள் இந்தப் பணியை மேற்கொள்ளவில்லை. நான் மிகவும் மதிக்கும் மாபெரும் விமர்சகர் ரேமன்ட் வில்லியம்ஸ். அவரிடமிருந்துதான் நிறையக் கற்றுக்கொண்டவன் நான். ஆனால் அவரது எழுத்துகளைக்கூட இந்த அம்சத்தில் ஓர் எல்லைக்குட்பட்டதாகவே என்னால் கருத முடிகிறது. ஆங்கில இலக்கியம் என்பதை இங்கிலாந்தை மையமாகக் கொண்டதாகவே அவர் பார்த்தார் (காலனிய மக்களின் இடத்தை அவர் கண்டுகொள்ளவில்லை.)

நமது விமர்சனப் பிரக்ஞையில் ஒரு பெரும் பிளவை என்னால் காணமுடிகிறது. கார்லைல் அல்லது ரஸ்கினின் அழகியல்

கோட்பாடுகளை மிகவும் நுணுக்கமாகவும் விலாவாரியாகவும் அனுபவித்துச் சொல்வதற்கு ஏராளமான நேரத்தைச் செலவிடும் நாம், காலனியாக்கப்பட்ட புவிப்பரப்புகளின் மீதும் அடிமை களாக்கப்பட்ட கீழ்மக்களின் மீதும் அதிகாரத்தைக் கட்டமைப்ப தற்கு இவர்களது எழுத்துகள் எந்த அளவிற்குப் பயன்பட்டன என்பதைக் கண்டுகொள்வதில்லை.

(எல்லோராலும் புறக்கணிக்கப்பட்ட) இந்தப் பணியை நாம் மேற்கொள்வதென்பது மேலைக்கலையையும் கலாச்சாரத்தையும் முற்றாகக் கண்டித்து ஒதுக்குவதாகாது. நிச்சயமாக அப்படி இல்லை. ஏகாதிபத்திய நடைமுறை பொருளியல் விதிகள், அரசியல் தீர் மானங்கள் ஆகியவற்றிற்கு அப்பால் கலாச்சாரக் கட்டமைப்புகளால் உருவாக்கப்பட்ட அதிகாரங்களாலும் கல்வி, இலக்கியம் மற்றும் செவி, கட்புலக் கலைகளாலும் உருவாக்கப்பட்டது என்பதை ஆய்வுக்கு எடுத்துக்கொள்வதே எனது நோக்கம்.

ஏகாதிபத்தியக் கலாச்சாரச் சொல்லாடல்கள் முழுவதிலும் 'கீழான', 'அடிமைப்படுத்தப்பட்ட', 'அடிமைகள்,' 'விரிவாக்கம்,' 'சார்பு', 'அதிகாரம்' போன்ற கருத்தாக்கங்களும் சொற்களும் விரவி நிற்பதன்பால் கவனத்தை ஈர்க்கவும் விரும்புகின்றேன். ஏகாதி பத்தியக் கருத்தாக்கத்தின் உருவாக்கத்தில் நாவல்களின் பங்கு மகத்தானது. இந்த வகையில் ஒரு வகைமாதிரியான எதார்த்தவாத நாவலாக ராபின்சன் குருசோவைச் சொல்லலாம்.

அதிகாரக் கட்டமைப்பில் நாவல்களின் பங்குபற்றிச் சமீபத்தில் சில நல்ல நூற்கள் வந்துள்ளன. எ.டு: Frederick Jameson, The Political Unconcious மற்றும் David Miller The Novel And the Police.

நாவல்களில் அதிகாரக் கட்டமைப்பு பின்வரும் வடிவங்களில் நடைபெறுகின்றது:

1. முதலாவதாக, எழுதுகிறவனின் அதிகாரம் (Authority of the Author): ஏற்றுக்கொள்ளப்பட்ட நிறுவன நடைமுறைகள், கடைப் பிடிக்கப்படும் மரபுகள், பாங்குகள் ஆகியவற்றிற்கு இயைபுறும் வகையில் சமூக நடைமுறையை எழுதுதல்.

2. அப்புறம், கதை சொல்லியின் அதிகாரம் (Authority of the Narrator): வாசிப்பவர்களால் புரிந்துகொள்ளக்கூடிய அடையாளம் காணக்கூடிய வகையில் கதையாடலை அமைப்பது.

3. இறுதியாக, சமூகத்தின் அதிகாரம் (Authority of the Community) இதன் பிரதிநிதியாக குடும்பம், தேசம், குறிப்பான மண், தூலமான வரலாற்றுக்கணம் என்பவை இடம்பெறுதல்.

இடையீடு: சேத்தின் ஒவ்வொரு வரியும் முக்கியமான, இன்று நமது முயற்சிகளுக்கு எதிராகக் கதைப்பவர்களை நோக்கிச் சொல்லப் பட்டவையே போன்று அமைந்திருப்பவை. தொடர்ந்து அவர் டிக்கன்சின் டோம்பே அன் சன், கோன்ராடின் நோஸ்ட் ரோமோ, காம்யூவின் அன்னியன்... எனப் பல 'மகத்தான' இலக்கியப் பிரதிகளையெல்லாம் கலைத்துப்போட்டு அவற்றில் வெளிப்படும் ஏகாதிபத்தியப் பார்வைகளை, இன ஒதுக்கல் வெறித்தனத்தை எல்லாம் தோலுரித்துப் போடுகிறார். விரிவாக எல்லாவற்றையும் இங்கே மொழியாக்கித்தர சாத்தியமில்லாததற்கு வருந்துகின்றேன். வாய்ப்புள்ள தோழர்கள் நூலை முழுமையாகப் படிக்க வேண்டுமென அன்புடன் கேட்கிறேன். இனி தொடர்ந்து சேத்:

> டிக்கன்சின் டோம்பே அன் சன் நாவலில் இந்தப் புவி முழுமையுமே டோம்பேயும் அவனது மகனும் வணிகம் செய்வதற்கெனவே படைக்கப்பட்டுள்ளது. சூரியனும் நிலவும் அவர்களுக்கு வழிகாட்டுவதற்காகவே தோற்றமெடுத்துள்ளன. அவர்களது கப்பல்கள் மிதப்பதற்காகவே ஆறுகளும் கடல்களும் உருவாக்கப் பட்டுள்ளன. 1840களில் ஆங்கில நாவலாசிரியர்களின் பொதுவான கற்பிதங்கள் இப்படித்தான் இருந்தன.
>
> கோன்ராடின் நோஸ்ட்ரோமோ (1904) லத்தீன் அமெரிக்கக் குடியரசுகள் தொடர்ச்சியாக அடிமைப்படுத்தப்பட்டுக் கொடூரமாக ஆளுகைக்கு உட்படுத்தப்படப் போவதற்குக் கட்டியம் கூறியது. 'உலகம் விரும்பினாலும் விரும்பாவிட்டாலும் உலக வணிகத்தை நாமே நடத்த வேண்டும்.' புதிய உலக ஒழுங்குபற்றிய இன்றைய அமெரிக்கச் சொல்லாடலுடன் நோஸ்ட்ரோமோ பொருந்தி நிற்கிறது. மேற்கு அட்லாண்டிக்காவில் ஆளப்பட்ட ஓர் உலகத்தையே கோன்ராடால் கற்பனை செய்ய முடிகிறது. ஏகாதிபத்தியவாதிகளின் முழுமையான ஆளுகைக்குட்படாத வாழ்முறைகளும் கலாச்சாரங் களும் இந்தியா, ஆப்பிரிக்கா, தென் அமெரிக்கா போன்ற இடங்களில் நிலவக்கூடும் என்பதை அவரால் புரிந்துகொள்ளவே இயலவில்லை. கோன்ராட் இப்படிச் சொல்வதுபோலத் தோன்றுகிறது: 'யார் நல்ல சுதேசி (Native) அல்லது கெட்ட சுதேசி என்பதை நாங்கள் தீர்மானிப்போம். ஏனெனில் எங்களது

அங்கீகரிப்பே எல்லாச் சுதேசிகளின் இருப்பிற்கும் ஆதாரமாகிறது.'

அதே சமயத்தில் கோன்ராட் கடல் தாண்டிய ஆதிக்கத்தின் அதாவது ஏகாதிபத்தியச் செயற்பாடுகளின் ஊழல்களைக் கண்டிக்கத் தவறவில்லை. கோன்ராட் ஒரே சமயத்தில் ஏகாதிபத்திய வாதியாகவும், ஏகாதிபத்திய எதிர்ப்பாளராகவும் இருப்பதில் எந்த முரணுமில்லை. ஏகாதிபத்திய ஊழல்களைக் கண்டிக்கும்போது முற்போக்காளராகவும், 'ஆப்ரிக்காவிற்கும் தென்அமெரிக்கா விற்கும் சுதந்திரமான வரலாறும் பண்பாடும் கிடையாது' எனச் சொல்லும்போது மோசமான பிற்போக்காளராகவும் அவரே காட்சியளிக்கிறார்.

ஐரோப்பாவில் ஏகாதிபத்தியச் சுறுசுறுப்பு கொடிகட்டிப் பறந்த காலத்தில் நோஸ்ட்ரோமோவை கோன்ராட் எழுதினார். காலனிய நீக்கம் மேற்கொள்ளப்பட்டிராத காலம் அது. பிரான்ஸ் பனான், அமில்கர் கப்ரால், சி.எல்.ஆர். ஜேம்ஸ், வால்டர் ரோட்னி போன்றோரின் எழுத்துகள், சினுவா அசெபே, கூகி வா, தியாங்கோ, வோலே சோயிங்கா, சல்மான் ருஷ்டி, மார்க்யூஸ் போன்றோரின் நாவல்கள் முதலிய அறிவுத் துறைச் செயற்பாடுகளின்மூலம் காலனிய நீக்கம் வெற்றிகரமாக்கப்பட்டுக் கொண்டிருக்கும் இன்றும்கூட பல நாவலாசிரியர்களும் படத்தயாரிப்பாளர்களும் இத்தகைய பார்வையைக் கொண்டுள்ளதை என்னென்பது?

இதன் பொருள் மேலை எழுத்தாளர்களில் அந்நியப் பண்பாடு களுக்கான இடத்தை அளிக்கும் எழுத்தாளர்களே இல்லை என்பதல்ல. ழீன் ஜெனெ, பேசில் டேவிட்சன், ஆல்பர்ட் மெம்மி, யுவான், க்யோட்ரிசோலோ எனப் பலரை இந்த வகையில் சுட்டிக்காட்ட இயலும்.

இடையீடு: புதுமைப்பித்தன் வெள்ளாளர்களின் சாதி வெறியையும் கண்டிக்கவில்லையா? புதுமைப்பித்தனிடம் ஒரே சமயத்தில் எப்படிக் குறையையும் நிறையையும் காண முடிகிறது? என்றெல்லாம் வினவுபவர்களுக்கு சேத் அளிக்கிற பதில் இது. 'எழுத்தாளன் யாருடன் தன்னை அடையாளம் கண்கிறானோ அவர்களின் ஊழல்களைத் தோலுரிப்பதல்ல பெரிய விசயம். மாறாக தானல்லாத மறுமைக்கு (alterity), மற்றதன் இருப்பிற்குத் தனது பிரதியில் எந்த அளவிற்கு இடமளிக்கிறான் என்பதே முக்கியம்.' கடைசியாக தமிழ்ச்சூழலில் சுந்தர ராமசாமி முதல் நாகார்ஜுனன்வரை பலராலும் விமர்சனமே

இன்றி கொண்டாடப்படுகின்ற ஆல்பர்ட் காம்யூவின் அந்நியன் குறித்தும் இதர அவரது எழுத்துகள் குறித்தும் சேத் சொல்வது:

1830லிருந்து 1962வரை பிரான்சின் காலனியாக இருந்தது அல்ஜீரியா. நிலம், கட்டடங்கள், ஓக் மரக்காடுகள், கனிமச் சுரங்கங்கள் எனக் கொஞ்சம் கொஞ்சமாகக் கைப்பற்றப்பட்டன. இதன்மூலமான கொள்ளை முதலீடு பிரான்சைச் செழிப்பாக்கப் பயன்பட்ட அதே நேரத்தில் அல்ஜீரியாவில் உள்ளூர் மக்களின் எண்ணிக்கை குறைவதும் பிரெஞ்சுக்காரர்களின் எண்ணிக்கை அதிகரிப்பதும் தொடர்ந்தது. உலகப் புகழ்பெற்ற எழுத்தாளனாகிய காம்யூ இப்படி அல்ஜீரியாவில் பிறந்த ஒரு பிரெஞ்சுக்காரர். காம்யூவின் இருத்தலியல் சார்ந்த கதையாடல்கள் ஒரு காலத்தில் நாசிசத்திற்கு எதிரானதாக வாசிக்கப்பட்டாலும் இன்று கலாச்சாரத்திற்கும் ஏகாதிபத்தியத்திற்கும் இடையிலான உறவு பற்றிய விவாதத்தின் ஓரங்கமாக வாசிக்கப்பட வேண்டியிருக்கிறது.

கோன்ராட், காம்யூ போன்றவர்களை 'மேலைப் பிரக்ஞையின்' ஓரங்கமாகப் பார்ப்பதோடு மட்டுமின்றி மூன்றாம் உலகின் மீதான மேலை ஆதிக்கத்தின் பிரதிநிதிகளாகவும் பார்க்க வேண்டி யிருக்கிறது. பிரான்சின் காலனியச் செயல்பாட்டுடனும் அல்ஜீரிய விடுதலைக்கு எதிரான நடவடிக்கைகளுடனும் காம்யூவின் எழுத்துகள் வரலாற்று ரீதியாகப் பின்னிப்பிணைந்து கிடக்கின்றன.

அந்நியன் நாவலில் மெர்சோ எந்தவிதமான பின்னணியும் இல்லாமல் ஓர் அராபியனைக் கொல்லுகிறான். ஆனால் இந்த அராபியன் நாவலில் ஓர் அனாமதேயம். அவனுக்குப் பெயர்கூட கிடையாது. அந்த அராபியனுக்குப் பெற்றோர்கள் மட்டுமல்ல, வரலாறும்கூடக் கிடையாது. அதேபோல பிளேக் நோயில் செத்து மடியும் அராபியர்களுக்கும் பெயர் கிடையாது. அதே சமயத்தில் ரியூவும் டாரெனும் செயலூக்கமுள்ள நபர்களாகக் காட்டப்படுவது குறிப்பிடத்தக்கது.

அல்ஜீரியப் புரட்சி 1954ஆம் ஆண்டு நவம்பர் 16ஆம் தேதி பிரகடனப்படுத்தப்பட்டது. அல்ஜீரிய மக்களைப் பிரெஞ்சுப்படை 1945 மே இல் கொன்று தீர்த்தபோதுதான் காம்யூ அந்நியனை எழுதிக்கொண்டிருந்தார்.

அல்ஜீரிய சுதந்திரப் போராட்டம் நடந்துகொண்டிருந்தபோது

இளம் பருவத்திலிருந்த காம்யூ இந்தப் போராட்டங்களிலிருந்து நழுவுவதே குறியாய் இருந்தார் என அவரது வாழ்க்கை வரலாற்றை எழுதிய அனைவரும் குறிப்பிடுகின்றனர். அல்ஜீரியாவின் சொந்த மக்களாகிய முஸ்லிம்களுக்கு எதிரான பிரான்சின் விருப்புறுதியையே அவரது எழுத்துகள் படைத்துக் காட்டின. காம்யூவும் (மித்தராந்தும்) அவரது கதைமாந்தர்களும் அல்ஜீரியாவை எப்படி எல்லாம் விலக்கி ஒதுக்கினார்களோ அதேபோல இன்றும் ஐரோப்பிய மைய விமர்சனப் பாரம்பரியம் ஒன்று அல்ஜீரியாவை விலக்கி ஒதுக்க முனைகிறது.

அல்ஜீரிய சுதந்திரப் போராட்டத்தைப்பற்றி காம்யூ சொன்னார்: 'அல்ஜீரியாவைப் பொறுத்தமட்டில் தேசிய விடுதலைக் கோரிக்கை வெறும் உணர்ச்சியின் உந்துதலாகவே வெளிப்படுகிறது. அல்ஜீரிய தேசம் என்று இதுவரை எதுவும் இருந்ததில்லை. யூதர்கள், துருக்கியர்கள், கிரேக்கர், இத்தாலியர்கள், பெர்பெர்கள் என யார் வேண்டுமானாலும் இந்தத் தேசத்தின் தலைமையைக் கோருவதற்கு உரிமை உண்டு. அராபியர்கள் மட்டும் அல்ஜீரியாவில் இல்லை. பிரெஞ்சுக் குடியிருப்பு நீண்ட நாட்களாகவும் அதிக எண்ணிக்கையிலும் இருப்பது வரலாறு இதுவரை கண்டிராத பெரும் பிரச்சினையை ஏற்படுத்தும். அல்ஜீரியாவில் உள்ள பிரெஞ்சுக்காரர்களையும்கூட சுதேசிகளாகவே கருத வேண்டும். தவிரவும் முற்றிலும் அராபியமான ஓர் அல்ஜீரியா பொருளாதார ரீதியில் சுதந்திரமாய் இருக்க முடியாது. பொருளாதாரச் சுதந்திரமில்லாத போது அரசியல் சுதந்திரம் ஒரு மாயையே.'

அல்ஜீரியாவில் நீண்ட நாட்களாக இருந்துபோன பிரெஞ்சுக்காரர்களின் பிரச்சினையை எப்படிப் பார்ப்பது என்பது ஒரு நியாயமான கேள்வியேயானாலும் அதற்காக அல்ஜீரியர்களின் நியாயமான சுதந்திர வேட்கையையே கொச்சைப்படுத்துவதும் அவர்களது தேசிய இருப்பையே மறுப்பதும் ஏகாதிபத்திய வெறியன்றி வேறு என்னவாக இருக்க முடியும்? ஈழ விடுதலைப் போராட்டத்தை அங்கீகரிக்க மறுப்பவர்கள் இதேபோன்ற வாதங்களைத் தளர்ந்த குரலில் முன்வைப்பதும் இங்கே இணைத்துப் பார்க்கத்தக்கது. சேத் சொல்ல மறந்த இன்னோர் அம்சமும் இங்கே குறிப்பிடத்தக்கது. ஜெனேயின் விடுதலைக்காக, சார்த்தர் எழுத்தாளர்கள் மத்தியில் கையெழுத்து இயக்கம் நடத்தியபோது கையெழுத்திட மறுத்த மிகச்சில பிரெஞ்சு ஒழுக்கவாதிகளில் காம்யூவும் ஒருவர் (பார்க்க: Edmund White எழுதிய ஜெனேயின் வாழ்க்கை வரலாறு).

தமிழ்ச்சூழலில் காம்யூவின் புகழ்பாடும் நண்பர்கள் எவரும் அவரது இந்தக் கூறுகளையோ, அவரது பிரதிகளில் காணக் கிடைக்கும் அந்நிய மறுப்பையோ சுட்டிக்காட்டியதில்லை என்பது இங்கே கருதத்தக்கது. எடுத்துக்காட்டாக கணையாழியில் படாடோபமாக இலக்கியக் கேள்வி பதிலை எழுதி வந்த சுந்தர ராமசாமியிடம் ஒரு வாசகர், அந்நியன் நாவலை இளம் வாசகர்களுக்கு அறிமுகப் படுத்துவீர்களா? அதைப் படித்தபோது நீங்கள் பெற்ற அனுபவம் என்ன?' எனக் கேட்டபோது (பார்க்க: சங்கரராம சுப்பிரமணியனின் கேள்வி, கணையாழி, ஜனவரி 96), அந்நியனை விரிவாகப் புகழ்ந்துரைத்து சு.ரா. எழுதிய தருணத்தில் இந்நாவல் மீதான சேத்தின் முக்கியமான இந்த விமர்சனத்தை அவர் இளைஞர்களுக்கு அறிமுகப் படுத்தத் தயாராக இருக்கவில்லை என்பது நாம் கவனிக்கத்தக்கது. இப்படி ஒரு விமர்சனம் காம்யூ மீது இருப்பது சுந்தர ராமசாமிக்குத் தெரிந்திருக்கவில்லை எனவும் சொல்ல முடியாது. ஏனெனில் சு.ரா. ஆசிரியராக இருந்த காலச்சுவடு ஆண்டு மலரில் (1991) காம்யூ மீதான சேத்தின் விமர்சனத்தை மையமாகக்கொண்ட வ. கீதாவின் விரிவான கட்டுரை (மூன்றாம் உலகத்தின் பார்வையில் ஆல்பர்ட் காம்யூ) வெளிவந்திருக்கிறது. இதை சு.ரா. படிக்காதிருக்க நியாயமில்லை. 'அந்நியனை'ப் படிக்கும் போது 'மௌனம் கவிந்த' பரவசம் அடைந்த சுந்தர ராமசாமி பாலஸ்தீனிய விடுதலைப் போராட்டத்தில் பங்குபெற்ற எட்வர்ட் சேத் பெற்ற அனுபவத்திலிருந்து வேறுபட்ட அனுபவம் அடைந்ததை நம்மால் புரிந்துகொள்ள முடிகிறது. ஆனால் காம்யூவைப் படிக்கும்போது சேத் பெற்ற அனுபவத்தையும், புதுமைப் பித்தனையும் மௌனியையும் படிக்கும்போது நாம் பெறுகிற அனுபவத்தையும் இவர்கள் புரிந்துகொள்ள இயலாததுதான் நமக்கு வியப்பாக இருக்கிறது.

காம்யூவைப் பாராட்டி (வழக்கம்போல வட்டங்கள் முக் கோணங்களுடன்) சமீபத்தில் கட்டுரை எழுதிய இன்னொரு தமிழ் விமர்சகர் நாகார்ஜுனன் (பார்க்க: மெய்ப்பாட்டியல் நோக்கில் மேற்கத்திய புனைகதை, வித்தியாசம் - 3 & 4). அமைப்பியல், பின் அமைப்பியல், பின்நவீனத்துவம் எல்லாம் பேசும் இவர், 'எழுத்தாளன் செத்துப்போனதை'யெல்லாம் ஏற்றுக்கொள்ளக்கூடிய இவர், பிரதி மீதான தனது கருத்துக்குத் துணையாக அழைக்கும் ஆதாரம் என்ன தெரியுமா? செத்துப்போன எழுத்தாளன் அந்தப் பிரதிபற்றிக் கூறிய மதிப்பீடு.

இதென்ன வேடிக்கை என்கிறீர்களா? தமிழ்ச்சூழலில் நடைபெறும் எத்தனையோ வேடிக்கைகளில் இதுவும் ஒன்று.

காலங்காலமாக செவ்வியல் கலை இலக்கியத்தின் உற்பத்தியும் நுகர்வும் மேற்சாதிகளுக்குள்ளேயே முடங்கிய ஒரு நாட்டில் பிறந்தவர்கள் நாம். எப்படி ஏகாதிபத்தியம் மூன்றாம் உலக மக்களின் கதையாடல்களை இரக்கமின்றி மறுத்ததோ, அதுபோல இங்கே இந்துத்துவம் எண்ணற்ற பல சமூகக் குழுக்களின் (Communities) கதையாடல்களையெல்லாம் இரக்கமின்றி அழித்தொழித்திருக்கிறது.

இந்துத்துவ - பார்ப்பனியப் பெருங்கதையாடலின் முன் தங்களின் சிறுகதையாடல்களை இழந்து நின்ற பல்வேறு ஒடுக்கப்பட்ட சமூகப் பிரிவுகள் இன்று தங்களின் கதையாடும் உரிமையைக் கோரத் தொடங்கிவிட்டனர். வாசகன் என்பவன் இதுவரை தூலமான ஒரு மனிதப் பிறவியாக (Concrete Individual) கருதப்படாமல் மொண்ணையான ஒற்றை அடையாளமுள்ள ஒரு கருத்துருவாகவே (Abstraction) கருதப்பட்டான். ஒரு மேற்சாதி 'நடுத்தர வர்க்க,' ஆண் என்கிற அடையாளங்களுடனேயே வாசகன் கட்டமைக்கப்பட்டான். செவ்வியல் பிரதி ஒன்றைக் கையிலெடுக்கும் ஒரு வாசகன் / வாசகி முதலில் தனது தூல அடையாளங்களை உதறித் தள்ளிவிட்டு மேலே குறிப்பிட்ட ஒரு மொண்ணையாகத் தன்னை ஆக்கிக்கொண்ட பின்புதான் பிரதிக்குள் நுழைய வேண்டும்.

இன்று நிலைமை மாறிவிட்டது. வாசகன் தனது அடையாளத்தை உதறித்தள்ளத் தயாராக இல்லை. இந்தத் தூலமான வாசகனுடன் தான் உங்களின் செவ்வியல் பிரதிகள் வினையாக்கம் (interact) செய்ய வேண்டியிருக்கிறது. அப்போது நீங்கள்பெற்ற அனுபவங்களையே அவனும் பெறுவான் என எதிர்பார்க்காதீர்கள். அவனது அனுபவத்தை அவன் சொல்ல வரும்போது ஆத்திரப்படாதீர்கள். அவனது அனுபவத்தை நீங்கள் ஏற்றுக்கொள்ளாவிட்டாலும் அந்த அனுபவத்தைச் சொல்லும் அவனது உரிமையை அங்கீகரிக்கப் பழகுங்கள்.

நண்பர்களே, சற்றே சகிப்புத்தன்மை கற்றுக்கொள்ளுங்கள்.

(நூலுக்கெனவே எழுதப்பட்ட கட்டுரை)

3.8

'இதுதாண்டா தலித் இலக்கியம்!'

தலித் இலக்கியத்தை எதிர்கொள்ளும் முயற்சிகள் இரண்டாங் கட்டத்தை எட்டியுள்ளன. கடந்த நான்காண்டுகளுக்கு முன்பு அம்பேத்கர் நூற்றாண்டையொட்டி தலித் இலக்கியம், தலித் பண்பாடு, தலித் அரசியல் போன்ற கருத்தாக்கங்கள் முனைப்புக்கு வந்தன.

அம்பேத்கர் நூற்றாண்டு, அதனையொட்டித் தாழ்த்தப்பட்டவர்கள் மத்தியில் ஏற்பட்ட விழிப்புணர்ச்சி, சோஷலிச எதார்த்தவாதக் கோட்பாடு மறுபரிசீலனைக்குட்படுத்தப்பட்டது, இலக்கியத்தின் உன்னதத்தைக் கேள்விக்குள்ளாக்கும் சிந்தனைகள், உலகளாவிய எதிர்ப்பு இலக்கியங்கள் ஆகியவற்றின் அறிமுகம் என இதன் பின்னணியைப் பட்டியலிடலாம். உலகளாவிய பொருளியல், அரசியல் மாற்றங்களின் விளைவாக புதிய சூழலில் எதிர்ப்பு அரசியலை முன்னெடுக்கும் புதிய சக்திகளை வெறுமனே தொழிலாளி வர்க்கம் என்கிற வரையறைக்குள் அடக்கிவிட இயலாத நிலையை இதற்கான பொருளியல் பின்னணியாகச் சொல்லலாம்.

யாரொருவருடைய தனிமுயற்சியாகவுமின்றி இந்தப் பின்னணியின் மொத்த விளைபொருளாய் தலித்தியச் சிந்தனைகள் தமிழ்ச்சூழலின் சகல தளங்களிலும் விரிந்தன. தலித் இலக்கியம், தலித் அரசியல் குறித்த சில நூற்கள், மொழியாக்கங்கள், புனைவுகள், தலித் பண்பாட்டுப் பேரவை கட்டும் முயற்சி.. என்பதற்காக இச்செயற்பாடுகள் விளங்கின. இந்த வீச்சின் வலிமையை உணர்ந்த மைய நீரோட்டத்தின் ஒரு பகுதி (எ.டு: தினமணி கதிர், சுபமங்களா) இதனை ஓரங்கமாக உள்வாங்கிக் கொள்ள முயன்றன; முயல்கின்றன.

சுஜாதா, சுந்தர ராமசாமி, ஞானி போன்றவர்களால் ஆரம்பத்தி லிருந்தே தலித் இலக்கிய முயற்சிகளைத் தெரிந்துகொள்ள முடிய வில்லை. 'அடாவடித்தனம்' என்றார் சு.ரா. தலித்தியத்திற்கு விரிந்த

உலகப் பார்வை இல்லை, மெய்யியல் இல்லை, அது இல்லை, இது இல்லை எனச் சந்தடி சாக்கில் முனகிப் பார்த்தார் ஞானி.

சோஷலிசமாகச் சொல்லப்பட்ட நடைமுறைகளுக்கும், சோஷலிச எதார்த்தவாதத்திற்கும் உலகளாவிய அளவில் கிடைத்த அடியில் அதிர்ச்சியடைந்திருந்த உள்ளூர் சோஷலிச எதார்த்தவாதிகள் இரும்பு உலக்கையை விழுங்கிய மாதிரி மெல்லவும் முடியாமல் தள்ளவும் முடியாமல் திக்கித் திணறிக் கிடந்தனர்.

இதுவரை முதல் கட்டம்.

இப்போது இரண்டாம் கட்டம் தொடங்கியுள்ளது. தலித்திய முயற்சிகளை அப்படி ஒன்றும் குழிதோண்டிப் புதைத்துவிட முடியாது என்பது இன்று உறுதியாகிவிட்டது. தலித்திய முயற்சிகளை ஓரங்கட்ட முயன்றால் தாங்களே ஓரங்கட்டப்படுவோம் என்பதை உணர்ந்து கொண்டவர்கள், இப்போது மிகவும் நுணுக்கமாக ஒரு வேலையைச் செய்யத் தொடங்கியுள்ளனர். 'இதுதாண்டா தலித் இலக்கியம்' என்று சொல்லிக்கொண்டு தலித்தியத்திற்குச் சாதுவான விளக்கங்கள் சொல்லத் தொடங்கியுள்ளனர். இதனை அடையாளம் கண்டுகொள்ள, இந்த நான்காண்டுகளில் தலித் இலக்கியம், தலித் பண்பாடு முதலிய கருத்தாக்கங்களை ஒட்டி இங்கே முன்வைக்கப்பட்ட சிந்தனைகளைத் தொகுத்துக்கொள்வது அவசியம். அவை:

- இதுவரையிலான இலக்கிய, பண்பாடு, அழகியல், ஆணாதிக்க மரபுகளை மறுதலித்தல், மீறுதல், தலைகீழாக்குதல்.
- பார்ப்பனிய அழகியல் அதனை ஒட்டிய இலக்கிய உன்னதம் பற்றிய மாயைகளைத் தகர்த்தல்.
- இதுவரையிலான இலக்கிய வரலாறு, பாரம்பரியம் ஆகியவற்றில் படிந்துள்ள பார்ப்பனியக் கறைகளை இனங்கண்டு ஒதுக்கி, புதிய எதிர்மரபுகளைக் கட்டமைத்தல்
- தலித்துகள் மீது குற்ற உணர்ச்சியைப் பதியவைக்கும் சகலவித நடைமுறைகளையும் உதறித்தள்ளுதல்
- ஆகக்கீழாய் ஒடுக்கப்பட்ட தலித்துகளின் பிரச்சினைகளை அதற்குரிய ஆழங்களோடு தலித்துகளே முன்வைக்க முடியும், முன்வைக்க வேண்டும் என வலியுறுத்தல்.
- தலித்துகள்மீதான ஒடுக்குமுறைக்கும், பெண்கள் மீதான

ஒடுக்குமுறைக்குமான பொது அம்சங்களைச் சுட்டிக்காட்டுதல்.

- ஒடுக்கப்பட்டோரின் இலக்கியச் செயற்பாடுகளை பழைய வடிவங்களுக்குள் மட்டும் சிறைப்படுத்திவிட முடியாது, எதார்த்தவாதத்தைமீறிய புதிய வடிவங்கள் தவிர்க்க இயலாதவை என்ற புரிதல்,

என்பதாக இவற்றைச் சொல்லலாம்.

இப்போது, 'இதுதாண்டா தலித் இலக்கியம்' என்று சொல்லிக் கொண்டு களத்தில் நுழைந்திருப்பவர்கள் இவற்றில் எந்த அம்சத்தை உயர்த்திப் பிடிக்கிறார்கள், எதனை எதிர்க்கிறார்கள், எதைப் புறக்கணிக்கிறார்கள் என்று பார்ப்போம்.

முதலில் பழம்பெரும் எழுத்தாளர் எனவும் பண்பட்ட விமர்சகர் எனவும் முன்னிலைப்படுத்தப்படும் வல்லிக்கண்ணனை எடுத்துக் கொள்வோம். இவரது பேட்டி சாரதா (மார்ச் 94)வில் வந்துள்ளது. பண்பட்ட விமர்சகர் பட்டம் பறிபோய்விடுமோ என்பதைப் பற்றியெல்லாம் கவலைப்படாமல் மாடர்னிசம், போஸ்ட் மாடர்னிசம், மேஜிக்கல் ரியலிசம் போன்ற இலக்கிய முயற்சிகளைக் காய்ந்திருக்கும் வ.க., தலித் இலக்கியம்பற்றிச் சொல்லியிருப்பதின் சுருக்கம்:

> தலித் இலக்கியம் என்பது தாழ்த்தப்பட்ட, ஒடுக்கப்பட்ட இனத்தவர்களின் பிரச்சினைகள், உரிமைப் போராட்டம் முதலியவற்றை வலியுறுத்தும் படைப்பு முயற்சி. இதே தன்மையில் முற்போக்கு இலக்கியவாதிகள் ஓரளவுக்கு எழுதியுள்ளனர். தலித் இனத்தைச் சேர்ந்தவர்கள்தான் தலித் இலக்கியம் படைக்க முடியும் எனச் சொல்லப்படுகிறது. ஆனால் மனித நேயமிக்க தலித் அல்லாதவர்களும் தலித் இலக்கியம் படைக்க முடியும்.

ஆக, தாழ்த்தப்பட்டவர்களின் பிரச்சினைகளை எழுத்தில் கொண்டு வருவது என்கிற ஓரம்சத்தைத் தவிர மற்ற அம்சங்களைப் புறக்கணிக்கும் வ.க. தலித்துகள்தான் தலித் இலக்கியம் எழுத முடியும் என்கிற கருத்தை மறுக்கிறார். முற்போக்கு இலக்கியவாதிகள் இதனைச் செய்துள்ளனர் என்கிறார்.

வ.க.வின் மேற்குறித்த கருத்துகளையே வேறு சொற்களில் சொதப்பியிருக்கிறார் கோ. கேசவன் (புதியன, சித்திரை, ஆடி இதழ்கள்). அர்ஜுன் தாங்ளே, ராஜ் கௌதமன் ஆகியோரின் நூல்களை முன்வைத்துப் பேசும் கேசவனது நீண்ட கட்டுரையை மேலோட்டமாக

வாசிக்கும்போது இவர்களின் கருத்துகளை அவர் ஒப்புக்கொள்வது போலத் தோன்றினாலும் நுணுக்கமாக வாசித்தால் தலித் இலக்கியம் குறித்த இவர்களின் மையமான கருத்துகளை அவர் மறுப்பது புரியும். கேசவன் வலியுறுத்தும் அம்சங்கள்:

1. தலித் இலக்கியம் என்று சொல்லக்கூடாது. தாழ்த்தப்பட்டோர் இலக்கியம் என்று சொல்வதே முறையானது.

2. 'தாழ்த்தப்பட்டோர் இலக்கியம் என்பதை மற்ற இலக்கிய முயற்சிகளிலிருந்து வேறுபடுத்திப் பார்க்க முடியாது. இது சனநாயக இலக்கியத்தின் ஒரு பகுதி என்ற வகையில் சாதி ஒழிப்பு, மதமாயையிலிருந்து விடுபடுதல், சுரண்டல் ஒழிப்பு, குடும்ப சனநாயகம் ஆகியவற்றை முன்வைக்க வேண்டும்.'

3. தாழ்த்தப்பட்டவர்கள்பற்றிப் பிறர் எழுதும் இலக்கியங்களும் தாழ்த்தப்பட்டவர் இலக்கியங்கள் ஆகலாம். இந்த வகையில் பொதுவுடைமையாளர்கள்தான் தாழ்த்தப்பட்டோர் இலக்கியத்தை முதன்முதலில் ஆக்கியவர்கள். 'தாழ்த்தப்பட்டோரின் எதிர்ப்புக் குரலை முதலில் கு. சின்னப்பப் பாரதியின் தாகம் புதினத்தில்தான் காண்கிறோம்.'

இலக்கியத்தின் அரசியலையும், வர்க்கப்பார்வையையும் தோலுரித்துக் காட்டியவர்கள் என்கிற வகையில் கேசவன் உள்ளிட்ட முற்போக்காளரின் இலக்கிய முயற்சிகளில் நமக்கு மரியாதையுண்டு. ஆனாலும் அங்கீகரிக்கப்பட்ட இலக்கியப் பாரம்பரியம், மரபு ஆகியவற்றை ஏற்றுக்கொள்வது உள்ளிட்ட வேறு பல முதலாளிய இலக்கிய விமர்சனக்கூறுகளையும் அப்படியே மார்க்சிய விமர்சனம் ஏற்றுக் கொண்டதின் விளைவுகளை வேறு பல சந்தர்ப்பங்களில் நாம் விவாதித்துள்ளோம். மரபுகளைப் புறந்தள்ளக்கூடாது என்கிற லெனின், மாவோ ஆகியோரது கருத்துகள் இவர்களுக்குக் கைகொடுத்தன. தலித் இலக்கியம், சோஷலிச எதார்த்தவாதத்திலிருந்து வேறுபடும் புள்ளிகளில் முக்கியமானது மரபை எதிர்கொள்வதில் அடங்கியுள்ளது. இதுவரைக்குமான அதிகாரபூர்வ மரபுகள் அனைத்தையும் தலித்தியம் கேள்விக்குள்ளாக்குகிறது, புறந் தள்ளுகிறது, மீறுகிறது, தலைகீழாக்குகிறது. தலித் இலக்கியம் குறித்து தாங்ளேயும் மற்றவர்களும் முதன்மைப்படுத்தும் கருத்து இதுதான். தாங்ளே சொல்கிறார்.

மரபு என்னும் சொல் ஏமாற்றும், மயங்க வைக்கும் ஒன்றாகும். அது பின்னடைவுக்கான வடிவத்தை மேற்கொள்வது. தேக்க

முற்றுப்போனதன் அறிகுறி. எப்போதெல்லாம் புதிய சிந்தனைகள் முன்வைக்கப்படுகின்றனவோ அப்போதெல்லாம் இந்த மரபு என்னும் சொல் தற்காப்புக் கேடயமாக முன் வைக்கப்படும்.

ஒடுக்கப்பட்டோர் இலக்கியம்பற்றி அடிக்கடி விவாதிக்கப்பட்ட கேள்வி, மரபை ஏற்றுக்கொள்வதா இல்லையா? ஒடுக்கப்பட்ட இலக்கியம் சார்பான அறிவாளிகள் மரபை முழுமையாகப் புறக்கணித்த அதே வேளையில் அப்படி அல்லாதவர்கள் மரபைப் புறக்கணிக்க முடியாது, வேண்டப்படாததை மட்டும் தூக்கி எறிந்துவிட வேண்டும் என்னும் கருத்தைத் தொடர்ந்து கொண்டிருந்தனர்.

வலிமையான குழு status quo வுக்குச் சாதகமான மரபை உயர்த்திப் பிடிக்கும். ஆற்றல் குறைந்த குழுக்கள் இதனை எதிர்க்கும்.' (தலித் இலக்கியம், தாமரைச் செல்வி வெளியீடு).

இந்தக் குரலை இலேசாக ஒதுக்கிச் செல்லும் கேசவன் தாங்ளேயின் ஆங்கில நூலில் ஒலிக்கும் இவருக்குச் சாதகமான ஒருசில பிசிறுகளை எடுத்துக்கொண்டு, இதுதாண்டா தலித் இலக்கியம் என்கிறார். தலித் இலக்கியம் என்றால் வெறுமனே சாதி, மத, சுரண்டல் எதிர்ப்பு இலக்கியம்தான் என்கிறார். போனால் போகிறது எனக் கொஞ்சம் பெரியமனசு பண்ணி குடும்ப சனநாயகத்தை (அது என்ன சன நாயகமோ, நிலப்பிரபுத்துவ சனநாயகம் மாதிரி) சேர்த்துக்கொள்ளலாம் என்கிறார். இதன் உச்சகட்டமாய் தலித் அல்லாதவரும், எஸ்டேட் உரிமையாளரும், பொதுவுடைமைக் கட்சியில் சேர்ந்து சங்கம் கட்டுவதுதான் தாழ்த்தப்பட்டவர்களின் விடுதலைக்கான ஒரே வழி எனக் கருத்துடையவருமான திரு. சின்னப்பபாரதியின் புதினத்தில் இடம்பெறும் தலித் பாத்திரம் ஒன்று ஒலிக்கும் குரல் தமிழின் முதல் தலித் குரல் என்கிறார். கொஞ்சம் நாம் அசந்தோமானால் முதல் தலித் குரலைப் பதிவு செய்தது சேக்கிழார்தான், முதல் தலித் இலக்கியம் பெரிய புராணம்தான் எனவும் கேசவன் 'நிறுவி' விடுவார்.

தாழ்த்தப்பட்டோர் இலக்கியத்தைப் பொதுவுடைமை இலக்கியத் தோடு தொடர்புபடுத்தியே தீர வேண்டும் என்று சொல்லும் கேசவனின் நோக்கம் தலித் இலக்கியத்தின் தனித்துவ அடையாளங் களைப் பறித்து, அழித்து தலித் இலக்கிய முயற்சிகளை சோஷலிச எதார்த்தவாதத்தின் 'சப்டிவிஷனாக', கிளைப் பிரிவுகளில் ஒன்றாக மாற்றுவதுதான் என்பது கட்டுரையின் இறுதியில் வெளிப்பட்டு விடுகிறது. தாழ்த்தப்பட்டோர் இலக்கியத்தின் புரட்சிகரக் கூறுகளை

உலக இலக்கியத்தின் புரட்சிகரக் கூறுகளுடன் இணைப்பதற்கு அவர் சொல்லும் உபாயம்:

'இது தாழ்த்தப்பட்டோரை முதலில் தாழ்த்தப்பட்டோர் எனக் கண்டுகொண்டாலும் இறுதிநிலையில் இந்த அடையாளத்தை நிராகரித்து எல்லோரையும் சமரச நிலையில் காண்பதற்கு உரியது' என்பது கேசவனின் முத்தாய்ப்பு. தலித் இலக்கியத்தை உலக எதிர்ப்பு இலக்கியங்களுடன் இணைத்துக்கொள்வது சர்வதேச அளவிலான எதிர்ப்பு இலக்கியங்களுக்கிடையேயான பொதுமைக் கூறுகளைத் தேடுவதுதானே ஒழிய நமது தனித்துவ அடையாளத்தை ஆதிக்கச் சக்திகளுடன் கரைத்துக்கொள்வதல்ல. ஓர் இலட்சியப் பொது வுடைமைச் சமுதாயம் மலர்கிற காலத்தில் எல்லா அடையாளங்களும் உதிர்ந்துபோகும் என்பது வேறு கதை.

கேசவனது கட்டுரை அடுத்தடுத்த இரு புதியன இதழ்களில் வந்துள்ளது. முதல் பாதி வெளியானவுடனேயே, இரண்டாம் பகுதி வெளிவரும் வரைகூடப் பொறுத்திருக்க இயலாமல் நமது பண்பட்ட விமர்சனச் சகோதரர்களாகிய தி.க.சியும், வ.க.வும், 'இதுதாண்டா தலித் இலக்கியம், கேசவன் சொல்வதுதாண்டா தலித் இலக்கியம்' என ஆரவாரித்துக் கடிதங்கள் எழுதியிருப்பது இங்கே குறிக்கத்தக்கது.

தலித் இலக்கியம் குறித்து வ.க., கோ. கேசவன் ஆகியோரது கருத்துகளை ஒட்டி சமீபத்தில் ஒலித்துள்ள சில குரல்கள்:

அ. 'தலித்துன்னா யாரு? ஒடுக்கப்பட்டவங்க. ஒடுக்கப்பட்ட வங்களைப் பத்தி எழுதப்படற எல்லாமே தலித் இலக்கியம்தான். பூமணி, சோ. தருமன் இவங்கல்லாம் படைக்கிற படைப்புகளுக்கு உரிய மரியாதை தரத்தான் வேணும். ஒடுக்கப்பட்ட மக்களோட உணர்வுகளை உள்வாங்க முடிகிற யாருகிட்ட இருந்தும் தலித் இலக்கியம் வர முடியும். தலித் இனத்துக்காரர்களேகூட இன்னும் நிறையப் படைப்புகளைத் தரட்டுமே. யார் தடுத்துக்கிட்டு இருக்காங்க?' (ச. தமிழ்ச்செல்வனின் பேட்டி, சாரதா இதழ் 5, 6). இந்தப் பேட்டியையும் முடியும் முன்னரே திகசியும் வ.கவும் பாராட்டிவிடுகின்றனர்.

ஆ. 'தலித்துகளுக்கு நிறைய பிரச்சினைகள் இருக்கின்றன. அவை அனைத்தும் சொல்லப்பட வேண்டும். அது அடித்தட்டு மக்களின் வாழ்க்கையைப்பற்றிய இலக்கியமாகத்தான் பார்க்கப்பட வேண்டுமே தவிர தலித் என்ற பெயரால் அழைக்கப்பட வேண்டும்

என்பதில் எனக்கு உடன்பாடு இல்லை'

இ. **கேள்வி:** தலித் இலக்கியம் என்றால் என்ன?

பதில்: ஒடுக்கப்பட்டவர்களுக்காக ஒடுக்கப்பட்டவர்களே எழுதும் எழுத்து என்று சொல்லிக்கொள்கிறார்கள். எந்த இலக்கியம் என்றாலும் அதன் ஆதார சுருதி ஒன்றுதான் என்பதைப் புரிந்துகொள்ள முடியாமல் தங்களைத் தாங்களே பிரித்துக் காட்டிக்கொண்டிருக்கும் இவர்களுக்கும் 'தலித்'துக்கும் நிறைய வேறுபாடு உண்டு. (சுஜாதா, *குமுதம்*, 29.9.94)

மேற்கண்ட கூற்றுகளுக்கு விளக்கம் தேவையில்லை. மொத்தத்தில், தலித்தியம் பேசுவோர் எச்சரிக்கையாய் இருக்கவேண்டிய தருணம் இது.

கொஞ்சம் பின்குறிப்புகள்

1. கோ. கேசவனின் தாழ்த்தப்பட்டவர்களும் சமூக விடுதலையும் என்கிற சமீபத்திய நூல் அரசியல் தளத்தில் இதே வேலையைச் செய்வதைப் பிறிதொரு சந்தர்ப்பத்தில் விரிவாய்ப் பார்க்கலாம்.

2. தலித்தியத்திற்கு மெய்யியல் இல்லை, விரிந்த உலகப் பார்வை இல்லை என இதுகாறும் சொல்லி வந்த ஞானி, இனி 'இதுதாண்டா தலித் மெய்யியல்' என எதையாவது சொல்லி தலித்தியத்தை இந்துத்துவத்தின் கிளைப்பிரிவாக மாற்றும் முயற்சியில் இறங்கலாம். எச்சரிக்கை.

3. பேட்டி என வந்துவிட்டால் நமது எழுத்தாளர்கள் என்ன மாதிரியெல்லாம் தத்துப்பித்து என உளறுகிறார்கள்.

4. சமீபத்தில் தமிழ் இதழ்கள் பலவும் நான் முந்தி நீ முந்தி எனப் போட்டி போட்டுக்கொண்டு வெளியிட்ட பேட்டி எஸ். பொன்னுத்துரையுடையது. பல ஆண்டுகளாய்க் காணாமற்போன இவரைத் தோண்டி எடுத்துவந்து முன்னிலைப்படுத்தியுள்ளனர். டானியலின் தலித்திய எழுத்துகள் பரவலாக வரவேற்புப் பெற்றுக்கொண்டிருக்கும் சூழலில் அதனை எதிர்கொள்ளும் முயற்சியாக இதனைக் கருதலாம். இந்தப் பேட்டிகளில் இவர் வலியுறுத்திய விசயங்கள்: திராவிட இலக்கிய முயற்சிகளைக் கொச்சைப்படுத்தியது, கைலாசபதி, சிவத்தம்பி மற்றும் பொதுவுடைமையாளரின் இலக்கிய முயற்சிகளைக் காய்ந்தது. ஆறுமுக நாவலர், கணபதி பிள்ளையில் தொடங்கி டானியல்,

கணேசலிங்கன் போன்றோர் தவிர்த்த ஓர் ஈழ இலக்கியப் பாரம்பரியத்தை முன்வைத்தது, படைப்பின் வீறு, நற்போக்கு இலக்கியம் போன்ற அசட்டுத்தனமான கருத்துகளை உதிர்த்தது... கணையாழி இவரைச் சரியாக இனங்கண்டு கொண்டுவிட்டது. க.நா.சு. செத்துப்போனதை எண்ணிக் கண்ணீர்க் கடலில் தத்தளித்துக்கொண்டிருக்கும் தமிழவனுக்கு இன்னொரு பிதாமகன் கிடைத்துவிட்டார்.

கிழக்கு, டிசம்பர்-1994.

3.9
பசும்பால் காபி கிளப்பும் பீஃப் பிரியாணி கடைகளும்

எம்.வி. வெங்கட்ராமுக்குச் சாகித்ய அகாதமி பரிசளிக்கப்பட்டிருப்பது குறித்து எந்தத் தரப்பிலிருந்தும் முணுமுணுப்புகள் இல்லை. சுபமங்களா முதல் தாமரை வரை அவரது படத்தை அட்டையில் போட்டு பேட்டிகளையும் வெளியிட்டுள்ளன. சிலிக் குயில் சார்பாக பொதியவெற்பன் தொடங்கியுள்ள 'புதுமைப்பித்தன் சாதனை வீறு'ம் இந்த ஆண்டு எம்.வி.வி.க்கு வழங்கப்பட்டுள்ளது.

எம்.வி.வி.யைப் பாராட்டுகிற யாரும் கும்பகோணத்தின் இலக்கியப் பெருமையைச் சுட்டாமல் விடுவதில்லை. 'தமிழிலக்கிய மறுமலர்ச்சியின் மூலவர்களான ந.பி., கு.ப.ரா., எம்.வி.வி., மௌனி, கரிச்சான் குஞ்சு, ஜானகிராமன் போன்றவர்கள் தோன்றிய ஊர் கும்பகோணம்.' இப்படி.

கும்பகோணம் எழுத்தாளர்களுக்கு மட்டுமா பெயர் பெற்ற ஊர்? கோயில்களும் திருவிழாக்களும்கூட கும்பகோணத்தில்தான் அதிகம். மடங்களுக்குப் பெயர்பெற்ற தஞ்சை மாவட்டத்தின் ஒரே பார்ப்பன மடம் உள்ளதும் இங்குதான். தமிழகச் சட்டமன்றத்தில் இடம் பெற்றிருக்கும் 'சிண்டு' வைத்த ஒரே எம்.எல்.ஏ. தேர்ந்தெடுக்கப் பட்டதும் இந்தத் தொகுதியிலிருந்துதான். 'பசும்பால் காப்பி கிளப்' என்கிற பெயர் பலகையை நீங்கள் கும்பகோணத்தில் மட்டும்தான் பார்க்க முடியும்.

ஒரு மூன்றாண்டு காலம் வட ஆற்காடு அம்பேத்கர் மாவட்டத்தில் பணியாற்றும் வாய்ப்பு எனக்குக் கிடைத்தது. பேருந்தில் பயணம் செய்யும்போதெல்லாம் அம்பேத்கர் மாவட்ட நகரங்களைத் தஞ்சை நகரங்களோடு ஒப்பிட்டு மனம் அசைபோடும். கும்பகோணம் போல் அத்தனை கோயில்களை இங்கே பார்க்க முடியாது. வேலூர் நகரிலுள்ள ஒரே பெரிய கோயிலாகிய 'ஜலகண்டேசுவரர் ஆலயத்தில்' கலெக்டர்

கங்கப்பா அருட்பார்வை விழும் வரை மூலவர் கிடையாது. 'பசும்பால் காப்பி கிளப்' என்கிற பெயர் பலகை கண்ணில் பட்டது இல்லை. ஆனால் 'பீஃப் பிரியாணி கிடைக்கும்' என்கிற வாசகங்களை எங்கும் காண முடியும். அம்பேத்கர் சிலைகள் ஏராளமாய் நிறுவப்பட்டிருப்பது மட்டுமல்ல. டாக்டர் அம்பேத்கர் அவர்கள் புத்தமத மாற்றத்தை மேற்கொண்ட பொழுது தமிழகத்தில் அவரைப் பின்பற்றி தலித்மக்கள் மதம் மாறியதும் இங்குதான். தோல் பதனிடும் தொழிலும் முஸ்லிம்கள் அதிகம் வசிக்கும் பகுதிகளும்கூட இங்குதான் அதிகம்.

கோயில்களும் இந்துமத இறுக்கமும் மட்டுமல்ல. தமிழிலக்கிய மறுமலர்ச்சி மூலவர்களும்கூட இங்கு மிக மிகக் குறைவு. குறைவு என்பதைக் காட்டிலும் ஒருவருமே இல்லை என்பதுதான் சரியாக இருக்கும். இந்த ஒப்பீடு மேலோட்டமாய்ப் பார்க்கும்போது அதிர்ச்சியாய் இருந்தாலும் ஆழமாய்ச் சிந்தித்தால் இந்த முரணை விளங்கிக்கொள்வது கடினமில்லை.

இந்து சமூகத்தில் எழுத்து என்பதும் அங்கீகரிக்கப்பட்ட இலக்கியப் பாரம்பரியம் என்பதும் உயர் வருண சாதியினரின் களமாகவே இருந்து வந்துள்ளது. தாழ்ந்த சாதியினர் அங்கீகரிக்கப்பட்ட இலக்கிய நடவடிக்கைகளுக்குள் அனுமதிக்கப்பட்டதேயில்லை. பார்ப்பன மயமாதல் குறைவு எனக் கருதப்படும் நமது சங்க இலக்கியங்களில்கூட 80 சதத்திற்கும் மேற்பட்ட பாடல் வரிகள் பார்ப்பனரால் எழுதப் பட்டவைதான் என்பார் வேல்சாமி. அடுத்தடுத்த காலகட்டங்களைப் பற்றிச் சொல்ல வேண்டியதில்லை. மிகச் சமீபகாலம்வரை எழுத்து என்பது பார்ப்பன வேளாளரின் களமாகவே இருந்து வந்திருக்கிறது. அச்சுத் தொழிலின் வருகைக்குப் பிந்திய, பதிப்பு மற்றும் ஆய்வு முயற்சிகளிலும் முன்னணியில் இருந்தோர் இவர்களே. தமிழ் இலக்கிய மறுமலர்ச்சியின் (!) எல்லைக்கல்லாக இன்று நிறுத்தப்படுகிற மணிக்கொடியும் இதற்கு விதிவிலக்கல்ல. மணிக்கொடியோடு தொடர்புடைய பலரும் பார்ப்பன வேளாளரே. எம்.வி.வி.யும் (சௌராஷ்டிர) உயர் வகுப்பினரே.

மணிக்கொடிபற்றி இன்று ஏகப்பட்ட புனைவுகள் கட்டமைக்கப் பட்டுள்ளன. 'மணிக்கொடி எழுத்தாளர்' என்பது மிகப்பெரிய பெருமையாகிவிட்டது.

மணிக்கொடியைப் புனைவுநீக்கம் செய்து சரியான மதிப்பீடு செய்ய வேண்டிய கடமை நமக்குண்டு.

உடைபடும் புனிதங்கள் ♦ 447

மணிக்கொடி காலகட்டம் முழுவதையும் ஒருபடித்தானதாய் பார்க்க முடியாது. வ.ரா.வின் பொறுப்பில் வந்த முதற்கட்ட மணிக்கொடி முற்றிலுமாய் கிளர்ச்சி மதிப்பீடுகளை முதன்மைப்படுத்தியது. பி.எஸ். ராமையாவை ஆசிரியராகக்கொண்ட இரண்டாம் கட்ட 'கதை மணிக்கொடி' முற்றிலுமாய்க் கிளர்ச்சி மதிப்பீடுகளைக் கைவிட்டது. ப.ரா.வின் பொறுப்பில் வந்த மூன்றாம் கட்ட மணிக்கொடியில் மீண்டும் அரசியல் புகுந்தது. ஆனால் இது அப்பட்டமாய் சமூகநீதிக்கு எதிரான அரசியலாய் இருந்தது. 'சுயமரியாதைக் காலிகள்' என சமூகநீதிப் போராளிகளை மணிக்கொடி சாடியது இக்கால கட்டத்தில்தான். தமிழிலக்கிய மறுமலர்ச்சியின் முன்னோடி என மணிக்கொடியை முன்னிறுத்துபவர்கள் மனத்தில்கொள்வது இரண்டாவது, மூன்றாவது கட்ட மணிக்கொடியைத்தான். சில ஆண்டுகளுக்கு முன்பு சிட்டியும் சிவபாத சுந்தரமும் 'கதை மணிக்கொடியின் பொன்விழா ஆண்டு' என்ற பெயரில் கிளர்ச்சி மதிப்பீடுகளுடன் முதற்கட்ட மணிக்கொடியை வரலாற்றிலிருந்து துடைத்தெறியும் முயற்சியை மேற்கொண்டது நினைவிருக்கலாம்.

இந்தப் பின்னணியில்தான் தமிழின் நவீனத்துவ முயற்சிகளை மேலைச்சூழலில் நடைபெற்ற முயற்சிகளிலிருந்து நாம் வேறுபடுத்திப் பார்க்க வேண்டியிருக்கிறது. இருக்கும் நிலையின் (status quo) மீதுகொண்ட அதிருப்தியின் விளைவான எதிர்ப்புக் குரலாகவும் கலகச் செயற்பாடாகவும் மேலைச்சூழலில் 'அவான் கார்ட்' முயற்சிகள் தோன்றின. உயர்சாதிய எழுத்தாளர்களால் முன்மொழியப்பட்ட தமிழின் நவீனத்துவச் செயற்பாடுகள் மேலை முயற்சிகளிலிருந்து வடிவங்களை மட்டுமே இறக்குமதி செய்தன. அதையும்கூட சமஸ்கிருதமயப்படுத்தியே பயன்படுத்தினர். மற்றபடி இலக்கியத்துவப் பார்வையில் இவர்கள் பெரும்பாலும் பார்ப்பனிய, செவ்வியல், சமஸ்கிருத மரபுப் பார்வைகளைத் தாண்டியதில்லை. இவர்களது மேற்சாதிப் பின்னணியும், அதனோடு பின்னிப் பிணைந்துகிடந்த இவர்களது வாழ்க்கைச் சூழலும் இவர்களை வேறு வழிகளில் சிந்திக்கவும் செயல்படவும் இயலாதவர்களாக்கிற்று. ஐரோப்பாவில் ஓவியம்தான் பிற கலைத்துறை அன்கார்ட் முயற்சிகளுக்கு கட்டியம் கூறிநின்றது. இங்கே 'நவீன' ஓவியர்கள்தான் மிக மோசமான பார்ப்பனியப் பார்வைக்குச் சொந்தக்காரர்களாயிருந்தனர்.

மணிக்கொடி எழுத்தாளர்களின் வருணசாதிப் பின்னணி அவர்களது அரசியல் தத்துவப் பார்வைகளோடு முற்றிலும் பொருந்திப்

போயிருந்ததை யோசித்துப் பார்த்தால் எளிதில் விளங்கிக்கொள்ள முடியும். இவர்கள் ஆத்திரப்பட்டதும் கலகம் செய்ததும் சனாதனத் தத்துவ நோக்கை எதிர்த்து அல்ல. வணிகமயமாதலை எதிர்த்து மட்டுமே இவர்களின் குரல் ஒலித்தது. இவர்கள் மோதியது கல்கியோடும் ஆனந்த விகடனோடும் மட்டுமே.

இந்தப் போக்கின் ஒரு சரியான பிரதிநிதிகள் எம்.வி.வி. சமீபத்தியப் பேட்டிகளில் ஆன்மிகத் தேடலையும், ராமராஜ்ஜியத்தை நிறுவுதலையுமே தனது இலட்சியமாக முன்வைக்கும் எம்.வி.வி. யின் பார்வை கடந்த ஐம்பது ஆண்டுகளில் எவ்வித மாற்றங்களுக்கும் உள்ளாகாமலேயே இருந்து வந்துள்ளது. இருளும் ஒளியும் என்கிற அவரது பழைய கதை ஒன்றை நேற்றுப் படித்தேன். கதைச்சுருக்கம் இதுதான்: கடவுளை மறுக்கும் பகுத்தறிவுப் பார்வையைக்கொண்ட ஒரு தம்பதி இயக்கப் பணியையே வாழ்க்கையாக்கி வாழ்ந்து வருகின்றனர். மாமிச உணவில் நாட்டமும் புணர்ச்சி வேட்கையும் மிகுந்துள்ள மனைவியானவள் இருள், சுடுகாடு முதலியவற்றின் மீதுகொண்ட லயிப்பைக் கணவனால் விளங்கிக்கொள்ள இயலவில்லை. பிணம் எரியும் நாற்றம் வீசுவதை உணர்ந்து நள்ளிரவில் விழித்துப் பார்க்கும் கணவன் மனைவியின் உடல், தலைவேறு முண்டம் வேறாக கிடப்பது கண்டு அதிர்ச்சியுற்று விளக்கைப் போடுகிறான். விளக்கொளியில் அவள் மீண்டும் முழுமையாய்க் காட்சி அளிக்கிறாள். மனிதனின் அறிவுக்கும் அறிவியலுக்கும் ஓர் எல்லை உண்டு என நம்பும் இறை நம்பிக்கையுடைய ஒரு மருத்துவர் ராமஜபம் செய்து தப்பித்துக்கொள்ள ஆலோசனை வழங்குகிறார். ராமஜபம் கணவனைக் காப்பாற்றுகிறது. பிடிவாதமாய்க் கடவுள் மறுப்புப் பேசும் மனைவி செத்துப்போகிறாள். இந்தக் கதையில் வெளிப்படும் சில முரண் எதிர்வுகள்;

இருள் x ஒளி
பகுத்தறிவு x ஆன்மிகம்
காம இச்சை x புலனடக்கம்
மாமிச உணவு வேட்கை x நாவடக்கம்
சிற்றின்பம் x பேரின்பம்

கணவனைப் புணர்ச்சிக்கு அழைக்கக்கூடிய 'மிகப் பெரிய அடங்காப் பிடாரியாக' பகுத்தறிவு பேசும் அம்மனைவி சித்திரிக்கப்படுவது குறிப்பிடத்தக்கது.

உடல்சார்ந்த வேட்கைகளைச் சிற்றின்பமாக்கி குற்ற உணர்ச்சியை விதைப்பது மதத்தின் அடிப்படையான செயல்பாடு. பார்ப்பனிய தத்துவ இலக்கியப் பார்வைகள் இத்தகைய மதம் சார்ந்த பின்னணி யுடையவை. இதற்கு நேர் எதிர்மாறாக அதிகாரபூர்வமற்ற நாட்டார் கலை இலக்கியச் செயற்பாடுகளில் ஆன்மிகத் தேட்டம் கீழ்நிலைப் படுத்தப்பட்டு உடல்சார்ந்த விசயங்கள் முன்னிலைப்படுத்தப் படுவதைக் காண முடியும்.

எம்.வி.வி.யின் பிரதிகள் அனைத்திலும் இத்தகைய பார்வை ஆட்சி செலுத்துவதை நாம் நிறுவ முடியும். அவரது இனி புதிதாய் கதைத்தொகுதி பற்றி ஏற்கனவே விரிவாய் எழுதியுள்ளேன். status quoவைக் கேள்விக்குள்ளாக்கும் செயல்பாடுகளை அவர் இழிவாகவே பார்த்து வந்துள்ளார். சௌராஷ்டிர மக்களின் வாழ்வைப் படம் பிடிக்கும் அவரது வேள்வித் தீயில்கூட திக., திமுக., கம்யூனிஸ்ட் கட்சிகளைச் சேர்ந்தவர்கள் அசட்டுத் தீவிரவாதிகளாகவும் அன்றைய ஆளும் கட்சியினரான காங்கிரஸ்காரர்களே நிலைமை புரிந்தவர் களாகவும் சித்திரிக்கப்படுவது குறிப்பிடத்தக்கது.

டெல்லிக்குப் பரிசு வாங்கப்போன சமயத்தில் அத்வானியைச் சந்திக்கும் ஒரு வாய்ப்புக் கிடைத்தபோது எம்.வி.வி. அவரிடம் இப்படிச் சொன்னாராம், 'நான் உங்கள் ரசிகன். உங்கள் அரசியலை நான் ஏற்றுக்கொள்ளாவிட்டாலும்கூட'. அத்வானிக்குத் தமிழ் தெரிந்திருந்து அவர் எம்.வி.வி.யின் கதைகளைப் படித்திருந்தால் இப்படிச் சொல்லியிருக்கக்கூடும்: 'நான் உங்கள் ரசிகன். உங்கள் எழுத்துக்கு மட்டுமல்ல, அதன் பின்னணியில் உள்ள அரசியலுக்குந் தான்.'

கிழக்கு, மே, 94

3.10

சோவுக்கு மீசை முளைச்சால் சுஜாதா

(சோவின் எங்கே பிராமணன்? நூலை முன்வைத்து)

அறிமுகம்

பார்ப்பனர் நலன் ஒன்றையே குறிக்கோளாகக்கொண்டு வெளிவரும் இதழ் துக்ளக். பார்ப்பன சங்கங்கள் வீச்சுடன் உருவாகிக்கொண்டிருந்த ஒருகாலகட்டத்தில் துக்ளக் இதழில் அதன் ஆசிரியர் 'சோ'வால் எழுதப்பட்ட எங்கே பிராமணன்? என்னும் இத்தொடர் இன்று அல்லயன்ஸ் என்கிற இன்னொரு பார்ப்பன நிறுவனத்தால் வெளியிடப் பட்டுள்ளது. இதன் உள்ளடக்கம்: பிராமண சங்கங்கள்பற்றி தேவலோகத்தில் ஒரு சர்ச்சையைக் கிளப்புகிறான் நாரதன். பிராமணன் யார் என்கிற கேள்வியை வசிஷ்டர் எழுப்புகிறார். பூலோகத்தில் பிறந்து ஒரு உண்மையான பிராமணனைக் கண்டவுடன் திரும்பி வா என வசிஷ்டரைப் பூவுலகிற்கு அனுப்புகிறான் பரமசிவன்.

தனது திறமையால் முன்னுக்கு வந்த கோடீசுவரப் பார்ப்பனன் நாதன். இவன் மனைவி வசுமதி. ஆசார அனுட்டானங்களில் நம்பிக்கையற்ற இத்தம்பதிக்கு வசிஷ்டன் பிறக்கிறான். பெயர் அசோக். படு புத்திசாலியாக இருந்தும் உலகியலில் நாட்டமற்றவனாய் வளரும் அசோக்கைத் திருத்த பலரிடமும் ஆலோசனை கேட்கின்றனர் நாதன் தம்பதியர். நாதனின் வழிகாட்டியும் ஆலோசகருமான மகாதேவ பாகவதர் அசோக்குக்கு பூணூல் அணிவிக்கச் சொல்கிறார். பயனில்லை. டாக்டர் ஒருவர் மகாதேவ சாஸ்திரிகளை வீட்டைவிட்டுக் கிளப்பினால் அசோக்கின் நடத்தையில் மாறுதல் வரலாம் என்கிறார். மகாதேவ பாகவதரை வெளியேற்ற வள்ளுவர் வையாபுரியின் உதவியை நாடுகிறார் நாதன்.

வையாபுரி பார்ப்பனரல்லாத சாதியைச் சேர்ந்த ஒரு பெரிய மனிதர். மேடைப் பேச்சிலும் காரியங்களை நிறைவேற்றுவதிலும் வல்லவர்.

அவரது உதவியாளன் இன்னும் சற்றுக் கீழ்ச்சாதியைச் சேர்ந்த மெட்ராஸ் ரவுடி சிங்காரம். சிங்காரம் ஒரு கட்டத்தில் பாகவதரை மிரட்டி ஓட வைக்கிறான். அந்தஸ்து குறைந்தவரானாலும் நீலகண்டன் நாதனின் நண்பர். அவரது மகள் உமா பத்திரிகை மற்றும் சினிமாக்களால் கெட்டுப்போகாத ஒரு பார்ப்பனப் பெண். அவள் அசோக்கை மணக்க விரும்புகிறாள். நாதன் சம்மதிக்கிறார். ஆனால் இது வசுமதிக்குப் பிடிக்கவில்லை. தடுத்து நிறுத்த வையாபுரியின் உதவியை நாடுகிறாள் வசுமதி. உமாவை மிரட்டச் சென்ற சிங்காரம் அசோக்கைச் சந்தித்து வேதாந்தம் பேசுகிறான். தனது பூணூல் கல்யாணத்தின்போது ஆச்சார நம்பிக்கையற்றிருந்த நாதனிடமிருந்து உண்மையான பிரம்மோபதேசம் பெற இயலாமற் போன அசோக்கிற்கு சிங்காரம் என்ற கருவி மூலம் இவ்வாறு பிரம்மோபதேசம் நடைபெறுகிறது.

யார் பிராமணன் என்கிற கேள்வி அலைமோத வேத சாஸ்திரங்களில் மூழ்குகிறான் அசோக். அவன் தெளிந்த முடிவுகள்: உலக மதங்களில் பழமையானதும் உயர்ந்ததும் இந்து மதம். இதன் அடிப்படை வேதங்கள். வேதங்கள் அநாதியானவை. வேதங்களுக்கு உட்பட்டவையே தர்மசாத்திரங்களும் புராணங்களும். நான்கு வருணங்கள் என்பன வாழ்க்கை முறைகளே. குணத்தையும் செயலையும் (அதாவது தொழிலையும்) வைத்து வருணங்கள் தோன்றுகின்றன. பிறப்பின் அடிப்படையில் அல்ல. வைராக்கியம், கடும் உழைப்பு, பக்தி, ஆசையற்ற வாழ்க்கைச் சூழல் என்கிற வேதங்களின் வரையறைப்படி பார்த்தால் பூவுலகில் பிராமணர் யாருமில்லை. பிராமணனைக் காணாத வசிஷ்டன் தேவலோகத்திற்குத் திரும்பி வந்தானா? இல்லையா? விடையைத் 'தமிழ் இலக்கியச் சூழலின் அற்புத நிகழ்வு' என வெங்கட்சாமி நாதனால் உச்சி முகரப்பட்ட 'சோ'வின் நூலில் காண்க.

ஒன்று

'புதிய விழிப்பு' பெற்று எழுந்துவரும் பார்ப்பன இளைஞர்களுக்கு இந்துமதத்தின் பெருமையையும் பார்ப்பனச் சடங்குகளில் நம்பிக்கையையும் ஊட்டி திருமணம், பூணூல் அணிவித்தல் போன்ற நிகழ்ச்சிகளின் உட்பொருளைப் போதிப்பது, இந்து மதத்தின் எதிரிகள் கேட்கும் கேள்விகளுக்கு விடையளிப்பவர்களாக அவர்களைத் தயாரிப்பது என்கிற வகையில் ஒரு கையடக்க வழிகாட்டி நூலாக இப்பிரதி செயற்படுகிறது. இன்று யாருமே பிராமணன் கிடையாது

எனத் தீர்ப்பளிக்கும் ஒரு பிரதி எப்படி இந்தப் பணியை நிறைவேற்ற முடியும்?

நூலில் ஒரு நிகழ்ச்சி: சற்று மனசாட்சியுடைய வேத விற்பன்னராகிய வேம்பு சாஸ்திரிகள் அசோக்குடன் உரையாட நேர்கிறபோது வேதத்தை விற்றுத் தொழில்புரியும் அவலத்தை எண்ணி நாணி, அவ்வாழ்க்கையை உதறி வேதகால ரிஷிகள் போல ஆசிரம வாழ்க்கையை மேற்கொள்வது என முடிவு செய்கிறார். ஆனால் நான்கு மாத வாடகைப் பாக்கியைத் தீர்க்க வேண்டிய அவசியமும் மகனது தேர்வுக்கு உடனடியாகப் பணம் கட்ட வேண்டிய தேவையும் அவரை மீண்டும் பழைய வாழ்க்கைக்கு நிர்ப்பந்தித்து விடுகிறது. கல்வி, வேலைவாய்ப்பு ஆகியவற்றில் எந்தவிதச் சலுகையும் இல்லாத நிலையில் பாவம் பார்ப்பனர்கள் என்ன செய்வார்கள்? பார்ப்பனனுக் குரிய வரையறைப்படி வாழ இயலாமற் போனது பெரிய விசயமில்லை. ஆனால் எக்காரணம் கொண்டும் பார்ப்பன ஆசாரங் களைக் கேலி செய்துவிடாதே என எச்சரிக்கிறது பிரதி.

நவீன வாழ்க்கை, ஏராளமான பணம், இவற்றால் விளைந்த பெரிய தொடர்புகள் ஆகியவற்றின் பின்னணியில் சடங்காசாரங்களின்படி வாழ்வதற்கு வெட்கப்பட்டுக் குற்ற உணர்ச்சி அடைபவர்களாக நாதன் தம்பதியர் சித்திரிக்கப்படுகின்றனர். இது தவறு. கண்டிக்கப்பட வேண்டியது என்பது சோவின் தர்க்கம். ‘வீட்டு நிகழ்ச்சிகளில்கூட பஞ்சகச்சம் கட்டிக்கொள்ள வெட்கப்படுவதும், விபூதியை நெற்றியில் பூசாமல் பனியனுக்குள் மறைவாகத் தடவுவதும், காயத்ரியை பொருள் புரியாமல் உச்சரிப்பது அல்லது உச்சரிக்காமலே இருப்பதும் தவறு. மற்றபடி லௌகீகமாக வாழ் பரவாயில்லை.’

பார்ப்பன ஆசாரங்களில் வெட்கப்படும் ஆடம்பரப் பிரியையான வசுமதிக்கு எதிராக பர்வதம், உமா, மிசஸ் சாரி என்கிற மூன்று பெண்மணிகளைக் குறைபாடுகளற்ற அல்லது மிகக்குறைந்த குறைபாடுகளையுடைய லட்சிய மாதிரிகளாகக் காட்டியிருப்பது கவனத்திற்குரியது. ‘நவீன வாழ்க்கையில் நீங்கள் ரிஷி பத்தினிகளாக இருக்க முடியாது. பர்வதங்களாகவாவது இருங்கள்.’ சடங்குகளில் சொல்லப்படும் மந்திரங்கள் சொல்பவர்களின் நன்மையை மட்டும் யாசிப்பதில்லை. மாறாக சகல உயிர்களின் நன்மையையுமே அவை வேண்டுகின்றன என நூலில் இருமுறை வற்புறுத்துவதன் மூலம் சாஸ்திரிகளைப் பணக் கவலையின்றி வைத்திருக்க வேண்டிய அவசியம் நமக்கு உணர்த்தப்படுகிறது.

இரண்டு

வரையறைப்படி பிராமணர்களாக இல்லாதபோதும் பிரதியில் வருகிற பார்ப்பனர் எல்லோரும் மகா திறமையானவர்களாகவும் பொதுவில் நல்லவர்களாகவும் சித்திரிக்கப்படுவது கவனிக்கத்தக்கது. தனது திறமையாலும் உழைப்பாலும் முன்னுக்குவந்த நாதன் கண்டிப்பானவர்; ஆனாலும் பெருந்தன்மையானவர்; தொழிலில் 'சிறிது வஞ்சகம் இருந்தாலும் பல மடங்கு நேர்மை இருக்கும்.' வசுமதி ஆடம்பரப் பிரியையாயிருப்பது பொதுவான பெண்களின் பலவீனத்தின் விளைவுதான். மொத்தத்தில் 'ஆயிரம்தான் குறைகள் இருந்தாலும் நாதனும் வசுமதியும் எத்தர்கள் அல்ல' என்பது சோவின் 'சர்டிபிகேட்'. சடங்காசாரங்களை மதிக்காதவராயினும் நீலகண்டன் திறமையான அதிகாரி. கொஞ்சம் பொருளாசை இருந்தபோதிலும் சாஸ்திரிகள் எல்லோரும் பரிதாபத்திற்குரியவர்கள், பயந்தவர்கள், பேட்டை ரவுடிகளுக்கு அடங்கிப் போகிறவர்கள்.

பிரதியில் அறிமுகப்படுத்தப்படும் பார்ப்பனரல்லாதவர்கள் அப்படிப்பட்டவர்கள் அல்ல. வள்ளுவர் வையாபுரி மோசமான எத்தர், கருவாடு சாப்பிடக்கூடியவர், பழிபாவங்களுக்கு அஞ்சாதவர், காசு வாங்கிக்கொண்டு ஆள் வைத்து அடிப்பவர். அவரது ஒரே திறமை மேடைப் பேச்சுதான். அதற்கும்கூட எழுதிக் கொடுப்பவர் வேறொருத்தர். மேடையில் பேசுவது திராவிட இயக்கங்களின் இழிவுகளில் ஒன்றாக பார்ப்பன அறிவுஜீவிகளால் தொடர்ந்து சித்திரிக்கப்படுவது கவனிக்கத்தக்கது. ஞானக்கூத்தனின் 'தலைவர் களேய்ங்... தமிழ்ப் பெருங்குடி மக்களேய்ங்...' கவிதை நினைவி லிருக்கலாம்.

வையாபுரிக்கு அடுத்த, சாதிப்படி நிலையில் இருப்பவன் சிங்காரம். இறுதியில் திருந்தினாலும் அவன் தொழில் கூலிக்கு ரௌடித்தனம் செய்வது. தாழ்த்தப்பட்ட சாதியைச் சேர்ந்த டிரைவர் சண்முகத்திற்கு மட்டும் 'நல்லவன்' சர்டிபிகேட் வழங்கப்படுகிறது. ஏனெனில் அவன் 'தன் தொழிலில் நேர்மையானவன்.' தொழிலில் நேர்மை என்பதில் முதலாளிப் பிராமணனுக்கு முற்றிலும் விசுவாசமாய் இருப்பதும் அடங்கும். மற்றபடி அவர் சாதி உரிமை கோரியிருந்தாலோ, கூலி உயர்வு கேட்டிருந்தாலோ அவரை அடாவடித்தனம் செய்பவராகவே சோ கும்பல் கருதியிருக்கும்.

பிரம்மோபதேசம் செய்பவனாகவே சிங்காரம் சித்திரிக்கப்படும் போது இப்படி எல்லாம் பேசுவது விதண்டாவாதம் என்று தோன்றலாம்.

இங்கே பிரதியைச் சற்றுக் கவனமாக ஆராய வேண்டும். பிரம்மோப தேசம் செய்ய பார்ப்பனர் யாருக்கும் தகுதி இல்லை என்று சொல்லி ஓர் எதிர் நடவடிக்கையாக சிங்காரத்திடம் அசோக் பூணூல் போட்டுக்கொள்ளவில்லை. அசோக்காக அவதரிக்கும் வசிஷ்டன் பிரதி முழுவதும் அநியாயங்களைக் கண்டு முணுமுணுப்பதோடு சரி. அசோக்குக்கும் சிங்காரத்திற்குமே கூடத் தெரியாமல் விதி சிங்காரத்தை ஒரு கருவியாகக்கொண்டு பிரம்மோபதேசம் செய்து முடிக்கிறது. அதுவும் எந்தச் சிங்காரம்? ரௌடியாக இருந்து, ஒரு பார்ப்பனப் பெண்ணின் தரிசனத்தால் விழிப்புற்று பார்ப்பனர்களுக்கு எதிராக வன்முறையில் இறங்க முடியாது என ஒரு பார்ப்பனர் அல்லாதவரிடம் தகராறு செய்துகொண்டு பிரிந்துவந்த ஒரு கீழ்ச்சாதியனால்தான் பிரம்மோபதேசத்திற்குக் கருவியாகும் பாக்கியம் பெற முடிகிறது. அதுவும் ஓர் அசலான பார்ப்பனத் தம்பதியருக்குப் பிறந்த வசிஷ்டனுக்குத்தான் பிரம்மோபதேசம் நடைபெறுகிறது. பாரதியைப் போல ஒரு பறையருக்குப் பூணூல் போடும் தைரியம் சோ கும்பலுக்குக் கிடையாது.

இன்னொன்றையும் கவனிக்க வேண்டும். அசோக்கிற்குப் பூணூல் போடுவது நாதன்தான். பிரம்மோபதேசச் சடங்கின்போது அவர் அதில் கவனமில்லாமலிருந்ததால்தான் பிரம்மோபதேசம் நடைபெற்றும் பலிக்கவில்லை. எனவே சடங்குகளை நம்பிக்கையோடு செய்யுங்கள். இல்லாவிட்டால் சிங்காரம் மாதிரி ஓர் ஆள் மூலமாகப் பிரம்மோப தேசம் நடைபெற்றுவிடும் என எச்சரிப்பதுதான் இச்சம்பவத்தின் பணி. பிறவியால் பார்ப்பனர் உருவாவது கிடையாது என அடிக்கடி சோ சொல்லிவந்தாலும் பிராமணனைத் தேடும் முயற்சி பிறப்பால் பார்ப்பனரான ஆடவர் மத்தியில்தான் நடைபெறுகிறது. பூமியில் யாருமே பார்ப்பனர் இல்லை எனப் பிரதி முடிகிறது. வருணா சிரமத்தை ஏற்றுக்கொண்ட காந்தி மாதிரி நபரைக்கூட சோ கும்பலால் பார்ப்பனராக ஏற்றுக்கொள்ள முடியவில்லை.

மூன்று

இந்து மதத்திற்கு 'ஆகா ஓகோ' சர்டிபிகேட் கொடுப்பதற்காக இரண்டு வெள்ளைக்காரர்கள் பிரதியில் நடமாடவிடப்படுகின்றனர்.

அதில் ஹிக்கின்ஸ் என்று ஒரு வெள்ளைக்காரன். ஸ்ரீரங்கம் கோயிலில் அசோக்குடன் நடந்து வந்துகொண்டிருக்கும்போது கோயிலுக்கு வந்த இரண்டு பெண்மணிகள் பத்திரிகை ஒன்றில் வந்த

கதை ஒன்றைப்பற்றிப் பேசிக்கொண்டு வருகிறார்கள். கோயிலை மதிக்கத் தெரியாத இவர்களையெல்லாம் உள்ளே விடுகிறீர்கள். பிறவியால் இந்துவாக இல்லாத ஒரே காரணத்திற்காக என்னை உள்ளேவிட மறுக்கிறீர்களே என ஹிக்கின்ஸ் வினவுகிறான்.

அதற்கு அசோக், 'உங்களுக்கும் அவர்களுக்கும் ஒரு அடிப்படை வித்தியாசம் இருக்கிறது. அவர்கள் இங்கு வந்து என்ன பேசினாலும் தெய்வத்தை நம்புகிறார்கள். உங்களுக்கு அந்த நம்பிக்கை கிடையாது' எனக் கோயில் அனுமதி மறுப்பை நியாயப்படுத்துகிறான். ஹிக்கின்ஸ் இந்து மதத்தில் நம்பிக்கையுடையவனாகவே சித்திரிக்கப்பட்டிருக்கிறான். ஆனால் இந்துமதத்தில் நம்பிக்கை என்பதே பிறவி அடிப்படையானதுதான் என்பதே சோவின் வாதம்.

இந்துமதத்தில் புழக்கத்திலுள்ள எல்லா நம்பிக்கைகளையும் அப்படியே ஏற்றுக்கொள்ள வேண்டியதில்லை எனவும் வேதம் அனுமதிக்கிறதா இல்லையா என்பதே உரைகல் எனவும் பிரதியில் அடிக்கடி மொழியப்படுகிறது. வேதத்தில் பிறவி அடிப்படையில்தான் கோயிலுக்குள் அனுமதிக்கப்பட வேண்டும் என எங்கும் விதியில்லை. ஏனெனில் கோயில் வழிபாடுகளுக்கு முந்தியது வேதம். பிறவி அடிப்படையில் கோயிலுக்குள் அனுமதி என்ற அம்சத்தை வேதத்தில் உரசிப்பார்க்கச் சோ தயாராயில்லை. கருவறைக்குள் பார்ப்பனரல்லாதோரை அனுமதிப்பதிலும் சோ கும்பலுக்கு இதே கருத்துதான் இருக்க வேண்டும். பிரதியில் மௌனமாகியுள்ள முக்கிய அம்சங்களில் இது ஒன்று. யாருமே பிராமணன் இல்லை என்கிறபோது கருவறைக்குள் யாரை வேண்டுமானாலும் அனுமதித்தால் என்ன என்கிற கேள்விக்கு சோவின் பதிலென்ன?

நான்கு

பார்ப்பனியத்தின் அடிப்படையான அம்சம் சாதி ரீதியான ஒதுக்கல் மட்டுமல்ல; பாலியல்ரீதியான ஒதுக்கமும்தான். உலகெங்கிலும் பாலியல் ஒதுக்கமிருந்தாலும் 'தீட்டு' என்கிற அடிப்படையில் இந்த ஒதுக்கத்தை இறுக்கமாக்கியது பார்ப்பனியம்.

எனவே பார்ப்பனியம் மிக மோசமான தந்தைவழிச் சமூக மதிப்பீடுகளை உள்ளடக்கியுள்ளது. பார்ப்பனியத்திற்கு வக்காலத்து வாங்குவதையே தனது வாழ்க்கைப் பணியாக ஏற்றுக்கொண்டுள்ள சோ நூல் முழுக்க பெண்களை இழிவு செய்துள்ளது குறிப்பிடத்தக்கது.

ஊர்வம்பில் ஆர்வம், ஆடம்பரம், நன்றியின்மை போன்ற பண்பு உடையவர்களாக அனைத்துப் பெண்களும் நூல் முழுக்க அவதூறு செய்யப்படுகின்றனர். பார்வதிதேவிகூட இதற்கு விதிவிலக்கம் செய்யப்படவில்லை. பார்ப்பனியம் பெண்களை இயல்பிலேயே தோஷமுள்ளவர்களாகக் கருதுகிறது. அதனால்தான் திருமணச் சடங்குகளில் பெண்களுக்கு மட்டும் தோஷம் கழிக்கப்படுகிறது. இதனை சோ நியாயப்படுத்துவது கவனிக்கத்தக்கது. பெண்கள் அனைவரையுமே சூத்திரர்களாகக் கருதும் போக்கு ஒன்று பார்ப்பனியத்தில் அடங்கியுள்ளதைச் சுவாமி தர்மதீர்த்தர் போன்றோர் சுட்டிக்காட்டுவது குறிப்பிடத்தக்கது. வேத சாத்திரங்களைக் கரைத்துக் குடித்த அசோக், 'கணவன் சாப்பிட்ட மீதி உணவு பெண்களுக்குப் புனிதமானது, ஆனால் மனைவி சாப்பிட்டு மீந்ததைக் கணவன் சாப்பிடக்கூடாது' என்கிறான். மொத்தத்தில் பார்ப்பன சங்க உறுப்பினர்களை நோக்கி சோ சொல்வது இதுதான்:

> பூணூல் போட்டுக்கொள்; காயத்ரி சொல், சடங்காசாரங்களில் பொருள்புரிந்து செயல்படு. விபூதி, குங்குமம் அணிய வெட்கப் படாதே, இந்து மதப் பெருமைகொள். சாஸ்திரங்களையும் சாஸ்திரிகளையும் மதி. நவீன உலகில் வீட்டுக்கு வெளியே வந்து விட்டால் தீண்டாமை முதலியவற்றைக் கடைப்பிடிக்க முடியாது. எனவே 'அட்ஜஸ்ட்' பண்ணிக்கோ. வேதம் இவற்றையெல்லாம் வற்புறுத்தவில்லை எனச் சமாதானம் செய்துகொள். ஆனால் வீட்டிற்குள்ளும், கோயிலுக்குள்ளும் ஆச்சாரத்தைக் கடைப்பிடி

கடைசியாக

சுருக்கம் கருதி வேறுசில அபத்தங்கள், சோவின் அசட்டு எழுத்து முறை, சார்வாகம் போன்ற பொருள்முதல் தத்துவங்கள் பற்றின சோவின் அபத்த உளறல்கள் முதலியவற்றை விட்டுவிடுவோம். என்றாலும் ஒன்றைச் சுட்டிக்காட்ட வேண்டியிருக்கிறது.

வரலாறு X புராணம் என்கிற முரணை முதல் பக்கத்திலேயே பிரதி கட்டமைத்து விடுகிறது. இந்துமதப் பெருமை போற்றும் புதிய வரலாறு எழுதப்பட வேண்டும் என்று இந்துத்துவவாதிகள் வற்புறுத்து வது நமக்குத் தெரியும். வரலாற்றை முழுமையாகத் தூக்கி எறிந்துவிட்டு அதனிடத்தில் புராணத்தை வைக்க வேண்டுமென்கிறது பிரதி. 'இந்த மக்கள் வரலாறு என்றால் நம்பிவிடுகிறார்கள். புராணம் என்றால் நம்ப மறுக்கிறார்களே; விஞ்ஞானத்தில் தேர்ந்த விஞ்ஞானி

சொல்வதை ஏற்றுக்கொள்கிறார்கள், வேதத்தில் தேர்ந்த சாஸ்திரி சொல்வதை ஏற்றுக்கொள்வதில்லையே' எனப் பிரதி அங்கலாய்க்கிறது.

புராணத்தை வரலாறாக ஏற்றுக்கொண்டு மகாபாரதம், ராமாயணம் ஆகியவற்றிற்கு கால நிர்ணயம் செய்யப்படுவது ருசிகரமானது. இதற்கு விஞ்ஞானத்தையும் துணைக்கு அழைத்துக்கொள்ளும் முயற்சி இன்னும் பெரிய வேடிக்கை.

சோவின் ஆய்வின்படி ராமாயணம் 8,70,000 ஆண்டுகளுக்கு முற்பட்டது. அனுமான் எட்டு லட்சம் ஆண்டுகளுக்கு மேல் உயிர் வாழ்ந்தான் என்பது இன்னொரு முடிவு. இந்தியாவிற்குள் ஆரிய மொழியினரின் நுழைவே ஐயாயிரம் ஆண்டுகளுக்குள்தான் நிகழ்ந்தது என்பது அனைவரும் ஏற்றுக்கொள்ளும் முடிவு. சோவுக்கு இதைப் பற்றியெல்லாம் கவலையில்லை.

பிற்சேர்க்கை -1

வேதத்தின் காலத்தைச் சொல்ல முடியாது அது அனாதியானது. பரம்பொருளே அதன் ஆசிரியன். விண்ணிலிருந்து ஒலி வடிவத்தில் அது பூமியை எட்டியது. பிறவி அடிப்படையில் அது பேதங்களைக் கற்பிக்கவில்லை என்பன சோ வற்புறுத்தும் முக்கியக் கருத்துகள். இது குறித்து நாம் கவனமாய் இருக்க வேண்டிய சில உண்மைகள்:

சம்ஹிதைகள், பிரமாணங்கள், ஆரண்யகங்கள், உபநிடதங்கள் ஆகியவற்றின் தொகுதியை வேதம் என்கின்றனர். சம்ஹிதைகள் முதலிலும் அடுத்தடுத்து மற்றவையும் இறுதியாய் உபநிஷத்துகளும் தோன்றின. கி.மு. 1500 முதல் கி.மு. 900 வரை இவை தோன்றி யிருக்கலாம் என்பது ஆய்வாளர்கள் ஏற்றுக்கொள்ளும் முடிவு. வேதங்களின் தோற்றத்தை மிகப் பின்னுக்குத் தள்ளுபவர்கள்கூட கி.மு.50ஐத் தாண்டுவதில்லை என்பது குறிப்பிடத்தக்கது. ரிக், சாம, யஜுர், அதர்வணம் ஆகிய சம்ஹிதைகளை மட்டும் வேதங்கள் என்பவரும் உண்டு. இந்த நான்கிலும் முதலில் தோன்றியது ரிக். ரிக்கின் ஒரு சில பாடல்களின் தொகுப்பே சாமம். ரிக்கிற்கு ஓரிரண்டு நூற்றாண்டுகட்குப் பின்னர் யாகங்களின்போது உச்சரிக்கும் சூத்திரங் களாக யஜுரும் அதற்குப் பின் மந்திர உச்சாடனங்களாக அதர்வணமும் தோன்றின. சம்ஹிதைகள் ஒவ்வொன்றுடனும் தொடர்புடையனவாக பிராமணங்கள் பின் தோன்றின. சம்ஹிதைகள், பிரமாணங்கள் ஆகியவற்றின் பிற்சேர்க்கையாக ஆரண்யகங்களும் உபநிஷத்துகளும்

அதற்குப்பின் தோன்றின. புராணங்களும் தர்மசூத்திரங்களும் இவற்றிற்குப் பிற்பட்டவை. மகாபாரதத்தின் காலம் கி.மு. 900 என்பது அறிஞர் பாஷத்தின் முடிவு.

நாடோடி இனக்குழுச் சமூகத்தின் கூட்டு விளைபொருளாக ரிக் நமக்குக் கிடைக்கிறது. ஆதிச் சமூகத்தின் ஒட்டுமொத்த உற்பவிப்பான அதனை எந்த ஒரு தனி ஆசிரியரின் படைப்பாகவும் கொள்ள வேண்டியதில்லை. இயற்கைபற்றிய அச்சங்கள், இருத்தல் பற்றிய ஐயங்கள் ஆகியவை குறித்த ஆதி மன வெளிப்பாடுகளே ரிக். கீழே விழாமல் அந்தரத்தில் சூரியன் எப்படித் தொங்குகிறான்? இரவில் சூரியனுக்கு என்ன கதி ஏற்படுகிறது? எதிலிருந்து இவ்வுலகம் படைக்கப்படுகிறது? இறப்புக்குப்பின் நம் கதி என்ன? என்பன வேத இலக்கியங்கள் எழுப்பும் கேள்விகள்.

வேட்டையாடிய உணவை நெருப்பின் முன் பொதுவில் வைத்துப் பங்கிட்டுக்கொண்ட வழக்கத்திலிருந்து யாகங்கள் தோன்றியிருக்கலாம். ரிக் வேதம் சொல்கிற முதல் பெரும் யாகம் 'புருஷனை' பங்கிட்டு நான்கு வருணங்கள் படைக்கப்பட்டதுதான். மக்களைக் குணம், தொழில் அடிப்படையில் நான்காகப் பிரிப்பது ஏற்றுக்கொள்ளப் பட்டாலும் வேதகாலத்தில் இவை பிறவி அடிப்படையில் நிர்ணயிக்கப் பட்டதில்லை என்பது உண்மைதான். பிறவி அடிப்படையில் வருணங்களை ஒதுக்குவது கி.மு.150 லிருந்து தொடங்குவதாக டாக்டர் அம்பேத்கர் ஆய்ந்து வெளிப்படுத்தியுள்ளார். புஷ்யமித்ரசுங்கன் என்கிற பார்ப்பன மன்னன் பௌத்த ஆட்சியை வீழ்த்தி, பார்ப்பனர் ஆட்சியை நிறுவியபோது பார்ப்பனர்களின் பரம்பரைப் பெருமையை உறுதி செய்வதற்காக இம்மாற்றம் உருவாக்கப்பட்டது. அதுநாள்வரை வருணத்தை நிர்ணயிப்பது ஆச்சாரியனே. வித்தை கற்றுத்தெரிந்த உடன் அவனே பூணூல் அணிவிப்பான். பூணூல் அணிவிக்கும் உரிமையை ஆச்சாரியானிடமிருந்து பறித்துத் தந்தையிடம் வழங்கியது மனு என்பார் அம்பேத்கர். இவ்வாறு பிறவி அடிப்படையில் வருணம் உறுதி செய்யப்பட்டது. தொடர்ந்து பார்ப்பனர்களுக்கான சிறப்பு உரிமைகளை மனு உட்படத் தர்மசாத்திரங்கள் வழங்கின. பெண்களும் சூத்திரர்களும் மிக மோசமாக இழிவாக்கப்பட்டனர். குற்ற தண்டனைகளில் பார்ப்பனருக்கு விதிவிலக்குகள் அளிக்கப்பட்டன (பார்க்க: டாக்டர் அம்பேத்கரின் பார்ப்பனியத்தின் வெற்றி). இவற்றையெல்லாம் மறைத்துவிட்டுத் தனக்குச் சாதகமான ஒரு மேற்கோளை மனுவிலிருந்து தேர்வுசெய்து நூல் முகப்பில் வெளியிட்டிருப்பது மிகப்பெரிய மோசடி. சோ மேற்கோள்

காட்டியுள்ள சூத்திரம் பிராமணன் வேதம் ஓதுவதை விட்டுவிடக் கூடாது என்பதை வலியுறுத்துவதற்காக எழுந்தது. பார்ப்பனியத்தின் வெற்றி நூலில் பார்ப்பனச் சூழ்ச்சியை விரிவாகக் காணலாம்.

ஆதிச்சமூகத்திலிருந்து வர்க்கசமூகம் உருப்பெற்றுக் கொண்டிருந்த காலகட்டத்தில் உருவானது வேதம். பார்ப்பன மேன்மையும் சூத்திரர், சண்டாளர், பெண்கள் ஆகியோரின் இழிவும் பிறவி அடிப்படையில் உறுதி செய்யப்பட்ட மனுதர்ம சமூகத்தில் இதனை நியாயப்படுத்த வேதங்களோடு தர்மசூத்திரங்கள் வகுக்கப்பட்டன. அன்றுமுதல் இன்றுவரை வேதங்களின் பெயரால் புராண தர்மசூத்திரங்களின் ஆட்சியே இங்கு நடைபெற்று வருகிறது. அந்த அடிப்படையில் இங்கு பார்ப்பனர் சூத்திரர்களுக்கும், தலித்துகளுக்கும், பெண்களுக்கும் இழைத்துள்ள, இழைத்துவருகிற கொடுமைகள் ஏராளம். சூத்திரர், பெண்கள், தலித்துகள் பின் நாளில் சிறுபான்மையினர் ஆகியோர் ஒடுக்கப்பட்ட வரலாறுதான் இந்திய வரலாறு. சோ தனது நூலின் முகப்பில் மேற்கோளாகக் காட்டியுள்ள 34 பத்திகளில் மூன்றே மூன்று பத்திகள்தான் வேதத்தில் உள்ளவை. மற்றவை அனைத்தும் புராண, தர்மசாத்திரங்களில் உள்ளவை என்பது குறிப்பிடத்தக்கது. வேதங்களின் 'அப்பாவித்தனத்தின்' பெயரால் பார்ப்பனர் நம்மீது திணிக்க முயலும் வாழ்க்கைமுறை மனுதர்ம அடிப்படையிலானதுதான் என்பதற்கு இது ஒரு சான்று. வேதங்களைப் பெயருக்கு வைத்துக்கொண்டாலும் இந்துமதம் பிறவி அடிப்படையில் வாழ்க்கையை அமைத்த தர்மசூத்திரங்களின் அடிப்படையிலேயே இயங்கியது. வேதத்தின் பெயரால் நம் காதில் பூ சுற்ற முயல்வோரை நோக்கி நாம் இதைத் திருப்பித் திருப்பிச் சொல்ல வேண்டியவர்களாக இருக்கிறோம். வேதங்களை இலக்கியங்களாக மட்டுமே நாம் ஆராய முடியும் என்பது ஒருபுறம் இருக்க, வேதங்கள் தவிர்த்த தர்மசூத்திரங்களையும், புராணங்களையும், அதன் அடிப்படையிலான ஆகம வழிபாடு களையும், கோயில்களையும், கடவுள்களையும், வருணாசிரமத்தையும் இந்து மதத்திலிருந்து வெட்டி எறிய சோ தயாரா? மீதமுள்ளதுதான் இந்துமதம் என இவர்கள் ஒத்துக்கொள்வார்களா?

பிற்சேர்க்கை -2
சோவுக்கு மீசை முளைச்சால் சுஜாதா

இந்தியா டுடே இலக்கிய மலர் (94) வந்துள்ளது. சென்ற ஆண்டு நாம் மேற்கொண்ட எதிர்ப்பின் விளைவுகள் ஆங்காங்கே தென்படு கின்றன. திராவிட இலக்கியங்கள் மோசம் என்பது போன்ற நேரடியான பிரகடனங்கள் இல்லாதபோதும், (சாதுவான) பார்ப்பன ரல்லாதோருக்குக் கொஞ்சம் கூடுதல் பக்கங்கள் ஒதுக்கப்பட்டுள்ள போதிலும் அடிப்படையில் பார்ப்பனியம் இதழ் முழுவதும் இழையோடுகிறது. இதனை விரிவாய் வேறொரு சந்தர்ப்பத்தில் பார்ப்போம். இங்கே சுஜாதாவின் நாடகத்தை (பெட்டி) மட்டும் எடுத்துக்கொள்வோம். சென்ற ஆண்டு இலக்கிய மலரின் இவரது கதையில் ஒளிந்திருந்த பார்ப்பனியக் கூறுகளை ரவிக்குமார் தோலுரித்தது நினைவிருக்கலாம் (பார்க்க: நோரா கிரகத்து ஆண் களும்... கட்டுரை).

ஆர்எஸ்எஸ் அலுவலகத்தில் வெடிகுண்டு வெடித்தது, இந்துக் கோயில்கள் பல இதேபோல வெடி வைத்துத் தகர்க்கப்பட இருப்பதான வதந்திகள் ஆகியவற்றைப் பின்னணியில் தொங்கவிட்டு இந்த நாடகம் எழுதப்பட்டுள்ளது. ஓர் இந்துக் கோயில். ஒரு பண்டிகை நாளில் பக்தர்களின் அதிகப்பட்ட வருகையால் கிடைக்க இருக்கும் வருமானத்தை எண்ணிக் காத்திருக்கின்றனர் கோயில் ஊழியர்கள். அவர்கள்: ஒரு குருக்கள். மற்ற அனைவரும் பல்வேறு சாதிகளைச் சேர்ந்த பார்ப்பனரல்லாதோர். கோயில் அதிகாரி ஒருவர், பூ தேங்காய் விற்கும் பழனி மற்றும் ஜெயா என்கிற பெண், கோயிலைக் கழுவி விடும் ஒரு சிறுவன், திருட்டுத் தாலி கட்ட வரும் ஓர் இளைஞன், அப்புறம் கடைசியாக ஒரு போலீஸ் இன்ஸ்பெக்டர். இவர்களே பாத்திரங்கள். வருமானத்தை நோக்கி அனைவரும் ஆர்வமாய்க் காத்திருக்கும் சமயத்தில் கோயில் வளாகத்திலுள்ள ஒரு பெட்டியின் மீது அனைவரின் கவனமும் திரும்புகிறது.

பெட்டியில் இந்துமத எதிரிகள் வைத்த வெடிகுண்டு இருக்கலாம் என்பதால் அன்றைய வழிபாட்டை நிறுத்த போலீஸ் உத்தரவிடுகிறது. ஏமாற்றத்தைத் தாங்க இயலாத குருக்கள் பெட்டி வெடித்தாலும் பரவாயில்லை என அதனைத் தூக்கி எறிய முனைகிறார். இதுதான் நாடகம். இதில் கவனிக்க வேண்டியவை:

1. பாபர்மசூதி இடிக்கப்பட்டு இரண்டாண்டுகள் ஓடிவிட்டன. தொடர்ந்த கலவரத்தில் எண்ணற்ற முஸ்லிம்கள் கொல்லப் பட்டனர். கலவரங்களில் கொல்லப்பட்ட முஸ்லிம்கள் எண்ணிக்கை இந்துக்களைக் காட்டிலும் பலப்பல மடங்கு அதிகம். ஆர்.எஸ்.எஸ் அலுவலக வெடிகுண்டு வழக்கு இன்னும் முடிந்தபாடில்லை. வெடிகுண்டு வைத்தவர்களைத் தேடுகிறேன் என்ற பெயரில் கோவை, வாணியம்பாடி போன்ற இடங்களில் முஸ்லிம்களுக்கு எதிராகக் கடும் அடக்குமுறை கட்டவிழ்த்து விடப்பட்டுள்ளது. இப்போது பாண்டிச்சேரியில் உள்ள ஒரு மாதாகோவிலை இடிக்கும் முயற்சியில் இந்துத்துவச் சக்திகள் இறங்கியுள்ளன. ஆர்.எஸ்.எஸ் அலுவலகம் தவிர வேறு இந்துக் கோயில்கள் எதற்கும் இதுவரை ஆபத்தில்லை. முஸ்லிம்கள் ஒட்டுமொத்தமாய் பயந்து போயுள்ளனர் என்பதுதான் எதார்த்தம். இந்த உண்மைகள் எதுவும் சோவை, மன்னிக்கவும் சுஜாதாவைப் பாதிக்கவில்லை. இந்துக் கோயில்கள் இடிக்கப்படும் என்கிற வதந்தி (இந்துத்துவச் சக்திகளே கிளப்பிவிட்ட வதந்தி) சுஜாதாவின் நரம்பில் ஓடும் மஞ்சள் ரத்தத்தைக் கொதிக்க வைத்து விட்டது. விளைவுதான் இந்த நாடகம்.

2. இந்துக்கோயிலில் வெடி வைத்தால் பாதிக்கப்படுவது பார்ப்பனர் மட்டுமில்லை. பிற்பட்ட, தாழ்த்தப்பட்ட சாதியினர் உட்பட்ட சகல சாதியினரும்தான் என்று வலியுறுத்தப்படுவது குறிப்பிடத் தக்கது.

3. ஆனாலும் குருக்கள்தான் இதில் அதிகம் பதற்றப்படுகிறார். ஏனெனில் அவர்தான் கோயில் சார்ந்த வருமானத்தை மட்டுமே நம்பியுள்ளார். காஷியருக்கு அரசாங்க சம்பளம் உண்டு, பழனிக்கு பூ, தட்டு வியாபாரத்தோடு, ரிக்ஷா தொழில், மாமா வேலை ஆகியவை உண்டு; ஜெயாவுக்கு விபச்சாரம் உப தொழில், பொடியனுக்கும்கூட நாதசுரத்திற்கு ஒத்து ஊதும் தொழில் இருக்கிறது. ஆனால் பாவம் குருக்கள் என்ன செய்வார்?

4. குருக்கள் பாவம் அப்பாவி. கோயிலின் பவித்திரத்தைப்பற்றி அவர் மட்டுமே கவலைப்படுகிறார். ஜெயாவின் ஒழுக்கக் கேட்டைத்தான் அவரால் மன்னிக்க முடியவில்லையே தவிர பழனி போன்றோருடன் அனுசரித்துப் போகிறார். பார்ப்பனரின் 'பரிதாப' நிலைக்கு குருக்கள் எடுத்துக்காட்டாய் முன்வைக்கப் படுகிறார். ஒரு விபசாரிகூட அவரை எடுத்தெறிந்து பேசுகிறாள்.

அவரின் மதச்சின்னமாகிய குடுமி கேவலப்படுத்தப்படுவதைக்கூட அவரால் எதிர்க்க முடியவில்லை. கோயில் உண்டு, தான் உண்டு என இருப்பவர் குருக்கள். இந்துக் கோயில்களுக்கு வெடிகுண்டு வைக்கப்படும் அபாயம் குறித்தெல்லாம் அவருக்குத் தெரிந்திருக்க வில்லை. பெட்டியில் குண்டு இருக்கலாம் என்கிற ஐயத்தைக் கிளப்புவதுகூட ஜெயாதான். இந்துக் கோயில்களுக்கு எதிரான சதியைப்பற்றிச் சொல்பவன் பழனி. ஆர்எஸ்எஸ் அலுவலகத்தில் குண்டு வைக்கப்பட்டதுடன் இதனை இணைத்துப் பார்ப்பது காஷியர்.

அறிவுத்துறையில் செயல்படும் பார்ப்பனர் எல்லோரும் இன்று ஒரே மாதிரியாகச் சிந்திக்கின்றனர். செயல்படுகின்றனர். சோ, சுஜாதா, மணிரத்தினம், பாலச்சந்தர், சுந்தர ராமசாமி, கமல்ஹாசன் எல்லோர் வாயிலிருந்தும் இன்று ஒரே சொற்கள்தான் வந்து விழுகின்றன. அதில் ஒன்று பார்ப்பனர்களைப் பாதிக்கப்பட்டவர்களாய்ச் சித்திரிக்கும் தன்மை. பாலச்சந்தரின் அரங்கேற்றம் தொடங்கி கமலஹாசனின் மகாநதி சுஜாதாவின் மேற்படி பெட்டி நாடகம்வரை நாம் இதனைக் காண முடியும். 'சோ'வின் கூவம் நதிக் கரையிலே பிரதியை சுஜாதாவின் பெட்டியுடன் ஒப்பிட்டால் வேறு சில ஒப்புமைகளையும் சொல்ல முடியும். சோதான் சுஜாதா; சுஜாதாதான் சோ என்பது விளங்கும். சோ வெளிப்படையாகப் பார்ப்பன நலனை முன்வைத்தால் சுஜாதா இன்னும் நளினமாய் இந்த வேலையைச் செய்கிறார். ஆனால் இருவர் மண்டைகளுக்குள் இருப்பதும் இந்துத்துவ நலன்தான். தலித்துகளைப் பற்றிப் பார்ப்பனர்களும் எழுதலாம்; பெண் விடுதலைப்பற்றி நானும் எழுதுவேன்; இலக்கியத்தில் சாதி வித்தியாசம் பார்க்கிறவர்கள் அடாவடிப் பயல்கள். முதன்முதலில் நான்தான் தலித் நாடகம் போட்டேன் எனத் 'தடாலடியாக உரிமை கொண்டாடுவது அபத்தம்.' இவைதான் இன்றைய இலக்கியச் சூழல்பற்றி இவர்கள் முன்வைக்கும் கருத்துகள் பார்க்க: இந்தியாடுடே இலக்கிய மலரில் கோமல் சுவாமி நாதன் கட்டுரை, மற்றும் 30-4-94 தினமணி சுடரில் சு.ரா.பேட்டி. இலக்கியத்தில் சாதி கூடாது என்றால் எங்கே பிராமணனும் பெட்டியும் யாருடைய நலனுக்காக எழுதப்பட்டுள்ளன? பார்ப்பன நலன் முன் வைக்கப்படவில்லை எனச் சொல்ல சுந்தர ராமசாமியும் கோமல் சுவாமிநாதனும் தயாரா? சூத்திரனின் வாழ்க்கையையும் பறையர், பெண்கள், சிறுபான்மையினர் ஆகியோரது பிரச்சினைகளையும் இதுவரை அவரவர்தான் முன்வைத்துள்ளனர் என்பதுதானே வரலாறு. எஸ்.என். நாகராஜன், ஜி.எஸ்.ஆர். கிருஷ்ணன், ஞானி ஆகியோரால்

புகழப்படும் தரம்பால் எழுதியுள்ள பாரதீய சித்தமானஸ் அன்ட் கலா என்கிற புதிய நூலின் முகவுரையில் பாபர் மசூதி இடிப்பு என்பது ஒரு மாபெரும் கலாச்சாரத்தின் புதிய விழிப்பின் அடையாளம் எனப் பறைசாற்றியிருப்பது அப்பட்டமான பார்ப்பனியம் இல்லாமல் வேறென்ன. இந்தக் கேள்விகளுக்கெல்லாம் 'அடாவடித்தனம்' 'தடாலடி' என்றெல்லாம் பெயர் சூட்டாமல், முறையாகப் பதிலளிக்க பார்ப்பன அறிவுத்துறையினர் முன்வர வேண்டும்.

கிழக்கு, மே 94.

சில முக்கிய நூற்களும் கட்டுரைகளும்

Edward Said, *Culture Ano Imperialism*. Alfred A Knopf, 1993.

Umbero Eco, *Interpretation And Over Interpretation*, Cambridge, 1992.

Dennis Walder (Ed*), Literature In The Modern World*, Oup (Ny), 1990.

Terry Eagleton, *Literary Theory; An Introduction*, Oup 1983.

Maggie Humm, *Border Traffic Map*, 1991.

Edmund white, *Genet*, Picador, 1993.

Partha Chatterjee, *Nation And The Fragments*, OUP, 1993.

Tejaswini Niranjana, Etal, *Interrogating Modernity*, Seagull, 1993.

Sanjay Srivatsava, *Modernity & Post Caloniality*, *EPW,* 17-09-96.

S. Anandi, 'Representing Devadasis, *EPW,* MARCH 1991.

Eleanor Zeliot*, From Untouchable To Dalit*. Manohar, 1992.

V.Geeta, S.V. Rajadurai, *Dalits And Non Brahmin Conciousness, EPW,* 25-09-93

K.Sivathambi, *Literary History In. Tami*l. Tamil University, 1986.

Frank Kermode, *Canon And Period.*

Marlyn Butler, *Reposessing The Past-In-Literature In Modern World.*

க. *அயோத்திதாச* பண்டிதர். *ஸ்ரீ அம்பிகையம்மன் அருளிச் செய்த முதல் வாசகம்,* ஸ்ரீ சித்தார்த்தா புத்தக சாலை, *பிரபவ வருடம்.*

அர்ஜுன் தாங்ளே, *தலித் இலக்கியம்*, தாமரைச் செல்வி பதிப்பகம், *1993.*

அ.மார்க்ஸ், *மார்க்சியமும் இலக்கியத்தில் நவீனத்துவமும், பொன்னி,* *1993.*

உடைபடும் மவுனங்கள், விடியல் *1994.*

பின் நவீனத்துவம், இலக்கியம், *அரசியல்*, *1996.*

ரவிக்குமார், *கண்காணிப்பின் அரசியல்*, விடியல், *1995.*

ப.கிருஷ்ணசாமி *(ப-ர்), க.நா.சு. இலக்கியத் தடம், காவ்யா, 1991.*

சிட்டி, சிவபாத சுந்தரம், *தமிழ் நாவல் நூற்றாண்டு வரலாறும் வளர்ச்சியும், தமிழ்ச்சிறுகதை: வரலாறும் வளர்ச்சியும்.*

கா. சிவத்தம்பி, *தமிழில் இலக்கிய வரலாறு,* என்சிபிஎச், *1988.*

பின்னிணைப்பு -1

நாங்கள் கடந்த பாதை

பொ. வேல்சாமி

பலரால் அறியப்படாத நபர்களின் நூல்களுக்கு ஏதோ ஒரு வகையில் அறிமுகமான பேர்வழிகள் முன்னுரை தருவது வழக்கம். வழமைக்கு மாறாக உங்களால் நன்கு அறியப்பட்ட எனது நண்பர் அ. மார்க்ஸ் அவர்களின் கட்டுரைத் தொகுப்புக்கு உங்களால் அறியப்படாத நான் முன்னுரை எழுதுகிறேன். இருந்தாலும் இக்கட்டுரைகள் அனைத்தும் உருவான பின்னணிகளை நான் அறிவேன். இந்தச் செய்திகளை நீங்கள் இந்தக் கட்டுரைகளில் கண்டுவிட முடியாது. கட்டுரைகள் உருவான பின்னணி என்று நான் சொல்வது நானும் நண்பர் மார்க்சும் மார்க்சியச் சிந்தனைகளையும் அழகியற் கோட்பாடுகளையும் படிப்படியாய் உள்வாங்கி, வளர்ந்து வெளிப்படுத்திய விதத்தைத்தான்.

மரபு வழிப்பட்டக் கெட்டி தட்டிப்போன மார்க்சிய வாய்ப்பாடு களை மீறித் திறந்த மனத்தோடு நவீன சிந்தனை வளர்ச்சிகளை யெல்லாம் உள்வாங்கி அதே சமயத்தில் மார்க்சியச் சட்டகத்தை விட்டும் விலகாமல் இலக்கியப் பிரச்சினைகளை அணுகுவதன் மூலம் இதரத் தமிழ் மார்க்சியர் பலரால் விளக்க இயலாத பல பிரச்சினைகளை அ. மார்க்ஸ் விளக்கியிருக்கிறார் என்பதை இந் நூலிலுள்ள கட்டுரைகளைக் கவனமாகப் படிப்போர் உணர முடியும். இத்தகைய பார்வையை நோக்கி அவர் நகர்ந்த வரலாற்றை அவர் கூடவே இருந்து வரும் நான் முழுமையாக அறிவேன்.

(ரசியப்) பாடநூல்களின் உதவியாலேயே மார்க்சியப் பண்டிதராகித் திரிந்தவர்களின் வகுப்புகளையே மார்க்சியம் பயிலும் களங்களாகப் பலரும் நம்பிய காலத்தில் (1978-1980) தானும் அந்த நம்பிக்கை யிலேயே மார்க்சியத்தைப் பயில வந்தவர்தான் மார்க்ஸ். ஆனால் பாடநூல் பண்டிதர்களின் பாண்டித்தியம் அன்றையப் பல கேள்வி களுக்கு எந்த விடையும் அளிக்கத் திராணியற்று இருந்தது. கேள்வி கேட்பவர்களை 'ஏகாதிபத்திய ஏஜண்டுகள்', 'திரிபுவாதிகள்',

'தீவிரவாதிகள்' என்று முத்திரை குத்தத்தான் அவர்கள் பாண்டித்தியத் திற்குப் பவிசு இருந்தது. அன்று அந்த முத்திரையும் ஏற்கப்பட்டது. (இன்று முத்திரையும் செல்லவில்லை, அவர்களின் முகத்திரையும் கிழிந்துவிட்டது.)

இத்தகைய காலகட்டத்தில் நாமே மூல நூற்களை நேரடியாகப் பயில்வதுதான் மார்க்சிய தத்துவத்தை முறையுடன் அறியும் வழி என்று பாயர்பாக்கும் மூலச் சிறப்புள்ள ஜெர்மன் தத்துவ ஞானத்தின் முடிவும் என்ற எங்கெல்சின் நூலில் தொடங்கி மார்க்சின் மூலதனம் வரை இடைப்பட்ட பல நூற்களையும் முழுமையாகவும், பகுதி பகுதியாகவும் அ.மா. வாசிக்கத் தொடங்கி முடித்தார். நெல்லுக்கு இறைத்த நீர் புல்லுக்கும் பொசிவதுபோல ஆங்கிலம் அறியாத எனக்கும் நண்பரின் உதவியால் அந்த நூல்களின் நட்பு ஏற்பட்டது. ஆனால் இவற்றை முழுமையாக உள் வாங்கிக்கொள்வது அவ்வளவு எளிதான காரியமாகவும் எங்களுக்கு அமைந்துவிடவில்லை. ஏன்?

மூல நூற்களைப் பயிலுமுன் 'நிகண்டு கற்றுச் செய்யுள் ஆராய்ச்சி உடையவர்க்கே இந்நூல் பயிலத் தக்கது' என்று நன்னூலைப் படிக்க நம்மவர்கள் நிபந்தனை விதிப்பதுபோல மேற்கண்ட மூல நூற்களைப் பற்றிய முன்பின் செய்திகள் அறியாமல் அவற்றைப் பயில்வது பாதிக்கிணறு தாண்டும் பணியாகத்தான் இருக்கும் என்பது புரிந்தது.

இந்த நிலையைக் கடப்பதற்கு இரண்டாம் தலைமுறை மார்க்சிய அறிஞர்களின் நூல்களைப் பயிலுதல் தவிர்க்க முடியாததாகியது. அந்தப் பணியில் அரசியல் புரிதலுக்காக லெனின், மாவோ, ஸ்டாலின் ஆகியோர் நூற்களையும் அழகியல் மற்றும் கருத்தியல் புரிதல்களுக்காக பிளாக்கானவ், கிறிஸ்ட்டபர் காட் வெல் ஆகியோரின் நூல்களையும் அ.மா. பயின்றார். இந்தத் தருணத்தில் பேராசிரியர் சிவத்தம்பி அவர்கள் தஞ்சைத் தமிழ்ப் பல்கலைக்கழகத்தில் 'விசிட்டிங் புரபசர்' பதவியில் அமர்த்தப்பட்டார். சுமார் ஆறுமாத காலம் அவருடன் பழகும் வாய்ப்பும் பயிலும் வாய்ப்பும் ஏற்பட்டது. மார்க்சியத்தின் பரந்த களத்தில் நின்று பல்வேறு விவாதங்களைப் புரிய அவ்வாய்ப்பு எங்களுக்குப் பயன்பட்டது. ஒரு பொருளின் பல்வேறு பக்கங்களையும் பரிமாணங்களையும் நாங்கள் பார்க்கத் தொடங்கினோம்.

இதனோடு கூடவே மார்க்சியத்தை நாம் எதற்காகப் பயில விரும்புகிறோம் என்று எங்களையே நாங்கள் கேட்டுக்கொண்டோம். தமிழ்நாட்டில் வாழ்பவர்களாகிய நாம் நமது மக்கள், நமது பண்பாடு,

நமது உளவியல் ஆகியவற்றை முறையாக அறிவதும் நாம் அறிந்தவற்றை மக்களுக்கு அளிப்பதும், அதன் வழியே நமது அனுபவத்தையும் அறிவையும் ஒழுங்குபடுத்திக்கொள்வதும், அதனை முறையான வழியில் மக்களுக்காகச் செலவிடுவதும்தான் என்று எங்களுக்குத் தோன்றியது. இந்த நோக்கில் தமிழ்மக்களை, பண்பாட்டை, கலாச்சாரத்தை அறிவதற்காகச் சங்க இலக்கியத்தில் தொடங்கி காப்பியங்கள், அறநூல்கள், பக்தி இலக்கியங்கள், சைவ சித்தாந்தம், சித்தர் பாடல்கள், சிற்றிலக்கியங்கள், பாரதி வரையும் பயின்றோம். இன்னொரு பக்கம் நீலகண்ட சாஸ்திரி தொடங்கி கோசோம்பி, ரொமிலா தாப்பர், ஸ்பென்சர், பர்ட்டன் ஸ்டெயின், கமில் சுவலபில், வையாபுரிப் பிள்ளை, தெ.பொ.மீ., இதர சனாதனிகளின் இலக்கிய வரலாறுகள், தமிழக வரலாறு பற்றிய நூற்கள் மற்றும் கல்வெட்டுகள் (குறிப்பாகப் பல்லவர் காலக் கல்வெட்டுகளைக் கிடைத்த வரையில் முழுமையாகப் படித்தோம்) ஆகியவற்றைப் பயின்றோம். தமிழகத்தின் உற்பத்திமுறை நிலப்பிரபுத்துவமா, ஆசிய உற்பத்தி முறையா மற்றும் சாதிகளின் தோற்றம் ஆகியவை குறித்த சில கருத்துகளை வந்தடைய இது உதவியது. மேலும் இந்தக் கல்வியானது மார்க்சியக் கருத்தாக்கங்களாகிய உற்பத்தி முறை, உற்பத்தி உறவுகள் மற்றும் கலை, இலக்கியம், அரசியல், அறிவியல் போன்ற மேற்கட்டுமான அம்சங்கள் ஆகியவற்றைத் தமிழ்ச் சூழலில் வைத்துப் புரிந்துகொள்வதற்குப் பெரிதும் உதவியாக அமைந்தது.

ஆனால் இவற்றையும் அடித்தளம், மேற்கட்டுமானம் என்று தனித்தனியான அசையாத பண்புடன்தான் நாங்கள் அன்று விளங்கிக் கொண்டோம். இவை ஒன்றுடன் ஒன்று உறவுடையது, பரஸ்பரத் தாக்கங்களுடையது, ஒன்றில்லாமல் மற்றொன்று இல்லை, இயக்கத்துள் இருப்பது என்பதைப் புரிந்துகொள்ள, குறிப்பாகச் சமூகத்தைப் பன்முக முரண்பாடுகளின் செயற்களமாகப் பார்க்க நாங்கள் ப்ரெக்ட், கிராம்சி தொடங்கி அல்தூஸ்ஸர் வரைப் படிப்புப் பயணம் மேற்கொள்ள வேண்டியிருந்தது. இங்கும் அறிமுக நூற்களில் தொடங்கி மூல நூற்கள் வழியாக அல்தூஸ்ஸரை ஒட்டியும் வெட்டியும் எழுதிய பௌலண்ட்சாஸ், லக்வாவ், கோரான் தெர்பார்ன், மிலிபாண்ட் ஆகியோரையும் படித்தோம். தவிரவும் டெர்ரி ஈகிள்டனின் மார்க்சியமும் இலக்கிய விமர்சனமும் என்கிற சிறிய நூலைப் படித்தபோது நாங்கள் அதுவரை சிந்தித்திராத பல திசையில் புதிய ஒளி கிடைத்தது.

இந்தக் கட்டத்தில் எழுதப்பட்டவைதான் இந்தத் தொகுப்பிலுள்ள 'நாட்டார் இலக்கியங்களில் மோதலும் சமரசமும்', 'பாரதியும் விடுதலையும்' என்கிற கட்டுரைகள். இந்த இரு கட்டுரைகளிலும் பன்முக முரண்களின் தாக்கத்தின் விளைவுகளைக் காண முயன்றுள்ளார் அ.மா. நாட்டார் பாடல்களில் காணப்படும் 'மோதலை' ஏற்கனவே பலர் சுட்டிக்காட்டியுள்ளனர். நாட்டார் பாடல்களில் காணப்படும் 'சமரசத்தை' சுட்டிக்காட்டி அதனை விளக்க முயலும்போது வழக்கமாக இலக்கியத்தை அதன் உற்பத்தி நோக்கில் மட்டும் பார்ப்பது போலல்லாமல் அதன் வினியோகத்தையும் நுகர்வையும் கணக்கில் எடுத்துக்கொள்ள வேண்டிய அவசியத்தைச் சுட்டிக்காட்டுகிறார். நுகர்வோர் யார் என்ற கேள்வியை எழுப்பி அவர்களின் தன்மையை விளக்கும் முகமாக அந்தச் சமரசத்தின் தன்மையை விளக்குகிறார்.

பாரதியைச் சிலர் சோஷலிசக் கவி எனக் கூத்தாட இன்னும் சிலர் வேதாந்தக் கவி எனக் கூற அ.மா. 'விடுதலை' என்கிற கருத்தாக்கத்தில் பாரதியின் சிந்தனை எவ்வாறு இயங்காவியற் தன்மையோடு விளங்குகிறது என்பதைச் சுட்டிக்காட்டுகிறார். எனினும் இந்த இயங்காவியற் சிந்தனைப் பின்னணியையும் பாரதியின் சில முற்போக்கான நடவடிக்கைகளையும், கருத்துகளையும் இந்தக் கட்டத்தில் அ.மா. வால் விளக்கிட முடியவில்லை. மற்றவர்கள் சொல்லாத சில விசயங்களை நாங்கள் இந்தக் கட்டுரைகளில் சொல்ல முயன்றாலும் இன்னும் இவை போதாது என்பதைத் தொடர்ந்த எங்களின் தேடலும் படிப்பும் எங்களுக்கு உணர்த்தியது. கருத்தியல் குறித்த நூற்கள் பலவற்றை நாங்கள் இந்தச் சந்தர்ப்பத்தில் படித்தோம். குறிப்பாக ஜார்ஜ் லாரென்னது நூலும் டெர்ரி ஈகிள்டனின் கருத்தியலும் இலக்கிய விமர்சனமும் என்கிற நூலும் கருத்தியலுக்கும் இலக்கியச் செயல்பாட்டிற்குமிடையேயான உறவுகளை உணர்ந்துகொள்ள எங்களுக்கு உதவியது. பொதுக் கருத்தியல், பொது உற்பத்தி முறை, இலக்கிய வழி உற்பத்தி முறை, படைப்புக் கருத்தியல், படைப்பாளி களின் கருத்தியல் ஆகியவற்றின் செயலூக்கமுள்ள ஒன்றிணைவின் விளைவாக இலக்கியப் படைப்பைப் பார்ப்பதென்பது மின்னலடித்தாற் போலப் பல விசயங்களைத் தெளிவாக்கியது. இதன் விளைவே 'நாட்டார் கலை இலக்கிய உற்பத்தி ஒரு வரையறை' என்ற கட்டுரையும், பாரதியின் உலகக் கண்ணோட்டம்பற்றிய கட்டுரையும், நாட்டார் இலக்கிய உற்பத்தி குறித்து ஒரு செறிவான வரையறையை அடையவும் பாரதியின் முரண்பாடுகளை விளங்கிக்கொள்ளவும் இக்கட்டுரைகள் பயன்பட்டன.

டெர்ரி ஈகிள்டனைத் தொடர்ந்து நாங்கள் அமைப்பியல் தொடர்பான மூல நூற்களைப் பயிலத் தொடங்கினோம். அறிமுக நூற்களில் தொடங்கித்தான் மூல நூற்களுக்கு வந்தோம். தமிழவனின் ஸ்ட்ரக்சுரலிசம் நூலும் டோனி பென்னட்டின் ரசிய வடிவவியலாளர்கள் குறித்த நூலும் இதற்குப் பெரிதும் உதவின. கூடவே ப்ரெக்ட்டின் அழகியற் கோட்பாடுகள் குறித்த கட்டுரைகள் அனைத்தையும் முழுமையாகப் படித்து முடித்தோம். இதே வேளையில் ரஷ்யாவிலும் சீனாவிலும் பல பிரச்சினைகளும் கிழக்கு ஐரோப்பிய நாடுகளில் கலகலப்பும் ஏற்பட ஆரம்பித்தன. ஏற்கனவே சொல்லப்பட்ட புனிதங்களின் மீது சந்தேகமும் அவற்றின் மேல் ஒரு ரண சகிச்சை செய்தாக வேண்டுமோ என்ற கேள்விகளும் எழுந்தன. ரசிய வடிவவியலாளர்கள் குறித்த வரலாறும், புரட்சியைத் தொடர்ந்த காலங்களில் அரசு மற்றும் சோவியத் அதிகார வடிவங்கள் குறித்த விவாதங்களின் வரலாறுபற்றிய கார்மேன் சிரியானியின் நூலும் எங்கள் கேள்விகள் பல அன்றே கேட்கப்பட்டதையும் சிலவற்றிற்கு விடையும் பலவற்றிக்குத் தடையும் என அவை எதிர்கொள்ளப் பட்டதையும் அறிந்தோம். முதலாளிய வடிவங்களை அப்படியே வைத்துக்கொண்டு உள்ளடக்கங்களை மற்றும் மாற்றிவிடுவது மட்டும் போதாது என ப்ரெக்ட் போன்றோர் கூறியது இலக்கியத்திற்கு மட்டுமல்ல அரசியலுக்கும் பொருந்தும் என்பது விளங்கியது. இந்த வகையில் இந்த நூலிலுள்ள ப்ரெக்ட்பற்றிய கட்டுரை மிகமிக முக்கியமானது என்று நான் கருதுகிறேன்.

அன்று ரஷ்யாவில் விடை மறுக்கப்பட்ட கேள்விகளும் தடை விதிக்கப்பட்ட யோசனைகளும் இன்று பிரச்சினைகளாக, கலகங்களாக... மார்க்சிய நோக்கத்தைப் புரிந்தவர்களாலும் புரியாதவர்களாலும் அதிகார வெறியர்களையும் பதவிப் பித்தர்களையும் நோக்கி வெடித்துள்ளன. இது அத்துடன் நில்லாமல் மார்க்சியத் தத்துவத்தின் மீதே புழுதிவாரித் தூற்றுமளவிற்கு சென்றுகொண்டிருக்கிறது. இந்தச் சூழலில் நாம் எதையும் கேள்வி கேட்க முடியாத புனிதங்களாகப் பார்க்காமல் எல்லாவற்றையும் தீவிர ஆய்வுக்கு உட்படுத்த வேண்டி யிருக்கிறது. அந்த நோக்கில் இந்த நூலிலுள்ள கட்டுரைகள் அனைத்தும் மிகவும் முக்கியமானவை என்று கருதுகிறேன். மார்க்சிய இலக்கியப் பார்வையை மட்டுமல்ல இதுவரை அறியப்பட்ட மார்க்சிய அரசியல் பார்வையையும் புதிய கோணத்தில் பார்க்க வேண்டிய தேவையையும் இந்த நூல் உங்களுக்கு வலியுறுத்தும் என்று நம்புகிறேன்.

இந்தக் கட்டுரைகளைப் புரிந்துகொள்ளும் நண்பர்களும் தோழர்களும் சேர்ந்து எங்களுடைய இன்றைய நிலைப்பாடுகளைப் புரிந்து கொள்கிறீர்கள். ஆனால் இந்தக் கருத்துகள் இத்துடன் தேங்கி முடிந்துவிடுவதல்ல. இவற்றில் பல மடியலாம். பல மேலும் வளரலாம். அதுவே இயங்கியல் விதி. நிரந்தரம், சாசுவதம் என்பது 'மரணம்' மட்டுமே. வாழ்வு என்பதும் உயிர்ப்பு என்பதும் மாறியும் தேய்ந்தும் வளர்ந்தும் வருவதுதானே!

('மார்க்சியமும் இலக்கியத்தில் நவீனத்துவமும்' நூல் முன்னுரை. தஞ்சையிலிருந்து ஜூன் 5, 1990இல் எழுதப்பட்டது.)

பின்னிணைப்பு -2

உடைபடும் மௌனங்கள்

ரவிக்குமார்

நான் வியக்கிறேன், இன்னும்கூட மனிதர்கள் உண்மையைத் தேடிக்கொண்டிருக்கிறார்களே என.[1]

- இ.எம். சியோரான்

'பின் அமைப்பியல், குறியியல், பிரதியியல், பெண்ணியம் ஆகியவற்றின் கொடைகளையெல்லாம் உள்வாங்கிக்கொண்டு ஒடுக்கப்பட்ட வர்க்கங்களின் சார்பாக வாசிப்பில் அரசியல் குறுக்கீடு செய்யும் ஒரு காலகட்டத்தில் மார்க்சிய இலக்கிய விமர்சனம் சர்வதேச அளவில் இன்று அடியெடுத்து வைத்துள்ளது' எனக் குறிப்பிடுகிறார் அ.மார்க்ஸ். தமிழில் அவ்வாறு மார்க்சியத்தின் விமர்சன எல்லைகளை அகலிக்க அவர் செய்துவரும் முயற்சிகளின் பதிவுகளே இந்தத் தொகுப்பிலுள்ள கட்டுரைகள். அ. மார்க்ஸின் விமர்சன முயற்சிகள் பிரதிகளின் உள் பொதிந்துள்ள உண்மையை வெளிப்படுத்திவிடச் செய்யப்படும் யத்தனங்களல்ல. ஏனென்றால் அப்படியானதொரு உண்மை எதுவும் கிடையாது என்பதைத்தான் மேலே சொன்ன பின் அமைப்பியல் முதலான சிந்தனா முறைகள் நமக்குத் தெளிவுபடுத்தியுள்ளன. ஆக, உண்மையைக் கண்டுபிடித்து வெளிப்படுத்தி விருது வாங்கும் துப்பறிபவரின் செயல்பாட்டையொத்ததாக விமர்சகரை ஆக்கிவந்த மாடர்னிச அணுகுமுறையைக் கடந்ததாகவே அ.மார்க்ஸின் அணுகுமுறை அமைந்துள்ளது.

பின் நவீனத்துவம் எழுப்பும் எல்லாக் கேள்விகளையும் உள்வாங்கிச் செரித்துக்கொள்வது மார்க்சியத்துக்குச் சாத்தியம்தானா என்பது முக்கியமான கேள்வி. இதனைக் கணக்கில் கொள்கிறவராகவே அ. மார்க்ஸ் இருக்கிறார். அதனால்தான் சோஷலிசக் கட்டுமானம் என்கிற பிரச்சினையை முன்வைத்து மார்க்சியத்தின் தத்துவச் சட்டகம் குறித்து விவாதிக்கும் விதமாக அவர் எழுதிவரும் பல்வேறு கட்டுரைகளும் தீவிரமான கேள்விகள் பலவற்றை முன்வைப்பனவாக இருக்கின்றன.

இங்கே, அறியப்பட்ட மார்க்சியம் என்பது இன்னமும் பூஜைக் குரிய ஒன்றாகக் காப்பாற்றப்பட்டுக் கொண்டிருப்பதால் அ. மார்க்ஸ் முன்வைக்கும் இந்த அணுகுமுறையை நாம் 'மார்க்சியம் கடந்த இடதுசாரி' (Post Marxist Left) அணுகுமுறை என அடையாளப் படுத்துவது பல குழப்பங்களிலிருந்து விலகிச்செல்ல உதவலாம்.

II

எண்பதுகளின் இறுதிப் பகுதியில் ரஷ்யா, சீனா, கிழக்கு ஐரோப்பிய நாடுகள் முதலானவற்றில் ஏற்பட்ட மாற்றங்களையொட்டி ஜனநாயகம் பற்றிய விவாதம் முதன்மைபெற்றதை நாம் அறிவோம். நமது சூழலில் சாதிப் பிரச்சினை குறித்த ஆழமான விவாதங்கள் இதனைத் தொடர்ந்தே தீவிரம் பெற்றன. இலக்கியம்பற்றிய அணுகுமுறையிலும் இத்தகைய மாற்றங்கள் புதிய வழிமுறைகளைத் திறந்துவிட்டன. மார்க்சியம் குறித்த விமர்சனங்கள் எந்தெந்தத் திசைகளிலிருந்து வந்துள்ளன எனத் தொகுத்துக்கொண்டு ஜன நாயகத்தின் புதிய விளக்கங்களையும் நடைமுறைகளையும் கண்டறிய முயன்ற மிகச் சில மார்க்சியர்களில் அ. மார்க்ஸ் குறிப்பிட்டுச் சொல்லப்பட வேண்டியவர். இவருடைய இந்தத் தேடல், சுயமுன்னேற்றத்தை மட்டுமே குறிக்கோளாகக்கொண்டு புதிய மோஸ்தர்களைப் புலம்பெயர்ந்த நிலையில் இறக்குமதி செய்யும் 'அறிவாளி' களுடையதைப் போன்றதல்ல; சந்தேகம் கொள்வதே குற்றமென்பதாக கேள்விகளுக்கு சமாதி எழுப்ப முற்படும் 'கட்சி வழிபாட்டு இடதுசாரிகள்' சிலரைப்போல் தாங்கள் ஏற்கெனவே எழுதி வைத்துவிட்ட தீர்ப்புகளுக்கு ஆதாரங்கள் தேடி அலைவதுமல்ல. இதனால்தான் பின்நவீனத்துவ தத்துவ அறிஞர்களெனத் தங்களுக்குத் தாங்களே முடிசூட்டிக்கொண்ட 'சில அறிவாளிகளைப்' போல் 'இலக்கியம் என்றாலே அது புரட்சிதான்' என்று குதூகலிக்காமல் எல்லாவற்றையுமே பிரதிகள்தான் என்கிற நிலையில் வைத்துப் பார்க்க அ. மார்க்ஸால் முடிகிறது. 'பொதுவானதாக, சுதந்திரமானதாகத் தன்னைக் காட்டிக்கொள்ளும் நிறுவனங்களின் செயல்பாடுகளை விமர்சித்து அதன்மூலம் அதனுள் எளிதில் புலப்படாவண்ணம் செயல்பட்டுக் கொண்டிருக்கும் அரசியல் வன்முறையை வெளிப் படுத்துவதுதான் இன்றைக்கு உண்மையான அரசியல் இலக்காக இருக்க முடியும்[2]' என மிஷல் ஃபூக்கோ குறிப்பிட்டதை உள்வாங்கிக் கொண்டதால்தான் கலாச்சார நிறுவனங்களின் செயல்பாடுகளைப் பற்றி இப்படியான விமர்சனங்களை மேற்கொள்ளவும் அ. மார்க்சுக்கு

முடிந்திருக்கிறது. இந்தத் தொகுப்பில், இதுவரையிலுமான மார்க்சிய இலக்கிய விமர்சனம் குறித்து விவாதிக்கும் விதமாக அமைந்துள்ள இரு கட்டுரைகள் மரபுவழி மார்க்சிய இலக்கிய நோக்கினை விமர்சித்துப் புதிதாக உள்வாங்கிக்கொள்ள வேண்டிய கூறுகளை அடையாளப்படுத்துவனவாக இருப்பதையும், புதிய அணுகுமுறைகளைப் பிரயோகித்துப் பார்ப்பனவாக மௌனி, எம்.வி.வி., கி.ரா. ஆகியோரின் படைப்புகள்பற்றிய வாசிப்புகள் அமைந்திருப்பதையும் இந்தப் பின்புலத்தில் வைத்தே நாம் புரிந்துகொள்ள வேண்டும்.

III

1926இல் வி.என். வொலோஷினோவ் என்பவரின் பெயரில் பக்தின் எழுதிய Discourse in Life and Discourse in Art[3] என்ற கட்டுரையில் 'சமூகவியல் பகுப்பாய்வுமுறை கலையின் மீது சரியானபடி பிரயோகிக்கப்பட வேண்டுமெனில் முக்கியமான இரண்டு குறைபாடான போக்குகள் களையப்பட வேண்டும்' என்று வலியுறுத்துகிறார். அவர் குறிப்பிடும் முதல்போக்கு, கலைப் படைப்புகளை வழிபடும் போக்கு. இது எல்லாவிதமான விமர்சனங்களையும் கலைப்படைப்போடு மட்டுமே குறுக்கிவிடுகிறது. அதை உருவாக்கியவரும் அதை வாசிப்புக்கு உட்படுத்துபவரும் கலைப் படைப்பின் எல்லைக்கு வெளியே நிறுத்தப்பட்டு விடுகின்றனர்.

இரண்டாவது போக்கு படைப்பை உருவாக்கியவரின் அல்லது வாசிப்புக்கு உட்படுத்துபவரின் உளவியலை ஆராய்வதோடு மட்டுமே தன்னைக் குறுக்கிக்கொள்கிறது. இதனைப் பொறுத்தவரை படைப்பை உருவாக்குகிற வாசிக்கிறவரின் அனுபவங்களின் வாயிலாகவே படைப்பைப் புரிந்துகொண்டுவிட முடியும்.

முதல்வகையான போக்கு படைப்பின் வடிவத்தை மட்டுமே முக்கியமானதெனக் கூறி ஆராய்கிறது. இது சொல்வழக்கினை (Verbal) ஒரு சமூகவயப்பட்ட விஷயமாகக்கொள்ளாமல் வெறுமனே மொழியியல் நோக்கில் மட்டுமே வைத்துப் பார்க்கிறது.

இரண்டாவது போக்கோ படைப்பாளி அல்லது வாசகரின் உளவியலில் படைப்பின் அழகியலைக் கண்டுபிடித்துவிட முயல்கிறது.

இவை இரண்டுமே தவறானவை. ஏனென்றால் இந்த இரண்டு போக்குகளுமே பகுதியின் அமைப்பை எடுத்துவைத்துக்கொண்டு — அதை முழுமையிலிருந்து துண்டித்துவைத்த நிலையில் — அதுவே

முழுமையின் அமைப்பு என வாதிடுகின்றன. கலைத் தன்மை என்பது படைப்பாளிக்கும் வாசகருக்கும் ஒரு படைப்புக்குள் ஏற்படுகிற ஒரு விசேஷமான இடையுறவு (Interrelationship) ஆகும் என்கிறார் பக்தின்.

இதனை ஏற்றுக்கொள்பவர்கள் இலக்கியமானாலும் சரி, மற்ற எந்த விஷயமாக இருந்தாலும் சரி அது எந்த அளவு மற்றவற்றோடு கலந்துள்ளது என்பதைப்பற்றித்தான் அக்கறை கொள்வார்கள். அவர்களது பணி இலக்கியத்தின் சுத்தத்தன்மைபற்றி வலியுறுத்திக் கொண்டிருப்பதாக இருக்க முடியாது. மாறாக சுத்தத்திலிருந்து வெளியேறுவதாக அசுத்தமென்றும் கலப்பு என்றும் கூறப்படுவதை நோக்கிச் செல்வதாகவே இருக்கும்.[4] இங்கே அர்த்த உருவாக்கம் என்பது ஆசிரியன், பிரதி, வாசகன் என்ற மூன்றின் கலவையிலிருந்து வெளிப்பாடுகொள்வதாக ஆகிவிடுகிறது.

வெங்கட்சாமிநாதன் எழுப்பிய கேள்விகளுக்கு மரபுவழிப்பட்ட மார்க்சியம் பதில்சொல்ல முடியாமல் போனபோது காப்பாற்ற வந்ததுதான் அமைப்பியல் என்கிற பொருள்பட தமிழவன் பல இடங்களில் எழுதிவருகிறார். வெங்கட்சாமிநாதன் அப்படியென்ன கேள்விகளை எழுப்பிவிட்டார் என நாம் கேட்பதை விடுத்து தமிழவனின் அமைப்பியல் எப்படி மார்க்சியம் எதிர்கொள்ள முடியாத பிரச்சினைகளைத் தீர்த்து வைத்தது என ஆராய்ந்தோமானால் நமக்குக் கிடைப்பவைச் சில பிதற்றல்கள் தவிர வேறில்லை. ஏற்கெனவே நிலவிவந்த பிம்பவழிபாட்டிற்கு வலு சேர்க்கும் விதமாகவே இங்கு இதுகாறும் அமைப்பியல் முதலான அணுகுமுறைகள், இவர்களால் கையாளப்பட்டு வருகின்றன. இவர்களது அணுகுமுறையைப் பக்தின் சுட்டிக்காட்டும் முதல் போக்கோடு நாம் அடையாளப்படுத்தலாம். படைப்புக்கு அப்பாற்பட்ட கூறுகளை மட்டுமே ஆராய்ந்து படைப்பின் கலைத் தன்மையைக் கண்டுவிடலாமென நினைக்கிற இரண்டாவது போக்காக இன்றும் தொடரும் மரபுவழிப்பட்ட கட்சிவழிபாட்டு இடதுசாரிகளின் அணுகுமுறையை நாம் வகைப் படுத்தலாம். அ. மார்க்ஸின் அணுகுமுறை மேற்சொன்ன இரண்டு குறைபாடுகளிலிருந்தும் விடுபட்டு நிற்பதை இத்தொகுப்பிலுள்ள கட்டுரைகள் நிரூபணம் செய்கின்றன.

IV

இத்தொகுப்பிலுள்ள மௌனியின் படைப்புகள்பற்றிய கட்டுரை ஒரு கருத்தரங்கில் வாசிக்கப்பட்டபோது அந்த அரங்கிலிருந்த ஓர் அமைப்பியல் விமர்சகர் மௌனியின் வாழ்க்கைக்கும் அவரது படைப்புகளை வியாக்கியானப்படுத்துவதற்கும் என்ன தொடர்பு இருக்கிறது என ஆவேசமாகக் கேட்டார். அவர் பயின்ற அமைப்பியலின் படி 'ஆசிரியன் இறந்துவிட்டான்' என்று அவர் நம்பியிருக்க வேண்டும். 1968இல் ஆசிரியனின் இறப்பையும் வாசகனின் பிறப்பையும் ரொலாண்ட் பார்த்ஸ் அறிவித்ததிலிருந்து தொடர்ந்து கொண்டிருக்கிறது இந்த விவாதம். வாசகனை அடிப்படையாகக் கொண்டு பிரதியை வியாக்யானப்படுத்த வேண்டும் என்ற நோக்கில் முன்வைக்கப்பட்ட பார்த்ஸின் கருத்தாக்கம் பிரதியில் ஆசிரியனின் பங்கை முற்றாகத் துடைத்துவிடுவதில்லை. 'பிரதி என்பது வியாக்யானங்களை வெளிக்கொணர்வதற்கான ஒரு யந்திரம்[5] எனக் குறிப்பிடும் உம்பர்ட்டோ ஈக்கோவும்கூட பிரதியில் ஆசிரியனின் இடத்தை மறுப்பதில்லை. தொதரோவ் குறிப்பிட்டது போல 'பிரதி என்பது ஒரு 'பிக்னிக்'. அங்கே ஆசிரியன் வார்த்தைகளைக் கொண்டுவருகிறான். வாசகன் அர்த்தத்தைக் கொண்டுவருகிறான்.' ஆக பிரதியில் ஆசிரியனைத் துடைத்துவிட்டு பிரதியைத் தனித்த ஒரு வஸ்துவாகப் பார்ப்பது ஏற்கெனவே பக்தின் குறிப்பிட்ட குறைபாடுடைய பார்வையே தவிர வேறில்லை. 'ஆசிரியன் வெற்றிடத்தில் பேசிக் கொண்டிருப்பதில்லை. அவன் ஏற்கெனவே உள்ள பிரதிகளாலும்கூட கட்டுப்படுத்தப்படுகிறான், நிர்ணயிக்கப்படுகிறான்' என்கிறார் ஈக்கோ. ஆசிரியனைக் கட்டுப்படுத்திய, நிர்ணயித்த அந்த (ஏற்கெனவே உள்ள) பிரதிகளைத் தெரிந்துகொள்வதும்கூட வாசிப்புக்கு அவசியம் என்பதைத்தான் நாம் இதன்மூலம் அறிந்துகொள்கிறோம். 'ஒரு பிரதியை எழுதி முடித்ததுமே ஆசிரியனானவன் இறந்து போய்விட வேண்டும். ஏனென்றால் பிரதியின் பாதையில் அவன் இடையூறாக இருக்கக் கூடாது[6] என்கிறார் ஈக்கோ. இதன் பொருள், பிரதிக்கும் ஆசிரியனுக்கும் எந்த உறவுமே கிடையாது என்பதாகாது. ஆக ஒரு பிரதியை வாசிக்கும் செயல்பாட்டுக்கு, ஆசிரியனும் அவனது பிற செயல்பாடுகளும் வேறு பல பிரதிகளாய் அமைந்து அந்தப் பிரதிகள் யாவும் இடையுறவு ஒத்தாசை புரிவதாக இருக்கக்கூடும் என்பதை யாரும் மறுக்க முடியாது.

இன்னும் முக்கியமாகக் கவனிக்க வேண்டியது: பிரதியிலிருந்து ஆசிரியனை முற்றாகத் துடைத்தெடுத்து விடுவது பிரதியின் வழிபாட்டுக்கு இட்டுச் சென்றுவிடுவது மட்டுமின்றி இப்படி ஆசிரியனின் மரணத்தை வலியுறுத்தும் போக்கு பலகாலமாக அதிகாரம் மறுக்கப்பட்டுத் தற்போதுதான் அதை அடைய முற்படும் விளிம்புநிலை மக்கள் திரளினரை அதிகாரமற்றவர்களாக ஆக்கும் முயற்சியாகவும் அமைந்துவிடுகிறது. 'வரலாற்று ரீதியாகவும், மரபு ரீதியாகவும் தன்னிலைத்துவம் மறுக்கப்பட்ட தன்னிலைகளுக்கு ஆசிரியனின் மரணம்பற்றிய கோட்பாட்டைப் பொருத்திப் பார்ப்பது கூடாது'[7] என்கிற விமர்சனங்கள் தற்போது எழுந்துள்ளன என்பதையும் நாம் நினைவில்கொள்ள வேண்டும். பிரதியின் அதிகாரத்தைக் கைப்பற்றும் விலக்கப்பட்ட தன்னிலைகள் பிரதியில் தமது அதிகாரத்தை நிறுவுவது மட்டுமின்றி தம்மை இதுகாறும் அதிகாரம் செய்தவர்கள் உற்பத்திசெய்த பிரதிகளுக்கு அவர்களைப் பொறுப்பேற்கவும் கேட்பார்கள். இதைத்தான் நாம் அ. மார்க்ஸின் வாசிப்பினூடாகப் பார்க்கிறோம்.

V

எல்லாவற்றையுமே பொதுக்காட்சியாக (Spectacle) மாற்றுவதில் தேர்ச்சிபெற்றது தமிழ்ச்சமூகம். இதனைப் பொதுக்காட்சிச் சமூகமென (Society of the Spectacle) நாம் குறிப்பிடலாம். இங்கே யதார்த்தம் நம்பகத்தன்மை முதலானவை காலாவதியாகி விட்டன. அவற்றின் இடத்தைக் காட்சி-அரசியல் கைப்பற்றிக்கொண்டு விட்டது. பொதுக்காட்சி அரசியலின் குணாம்சம்பற்றி விளக்குகின்ற தெபோர் (Debord) என்ற சிந்தனையாளர் காட்சி அதிகாரம் இருவகைப் பட்டதெனக் குறிப்பிடுகிறார். ஒன்று ஒரே இடத்தில் குவிந்திருப்பது. மற்றது எல்லா இடங்களிலும் பரவி நிற்பது. 'இரண்டுமே யதார்த்த மான சமூகத்திற்கு மேலே மிதந்து கொண்டிருக்கின்றன. முதலாவது வடிவம் ஒரு சர்வாதிகாரியின் பிம்பத்தைச்சுற்றி செயல்படுகிறது. இரண்டாவதோ கூலி உழைப்பாளிகள் தமது சுதந்திரத்தைத் தம்மைச் சுற்றிலுமுள்ள பண்டங்களை வாங்குவதற்குப் பயன்படுத்தும்படி செய்கிறது'[8] என்கிறார் அவர். இதனையொட்டிக் கட்டமைக்கப்படும் காட்சிக் கலாச்சாரத்தின் முதன்மையான நோக்கம் வரலாற்று அறிவை நீக்கிவிடுவதுதான். பொதுக்காட்சியில் பேசப்படுவது மட்டுமே உலகத்தில் இருக்கிறது எனவும் அதனுள் பேசப்படாதது இல்லவே

இல்லை எனவும் நம்ப வைக்கப்படுகிறது. இதில் பார்வையாள னானவன் அவனது சார்பில் வேறு யாரோ தேர்ந்தெடுத்த பிம்பங்களை ஏற்றுக்கொள்ளும்படி செய்யப்படுகிறான், அதுவே அவனது பார்வையாக மெல்ல மெல்ல மாறிவிடுகிறது. தெபோர் குறிப்பிடுகிற காட்சி அதிகாரத்தின் இருவகைப் போக்குகளும் ஒன்றுகலந்து நிற்பதாக தமிழ்ச்சமூகத்தை நாம் வகைப்படுத்தலாம். எனவே, மற்ற எந்தப் பகுதியை விடவும் இங்கே காட்சி ஊடகங்கள் பற்றிய விவாதங்கள் முக்கியம் பெறுகின்றன. இத்தொகுப்பில் இடம் பெற்றுள்ள தொடர்புச்சாதனங்கள்பற்றிய கட்டுரை நாம் மேற்கொள்ள வேண்டிய எதிர்ப்பு யுக்தியின் வடிவங்களை எடுத்துக் கூறுகிறது. தொடர்புச்சாதனங்கள்பற்றிய அணுகுமுறையாக மட்டுமின்றி வேறுபல பிரதேசங்களும்கூட அதனை நாம் விரிவுபடுத்திப் பார்க்க முடியுமென்பது அந்தக் கட்டுரையின் சிறப்பம்சங்களில் ஒன்று எனக் கூறலாம்.

VI

கடந்த பத்தாண்டுகளுக்கும் மேலாக அ. மார்க்ஸின் செயல்பாடுகளில் பங்கெடுத்துவருபவன் என்கிற முறையில் அவரது சிந்தனைப் போக்கிலேற்பட்ட மாறுதல்களை நெருக்கமாகக் கவனிக்கும் வாய்ப்பு எனக்குக் கிடைத்திருக்கிறது. தயக்கமின்றி தன்னைச் சதாகாலமும் சுயபரிசோதனைக்கு உட்படுத்திக் கொள்கிற மனவலிமை அவருக்கு இருப்பதை நான் அறிவேன். எவ்வித ஒளிவுமறைவுமின்றித் தன்னை எப்போதும் ஊடுருவத்தக்க (Transparent) நிலையில் வைத்துக் கொண்டிருப்பவர் அவர். வாசிப்பவனை அருகே அமர்த்திக்கொண்டு நேசத்தோடு பேசுவதுபோல் வெளிப்படுவது அவரது எழுத்துமுறை மட்டுமல்ல அவரது இயல்பும் அத்தகையதுதான். இத்தகைய மனநிலையால்தான் எவ்விதக் காழ்ப்புமின்றி பின்நவீனத்துவச் சிந்தனைகளை உள்வாங்கிக்கொள்ள அவருக்கு முடிந்திருக்கிறது. தலித் பிரச்சினையில் கொஞ்சமும் ஐயப்பட முடியாத அர்ப்பணிப்போடு செயல்படவும் முடிகிறது. தான் பார்த்துவரும் பேராசிரியர் என்னும் பணியின் காரணமாக அவர் மரபுரீதியான அறிவுஜீவியென கணிக்கப்படலாம். ஆனால் கல்விபற்றிய அவரது அணுகுமுறை அவ்வாறு மதிப்பிடுவதைத் தடுத்துவிடும். எட்வர்ட் சேத், தெரிதா போன்றோரும்கூட கல்விக்கூடங்களில் பணிபுரிபவர்கள்தாம். ஆனால் அவர்களுக்கிருக்கும் சுதந்திரமோ நாம் கற்பனையிலும் எண்ணிப்

பார்க்க முடியாத அளவுக்கு உள்ளது. அத்தகைய வாய்ப்புகள் ஏதுமற்ற நிலையிலும்கூட கல்வி புகட்டுமிடம் என்பதைச் சேர்ந்து கற்கும் வெளியாக மாற்ற முயன்றுவருபவர் அ. மார்க்ஸ். மாணவர்களென யாரையும் கருதாமல் தோழர்களென நினைத்தே பழகுபவர் அவர். இந்தக் கட்டுரைகளின் தொனியும்கூட வாசகனை ஏதுமறியாத மாணவனாக நினைத்துக் கற்பிக்க முயன்றிடாமல் சகதோழனோடு பேசும் விதமாகவே அமைந்துள்ளதை நாம் உணரமுடியும்.

பத்து ஆண்டுகளுக்கு முன்பு எனது கவிதைத் தொகுதி ஒன்றுக்கு முன்னுரை வாங்குவதற்காகத்தான் நான் மார்க்ஸை முதன்முதலாக சந்தித்தது. அவரது நூலுக்கு இன்று நான் முன்னுரை எழுத நேர்ந்தது என்னுடைய வளர்ச்சியின் காரணமாக அல்ல, மார்க்ஸின் பெருந்தன்மையின் தோழமையின் காரணமாகத்தான் எனக் கூறுவது தன்னடக்கம் ஆகாது.

குறிப்புகள்

1. E.M. Cioran, *On The Heights Of Despair*, The University of Chicago Press, 1992.

2. Paul Rabinow, Ed. *The Foucault Reader*, Penguin Books Ltd, 1986.

3. V.N. Volosinov, *Freudianism: A Marxist Critique*, Academic Press Inc, 1976.

   (வொலொஷினொவ் என்ற பெயரில் இந்தக் கட்டுரை வெளியானபோதிலும் பின்னர் ஓர் உரையாடலின்போது - 1961இல் பக்தின் இந்தக் கட்டுரை தன்னால் எழுதப்பட்டது என்பதை ஒப்புக் கொண்டுள்ளார். செர்ஜி போஷரோவ் என்பவரால் தொகுக்கப்பட்டுள்ள 'Conversations with bakthin' *என்ற கட்டுரையில் இந்த விவரங்கள் காணப்படுகின்றன)*

4. Edward Said*, In-Criticism In Society.,* Ed. Imre Salusinzky, Methuen 1987

5. Umberto Eco., *Reading My Readers*, P.819, 827, Johns Hopkins University Press 1992.

6. Umberto Eco, *Reflections On The Name Of The Rose*, Minerva, 1994.

7. Nancy Miller, *'Changing The Subject: Authorship Writing And The Reader, In-What Is An Author?*, Ed. Maurice Biriotti &

Nicola Miller , Manchester University Press. 1993

8. *New Literary History, Quoted In Death Of Politics And Sex In The Eighties Show* M. Carmen Africa Vidal, Vol. 24, Winter, 1993.

('உடைபடும் மௌனங்கள்' நூலுக்கான முன்னுரை பாண்டிச்சேரியிலிருந்து டிசம்பர் 8, 1994இல் எழுதப்பட்டது.)

கட்டுரை அடங்கல்

(குறிப்பிட்ட தலைப்பில் கட்டுரைகளைத் தேட விரும்புவோருக்காக)

1. இலக்கியத்தில் நவீனத்துவமும் மரபு மார்க்சியத்தின் போதாமையும்

1.1. ப்ரெக்டின் இன்னொரு பரிமாணம், 3

1.2. படைப்பும் உத்தியும், 29

2.5. எண்பதுகளில் மார்க்சிய இலக்கிய விமர்சனமும் முற்போக்கு எழுத்து முயற்சிகளும், 252

2.6. மார்க்சியமும் வாசிப்பின் அரசியலும்: கலகம் அரசியல் களத்தில் மட்டுந்தானா?, 280

2. தமிழ் நவீனத்துவத்தின் சில பிரச்சினைகள்

3.1. குடியேற்ற நாடுகளில் நவீனத்துவம், 333

3.3. தமிழ் நவீனமான கதை, 358

2.4. மணிக்கொடியின் பரிணாமம், 229

3. சிதறும் தமிழ்த் திருஉருக்கள்

3.2. உடைபடும் புனிதங்க்ள், 346

2.1. மௌனியில் மௌனமாகும் எதார்த்தங்கள், 187

2.2. எம்.வி. வெங்கட்ராமின் இனி புதிதாய், 200

3.5. புதுமைப்பித்தன் எழுத்துகள்: தேவை ஒரு மறுவாசிப்பு, 408

3.6. புதுமைப்பித்தன் பிரதிகளில் தலித்துகள், மறவர்கள், கிறிஸ்தவர்கள் மற்றும் இதர மாமிசபட்சிணிகள், 417

3.7. எட்வர்ட் சேத்தும் புதுமைப்பித்தனும், 426

482 ❃ உடைபடும் மௌனங்களும் சிதறுண்ட புனிதங்களும்

4. **இலக்கியமும் கருத்தியலும்**

   அ. நாட்டுப்புறவியல்
   1.5. நாட்டார் இலக்கியங்களில் மோதலும் சமரசமும், 78
   1.6. நாட்டார் கலை இலக்கிய உற்பத்தி-ஒரு வரையறை, 90

   ஆ. பாரதி
   1.7. பாரதியும் விடுதலையும், 103
   1.8. பாரதியின் உலகக் கண்ணோட்டம்: கவனத்தில் நிறுத்த வேண்டிய சில குறிப்புகள், 113

5. **பாலியலை எழுதுதல்**
   2.3. ஒழுங்கமைத்தல் - மீறல்: கி.ரா. தொகுத்த பாலியல் கதைகள், 213

6. **தகவல் தொடர்பில் ஏற்பட்டுள்ள புதிய மாற்றங்களை அணுகுதல்**
   2.7. தகவல் தொடர்பு: தேவை ஒரு புதிய விமர்சனமுறை, 298
   2.1. மௌனியில் மௌனமாகும் எதார்த்தங்கள், 187

7. **சோஷலிச எதார்த்தவாதமும் தலித் இலக்கியமும்**
   3.4. சோஷலிச எதார்த்தவாதத்திலிருந்து தலித் இலக்கியத்தை நோக்கி, 397
   3.8. 'இதுதாண்டா தலித் இலக்கியம்', 438

8. **விமர்சனங்கள்/ பிரதி ஆய்வுகள்**
   1.4 பாரதிதாசன் பல்கலைக்கழகமும் பட்டுக்கோட்டை கலியாணசுந்தரமும், 63
   1.9. ஞானியின் மார்க்சியமும் தமிழ் இலக்கியமும், 123
   1.10. திரிபுவாதமே ஒரு கலாச்சாரமாய்: ராமசாமியின் தோழர், 131
   1.11. ஒரு புள்ளியில் குவியும் சிறு இதழ்கள், 136
   1.14. விவசாயச் சமூக உளவியலின் வெளிச்சத்தில் பழமலையின் சனங்களின் கதை, 157
   3.9. பசும்பால் காபி கிளப்பும் பீஃப் பிரியாணி கடைகளும், 446
   3.10. சோவுக்கு மீசை முளைச்சால் சுஜாதா, 451

9. விவாதங்கள்
   1.3. மார்க்சியம், அமைப்பியல், தமிழ்ச்சூழல், 47
   1.12. அவலச்சுவை குறித்த ஞானி-கேசவனின் கருத்துகள் மீது மார்க்சிய நோக்கில் சில குறிப்புகள், 142
   1.13. அவலச்சுவை: கேசவனின் கருத்துகள் மீது மேலும் சில குறிப்புகள், 149
   1.15. பின்னுரையாய்ச் சில, 173